மீனும் பண் பாடும்

# மீனும் பண் பாடும்

**எத்திராஜ் அகிலன்** (பி. 1954)
மொழிபெயர்ப்பாளர்

ஈரோடு ஸ்ரீ வாசவி கல்லூரி, ஆங்கிலத்துறையில் விரிவுரையாளராகவும், இணைப் பேராசிரியராகவும் பணியாற்றி, முதல்வராகப் பணி நிறைவு செய்தவர். துருக்கி நாவலாசிரியர் அஹமத் ஹம்தி தன்பினாரின் 'நேர நெறிமுறை நிலையம்,' ஓரான் பாமுக்கின் 'கருப்புப் புத்தகம்' ஆகியவற்றை மொழிபெயர்த்துள்ளார். சீன எழுத்தாளர், மா ஜியானின் சிறுகதைத் தொகுப்பான 'நாக்கை நீட்டு' எனும் நூலும் இவருடைய மொழிபெயர்ப்பில் வெளியாகியுள்ளது. *காலச்சுவடு, உன்னதம், அடவி* ஆகிய பத்திரிகைகளிலும், *கபாடபுரம், மலைகள்* ஆகிய மின்னிதழ்களிலும் இவரது மொழிபெயர்ப்புகள் வெளியாகியிருக்கின்றன.

வலைதளம்: ethirajakilan.blogspot.com
தொடர்புக்கு: 9443793645

ஹால்டார் லேக்ஸ்நஸ்

# மீனும் பண் பாடும்

ஆங்கிலத்திலிருந்து தமிழில்
**எத்திராஜ் அகிலன்**

காலச்சுவடு பதிப்பகம்

அன்பார்ந்த வாசகருக்கு,

வணக்கம்.

காலச்சுவடு நூலை வாங்கியமைக்கு நன்றி.

நூலின் உள்ளடக்கம், உருவாக்கம், அட்டைப்படம் இன்ன பிற அம்சங்கள் பற்றிய உங்கள் கருத்துகளையும் ஆலோசனைகளையும் காலச்சுவடு வரவேற்கிறது. தகவல், எழுத்து, வாக்கியப் பிழைகள் தென்பட்டால் கட்டாயம் தெரிவித்து உதவுங்கள். நூல் தயாரிப்பில் கடும் குறைபாடு இருப்பின் மாற்றுப் பிரதி உங்களுக்குக் கிடைக்கக் காலச்சுவடு ஏற்பாடு செய்யும்.

**மின்னஞ்சல்:** publisher@kalachuvadu.com

காலச்சுவடு நாகர்கோவில் தலைமையகத்துக்கும் கடிதம் அனுப்பலாம்.

தங்கள்
**எஸ்.ஆர். சுந்தரம் (கண்ணன்)**
பதிப்பாளர் – நிர்வாக இயக்குநர்

இந்நூலின் மொழிபெயர்ப்புக்கு
**ICELANDIC LITERATURE CENTER**
நல்கை வழங்கியது.

Copyright © Öll réttindi áskilin, 1957
Published by agreement with Licht & Burr Literary Agency, Denmark

மீனும் பண் பாடும் ❖ நாவல் ❖ ஆசிரியர்: ஹால்டார் லேக்ஸ்நஸ் ❖ ஆங்கிலத்தில்: மேக்னஸ் மேக்னஸன் ❖ ஆங்கிலத்திலிருந்து தமிழில்: எத்திராஜ் அகிலன் ❖ முதல் பதிப்பு: டிசம்பர் 2017, இரண்டாம் (குறும்) பதிப்பு: நவம்பர் 2020 ❖ வெளியீடு: காலச்சுவடு பப்ளிகேஷன்ஸ் (பி) லிட்., 669, கே.பி. சாலை, நாகர்கோவில் 629001

**miinum paN paaTum** ❖ Tamil translation of Icelandic Novel ❖ Author: Halldor Laxness ❖ Magnus Magnusson (English) ❖ Tamil Translation from English by Ethiraj Akilan ❖ Language: Tamil ❖ First Edition: December 2017, Second (Short) Edition: November 2020 ❖ Size: Royal ❖ Paper: 18.6 kg maplitho ❖ Pages: 336

Published by Kalachuvadu Publications Pvt. Ltd., 669, K.P. Road, Nagercoil 629001, India ❖ Phone: 91-4652-278525 ❖ e-mail: publications@kalachuvadu. com ❖ Printed at: Compuprint Premier Design House, Chennai 600086

ISBN: 978-93-86820-22-8

11/2020/S.No.802, kcp 2680,18.6 (2) 1k

# பொருளடக்கம்

ஒரு விசித்திர ஜந்து 9

அற்புத வானிலை 14

சிறந்தவகை மீன்கள் 23

விவிலியத் திருநூலின் மதிப்பு என்ன? 27

இரண்டு பெண்மணிகளும் ஒரு புகைப்படமும் 33

ப்ரெக்குகாட்டில் பொருத்தமான பெயர்கள் 39

ஹ்வாம்ஸ்காட்டின் முட்கம்பி வேலி 44

பரணின் இடைத்தளம் 50

அதிகாரிகள் 58

ப்ரெக்குகாட்டில் பேச்சும் எழுத்தும் 65

ஐஸ்லாந்து நாட்டவரின் பல்கலைக்கழகம் 70

ஒரு நல்லடக்கம் 80

லான்ப்ராட்டிலிருந்து வந்த பெண் 86

ஹ்ரிங்ஜராபேர் மீது பரவிய வெளிச்சம் 92

வெண்ணிற அண்டங்காக்கைகள் 99

கண்காணிப்பாளரும் விருந்தினரும் 106

மூன்று ஔரருக்கு மிளகு 115

எங்களுடைய லைக்லா கன்று ஈனும் பொழுது 125

முடிவிலியின் காலையும் அதன் முடிவும் 134

லத்தீன் 141

சீனர்களை மதம் மாற்றுதல் 147

| | |
|---|---|
| ஷூபர்ட் | 155 |
| கர்தர் ஹோமின் இரண்டாம் வருகை | 162 |
| குட்டிச்சாத்தான்களின் அரசன் | 168 |
| தேவாலயக் கல்லறைவெளியில் ஒரு மனிதன்? | 175 |
| ஆதார ஸ்ருதி | 181 |
| முதன்மை நீதிபதி | 190 |
| ப்ரெக்குகாட்டில் ரகசியக் கோட்பாடு | 199 |
| ஒரு சீரிய மணவாழ்வு | 206 |
| காற்றை உடுத்திருக்கும் ஆன்மா | 215 |
| கடவுளாகவும் இருக்கலாம் | 225 |
| குடித்துறப்பு அரங்கில் நடைபெற்ற அரசியல் கூட்டம்: நாவிதர் சட்ட மசோதா | 231 |
| விதி | 240 |
| கர்தர் ஹோமின் மூன்றாவது வருகை | 248 |
| நாடாக்களும் அணிமுடிச்சுகளும் | 254 |
| தலைமைத் தேவதூதர் கேப்ரியலின் நடுகல் அருகே ஒரு மாலைநேரம் | 277 |
| ஹோட்டல் டி ஐஸ்லாண்டேவில் கழிந்த இரவு | 290 |
| தலைமைத் தேவாலயத்தில் ஒரு பாட்டுக் கச்சேரி | 299 |
| பண்டகசாலையின் வைபவம் | 312 |
| ஒரு ஐரிர் நாணயம் | 320 |
| முடிவு | 326 |
| *மொழிபெயர்ப்பாளரின் பின்னுரை* | 331 |
| *வரைபடம்* | 334 |

1

# ஒரு விசித்திர ஜந்து

தாயை இழந்து விடும் ஒரு குழந்தைக்கு அடுத்து நடக்க வேண்டிய நல்ல விஷயம் தந்தையையும் இழப்பதுதான் என்று ஒரு ஞானி ஒரு முறை சொன்னார். இப்படி ஒரு கருத்தை நான் முழு மனதோடு ஏற்றுக்கொள்வதற்கில்லை. ஆனாலும் அதை அபத்தமென்று நிராகரிக்கும் கடைசி நபராகவே நான் இருப்பேன். உலகத்தின் மீது எவ்விதமான கசப்புணர்வையும் காட்டாமல் இப்படிப்பட்ட ஒரு தத்துவத்தை நான் சொல்லி விட முடியும். அவ்வளவு ஏன், இப்படிப்பட்ட தத்துவத்தின் சொற்கள் எழுப்பும் வெறும் ஒலிகள் கூட ஒருவர் மனதில் வலியை ஏற்படுத்தி விடும். அப்படிப்பட்ட வலியைக் கூடக் கோடிட்டு காட்டாமல் இப்படி ஒரு கோட்பாட்டை என்னால் சொல்லி விட முடியும்.

இது மாதிரியான ஒரு அவதானிப்புக்கு என்ன மதிப்பு இருக்கும்? அதை யார் எப்படி வேண்டுமானாலும் கணித்துக் கொள்ளட்டும். என்னைப் பெற்ற தாயும் தந்தையும் இல்லாமலேதான் நான் வாழ்க்கையைச் சமாளிக்க வேண்டியிருந்தது. அது எனக்கமைந்த நல்வாய்ப்பென்று நான் கூற மாட்டேன். அப்படிச் சொல்வது மிகவும் கொடூரமான வார்த்தையாகி விடும். ஆனால், அதை ஒரு துரதிர்ஷ்டமென்றும் கூறுவதற்கில்லை. குறைந்த பட்சம் என்னளவிலாவது. ஏனென்றால் பெற்றோருக்குப் பதிலாக ஒரு தாத்தாவையும் பாட்டியையும் நான் பெற்றிருந்தேன். என்னைப் பிரிந்தது அப்பாவுக்கும் அம்மாவுக்கும்தான் துரதிர்ஷ்டம். இப்படிச் சொல்வதே உண்மைக்கு அண்மையானதாக இருக்கும். அவர்கள் பெருமிதம் கொள்கிற ஒரு முன்மாதிரி மகனாக நான் விளங்கி விட்டேன் என்பதல்ல இதற்கு அர்த்தம். எந்த விதத்திலும் அப்படி ஒரு முன்மாதிரி மகனாக நான் இருந்து விடவில்லை. அப்பாவுக்கும் அம்மாவுக்கும்தான் துரதிர்ஷ்டம் என்று சொல்வதற்குக் காரணம், குழந்தைகளைக் காட்டிலும் பெற்றோரே குழந்தைகளின் தேவையை அதிகமும் உணர்கிறார்கள் என்பதால். ஆனால் அது வேறு விஷயம்.

ஏது எப்படியோ. ஒரு நீண்ட கதையைச் சுருக்கிச் சொல்லி விடுகிறேன். வருங்காலத்தில் எங்கள் நாட்டின் தலைநகராக விளங்கப் போகும் ரேய்க்ஜாவிக் என்ற ஊரின் தேவாலயத்தை ஒட்டிய கல்லறைவெளிக்குத் தென்புறத்தில் – குளத்தின் தென்கோடியில் சரிவு சமதளமாக ஆரம்பிக்கும் அதே இடத்தில் – குட்மன்சன் பண்டகசாலையின் சொந்தக்காரர், முதிய குட்மன்சனின் மகனான குட்மன்டூர் குட்மன்சன், தனக்கென்று ஒருவழியாகக் கட்டிக் கொண்ட அருமையான பண்ணை வீடு இப்பொழுது அமைந்திருக்கிறது. அதே துண்டு நிலத்தில், கிழக்குப் புறமாகக் குளத்தைப் பார்த்த வாக்கில், இரண்டு மரச் சட்டங்கள் கொண்டு அமைந்திருக்கும் புற்கரண் பாவிய ஒரு சிறிய கற்குடில் ஒரு காலத்தில் நின்றுகொண்டிருந்தது. இந்தச் சிறிய கற்குடிலும் அதைச் சார்ந்த இடப்பரப்புமே ப்ரெக்குகாட் என்று அழைக்கப்பட்டு வந்தது.

இங்கேதான் என்னுடைய தாத்தா, அமரர் ப்ரெக்குகாட் ப்யோர்ன் வசித்து வந்தார். அவர் இளவேனிற்பருவத்தில் ஒரு சில நேரங்களில் கல்கடிச்சான்மீன் பிடிக்கச் செல்வார். அவரோடு வசித்து வந்த அந்தப் பெண்ணைப்பற்றி எனக்கு அதிகமாய்த் தெரியாது. ஆனாலும் வேறெந்தப் பெண்ணையும் விட எனக்கு நெருக்கமாக இருந்தவள் அவள்தான். அவள்தான் என் பாட்டி. புகலிடம் தேவைப்படும் எவரொருவருக்கும் எந்நேரமும் திறந்திருக்கும் விருந்தினர் இல்லமாக இந்தப் புற்கரண் பாவிய பண்ணைக் குடில் திகழ்ந்து வந்தது. தங்களுடைய குழந்தைகள் சிசுக்காலத்தைக் கூடத் தாண்டி உயிர் பிழைத்திருக்க முடியாத அளவுக்கு நிலைமை சீர்கெட்டிருக்கும் தங்களுடைய பிறந்த மண்ணை, வீட்டை, சுகங்களை, கண்ணீரோடு துறந்து, தங்கள் நாட்டை விட்டுத் தப்பியோடும் – அகதிகள் என்று இன்று அழைக்கப்படும் – மக்களால் இந்தப் பண்ணை வீடு நிரம்பியிருந்த நேரத்தில்தான் நான் பிறந்தேன்.

முன்பொரு நாள் – இது எனக்குச் செவிவழிச் செய்தி – அங்கே, மேற்கிலிருந்தோ, வடக்கிலிருந்தோ, ஏன், கிழக்கிலிருந்து கூட இருக்கலாம், ஓர் இளம்பெண் வந்து சேர்ந்தாள். ஐஸ்லாந்து நாட்டை ஆட்சி புரிந்தவர்களிடமிருந்து தப்பி ஓடி, கைவிடப்பட்ட நிலையில், நிராதரவாய், அமெரிக்காவுக்குச் செல்லும் எண்ணத்தில் இங்கே அவள் தஞ்சமடைந்திருந்தாள். அவளுடைய பயணச் செலவை மோர்மன்கள்[1] ஏற்றுக் கொண்டிருந்தார்கள் என்று கேள்விப்பட்டிருந்தேன். அமெரிக்காவிலுள்ள மிக மேன்மையான மனிதர்களுள் ஒரு சிலரை மோர்மன்களிடையே காணவியலும் எனும் உண்மையையும் நான் அறிந்திருந்தேன். ஏது எப்படியோ. உங்களை மேலும் குழப்பாமல் சொல்லி விடுகிறேன். நான் குறிப்பிட்ட இந்தப் பெண்மணி, தான் அமெரிக்கா செல்லக் கப்பலுக்காக ப்ரெக்குகாட்டில் காத்திருந்த பொழுது ஒரு மகவை ஈன்றெடுத்தாள். ஈன்றெடுத்த அதே தருணத்தில் அந்த ஆண் சிசுவைப் பார்த்து “இந்தப் பயலை அல்ஃபர் என்று கூப்பிடுவோம்” என்றாள். “அவனைக் க்ரைமுர் என்று அழைக்க நான் ஆசைப்படுகிறேன்” என்று என் பாட்டி கூறினாள்.

1. மோர்மன்: ஜோஸஃப் ஸ்மித் (இளையவர்) என்பவரால் 1830ஆம் ஆண்டு அமெரிக்காவில் தொடங்கப்பட்ட பின்னாள் புனிதர் திருச்சபை எனும் கிருஸ்துவ மத உட்பிரிவு.

“அப்படியானால், அவனை அல்ஃப்க்ரைமுர் என்று அழைப்போம்” என்றாள் என் தாய்.

எனக்கு உடலையும் ஆன்மாவையும் ஈன்றது போக இந்தப் பெண் எனக்குக் கொடுத்த ஒரே விஷயம் அல்ஃப்க்ரைமுர் என்ற இந்தப் பெயர் மட்டுமே. அப்பா இல்லாத குழந்தைகளை ஹான்ஸன் என்று அழைப்பது ஐஸ்லாந்துநாட்டு வழக்கம். அந்த வழக்கப்படியே நானும் ஹான்ஸன் என்று அழைக்கப்பட்டேன். ‘ஹான்ஸன்’ என்றால் ‘அவனுடைய பையன்’ என்று அர்த்தம். இன்று அமரராகி விட்ட ப்ரெக்குகாட்டின் மீனவர் ப்யோர்னின் கைகளில் இந்த வினோதமான பெயருடன் என்னை அம்மணமாய் ஒப்படைத்து விட்டு, தன் வழியைப் பார்த்துக்கொண்டு அந்தப் பெண் போய் விட்டாள். இனி இந்தக் கதைக்கும் அவளுக்கும் எந்த சம்பந்தமும் இல்லை.

ப்ரெக்குகாட்டின் வரவேற்பறையில் டிக் டிக் என்று துடிப்பொலி எழுப்பிக் கொண்டு ஒரு பழைய கடிகாரம் தரையில் நின்றுகொண்டிருக்கும். அந்தக் கடிகாரத்தையே தொடக்கமாகக் கொண்டு இந்தப் புத்தகத்தை நான் ஆரம்பிக்கிறேன். இந்தக் கடிகாரத்துக்குள்ளே ஒரு வெள்ளி மணி இருந்தது. ஒவ்வொரு மணி நேரத்துக்கும் அந்த வெள்ளி மணி எழுப்பும் துல்லியமான ஸ்ருதி ப்ரெக்குகாட் பகுதி முழுவதும் மட்டுமில்லாமல் அதற்கும் அப்பாலிருக்கும் தேவாலயக் கல்லறைவெளி வரை கேட்கும். தேவாலயக் கல்லறைவெளியில் இன்னொரு மணி இருந்தது. அது ஒரு தாமிர மணி. அதனுடைய ஆழ்ந்த தொடரதிர் ஸ்வரங்கள் எங்களுடைய பண்ணைக்குடிலுக்குள்ளும் கேட்கும். ஆக, மென்மையாய்க் காற்று வீசும் பொழுது எங்களுடைய புற்கரண் பாவிய பண்ணைக்குடிலில் இரண்டு மணிகள் ஒருமித்து ஒலிக்கக் கேட்கலாம். ஒரு வெள்ளி மணியும், ஒரு தாமிர மணியும்.

எங்களுடைய கடிகாரத்தின் முகம் அலங்கார வேலைப்பாட்டுடன் இருந்தது. எடின்பர்க்கைச் சேர்ந்த திருவாளர் ஜேம்ஸ் கோவன் அவர்களால் 1750ஆம் ஆண்டில் இந்தக் கடிகாரம் வடிவமைக்கப்பட்டது. அந்த வேலைப்பாட்டின் மையத்தில் இந்தத் தகவல் பொறிக்கப்பட்டிருப்பதைப் பார்க்க முடியும். ப்ரெக்குகாட் பண்ணைக்குடிலுக்கென்று பிரத்யேகமாகத் தயாரிக்கப்பட்டதல்ல இந்தக் கடிகாரம். அதில் ஐயப்பாடே இல்லை. ஏனென்றால் எங்கள் குடிலின் கூரையின் கீழ் அது பொருந்த வேண்டும் என்பதற்காக அந்தக் கடிகாரத்தின் அடிப்பீடம் கழற்றப்பட்டிருந்தது. நிதானமான, ஒரு தோரணை மிக்க தாள லயத்தோடு இந்தக் கடிகாரம் துடித்துக் கொண்டிருந்தது. இதைத் தவிர வேறு எந்தக் கடிகாரத்தையும் அதிகம் பொருட்படுத்தத் தேவையில்லை என்ற எண்ணம் பால்யத்திலிருந்தே எனக்குள் வேர் விட்டிருந்தது. எங்களுடைய இந்தக் கடிகாரத்தோடு ஒப்பிடுகையில் ஏனைய மக்கள் வைத்திருந்த சட்டைப்பை கடிகாரங்கள் ஊமையான சிசுக்கள் போல் எனக்குத் தோற்றமளித்தன. பிறருடைய கடிகாரங்களில் இருந்த வினாடி முட்கள் ஊரும் பூச்சிகள் ஓட்டப்பந்தயத்தில் ஈடுபட்டிருப்பது போல் தோன்றும். ஆனால் ப்ரெக்குகாட்டில் இருந்த கடிகாரத்தின் வினாடி முள் ஓரிடத்திலும் சலனமற்று நிற்காமல் ஒரு மாட்டைப் போல நிதானமாக, நகர்ந்துகொண்டே இருக்கும்.

அந்த வரவேற்பறையில் நடமாட்டம் இருக்கும் நேரங்களில் அதன் துடிப்பொலியே காதில் விழாது. அந்தக் கடிகாரமே அங்கு இல்லாதது போல் இருக்கும். இதை நான் சொல்லவே தேவையில்லை. ஆனால் எல்லாமே நிசப்தமாயிருக்கும் நேரத்தில், விருந்தாளிகள் அகன்ற பிறகு, உணவு மேஜையெல்லாம் சுத்தம் செய்து வைக்கப்பட்டு கதவு சாத்தப்பட்ட பிறகு, அது முன்னைப் போலவே நிதானமாய் ஒலிக்கத் தொடங்கும். கொஞ்ச நேரம் ஊன்றிக் கவனித்தால் அதனுடைய இயக்கத்தில் ஒரு பண்ணின் ஸ்வரத்தையோ அல்லது எதிரொலி போன்ற ஏதோ ஒன்றையோ அடையாளம் காண முடியும்.

இந்தக் கடிகாரத்துக்குள்ளே முடிவிலி எனும் விசித்திர ஜந்து குடியிருக்கிறதென்று நான் நினைத்தேன். இந்த எண்ணம் எனக்குள் எப்படி ஏற்பட்டதென்று எனக்கு ஆச்சரியமாக இருக்கிறது. ஒரு நான்கெழுத்து வார்த்தையை அதன் இரண்டாம் மற்றும் நான்காம் எழுத்துகளின் மீது அழுத்தம் கொடுத்து அந்தக் கடிகாரம் ஒலித்துக் கொண்டிருக்கிறது என்று ஒரு நாள் எனக்குத் தோன்றியது. ஏன் அப்படித் தோன்றியதென்று தெரியவில்லை. 'முடிவிலி' என்பதுதான் அந்த நான்கெழுத்துச் சொல். அந்த வயதில் அந்த வார்த்தையின் அர்த்தத்தை நான் அறிந்திருந்தேனா என்ன?

மனிதர்கள் அனைவருமே என்றோ ஒருநாள் மடிய வேண்டியவர்கள் தான். இந்த உண்மையை அறிந்துகொள்ளும் வயதை நான் எட்டுவதற்கு முன்பாகவே இந்த விதமாக முடிவிலியை நான் கண்டுபிடித்தது சற்று விசித்திரமாகவே இருக்கிறது. ஆமாம். உண்மையில் நானே முடிவிலியில் வாழ்ந்துகொண்டிருந்த அந்தக் காலகட்டத்தில் இப்படி நேர்ந்தது விசித்திரம் தான். தான் நீந்திக்கொண்டிருக்கும் நீரை மீன் திடீரெனக் கண்டுபிடித்தது போல் இது நிகழ்ந்தது. நானும் தாத்தாவும் மட்டும் வரவேற்பறையில் தனித்திருந்த ஒரு வேளையில் இதைத் தாத்தாவிடம் சொன்னேன்.

"இந்தக் கடிகாரம் என்ன சொல்கிறதென்று உங்களுக்குப் புரிகிறதா தாத்தா?" என்று அவரிடம் கேட்டேன்.

"இங்கே, ப்ரெக்குகாட்டில் இந்தக் கடிகாரத்தைப் பற்றி யாருக்கும் அதிகமாக ஒன்றும் தெரியாது" என்றார் அவர். "நாட்களையும், மணிப்பொழுதையும் வினாடிகளாக அது வகுத்துக் காட்டுகிறது என்கிற அளவுக்குத்தான் எங்களுக்குத் தெரியும். ஆனால் இது நிலவின் வளர் மற்றும் தேய் நிலைகளைக் கூடக் காட்டக்கூடியது என்று அறுபத்தைந்து ஆண்டுகள் இந்தக் கடிகாரத்தை வைத்திருந்த உன் பாட்டியின் தாத்தா என்னிடம் ஒருமுறை சொன்னார். அவருக்கு முன்பாக இந்தக் கடிகாரத்தை வைத்திருந்தவர் அவரிடம் இதைக் கூறியிருந்தாராம். இந்த நுட்பத்தையும் கூட ஒரு கடிகாரத் தயாரிப்பாளர்தான் அவருக்குக் கண்டுபிடித்துக் கூறியிருந்தாராம். திருமணங்கள் நிச்சயமாவது பற்றியும், மரணங்கள் சம்பவிப்பது குறித்தும் கூட இந்தக் கடிகாரம் கணித்துச் சொல்லும் என்று உன் பாட்டிவழி மூதாதைகள் பீற்றிக் கொள்வதுண்டு. ஆனால் அதை நான் ஒரு பொருட்டாக மதித்ததில்லை பையா."

பிறகு நான் அவரிடம் கேட்டேன் "இந்தக் கடிகாரம் ஏன் 'முடிவிலி', 'முடிவிலி', 'முடிவிலி' என்றே சொல்லிக் கொண்டிருக்கிறது?"

"நீ எதையோ கற்பனை பண்ணிக் கொண்டிருக்கிறாய் குழந்தாய்" என்றார் என் தாத்தா.

"அப்படி என்றால் முடிவிலி என்ற ஒன்று இல்லையா?" என்று நான் அவரைக் கேட்டேன்.

"உன் பாட்டி இரவில் செய்யும் பிரார்த்தனைகள் அல்லது நான் ஞாயிற்றுக்கிழமைகளில் வாசிக்கும் ஸ்தோத்திரப் புத்தகம் தவிர வேறெங்கும் அந்த வார்த்தையை நீ கேட்டிருக்க முடியாது பையா" என்றார் அவர்.

"முடிவிலி என்பது உயிரோடு இருக்கும் ஒரு ஜந்துவா தாத்தா?" என்று நான் அவரிடம் கேட்டேன்.

"எதையாவது உளறிக் கொண்டிருக்கக் கூடாது பையா" என்றார் என் தாத்தா.

"நம்முடைய கடிகாரத்தைத் தவிர வேறு எந்தக் கடிகாரத்தையும் நாம் ஒரு பொருட்டாக எடுத்துக் கொள்ளவேண்டியதில்லையா தாத்தா?"

"தேவையில்லை" என்றார் தாத்தா.

"நம்முடைய கடிகாரம் துல்லியமானது. ரொம்ப காலமாகவே இந்தக் கடிகாரத்தைப் பார்க்க கடிகாரப் பழுது நீக்கிகளை நான் அனுமதிப்ப தில்லை. அதனால்தான் அது அப்படித் துல்லியமாக இயங்குகிறது. இந்தக் கடிகாரத்தைப் பற்றி நன்றாகத் தெரிந்த கடிகாரப் பழுது நீக்கி எவரையும் இதுவரை நான் பார்த்ததில்லை. என்னால் இதைப் பழுது நீக்க முடியவில்லை என்றால் ஏதோ ஒரு காயலான் கடைக்காரரைக் கூப்பிட்டு இதைப் பார்க்கச் சொல்வேன். காயலான் கடைக்காரர்கள்தான் இந்த மாதிரி வேலைக்கு எப்பொழுதுமே தோதானவர்கள். இதை நான் கண்டுபிடித்து வைத்திருக்கிறேன்."

# 2

## அற்புத வானிலை

வரவேற்பறையில் உட்கார்ந்துகொண்டு, கடிகாரத்தில் குடியிருக்கும் விசித்திர ஐந்து எழுப்பும் ஓசையைக் கவனித்துக் கொண்டிருக்கும் நேரம் போக மீத நேரமெல்லாம், வீட்டுக்கு வெளியே இருக்கும் காய்கறித் தோட்டத்தில்தான் நான் பெரும்பாலும் விளையாடிக் கொண்டிருப்பேன். நடைபாதைக்கெனப் பாவப்பட்டிருக்கும் கற்பாளங்களின் இருமருங்கும் புற்கற்றைகள் என் இடுப்புயரத்துக்கு வளர்ந்து கிடக்கும். ஆனால், முரட்டுக் களைப்பூண்டுப் செடிகளும், ஆயிரந்தழைப் பூண்டுச் செடிகளும் ஏறத்தாழ என்னுயரத்துக்கே வளர்ந்து கிடக்கும். வேர்க்கோசுச் செடிகளோ என்னை விடவும் உயரமாக வளர்ந்திருக்கும். வேறு எங்கும் இல்லாத அளவுக்குப் பெரியனவாக இந்தத் தோட்டத்தில் சீமைக் காட்டுமுள்ளங்கிச் செடிகள் வளர்ந்து இருக்கும். ஒரு சில கோழிகளையும் நாங்கள் வளர்த்து வந்தோம். அவற்றின் முட்டைகள் எப்பொழுதுமே மீனின் சுவையைக் கொண்டனவாயிருக்கும். தினந்தோறும் காலையில் வீட்டைச் சுற்றி இரை கொத்தும் நேரத்தில் இந்த அடைகாக்கும் கோழிகள் தமது கொக்கரிப்பைத் தொடங்கும். அது மிகவும் சுகமான ஒரு ஓசை. அதில் விழிப்புக் கண்ட பிறகு மீண்டும் தூங்கி விட எனக்கு அதிக நேரம் பிடித்த தில்லை. சில நேரங்களில் மதிய வாக்கில், தங்களுடைய கூண்டுக்குள் தத்து நடைபயின்றவாறே இந்தக் கோழிகள் மீண்டும் கொக்கரிக்கத் தொடங்கும். இந்த அடைகோழிகளின் கொக்கரிப்பு ஓசையும், ஆயிரந்தழைப் பூண்டுச் செடியின் சுகந்தமும் என்னை மதிமயக்க, மீண்டும் கொஞ்ச நேரத்துக்கு நான் கண்ணயர்ந்து விடுவேன். அதே போல், இந்த வேனிற்கால மதியக் கண்ணயர்வுக்கு இசைவாக விளங்கும் மாட்டு ஈயின் ஆர்ப்பரிப்பு ஓசைக்கும் நான் நன்றி மறத்தலாகாது. அடர் ஊதா நிறத்தில் இந்த மாட்டு ஈ இருக்கும். அந்த ஊதா நிறம் சூரிய ஒளியில் பச்சை வண்ண மினுக்கத்தில் ஒளிரும். அந்த ஈயின் ஸ்ருதி சுத்தமான ரீங்கரிப்பில் இப்பூவுலக வாழ்வின் சந்தோஷ ஸ்வரங்கள் முடிவற்றுச் சிலிர்த்துக் கொண்டிருக்கும்.

காய்கறித் தோட்டத்திலோ, நடைபாதையிலோ, நடைபாதைக்கு அந்தப்புறமோ, எங்கே நான் விளையாடிக் கொண்டிருந்தாலும் சரி, தாத்தா எனக்கு அருகாமையிலேதான் ஒரு பக்கத்தில் இருப்பார். மௌனமாக, ஆனால், அனைத்தையும் பார்த்துக்கொண்டிருப்பவராய். பண்ணை வீட்டின் கதவு, அல்லது மீன் கிடங்கின் கதவு, அல்லது வலை பின்னும் குடில், அதுவுமில்லாவிட்டால் மாட்டுக் கொட்டகையின் கதவு என்று, அங்கிருக்கும் கதவுகளில் ஏதேனும் ஒன்று எப்பொழுதுமே அகலத் திறந்திருக்கும். அங்கே ஏதோ ஓரிடத்தில் அவர் முனைப்பாக எதையாவது செய்துகொண்டு இருப்பார். சில நேரங்களில் தடுப்பணைக் கற்சுவர் மீது மீன் பிடிக்கும் வலையை விரித்துக் காயப் போட்டுக் கொண்டிருப்பார். அப்படியும் இல்லா விட்டால், எதையாவது பழுது நீக்கிக்கொண்டிருப்பார். அவருடைய கைகள்ஒரு பொழுதும் ஓய்ந்திருந்ததில்லை. ஆனால், உண்மையில் அவர் எந்த வேலையும் செய்துகொண்டிருப்பது மாதிரித் தெரிந்ததேயில்லை. தன்னுடைய பேரன் அருகில் இருப்பதை உணர்ந்தவர் போல் அவர் ஒருபோதும் காட்டிக் கொண்டதில்லை. நானும் அவரை அதிகம் கண்டு கொண்டதில்லை. என்றாலும் எனக்குப் பின்னே அவர் இருக்கிறார் என்று நான் எப்பொழுதுமே அனிச்சையாக உணர்ந்ததுண்டு. அவர் மூக்கை உறிஞ்சும் சப்தத்தை நான் கவனித்துக்கொண்டிருப்பேன். ஒருமுறை உறிஞ்சியவுடன் ஒரு நீண்ட இடைவெளி விட்டு அடுத்த முறை உறிஞ்சுவார். ஒவ்வொரு முறை உறிஞ்சும் போதும் ஒரு சிட்டிகை மூக்குப்பொடியை உள்ளே இழுத்துக்கொள்வார். ப்ரெக்குகாட்டின் ஒவ்வொரு மூலை முடுக்கிலும் அவருடைய மௌனமான இருப்பு உணரப்படுவதாய் இருக்கும். சொகுசாய் நங்கூரமிட்டுக் காத்திருப்பதைப் போன்ற பாதுகாப்புணர்வு அது. தான் தேடும் அனைத்து விதமான பாதுகாப்பையும் ஓர் ஆன்மா அவரிடம் கண்டு விட முடியும். ஏதோ ஒரு கதவு எங்கோ ஓரிடத்தில் எனக்குப் பக்கத்திலோ அல்லது நேரே என் எதிரிலோ அகலத் திறந்திருப்பது போலவும் அதற்குள் தாத்தா எதையோ செய்துகொண்டிருப்பது போலவும், இன்று வரையிலும், அவ்வப்பொழுது, நான் உணர்கிறேன். அதனால்தான் என்னுடைய உலகைப் பற்றி நான் கூறுவதற்கு முன்னால் என் தாத்தாவைப் பற்றிய சிறு குறிப்பைத் தருவது முறையாக இருக்கும் என்று நான் நினைக்கிறேன்.

உலகின் இந்தப் பகுதியில்தான் ப்ரெக்குகாட்டைச் சேர்ந்த அமரர் ப்யோர்ன் பிறந்து வளர்ந்தார். ஏரிக்குத் தென்பகுதியில் தனக்கே சொந்தமான புல்வெளிகள் சூழ ஒரு பண்ணையாக இந்த ப்ரெக்குகாட் இருந்த காலத்தில் ப்யோர்னின் தந்தை இந்தப் பகுதியில் ஒரு பண்ணையாளராக இருந்தார். வருங்காலத்தில் தலைநகராக விளங்கவிருக்கும் இந்த இடத்துக்குப் பிற்காலத்தில் எரிபொருள் வழங்குவதற்காக எருக்குழிகள் தோண்டப்பட்ட இடம்தான் இது. அந்தக் காலத்தில் டென்மார்க்கைச் சேர்ந்த ஆளுநர் வர்க்கம் ஐஸ்லாந்து நாட்டை ஆண்டு வந்தது. ஆனால், என்னுடைய கதை தொடங்கும் தருணத்தில், ஐஸ்லாந்து நாட்டவரே ஆளுநராக நியமனம் செய்யப்பட்டிருந்தார். அவர் மன்னரின் அமைச்சர் என்றே அழைக்கப்பட்டார். ஏனென்றால், பாராளுமன்றம் என்று பெயரளவில் அழைக்கப்பட்ட எங்களுடைய ஈரவை அல்த்திங்கைப்[1] போலவே அவரும்

1. அல்த்திங்: ஐஸ்லாந்து நாட்டின் பாராளுமன்றம்

டென்மார்க் நாட்டு மன்னரின் கைப்பிடிக்குள்தான் இயங்கி வந்தார். என் தாத்தா பிறந்த பொழுது சுமார் இரண்டாயிரம் பேர்கள் மட்டுமே தலைநகரில் வசித்து வந்தார்கள். என் பால்யப் பருவத்தில் கூட சுமார் ஐந்தாயிரம் பேர்தான் வசித்துக்கொண்டிருந்தார்கள். தாத்தாவின் காலத்தில் ஒரு சில அரசு அதிகாரிகளும் (கனவான்கள் அல்லது அதிகாரிகள் என்று பலவாறாக அவர்கள் அழைக்கப்பட்டார்கள்) ஒரு சில அயல்நாட்டு வணிகர்களும், அதிலும் குறிப்பாக ஷ்லெஸ்விக்ஹால்ஸ்ட்டீன்[2] பகுதியிலிருந்து குடியேறி, தங்களை டென்மார்க் நாட்டவர் என்று சொல்லிக்கொண்டு, ஆனால் கொஞ்சம் தாழ்ந்த ஜெர்மன் மொழி வழக்கைப் பேசிய யூதர்கள் மட்டுமே ஒரு பொருட்டென மதிக்கத்தக்க மனிதர்களாக இருந்தார்கள். அதற்குக் காரணம் என்னவென்றால், அந்தக் காலகட்டத்தில் டென்மார்க் நாட்டுக்குள் வாணிபம் செய்ய யூதர்களுக்கு அனுமதி மறுக்கப்பட்டிருந்தது. டென்மார்க்கின் ட்யூக் எனப்படும் குறுநில ஆளுமைகளின் அதிகாரத்துக்குட்பட்ட பகுதிகளிலும், குடியேற்றப் பகுதிகளிலும் மட்டுமே வாணிபம் செய்யலாம் என்று அவர்களுக்கு அனுமதி வழங்கப்பட்டிருந்தது. இவர்கள் போக இதர நகரவாசிகள் பண்ணை வீடுகளில் குடியிருந்தவர்கள். இவர்கள் மீன் பிடிக்க வெளியில் சென்று வருபவர்கள். ஒரு பசுவுக்குச் சொந்தம் கொண்டாடும் சிறு பங்குதாரர்களாக மட்டுமே சிலசமயம் இவர்கள் இருப்பார்கள். அல்லது ஒரு சில செம்மறியாடுகளுக்குச் சொந்தக்காரர்களாக இருப்பார்கள். சிறு துடுப்புப் படகுகளை இவர்கள் வைத்திருந்தார்கள். ஒரு சில நேரங்களில் இந்தப் படகுகளை அவர்கள் பாய்மரம் கட்டிச் செலுத்துவதும் உண்டு.

தாத்தாவின் பால்ய காலத்தில், மீனைப் பொறுத்த அளவில் ஒவ்வொருவரும் அவரவர் சுயதேவையைப் பூர்த்தி செய்துகொண்டவர்களாக இருந்தார்கள். இதில் கனவான்களும் வணிகர்களும் விதிவிலக்கு. இவர்கள் பெரும்பான்மையும் இறைச்சி சாப்பிட்டே உயிர் வாழ்ந்தார்கள். ஆனால், சமூகம் பெருகப் பெருக, ஒரு நகரத்துக்கான வளர்ச்சி கூடக் கூட, உழைப்பின் அடிப்படையில், பிரிவுகள் தோன்றி, தாமாகவே கடலுக்குள் சென்று வர இயலாத கை வினைஞர்களும், துறைமுக உழைப்பாளர்களும் உருவாக, உருவாக, கொஞ்சம் பணப்புழக்கமும் அதிகரிக்க, அதிகரிக்க, மற்றவர்களின் மளிகையறைத் தேவையைப் பூர்த்தி செய்வதற்காக வேண்டியும் ஓரிருவர் மீன் பிடிக்கத் தொடங்கினர்.

இப்படி வாழ்க்கையை நடத்தியவர்களுள் என் தாத்தாவும் ஒருவர். பெரும் வணிகத்தில் ஈடுபடுபவர் என்ற ஹோதாவில் கப்பலெதற்கும் அவர் சொந்தக்காரராக இருந்ததில்லை. மற்றவர்களோடு சேர்ந்து ஒரு படகுக்குக் கூடப் பங்குதாரராக அவர் ஆகவில்லை. பெரும் அளவில் மீனை உலர வைத்து, வணிகர்களிடம் வாணிபம் செய்து, பொன்னும் வெள்ளியுமாய்க் கருவூலத்தில் குவித்து, பிறகு திடீரென்று ஒரு நாள் நிலத்தையும், வீட்டு மனைகளையுமோ அல்லது அப்போதிருந்த மோகத்தைப் பின்பற்றி அடுக்குமாடிக் கப்பலில் பங்குகளையோ வாங்கிச் சேர்த்தவரல்ல அவர். அப்படி எதுவுமே அவர் செய்திருக்கவில்லை.

---

2. ஷ்லெஸ்விக்ஹால்ஸ்ட்டீன்: ஜெர்மனியின் பதினாறு மாகாணங்களுள் ஒன்று. நாட்டின் வடகோடியில் இது அமைந்திருக்கிறது.

வானிலை நன்றாக இருக்கும் பொழுது அதிகாலையிலேயே ஒத்தாசைக்கு ஓரிரு உதவியாட்களைப் படகில் ஏற்றிக்கொண்டு க்ரோஃபின் அல்லது போட்டின் நீர்நிலைகளுக்குப் போய் துடுப்பைப் போட்டு அங்கிருந்து கடலுக்குள் சென்றுவிடுவது அவருக்கு வழக்கம். அந்த ஏரித் தீவுகளைத் தாண்டிச் சென்றும் அவர் வலையை வீசுவதுண்டு. சில நேரங்களில், மீறி மீறிப் போனால், ஸ்வித் எனும் இடம் வரைக்கும் அவர்கள் படகைத் துடுப்புப் போட்டு கொண்டு போவார்கள். பாதணி உறையில் சுற்றிய காஃபிக் குடுவையையும், ஒரு சிவப்புக் கைக்குட்டையில் பொதிந்த கம்பு ரொட்டியையும் வைத்துக்கொண்டு நானும் பாட்டியும் அவர்கள் திரும்பிக் கரை ஏறுமிடத்தில் காத்திருப்போம். பிறகு தன்னிடம் சிக்கிய மீன்களை ஒரு தள்ளுவண்டியில் போட்டு நகரத்தின் தெருக்களிலோ அல்லது வீடு வீடாகச் சென்றோ, கை மேல் காசுக்கு விற்று வரத் தாத்தா கிளம்பி விடுவார். குளிர்பருவத்திலும், கோடைக்காலத்தின் இறுதியிலும் பன்னா அல்லது ஆடாக் மீன் வகையையே அவர் அதிகமும் பிடித்து வருவார். சிலசமயங்களில் சற்றே சிறிய, அல்லது கொஞ்சம் பெரிய தட்டை உணவு மீன் வகையான போத்தா மீன் வகையையும் கூட அதிகமாகப் பிடித்து வருவார். மற்ற வகை மீன்களை அவர் பொருட்படுத்தியதே இல்லை. ஏதோவொரு மீனை உடனடியாக விற்க முடியாமல் போனால் அவற்றை வீட்டில் வைத்து சுத்தப்படுத்தி பாய்மரக்கழிகளில் சொருகித் தொங்க விட்டு விடுவார். அவை உலர்ந்து, காய்ந்து கையிருப்பு மீனாகப் பயன்படும்.

மீன் பிடிக்கச் செல்வது என்று கூறப்படும் காரியத்தைக் குளிர்பருவத்தின் இறுதி மாதங்களில் அவர் நிறுத்தி விடுவார். ஸ்கெர்யாஃப்யோர்தூர்[3], அல்லது சற்று வெளியே இருக்கும் க்ராண்டி[4] போன்ற இடங்களில் கடற்பாசிகளுக்கு இடையே சிக்கும் கல்கடிச்சான்மீன்[5]களைத் தேடுவதில் கவனத்தைத் திருப்பி இருப்பார். கல்கடிச்சான்மீன்களுள் ஆண் பெண் வேறுபாடு மிக நுட்பமாக இருப்பது பொதுவாக அனைவருக்கும் தெரிந்திருக்குமா என்பதில் எனக்குச் சந்தேகம் உண்டு. மீன்களிலேயே மிக அழகான வண்ணங்களுடன் காணப்படுபவை இவ்வகை ஆண் மீன்கள். அவ்வண்ணங்களுக்கு ஈடான சுவையும் அவற்றிற்கு உண்டு. ஆனால் பெண் மீன்கள் அந்த அளவுக்குச் சிலாகிக்கப்படுவதில்லை. அவை வழக்கமாக உப்புப் போட்ட கருவாடாகவே பதப்படுத்தப்படும். தென்கோடியில் இருக்கும் நெஸ்ஸெஸ் எனும் இடத்தில் கல்கடிச்சான்மீன் தேடும் நேரம் வந்து விட்டாலோ, அல்லது ஃபேக்ஸஃப்லாய்[6] எனும் இடத்தில் ஃபிரெஞ்சு நாட்டவரின் மரப்பட்டைநிறப் பாய்மரப் படகுகள்

---

3. ஸ்கெர்யாஃப்யோர்தூர்: ரெய்க்ஜாவிக் நகரின் அருகில் இருக்கும் துறைமுகப் பகுதி

4. க்ராண்டி: ரெய்க்ஜாவிக் நகரின் அருகில் இருக்கும் மற்றொரு துறைமுகப் பகுதி

5. ஆங்கிலத்தில் *Lump Fish* என்று குறிப்பிடப்படும் மீன் வகை. டேனிஷ் மொழியில் இது *Stonebider* என்று அழைக்கப்படுகிறது. இந்தியக் கடற்பகுதிகளுக்கு அந்நியமான மீன் வகை இது. அதனால், இம்மீன்வகையின் டேனிஷ் பெயர் தமிழாக்கம் செய்யப்பட்டு இந்நூலில் பயன்படுத்தப்பட்டிருக்கிறது.

6. ஃபேக்ஸஃப்லாய்: ரெய்க்ஜாவிக்கின் தென்மேற்குப் பகுதியில் அமைந்திருக்கும் விரிகுடாப் பகுதி.

மினுங்குவதைக் கண்டவுடனோ, வசந்த காலம் தொடங்கி விட்டது என்று சொல்வார்கள்.

மார்ச் மாத இறுதியில், மக்கள் துயில் நீங்கும் நேரத்தில், அந்த நாளில் சிக்கிய கல்கடிச்சான்மீன்களைத் தள்ளுவண்டியில் நிறைத்துக்கொண்டு தாத்தா நகரத்துக்குச் சென்று விடுவார். கடலுக்குள் மிகச் சிறிய தொலைவே படகில் சென்று மீன் பிடித்து வருபவர்களை மீனவர் என்று ஐஸ்லாந்து நாட்டில் யாரும் ஏற்றுக்கொள்வதில்லை. அசலான பெருங்கடலைத் தன் வாழ்நாளில் தாத்தா பார்த்திருப்பாரா என்பது சந்தேகமே. ஓரிரு உதவியாட்களைத் துணைக்கு அழைத்துக்கொண்டு கடல்பாசிக்குள் துழாவியோ அல்லது கடற்கரையிலிருந்து கல்லெறி தூரத்துக்குக் கடலுக்குள் சென்று வலை வீசியோ மீன் பிடித்து வருகிறார் என்பதற்காகத் தாத்தாவை மீன் தொழிலில் ஈடுபட்டிருந்தவர் என்று வர்ணிப்பது சரியாயிருக்காது. அதிகாலையில் சிறு படகில் துடுப்புப் போட்டு கடலுக்குள் சென்று மீனைப் பிடித்து காலையுணவு நேரத்தில் வீட்டு வாசலில் கொண்டு வந்து விற்பவரை மீன்காரரர் என்று பிற நாடுகளில் கூறுவதுண்டு. அசப்பில், அயல்நாட்டு ஓவியங்களில் நாம் பார்க்கும் மீனவர்களைப் போலத்தான் தாத்தாவுமே இருப்பார். என்ன, பாதங்களை முழுதாய் மூடி மறைத்திருக்கும் பாதணிகளை அவர் அணிந்திருக்க மாட்டார். அவ்வளவு ஏன், அவர் செருப்புக் கூடப் போட்டுக் கொள்வதில்லை. அவர் அணிவதெல்லாம், பதனிடப்பட்ட தோலால் ஆன ஐஸ்லாந்துக் காலணி என்று அறியப்பட்ட மிக மெல்லிய வீட்டுச் சரக்குகளைத்தான். மழையில் அல்லது அலை மிகுதியாக இருக்கும் நாட்களில் துடுப்பிடச் செல்கையில் திமிங்கில எண்ணையில் பதனிடப்பட்ட தோலால் ஆன கால்சராயையும் மேலங்கியையும் அணிந்துகொள்வார். ஆனால் நகருக்குள் வலம் வரும் பொழுதெல்லாம், பாட்டி பின்னிக் கொடுத்த, வெண்ணிறக்கரை போட்ட ஊதாநிறக் கம்பளிக் காலுறையின் மேல் அந்த மெல்லிய பச்சை நிற ஐஸ்லாந்து காலணிகளை மட்டும்தான் அவர் அணிந்துகொள்வார். தரை ஈரமாக இருக்கும் நாட்களில் தன்னுடைய கால் சாராயின் நுனிகளைக் காலணி உறைகளுக்குள் சொருகி விட்டிருப்பார். ஆனால் எவ்வளவுதான் புழுதி இருந்தாலும் தாத்தாவின் காலணி உறைகளிலோ காலணிகளிலோ ஒரு பொட்டு அழுக்கைக் கூடப் பார்த்து வி[illegible] முடியாது.

ஓவியங்களில் பார்க்கும் டச்சு அல்லது டென்மார்க் நாட்டு மீனவர் களைப் போல் மோவாயைச் சுற்றிலும் அவர் கிருதாவைப் படர விட்டிருப்பார். அவருடைய கேசம் வெண்ணிறச் சுருள்களாய் நீண்டு நுனியிலே பட்டையாய் கத்தரித்துவிடப் பட்டு, தொங்கிக் கொண்டிருக்கும். கழுத்து வரை இறங்கியிருக்கும் நீர்புகாத சவாஸ்ட்டர் வகைக் குல்லாயையே அவர் அதிகமும் அணிந்துகொண்டிருப்பார். அதை அணியாத நேரங் களில், மதகுரு தொப்பி என்று ஜெர்மனியிலும் ஓவியனின் தொப்பி என்று டென்மார்க்கிலும் அழைக்கப்படும் சுருங்கிக் குழிந்த உச்சியும் செந்நிறப் பட்டாலான அகஉறையும் கொண்ட, அகன்ற விளிம்புடைய கருநிறத் தொப்பியை அணிந்திருப்பார். இந்தத் தொப்பி ஒரு தடவை கூடப் புதியது போல் தோன்றியதில்லை. அதே சமயத்தில் அது பழசாகவும்

ஆகவில்லை. அதில் தென்பட்ட சுருக்கங்கள் எப்பொழுதுமே ஒரே மாதிரி தெரிந்தன. அது ஒருமுறை காற்றில் பறந்து போய்விட்டது. அதன் பிறகு பாட்டியை விட்டு இரண்டு நாடாக்களை அதன் பக்கங்களில் வைத்துத் தைத்துத் தரச் செய்தார் தாத்தா. காற்று பலமாக இருக்கும் நேரங்களில் அந்த நாடாக்களை மோவாயின் கீழ் இழுத்து விட்டு முடிச்சிட்டுக் கொள்வார் அவர்.

எங்களுடைய மீன்கொட்டிலில் பாதி இடம் மீன்பிடிச் சாதனங்களால் நிரம்பி இருக்கும். மீதமுள்ள இடத்தில் உலர்ந்த கெளுத்தி, போத்தா மற்றும் ஆடாக் வகை மீன்களோடு கல்கடிச்சான்மீன்களும் வசந்த கால இறுதி வரை கட்டித் தொங்கவிடப் பட்டிருக்கும். மீன் கொட்டிலின் தென்புறத்தில் இருக்கும் திறந்த அடுப்பில் சில நேரங்களில் தாத்தா மீனின் ஈரலை வேக வைத்துக்கொண்டிருப்பார். கல்கடிச்சான்மீனின் முடை நாற்றத்தோடு ஈரல் எண்ணையும் அதன் கசடும் சேர்ந்து பரப்பும் வாடையும், பசும்புல், ஆயிரந்தழைப்பூண்டு, வேர்க்கோசு ஆகியவற்றின் சுகந்தமும், பாட்டியின் சமையற்கட்டுப் புகைபோக்கி வழியாக வெளியேறும் நிலக்கரிப் புகையின் நெடியும் இணைந்துகொள்ளும். மாட்டு ஈ முட்டையிடும் பருவம் தொடங்கும் போது கல்கடிச்சான்மீன்கள் எல்லாவற்றையும் பதப்படுத்தியாக வேண்டும், ஏனென்றால், மீன் கொட்டிலைக் காலி செய்ய இதுவே ஏற்ற தருணம். மீன் கொட்டிலில் இருக்கும் பாய்மரக்கழிகளைப் போல, மீன்கொட்டிலின் வடக்கே இருக்கும் புகைபோக்கிக் கூண்டுகளின் மீது படிந்திருக்கும் நிலக்கரிப்புகை போல, எங்கள் பண்ணை வீட்டுச் சுவர்களின் ஒவ்வொரு கல்லும் மீன் செதில்களின் மினுமினுப்பில் ஒளிர்ந்தவாறிருக்கும். மீன் கொட்டகைக்கும் பண்ணை வீட்டுக்கும் இடையில் மழைநாட்களில் தேங்கும் சகதியில் கூட மீன் செதில்களின் மினுமினுப்பைக் காண முடியும். பண்ணை வீட்டுக்குப் பின்புறத்தில் இருந்த தோட்டத்தின் வெளிவாயிற்கதவின் இருசின் மீது கிடைநிலையில் சுழன்றபடியிருக்கும் குறுக்கைக் கடவு வரை எங்கள் வீட்டுமனையின் உள்ளே இருக்கும் ஒவ்வொரு பொருளுமே மீனின் ஈரலாலும், எண்ணையாலும் காப்புக் கண்டிருக்கும். பண்ணை வீட்டின் தொலைதூரத்தில், வீட்டு மனையின் தென்கோடியில் தாத்தாவின் கிடங்கு இருந்தது. அதுவும் இரண்டு அறைகளாகப் பிரிக்கப்பட்டிருந்தது. அவற்றுள் ஒன்றின் தரை கள்ளிப்பலகை கொண்டு பாவப்பட்டிருக்கும். எல்லா விதமான மளிகைப் பண்டங்களும் அந்த அறையில் சேமித்து வைக்கப்பட்டிருக்கும். வீட்டிற்குத் தேவையான அனைத்துப் பண்டங்களையும், ஆறு மாதங்களுக்கு ஒருமுறை வாங்கி வைத்துக்கொள்வது எங்கள் வழக்கம். இறைச்சியை மட்டும் ஓராண்டுக்குத் தேவையான அளவுக்கு வாங்கி நாங்களே உப்பிட்டுக் காய வைத்து ஒரு பீப்பாயில் போட்டு வைத்துக்கொள்வோம். கொட்டிலின் மற்றொரு ஓரத்தில் க்ரானியும் ஸ்க்யால்டாவும் வசித்து வந்தார்கள். இதனால் எண்ணையின் வாடையும், புகையின் நெடியும் புல்லின் வாசனையோடு மட்டுமல்லாமல் ஒரு குதிரை மற்றும் பசுவின் மணத்தோடும் கலந்து கட்டி அடித்துக்கொண்டிருக்கும்.

இருந்தாலும் கூட கடும் வேனிற்காலத்தின் இந்த நாளும் கடந்து போகும் . . .

இப்படி ஒரு வேனிற்கால நாளில் காய்கறித் தோட்டத்தில் மாட்டு ஈயின் ரீங்காரம் மற்றும் கோழிகளின் கொக்கரிப்பு ஓசைகளுக்கு இடையே, தாத்தாவின் வலைக்குடில் பாதி திறந்திருக்க, இந்த நிலையற்ற உலகில் எவ்வளவு பிரகாசத்துடன் முடியுமோ அவ்வளவு பிரகாசத்துடன் சூரியன் தகித்துக் கொண்டிருக்க, நான் தனியே உட்கார்ந்து விளையாடியபடி இருந்த பொழுது, ஒரு மரக்கால் கொள்ளவுள்ள சாக்குப் பை பிதுங்கத் திணிபட்ட ஒரு ராட்சசச் சுமையை முதுகில் சுமந்துவாறு, தேவாலய முற்றத்தின் சுற்றுச் சுவரைத் தாண்டி ஒரு மனிதன் தள்ளாடி வந்துகொண்டிருப்பதைப் பார்த்தேன். இரண்டடி அகலமே இருந்த தோட்டத்தின் சுழல் கதவை இடித்துத் தள்ளிக்கொண்டு அவன் வந்த விதம் எங்களைத்தான் பார்க்க வருகிறான் என்று தப்பாமல் அறிவிக்கிற தோரணையில் இருந்தது. அந்த நேரத்தில் அவனை எனக்குத் தெரிந்திருந்ததா என்று நினைவில்லை. ஆனால் அதன்பிறகு எப்பொழுது அவனைப் பார்த்தாலும் அவன் இன்னார்தானென்று என்னால் அடையாளம் காண முடிந்தது. அவ்வப்பொழுது உதவிக்கரம் நீட்டும், சில்லறை – வேலைகள் செய்து கொடுக்கும் ஆள் அவன். சில நேரங்களில் தாத்தாவோடு ஒத்தாசையாகப் படகில் போவான் அல்லது மீன்களைச் சுத்தம் செய்ய உதவுவான். ஸ்குகா மாவட்டத்தில் அவனுக்கு ஒரு சிறிய இருப்பிடம் இருந்தது என்று நினைவு. பட்டினியால் வாடும் ஒரு குழந்தைப் பட்டாளமே அவனுக்கு இருந்தது. ஆனால் அது குறித்து இங்கே நாம் பேசத் தேவையில்லை. அவனை ஸ்ட்டீன்பேரின் ஜாய் என்று கூப்பிடுவார்கள் என்று நினைக்கிறேன். அவனுக்கு ப்ரெக்குகாட்டில் என்ன நடந்தது என்பதை மட்டுமே நான் உங்களுக்குச் சொல்லப் போகிறேன். ஏனென்றால் அந்த நிகழ்ச்சியை மனதிலிருந்து என்னால் அகற்றவே முடியவில்லை. அது போக, இந்த நிகழ்ச்சியைப் பற்றி இங்கே பதிவிடாமல் போனால் என்னுடைய கதை முழுமையடையாமலே இருந்து விடும். இந்தக் கதையை நான் சொல்வதற்கு முன்பாக, உங்களிடம் முன்னெச்சரிக்கையாக ஒன்றைச் சொல்ல விரும்புகிறேன். ஏதோ பெரும் காவியத்தையோ, அல்லது பிரம்மாண்டமான காட்சியையோ நான் விவரித்து நீங்கள் தரிசிக்கப் போகிறீர்கள் என்ற எதிர்பார்ப்புடன் இருந்திட வேண்டாம்.

பண்ணை வீட்டுக்கு முன்னால் பாவப்பட்டிருந்த நடை பாதையின் மீது தான் சுமந்து வந்த மூட்டையைக் கிடத்தி விட்டு தன் புருவத்தில் அரும்பியிருந்த வியர்வையைத் தன்னுடைய சட்டைக் கைநுனியால் துடைத்தபடி அந்த மனிதன் அதன் மேலேயே உட்கார்ந்து கொண்டான். அப்போது ஒரு குட்டிப் பையனாக இருந்த என்னைப் பார்த்து "உங்கள் தாத்தா, மாலுமி ப்யோர்ன் வீட்டிலிருக்கிறாரா?" என்று வினவினான்.

மீன் செதில்களின் மேல் சூரியனின் கிரணங்கள் பட்டுப் பளீரிடும் நடைபாதை நோக்கி வலைக்குடிலிலிருந்து தாத்தா சுற்றி வந்தவுடன், வந்திருந்த ஆள் சாக்கின் மீதிருந்து எழுந்து அதனருகிலேயே மண்டியிட்டு, தன் குல்லாயைக் கழட்டி அதை முறுக்கிக்கொண்டே தலையைத் தாழ்த்தி, "உங்களுக்குச் சொந்தமான இந்த நிலக்கரியை அதோ அந்தக் கொட்டிலுக்கு அடுத்த சுவருக்குப் பக்கத்தில் இருந்த குவியலில் இருந்து நேற்றிரவு திருடி விட்டேன் ப்யோர்ன்" என்றான்.

“அப்படியா?” என்றார் தாத்தா. “இது ரொம்பக் கேடுகெட்ட செயல் இல்லையா? ஒரு சாக்கு நிலக்கரியை உனக்குக் கொடுத்து ஒரு வாரம்தானே ஆகியிருக்கும்?”

“ஆமாம். என்னுடைய மனசாட்சியின் உறுத்தல் தாங்காமல் நான் இரவு முழுக்கக் கண் மூடவே இல்லை” என்றான் அந்தத் திருடன். “இன்று காலை காஃபி குடிக்கக் கூடப் பிடிக்கவில்லை. நீங்கள் என்னை மன்னிக்காவிட்டால் இனி ஒருநாள் கூட நான் சந்தோஷமாக இருக்க முடியாதென்பதை நான் உணர்ந்து கொண்டேன்.”

“அப்படியா?” என்றார் ப்ரெக்குகாட்டின் ப்யோர்ன். “அது போகட்டும். நாம் பேசிக்கொண்டிருக்கும் பொழுது நீ நிமிர்ந்து நிற்கவாவது முயலலாமே. குல்லாயைக் கூட நீ போட்டுக் கொள்ளலாமே.”

“குல்லாயை அணிவது மட்டுமல்ல. என் வாழ்நாளில் இனி என்னால் நிமிர்ந்து நிற்க முடியும் என்றே தோன்றவில்லை.”

தாத்தா நிதானமாக ஒரு சிட்டிகை மூக்குப் பொடியை உறிஞ்சிக் கொண்டார்.

“ஆமாம். இப்படி ஒரு காரியத்தைச் செய்து விட்டு நீ சந்தோஷமாக இருக்க முடியாதுதான்” என்றார் தாத்தா. “கொஞ்சம் பொடி போடுகிறாயா?”

“நன்றி. ஆனால் அதை வாங்கிக் கொள்ளும் அருகதை எனக்கில்லை என்றே நினைக்கிறேன்” என்றான் அந்தத் திருடன்.

“சரி. உனக்கு எப்படிப் படுகிறதோ அப்படியே செய்” என்றார் தாத்தா. “ஆனால் இந்த மாதிரி ஒரு வழக்கில் எனக்கு யோசிக்கக் கொஞ்சம் நேரம் வேண்டும். நீ உள்ளே வந்தால் ஒரு காஃபி அருந்திக் கொண்டே நாம் இதைப் பேசி முடிவு பண்ணலாமே.”

நடைபாதை நடுவிலேயே திருட்டுப் பொருளைப் போட்டது போட்டபடி விட்டுவிட்டு அவர்கள் அங்கிருந்து அகன்றார்கள்.

அந்த நிலக்கரி மூட்டையின் மீது சூரியன் ஒளிர்ந்துகொண்டிருந்தது.

அவர்கள் வரவேற்பறைக்குள் சென்றார்கள்.

“இதோ இந்த இருக்கையில் உட்கார்ந்து கொண்டு கொஞ்சம் சிரிப்பை முகத்தில் காட்டு” என்றார் தாத்தா. நாற்காலிக்கு அடியில் தன்னுடைய கசங்கிய குல்லாயைப் போட்டு விட்டு அந்தத் திருடன் உட்கார்ந்து கொண்டான்.

“வானிலை மிக அற்புதமாக இருக்கிறது. ஏப்ரல் மாதம் தொடங்கியதி லிருந்தே ஒவ்வொரு நாளும் மீன் பிடிக்கத் தோதான வானிலை அமைந்து விட்டது என்று நான் நினைக்கிறேன்” என்றார் தாத்தா.

“ஆமாம். மிக அற்புதமான வானிலைதான்” என்றான் அந்தத் திருடன்.

"இந்த வருஷத்தைப் போல வேறு எப்பொழுதும் வசந்த காலத்தில் ஆடாக் மீன் கிடைத்து நான் பார்த்ததில்லை. "எல்லாமே இளஞ்சிவப்பில். நல்ல வாசனையோடு" என்றார் தாத்தா.

"ஆமாம். மிக உன்னதமான ஆடாக் மீன்கள்" என்றான் திருடன்.

"புல்வெளிகளின் பசுமை கூட அப்படித்தான்" என்றார் தாத்தா.

"ஆமாம். நிச்சயமாக நீங்கள் சொல்வதுபோல்தான்" என்றான் திருடன். "என்னவொரு பசுமை."

அவர்கள் இருவருக்கும் பாட்டி காஃபி பரிமாறினாள். ஆசை ஆசையாய்க் காஃபியைப் பருகியபடியே கடலிலும் நிலத்திலும் வானிலை எப்படி இருக்கிறதென்று அவர்கள் உரையாடிக் கொண்டிருந்தார்கள். காஃபி அருந்தி முடித்தவுடன் அந்தத் திருடன் எழுந்து நின்று நன்றி கூறித் தாத்தாவுடன் கை குலுக்கினான். தரையில் கிடந்த தன் குல்லாயை எடுத்துக்கொண்டு கிளம்பத் தயாரானான். நடைமேடை வரை தாத்தா அவனோடு வந்தார். அந்தத் திருடன் கையில் பிடித்திருந்த குல்லாயை முறுக்கியவாறே இருந்தான்.

"நான் கிளம்புவதற்கு முன்பு ஏதாவது நீங்கள் சொல்ல நினைக்கிறீர்களா ப்யோர்ன்?" என்று அந்தத் திருடன் கேட்டான்.

"இல்லை. கடவுளே கூட மன்னிக்க முடியாத ஒரு காரியத்தை நீ செய்திருக்கிறாய்" என்றார் தாத்தா.

அந்தத் திருடன் பெருமூச்செறிந்து மிகத் தணிந்த குரலில் "நல்லது ப்யோர்ன். காஃபிக்கு என்னுடைய மனமார்ந்த நன்றி. வருகிறேன். கடவுள் இன்று போல் என்றும் உம்மைக் காப்பாராக!" என்றான்.

"போய் வா" என்றார் தாத்தா.

ஆனால் வந்த விருந்தாளி தன்னுடைய குல்லாயுடன் வாயிலின் சுழற்கட்டையைத் தாண்டி வெளியே சென்ற போது அவனைக் கூப்பிட்ட தாத்தா "அந்த மூட்டையையும், அதில் இருப்பதையும் பாவம் நீ ஏன் எடுத்துச் செல்லக் கூடாது? ஒரு மூட்டை நிலக்கரி எனக்கு ஒன்றும் பெரிய பொருட்டில்லை" என்றார்.

அந்தக் கதவின் அருகேயிருந்து திரும்பி வந்த திருடன் தாத்தாவின் கையை நன்றியோடு பற்றிக் குலுக்கினான். ஆனால் ஒரு வார்த்தையும் பேசவில்லை. தன்னுடைய குல்லாயை அணிந்துகொள்ளும்போது தலையை வேறு புறம் திருப்பிக் கொண்டான். பிறகு மீண்டும் அந்த நிலக்கரி மூட்டையைத் தோளில் தூக்கிப் போட்டுக் கொண்டு, வரும் பொழுது எப்படி வந்தானோ அதேபோல், அந்த அற்புத வானிலையில், அந்த சுழற்கதவின் வழியாக அவன் நுழைந்து சென்றான்.

ஹால்டார் லேக்ஸ்னஸ்

3

# சிறந்தவகை மீன்கள்

“எங்களுக்கெதிரான அத்துமீறல்களை நாங்கள் மன்னிப்பதைப் போலவே எங்களுடைய அத்துமீறல்களை நீயும் மன்னிப்பாயாக”. இது இறைப்பிரார்த்தனை நூலில் காணப்படும் ஒரு விந்தையான பகுதி. இதை அடியொற்றி மனிதர்கள் பின்பற்றும் விதமாக இறைவன் இருக்க வேண்டும் என்று கூட வேண்டிக் கொள்ளத் தோன்றாத, ஆச்சாரமான நம்பிக்கைகள் கொண்ட ஒரு மனிதராய்த் தாத்தா விளங்கினார். இதைத்தான் சற்று முன்னர் நான் விவரித்திருந்தேன். ஸ்ட்டீன்பேரிலிருந்து வந்திருந்த அந்த ஆளிடம் தாத்தா வெளிப்படையாகச் சொன்ன விஷயம் இதுதான். “கடவுள் உன்னை மன்னிக்க மாட்டார். ஆனால் ப்ரெக்குகாட்டின் ப்யோர்னாகிய எனக்கு அது எந்தவிதத்தி லும் பொருட்டல்ல.” ஒரு மீனவனின் வாழ்வில் நடக்கும் விஷயங்களை எடைபோடவென்றே தனக்கான ஒரு தர அளவையைத் தாத்தா வைத்துக்கொண்டிருந்தாரோ? என்னால் இப்படி சந்தேகிக்காமல் இருக்க முடியவில்லை.

இதை உறுதிப்படுத்த வேண்டுமென்றால், மீன் பற்றிய கருத்துகள், இன்னும் சரியாகச் சொல்வதென்றால் மீன் பற்றிய தார்மீகக் கட்டுப்பாடுகள் பற்றி ப்ரெக்குகூட்டில் நாங்கள் கொண்டிருந்த பார்வையைச் சுருக்கமாக விவரிக்க வேண்டும். என் பிள்ளைப் பருவத்தில் ப்ரெக்குகாட்டின் பின்வாயில் சுழற்கதவுக்கு அப்பால் மிக விரைவாக உருக்கொண்டு வளர்ந்து கொண்டிருந்த சமுதாயத்துக்கு மீன்பிடித் தொழில் குறித்துத் தாத்தாவுக்கு இருந்த கருத்துகள் அதிகம் உகந்தனவாக இல்லை. அது மட்டுமின்றி, எங்களைச் சுற்றிலும் நுரைத்தெழுந்து கொண்டிருந்த சமுதாயத்தைப் புலனறியக் கூடிய ஒரு விழிப்புணர்வு நிலையை நாங்கள் இன்னமும்

எட்டியிருக்கவில்லை. எது எப்படியிருந்த போதும், பொதுவான வங்கி விழுமியங்களிலிருந்து முற்றிலும் மாறுபட்ட பண மதீப்பிடுகளோடுதான் நான் வளர்க்கப்பட்டேன். இதை என்னால் அடித்துக் கூற முடியும்.

உரிமைப்படித் தன்னுடையது என்று கோரப்படும் ஒருவரின் பணம் உழைக்கும் மனிதன் ஒருவனின் சராசரி வருமானத்தை விடவும் கூடுதலாக இருக்குமென்றால் அது நிச்சயமாகச் சட்டத்துக்குப் புறம்பான வகையில் குவித்ததாகவோ அல்லது கள்ளப் பணமாகவோதான் இருக்கும். இது தாத்தாவின் அசைக்க முடியாத கொள்கை. இந்தக் கொள்கைதான் பணம் பற்றிய எங்கள் அளவுகோலாக இருந்தது என்று நான் நினைக்கிறேன். பட்டறிவுக்கு முரண்பட்டதே அனைத்துப் பெருவளமும் என்கின்ற தீர்மானம் கூட இந்தச் சிந்தனையின் தொடர்ச்சியே. ஈட்டியதைக் காட்டிலும் அதிகமான பணத்தை ஒருபோதும் தான் ஏற்றுக்கொள்வதில்லை என்று அவர் அடிக்கடி கூறுவார். இது எனக்கு நினைவிருக்கிறது.

ஒரு மனிதன் ஈட்டுவது என்பது எந்த அளவுக்கு? இதை எல்லோருமே கேட்பார்கள். ஒரு மனிதன் எவ்வளவு பணம் பெறத் தகுதியானவன்.? ஒரு மீனவன் எவ்வளவு பணத்தை ஏற்றுக்கொள்ள வேண்டும்? சாத்தான் மட்டுமே இவற்றுக்கெல்லாம் பதில் கூற முடியும். இன்றிருக்கும் நிலையில் வங்கியின் மதிப்பீடுகளை நிராகரிக்கும் எவரொருவரும் மிகச் சிக்கலான தார்மீகப் புதிர்களை ஒருநாளில் பலமுறை தானே முயன்று தீர்க்க வேண்டி வரும். ஆனால் இப்படிப்பட்ட சிக்கல்கள் எதுவும் ஒரு போதும் தாத்தாவைக் கலவரப்படுத்தியதாகவோ, கவலை கொள்ள வைத்ததாகவோ தெரியவில்லை. ஏனையோரின் பார்வையில் முடிவற்ற சிக்கல்களுக்கு இட்டுச் சென்றிருக்கக் கூடிய இக்கட்டுகளை நூறடிப் பள்ளச் சரிவைக் கொண்ட பாறை முகட்டின் விளிம்பில் அனாயாசமாக நடந்து செல்லும் தூக்கத்தில் நடக்கும் வியாதிக்காரனின் லகுவோடு, எந்த யோசனையுமின்றித் தாத்தா சமாளித்து வந்தார். ஆம். இயற்கையின் விதிகள் அனைத்தையும் புறந்தள்ளும் விதமாய், பூட்டியிருக்கும் கதவினூடே போய் வரும் பிசாசைப் போல் தாத்தா சமாளித்து வந்தார் என்று சொல்ல எனக்கு நா துறுதுறுக்கிறது.

ஒருசில நேரங்களில் ஏனையோரை விடவும் மலிவாக புதிதாகப் பிடித்த மீனைத் தாத்தா விலைக்குக் கொடுக்கிறார் என்பதில் இதர மீனவர்கள் சிலர் மனத்தாங்கலோடு இருக்கிறார்கள் என்ற சந்தேகம் எனக்கு இளம் வயதிலேயே ஏற்பட்டிருந்தது. நல்ல மனிதர்களுக்கு எதிராகப் போட்டிக்கென்று விலை குறைப்பதை நயவஞ்சகம் என்று அவர்கள் கூறினார்கள். ஆனால் ஒரு கல்கடிச்சான்மீன் என்ன விலை பெறும்? ஒரு பவுண்டு ஆடாக் மீனின் மதிப்பு எவ்வளவு? தட்டை உணவு மீனின் மதிப்பு? இதைப் போலவே சூரியனின் பெறுமானம் என்ன? சந்திரனின் மதிப்பு என்ன? விண்மீன்கள் எவ்வளவு பெறும்? என்றெல்லாம் கூடக் கேட்டுக் கொண்டிருக்கலாம்தான். தன்னுடைய உள்மனதில் இவற்றுக்கான பதில்களைத் தனக்குத் தானே தாத்தா கூறிக் கொண்டிருந்திருப்பார் என்று எனக்குத் தோன்றுகிறது. உதாரணத்துக்கு, வாழ்க்கையை நடத்தப் போதுமான அடிப்படைத் தேவைகளுக்கு எவ்வளவு

தேவையோ அதற்கு மிஞ்சிப் பணத்தைக் குவித்து வைக்க முடியாமல் தடுக்கும் விலையே ஒரு கல்கடிச்சான்மீனுக்கான நியாயமான விலை.

'நுகர்வுத் தேவையும், தேவைக்கேற்ற நுகர்பொருள் வழங்கலும்' என்கிற பொருளாதாரக் கோட்பாட்டுக்கேற்ப, பிடித்த மீன்களின் அளவு அற்பமானாலோ, அல்லது வானிலை சாதகமாக இல்லாமல் போனாலோ ப்ரெக்குகோட்டின் ப்யோர்ன் தவிர இதர மீனவர்கள் மீனின் விலையை ஏற்றி விடுவது வழக்கம். அவரிடம் யாராவது வந்து "உங்களுடைய தள்ளுவண்டியில் இருக்கும் எல்லா மீனையும் வழக்கமான விலையை விட இரண்டு பங்கோ, வேண்டுமானால் மூன்று பங்கோ கொடுத்து இன்றைக்கு நானே வாங்கிக் கொள்கிறேன்" என்று கூறினால் அப்படி ஒரு சலுகையைக் கொடுப்பவரை வெறுமே வெறித்துப் பார்ப்பார். பிறகு தராசில் ஒவ்வொரு பவுண்ட் எடையாக மீனை நிறுத்தோ அல்லது ஒவ்வொரு கல்கடிச்சான்மீனாக எடுத்தோ, அந்தந்த வாடிக்கையாளரின் தேவைக்கேற்பக் கொடுக்கத் தொடங்குவார். அதுவும் வழக்கமாக அவர் கொடுக்கும் விலைக்கே.

ஆனால் மீன் மகசூல் அளவுக்கதிகமாகவும், வானிலை அற்புதமாகவும், எல்லா வகையான தரமான மீன்களும் அபரிமிதமாகவும் கிடைக்கும் நாட்களும் அவ்வப்பொழுது வரும். காலம் செல்லச் செல்ல இது மாதிரியான நாட்கள் அடிக்கடி வரத் தொடங்கின. அதிலும் குறிப்பாக, மேல்தளம் கட்டப்பட்ட கப்பல்கள், படகு கொள்ளும் அளவுக்குப் படகு படகாக மீனை வாரிக் கொட்டத் தொடங்கியவுடன் இது மாதிரியான நாட்கள் அடிக்கடி வரத் தொடங்கின. போதாக்குறைக்கு ஆழ்கடலில் மீன்பிடிக்கும் பைவலை இழுப்புப் படகுகளும் இம்மாதிரியான கப்பல்களோடு சேர்ந்து கொண்டவுடன் இது மாதிரியான நாட்கள் இன்னும் அதிகமாக வரத் தொடங்கின. ஆனாலும் கூட, மீன் வாத்து தேவைக்கதிகமாய் இருந்து, மீனவர்கள தங்களுடைய மீனின் விலையை வேறு வழியில்லாமல் தெருக்களில் குறைத்து விற்க நேரிடும் காலங்களில் கூடத் தன்னிடம் இருக்கும் மீனின் விலையைக் குறைக்க வேண்டும் என்று தாத்தாவுக்குத் தோன்றியதே இல்லை. பிடித்து வந்த மீன்களைத் தான் எப்பொழுதும் கொடுக்கும் அதே விலைக்குத்தான் தாத்தா விற்று வந்தார். இதனால் அவருடைய தள்ளுவண்டியில் இருக்கும் மீன்கள்தான் இருப்பவற்றிலேயே விலை மிக அதிகமான மீன்கள் என்றாகிப் போயின. இந்த வகையில் பொருளாதாரயியலின் அனைத்து அடிப்படை விதிகளையும் தாத்தா புறந்தள்ளி விட்டார். தனக்கே தனக்கான பணமதிப்பைத் தன் மனதுக்குள் இந்த மனிதர் ரகசியமாக வைத்துக்கொண்டிருந்தார். இந்த அளவுகோல் சரியானதா தவறானதா? இவருடையதை விடவும் வங்கிகளின் அளவுகோல்கள்தான் சரியானவையோ? அல்லது குட்மன்ஸன்னின் விற்பனைக்கூடத்தின் அளவுகோல்களோ? தாத்தாவின் கணக்கு ஒருவேளை தப்பாகக் கூட இருக்கலாம். என்றாலும் வேறெங்கும் விற்பதைக் காட்டிலும் பல மடங்கு கூடுதல் விலைக்கே இவரிடம் மீன் கிடைக்கும் எனும் நாட்களிலும் கூட பெரும்பான்மையான வாடிக்கையாளர்கள் அவரிடம் வாங்காமல் போகுமளவுக்குத் தாத்தாவின் கணக்கு தப்பானதாக

இருந்ததில்லை. இதையும் விட உயர்ந்த விஷயம் என்னவென்றால், நகரில் ஒவ்வோரிடத்திலும், ஏன், ஆர்னபோஸ்ட் அளவுக்குத் தொலை தூரத்தில் இருந்து, மோஸ்ஃபெல்[1] மாவட்டம் வரை, வேறெந்த மீனையும் விட ப்ரெக்குகாட் ப்யோர்னின் மீன் ருசியாகவே இருக்கும் என்று வாடிக்கையாளர்கள் அடித்துப் பேசுவதைக் கேட்க முடியும். ஏனைய மீனவர்களைக் காட்டிலும் தரமான, ருசியான மீனைத் தனக்கே தெரிந்த ஒரு இரகசியமான முறையில் ப்ரெக்குகாட் ப்யோர்ன் பிடித்து வருகிறார் என்று மக்கள் நம்பினார்கள். அதனாலேயே, வேறெங்கு கிடைப்பதை விடவும் அதிக விலைக்கு அவருடைய மீன்கள் கிடைக்கும் நாட்களிலும்கூட ப்ரெக்குகாட் ப்யோர்னிடமிருந்தே ஒவ்வொருவரும் மீன் வாங்க விரும்பினார்கள்.

---

1. மோஸ்ஃபெல்: ரெய்க்ஜாவிக்கிலிருந்து சுமார் பனிரெண்டு கி.மீ. தொலைவில் இருக்கும் மாவட்டம்.

# 4

# விவிலியத் திருநூலின் மதிப்பு என்ன?

இதுவரை மீனைப் பற்றி ஒரு சில விஷயங்களைச் சொன்னேன். ஆனால், விவிலியத் திருநூலைப் பற்றி எதுவுமே சொல்லவில்லை. எங்கள் வீட்டிலிருந்த விவிலியத் திருநூலின் விலையைப் பற்றிச் சுருக்கமாகக் குறிப்பிடாமல் இந்த விஷயத்தை என்னால் விட்டுவிட முடியாது.

என் தாத்தா ப்ரெக்குகாட் ப்யோர்ன் பெரிய படிப்பாளியெல்லாம் இல்லை. *ஐஸாஃபோல்ட்* பத்திரிகையில் வரும் விளம்பரங்களின் மீது அவ்வப்பொழுது அவருடைய கண் மேய்வதைக் கணக்கிலெடுத்துக்கொள்ளாவிட்டால், பிஷப் ஜான் விடாலின் என்பவர் எழுதிய, *குடும்ப மதப்பிரசங்க நூலைத்* தவிர வேறு எதையும் தாத்தா படித்து நான் பார்த்ததில்லை. ஒவ்வொரு ஞாயிறன்றும் விடாலினின் பிரசங்கத்திலிருந்து அவர் வாய் விட்டுப் படிப்பார். வழக்கமாகத் தவறேதுமில்லாமல்தான் அவர் படிப்பார் (ஒருசில சமயங்களில் தப்பாகவும் படிப்பதுண்டு). ஆனால் ஒருபொழுதும் நன்றாகப் படித்ததில்லை. இரண்டு விஷயங்களைப் பற்றி அவர் விசேஷ கவனம் செலுத்துவார். முதலாவது, மேடைப் பிரசங்கத்துக்குப் பொருத்தமான சலிப்பூட்டும் தொனியைத் தன் வாசிப்பில் கொண்டுவந்து விட வேண்டும். அதே போல், விவிலிய நூலிலிருந்து காட்டப்படும் மேற்கோள்கள் பற்றிய புத்தக, அத்தியாய, செய்யுள் குறிப்புகள் தொடர்பான எண்களைக் கூடத் தவறியும் வாசிக்காமல் விட்டு விடக் கூடாது. ஆனால் அவற்றின் சுருக்க வடிவத்தை அவர் எப்பொழுதுமே விரிவாக்கி வாசித்ததில்லை. உதாரணத்துக்கு *மார்க்* (புனித மார்க்) *ரோம்* (ரோமன்ஸ்) *கொரி* (கொரிந்தியர்) *ஹேப்* (ஹேபகுக்) என்றே குறுக்கிப் படிப்பார். இந்தக் குறிப்புகளோடு உடன் வரும் எண்களை வாசிக்கும் பொழுது ஒன்றாம் அதிகாரம், இரண்டாம் அதிகாரம் என்று வாசிக்க மாட்டார். மாறாக

அதிகாரம் ஒன்று, அதிகாரம் இரண்டு என்றே வாசிப்பார். அதே போல் எண்களுக்கு இடையில் குறிக்கப்படும் காற்புள்ளி, அரைப்புள்ளி போன்ற நிறுத்தக்குறிகளைக் கண்டு கொள்ளவே மாட்டார். உதாரணத்துக்கு, “கொரிந்தியர் ஒன்று, பதின்மூன்றாம் அத்தியாயம், ஐந்தாவது வசனம்” (I, கொரி, 13: 5) என்பதை ஒரு கொரி நூற்று முப்பத்தைந்து என்றுதான் அவர் வாசிப்பார். கடவுளின் அருளுரையை வாசிக்கவென்று ஐஸ்லாந்து நாட்டு மக்கள் ஒருகாலத்தில் பயன்படுத்திய, ஒவ்வொரு வாக்கியத்தின் முடிவிலும் வரும் நான்காம் சொல்லை விட்டு விடும் தனித்துவமான, அலுப்பூட்டும், பக்திபூர்வ, உச்ச ஸ்தாயி உச்சாடனத் தொனியிலிருந்து அவர் எப்பொழுதுமே விலகிச் சென்றதில்லை. என்ன, சற்றே மனப்பிறழ்வு அடைந்தவரின் முணுமுணுப்போடு இதற்குக் கொஞ்சம் ஒற்றுமை இருந்தது என்பதைத் தவிர இவ்வகை வாசிப்புப் பாணியில் உலகாயதத் தடங்கள் எதுவும் தென்படாது. இவ்வகை உச்சாடனங்களை அறிந்த ஒரு கலைஞன் ஐஸ்லாந்தில் இனிப் பிறப்பதற்கில்லை.

போற்றுதற்குரிய ஜான் விடாலினின் பிரசங்க நூலில் காணப்படுவதைப் போன்ற, ஜெர்மானியக் குடியானவர்களின் நெறிவழுவாத, முறைப்படுத்தப் பட்ட இறையியலால் மேம்படுத்தப்பட்ட, மத்தியதரைக் கடற்கோடியில் புழக்கத்திலிருக்கும் புராதனக் கிறுக்குத்தனங்கள் யாவும் தாத்தா ப்ரெக்குகாட் ப்யோர்னின் சிந்தனை ஓட்டத்தில் என்ன மாதிரியான எண்ணங்களைக் கிளப்பி விட்டிருக்கும் என்று என்னால் உறுதியாகச் சொல்ல முடியவில்லை. அவருடைய வாசிப்பைப் போன்ற ஓர் ஆன்மீகப் பயிற்சியை வெற்றுச் சடங்கென்று பலரும் நினைத்துவிடக்கூடும். இந்தப் பிரசங்கங்களில் கூறப்பட்டுள்ள எதைப் பற்றியும் என் காதுபட அவர் குறிப்பிட்டதோ, அல்லது மேற்சொன்ன ஞாற்றுக்கிழமை வாசிப்பைத் தவிர வேறு பக்திபூர்வமான செயல்களில் நானறிய அவர் ஈடுபட்டதோ இல்லை. இதை என்னால் அடித்துச் சத்தியம் செய்ய முடியும். அதே போல், இந்தப் பிரசங்கங்களில் காணப்படும் இறையியல் ரீதியான, அறநெறிகளின்பாற்பட்ட அல்லது தத்துவார்த்தமான கொள்கைகள் எதையும் பற்றி ப்ரெக்குகாட் ப்யோர்ன் பேசிக் கேட்டிருந்ததாக நினைவு கூரும் எவரையும் நான் கண்டதில்லை. அந்தப் பிரசங்கத்திலிருக்கும் அனைத்தையும் அவர் கவனத்தில் கொண்டிருந்தாரா அல்லது எதையுமே அவர் கவனத்தில் கொள்ளவில்லையா என்று எனக்குத் தெரியாது. இந்தப் பிரசங்கங்களில் அவர் நம்பிக்கை வைத்திருந்தார் என்ற போதும், அது தங்களுடைய மூளையின் பூட்டிவைக்கப்பட்ட ஒருபகுதியில் இறையியலை இறையியலாளர்கள் சேகரித்து வைத்த விதமாகவோ அல்லது தங்களுடைய பயண மூட்டைகளோடு ஒரு அயோடின் குடுவையையும் எடுத்துச் செல்லும் பயணியர் அது ஒழுகி தங்களுடைய உடைமைகளைப் பாழாக்கி விடக்கூடாது என்று எப்படிக் கவனமாக அந்தக் குடுவையை இறுக்க மூடி போட்டு பத்திரப்படுத்தி வைத்திருப்பதைப்போலவோ போலத்தான். உண்மையைச் சொல்ல வேண்டுமென்றால், ஐஸ்லாந்து நாட்டில் கிருஸ்துவம் பரவியிராத வேற்றுச்சமய காலத்தில் வாழ்ந்திருந்தவராகவோ அல்லது விடாலினின் பிரசங்க நூலைப் பற்றிக் கேள்விப்பட்டே இராத, மாறாக *ஏப்பிஸ்* எனும் எருதையோ, *ரா* எனும் கடவுளையோ அல்லது

கோலிப்ரி எனும் பறவையையோ வணங்கக்கூடிய உலகைச் சேர்ந்த மக்களின் நடுவே அவர் குடியிருந்திருந்தால் கூட, குறிப்பிட்டுச் சொல்லும் அளவுக்கு அதிகம் மாறுபட்டவராகத் தாத்தா ப்ரெக்குகாட் ப்யோர்ன் இருந்திருக்க மாட்டார் என்றுதான் நான் நினைக்கிறேன்.

இதுவரை நான் விவரித்த விஷயங்களிலிருந்து நாங்கள் ஏட்டுச்சுரைக்காய்களாக இருந்தவர்களில்லை என்பது விளங்கியிருக்கும். எங்கள் பண்ணை வீட்டில் வாசிப்பு என்று ஏதாவது இருந்தால் அதிகமும் அது தங்களுடைய சொந்தப் புத்தகங்களை எடுத்து வந்திருக்கும் விருந்தினர்களின் செயலாகவே இருக்கும். சிலநேரங்களில் ஒட்டுமொத்த வீட்டுக்குமாக உரக்க அவர்கள் படித்துக் காட்டும் கதைகளாக அந்த வாசிப்பு இருக்கும். அப்படி இல்லாவிட்டால் நாட்டார் பாடல்களை அவர்கள் ஒப்பித்துக் கொண்டிருப்பார்கள். இரவில் வந்து தங்கிச் செல்லும் விருந்தினர்கள் பெரும்பாலும் தங்களுடைய புத்தகங்களை எங்கள் பண்ணை வீட்டில் விட்டுச் சென்று விடுவார்கள். சிலநேரங்களில் அது தங்கிச் செல்வதற்கான வாடகையாகவும் இருக்கும். இப்படியாகத்தான் எங்களிடம் சிறிய, ஆனால் தற்செயலான ஒரு நூலகம் உருவானது. இதைப் பற்றிப் பின்னர் விவரிக்கிறேன்.

எங்கள் வீட்டில் பல்வேறான நூல்கள் வந்து சேர்ந்திருந்த போதும் ஞானஸ்நானம் செய்விக்கும் தோர்தூர் எங்களோடு வந்து தங்கியிருக்கும் வரை எங்களிடம் விவிலிய நூல் இல்லாமலிருந்ததை ஒருவருமே கவனித்திருக்கவில்லை. என் மனதில் மேலோங்கியிருந்த விஷயத்துக்கு இது என்னை இட்டு வருகிறது.

இதை நான் சொல்ல வேண்டியதில்லை எனும் அளவுக்கு யாவரும் நன்கறிந்த விஷயமாக, ஐஸ்லாந்து நாட்டிலிருந்த ஒரு புராதன விலைப்பட்டியலின் படி, ஒரு விவிலிய நூலின் விலை ஒரு பசுவின் விலைக்கு நிகரானதாக இருந்தது. அதாவது கன்றீனும் பருவம் எய்திய பசுவின் விலைக்கோ அல்லது குட்டிகள் ஈனும் நிலையில் இருக்கும் அடர் ரோமம் கொண்ட செம்மறியாடுகளின் விலைக்கோ ஈடாக இருந்தது. 1584ஆம் ஆண்டில் ஐஸ்லாந்து நாட்டின் வட பகுதியில் இருக்கும் ஒரு ஒதுக்குப்புற மலைப்பள்ளத்தாக்கில் அச்சாகி வெளிவந்த விவிலிய நூலின் பதிப்பில் இந்த விலைதான் முகப்புப் பக்கத்தில் குறிப்பிடப்பட்டிருந்தது. இதில் மற்றொரு தெரிந்த விஷயம் என்னவென்றால், இதைத் தவிர ஏனைய விவிலிய நூலை ஐஸ்லாந்து நாட்டவர் நம்பித் தொட்டதில்லை என்பதாகும். ரசனை மிகுந்த சித்திர வேலைப்பாடுகள் மற்றும் அலங்காரமான மரச்செதுக்கோவியங்கள் ஆகியவற்றோடு அச்சிடப்பட்டு ஐந்து பவுண்டு எடையில் அது பார்க்க ஓர் உலர்திராட்சைப் பேழையின் வடிவில் இருக்கும். ஐஸ்லாந்து நாட்டின் மேன்மையான தேவாலயங்களில் இந்தப் பதிப்பு விற்பனைக்கு இருக்கும்.

அப்பொழுதுதான் ஒரு நீராவிப் படகில் வந்திறங்கியதாக ஒரு விருந்தாளி ப்ரெக்குகாட்டின் வாயிலில் வந்து நின்றார். வேனிற்காலத்தில் அடிக்கொருதரம் இப்படி நிகழும். இரண்டு மூன்று வேனிற்காலங்களுக்குப் பிறகு ஒருமுறை அவர் தொடர்ந்து சில வாரங்கள் எங்களோடு தங்கினார்.

மீனும் பண் பாடும்

மோவோட்டுத் தொப்பி அல்லது முழுமிடாத் தொப்பி என்றழைக்கப்படும் பீப்பாய் வடிவத் தொப்பியிலிருந்து வேறுபடுத்திக் காட்ட அரைமிடாத் தொப்பி என்றழைக்கப்படும் ஒரு கெட்டித் தொப்பியையும் ஒரு குருமார் அங்கியையும் (ஐஸ்லாந்து நாட்டில் இளவரசர் ஆல்பர்ட் அங்கியை இப்படித்தான் குறிப்பிடுவார்கள்) அணிந்து கொண்டு அவர் தேவாலய முற்றத்தைக் கடந்து வந்த காட்சியை நான் இன்னமும் நினைவில் வைத்திருக்கிறேன். பின்புறத்தில் பொத்தான் வைத்த ஒரு ரப்பர் கழுத்துப் பட்டியையும் அவர் அணிந்திருந்தார். இவர்தான் முதியவர் தொர்தூர். அல்லது அவரே சொல்லிக் கொள்கிறபடி, ஞானஸ்நானம் செய்விக்கும் தொர்தூர். தொலைவிலிருந்து பார்க்க எல்லா அம்சங்களிலும் ஒரு கனவான் போலத் தோற்றமளித்த, இந்த நீள் மேலங்கி அணிந்த மனிதரை இன்னொரு நிலக்கரித் திருடன் என்று நான் உறுதியாக நம்பியதற்குக் காரணம், தன்னுடைய முதுகில் அவர் சுமந்து கொண்டு வந்த திணிபட்ட சாக்கு மூட்டையே. கதையை மேலும் நீட்டாமல் சொல்லி விடுகின்றேன். அவர் முதுகில் சுமந்து கொண்டு வந்தது நிலக்கரியல்ல. மாறாக விவிலிய நூற்பிரதிகள். அவரிடமிருந்த ஒரே பயண மூட்டையும் அது மட்டுமே. டிஐலாந்தே விடுதியில் அதிகாரிகளோடும், அயல் நாட்டவரோடும் கௌரவமாகத் தங்கியிருக்காமல் கூரை மீது சீமைக்காட்டுமுள்ளங்கி படர்ந்த, புற்கரண் பாவிய, நாகரிக உலகின் எல்லையின் விளிம்பில் அமைந்திருக்கும் இந்தப் பண்ணை வீட்டுக்கு, அயல்நாட்டிலிருந்து நீராவிக் கப்பலில் வந்திறங்கிய இந்த நீள்அங்கி கனவான் எப்படி நேரடியாக வந்து சேர்ந்தார் என்பதைப் பற்றி நான் எதுவும் சொல்வதற்கில்லை.

ஞானஸ்நானம் செய்விக்கும் தொர்தூர் கம்பீரத் தோற்றம் கொண்ட ஆகிருதியான மனிதர். கீழேயிருந்து பலவந்தமாக மேலுயர்த்தப்பட்டது போன்ற மோவாய் கொண்ட முகம். மோவாயிலிருந்த பிளவை நோக்கி வளைந்திருந்த அசாதாரண ரோமானிய வகை மூக்கு. பேச வேண்டாத நேரங்களில் அவர் தன்னுடைய வாயை இறுக்க மூடியிருந்த தோரணை யில் அவருடைய உதடுகள் வாய்க்குள் மறைந்து எங்குமே காணப் படாத நிலையில் இருக்கும். ஆனால் அவருடைய மேலுதட்டின் மீது – அவருடைய மேலுதடுதான் அவருடைய மொத்த ஆகிருதியிலும் மிக வலுக்குறைந்த, அற்பமான உடற்பகுதி – சிக்கனமான ஆனால் மிக நேர்த்தியாகச் சீராக்கப்பட்ட ஒரு மீசை முளைத்திருக்கும். ஏதோ எந்நேரமும் ஒளியைச் சல்லடை போட்டுச் சலித்துக் கொண்டிருப்பதைப் போல் அவர் தன்னுடைய கண்களைச் சுருக்கிக் கொண்டிருப்பார்.

தொர்தூரின் ஞானஸ்நானம் செய்விப்பவர் எனும் பட்டத்துக்கு என்ன அர்த்தம் என்று உண்மையில் எங்களுக்குத் தெரியாது. தெரிந்து கொள்ள நாங்கள் அக்கறைப் படவும் இல்லை. சொல்லப் போனால் உயிருடன் இருக்கும் ஒரு ஆன்மாவையாவது அவர் ஞானஸ்நானம் செய்வித்து நாங்கள் பார்த்ததில்லை. ஸ்காட்லாந்திலும் கானடாவிலும் இயங்கி வரும் சில மதப்பிரிவுகளோடு இணைந்து கொண்டு அவர்களுக்குத் தன்னுடைய மெய்விசுவாசத்தை அர்ப்பணித்து அவர்களிடமிருந்து உணவுக்கான ஊதியத்தை அவர் பெற்று வருகிறார் என்று சொல்லப்பட்டது.

ஆனால் அந்த ஊதியம் உணவுக்கே போதாதது போல்தான் தோன்றும். ஏனென்றால் சென்ற நூற்றாண்டிலோ அல்லது இந்த நூற்றாண்டிலோ இயங்கி வந்த சில இலவச விடுதிகளுள் ஏதாவது ஒன்றினையே அவர் ஓய்வு கொள்ளத் தேர்ந்தெடுப்பார். ஞானஸ்நானம் செய்விப்பவர் மீது நம்பிக்கை கொண்டிருக்கும் தன்னுடைய சொந்த ஊரில் இறைவனின் செய்தியைப் பறையறிவிப்பதுதான் அவருடைய பணியாக இருந்திருக்கும். வயோதிக தொர்தூர் இறைஉத்வேகத்தில்தான் பேசுகிறாரா என்று எனக்கு எப்பொழுதுமே சந்தேகிக்கத் தோன்றியதில்லை. யாரும் சந்தேகித்திருப்பார்கள் என்றும் தோன்றவில்லை. அவர் மதப் பிரச்சாரம் செய்யும் உத்வேகம் எந்த அளவுக்கென்றால் தான்பிரச்சாரம் செய்யும் நேரத்தில் தன் குரல் காதுக்கெட்டும் தூரத்தில் யாரும் இருக்கிறார்களா என்று கூட அவர் அக்கறைப்பட்டதில்லை. சொல்லப் போனால், யாரும் இல்லாமலிருப்பதையே அவர் விரும்பினார் என்று கூட நான் நினைப்பதுண்டு. இப்படி ஓர் அற்புத மதகுரு யாருமில்லாத வெளியில் அப்படியோர் உத்வேகத்தோடு என்னதான் பிரச்சாரம் செய்து கொண்டிருக்கிறார் என்று அறிந்துகொள்ளும் ஆர்வத்தில் அருகில் இருக்கும் பீப்பாயின் பின்னால் மறைந்து கவனித்துக்கொண்டிருக்கும் சின்னப் பயல்கள் சிலரைத் தவிர அவருடைய பிரச்சாரத்தைக் கேட்க மிக அபூர்வமாகவே ஆட்கள் கூடுவதுண்டு. துரதிர்ஷ்டவசமாக ஞானாஸ்நானம் செய்விக்கும் தொர்தூரின் செய்தியின் உட்கருவை ஊடுருவி அறிந்து கொள்ளும் அளவுக்குப் புத்திசாலித்தனமோ, மனப்பக்குவமோ, ஏன், போதுமான ஆர்வமோ கூட எனக்கு வாய்க்கவில்லை. தாத்தாவின் பிரசங்க வாசிப்புகளைப் புரிந்துகொள்ள எனக்கிருந்த விருப்பம் ஒன்றும் இதைக் காட்டிலும் அதிகமில்லை.

ஐஸ்லாந்து நாட்டவர்கள் பேர் போன கடைந்தெடுத்த சோம்பேறிகள். இது ஒரு எளிய உண்மை. தொர்தூர் தானே ஒருநல்ல ஐஸ்லாந்து நாட்டவராக விளங்கினார். கூடவே தன்னுடைய சக ஐஸ்லாந்து நாட்டவரைப் பற்றியும் நன்றாகத் தெரிந்து வைத்திருந்தார். ஆளரவமற்ற சதுக்கத்தில் தனியாய் நின்று அவர் பிரசங்கம் செய்துகொண்டிருக்கும் நேரத்தில் வேலை வெட்டியில்லாத யாரோ ஓரிருவர் அவர் இருக்கும் திசையில் ஒதுங்கி விட நேரிட்டால், தவறாமல் அவர் திரும்பி நின்று சபைக்குத் தன் முதுகைக் காட்டுவார். ஐஸ்லாந்து நாட்டவரைத் தன்னுடைய மதப்பிரிவுக்கு மாற்றுவதற்கு இதை ஒரு எடுபடக்கூடிய உத்தியாக அவர் கருதினார். அவரைக் கடந்து துறைமுகத்தை நோக்கி நான் நடந்து போய்க் கொண்டிருந்த ஒரு மாலை நேரத்தில் வடக்கிலிருந்து வீசிய பெருங்காற்றிலும் மழையிலும், சற்றுத் தொலைவில் தலைகுப்புறக் கிடந்த ஒருசில தள்ளுவண்டிகளைப் பார்த்து ஆவேசமாகவும் அதே சமயத்தில் மிகுந்த பற்றுறுதியுடனும் அவர் பிரச்சாரம் மேற்கொண்டிருந்த காட்சி இன்னும் என் நினைவில் இருக்கிறது. தன்னுடைய வார்த்தைகளுக்கு அழுத்தம் தருவதற்காக இரண்டு பாதங்களையும் அவர் தரையில் உதைத்து உதைத்துப் பேசிக்கொண்டிருந்தார். தன்னுடைய வாதங்களுக்குக் கூடுதல் வலுச் சேர்க்கத் தன் சக்தி அனைத்தையும் ஒன்று திரட்டி விவிலிய நூலின் மீது அறைந்து கொண்டிருந்தார். அவருடைய வாயில்

தள்ளிக் கொண்டிருந்த நுரை எல்லாத் திசைகளிலும் தெறித்தோடிக் கொண்டிருந்தது. சிசுக்களுக்கு ஞானஸ்நானம் செய்விக்கும் பண்பற்ற, வெட்கக்கேடான வழக்கத்துக்கு எதிராக அவர் பிரச்சாரம் செய்து கொண்டிருந்தார்.

விவிலிய நூலின் மீது ஓங்கி அறைந்து "இந்தப் பரிசுத்த வேதாகமத்தில் இது எங்குமே எழுதப்பட்டிருக்கவில்லை" என்று வீரிட்டுக் கொண்டிருந்தார். "இந்தப் பரிசுத்த வேதாகமத்தில் ஒரு சொல், ஓர் எழுத்து, ஒரு இடைக்கோடு, ஏன், ஒரு புள்ளி கூட அறியாக் குழந்தைகளுக்கு ஞானஸ்நானம் செய்விக்க வேண்டும் என்று கூறவில்லை. அறியாச் சிறார்களுக்கு ஞானாஸ்நானம் செய்விக்க வேண்டும் என்று வேத நூலில் ஏதோ ஒருபக்கத்தில் குறிப்பிடப்பட்டிருக்கிறது என்று யாராவது வாதிடுவார்களேயானால் அவர்களே அதற்குப் பொறுப்பு அதற்கான விளைவுகளை அவர்கள் எதிர்கொண்டே ஆக வேண்டும்."

# 5

# இரண்டு பெண்மணிகளும் ஒரு புகைப்படமும்

ப்ரெக்குகாட்டுக்கு உள்ளேயும் வெளியேயும் பேர் சொல்லக்கூடிய ஒவ்வொன்றைப் பற்றியும் நான் எழுதி விட்டேன். ஆனால் பாட்டியைப் பற்றி ஓரிரு வார்த்தைகளே அபூர்வமாக இதுவரை சொல்லியிருக்கிறேன். அந்த வீட்டில், நிச்சயமாக அவள் ஒன்றும் பயனில்லாத அலங்காரப் பொருளாக இருக்கவில்லை. மாறாக, அவளை வீட்டின் இதயத்துக்கு ஒப்பிட்டால், ஆரோக்கியமாக இயங்கும் இதயங்களைப் பற்றிப் பொதுவாக என்ன சொல்ல முடியுமோ அதைத்தான் சொல்லலாம். அதாவது நற்பயனாக அப்படி ஒரு இதயம் அமையப் பெற்றிருக்கும் ஒருவர் தனக்கு இதயம் என்ற ஒன்று இருப்பதைப் பற்றிய உணர்வே இல்லாமல் வாழ்வதைப் போல என்று

ஆனால், இந்தக் கதையின் ஊடாக, ப்ரெக்குகாட் பண்ணை வீட்டின் வரவேற்பறைக்குள் மனம் போன போக்கில், நினைத்த நேரமெல்லாம் வாசகர்களை ஏற்கெனவே அழைத்து விட்டபடியால் வீட்டின் எஜமானியும், உபசரிப்பாளினியுமாக விளங்கும் பாட்டியைப் பற்றி எவ்வளவு முடியுமோ அவ்வளவுக்குச் சுருக்கமாகவேனும் குறிப்பிட்டாக வேண்டிய தருணம் வந்துவிட்டது என்றே நினைக்கிறேன். மிகச் சுருக்கமாகவேனும் என்று நான் சொல்லக் காரணம் உண்மையில் அந்தப் பெண்மணியை நான் அதிகம் தெரிந்து வைத்திருக்கவில்லை. உதாரணத்துக்குச் சொல்ல வேண்டும் என்றால், ஏனைய மாந்தர்களைப் போலவே அவளுக்கும் சொல்வதற்கென்று தன் வாழ்க்கை பற்றிய கதை ஒன்றிருக்கும் எனும் எண்ணம் தற்செயலாக எனக்குள் ஒருநாள் தோன்றுவதற்கு முன்பாகவே நான் வளர்ந்து விட்டிருந்தேன். எனக்கு அவளைப் பற்றிச் சொல்ல என்ன இருக்கிறது என்றால் உண்மையில் அவளைப் பற்றி ஒன்றுமே நான் தெரிந்து வைத்துக் கொள்ளவில்லை என்பதுதான்.

இதையும் மீறி, என்னை யாராவது வளர்த்து விட்டார்கள் என்பது உண்மையானால் அவள்தான் என்னை உண்மையில் வளர்த்து விட்டவள். குறைந்தபட்சம், நான் இப்பொழுது எப்படி இருக்கிறேனோ அப்படி உருவாக்கியதற்கு மற்றெவரையும் விட அவளுக்கே அதிகப் பங்கு இருந்தது என்று நான் நம்புகிறேன். ஆனால் நான் நன்கு வளர்ந்து விட்ட பிறகுதான் அவளை ஒரு பொருட்டாகக் கருதி கவனித்தேன் என்று நினைக்கிறேன். திடீரென்று ஒருநாள், இந்த உலகில் வேறெவரையும் விட அவள்தான் எனக்கு மிகவும் நெருக்கமானவளாக இருக்கிறாள் என்று தோன்றியது. வேறெவரைக் காட்டிலும் நான் மட்டுமே அவளைப் பற்றி மிகக் குறைவாகத் தெரிந்து வைத்திருந்த போதிலும்; அப்படித் தோன்றிய நேரத்தில் அவள் கல்லறையில் ஆழ்ந்து கொஞ்ச காலம் கழிந்து விட்டிருந்த போதிலும். அதிகம் தெரியாத ஒருநபர் ஆனால் அதையும் மீறி மனதுக்கு நெருக்கமானவர் எனும் ஒருவரைப் பற்றிப் பேசுவதென்பது அவ்வளவு ஒன்றும் எளிதான செயலில்லை.

அவள் மிகமிக மெலிந்த, ஒடிந்துவிழும் தோற்றம் கொண்டவள். இருந்த போதிலும், நான் முதன்முதலாக அவளை அறிந்துகொள்ள நேர்ந்த தருணத்தின் போதே, எவ்வளவோ வலுவும், உடல் உறுதியும் வாய்த்தவர்கள் என்று பெயரெடுத்தவர்களுக்குக் கூட அசாத்தியமான அகவையை அவள் எட்டியிருந்தாள். அதன் பிறகும் அவள் குறைந்த பட்சம் ஒரு கால் நூற்றாண்டாவது வாழ்ந்திருந்தாள். வளைந்த முதுகும், பொக்கை வாயும், ப்ரெக்குகாட்டின் அடுப்படியிலும், சமையற்கட்டுப் புகையிலும் நின்று நின்று எப்பொழுதுமே செவ்வரியோடிய கண்களும், விட்டு விட்டு வரும் இருமலுமாகவே அவளை எனக்கு நினைவிருக்கிறது. ப்ரெக்குகாட்டில் குடியேறுவதற்கு முன்பாக வேறெந்தப் பண்ணை வீடுகளிலெல்லாம் அவள் வசித்திருந்தாளோ எனக்குத் தெரியாது. அவளுடைய முகச்சுருக்கங்களின் மீது சிலநேரங்களில் கரிப்புகை வரியெனப் படிந்திருக்கும். தீவிரமில்லாத அவளுடைய பரிவுமிக்க கண்களால் உங்களை அவள் பார்க்கும்போது தலை சற்றே நடுக்கத்தில் ஆடிக் கொண்டிருக்கும்.

அவளுடைய கைகள் நீண்டு சதைப்பிடிப்பற்று இருந்தன. அவளைக் காட்டிலும் ஏறத்தாழப் பதினைந்து வயதாவது இளையவளான ஒன்றுவிட்ட சகோதரி ஒருத்தி பாட்டிக்கு இருந்தாள். ஆனாலும் பாட்டியை விடவும் முன்னதாகவே அவள் கிழடு தட்டிப் போயிருந்தாள். பாட்டிக்கும் முன்னதாகவே போய்ச் சேர்ந்தும் விட்டாள். இவள்தான் குன்றின் மீதிருக்கும் தேவாலயக் கொல்லைப்புரத்தின் வடக்கு மூலையில் வசித்து வந்த ஹ்ரிங்ஜாரபேரைச் சேர்ந்த கிரிஸ்டின் எனும் பெண்மணி. மாண்டு விட்ட முதியவர், தேவாலய மணிச்சேவகருக்கு இவள் வீட்டு வேலை செய்துகொண்டிருந்தாள். நானும் பாட்டியும் கிரிஸ்டின் வீட்டுக்கு அடிக்கடி போய் வருவது வழக்கம். அதே போல் ஒருமுறை நாங்கள் அங்கே சென்றிருந்தோம். தேவாலயத்தின் கொல்லைப்புரத்தின் ஊடே எங்கள் வழி அமைந்திருந்தது. அது ஈக்கள் அடையென மொய்க்கும் பருவம். வடதிசையில் தொலைவில் இருக்கும் லாங்கனஸ் எனும் இடத்தில் வாசிக்கப்படும் வயலின் ஒலி இங்கே ஒலிப்பதைப் போலவோ, அல்லது

எங்கே எனும் பெயர்கொண்ட மற்றொரு தொலைதூர இடத்தில் ஒலிக்கும் மணியொலியின் ஓசையைப் போலவோ, விநோதமாக மிக அடங்கின தொனியில் இந்த இரண்டு பெண்மணிகளும் பேசிக்கொண்டிருந்தார்கள். தாலாட்டி உறங்க வைக்கக் கூடிய அற்புதமான ஓசை. நாங்கள் காஃபி குடித்து முடித்தபிறகு, அதற்கு மேல் அன்று தூங்க வழியில்லை என்றான பிறகு, நான் நல்ல பையனாக நடந்து கொண்டதற்காக, பிரிவின் பரிசாக கிரிஸ்டின் எப்பொழுதுமே எனக்குக் கொடுக்கும் பளபளக்கும் புத்தம்புதுப் பத்து ஔரர் காசை வாங்கிக் கொள்ளவென்று பாட்டி விடைபெற்று வரும் நேரத்துக்காகக் காத்திருந்தேன். ஜன்னல் திட்டின் மீது சாய்ந்தவாறே தேவாலயத்தின் கொல்லைப்புரத்துக்கும் அப்பால் இருக்கும் ஸ்க்கெர்யாஃப்யொர்தூர் எனும் இடத்திலிருந்து கேய்லிர் எனும் இடம் வரையில் தெரியும் காட்சிகளைப் பார்த்துக்கொண்டிருந்தேன். ஈக்களைப் பிடித்துச் சொல்வதில் உற்சாகத்துடன் ஈடுபட்டிருந்தேன் சற்று நேரத்திலேயே நாங்கள் விடைபெற்றுக் கொண்டோம். கிரிஸ்டினிடமிருந்து எனக்குக் கிடைக்க வேண்டிய பத்து ஔரர் காசையும் நான் வாங்கிக் கொண்டேன்.

தேவாலயக் கொல்லைப்புரத்தின் பாதி தூரத்தைக் கடந்திருக்கையில் "அந்த ஒரு விஷயத்தை மட்டும் நீ செய்யவே கூடாது. ஏனென்றால், அது மிகவும் கொடூரமானது" என்று பாட்டி என்னிடம் கூறினாள்.

"எதைச் சொல்கிறீர்கள் பாட்டி?" என்று நான் கேட்டேன்.

"இன்னொருவர் வீட்டில் இருக்கும் போது ஈக்களை அடிக்கவே கூடாது" என்றாள் பாட்டி.

"கிரிஸ்டின் அத்தைக்கு அவளுடைய ஈக்கள் மேல் அவ்வளவு பாசமா?" என்று நான் கேட்டேன்.

"இல்லை. ஆனால் அவள்தானே ஹ்ரிங்ஜராபேரில் குடியிருப்பவள்" என்று பாட்டி கூறினாள்.

கிரிஸ்டின் அத்தையின் எதிரில் பாட்டி என்னைத் திட்டாமல் விட்டாளே என்று எனக்கு அவ்வளவு நிம்மதியாக இருந்தது. நான் நல்ல பையனாக இருந்ததற்குத்தானே கிரிஸ்ட்டின் அத்தை எனக்குப் பத்து ஔரர் காசைக் கொடுத்தாள்!

என்னையறியாமலேயே இந்த இரு பெண்களையும் கதைக்குள் கொண்டு வந்து விட்டதனால் இவர்களுக்குள் இருந்த உறவில் மிக விசேஷமானது என்று எனக்குத் தென்பட்டதைப் பற்றி இனியும் தாமதப்படுத்தாமல் நான் சொல்லி விட வேண்டும். இவர்கள் இருவருடைய தனியறைகளிலும் ஒருபடம் மாட்டப்பட்டிருந்தது. அது சுவரில் தொங்கிய வேறெந்தப் படத்தைப் போலவும் இல்லாமல் இருந்தது. மற்ற படங்களெல்லாம் தற்செயலாக அங்கே வந்து சேர்ந்திருந்தவை. உதாரணத்துக்கு, இரண்டு தேவதைகள் ஒரு மலர்மாலையைக் கையில் பிடித்துக்கொண்டு மேலே பறந்தவாறு இருக்கும் ஒருபடம் இருந்தது. சன்லைட் சோப்பை விளம்பரப்படுத்தியவாறிருக்கும் ஒரு சிறுமியின் படம். இன்னொரு படம்

துதிப்பாடல்கள் புனைந்த அமரர் ஹால்க்ரைமுர் பீட்டர்ஸனுடையது[1] (இதுவரை படங்களில் பார்த்ததிலேயே மிகவும் அழுமூஞ்சியான ஒரு மனிதர்). இது போக, ப்ரெக்குகாட்டில் தஞ்சம் வழங்கப்பட்டிருந்த ஐஸ்லாந்து அமெரிக்க குடும்பத்தினர் அமெரிக்காவுக்கு அவர்களை அழைத்துச்செல்லும் கப்பலுக்காகக் காத்திருந்த பொழுது எடுக்கப்பட்ட புகைப்படங்கள். 'நேரம் அமைந்து விட்டது' என்ற சொலவடைக்கு ஏற்ப அமெரிக்கா சென்ற இவர்கள் பெரும் பாறைகளை அப்புறப்படுத்தி, வெட்டப்பட்ட அகன்ற மரங்களின் வேரடி புரட்டி, சாக்கடைகளை அகழ்ந்து பொருளீட்டி, பிறகு ஒரு புகைப்படம் எடுக்கும் நிலையத்தில் கழுத்துப் பட்டி அணிந்து புகைப்படத்துக்குப் பெருமிதமாய் நின்றவர்கள். இதே போன்ற தற்செயலான தன்மை ஹ்ரிங்ஜராபேரில் இருக்கும் கிரிஸ்டின் அத்தையின் வீட்டில் மாட்டப்பட்டிருக்கும் படங்களிலும் காணப்படும். ஆனால் நான் இப்பொழுது சொல்லப்போகும் படம் தனித்துவமானது. மேல் நோக்கியபடி பார்த்திருக்கும் ஓர் இளைஞனின் புகைப்படம் அது. தொலைவில் தான் காணும் ஒரு அதிசயமான காட்சியை அவன் பார்த்துக்கொண்டிருப்பதைப் போல் அந்தப் படத்தில் தோன்றும். அதிலும் குறிப்பாக அவன் அணிந்திருக்கும் ஆடை இங்கே எங்களுடைய வாழ்க்கைக்கு மிகவும் அந்நியமான தன்மையை அந்தப் படத்துக்கு அளித்திருந்தது. விரைப்பான வெண்ணிறக் கழுத்துப்பட்டி, பளபளக்கும் சட்டையின் முன்பகுதி, பின்புறம் நீண்ட வாலங்கி, பட்டாலான அதன் மார்மடிப்புகள், இதெல்லாவற்றுக்கும் மேலாக, பித்தான் துவாரத்தில் செருகப்பட்டிருந்த ஒரு ரோஜா மலர்.

ஹ்ரிங்ஜராபரைச் சேர்ந்த கிரிஸ்டினின் மகன்தான் இவர்; ப்ரெக்குகாட்டில் இருக்கும் எங்களுக்கு இவர் உறவினர்; பாட்டி சொன்னது போல், அவர் கர்தர் ஹோம் என்று அழைக்கப்படுகிறார் என்பதெல்லாம்தான் இதில் மிகவும் குறிப்பிடத்தகுந்த என்னுடைய விரைவான கண்டுபிடிப்பு.

கர்தர் ஹோமின் இந்தப் புகைப்படத்தை ஒருநாள் நான் யோசனை யோடு பார்த்துக்கொண்டிருந்த பொழுது வாயிருக்கமாட்டாமல் "கர்தர் ஹோமுக்கு எங்காவது வீடு இருக்கிறதா? அல்லது அவர் வெறும் தேவகுமாரனா?" என்று பாட்டியிடம் கேட்டு விட்டேன்.

"ஜார்ஜ் குட்டிக்கா? அவருக்கென்று எங்கும் வீடு இருப்பதாகத் தெரியவில்லை, பாவப்பட்ட ஜென்மம்." என்றாள் பாட்டி.

"அவர் ஏன் ஹ்ரிங்ஜராபேரில் கிரிஸ்டின் அத்தையோடு வீட்டில் தங்கியிருக்கவில்லை?" என்று நான் கேட்டேன்.

"அவர் பயணம் போவதில் ஈடுபட்டு விட்டார்" என்றாள் பாட்டி.

"அவர் எப்படி அதில் ஈடுபட்டார்?" என்றேன் நான்.

"தீவினைதான் மனிதர்களை அங்கும் இங்கும் அலைய வைக்கிறது" என்றாள் பாட்டி.

---

1. ஹால்க்ரைமுர் பீட்டர்ஸன்: (1614 – 1674) – ஐஸ்லாந்தின் பிரபலமான கவிஞர். ஹால்ஃப்யோர்தூர் மாகாணத்தின் அமைச்சராகவும் இருந்தவர்.

“எந்தத் தீவினை?” என்று நான் அவளிடம் கேட்டேன்.

“குட்டிப் பையா, இதற்கு மேல் நாம் இதைப் பற்றிப் பேசிக்கொண்டிருக்க வேண்டாம்” என்றாள் அவள். “சிறுவனாக இந்தத் தேவாலயக் கொல்லைப்புறத்தில் விளையாடிக் கொண்டிருந்த காலத்தில் அவன் நல்ல குட்டிப் பையனாகத்தான் இருந்தான். உன்னை மாதிரியே. ஆனால் திடீரென்று அவன் ஊர் சுற்ற ஆரம்பித்து விட்டான்.”

ப்ரெக்குகாட்டில் இருக்கும் மக்கள் அறிந்திருந்த வேறெந்தத் தீவினையையும் விட அதிகக் கெடுதலான இந்தத் தீவினையைப் பற்றி யோசித்தவாறு நான் நீண்ட நேரம் எதுவும் சொல்லாமலிருந்தேன். கடைசியில் “மக்கள் எதற்காக இது மாதிரிப் பயணங்கள் போகிறார்கள் பாட்டி?” என்று கேட்டேன்.

“ஒருசிலர் தங்களுடைய பண்ணைகளை விட்டுவிட்டு வந்து விடுகிறார்கள். அல்லது ஒருசிலரின் வீடுகள் பிடுங்கிக்கொள்ளப் படுகின்றன. இன்னும் சிலருக்குப் புத்தி பிசகி விடுகிறது; வேறு சிலருக்கு அமெரிக்காவைத் தவிர வேறு எதையும் நினைக்க முடிவதில்லை; இல்லாவிட்டால், ஒருசிலர் ஏதாவது தப்புப் பண்ணியதால் சிறையில் அடைப்பதற்காக மலைகள், பாலைவனங்கள், ஆறுகள், மணல்மேடுகள் எல்லாவற்றுக்கும் வெளியே தொலைவுக்குத் துரத்தியடிக்கப் படுவார்கள்” என்றாள் பாட்டி.

ரொம்ப நேரம் பேசாமலிருந்து விட்டு “நீ பயணம் எதுவும் போயிருக்கிறாயா பாட்டி?” என்று அவளைக் கேட்டேன்.

தான் செய்துகொண்டிருந்த தையல் வேலையில் ஏதாவது ஒரு புள்ளியை விட்டு விலகித் தைத்து விட்டோமோ என்று உற்றுப் பார்த்துக் கொண்டே “ஓ, நானும் கூடப் பயணம் செய்திருக்கிறேனே” என்றாள் அவள். “கிழக்கே இருக்கும் ஆல்ஃபஸ் என்கிற இடத்திலிருந்து தெற்கே இருக்கும் இந்த ஊருக்கு வந்தேன். ஹெலிஷேதியைக் கடந்து நாங்கள் வந்தோம்”.

“அது எவ்வளவு கொடுமையாக இருந்திருக்கும் பாட்டி!” என்று நான் அவளிடம் கேட்டேன்

“அதைப் பற்றியெல்லாம் நாம் பேசக் கூடாது குட்டிப் பையா” என்றாள் அவள். “கடந்து போனதெல்லாம் போய் விட்டது.”

அதற்குப் பிறகு, துரதிர்ஷ்டம் பிடித்த கர்தர் ஹோமைப் பற்றிய பேச்செடுக்கும் தைரியத்தை வரவழைத்துக் கொள்ள எனக்கு நீண்ட அவகாசம் தேவைப்பட்டது. ஆனால் ஹ்ரிங்ஜராபேரில் இருக்கும் கிரிஸ்டின் அத்தையுடன் தனியாய் இருக்கும் ஒரு சந்தர்ப்பத்தில் “கர்தர் ஹோம் ஏன் எப்பொழுது பார்த்தாலும் பயணம் செய்துகொண்டே இருக்கிறார்?” என்று அவளிடம் கேட்டேன்.

“அவன் பாடுகிறான்.” வெடுக்கென்று அவள் பதில் சொன்னாள். அதற்குப் பிறகு அவளுடைய மகனுடைய பெயர் உச்சரிக்கப்படும் போதெல்லாம் அவள் கோபப்படுவது போல் தோன்றுவதை நான்

கவனித்தேன். அவளுடைய பதிலைக் கேட்டுக் கொஞ்சம் ஆச்சரியப் பட்டாலும், அதற்குப் பிறகு அதைப் பற்றி மேலே கேட்கும் துணிச்சலின்றி நெடுநேரம் இருந்தேன். ஆனால், அவருடைய புகைப்படத்தை மரியாதையோடு வெறித்துக் கொண்டிருந்தேன்.

முன்பிருந்த அதே கோபமான தொனியில் "பாடுவதுதான் உலகிலேயே மிக உன்னதமான தொழிலென்று உனக்குத் தெரியாதா?" என்று அவள் என்னிடம் கேட்டாள்.

"அவரால் உச்ச ஸ்தாயியில் பாட முடியுமா?" என்று நான் அவளிடம் கேட்டேன்.

"நீ என்னனெண்ணு நெனெச்சே குட்டிப் பையா?" என்றாள் அவள். "ஐஸ்லாந்திலேயே அவனளவுக்கு உச்ச ஸ்தாயியில் வேறு யாரும் பாடி விட முடியாது. ஆனால் அதே சமயம் மிக மிகக் கீழ் ஸ்தாயிலும் அவனால் சஞ்சரிக்க முடியும். அதோ அங்கே இருக்கிற அதுதான் அவனுடைய பழைய ஹார்மோனியம். இந்தா உன்னுடைய பத்து ஔரர் காசு. உனக்குப் புரியாத, உனக்குச் சம்பந்தமில்லாத கேள்விகளையெல்லாம் இனிமேல் கேட்டுக் கொண்டிருக்கக் கூடாது."

ரகசியங்களை என்னிடம் பகிர்ந்துகொள்ளும் அளவுக்கு விவேகம் மிக்கவனாய் நான் வளர்ந்து நிற்கும் வேளைக்காக ஏங்க ஆரம்பித்தேன். ஆனால் அந்த வேளை கூடி வரும் வரையில் இந்தச் சிக்கலான தீவினையைப் பற்றி யோசித்துக்கொண்டே இருந்தேன்.

6

# ப்ரெக்குகாட்டில் பொருத்தமான பெயர்கள்

எவ்வளவு நெருக்கமாக ப்ரெக்குகாட்டை நான் அறிந்திருந்தேன் என்பது கொஞ்சம் விந்தையாகவே இருக்கிறது. நான் பிறப்பதற்கு முன்பிருந்தே அங்கே வாழ்ந்து கொண்டிருந்ததைப் போல் உணர்கின்ற அளவுக்கு அவ்வளவு நெருக்கமாக. ஆனால் இந்தப் பெண்மணிக்கு – எனக்குப் பேசவும் சிந்திக்கவும் கற்றுக் கொடுத்து, எனக்குப் படிப்புச் சொல்லிக் கொடுப்பதில் வந்து நின்ற என் பாட்டிக்கு – தன் சொந்த வீட்டில் படுத்துறங்க தனக்கென ஒரு படுக்கை இருந்ததில்லை என்று பல ஆண்டுகள் கழித்து யாரோ என்னிடம் கூறிய பொழுது எனக்கு உண்மையில் தூக்கிவாரிப் போட்டது. சமையலறையில், சற்றே துருத்திக் கொண்டிருக்கும் கணப்பின் கீழ்த்தட்டில் அமர்ந்தபடி, மேலேயிருக்கும் கல்லின் மீது சாய்ந்தவாறு அவள் தூங்குவதைத்தான் நான் பார்த்திருக்கிறேன். அவளுடைய தலை சற்றே முன்புறம் கவிழ்ந்திருக்கும். அவளுடைய பின்னல் வேலையை ஏந்தியபடியே கைகள் மடி மீது துவண்டு கிடக்கும். ஓய்வற்ற பின்னல் ஊசிகள் சற்றே அயர்ந்திருக்கும். கணப்பில் மங்கிய வெளிச்சம் மட்டுமே மீந்திருக்கும். இரவில் அவள் படுக்கச் சென்று யாருமே பார்த்ததில்லை என்றும் என்னிடம் சொன்னார்கள். எங்கேயாவது ஒரு கோரைப்பாய் காலியாகக் கிடந்தால் நள்ளிரவுக்குப் பிறகு ஓரிரு மணி நேரம் அவள் தன் கட்டையை நீட்டியிருக்கலாம். அப்படி எதுவும் கிடைக்காத பொழுது அந்தக் கணப்புக் கற்களே போதுமென்று தலை சாய்த்திருக்கலாம். ஆனால், வேறெவரும் உறங்கச் செல்லும் முன்பாக அவள் தூங்க முயன்றதில்லை என்பது நிச்சயம். அதே போல், வேறு யாரும் எவ்வளவு சீக்கிரம் எழுந்தாலும்

அவர்களுக்கு முன்பாகவே அவள் எழுந்து காஃபி போட்டு விடுவாள். சிலநேரங்களில் அருந்துவதற்குக் கூழும் தயாராகி விடும். பாட்டிக்கும் தாத்தாவுக்கும் பேரனாக நான் ப்ரெக்குகாட்டில் வசித்த காலம் முழுவதும் பாட்டியின் கணப்பில் நெருப்பு அணைந்ததே இல்லை என்பதும் எனக்கு மிக நன்றாக நினைவிருக்கிறது.

அயலார் வீடுகளில் இருக்கும் பொழுது ஈக்களை அடித்துக் கொல்வது தகாது என்று என் மனதில் படும் விதமாகப் பாட்டி எடுத்துக் கூறியதைப் பற்றி நான் ஏற்கெனவே விளக்கமாகச் சொல்லியிருக்கிறேன். இதைத் தவிர அவள் எனக்குச் சொல்லித் தந்த ஓரிரு பாடங்களைப் பற்றியும் இப்பொழுது நான் சொல்ல வேண்டியிருக்கிறது.

கோடைக்காலத்தின் பிற்பகுதியில், பண்ணையில் இருக்கும் பசு ஸ்க்யால்டாவை தினமும் காலையில் அவிழ்த்து விடுவார்கள். அந்தப் பசுவை நான் மேய்ச்சலுக்குக் கூட்டிச் செல்ல வேண்டும். முள்ளங்கிப் பாத்தியை ஒட்டிக் கட்டப்பட்டிருக்கும் வேலிக்கு மேலாகத் தலையை நீட்டி முள்ளங்கி இலைகளை மேயும் கெட்ட பழக்கம் இந்த மாட்டுக்கு இருந்தது. அந்த வேலி மிகவும் பழைய நைந்து போன ஒன்று. அங்கங்கே விரிசல் கண்டு பூசணம் பிடித்துமிருந்தது. ஒருசில இடங்களில் ஆயிரந்தழைப் பூண்டு, வேர்க்கோசு மற்றும் உருப்படியல்லாத சில பல செடி கொடிகள் அந்தப் பசு வளர்ந்திருக்கும் உயரத்துக்கு எட்டாமலும் இருந்தன. எனவே, அந்த வேலியை ஒரு பொருட்டாக மதிக்காதது பாவம் அந்தப் பிராணியின் குற்றமில்லைதான். ஆனால் அது முள்ளங்கியை ருசி பார்க்கத் தொடங்கி விட்டால் என்னதான் நான் பலங்கொண்ட மட்டும் அதைக் குச்சியால் விளாசினாலும் அது என்னைக் கண்டு கொள்ளாது. ஒருசில நல்ல மனிதர்களிடமிருந்து நான் ஒருசில வசவுச் சொற்களை அந்த வயதில் கற்றிருந்தேன். எவ்வளவுதான் விளாசினாலும் அசைந்து கொடுக்காமல் அப்பசு இருக்கும் பொழுது “ஏ, நாசமாய்ப் போகிற கிழட்டுப் பசுவே, ஸ்க்யால்டார்” என்றோ இது போன்ற வேறு சில வசைகளையோ நான் உரக்கக் கத்துவதுண்டு.

அந்த வேனிற்பருவத்தில், போர்கார்ஃப்யோர்துர் எனும் பகுதியில் இருந்த மனிதர் ஒருவர், தலைநகருக்குத் தான் மேற்கொள்ளும் வசந்தகாலப் பயணத்தின் போது, தவறுதலாக அவருடைய நாயை ப்ரெக்குகாட்டில் விட்டுச் சென்று விட்டார். அவருடைய வசந்தகாலப் பயணத்தின் போது எஜமானர் எப்படியும் தன்னை வந்து அழைத்துக்கொண்டு போய் விடுவாரென்று அந்தப் பரிதாபத்துக்குரிய கலப்பின நாய் வேனிற்காலம் முழுதும் எங்களுடனே தங்கிக் காத்திருந்தது. மற்றப் பட்டி நாய்களைப் போல்தான் அதுவும் இருந்தது. எப்பொழுதும் தன்னுடைய எஜமானனைப் பற்றியும் எப்படி அந்த மனிதன் தன்னை மறந்துவிட்டுப் போய்விட முடியுமென்பதைப் பற்றியும் மட்டுமே யோசித்துக் கொண்டிருந்த அந்த நாய்க்கு ப்ரெக்குகாட் அலுப்புத் தட்டியிருந்தது. நுழைவாயிலுக்குப் போடப்பட்டிருக்கும் சுழற்கதவின் அருகிலோ அல்லது பண்ணை வீட்டின் கதவுக்குப் பக்கத்தில் நடைபாதையிலோ அது திறந்த கண்களோடு,

நாய்களுக்கே உரித்தான பரிதாபத்தைக் கோரும் சோர்ந்த முகத்தோடு கால்களில் தலையை வைத்துப் படுத்திருக்கும். எங்களோடு தங்கி விட்ட, பழுப்புக் கலந்த மஞ்சள் நிற, மேனியெங்கும் புள்ளி புள்ளியாக இருக்கும் பாழாய்ப்போன பூனை எந்நேரமும் அதனருகிலேயே எதையாவது மோப்பம் பிடித்துக்கொண்டிருக்கும். அதுவும் கூட நாய்க்கு உற்சாகத்தை அளிப்பதாக இல்லை. ஏனென்றால், அந்த நாயே ஒரு விருந்தாளிதான். எனவே ஒரு அயலாரின் பண்ணையில் பூனைகளைத் துரத்தும் உரிமையை அது எடுத்துக்கொள்ள முடியவில்லை. அந்த நாயைக் கடந்து செல்ல நேரிடும் நேரங்களில், “ஏ ஜந்துவே, இந்தா” என்றோ “முரட்டு நாயே, சாப்பிடு” என்றோ தவறாமல் கூறி மீன்தோலையோ அல்லது எலும்பையோ பாட்டி அதனிடம் வீசுவாள். பூனைக்கு அடுத்தபடியாக நாய் மட்டும்தான் பாட்டி மரியாதைக் குறைவாக விளித்த ஒரே மிருகம். அதேபோல், காலம் காலமாக தன்னைத் தொடர்ந்து துன்புறுத்தி வரும் சகிக்கவியலாத குடும்பப் பிசாசு என்பதைப் போன்ற லேசான முகச்சுளிப்புடன் கூடிய அருவருப்புணர்வைக் காட்டாமல் அவள் பூனையைப் பற்றிப் பேசியதேயில்லை. பூனைக்கு ப்ராண்ட் என்று பெயர் இருந்தது. ஆனால் “அந்த சைத்தான்”, “அந்தக் கேடுகெட்டது”, “அந்தப் பீடை”, “அந்த சாபக்கேடு” ஆகிய நான்கு விதங்களைத் தவிர ஏனைய பெயர்களில் அது அழைக்கப்பட்டதே இல்லை. ஒருமுறை கூடப் பாட்டி பூனையைத் தடவிக் கொடுத்ததோ நாயைத் தட்டிக் கொடுத்ததோ இல்லை. ஆனாலும் கூட, அவைகளுக்குத் தொடர்ந்து போட்டுக் கொண்டிருக்க அவளுடைய அங்கியின் பைகளில் மீன்தோலும் எலும்பும் இருந்து கொண்டே இருக்கும். எவ்விதத் தயக்கமோ கட்டுப்பாடோ இன்றி வீட்டிலே அவளிடம் மட்டும்தான் இந்த இரண்டு அநாதரவான ஜீவன்களும் ஒட்டிக் கொண்டிருக்கும் என்பதையும் நான் சொல்லியாக வேண்டும். எங்கள் வீட்டு மனைக்குள் அவள் வளைய வரும் பொழுதெல்லாம் – அது கொடிக்கம்பி வளைக்குமே என்றாலும் கூட – இவை இரண்டும் அவளை வளைத்துக் கொள்ளும். கிட்டத்தட்ட அவள் மீது ஏறிக்கொள்ளாத குறைதான். கீழ்ப்படிய மறுக்கும் வாஞ்சையுடன் நாய் சுற்றி வர, பூனையோ, நுனி நளினமாய் வளைந்திருக்கும் தன்னுடைய வாலை செங்குத்தாகத் தூக்கி, பாட்டியின் மீது ஈஷிக் கொண்டிருக்கும். ஹ்ரிங்ஜராபேரில் இருக்கும் கிரிஸ்டினைப் பார்த்து வர பாட்டி நழுவிச் செல்லும் பொழுதுகளில் எல்லாம் அவள் தேவாலயக் கல்லறைவெளி வாயிற்கதவை அடையும் வரை இந்த இரண்டு விலங்குகளும் அவள் கால்களை ஒட்டிக் கொண்டே செல்லும். அந்த வாயிற்கதவைத் தாண்டி வர அவள் அவற்றை ஒருபோதும் அனுமதித்ததில்லை.

நான் விட்ட இடத்துக்குத் திரும்புவோம். வேலியின் மீதாகத் தலையை நீட்டி புதிதாய் முளைத்த முள்ளங்கிச் செடிகளைப் பசு மேய்ந்து கொண்டிருந்தது. நாய் கூட இருக்கும் நல்ல வாய்ப்பை நான் இப்பொழுது பயன்படுத்திக் கொள்ள நினைத்தேன். நாயைப் பசுவின் மீது ஏவினேன்.

பொழுது சாயச் சாய, நாள் புழுக்கமாகிக் கொண்டிருந்தது. தன்னுடைய பாதங்களின் மீது தலை சாய்த்து, விழிகள் திறந்திருக்க, நடைபாதை மீது

நாய் படுத்திருந்தது. தன்னுடைய எஜமான் ஏன் வரவே இல்லை என்றுதான் அது குழம்பிக் கொண்டிருந்திருக்கும். அதில் சந்தேகமேயில்லை அலுப்புத் தட்டியதாலேயே அந்தப் பிராணி தூங்காமல் விழித்துக் கொண்டிருக்கிறது என்று நான் திடமாக நம்பினேன். அதனால் அந்த நடைபாதை மீது அதன் பக்கத்தில் உட்கார்ந்துகொண்டு அதன் தலையைத் தடவிக் கொடுத்துக் கொண்டிருந்தேன். நான் மிகவும் சிறுவனாக இருந்த காலத்தில் என் தலையையும் இதே போல் யாராவது தடவிக் கொடுத்ததுண்டு. பிறகு நானே இயற்றிய இந்தச் சிறு பாடலை நானே மெட்டமைத்த ஒரு ராக ஸ்வரத்தில் நாய்க்குப் பாடிக் காண்பித்துக் கொண்டிருந்தேன். அது மிகவும் நெகிழ்ச்சியான ராகத்தில் அமைந்திருந்ததால் அதைப் பாடப் பாட நான் கண்ணீரில் கரைந்து போனேன்.

    நான் மிக நேசிக்கும் என் அருமை நாயே,
    பிற நாய்கள் ஆராதிக்கும் அருமை நாயே,
    நாய்களை நேசிக்கும் தேவதைகளோடு நீயும்
    சிறகடித்துச் சென்று விடு நாய்களின் சொர்க்கத்துக்கு.

இந்த நல்ல வெயிலில் முள்ளங்கிகள் என்ன ஆயின என்று பார்க்க ஆறு மணியளவில் பாட்டி வெளியே வந்தாள். புல்வெளியில் நான் விளையாடிக் கொண்டிருப்பதைப் பார்க்காதவள் போல் என்னைத் தாண்டி அவள் நடந்து போனாள். ஆனால் எனக்கு முதுகைக் காட்டிக் கொண்டு, முள்ளங்கிகளை நோட்டம் விட்டவாறே, தனக்குத் தானே பேசிக்கொள்வதைப் போல் அவள் சொன்னது எனக்குத் தெளிவாகக் காதில் விழுந்தது.

"இந்த வீட்டில் இன்றைக்குக் காலையில் யாரோ பசுவைத் தகாத வார்த்தைகளில் பேசியதைக் கேட்டது போல் இருந்ததே. ஒருவேளை என் காதில்தான் சரியாக விழவில்லை என்று நினைக்கிறேன்."

"நானொன்றும் அப்படிப் பேசவில்லை" என்று நான் கத்தினேன்.

"ப்ரெக்குகாட்டின் ப்யோர்ன் அப்படிப் பேசி யாரும் கேட்டிருக்க முடியாது. இதை நான் நம்புகிறேன்" என்றாள் அவள்.

"பசு முள்ளங்கியை மேய்ந்து கொண்டிருந்தது" என்று நான் சொன்னேன்.

"ஒரு பசுவை வைவதை விடக் கொடூரமான வேறெதையும் நான் கேள்விப்பட்டதில்லை" என்றாள் பாட்டி. "ஒரு நாயை அதன் மீது ஏவி விடுவதுதான் அதை விடக் கொடூரமானது. பசு நமக்குப் பால் தருகிறது. நமக்கெல்லாம் பசுதான் அன்னை. 'சின்னப் பசுவே, சின்னப் பசுவே இப்பொழுது உன்னிடம் பால் இருக்கிறதா?' இதைத்தான் இந்தத் தெய்வப் பிறவியிடம் யாரும் கேட்பார்கள்" என்றாள்.

நான் எதுவுமே பேசவில்லை. மறுநாளைக்குச் சாறு சமைக்க ஆகிற மாதிரி முள்ளங்கி எதுவும் இலைகளுக்கடியில் தென்படுகிறதா என்று ஆராய்ந்தவாறே பாட்டி உற்றுப் பார்த்துக்கொண்டிருந்தாள். பிறகு அவற்றை நோக்கிக் குனியும் பொழுது, ஏதோ முள்ளங்கிகளிடம் சொல்வதைப்

போல "இன்றைக்கு வீட்டின் முன்னால் உட்கார்ந்துகொண்டு நாயை யாரோ வாழ்த்திக்கொண்டிருந்தது போல் கேட்டதே" என்றாள்.

"அப்படியெல்லாம் எதுவும் செய்ததாக எனக்கு ஞாபகமில்லை" என்று நான் கத்தினேன்.

"யாரோ நாயை வாழ்த்திக் கொண்டிருந்தார்கள்" என்றாள் அவள். "ஒருவேளை என் காதுகள்தான் என்னை ஏமாற்றுகின்றனவோ! நாயை 'முரடே' என்றோ 'ஜந்துவே' என்றோ, 'கேடு கேட்டதே' என்றோதான் யாருமே கூப்பிடுவார்கள். குறைந்த பட்சம் ப்ரெக்குகாட்டின் ப்யோர்ன் ஒரு நாயிடம் நல்ல வார்த்தைகளைப் பேசி இதுவரை யாரும் கேட்டதில்லை" என்று முடித்தாள்.

7

# ஹ்றவாம்ஸ்காட்டின் முட்கம்பி வேலி

சற்றுத் தொலைவில் இருக்கும் சாகின் என்ற இடத்திலுள்ள புதர் நிலத்தில்தான் எங்கள் குதிரை க்ரானி மேய்ந்து கொண்டிருக்கும். வேலைக்குத் தேவைப்படும் அபூர்வ மான நேரங்களில் அதை அங்கிருந்து அழைத்துக் கொண்டு வர வேண்டியிருக்கும். அந்த வயதில் உலக வரைபடத்தில் அதி தொலைவிலுள்ள ஓரிடமாக சாகின் தோன்றியது என்று சொன்னால் அது மிகையில்லை. இப்பொழுது சாகினில் ஒரு நவீன நகரம் உருவாகிவிட்டது. இந்தச் சொர்க்கபுரிக்குள் இப்பொழுது நுழையும் யாரும் ஒரு சில பத்தாண்டுகளுக்கு முன்பாக இங்கே குதிரைகள் மட்டுமே மேய்ந்து கொண்டிருந்தன என்று சொன்னால் சந்தேகத்தோடு பார்ப்பார்கள். க்ரானியைக் கூட்டி வரும் தேவை ஏற்பட்டால் அது நாளின் பெரும்பகுதியை எடுத்துக்கொள்ளும் பயணமாக அமைந்துவிடும். சோகா நதி என்றொரு தரிசுநில ஓடை சாகினில் ஓடிக்கொண்டிருந்தது. அந்த ஓடையை ஒரே தாண்டாகத் தாண்டி விட முடியும். ஆனால், ஏதோ காரணங் களால் பாட்டியின் மனதில் கொடிய அச்சங்களை இந்த ஓடை ஏற்படுத்தியிருந்தது. குதிரையை அழைத்து வர நான் தனியே போய் வருவதைப் பாட்டி விரும்பியதில்லை. வேறொரு குதிரையைக் கூட்டி வருவதற்கென்று அந்தப் பக்கமாகச் செல்லும் சிறுவன் யாராவது இருந்தால் அவனோடு மட்டுமே நான் சென்று வர அவள் எப்பொழுதும் என்னை அனுமதிப்பாள். ஒருவேளை நான் தவறி அந்த ஓடையில் விழுந்து விட்டால் என்னைப் பிடித்திழுத்துக் காப்பாற்ற அவன் உதவுவான் எனும் நம்பிக்கைதான் காரணம்.

“சோகா நதி அருகில் கவனமாய் இரு” என்பதுதான் நாங்கள் கிளம்பும் பொழுது பாட்டி சொல்லும் கடைசி வார்த்தைகளாக இருக்கும். மாலையில் குதிரையுடனோ அல்லது குதிரைகளோடோ நாங்கள் திரும்பி வந்தவுடன்

அவள் கேட்கும் முதல் கேள்வி "சோகா நதியில் இன்று தண்ணீர் அதிகமா?" என்பதுதான். க்ரானி மேயச் சென்றிருக்கும் போது எப்போதாவது மழை பெய்து, அதை ஓட்டி வர வேண்டிய தேவையும் ஏற்பட்டால் அப்போது அந்தக் கிழவி "அட, அட, சோகா நதியில் எவ்வளவு தண்ணீர் ஓடிக் கொண்டிருக்கும் இன்றைக்கு!" என்று முணுமுணுப்பதைக் கேட்கலாம்.

இதற்கு முன்பாகப் பலமுறை நடந்தது போலவே ஒருநாள் சாகினுக்குப் போய் குதிரையைக் கூட்டி வர, இதே போன்ற வேலைக்கு அமர்த்தப்பட்டிருந்த வேறு சில பையன்களின் துணையோடு அனுப்பப்பட்டேன்.

இது நடந்தது ஐஸ்லாந்து நாட்டில் முட்கம்பிக் காலம் தொடங்கி யிருந்த நேரம். அதாவது போயர் போர் முடிவுக்கு வந்த கொஞ்ச காலத்தில். ராணுவப் பயன்பாட்டைத் தவிர இதர பயன்பாடுகளுக்கு ஏனைய நாடுகளில் இந்தச் சிறப்பு மிக்க பொருளான முட்கம்பி தடை செய்யப்பட்டிருந்தது. போயர் போரின் போதுதான் இது கண்டுபிடிக்கப் பட்டிருந்ததாக நம்பப்பட்டது. ஆனால் பேர் சொல்லக் கூடிய வேறெந்த அயல்நாட்டுப் பொருளைக் காட்டிலும் அதிகமாக இது ஐஸ்லாந்து நாட்டவர்களைத் திருப்திப்படுத்தியிருந்தது. இந்த வீணாய்ப்போன பொருளை அமைதிக் காலத்தில் வெட்டவெளிகளில் பயன்படுத்துவோரைத் தண்டிக்கக் கடுமையான சட்டங்கள் பிற நாடுகளில் விதிக்கப்பட்டிருந்த நிலையில், ஐஸ்லாந்திலோ மதுவுக்கும், சிமெண்ட்டுக்கும் அடுத்தபடியாக முட்கம்பிதான் மிகவும் தேவைப்படும் ஆடம்பரப் பொருளாகிப் போனது. நாட்டின் ஒவ்வொரு பகுதியிலும், காட்டிலும், மலையிலும், கரம்பு நிலத்திலும், புதர்க்காட்டிலும், மலை முகடுகள் வரையிலும், ஏன், தொலைதூரக் கடற்பாறைகளிலும், இந்த மகோன்னதப் பொருளை இழுத்துக் கட்டுவதில் நாடே முழுமுனைப்போடு செயல்பட்டது. வேறெந்தக் காரியத்துக்கும் நாடு இப்படி ஒருமித்துச் செயல்பா[illegible]தில்லை. ஆரம்பத்தில ஆங்கிலேயர்களிடம் டசசு நாட்டவர் நடந்து கொண்டதைப் போல்தான் இங்குள்ள பலரும் பிறரிடம் நடந்து கொண்டனர். அந்தக் கம்பிவேலியின் அருகே வந்தவுடன் அதைத் தாண்டிக் குதித்துக் கொண்டிருந்தனர். ஆனால் ஐஸ்லாந்து நாட்டுக்குள் முட்கம்பிவேலியைத் தாண்டுவதை ஐஸ்லாந்து நாட்டுச் சட்டமன்றம் சட்ட ரீதியாகத் தடை செய்தது.

எங்களுடைய ரெய்க்ஜாவிக் நகரம் உட்பட பல நகரங்களும், மாவட்டங்களும் கூடுதலான சிறப்பு நெறிமுறைகளை விதித்து இந்தச் சட்டத்தைத் தீவிர நடைமுறைக்குக் கொண்டு வந்தன. இதன்படி, இந்தப் புனிதமான முட்கம்பி வேலிகளைத் தாண்ட முயற்சிக்கும் எவரும் பத்து க்ரோனர் பணம் அபராதமாகக் கட்ட வேண்டி இருக்கும். அந்தக் காலத்தில் பத்து க்ரோனர் என்பது ஒரு வயது நிரம்பிய ஒரு செம்மறிக் கடாயின் விலை.

வாண்டுப் பயல்களின் பயணத்துக்கு மீள்வோம். சுற்று வழிகளில் நாள் முழுவதும் வெட்டியாய் அலைந்து திரிந்து குதிரைகள் மேயும் புதர் நிலங்களுக்குத் தென்கிழக்காக அமைந்திருக்கும் சில குன்றுகளை நாங்கள் வந்தடைவோம். அவற்றைச் சுற்றிலும் ஒருசில பண்ணைகள்

சிதறினாற்போல் இருக்கும். ஒருசில பண்ணைகள் குன்றுகளின் மீதும் வேறு சில பள்ளத்தாக்குப் பகுதிகளிலுமாக அமைந்திருக்கும். இந்தப் பண்ணைகளுக்குச் சொந்தமான நிலங்களின் பரப்பைச் சுற்றிலும் முட்கம்பி வேலிகளால் அலங்கரிக்கப்பட்டிருக்கும். இந்தப் பண்ணைகளுள் ஒன்றின் பெயர் ஹ்வாம்ஸ்காட். நாங்கள் ஹ்வாம்ஸ்காட் பண்ணை வயலுக்கு வெளியே இருந்த ஓடைக் கரையோரம் ஒதுங்கினோம். ஆங்காங்கே மிக உறுதியான முட்கம்பி வேலி கண்ணுக்கெட்டிய தூரம் வரையில் நிறுவப்பட்டிருந்தது. யாரும் காணாதபடிக்கு ஒரு குன்றின் மறைவில் நாங்கள் நின்றுகொண்டிருந்த பொழுது, இது போன்ற வேலியைத் தாண்டுவோருக்குப் பத்து க்ரோனர் அபராதம் விதிக்கப்படும் என்ற தகவலை எங்களுள் யாரோ சொன்னார்கள். இப்படி ஒரு விலை மதிப்பு மிக்க மரணத்தாவலை சோதித்துப் பார்ப்பதென்பது மிகவும் வேடிக்கையாக இருக்கும் என்று நாங்கள் உடனடியாக முடிவு செய்தோம். பணம் வைத்து விளையாடும் எந்தச் சூதாட்டத்துக்கும் இருக்கும் கவர்ச்சி தடை செய்யப்பட்ட இந்தக் குற்றத்துக்கும் இருந்ததால், நாங்கள் அனைவருமே இதற்குத் தயாராகி முட்கம்பி வேலியைத் தாண்டிக் குதிக்கத் தொடங்கினோம். இதயப் படபடப்பு இல்லாமல் இந்தச் செயலில் நாங்கள் ஈடுபட்டதாகக் கூறிவிட முடியாது. உண்மையில் யாராவது வேவு பார்க்கிறார்களா என்று பார்த்துச் சொல்ல ஒரு ஆளையும் நாங்கள் நிறுத்தி வைத்திருந்தோம். ஆனால், நாங்கள் யூகித்திருந்ததைப் போலவே, எங்களுடைய தண்டனைக்குரிய செயலை யாரும் கவனித்திருந்த மாதிரித் தெரியவில்லை. எங்கள் மீது எந்த அபராதமும் விதிக்கப்படவில்லை. இப்படி எங்கள் மீது விதிக்கப்படாமல் போன அபராதத் தொகை எங்களைப் பொறுத்த அளவில் பெரிய பொக்கிஷக் குவியல். அவரவருடைய கன்னி முயற்சியின் போதே ஒவ்வொருவரும் ஆளாளுக்கு ஒரு வயது நிரம்பிய ஒரு செம்மறியாட்டுக் கடாயை லாபமாக ஈட்டியிருந்தோம். இதனால் நாங்கள் இந்த விளையாட்டில் தொடர்ந்து ஈடுபட்டதில் வியப்பேதுமில்லை. மன உவப்பளிக்கும் இந்த விளையாட்டில் இருந்து எங்களை விடுவித்துக் கொள்ள மனதே வரவில்லை. இப்படி சட்டத்துக்குப் புறம்பாகச் சேகரித்த கற்பனையான பத்து க்ரோனார் அபராதத் தொகை மூலமாக இரவுணவு நேரம் நெருங்கும் முன்பாகவே நாங்கள் ஒவ்வொருவரும் பெரும் செல்வந்தர்களாகி விட்டிருந்தோம். ஒவ்வொருமுறை நாங்கள் முட்கம்பி வேலியைத் தாண்டிக் குதித்த பொழுதுா் எங்கள் வசமிருந்த ஆட்டுக்குட்டியின் எண்ணிக்கை கூடிக் கொண்டே போனது. இறுதியில் நாங்கள் சேகரித்திருந்த ஆடுகளின் எண்ணிக்கையில் எங்களுக்கே அலுப்புத் தட்ட ஆரம்பித்திருந்தது. எங்களிடம் இருக்கும் ஆடுகளைக் கொண்டு நாட்டில் கிடைக்கும் அத்தனை சாக்லேட்டுகளையும் – காரமல் சாக்லேட்டுகள் உட்பட – வாங்கி விட முடியும் என்று எங்களுள் யாரோ ஒருவன் கணக்குப் போட்டுச் சொன்னான். ஐஸ்லாந்து நாட்டுடன் போடப்பட்ட முதல் உடன்படிக்கைக் காலத்திலிருந்து நாட்டுக்குள் இறக்குமதி செய்யப்பட்டிருந்த அத்தனை சாக்லேட்டுகளையும் – காரமல் சாக்லேட்டுகள் உட்பட – எங்களிடமிருந்த ஆடுகளைக் கொண்டு வாங்கி விட முடியும் என்று இன்னொருவன் கூறினான். அப்பொழுது எதிர்பாராத வகையில் ஒரு பூதாகாரமான நாய், மஞ்சளும் சாம்பலும்

கலந்த வண்ணத்தில், ஆக்ரோஷமாகக் குறைத்துக் கொண்டு எங்களை நோக்கி மூர்க்கமாகப் பாய்ந்து வருவதை பார்த்தோம். அன்றைய தினம் நாங்கள் சேகரித்து வைத்திருந்த ஆடுகளை இந்த நாய் அச்சுறுத்தித் துரத்தி விடும் என்று நாங்கள் நினைத்ததால் அந்த நாயை வைது அதனை நோக்கிக் கற்களை எறிந்தோம். இதைப் பார்த்தவுடன் அந்த நாய் மேலும் மூர்க்கமாகியது. நாங்கள் அறிந்திருந்த வகையில் சந்தேகமே இல்லாமல் அது ஒரு வேட்டை நாயாகத்தான் தோன்றியது. நிச்சயமாக அது எங்களை நார்நாராக உருவிப் போட்டு விடும். அதனால் எவ்வளவு வேகமெடுத்து ஓட முடியுமோ அவ்வளவு வேகமாகக் குன்றுகள், பள்ளத்தாக்குகள் எல்லாவற்றையும் தாண்டி ஓடுவதைத் தவிர எங்களுக்கு வேறு வழி இருக்கவில்லை.

“உங்களுக்கு என்ன ஆனதோ என்று கவலைப்பட்டுக் கொண்டிருந்தோம் பயல்களா!” என்றார்கள் தாத்தாவும் பாட்டியும். “என்னதான் ஆச்சு?”

“நாங்கள் அந்தப் பண்ணைகளுக்குப் பக்கத்தில் போயிருந்தோம்” என்று நான் சொன்னேன்.

“அங்கே என்ன பண்ணிக் கொண்டிருந்தீர்கள்?” என்று அவர்கள் கேட்டார்கள்.

“காசு சம்பாரித்துக் கொண்டிருந்தோம்” என்றேன் நான்.

“ஹ்வாம்ஸ்காட்டில் இருக்கும் முள்கம்பி வேலியை இருநூறு தடவைக்கும் அதிகமாக நான் தாண்டிக் குதித்தேன். இது ஒரு இரண்டாயிரம் க்ரோனார் சம்பாதித்துக் கொடுத்தது. எங்களைக் கொன்று விடுவது போல ஒரு கொடூரமான நாய் மட்டும் அங்கே வராமல் இருந்திருந்தால் இன்னொரு இரண்டாயிரம் க்ரோனார் கூட நான் சம்பாதித்திருப்பேன்.”

“தூ, தூ. அசிங்கம்!” என்றார் தாத்தா.

கைகளைக் கட்டிக் கொண்டுகாய்கறித் தோட்டச் சுவரின் மீது அவர் வேலையெதுவும் செய்யாமல் சும்மா உட்கார்ந்திருந்தார். இன்பமான சில மாலைப் பொழுதுகளில் ஒருசில சமயங்களில் தாத்தா இப்படி உட்கார்ந்து கொள்வதுண்டு. என் கதையைக் கேட்டு வயிற்றுக் கடுப்பில் இருப்பவர் போல முகத்தைச் சுளித்தார். முட்டாள்தனமான எதையாவது கேட்டு விட்டால் இப்படி முகம் சுளிப்பது அவருடைய பழக்கம்.

“தூ, தூ, அசிங்கம்!”

பண்ணை வீட்டின் கதவருகே நின்றுகொண்டு நீண்ட நேரம் பாட்டி அவரையே வெறித்துக் கொண்டிருந்தாள். ஆனால் அன்று மாலை அதற்குப் பிறகு யாரும் எதுவும் பேசவில்லை. சில நாட்கள் கழித்து கொஞ்சமும் எதிர்பார்த்திராத நேரத்தில் “செல்லப் பையா அல்ஃப்க்ரைமூர், ஹ்வாம்ஸ்காட்டில் இருக்கும் முள்கம்பி வேலியைப் பற்றி ப்யோர்ன் பேசுவதை விட நானே பேசலாம் என்று நாங்கள் முடிவு செய்திருக்கிறோம்” என்று பாட்டி என்னிடம் சொன்னாள்.

"எந்த முள்கம்பி வேலி பாட்டி?" என்று நான் கேட்டேன். உண்மையில் அந்த மகிழ்ச்சியான சூதாட்ட நிகழ்ச்சியை நான் சுத்தமாக மறந்து விட்டிருந்தேன்.

"முள்கம்பி வேலிகளைத் தாண்டிக் குதிப்பது ஐஸ்லாந்து நாட்டுச் சட்டப்படி தடை செய்யப்பட்டிருக்கிறது. உன்னை மாதிரி வாண்டுப் பயல்கள் இந்நேரம் இதைத் தெரிந்து வைத்துக்கொண்டிருக்க வேண்டும்" என்றாள் பாட்டி.

"அது சும்மா ஒரு விளையாட்டு, பாட்டி. யாரும் எதற்கும் பணமெல்லாம் கொடுக்க வேண்டியதில்லை" என்றேன் நான்.

"நீ விளையாடிக் கொண்டிருந்ததை ஹ்வாம்ஸ்காட்டின் ஜான் பார்த்து விட்டார், தெரிந்து கொள்" என்றாள் பாட்டி. "ஹ்வாம்ஸ்காட்டின் ஜான் ப்ரெக்குகாட்டின் ப்யோர்னுக்கு நல்ல நண்பர். ஹ்வாம்ஸ்காட்டின் ஜானுக்குப் பிடிக்காத எதுவும் ப்ரெக்குகாட்டின் ப்யோர்னுக்கும் பிடிக்காது. யாராவது ஹ்வாம்ஸ்காட்டின் ஜானுடைய முள்கம்பி வேலியைத் தாண்டிக் குதிக்கிறார்களென்றால் அவர்கள் ப்ரெக்குகாட்டின் ப்யோர்னுடைய முள்கம்பி வேலியைத் தாண்டிக் குதிக்கிறார்களென்றுதான் அர்த்தம்" என்று முடித்தாள் பாட்டி.

முள்கம்பியை வாங்கும் நாள் ப்ரெக்குகாட்டின் ப்யோர்னுக்கு வரவே போவதில்லை என்று எனக்கு நன்றாகவே தெரிந்திருந்த போதும் என்னால் எதுவும் பேச முடியவில்லை. நான் நாவை அடக்கிக் கொண்டேன். இன்னொரு விஷயமும் இருந்தது. ஒரு மனிதன் செய்யும் எந்தத் தகாத காரியமும் முதலாவதாக ப்ரெக்குகாட்டின் ப்யோர்னுக்கு எதிரான காரியமாகவே கருதப்படும் என்பதையும் நான் நன்றாகவே புரிந்து வைத்திருந்தேன்.

"இப்பொழுது நான் என்ன செய்வது பாட்டி?" என்று கேட்டேன்.

"உனக்குக் கொஞ்சம் சாப்பாடும் புதிய ஜோடிக் காலணிகளும் கொடுத்து இன்றைக்கு உன்னை ஹ்வாம்ஸ்காட்டுக்கு அனுப்பி வைக்கப் போகிறேன்" என்றாள் அவள். "அங்கே போய் வீட்டின் எஜமானியைப் பார்க்க வேண்டும் என்று சொல். நீ எங்கேயிருந்து வருகிறாய் என்பதை அவளிடம் சொல்லி ப்ரெக்குகாட்டின் ப்யோர்னுடன் தங்கி இருக்கும் மூதாட்டியான என் வாழ்த்துகளை நீ அவளுக்குக் கூறு. நான் கொடுத்தேனென்று சொல்லி இந்த ரொட்டியை அவளிடம் கொடு" என்று பாட்டி என்னிடம் கூறினாள்.

உண்மையில், தந்தூரி ரொட்டி செய்வதில் பாட்டி மிகவும் பேர்போன ஒரு நிபுணி.

எனக்கான காலணிகள் தயாரானதும் இந்தப் பெரிய அளவு தந்தூரி ரொட்டியை – இரண்டாயிரம் குரோனர் மதிப்பு மிக்க, இருநூறு ஆட்டின் மதிப்புக்குச் சமமான தந்தூரி ரொட்டியை – ஒரு பையில் போட்டு முதுகில் சுமந்து கொண்டு நான் ஹ்வாம்ஸ்காட்டுக்குப் புறப்பட்டேன். ஐஸ்லாந்து நாட்டில் முதலாம் ஒப்பந்த காலத்திலிருந்து அதுநாள் வரை

சுவைக்கப்பட்டிருந்த அத்தனை சாக்லெட்டுகளையும் விட, ஏன், அத்தனை காராமல் சாக்லேட்டுகளையும் விடக் கூடப் பெறுமானம் மிக்கது அந்த ரொட்டி.

வாயிற் சுழற்கதவின் அருகே நின்றுகொண்டு என் பின்னாலிருந்து பாட்டி கூப்பிட்டுச் சொன்னாள் “சோகா நதியிடம் கவனமாக இரு, என் செல்ல அல்ஃப்க்ரைமுர். அது குறுகலாகவும் ஆழமாகவும் இருக்கும் இடத்தில் அதைத் தாண்டப் பார்க்காதே. அது அகன்று இருக்கும் இடத்தில் மெல்ல நடந்து அதைக் கடந்து செல்.”

“ஆகட்டும் பாட்டி” என்றேன்.

ஆனால் கொஞ்ச தூரம் கூடப் போயிருக்க மாட்டேன். அதற்குள் அவள் மீண்டும் என்னைக் கூப்பிட்டாள். “செல்லப் பையா, அல்ஃப்க்ரைமுர், அந்த நாயைப் பார்த்தால் ஒன்றை மட்டும் ஞாபகம் வைத்துக்கொள். இன்னொருவருக்குச் சொந்தமான நாயை எப்பொழுதும் வைது விடாதே. நாயைக் கண்டால் உன் கையின் பின்புறத்தை அது முகர்ந்து பார்க்க விடு. அது உடனே உன்னோடு நண்பனாகி விடும்.”

8

# பரணின் இடைத்தளம்

ப்ரெக்குகாட்டுக்கு வந்து தங்கும் விருந்தினர்கள் அனைவரையும் பற்றிச் சொல்லத் தொடங்கினால் கிறுக்குப் பிடிக்க வைத்துவிடும். அது மட்டுமல்ல. அது பற்றிய ஒரு நூலை எழுத வேண்டி வந்தால் அது ஐஸ்லாந்தில் இருக்கும் அத்தனை அச்சுக்கூடங்களையும் வெடித்துச் சிதறடித்து விடும். ஆகையால் விரல்விட்டு எண்ணக்கூடிய அளவுக்கு ஒரு சிலரைப் பற்றி மட்டுமே இங்கே நான் விவரிக்க இருக்கிறேன். அதிலும் குறிப்பாக, என்னுடைய கதையோடு கொஞ்சமேனும் தொடர்புடையவர்களைப் பற்றி மட்டுமே. பண்ணை வீட்டுப் பரணின் இடைத்தளத்தில் வசித்தவர்களைப் பட்டியலிடுவதிலிருந்து நான் தொடங்குகிறேன்.

ஏழு படிகள் கொண்ட கிரீச்சிடும் மாடிப்படி நடைபாதையை எங்கள் வீட்டுப் பரணின் இடைத்தளத்துடன் இணைத்தது. நானும் என்னோடு உடன் குடியிருப்பவர்களும் இங்கேதான் வசித்து வந்தோம். இந்தப் பரணின் இடைத்தளம் என்பது வீட்டு மாடியின் நடுப்பகுதி. இதன் இரு மருங்கும் உள்ள அறைகளிலிருந்து தடுக்கப்பட்டு இந்தப் பகுதி உருவாக்கப்பட்டிருந்தது. இந்தத் தளத்துக்குக் கிழக்கிலும் மேற்கிலும் வசித்து வந்தவர்களுக்கும் மாடிப்படியில் ஏறி இறங்கி வருபவர்களுக்கும் எங்களுடைய பரணின் இடைத்தளம் ஒரு ஆளோடி போல் பயன்பட்டு வந்தது. வந்து விட்ட விருந்தாளிக்காகத் தன்னுடைய படுக்கையைத் தர வேண்டியிராத சமயங்களில் பரணின் தெற்குப் பார்த்த பகுதியில் தாத்தா படுத்துறங்குவார். ஆனால், உண்மையில் அது மேற்கு முனை என்றே வழங்கப்பட்டு வந்தது. அந்த இடம் உறங்கக் கிடைக்காத சமயத்தில் கிடங்குக் கொட்டகையில் மீன்பிடிவலைக் குவியலின் மீது தாத்தா படுத்திருப்பார். அதை அவர் பொருட்படுத்தியதே இல்லை. எங்களுடைய வரவேற்பறை எப்பொழுதுமே நிரம்பி இருக்கும். பரணின் இருமருங்கிலும் ஆட்கள் நெருக்கியடித்துக் கொண்டு தங்கி இருப்பார்கள். துயில்வோர் நடைபாதையில் படுத்திருப்பார்கள். கதவு வழியில் படுத்திருப்பார்கள். சிலசமயங்களில்,

இலையுதிர்கால வருகைகளின் போது – அந்தப் பருவத்தில்தான் எங்களுக்குமிக அதிகமாகக் கூட்டம் சேரும் – கிடங்குக் கொட்டகை, ஏன், வைக்கோல்பரண் மீது கூட அவர்கள் படுத்துக் கொள்வதுண்டு. ஆனால் பரணின் இடைத்தளத்தில் ப்ரெக்குகாட்டின் நீடித்த குடியிருப்பாளர்கள் என்று சொல்லத்தக்கவர்கள் மட்டுமே படுத்து உறங்குவார்கள். என்னைத் தவிர மூன்று விருந்தினர்கள் பரணின் இடைத்தளத்தில் இருந்தார்கள். அவர்களை விருந்தினர்கள் என்று சொல்ல முடியுமா என்று தெரியவில்லை. ஏனென்றால் அவர்கள் குறுகிய காலத்துக்குத் தங்கிச் சென்றவர்கள் அல்ல. என்னைப் பற்றி எனக்கு நினைவு தெரியத் தொடங்கிய காலத்திலிருந்தே அவர்களையும் எனக்கு நினைவிருக்கிறது. நாங்கள் நால்வரும் படுக்கைக்கு இருவர் என்று தூங்குவோம்.

தாழ்வாரத்துக்குக் கீழாக இருந்த சுவரின் மீது எங்கள் படுக்கைகள் பொருத்தப்பட்டிருந்தன. இரண்டு படுக்கைகளுக்கும் தலைமாடு ஒன்றே. உள்ளங்கை அளவிலான கண்ணாடித் துண்டு பதிக்கப்பட்ட சாளரம் ஒன்று தலைமாட்டுக்கு மேலாகப் புற்கரண் கூரையில் இருந்தது. இந்தச் சாளரத்தின் வழியாக ஒரு புல்லின் இதழையும் ஒரு விண்மீனையும் பார்க்க முடியும். தாழ்வாரத்தின் இன்னொரு பக்கத்தில் கீழாகப் பரணை மறைக்கும் அடிநிலப் புழைக்கதவு ஒன்று பொருத்தப்பட்டிருக்கும். இதை மூடி விட்டால் தரையில் புழங்க இன்னும் கூடுதலான இடம் கிடைக்கும். தட்டி கொண்டு தடுக்கப்பட்ட குறுவறை ஒன்று, மாடிப்படியை ஒட்டி இருக்கும். தள்ளாடிக் கொண்டிருக்கும் ஒரு கதவும் அந்தக் குறுவறைக்கு உண்டு. மிக அபூர்வமாகவே அதன் தாழ்ப்பாள் கொண்டியோடு பிணைந்து நிற்கும். ஒரு படுக்கை, ஒரு நீள் இருக்கை, ஒரு முக்காலி ஆகியன இந்தக் குறுவறைக்குள் போடப்பட்டிருக்கும். ஒருசில சமயங்களில் மணமான தம்பதியர், அல்லது, சற்றே அளவுக்கதிகமாகப் பருத்த மனிதர்கள், அதே போல், நோய்வாய்ப்பட்ட அல்லது மனநிலை பிறழ்ந்த மனிதர்கள், இல்லா விட்டால் பேறுக்காலப் பெண்டிர், அல்லது, இறக்கும் தருவாயில் இருப்போர், அப்படியும் இல்லாவிட்டால், ஏதோ ஒரு காரணத்துக்காகத் தனியே இருக்க விரும்பும் நபர்கள் என்று பலதரப்பட்ட மனிதர்களையும் தங்க வைக்க இந்தக் குறுவறை பயன்படுத்தப்பட்டது. இந்தக் குறுவறைகுள்ளிருந்து உலகைக் காண வெளியே எடுத்துவரப்பட்டவர்களுள் நானும் ஒருவன் என்று எனக்குச் சொல்லப்பட்டிருந்தது.

பரணின் நடுத்தளத்தில் என்னோடு வசித்து வந்த மூன்று விருந்தினர்களைப் பற்றி – என் கூட இருந்தவர்களைப் பற்றி – இப்பொழுது நான் விவரிக்கப் போகிறேன். முதலாவதாக, இப்பொழுது அமரத்துவம் அடைந்து விட்ட, பேர் பெற்ற தளபதி ஹோகென்ஸன். ஹெல்காஃபெல்லைச் சேர்ந்த ஜோன் ஹெக்கோநார்சன் என்றும் இவர் அறியப்பட்டிருந்தார். ப்ரெய்தாப்ஃயோர்தூர் எனும் பகுதியைச் சேர்ந்தவர் இவர். அந்தக் காலத்திலேயே தளபதி ஹோகென்ஸனுக்கு வயது அதிகம்தான். இந்த உலகின் ஒளி கிட்டத்தட்ட அவரிடமிருந்து விடை பெற்றுக்கொண்டிருந்தது; ஏனென்றால் அவர் ஏறத்தாழக் கண்பார்வையை இழந்த மனிதராக இருந்தார். மேற்கில் எங்கோ தொலைதூரத்தில் இருந்த ப்ரெய்தாப்ஃயோர்தூர்காரர்கள் எவ்வளவோ பேரைப் போல் இவரும்

தங்குவதற்கு எவ்வளவு அற்புதமான இடம் ப்ரெக்குகாட் என்பதைக் கேள்விப்பட்டிருந்தார். முதுமை இவரை ஆட்கொள்ளும் தருணத்தில் தனக்கென ஒரு துயிலிடத்தைச் சொந்தமாக்கிக் கொள்ளவென்று இந்தக் கிழக்குப் பகுதிக்குப் பயணம் செய்து வந்திருந்தார். பார்வை மங்கத் தொடங்கியது மட்டுமல்ல அவருக்குப் பிரச்சினை. அவருக்கு மூட்டுப் பிடிப்பும் உண்டு. அது போகப் பல்வேறான உபாதைகளும் சந்தேகமின்றி அவருக்கு இருந்தன, என்ற போதும் அவை குறித்து அவர் எப்பொழுதுமே பேசியதில்லை. ப்ரெக்குகாட்டில் பரணின் நடுத்தளத்தில் இடம்பிடித்து ஒரு ஓய்வூதியதாரரின் வாழ்க்கை வாழவென்று அவர் தனக்குச் சொந்தமான ஒரு துண்டு நிலத்தை எழுதி வைத்திருந்ததாக எனக்குச் சொல்லப்பட்டது.

தளபதி ஹோகென்ஸன் எனக்குத் தெரிந்த புராண நாயகர்களில் அசலானவர். நல்லாயர்கள், மாவட்ட மணியக்காரர்கள், கவிஞர்கள் ஆகியோரின் பரம்பரையில் உதித்தவர். மிக நீண்டநாட்கள் நானும் அவரும் ஒரே படுக்கையைப் பகிர்ந்து கொண்டதாகவே எனக்கு நினைவு. அவருடைய பேச்சு மிகவும் சவடாலாக இருக்கும். ஒரு புராண நாயகன் இன்னொரு புராண நாயகனிடம் பேசுவதைப் போல்தான் அவர் என்னிடம் பேசிக்கொண்டிருப்பார். அன்றாட நிகழ்ச்சிகளுக்கும், அற்ப விஷயங்களுக்கும் அப்பாற்பட்டதாகவே அவருடைய பேச்சு இருக்கும்.

தளபதி ஹோகென்ஸன் படுக்கையில் உட்கார்ந்துகொண்டு குதிரைமுடியைப் பின்னியவாறு இருப்பார். பல்வேறு விதமான தந்திரங்களையும் வித்தைகளையும் செய்து அவர் எப்படியோ குதிரைமுடியைப் பெற்று வருவார். தன்னுடைய கைகளால் அதை நீவிச் சிக்கெடுப்பார். பிறகு அதைச் சீவி ஒரு சிட்டமாக்குவார். அந்தச் சிட்டத்தை ஒரு துவக்கூசி கொண்டு படுக்கையின் காலடியில் இருக்கும் ஒரு கம்பத்தோடு பிணைப்பார். பிறகு ஒரு நூற்புக்கதிரைக் கொண்டு அந்தச் சிட்டத்தைத் திரிக்கத் தொடங்குவார். இறுதியாக அதைப் பின்னல்களாக்கி அந்தப் பின்னல்களைக் கொண்டு குதிரைச் சேணத்துக்கான கல்லணைவார்களை முறுக்கித் தயார் செய்வார். மங்கிவரும் கண்பார்வை காரணமாகத் தரையில் அவர் தவற விடும் முடிகளையெல்லாம் சேகரித்துத் தருவது என்னுடைய பொறுப்பாக இருந்தது. ப்ரெய்தாப்ஃயோர்தூர் பகுதியைச் சரியாக அறிந்திராதவர்களுக்கு அங்கே காணப்படும் இடைகழிகள் மிகவும் சிக்கலான, அபாயம் நிறைந்தவையாக விளங்கும். டென்மார்க் நாட்டு நோட்டம் விடும் கப்பல்களுக்கு வழிகாட்டும் பொறுப்பில் ஜான் ஹேக்கோநார்ஸன் பணிபுரிந்திருந்தார். இதனாலேயே அவர் தளபதி ஹோகென்ஸன் என்று அழைக்கப்பட்டார்.

அவரைப் பற்றிப் பாராட்டிச் சொல்ல வேறெதுவும் இல்லையென்றாலும் கூட ஜான் ஹேக்கோநார்ஸன் நிச்சயமாக நல்ல பரம்பரையில் வந்தவர்தான். இயல்பிலும், வம்சாவழியிலும், உளப்பாங்கிலும், நோக்கங்களிலும், மிகுந்த கடமையுணர்வும் பற்றுறுதியும் கொண்ட ஐஸ்லாந்து நாட்டுத் தளபதியாகவே அவர் ப்ரெய்தாப்ஃயோர்தூரில் இருந்தார். ஆனால் அவரைக் கவனிக்கத்தக்க, பேசப்படும் படிநிலைக்கு டென்மார்க் நாட்டு அரசரே உயர்த்தியிருந்தார். இதனால் அவருடைய வம்சாவழி, உளப்பாங்கு, நோக்கங்கள் ஆகியவையெல்லாம் தேவையற்ற அம்சங்களாகிப்

போயின. ஆக அவர் அதற்குரிய அனைத்து உரிமைகளோடும் தன்னை ஒரு கப்பல்படைத் தளபதி என்றும் மேதகு டென்மார்க் வேந்தரின் வழிகாட்டி மாலுமி எனவும் சொல்லிக்கொண்டார். அவருடைய ஊதா நிற, முலாம் பூசிய பொத்தான்கள் கொண்ட சீருடையையோ, ப்ரெய்தாப்ஃயோர்தூரில் மேதகு டென்மார்க் வேந்தரின் வழிகாட்டி என்று அடையாளப்படுத்தும் அவருடைய குல்லாவையோ அவர் ஒருபொழுதும் விட்டுப் பிரிந்ததே இல்லை. இந்தச் சீருடையைக் கிருஸ்துமஸ் அன்றும் ஈஸ்ட்டர் பண்டிகையன்றும் அணிந்துகொள்வார். அதேபோல், புத்தாண்டு தினத்தன்றும் வசந்தக் காலத்தின் முதல் நாளன்றும் கூட அதை அணிந்துகொள்வார். இதுபோன்ற சந்தர்ப்பங்களில் குதிரைமயிரைத் தொடாமல் கண்ணியமான தோரணையோடு நாள் முழுதும் படுக்கையில் உட்கார்ந்திருப்பார். புத்தாண்டு தினத்தின் காலையில் தன்னுடைய துயிலிடத்தை விட்டு எழும்பி தன்னுடைய பகட்டான ஆடையணிகலன் களை உடுத்து நகரத்துக்குக் கூட்டிச் செல்லத் தனக்குத் துணைக்கு யாரையாவது அழைத்துக்கொண்டு கிளம்பி விடுவார். அங்கே அரசு அதிகாரிகளைச் சந்தித்து, அவர்களுக்குக் கடவுளின் அருள் கிட்ட வேண்டும் என்று வழிபட்டு, அவர்களிடமிருந்து கொஞ்சம் குதிரைமயிரை நயந்து பெற்றுவர முயல்வார்.

நான் அங்கே வசித்த காலத்தில், பரணின் இடைத்தளத்தில் வசித்த இன்னொரு விருந்தாளி கண்காணிப்பாளர். நாங்கள் எப்பொழுதும் அவரை அப்படித்தான் கூப்பிடுவோம். எங்கள் நகரத்துக்கே அவர்தான் கண்காணிப்பாளர் என்று நான் ரொம்ப நாட்கள் நினைத்துக்கொண் டிருந்தேன். அவர் ஸ்காகி ஜோன் என்றும் கூடுதலாக அறியப்பட்டிருந்தார்.

அந்த இரண்டு சகோதரிகளுக்கும் – என் பாட்டியும், ஹ்ரிங்ஜராபேரின் கிரிஸ்டினும் – இந்தக் கண்காணிப்பாளர் அதி தூரத்து உறவு. அங்கே தங்குகிறவரா இல்லையா என்று உறுதியாகச் சொல்ல முடியாத விதமான விருந்தாளி அவர். பொதுவாகச் சொல்வதென்றால் ஏனையோர் தூங்கும் முன்பு அவர் வந்ததில்லை. வேறெவரும் காலையில் எழுந்து கிளம்பு முன்பாகவே அவர் பாட்டியோடு சேர்ந்து காஃபி சாப்பிட்டு விட்டு எங்கோ தொலைதூரத்துக்குச் சென்று விடுவார்.

இந்தக் கண்காணிப்பாளர் அநேகமாகக் குட்டிச்சாத்தானின் வம்சமாக இருக்கக்கூடும். நல்லாயர்கள், மாவட்ட மணியக்காரர்கள், கவிஞர்கள் ஆகியோரின் பரம்பரையில் உதித்தவர் அவர் என்று யாரும் சொல்லி நான் கேட்டதில்லை. இரவில் அவரோடு ஒன்றாகத் தங்க நேர்கிற யாரும் அவரோடு பேச முடிந்து விட்டால் அது உண்மையிலேயே ஒரு அதிசய நிகழ்வுதான். உண்மையிலேயே அவர் எங்களோடு தங்கி இருக்கிறாரா இல்லையா என்பதே எனக்கு ரொம்ப காலத்திற்குத் தெரியாமல் இருந்தது. ஆனாலும், நான் சிறுவனாக இருந்த பருவத்தில், படுக்கைக்கு மேலாக இருந்த ஒரு அலமாரியில் அவருடைய இரண்டு பைகள் கிடக்கும். ஒரு பை நிறைய மூக்குப்பொடியும் இன்னொரு பை நிறையப் பொன்னும் இருக்கும். இவரை யாரேனும் பார்க்க வரும் சமயங்களில் கிட்டத்தட்ட மின்னுகிற அளவுக்கு அவர் சுத்தமாகவும் நேர்த்தியாகவும் தென்படுவார். இப்படி ஒருநபர் இருக்கிறார் என்பதே யாருக்கும் மறந்துபோய் ஒரு

மாதம் போலக் கடந்த பிறகு வெளியில் எங்காவது அவரைக் காண நேர்ந்தால் அன்று சுண்டெலிகளுக்குச் சாதகமான வானிலை என்பதைத் தவிர வேறொன்றும் சொல்ல அவரிடம் விஷயம் இருக்காது. அவர் சொன்னதற்கு ஒத்துப் பேசினால் அவசரமாக "ஆமாம். கழுகுகளுக்கும் ஒன்றும் மோசமான வானிலை இல்லை" என்று அவசரமாக இன்னொரு தகவலைச் சொல்வார்.

கொஞ்சம் வளர்ந்து பெரியவனாகும் வரை, இந்த மனிதர் யாரென்று விசாரித்துத் தெரிந்துகொள்ளாமலே விட்டு விட்டேன். என்னுடைய சொந்தச் சரக்கை இங்கே எடுத்து விடுவது பற்றி எனக்கொன்றும் வெட்கமில்லை. அவர் ஒரு தத்துவஞானி. அவர் ஏதாவதொரு விஷயத்தைத் திரும்பத் திரும்பப் பேசிக்கொண்டிருப்பார். வெட்டித் தின்பதற்கேன்றே ஆட்டை வளர்க்கும் தொழிலை விட்டு விட்டால் மனித இனத்துக்குத் தன்னால் இன்னமும் நல்ல முறையிலே சேவையாற்ற முடியும் என்று முடிவெடுத்து ஆக்ரேன்ஸ் எனும் ஊரில் தனக்கென்று இருந்த பண்ணையை விட்டு அவர் வெளியேறினார். தனக்கென்று சொந்தமாக இருந்த வஞ்சிர மீன் நிறைந்த அற்புத ஆற்றை ஆங்கிலேயர்களிடம் பொன்னுக்கு விற்று விட்டு தலைநகருக்குக் குடிபெயர்ந்து கண்காணிப்பாளராக வேலைக்கமர்ந்தார். அவருடைய படுக்கைக்கு மேல் இருந்த அலமாரியில் அருகருகே கிடந்த அந்த இரண்டு பைகளுக்குள் இருந்துதான் இங்கே பதியப்பட்டிருக்கும் வரலாற்றுக் கதை பிறந்து வந்தது.

கண்காணிப்பாளரோடு படுக்கையைப் பகிர்ந்துகொள்ளும் நபரின் பெயர் ருனால்ஃபர் ஜான்சன். நான் சிறுவனாக இருந்த பொழுது தலைநகரில் இருக்கும் வீட்டுத் தோட்டங்களுக்கும் அதே போல் அருகாமையிலிருக்கும் பள்ளத்தாக்குகளில் இருக்கும் பண்ணைகளுக்கும், ஏன், தொலைவில் இருக்கும் நெஸ்ஸஸ் என்ற பகுதிகளுக்கும் எரு இடுவதுதான் அவருக்குத் தொழிலாக இருந்தது. ஐஸ்லாந்து நாட்டு விவசாயக் கழகம் எந்த அளவுக்கு நன்கு வடிவமைக்கப்பட்ட கழிவுநீர்க்குழிகளின் மீது அபிமானம் கொண்டிருந்ததோ, அதற்கு நிகரான அபிமானம் கொண்ட இன்னொருவர் இவரளவுக்கு ஐஸ்லாந்து நாட்டில் இல்லை என்றால் அது மிகையாகாது. ருனால்ஃபர் ஜான்சனும் கூட நல்லாயர்கள், மாவட்ட மணியக்காரர்கள், கவிஞர்கள் ஆகியோரின் பரம்பரையில் உதித்தவர்தான். ஆனால் இந்த நாடு அறிந்துள்ள மிக உன்னதமான முதன்மை நீதியரசருக்கு அவர் உறவினர் என்பதுதான்அதைக்காட்டிலும் தலையாய சிறப்பு. அன்றாட உரையாடலில் இந்தப் பெருமைமிக்க பாரம்பரியத்தை அவர் எப்பொழுதுமே தம்பட்டம் அடித்துக் கொண்டதில்லை. ஆனால் மது அருந்தியிருக்கும் நேரங்களில் – ஒரு போர்க்கப்பலைக் கொள்முதல் செய்வது என்று அவர் அதை வர்ணிப்பார் – அவர் நகருக்குள் சென்று இறைக் கல்விக்கூடத்தின் படிக்கட்டுகளிலோ அல்லது குட்மன்ஸன் அங்காடியின் முன்பாக இருக்கும் நடைபாதைத் தளத்திலோ நின்றுகொண்டு முதன்மை நீதியரசரைப் பற்றி உரையாற்றுவார். துரதிர்ஷ்டவசமாக, அவர் கவர்ந்திழுத்திருக்கும் பார்வையாளர்கள் என்னவோ இவருடைய பெருமைமிகு பாரம்பரியத்தைப் பற்றி எள்ளளவும் அலட்டிக் கொண்டவர்களாக இருக்கவில்லை. ருனால்ஃபர் ஜான்ஸன்

மீன்பிடி படகுகளில் பணிபுரிந்திருக்கிறார். குட்மன்ஸன் அங்காடியின் மீன்பிடி படகுகளில் முப்பதாண்டுகளுக்கும் மேலாகப் பணியாற்றி இருக்கிறார். கடல் காற்றுப் பட்டால் கண்ணில் எரிச்சல் வந்து விடுவதால் அவர் இப்பொழுது கரை ஒதுங்க நேர்ந்து விட்டது. குட்மன்ஸன் அங்காடியின் பணியிலிருந்து ஓய்வுபெற்று விட்ட மத போதகர் என்று பாட்டி அவரைக் குறிப்பிடுவாள். தன்னுடைய படகுக்குத் தாமதமாக வந்ததற்காகக் கட்டிய அபராதத் தொகையிலேயே ருனால்ஃபரின் சம்பாத்தியத்தில் பெரும்பகுதியும் கரைந்திருந்தது. இதற்குச் சம்பந்தமே இல்லாத வகையில், நகரிலும், அதைச் சுற்றியுள்ள பகுதிகளிலும் மக்களின் கழிவுநீர்க்குழிகளைச் சுத்தம் செய்யும் பணியை அவர் தன்னுடைய பிற்கால வாழ்க்கையில் மேற்கொண்டிருந்தார்.ஃப்ரான்ஸ் நாட்டுப் பண்ணைகளில் இன்றும் காணப்படுவதைப் போல, ஐஸ்லாந்து நாட்டிலும் காலம் காலமாய் கழிவுநீர்க்குழிகள் பாதுகாப்பற்ற வகையில், திறந்த நிலையில்தான் பராமரிக்கப்பட்டு வந்திருக்கின்றன. எந்த ஒரு கடலில் விழுந்து மூழ்கியவர்களைக் காட்டிலும் – மகா சமுத்திரங்கள் தவிர்த்து – திறந்து கிடக்கும் கழிவுநீர்க்குழிகளில் மூழ்கி அதிக எண்ணிக்கையில் ஐஸ்லாந்து நாட்டவர்கள் உயிர் விட்டிருக்கிறார்கள். ஆகவே, வயதாக ஆக, முன்பு எதிர்கொண்டிருந்தவற்றைக் காட்டிலும் பேரதிக அபாயங்கள் மிகுந்த கடல்களை எதிர்கொள்ளும் விதி ருனால்ஃபருக்கு வாய்த்தது.

ஆனால் கிட்டத்தட்ட இந்தக் காலகட்டத்தில் எதிர்காலத் தலைநகரிலும், தொலைவிலிருக்கும் ஸெல்ட்யர்நார்நெஸ் பகுதியிலும் நவீனக் காலத்தின் அறிகுறிகள் தோன்றத் தொடங்கியிருந்தன. பண்ணையம் செய்யும் சமூக முன்னோடிகள், தங்கள் இல்லங்களுக்கு முன்பாக இருந்த கழிவுநீர்க்குழிகளுக்குப் பதிலாகத் தங்கள் பண்ணைகளில் கான்க்ரீட் குழிகளை அமைக்கத் தொடங்கியிருந்தனர். வேறெந்தச் சமகால கைவினைப்படைப்புகளையும் விட இந்த நவீனக் கொள்கலன்களை ருனால்ஃபர் ஜானஸன் வியந்து போற்றினார். நல்ல கழிவுநீர்க்குழிகளை ஒரு அதிசயம் எனவும் மனிதசக்திக்கு அப்பாற்பட்ட அம்சம் எனவும் அவர் கருதினார். பணத்தைக் கொண்டு ஒருவிஷயத்தை மதிப்பிடாமல் இருப்பது அவருக்கு மகிழ்ச்சியளித்தது. இந்த அதியுன்னத நவீன வேலைப்பாட்டிலிருந்து எருவை எடுத்து இடும் வாய்ப்பு தன்னுடைய முதிய வயதில் தனக்குக் கிடைத்ததை, அதிகம் பணம் இல்லாமல் சமாளிக்க வேண்டியிருந்த தன்னுடைய முந்தைய வாழ்நிலைக்கான இழப்பீடாக அவர் எடுத்துக்கொண்டார்.

ருனால்ஃபர் ஜான்ஸன் வழக்கமாக ஆண்டுக்கு நான்குமுறை குடிப்பார். ஒருமுறை என்பது எப்பொழுதுமே ஒருசில வாரங்களுக்குத் தொடரும். இடைப்பட்ட காலங்களில் மது அருந்தாமல் நிதானமாக இருப்பார். அவருக்குப் 'போர்க்கப்பல்' கிடைக்க உதவி புரிபவர் அவருடைய படுக்கைத் தோழரான கண்காணிப்பாளர்தான். குடி அழைக்கும் போது அவர் தவறாமல் ப்ரெக்குகாட்டிலிருந்து மறைந்து விடுவார் என்பதைச் சொல்லவே வேண்டியதில்லை. நிதானத்துக்கு வரும் வரை அவர் ப்ரெக்குகாட்டுக்குத் திரும்ப மாட்டார். அனைத்து மனிதர்களையும் – உயர் குடியினர் என்றில்லாமல் அவர்கள் ஏழைகளாக

இருந்தாலும், பணம் படைத்தவர்களாக இருந்தாலும், புனிதர்களாக இருந்தாலும், குற்றமிழைத்தவர்களாக இருந்தாலும் – மனித இனத்தவர் என்று வகைப்படுத்துவதாகவே ப்ரெக்குகாட்டின் பொது உணர்வு இருந்தது. குடிகாரர்களுக்கு மட்டும் அது விதிவிலக்களித்திருந்தது. அது மட்டுமில்லாமல், ப்ரெக்குகாட்டின் வளைந்து நெளிந்த புற்கரண் பண்ணைக் குடில்களை ஒருசில இற்றுப்போன மர உத்திரங்களே தாங்கிப் பிடித்துக்கொண்டிருந்தன. குடிகாரர்களுக்கு இவற்றில் இடம் கொடுத்திருந்தால் இவை எப்பொழுதோ தரைமட்டமாகியிருக்கும். ஆனால், இந்தப் 'போர்க்கப்பல் படையெடுப்பு' முடிந்த கையோடு முதன்மை நீதியரசரின் உறவினரான ருனால்ஃபர் பரண் படியேறிக் கண்காணிப்பாளர் அருகே அமைதியாகப் படுத்துறங்கி விடுவார்.

இந்தப் படையெடுப்புகள் முடிந்து ருனால்ஃபர் ஜான்ஸன் மீளும் பொழுது அவர் என்ன நிலைமையில் இருப்பார் என்பதை நான் விவரித்துக் கொண்டிருக்கப் போவதில்லை. ஒரே ஒரு விஷயத்தைத் தவிர. அவர் வந்து சேர்ந்த உடனே கண்காணிப்பாளர் அவருடைய முடியையும் தாடியையும் திருத்தி சவர்க்காரம், கரியகக் காடி, கந்தகக் கல் ஆகியவற்றைக் கொண்டு அவரைச் சுத்தமாக்கி விடுவார். சாராயம் குடிக்கப் பணம் தருவதைப் போலவே இதுபோன்ற சேவையையும் ருனால்ஃபருக்குச் செய்வதைத் தன்னுடைய பொறுப்பாகவே கண்காணிப்பாளர் எடுத்துக்கொண்டார்.

வீட்டிலிருக்கும் பொழுது ஒரேயடியாக நிதானம் காத்த போதிலும், நிலம் என்றழைக்கப்படுகிற இந்த சாணக் குவியலின் மீது வாழ்வை நடத்துவோரின் மனப்பாங்கை ருனால்ஃபரால் ஏற்றுக்கொள்ள முடியவில்லை. இதனால் அவர்களோடு அவர் பேசும் விதம் சற்றே விசித்திரமாகத் தோன்றும். குடித்திருக்கும் பொழுது பேச்சில் அவருக்கு ஏற்படும் குறைபாடு என்னவென்றால், ப்ரெக்குகாட்டின் ப்யோர்ன் மற்றும் குட்மன்ஸன் ஆகியோரது பெயர்களைத் தவிர ஏனைய நபர்களின் அல்லது இடங்களின் பெயர்களை அவரால் ஒருபோதும் சரிவர நினைவில் வைத்துக்கொள்ள முடியாது. இதனால் நபர்களின் பெயர்களைக் குறிப்பிட நீட்டி முழக்கிப் பெரிய அடையாளங்களால் குறிப்பிடும் முறையை அவர் கையாண்டு வந்தார். சமயத்தில் அவர் என்ன சொல்கிறார் என்பதைப் புரிந்துகொள்வது அவருடைய நண்பர்களுக்கே கூட சிரமமாக இருக்கும். அவருடைய சொற்திறன் முழுவதையும் இங்கே நான் விவரித்துக் கொண்டிருக்கப் போவதில்லை. ஆனால் ஒருவிதத்தில் அது கான்ராட் கிஸ்லேஸனுடைய, டென்மார்க் நாட்டில் பேசப்படும் டேனிஷ் மொழியின் அகராதியின் சாயலில் இருக்கும். "குழந்தைகளைப் பெற்ற பெண்ணே" என்றுதான் அவர் என் பாட்டியை விளிப்பார். வேறு விதமாகப் பாட்டியை அவர் கூப்பிட்டதே இல்லை. "பைகளின் சொந்தக்காரரே" என்றுதான் தன்னுடைய படுக்கைத் தோழரை அவர் கூப்பிடுவார். "போர்க்கப்பல்களின் தளபதியே" என்பதைத் தவிர வேறு விதமாகத் தளபதி ஹோகென்ஸனைக் அவர் கூப்பிட்டதில்லை. அதுதான் அவருக்கு இயல்பாக வாயில் வரும் பெயர். கர்த்தரின் பெயரைக் கூட, துரதிர்ஷ்டவசமாக, ருனால்ஃபர் ஜான்ஸனால் நினைவில் வைத்துக்கொள்ள முடிந்ததில்லை. தப்பித்தவறிக் கடவுளின் நாமத்தை அவர் உச்சரிக்க வேண்டி வரும் சமயங்களில்

“ப்ரெக்குகாட்டின் ப்யோர்னுக்கு மேலாய் இருக்கும் மனிதன்” என்றே நீட்டி முழக்குவார். இவ்வளவு ஏன். தான் வாழும் நாட்டின் பெயரைக் கூட அவர் நினைவில் வைத்திருக்கவில்லை, அது ஒரு வறண்ட பூமி என்பதைத் தவிர.

ருனால்ஃபர் ஜான்ஸனுடைய குணாம்சங்கள் பற்றிய விவரணையை முடிப்பதற்கு முன்பாக வரலாற்றில் அழியா இடம்பெறத்தக்க அவருடைய சாதனையை நான் மறந்துவிடக் கூடாது. அது என்னவென்றால், என் இரவுத் தோழனும், என் உடன்பிறவாச் சகோதரனுமான ருனால்ஃபர் ஜான்ஸன்தான் ஒரு மோட்டார் காரில் அடிபட்டுச் செத்த முதல் நபர். அவருக்கு அப்பொழுது ஏறத்தாழ எண்பது வயதிருக்கும். இது எப்படி நிகழ்ந்தது என்றால், குடித்திருக்கும் போது கையிலிருக்கும் மதுக் குப்பியை ஆட்டியபடி, பாடிக்கொண்டு, ஒரே விஷயத்தைப் பேசிக்கொண்டு, சிரித்துக்கொண்டு, இந்த அத்தனை செயல்களையும் ஒரே நேரத்தில் செய்துகொண்டு, சாலையின் நடுவேதான் அவர் எப்பொழுதும் நடந்து செல்வது வழக்கம். சக குடிகாரர்கள், சோம்பேறிகள், தெரு நாய்கள், மட்டக் குதிரைகள், மிதிவண்டி ஓட்டுபவர்கள் (அந்தக் காலகட்டத்தில் தென்படத் தொடங்கிய இவர்கள் டென்மார்க் நாட்டவர்கள்) ஆகியோர் அடங்கிய கலவையான கூட்டம் அவரை எப்பொழுதுமே பின் தொடர்ந்தவாறிருக்கும். சாக்கடையில் கிடக்கின்ற தகரக் குவளைக்குக் கொடுக்கும் கவனத்தைக் காட்டிலும் அதிகக் கவனத்தை அவர் கார்களுக்குக் கொடுத்தவரில்லை. ஆக, ஊழ்வினையின் காரணமாக, முதன்மை நீதியரசரின் வழித்தோன்றல் ருனால்ஃபர் ஜான்ஸன் இந்தப் புத்தகத்திலிருந்து ஒருநாள் மறைந்து போக நேரிட்டு, நானும் அவருடைய மறைவைக் குறிப்பிட மறந்து போனால், அதற்கு ஐஸ்லாந்து நாட்டுக்குள் வந்த முதல் மோட்டார் காரால் அந்த உடன்பிறவாச் சகோதரன் அடிபட்டு செத்ததுதான் காரணம்.

9

# அதிகாரிகள்

அதிகாரிகளைப் பற்றியும், உயர் வம்சத்தினரைப் பற்றியும் ப்ரெக்குகாட்டின் விருந்தினர்கள் ஒருசில வேளைகளில் பேசிக் கொள்வதுண்டு. ஆனால், ப்ரெக்குகாட்டுக்கும் அதிகாரிகளின் வாயிலுக்கும் இடையேயான போக்குவரத்து அப்படி ஒன்றும் அதிகமாக இருந்ததில்லை. "அதிகாரிகள்" – வெகுகாலம் இது ஏதோ அயல்நாட்டு நிறுவனம் என்று நான் நினைத்துக்கொண்டிருந்தேன். நாட்டின் அதிகாரிகள் அமர்ந்திருந்த (ஆம், அமர்ந்திருப்பதைத்தான் எல்லா அதிகாரிகளும் செய்தார்கள்) ஒரு தலைநகரில் வசித்த எனக்கு, கைகளில் பூமாலைகளை ஏந்தியவாறு சித்திரங்களில் உயரே பறந்துகொண்டிருக்கும் தேவதூதர்கள் பற்றித் தெரிந்திருந்ததைக் காட்டிலும் கூடுதலாக அதிகாரிகள் பற்றி ஏதும் தெரிந்திருக்கவில்லை என்பது சற்று விசித்திரமே. ஆனால், வெல்வெட் கழுத்துப் பட்டி கொண்ட நீண்ட அங்கியும், கையிலே ஒரு அரை மிடாயும், யேசுவிடம் அடைக்கலம் தேடுங்கள் என்று விளம்பும் கழுத்தணியும், குச்சி சொருகிய கண்கண்ணாடியுமாக, ஒரு பிரகாசமான வசந்தகாலக் காலை வேளையில், தாத்தாவின் தள்ளுவண்டிக்கருகில் வந்து தொப்பியை உயர்த்தி "இன்றைக்குக் காலையில் நிறைய மீன்கள் கிடைத்தனவா ப்யோர்ன்?" என்று கண்ணியமும், மரியாதையும் மிகுந்த தோரணையோடு ஒரு நபர் வினவுகையில், நடுத்தர அளவுள்ள ஒரு பன்னா மீனைத் தராசில் நிறுத்து, அந்த மீனுக்கான விலையாகப் புத்தம் புதிய வெள்ளிக்காசை அந்த நபர் நீட்டும் பொழுது மீனின் தலையின் ஊடாக ஒரு கம்பியைச் சொருகி தாத்தா அவரிடம் கொடுக்கையில், மீண்டும் தொப்பியை உயர்த்தி, முழ நீளத்துக்குக் கையை அகட்டி மீனைஎட்டப் பிடித்துக்கொண்டு நடந்து அந்த நபர் செல்வாரென்றால் அவர்தான் அதிகாரி. ஏனையோர் மீனின் செவுளுக்குள் ஆள்காட்டி விரலை நுழைத்துதான் தூக்கிச் செல்ல வேண்டியிருக்கும். ஆனால், அதிகாரிகளின் வீட்டு வாயிலுக்கே தாத்தா தன் தள்ளுவண்டியைத் தள்ளிச் சென்று வீட்டு வேலைக்காரியிடம் மீனை விற்று வருவதுதான்

அடிக்கடி நடக்கும். இந்நிலைக்கு மாறாக, ஒரு புத்தாண்டு தினத்தன்று அமரர் தளபதி ஹோகென்ஸனுடன் நான் அதிகாரிகள் முன்னிலையில் நிற்கும் அளவுக்கு முக்கியமானவனாக வளரும் காலம் வரை அவர்களோடு எனக்கு எந்தத் தொடர்பும் இருந்திருக்கவில்லை.

என்னுடைய பால்ய வயதில் புத்தாண்டுத் தினங்களின் போது தளபதி ஹோகென்ஸனுடன் அதிகாரிகளைப் பார்க்கச் சென்ற அத்தனை சந்தர்ப்பங்களையும் இங்கே நான் விவரித்துக்கொண்டிருக்கப் போவதில்லை. முதன்முதலில் நான் அங்குச் சென்ற சந்தர்ப்பத்தை மட்டுமே சுருக்கமாக விவரிக்க இருக்கிறேன். ஏனென்றால் பிறகு அமைந்த சந்தர்ப்பங்களில் அதே வேலையின் பொருட்டு அங்கே சென்ற பொழுது உண்டான அனுபவங்கள் யாவும் ஒரே மாதிரியாகவே இருந்தன. முதல் அனுபவம் மட்டுமே புதுமையின் ஆர்வத்தைக் கிளறியதாக இருந்தது.

இந்தக் கனவான்களை நேரில் பார்த்து அவர்களுக்குப் புத்தாண்டு நல்வாழ்த்துகளைத் தெரிவிக்கத் தளபதி ஹோகென்ஸன் செல்லும் சமயங்களில் அவரை வழிநடத்திச் செல்லும் பொறுப்பு என்மீது சுமத்தப்பட்டபொழுது எனக்குச் சுமார் ஆறு வயதிருக்கலாம். இந்த முதல் சந்தர்ப்பம் மறக்கவியலாததாக அமையும் படிக்கு எனக்கு ஒன்றும் இதன் மூலம் உலகத்தின் மகிமை பற்றிய ஞானம் ஏற்பட்டு விடவில்லை. இதை நான் தெளிவாகச் சொல்லி விட வேண்டும். நான் கூறும் இந்தக் கதைக்கு எதிர்பாராத ஒரு தொனியை இது கொடுத்திருக்கிறது எனும் நம்பிக்கையின் காரணமாகவே இந்தச் சந்தர்ப்பத்தை நான் இங்கே விவரிக்கிறேன்.

அசப்பில், டென்மார்க் நாட்டு அரசர் ஒன்பதாம் கிரிஸ்டினைக் கூடிய அளவுக்கு ஒத்திருப்பதாகக் காட்ட, தலைமுடியையும், மோவாய்ப் பகுதித் தாடியையும் திருத்தி விடுவதில் நிபுணத்துவம் பெற்ற ஒருவரைத் தளபதி ஹோகென்ஸன் பணிக்கு அமர்த்திக் கொண்ட இடத்திலிருந்து என் கதையை நான் மீண்டும் தொடர்கிறேன். புத்தாண்டு நாளன்று ஏழு மணி சுமாருக்குத் தளபதி விழித்துக்கொண்டு, படுக்கையிலிருந்து எழும்பி, கர்த்தர் வரமளித்திருந்த அடர் இருட்டினுள் நிதானமாகவும், கவனமாகவும் உடையணிந்து கொள்ள ஆரம்பித்தார். ஒரு அஞ்சாநெஞ்சின் ஒளியைத் தவிர, மெழுகுதிரியின் ஒளியோ, எண்ணெய் விளக்கின் ஒளியோ, அவ்வளவு ஏன், சூரிய ஒளியே கூட வெற்றி கொண்டுவிட முடியாத அடர் இருள் அது. ஓர் அரைக்குருடர் எந்த அளவுக்குப் பார்வை மங்கியவராக இருக்க இயலுமோ அந்த அளவுக்கு ஹோகென்ஸனும் பார்வை மங்கியவராகவே இருந்தார். ஆனாலும் கூட, தன்னுடைய பகட்டான ஆடைகளின் பொத்தான்களை அவரேதான் தவறாமல் மெருகேற்றிக் கொள்வார். இந்தப் பொத்தான்கள் உண்மையிலேயே பொன்னாலானவையா என்று நான் பார்த்ததில்லை. புத்தாண்டு தினத்தன்று காலையில் ஏனையோர் படியிலிருந்து இறங்கி வரும் பொழுது முலாம் பூசிய பொத்தான்கள் மினுங்கும் தன்னுடைய ஊதாநிற கப்பற்படைச் சீருடையில் படுக்கையின் விளிம்பில் அமர்ந்தவாறு தளபதி காத்துக்கொண்டிருப்பார். அவருடைய தொப்பியின் முனை கண்ணாடி போல் பளபளக்கும். சாளரத்தில்

இன்னமும் விடியலின் வெளிச்சம் தென்படவில்லை என்று யாரும் சொன்னால் நம்பத் தயாரில்லாத நிலையில், தனது இளம் உதவியாளரிடம் தன் அருகிலேயே அமர்ந்து நகருக்குள் வழி கண்டுபிடித்துப் போகுமளவுக்கு வெளிச்சம் வந்தவுடன் மறைக்காமல் சொல்லி விட வேண்டும் என்று அவர் கேட்டுக்கொண்டிருப்பார்.

எனக்கு ஆறு வயதாகியிருந்த பொழுதும், சொல்லப் போனால், அதற்குப் பிறகு சிறிதுகாலம் வரையிலும் கூட, நாம் வாழும் உலகு வீட்டுக்குள்தான் மிகச் சிறந்ததாக இருக்க முடியும் என்பதில் நான் பிரபலமான காண்டிடே[1] போல் உறுதியாய் இருந்தேன். இதனால் ப்ரெக்குகாட்டின் சுழற்கதவுக்கு அப்பாலிருந்த எதன் மீதும் எவ்விதமான ஆர்வமும் எனக்கில்லாமல் இருந்தது. பண்டைய மனிதர்களிடம் பொதுவாகக் காணப்படும் மனப்பாங்குக்கு ஒப்பாகவே என்னையும் உயர் நாகரிகம் கவரவில்லை.

அமைச்சரின் வீட்டுக்குள் சென்றதும் அங்கே இருந்த பணிப்பெண்ணைப் பார்த்து "ஒரு நல்ல நாளையும், நல்வாய்ப்பும் வளமும் மிகுந்த புத்தாண்டையும் இறைவன் உங்கள் அனைவருக்கும் ஆசீர்வதிக்கட்டும்," என்றார் ஹோகென்ஸன். "அரச கப்பற்படையின் அதிகாரி ஜான் ஹோகென்ஸன் அமைச்சருக்கு மரியாதை செலுத்த இங்கே வந்திருக்கிறேன்."

குறுகிய தாழ்வாரத்தில் ஓரிடத்தைச் சுட்டிக் காட்டி எங்களை நிற்க வைத்துவிட்டு, முந்தின இரவின் கொண்டாட்டங்களுக்குப் பிறகு இப்பொழுதுதான் வரவேற்பறைகள் சுத்தம் செய்யப்பட்டுக் கொண்டிருப்பதாகவும், நண்பகல் வாக்கில்தான் அரசு அதிகாரிகள் மரியாதை செலுத்த வருவார்கள் எனவும் தெரிவித்து விட்டு, "இருந்தாலும், நீங்கள் வந்திருக்கிறீர்கள் என்று அமைச்சரிடம் தெரிவிக்க முயலுகிறேன் அன்பரே" என்றாள் அந்தப் பணிப்பெண். பூரண அமைதி காத்துப் பேரடக்கத்துடன் அந்தக் குறுகிய தாழ்வாரத்தில் நாங்கள் காத்துக் கொண்டிருக்கையில், முழுக்கை சட்டையணிந்து, காற்சட்டையைப் பிணைக்கும் பட்டைகள் இரண்டும் பின்புறம் இரண்டு வால்களைப் போல் தொங்கிக் கொண்டிருக்க, முட்கரண்டி போல் பிளவுபட்ட தாடியுடன் ஒரு மனிதர் திடீரென்று அங்கே பிரசன்னமானார். அவர் சுருட்டுப் புகைத்துக்கொண்டிருந்தார்.

"முதிய நண்பரே, ஹோகென்ஸன், இந்நாள் உங்களுக்கு நன்னாளாகட்டும். வழக்கத்துக்கு மாறாகக் கப்பற்படைக்கு அதிக நேரம் ஒதுக்க முடியாதென்றாலும் கூட, உங்கள் வரவும் நல்வரவாகட்டும். இப்பொழுது என்ன நிலைமையோ, அப்படித்தானே ஒவ்வொன்றையும் நாம் பார்க்க வேண்டியிருக்கிறது? புகைக்க உங்களுக்குச் சுருட்டுத் தரவா?" என்றார் அவர்.

---

1. காண்டிடே: ஃபிரெஞ்சுத் தத்துவஞானிவால்டர் எழுதிய அங்கதப் படைப்பின் நாயகன். ஈடன் எனும் சொர்க்கத்தில் வாழ்ந்து கொண்டு நன்னம்பிக்கை நெறியைப் பற்றிப் பேசிக்கொண்டிருந்த கதாபாத்திரம்.

உள்ளங்காலைத் தரையில் உதைத்து அமைச்சருக்கு ஒரு ராணுவ வணக்கம் செலுத்தினார் தளபதி ஹோகென்ஸன். "டென்மார்க் நாட்டு மன்னருக்கும் அவருடைய ஊழியரான உங்களுக்கும் புத்தாண்டில் நல்ல உடல்நலமும், நல்வாய்ப்புகளும் அமைய என்னுடைய வாழ்த்துகளைத் தெரிவித்துக்கொள்கிறேன். அதே நேரத்தில், ஐஸ்லாந்து நாட்டுக்காரர் களாகிய எங்களுக்கும் முன்பிருந்ததை விடவும் சீரான அரசியல் நிலைமை நீரிலும் நிலத்திலும் வாய்க்க வேண்டும் எனும் அவாவையும் உங்களிடமும் மாட்சிமை பொருந்திய மன்னரிடமும் நான் தெரிவித்துக் கொள்கிறேன். அதே வேளையில், மதிப்புக்குகந்த, விவேகம் மிகுந்த கனவான் ப்ரெக்குகாட்டின் ப்யோர்னின் வளர்ப்பு மகன், இதோ, என்னருகே நின்றுகொண்டிருக்கும் அல்ஃப்க்ரைமுர் அல்ஃப்க்ரிம்ஸன் எனும் பெயர் கொண்ட இந்தத் திறமை மிகுந்த சிறுவனை உங்களுக்கு நான் அறிமுகம் செய்து வைக்கலாமா?" என்றார் தளபதி ஹோகென்ஸன்.

"நிச்சயமாக, நண்பரே!" என்று சொல்லியபடி மன்னரின் அமைச்சர் ஓரடி முன்னே வந்து அவருடைய ஒரு விரலை எங்களிடம் நீட்டினார். பிறகு என் பின்கழுத்தின் மீது கை வைத்து, தாழ்வாரத்தைக் கடந்து என்னை நடத்திச் சென்று, இரட்டைக் கதவுகளுள் ஒன்றைத் திறந்து, பணிப்பெண்கள் மும்முரமாய் வேலையில் ஈடுபட்டிருந்த, அதீத அழகுடன் விளங்கிய ஒரு அறையை எனக்குக் காட்டினார். அங்கே மன்னர் கிரிஸ்டினின் பிரம்மாண்டமான சித்திரத்துக்கு அருகே சுவரில் தொங்கவிடப்பட்டிருந்த இன்னொரு பெரிய அளவுச் சித்திரத்தைக் காட்டி "பையா, இது யாரென்று உனக்குத் தெரியுமா?" என்று கேட்டார்.

அடக் கடவுளே! ரோமானிய நாசியும் மேல்நோக்கிய முகமும் கொண்ட அந்த விசித்திர நபருடைய சித்திரமல்லவா இது! மீண்டும் ஒரு முறை என்னை நானே கேட்டுக்கொண்டேன்; ஆனால் இம்முறை நான் கேட்டுக் கொண்டது மன்னருடைய அமைச்சரின் வரவேற்பறை வாயிலில் நின்றவாறு. இந்த மனிதர் உண்மையில் இருக்கிறாரா? அல்லது இவர் வெறும் சித்திரமா? அல்லது, ஏதோ ஒரு விதத்தில், இந்தத் தேவாலயக் கல்லறைவெளியின் இருமருங்கும் வாழ்ந்துகொண்டிருக்கிற நாம்தான் தேவதைகளின் வழித்தோன்றல்களோ! நான் வாயடைத்து நின்றேன்.

"ஹ்ரிங்ஜராபேரிலிருந்து வந்த பையன் அவன்தான்" என்றார் அமைச்சர். "ஐஸ்லாந்து நாட்டின் புகழைக் கடல்கடந்து பரவச் செய்திருக்கிறான் அவன். நீயும் ப்ரெக்குகாட்டிலிருந்துதான் வருகிறாய். நீயும் சிறந்த சாதனைகளைப் புரிய வேண்டும்!"

இதைச் சொல்லும் பொழுது அமைச்சரின் முகம் மலர்ந்து போனது போல் தோன்றியது. ஆனால் கொஞ்சமும் சம்பந்தமில்லாமல், பார்வையற்றவர்களுக்கே உரித்தான ஒருமுகப்பட்ட சிந்தனையோடு, தான் அங்கு வந்திருந்த நோக்கத்திலேயே கண்ணாய்த் தொடர்ந்தார் தளபதி ஹோகென்ஸன்:

"மேன்மைதங்கிய உங்களுக்கும் டென்மார்க் அரசுக்கும், அதிலும் குறிப்பாக, டென்மார்க் அரசின் அயல்நாட்டு அதிகாரியான என் நண்பர்

அரசர் ஒன்பதாம் கிரிஸ்டினுக்கும் புத்தாண்டு நல்வாழ்த்துகளைத் தெரிவித்துக்கொள்ளும் அதே வேளையில், நான் இப்போதிருக்கும் இதே நிலைமையில், நான் சென்ற ஆண்டும், அதற்கு முந்தைய ஆண்டும், அதற்கும் முந்தைய ஆண்டும், இதே தாழ்வாரத்தில் உங்களிடம் விளக்கிச் சொன்ன ஆரூடத்தை மாட்சிமை பொருந்திய மன்னரிடத்தில் நீங்கள் எடுத்துச் சொல்ல வேண்டும். இதனை மீண்டும் ஒருமுறை நான் எடுத்துச் சொல்வதை மன்னர் தவறாக எடுத்துக்கொள்ள மாட்டார் என்று எனக்குத் தெரியும். அதாவது, ஆங்கிலேயர்களும், ஃபெயரோ[2] தீவினரும், குட்மன்ஸென் வம்சாவழியினரும் இங்கேயிருக்கும் வளைகுடா வரைக்கும், சொல்லப்போனால் இங்கே ப்ரேய்தாஃப்யோர்தூர் வளைகுடாவிலிருந்து ஃபாக்ஸ்ஸஃப்லாய்[3] வரையில் வசிப்பவர்களுடைய காய்கறித் தோட்டம் வரைக்குமே கூட, மீன்பிடிப் படகுகளை இயக்கவும், வலைகளை வீசவும் அனுமதிக்கப்பட்ட நாள்முதல் ரோஸ்மவேலான்ஸிலிருந்து[4] லேட்ரப்யார்க்[5] வரை ஐஸ்லாந்து நாட்டின் மக்கள்தொகை குறைந்து போகும் அபாயம் ஏற்பட்டிருக்கிறது. இந்த மாதிரியான அழிவு நிலை உடனடியாகத் தடுக்கப் பட வேண்டும் என்று நான் வேண்டிக் கேட்டுக்கொள்கிறேன்."

"நிச்சயமாக!" என்றார் டென்மார்க் மன்னரின் அமைச்சர். சொல்லி விட்டு, பிரபல சித்திரம் மாட்டப்பட்டிருந்த வரவேற்பறையின் கதவைச் சாத்தினார்.

பிறகு இரண்டு சுருட்டுகளை எடுத்து ஹோகென்ஸனின் அங்கிப்பைக்குள் திணித்தார்.

"நீங்கள் சொல்லும் விஷயம் உரிய அதிகாரிகளால் மிகவும் கவனத்தோடு பரிசீலிக்கப்பட்டு துப்புத் துலக்கப்பட வேண்டிய விஷயம். இதை நான் நிச்சயமாக நினைவில் வைத்திருக்கிறேன். நாங்கள் உங்களுக்கு மிகவும் நன்றிக் கடன்பட்டிருக்கிறோம் ஹோகென்ஸன். உண்மையில் நீங்கள் மட்டும்தான் எங்களுக்கு மீந்திருக்கும் கடற்படை. என்றாலும் இந்த விஷயத்தைப் பற்றி இப்போதைக்கு என்னால் வாக்குறுதிகள் எதையும் தந்து விட முடியாது. உங்களுக்கும் இது விளங்கும். இது மிகவும் இக்கட்டான காலம். நான் வேறு ஒன்றும் அதிகமாகச் சொல்வதற்கு இல்லை. கடற்படை வலுவிழந்து இருக்கிறது என்று சொல்லும் அதே நேரத்தில், ராணுவம் அதைக் காட்டிலும் வலுவற்ற நிலையில் இருக்கிறது என்றுதான் கூற வேண்டும். பண்டைய நாட்களில் நாம் இருந்ததுபோல் நம்மைப் புகழ் மிக்கவர்களாக ஆக்க நாம் ஐஸ்லாந்தில் இருக்கும் இளைய சமுதாயத்தைத்தான் நம்பி இருக்க வேண்டி இருக்கிறது. ஏ பெண்ணே, இந்தப் பையனுக்கு ஒரு சின்னச் சாக்கலேட் கொடு. அப்புறம்

2. ஃபெயரோ தீவு: நார்வே கடலுக்கும் வட அட்லாண்டிக் பெருங்கடலுக்கும் இடையே, ஐஸ்லாந்துக்கும் நார்வே நாட்டுக்கும் நடுவில் இருக்கும் தீவுக் கூட்டங்களுள் ஒரு தீவு.

3. ஃபாக்ஸ்ஸஃப்லாய்: ஐஸ்லாந்து நாட்டின் தென்மேற்கே அமைந்துள்ள விரிகுடா.

4. ரோஸ்மவேலான்ஸ்: ஐஸ்லாந்து நாட்டின் தென்தீபகற்பப் பகுதி.

5. லேட்ரப்யார்க்: ஐஸ்லாந்து நாட்டின் மேற்குக் கோடியில் அமைந்திருக்கும் நிலக்கூம்புப் பகுதி.

ஹோகென்ஸன், பார்த்தாலே உங்களுக்குத் தெரியும், நான் இன்னும் முறையாக உடை கூட அணிந்து கொள்ளவில்லை. ஆனால், உங்களுக்கு நான் வேறு ஏதாவது செய்ய வேண்டும் என்றால் என்னால் முடிந்த அளவு அதைச் செய்து தர முயலுகிறேன்.” என்றார்.

மன்னரின் அமைச்சருடைய மாளிகைத் தாழ்வாரத்தில் விரிக்கப் பட்டிருந்த பெர்ஷியக் கம்பளத்தின் மீது நின்றவாறு “மாட்சிமை பொருந்திய டென்மார்க் நாட்டு மன்னரே அறிந்திருப்பதைப் போல்” என்று தளபதி ஹோகென்ஸன் பேச்சைத் தொடர்ந்தார். மன்னரைப் பற்றி உச்சரிக்க நேரிடும் ஒவ்வொரு முறையும் தன்னுடைய இரு பாதங்களையும் தரையில் உதைத்து ஒருசேரக் குவித்து, தொப்பியைத் தொடுமாறு கையை உயர்த்தி வணக்கம் செலுத்திய பிறகே அவர் பேச்சைத் தொடருவார். “மாட்சிமை பொருந்திய மன்னரே தெரிந்து வைத்திருப்பதைப் போல், என்னுடைய இளமைக் காலத்திலேயே நான் டென்மார்க் நாட்டு மன்னரின் கையாளாக இருக்க வேண்டும் என்ற நல்விதி எழுதப்பட்டு விட்டது. இது என்னுடைய சகநாட்டவருக்கு வாய்க்காத நல்விதி. குதிரைமயிரைப் பின்னிக் கொண்டிருக்கும் நிலைக்கு என்னுடைய வயோதிக காலத்தில் நான் கீழிறக்கப்பட்டுவிட்ட நிலையிலும் – முற்காலங்களில் ப்ளாட்டர்னிலும், ப்ரைமர்ஹோமிலும் கயவர்களைத் தண்டிக்கத்தான் இந்த முறையைப் பயன்படுத்துவார்கள் – இந்தக் கீழ்நிலைக்கு இறங்க நான் தகுதியற்றவன் என்ற நிலையிலும் கூட மன்னரும் அவருடைய போர் வீரர்களும் தங்களுடைய போர்க்கப்பல்களில் ப்ரெய்தாஃப்யோர்தர் பகுதியைக் கடந்து சென்ற பொழுது அவர்களுக்கு நான் ஆற்றிய சேவை குறித்து எனக்கு எப்பொழுதும் எந்தச் சஞ்சலமும் உண்டானதில்லை. குதிரைகளே இல்லாமல் இந்த ஐஸ்லாந்து நாட்டில் பண்ணையம் பார்க்கும் உழவர்களிடமிருந்து, நோகடிக்கும் சிரமங்களைப் பட்டு, குதிரையின் பிட்டத்திலிருந்து உருவிச் சேகரித்து வைத்திருக்கும் என்னுடைய குதிரைமயிர்ச் சேமிப்பிற்கு இணைப்பாக அற்பப் பொருளான குதிரைமயிர்ச் சிட்டம் ஒன்றை மாட்சிமை பொருந்திய மன்னர் தன்னுடைய ஊழியரான இந்தச் சேவகனுக்கு அனுப்பி வைத்தால் டென்மார்க் அரசின் மதிப்புக்குப் பங்களிப்பதாக இருக்கும் என்பதைக் கருத்தில் கொள்ளலாம்.”

“இந்த வேண்டுகோளை உளமாறவும் நிச்சயமாகவும் நான் கருத்தில் கொள்வேன் எனதருமை ஹோகென்ஸன்” என்று கொட்டாவியை அடக்கியபடியே மன்னரின் அமைச்சர் பதிலிறுத்தார். “ஆனால் உண்மையைச் சொல்லப் போனால், நீங்களே சொன்னது போல, ஹ்ம், இந்த விஷயத்துக்கு ஐஸ்லாந்து தோதான இடமில்லை. மாறாக, இந்த மாதிரியான சிக்கலான காலகட்டங்களில் என்ன செய்ய முடியும் என்று உரிய அதிகாரிகளைப் பரிசீலிக்க, யோசிக்க, ஆராய்ந்து பார்க்க, ம்ஹூம், ஆராய்ந்து பார்க்க, யோசிக்க, பரிசீலிக்கத் தூண்டுவது அப்படி ஒன்றும் நடக்கக் கூடாத விஷயமில்லை. இப்போதைக்கு நீங்கள் போய் வாருங்கள், எனதினிய ஹோகென்ஸன். ஏனென்றால், நாங்கள் விருந்தினர்களை எதிர்பார்த்துக் கொண்டிருக்கிறோம். மேலும், உண்மையைச் சொல்ல வேண்டும் என்றால், எனக்கு இன்னும் தூக்கமே கலையவில்லை.”

"அப்படியானால் சரி. எனக்கு அமைச்சரிடம் விண்ணப்பிக்க ஒரே விஷயம்தான் இருக்கிறது. இளவேனிற் பருவத்தில் அரச அமைச்சுசார் குதிரைகளின் வால்கள் தறிக்கப்படும் பொழுது ஒரு கற்றை குதிரைமயிர் எனக்குக் கிடைக்க மேன்மை தங்கிய நீங்கள் எதுவும் ஏற்பாடு செய்து தரக் கூடாதா? டென்மார்க் நாட்டின் அரசில் ஒரு அயல்நாட்டு அதிகாரியாக இருப்பது எப்படிப்பட்ட பொறுப்பு என்பதை, கடன்களாலும் ஏகப்பட்ட பிள்ளைகுட்டிகளாலும் ஹால்ஸ்ட்டீனில் ஒரு ஜெர்மானியக் குடிசைவாசியாக ஒரு காலத்தில் அல்லல்பட்டுக் கொண்டிருந்த என தருமை மன்னர் ஒன்பதாம் கிரிஸ்டின் புரிந்துகொண்டிருப்பார் என்று எனக்கு நன்றாகவே தெரியும்."

உரையாடலின் இந்த இடத்தில் அமைச்சர் கிட்டத்தட்ட முழுதாக விழித்துக்கொண்டு விட்டார். மிகுந்த உறுதியோடும், வேகத்தோடும் அவர் பதிலளிக்கத் தொடங்கினார்.

"உங்களிடம் உண்மையைச் சொல்வதெற்கென்ன ஹோகென்ஸன். நானே இப்பொழுது வடக்கயிறு கிடைக்காமல் திண்டாடிக் கொண்டிருக்கிறேன். வார்த்தைகளால் அதை விவரித்து விட முடியாது. உண்மையில் இந்த அமைச்சகத்தின் புல்வெளிகளில் வெட்டிக் குவிக்கப்படும் வைக்கோலைக் கட்டப் போதுமான வடக்கயிறைத் தேடிச் சேர்ப்பதில்தான் நான் மும்முரமாக ஈடுபட்டிருக்கிறேன். சொல்லப்போனால், கிருஸ்துமஸ் தினத்தன்றுதான், உரிய அதிகாரிகளின் ஒப்புதலோடு, இதை அமல்படுத்தவும் நான் ஆணைகளைப் பிறப்பித்திருக்கிறேன்; அதாவது இந்த அமைச்சகத்துக்கு என ஒதுக்கப்பட்டிருக்கும் குதிரைகளிடமிருந்து தனக்குத் தேவையான வடக்கயிற்று தேவைகளைத் தானே பூர்த்தி செய்து கொள்ள இந்த அரச அமைச்சகம் உரிய முயற்சிகளை மேற்கொள்ள வேண்டும். சிறைக் கைதிகளைக் கொண்டு இந்த வடக்கயிறுகளைத் திரித்துக் கொள்ள வேண்டும்." என்றார் அமைச்சர். "இதற்குப் பிரதியாக, புதிதாக அச்சிடப்பட்டிருக்கும் இந்த இரண்டு – க்ரோனார் நாணயத்தை உங்களுக்கு நான் தர ஆசைப்படுகிறேன். இதோ இந்தப் பையனுக்கு ஒரு பத்து ஔரர் நாணயம். வணக்கம்."

பிப்ரவரி மாதத்தில் மீண்டும் அமைச்சரைப் பார்த்து வைக்கோல் கொண்டு திரிக்கப்பட்ட வடங்களைப் பரிசளித்து விட்டு வர தளபதி ஹோகென்ஸனால் என்னை அனுப்பி வைக்க முடிந்தது.

# 10

# ப்ரெக்குகாட்டில் பேச்சும் எழுத்தும்

இப்பொழுது மக்களுக்குப் பழகி விட்டவற்றைக் காட்டிலும் வேறுபட்ட இடை நிறுத்தங்கள் ஒருசில புராதன ஸ்வர வரிசைகளில் பயன்படுத்தப்பட்டிருக்கின்றன. இதன் காரணமாகவே இந்தப் புராதன ஸ்வர வரிசைகளில் ஒரு சில ஸ்வரங்கள் தப்பி விடுவது போல் தோன்றும். ஆனால், ஐஸ்லாந்து நாட்டில் பாடப்பட்டுள்ள *ஆசீர்வதிக்கப்பட்ட ஐஸ்லாந்து நாடே, எனதருமை கவின் குடுவையே* போன்ற மிக இனிய இன்னிசைகள் எல்லாமும் இந்த முறையோடு எழுதப்பட்டவையே.

இப்பொழுது உலகைப் பித்தாக அடித்துக்கொண்டிருக்கும் எல்லா கருத்துகளையும் ப்ரெக்குகாட்டில் நாங்கள் உண்மையென்று ஏற்றுக் கொண்டதில்லை. அந்தக் கருத்துகளை வெளிப்படுத்தும் சொற்களும் எங்களுக்குள் புழங்கியதில்லை. எங்கள் பண்ணை வீட்டின் சுழற்கதவுகளுக்கு அப்பால் பொதுப் புழக்கத்தில் இருந்த பேச்செல்லாம் மனநோயின் அறிகுறிகளாகவே எங்களுக்குத் தென்பட்டிருக்கின்றன. ஏனைய இடங்களில் மிகச் சாதாரணமாகப் புழக்கத்தில் இருந்த சொற்கள் பலவும் எங்கள் காதுகளுக்கு விசித்திரமானவையாக ஒலித்தன. மட்டுமல்லாமல், கீழ்த்தரமான பேச்சாகவும், வெட்கங்கெட்ட அரட்டையாகவும் அவை எங்களை நெளிய வைத்தன.

உதாரணத்துக்கு, யாராவது ‘தர்மம்’ என்ற சொல்லைப் பேச்சில் பயன்படுத்தினால், அது பிரசங்க நூலில் இருந்து காட்டப்படும் ஒருவிதமான பொருத்தமற்ற, அற்ப, நேரங் கெட்ட நேரத்தில் உச்சரிக்கப்பட்டு விட்ட விஷயமாக எங்களுக்குத் தோன்றும். ‘தர்மம்’ என்பது ‘இளகிய மனம் கொண்டிருப்பது’ என்றுதான் வீட்டுப் பேச்சில் குறிப்பிடப்படும். ஆன்மீக மொழியில் ‘தர்ம சித்தனை கொண்ட நபர்’ என்று குறிப்பிடப்படுபவர் எங்கள் பேச்சில் ‘இளகிய மனம் கொண்ட’ அல்லது ‘நல்மனம் கொண்ட நபர்’ என்றே குறிப்பிடப்படுவார். யாரோ ஒரு நவீனக் கவிஞன் எழுதிய கவிதையை ஒப்பிக்கும் போக்கில், ஒரு குடிகார

விருந்தாளியோ அல்லது மதிகெட்ட பணிப்பெண்ணோ உச்சரித்தாலே ஒழிய ‘காதல்’ என்ற வார்த்தையே எங்கள் வீட்டில் ஒலித்ததில்லை. அது மட்டுமல்ல. இது மாதிரியான கவிதைகளில் வரும் சொற்களைக் காது கொடுத்துக் கேட்க வேண்டி வரும்பொழுது முதுகுத் தண்டில் ஒரு சில்லிப்பு ஓடும். வேலையெதுவுமில்லாமல் சில நேரங்களில் தோட்டத்துச் சுவர் மீது தாத்தா உட்கார்ந்திருக்கும்போது இவை போன்ற சொற்களைக் கேட்க நேர்ந்தால், முகத்தைச் சுளித்து தோள்களைக் குலுக்கி தலையில் பேன் இருப்பவரைப் போல் நெளிந்து ‘த்தூ, த்தூ, கண்றாவி’ என்று சொல்லிக்கொண்டிருப்பார். முரட்டுக் கித்தான் மீது நகத்தால் கீறியது போன்ற உணர்வையே நவீனக் கவிதை எங்களிடம் ஏற்படுத்தியது.

“காதல் வயப்படுதல்” என்பது எங்கள் வாழ்வில் இருந்ததில்லை. இதற்கு மாறாக, பெண்ணின் ‘தோற்றத்தை விரும்பினான்’ என்றுதான் குறிப்பிடுவோம். அல்லது ஒரு பையனும் பெண்ணும் ‘நெருக்கமாக இருக்கிறார்கள்’ என்று கூறுவோம். ‘சல்லாபம்’ எனும் வார்த்தை அவ்வப்பொழுது உச்சரிக்கப்படும். ஆனால் பேச்சில் அது அத்துமீறல் வகையானதுதான். இந்தப் புத்தகத்தில் குறிப்பிடப்படாத, பரணின் நடுத்தட்டில் எங்களோடு குடியிருந்த ஒரு கிறுக்குப் பிடித்த பெண்ணின் உதட்டிலிருந்து உதிர்ந்ததைத் தவிர வேறு எந்தச் சந்தர்ப்பத்திலும் ‘மகிழ்ச்சி’ எனும் சொல்லை நான் வளரும் பருவத்தில் கேட்டதேயில்லை. இதை என்னால் அடித்துச் சத்தியம் செய்ய முடியும். நன்கு வளர்ந்த பிறகு, பள்ளியில் மொழிபெயர்ப்பைப் பாடமாகப் பயில வேண்டியிருந்த நிலையில்தான் அந்தச் சொல்லை நான் மீண்டும் கேட்க நேர்ந்தது. நன்கு வளர்ந்த பிறகும் கூட ‘அழுவது’ என்ற சொல் டேனிஷ் மொழியிலிருந்து கடன் பெறப்பட்ட சொல் என்றே நான் நம்பிக்கொண்டிருந்தேன். இதற்கு மாறாக, முந்தைய ஆண்டில் தங்களுடைய குடும்பத் தலைவர்களைக் கடலில் பறி கொடுத்த ஆக்குர்ஜெர்டி பகுதியைச் சேர்ந்த மக்கள் எவ்வாறு இருக்கிறார்கள் என்று யாரோ தாத்தாவிடம் அனுதாபத்தோடு விசாரித்த பொழுது, அவர் கொஞ்சமும் யோசிக்காமல் அவர்கள் நிறையக் கருவாடு வைத்திருக்கிறார்கள் என்று பதில் சொன்னது இன்னமும் எனக்கு நினைவிருக்கிறது. அதே போல் யாரோ ஒருவரைப் பற்றி எங்களிடம் விசாரித்தால் ‘அவருக்கென்ன, நல்லா, பருமனாக இருக்கிறார்’ என்றுதான் தவறாமல் சொல்வோம். அதற்கு அர்த்தம் ‘அவர் நலமாக இருக்கிறார்’ என்பதோ அல்லது டென்மார்க் நாட்டில் சொல்லப்படுவதைப் போல் ‘அவர் மகிழ்ச்சியாக இருக்கிறார்’ என்பதோதான். யாராவது நலம் குன்றியிருந்தால் ‘அவரைப் பார்த்தாலே தெரியும்’ என்றுதான் சொல்வோம். குறிப்பிடப்படும் நபரின் உடல் நிலை நடமாட முடியாத அளவுக்கு மோசமாக இருந்தால் “அவர் கொஞ்சம் முடியாமல் இருக்கிறார்” என்று சொல்வோம். வயதான நிலையில் யாரும் சாகக் கிடந்தால் “இப்பொழுதெல்லாம் அவருக்கு உணவே செல்வதில்லை” என்று சொல்லிக் கொள்வோம். மரணப் படுக்கையில் இருக்கும் ஒருவரை “பாவம் பெட்டி படுக்கையெல்லாம் சுருட்டிக் கொண்டிருக்கிறார்” என்று சொல்வோம். அற்பாயுசில் சாகக் கிடக்கும் ஒருவரை ‘சீப்பில் பட இவருக்கு நரைமுடியே சிக்காது போல் இருக்கிறது’ என்று சொல்வோம். திருமணமான தம்பதியர் பிரிய நேரிட்டால் “அங்கே ஏதோ சரியில்லை என்று நினைக்கிறேன்”

என்று கூறுவார்கள். ப்ரெக்குகாட்டில் ஒவ்வொரு சொல்லுமே மதிப்பு மிக்கதுதான். சின்னச்சின்ன சொற்கள்தான் என்றாலும்கூட.

சொலவடைகளையும், பழமொழிகளையும் பயன்படுத்திதான் பாட்டி எல்லோருக்கும் பதில் கொடுத்துக் கொண்டிருப்பாள். அவள் சொல்லும் பதில்கள் அதிகமும் நல்லெண்ணத்தோடு கூடிய நகைச்சுவை உணர்வு ததும்ப இருக்கும். ஆனாலும், எங்கோ நினைவாகவோ அல்லது தனக்குப் பின்னால் நின்று கொண்டிருப்பவரிடம் திறந்து கிடக்கும் சாளரத்தின் வழியாகவோ அவள் பேசிக்கொண்டிருப்பதைப் போல் தோன்றும். சந்தநயம் சிறிதுமில்லாமல் நீட்டி முழக்கி மந்திரம் ஓதுவதைப் போல் அவள் பேசும் தோரணையில் பரிவின் சாயல் தென்படும். ஒட்டுதல் இல்லாதது போல் தோன்றும் அவளுடைய பேச்சில் கசப்புணர்வு ஒருபோதும் நிச்சயமாகத் தலைகாட்டியதில்லை.

பழமொழிகள் மட்டும்தான் அவளுக்குத் தெரிந்திருந்தது என்று சொல்லி விட முடியாது. ஈற்றடி மோனைகள், துண்டு துண்டாய் பாக்கள், கலவையாய் மூதுரைகள், மழலையருக்கான சந்தப் பாடல்கள் என்று ஒவ்வொரு சந்தர்ப்பத்துக்கும் பொருத்தமாக அவள் தெரிந்து வைத்திருந்தாள். இல்லா விட்டால் தோத்திரப் பாக்கள், நீண்ட அர்த்தமற்ற பேச்சுத் தொடர்கள், நாட்டார் பாடல்கள் அல்லது பழமையான கவிதைகள் என்று ஏதேனும் ஒன்றை மேற்கோள் காட்டிப் பேசுவாள். அவள் ஓர் அலாதியான அறிவுக் களஞ்சியம். அவள் எவ்வளவு தெரிந்து வைத்திருக்கிறாள் என்று அளவிட அவளை யாரும் வற்புறுத்தி முயன்று பார்ப்பார்களேயானால் அவளுடைய அறிவின் ஆழத்தை அவர்களால் எட்டிப் பிடித்து விட முடியாது. எத்தனையோ கதைப்பாடல்களை அவள் மனப்பாடமாகத் தெரிந்து வைத்திருந்தாள். ரிமூர் எனப்படும் ஐஸ்லாந்து நாட்டு கதைப்பாடல்களைப் பற்றித் தெரியாதவர்களுக்காக ஒரு விளக்கம். பண்டை காலத்துச் சாகச நாயகர்களைப் பற்றிய செய்யுள் வடிவமே அவை. சிக்கலான மாற்றுமோனைகளைக் கொண்டு இயற்றப்பட்டவை இந்தச் செய்யுள் வடிவங்கள். இவை எந்த அளவுக்குச் சிக்கலானவை என்றால், சிலநேரங்களில் இவற்றின் ஒவ்வொரு வரியுமே மோனையாலான புதிர் போன்று ஒலிக்கும். நடுத்தர அளவிலான ஒரு கதைப்பாடல், அதாவது ஒரு பாடல் சுற்று என்பது முப்பது செய்யுள்களைக் கொண்டதாக இருக்கும். ஒவ்வொரு செய்யுளிலும் குறைந்தது நூறு மாற்றுமோனைகளாவது இருக்கும். ஐஸ்லாந்து நாட்டில் நூற்றுக்கணக்கான ரீமூர்கள் இருக்கின்றன. ஒருசிலர், ஆயிரக்கணக்கில் என்று கூடச் சொல்வதுண்டு. இவை தவிர எத்தனையோ தோத்திரப் பாடல் தொகுப்புகளையும் பாட்டி மனப்பாடமாகத் தெரிந்து வைத்திருந்தாள். பின்னல் வேலையில் ஈடுபட்டிருக்கும் பொழுது, சிலநேரங்களில், சாவதானமான நடையில், தனக்குத்தானே இந்தச் சமாச்சாரங்களைப் பாட்டி ஒப்பித்துக்கொண்டிருப்பது உண்டு. யாரும் கவனித்துக் கேட்க வேண்டும் என்பதற்காக அவள் இவற்றை ஒப்பிப்பதில்லை. தனக்காகக் கூட அவற்றை அவள் சொல்லிக்கொள்வதில்லை. ஏனென்றால், உதடுகள் அவற்றை உச்சரித்துக்கொண்டிருக்கும் அதே நேரத்தில் அவள் உண்மையில் வேறு ஏதோ விஷயங்களைப் பற்றிச் சிந்தித்துக்கொண்டிருப்பாள். அவள்

ஜபித்துக் கொண்டிருக்கும் தோத்திரப் பாடல் ஏதாவது என் ஆர்வத்தைக் கவரும் வண்ணம் இருந்து – உதாரணத்துக்கு, 'சொர்க்கத்தின் ரொட்டி'[1] மீது என்ன விதமான வடிநெய்யைத் தடவுவார்கள் – அவளிடம் அது பற்றிக் கேட்கும் பொழுது ஏதோ கனவிலிருந்து அவளை உலுக்கி எழுப்பி விட்டதைப் போல, தான் ஒப்பித்துக்கொண்டிருந்தது என்னவென்றே உண்மையில் தனக்குத் தெரியாதென்று அவள் கூறுவாள். அது மட்டுமல்ல; அறுபட்ட செய்யுள் இழையை அவளால் மீண்டும் தொடரவும் முடியாது.

தரமான நூல்கள், தரமற்ற நூல்கள் என்ற பாகுபாடின்றி நூல்களுக் கான எழுத்துருக்களை ஒரு அச்சிடுபவர் எப்படித் தேர்வு செய்து வெளியிடுவாரோ அதே போல்தான், பாட்டியும் எந்த ஒரு செய்யுளையும் மற்றொன்றை விடத் தனக்குப் பிடித்தது என்று காட்டிக் கொண்டதாக எனக்கு நினைவில்லை. அவற்றை எல்லாம் எழுதி வைக்க வேண்டும் என்று யாரேனும் முயன்றிருந்தால் சந்தேகமே இல்லாமல் பல முழுத் தொகுதிகளைப் அவளுக்காக அவர்கள் பதித்திருக்கக் கூடும். இதற்கும் அதிகமான இலக்கியத்தை விரல்நுனியில் வைத்திருக்கும் ஆசிரியர்கள் யாரையாவது பல்கலைக்கழகங்கள் பணியில் அமர்த்தியிருக்க முடியும் என்று நான் நம்பவில்லை. மேட்டிமை வர்க்கத்தைத் துதி பாடப் பயன்படும் 'இலக்கியத்தனமான' எனும் அடைமொழிக்கு பாட்டியைக் காட்டிலும் தகுதியான ஒருவரையும் இதுவரை நான் சந்தித்ததில்லை. அச்சுக்கலை புழக்கத்துக்கு வருவதற்கு முன்பிருந்தே படிக்கும் திறனும் எழுதும் திறனும் ஐஸ்லாந்து நாட்டில் இன்று போலவே சரளமாக இருந்தது. கேக்ஸ்ட்டனுடைய காலத்துக்கு[2] முன்பு வாழ்ந்திருந்தவர்களுடன்தான் பாட்டி மிகவும் அணுக்கமாக உணர்ந்திருப்பாள் என்று நான் உண்மையில் நம்புகிறேன். எழுத்துக்கூட்டிப் படிக்க உதவும் நூல்கள்[3] ஐஸ்லாந்தில் எப்பொழுதுமே உபயோகத்தில் இருந்ததில்லை. பனிக்காலத்தில் பாட்டி ஆடுகளை மேய்க்கச் செல்லும் பொழுது பனிப்பாளங்களின் மீது அகரவரிசை எழுத்துகளைக் கீறி ஒரு முதியவர் பாட்டிக்குப் படிக்கக் கற்றுக் கொடுத்தாராம். புகை படிந்த கண்ணாடியின் மீது பின்னல் ஊசியால் எழுத்துகளைப் பாட்டிக்கு எழுதப் பழக்கியது ஒரு மூதாட்டி. மாலை நேரங்களில், நிலவொளியில், சிலவேளைகளில் யாருடைய குறுக்கீடுமில்லாமல் இருவருமாக இந்தக் காயலான் வேலையைச் செய்து கொண்டிருப்பது வழக்கம். நான் அயல்நாட்டில் இருந்த பொழுது பாட்டி எனக்கு ஒரு கடிதம் எழுதினாள். அப்பொழுது அவளுக்கு வயது தொண்ணூறு. அந்தக் கடிதம் ஸானெட் எனும் கவிதை வடிவத்தைப் போல் பதினான்கு வரிகளில் இருந்தது. இந்தக் கடிதத்தை வெகுநாட்களுக்கு முன்னரே நான் தொலைத்து விட்டேன். ஆனாலும் அது இன்னும் நினைவில் இருக்கவே செய்கிறது. இப்பொழுது கூடப் பாட்டியின் கையெழுத்து தெளிவாக நினைவில் பதிந்திருக்கிறது. முக்கியமான பெயர்ச்

1. சொர்க்கத்தின் ரொட்டி: ஜான் ஹ்யூஸ் என்பவர் எழுதி இசையமைத்த ரோண்டா பள்ளத்தாக்கு எனும் கீர்த்தனையில் வரும் பாடல் வரி.

2. கேக்ஸ்ட்டன்: இங்கிலாந்தில் முதன்முதலாக அச்சு இயந்திரத்தை நிறுவிய வில்லியம் கேக்ஸ்ட்டன்.

3. எழுத்துக்கூட்டிப் படிக்க உதவும் நூல்கள்: Spelling Books

சொற்களை மட்டுமல்லாமல் குறிப்பிடத்தகுந்த உரிச்சொற்களையும் கூட அவள் பெரிய எழுத்தைக் கொண்டே தொடங்கியிருந்தாள். உமர் கய்யாமின் ருபையத் எனும் கவிதையை ஆங்கிலத்தில் மொழிபெயர்த்த ஃபிட்ஸ்ஜெரால்ட் இதே பாணியைத்தான் பின்பற்றியிருந்தார். நிலவின் ஒளி மிகுந்த பக்கத்தைப் பார்க்கக் கொடுத்து வைத்திருக்கும் உலகின் பகுதியில் இதுவரை எழுதப்பட்ட கவிதைகளிலேயே மிகவும் கை தேர்ந்த ஒன்றாக இந்தக் கவிதை சிலரால் கருதப்படுகிறது: 'ஓ, என் களிப்பின் நிலவே'.[4] அந்தக் கவிதையைப் படித்தவுடன் "இந்த மனிதர் பாட்டியைப் போலவே எழுதுகிறாரே" என்று எனக்குள் சொல்லிக்கொண்டேன்.

தன்னுடைய சின்ன இழுப்பறைப் பெட்டியிலிருந்து ஒரு புத்தகத்தை எடுத்து "அல்ஃப்க்ரைமுர் கண்ணா, இன்று நாம் படிக்கக் கற்றுக் கொள்ளலாம்" என்று பாட்டி சொன்ன பொழுது எனக்கு ஐந்து வயதாகியிருந்தது. அந்தப் புத்தகம் இப்படி ஒரு நீண்ட வாக்கியத்தோடு தொடங்கியிருந்தது: ஆபிரகாம் ஈசாக்கை ஈன்றெடுக்க, ஈசாக்கு யாக்கோபை ஈன்றெடுக்க, யாகோபு யூதாவை ஈன்றெடுக்க, யூதா பாரே தாமாரினிடத்தில் ஈன்றெடுக்க, பாரோஸ் எஸ்ரோமை ஈன்றெடுக்க, எஸ்ரோம் ஆராமை ஈன்றெடுக்க, ஆராம் அம்மினாபை ஈன்றெடுக்க, அம்மினதாப் நகசோனை ஈன்றெடுக்க, நகசோன் சல்மோனை ஈன்றெடுக்க, சல்மோன் போவாசை ராகாபினிடத்தில் ஈன்றெடுக்க, போவாஸ் ஓபேதை ரூத்தினடத்தில் ஈன்றெடுக்க, ஓபேத் ஈசாயை ஈன்றெடுக்க... இந்த நீண்ட வாக்கியத்தோடு[5] போராடுவதிலேயே எங்களுடைய பனிக்காலம் முழுவதும் கழிந்தது.

"என்ன ஒரு பயங்கர அலுப்பூட்டும் நீண்ட வாக்கியம் இது பாட்டி" என்றேன் நான். அதைக் கேட்டவுடன் பாட்டி இந்தச் செய்யுளை ஒப்பித்தாள்:

> "பழைய மீன் தோல் துணுக்கென விவிலிய நூல் தொண்டையில் ஒட்டிக் கொள்கிறது;
>
> எவ்வளவு வேகமாக முடியுமோ அவ்வளவு வேகமாக அதை விழுங்கினேன்;
>
> அது அப்படி ஒன்றும் எனக்கு நல்லதைச் செய்து விடவில்லை."

கிருஸ்துமஸ் பண்டிகை நெருங்கும் நேரத்தில் "இந்த நீண்ட வாக்கியம் ஏன் இப்படி அலுப்பூட்டக் கூடியதாக இருக்கிறது பாட்டி?" என்று கேட்டேன். "அது ஹீப்ரூ மொழியில் இருப்பதால்" என்றாள் பாட்டி.

ஆனால் பனிக்கால முடிவில் இந்தப் பயங்கரமான நீண்ட வாக்கியத்தை முழுதுமாக எழுத்துக் கூட்டிப் படிக்கக் கற்றுக்கொண்டேன். அன்றிலிருந்து எப்பேர்ப்பட்ட புத்தகத்தையும் என்னால் படிக்க முடிந்தது.

---

4. ஓ, என் களிப்பின் நிலவே: உமர் கய்யாமின் ருபையத்தில் வரும் 74 ஆவது பாடலின் தொடக்க வரிகள்.

5. புதிய ஏற்பாட்டில் மத்தேயு எழுதிய 1ம் அதிகாரம் – வசனம் 1 முதல் 17 வரை.

11

# ஐஸ்லாந்து நாட்டவரின் பல்கலைக்கழகம்

ஐஸ்லாந்து நாட்டில் இருக்கும் பெயர் சொல்லு மளவுக்குப் பெரிய பண்ணைகளில், மாலை நேரங்களில், வீட்டில் குடியிருப்போருக்காகப் புராணக்கதைகளை உரக்க வாசிக்கவோ அல்லது ரீமூர்களை ஒப்பிக்கவோ எப்பொழுதும் ஒருநபர் இருப்பார். இது ஒரு தேசியப் பொழுதுபோக்கு. இந்த மாலைநேர அமர்வுகள் ஐஸ்லாந்து நாட்டவருக்கான பல்கலைக்கழகங்கள் என்று சொல்லப்படுவதுண்டு. எண்பது ஆண்டுகளாகவோ அல்லது அதற்கும் மேலாகவோ இந்தப் பல்கலைக்கழகங்களில் பங்குபெறுவோருக்கு இதன் பாடத்திட்டங்கள் அத்துபடியாகியிருப்பது ஒன்றும் ஆச்சரியப்படத்தக்க விஷயமில்லை. ப்ரெக்குகாட்டைப் பொறுத்தவரை, புராணக் கதைகளை உரக்க வாசிப்பதும், ரீமூர் செய்யுள்களை ஒப்பிப்பதும் அங்கே அவ்வப்பொழுது வந்து தங்கிச் செல்லும் விருந்தாளிகளாலோ அல்லது சில சமயம், ஒரே இரவு மட்டும் தங்கிச் செல்லும் விருந்தாளிகளாலோ மேற்கொள்ளப்படும். நான் ஏற்கெனவே குறிப்பிட்டிருப்பதைப் போல், தாத்தா ப்ரெக்குகாட்டின் ப்யோர்ன் இந்தத் தேவையை நிறைவேற்றும் அளவுக்குப் புத்தக வாசிப்பில் நாட்டமில்லாதவராக இருந்தார். நாட்டின் தொலைதூரங்களி லிருந்து வரும் விருந்தினர்கள் மிகவும் தேர்ந்த கதைசொல்லிகளாக இருந்தனர். அவர்களுள் ஆகச் சிறந்தவர்கள் வடக்கிலிருந்து, குறிப்பாக, ஸ்க்ககாஃப்யோர்தூரிலிருந்து[1] வருபவர்கள்தான். கெண்டைக்காலுக்கும் மேலாக முழங்காலைக் கூட மறைத்திருக்கும் முரட்டுக் காலணிகளை அணிந்து, அவர்கள் பார்க்க சாகச நாயகர்கள் போல் இருப்பார்கள். நாட்டின் தென்பகுதியில் இருக்கும் மக்கள் மெல்லிய காலணிகளோடு திருப்தியடைந்து விடுபவர்கள். நல்ல, மோசமான என்று

1. ஸ்க்ககாஃப்யோர்தூர்: வடக்கு ஐஸ்லாந்தில் இருக்கும் ஆழமான விரிகுடா.

அனைத்து வகைக் கவிதைகளையும் கடகடவென்று ஒப்பிக்கும் திறன் படைத்தவர்கள் வடக்கத்திக்காரர்கள். மேலும், அவர்களுடைய பேச்சும் எங்களுடையதைக் காட்டிலும் உணர்ச்சி பொங்க இருக்கும். ஸ்க்ககாஃப்யோர்தூரிலிருந்து வந்திருக்கும் ஒருவர் எங்கள் பண்ணையின் முக்கோணச் சுவர் முகட்டின் மீது வசதியாகச் சாய்ந்து கொண்டு உல்ஃபர்–ரீமூர்[2] செய்யுள் தொகுதிகளை ஸ்க்ககாஃப்யோர்தூருக்கே உண்டான அலாதியான உச்சாடனத்துடன், மன்னன் சைரஸ்[3] பற்றிய கட்டாய, தொடக்க அறிமுகத்துடன், எடுத்து விடும் பொழுது, சாகசக் கவிதையின் அகண்ட முழு உலகமும், கீழைநாட்டு எல்லைகளையும் உள்ளடக்கி, விசித்திர ஒளிக்கற்றைகளின் பொருத்தமான வெளிச்சத்தில் எங்கள் முன்னே வெளிப்படும்.

நான் முன்பே குறிப்பிட்டிருந்த மாதிரி, ப்ரெக்குகாட்டில் ஆங்காங்கே சிதறிக் கிடக்கும் நூல்கள் யாவுமே உதிரிகளாலான ஒரு கதம்பம்தான். என்றாலும், ஓர் இலக்கிய வகைமைக்குள் அவற்றை ஒழுங்கு படுத்துவது அப்படி ஒன்றும் சிரமமான காரியம் இல்லை. எங்களுடைய விருந்தினர்கள் என்ன மாதிரியானவர்கள் என்பதற்குச் சான்றளிப்பது இந்தப் புத்தகக் கதம்பம். குறிப்பாக, டென்மார்க் நாட்டின் நாவல்களைக் காட்டிலும், வெற்றிவீரர்கள், மறவர்கள், கடல் காவியங்கள் ஆகியவற்றை அதிகமானோர் நேசித்தனர் எனும் உண்மைக்கு இவை சான்று கூறும். டென்மார்க் நாவல்கள் என்பது எங்கள் வீட்டில் பொதுவாக நவீன இலக்கியத்தை, அதிலும் குறிப்பாக மனப்பிரழ்வோடு தொடர்புடைய ஏதொன்றையும் குறிப்பது.

டென்மார்க் நாட்டு நாவல்களைப் பற்றிப் பேச்சு வரும் பொழுது, புவி ஈர்ப்பு சக்திக்கு மட்டுமே கீழ்ப்படிந்து ஒவ்வோர் இண்டு இடுக்குக்குள்ளும் எப்படியோ வடிவமற்று ஒழுகி நிரப்பி விடும் தாரைப் போல் இலக்கியத்தில் ஒழுகியிருந்த தாஸ்தயேவ்ஸ்க்கி அல்லது அவரை ஒத்த பிற கதை சொல்லிகளைப் பற்றிய தெளிவில்லாத பிம்பத்தைதான் நாங்கள் மனதில் வைத்திருந்தோம்.

எங்களை நாடி வந்த விருந்தினர்களுள் பலரும் நல்ல வாசகர்களாக விளங்கியதோடு மட்டுமில்லாமல் கதை சொல்லும் கலையிலும் தேர்ந்தவர் களாக இருந்தனர்.

கடலிலோ நிலத்திலோ நிகழ்ந்த பேரழிவுகளைப் பற்றியதாகவோ அல்லது மாவீரன் ஹெர்க்குலிஸ் நிகழ்த்தியதைப் போன்ற சாதனைகளைப் பற்றியதாகவோதான் அடிக்கொருதரம் நாங்கள் கேட்ட கதைகள் பலவும் இருக்கும். இவை போக, பெருந்தீனிக்காரர்களைப் பற்றியோ அல்லது அவர்களைப் போன்ற விசித்திரமான மனிதர்களைப் பற்றியோ கூடக் கதைகள் இருக்கும். அதே போல் பிசாசுகளைப் பற்றியும், குட்டிச்சாத்தான் களைப் பற்றியும் கூடக் கதைகள் சொல்லப்படும்.

---

2. உல்ஃபர்–ரீமூர்: ஐஸ்லாந்து நாட்டின் தலைநகர் ரெய்க்யாவிக்கின் கிழக்குப் பகுதியில் இருக்கும் மாவட்டம் சார்ந்த ரீமூர்.

3. சைரஸ்: மாவீரன் சைரஸ் என்று அறியப்படும் பெர்ஷிய நாட்டு அரசன்.

எங்கோ ஒரு தொலைவான பகுதியிலிருந்து பருவநிலை மாறுதல்களுக் கெல்லாம் ஈடுகொடுத்து, வாடி வதங்கி வந்திருக்கும் ஒரு நபர் நடுப்பரணின் கதவுத்தூணுக்கு மேலே எரிந்துகொண்டிருக்கும் விளக்கின் அடியில் அமர்ந்து ஒரு புத்தகத்தை உரக்கப் படித்துக் காட்டிக் கொண்டிருப்பது, அல்லது ஒரு கதையை விவரித்துக்கொண்டிருப்பது; விட்டங்களுள் ஒன்றோடு பிணைக்கப் பட்ட மீன் வலையை ஒவ்வொரு கண்ணியாக வாய் பேசாமல் தாத்தா செப்பனிட்டுக் கொண்டிருப்பது; அதே போல், தளபதி ஹோகென்ஸனுடைய வடக்கயிறு கொஞ்சம் கொஞ்சமாக நீண்டு கொண்டே போவது; அவருடைய ஒவ்வொரு இழுப்புக்கும் படுக்கையின் கால் கிறீச்சிட்டுக் கொண்டே இருப்பது; ஒரு குழந்தையைப் போல் பொக்கைவாயோடு ருனால்ஃபர் வாயில் விரலைப் போட்டுக் கொண்டு இருப்பது; நீண்ட காலம் கடலிலேயே கழித்த காரணத்தால் கண்களின் ஓரத்தில் உப்பின் எரிச்சல் நீங்காமல் ருனால்ஃபரின் கன்னத்தில் கண்ணீர் தொடர்ந்து வழிந்த வண்ணமே இருப்பது; மேலும் சிலர் படுக்கைகளின் மீதும் ஏனைய இருக்கைகளின் மீதும் அமர்ந்துகொண்டிருப்பது; படிக்கட்டுக்கு மேலாக இருக்கும் பொறிக்கதவு அகலத் திறந்து கிடக்க, படிக்கட்டின் கீழ்ப்படியில் உட்கார்ந்து, மேலும் விருந்தினர்களை எதிர்பார்த்துப் பாட்டி பின்னல் வேலையில் ஈடுபட்டிருப்பது என அன்றாடக் காட்சிகளினூடே கதை மெல்ல மெல்ல விரியும்.

என்ன மாதிரியான கதையாக அது இருக்கும்?

எண்ணற்ற கதைகள் அவை. ஆனால் அவை யாவற்றுக்கும் இந்தப் பொதுவான அம்சம் இருந்தது. அதாவது டென்மார்க் நாவல்களில் விவரிக்கப்படும் பாங்கிலிருந்து இந்தக் கதைகளை விவரிக்கும் பாங்கு முற்றிலும் வேறுபட்டதாக இருந்தது. கதைசொல்லியின் சொந்தக் கருத்தோ, சொந்த வாழ்க்கையோ கதைக்குள் ஒரு போதும் நுழைந்ததில்லை. கதையின் கருப்பொருள் தானாகவே தன்னை விவரித்துக் கொள்ளும்.

அதே போல் இந்தக் கதை சொல்லிகள் கதையின் போக்கை வேகப்படுத்தியதில்லை. மிகுந்த உணர்ச்சிவசப்பட்டுக் கதை கேட்பவர்கள் பரபரப்புடன் உட்கார்ந்திருப்பதை உணர்ந்தால், இந்தக் கதை சொல்லிகள் கதைமாந்தரின் வம்சாவழியைப் பற்றி விலாவாரியாக விவரிக்க ஆரம்பித்து விடுவார்கள். அது போதாதென்று, அதே தேரணையில், விலாவாரியாக ஒரு கிளைக்கதையைத் தொடங்கி விடுவார்கள். பதட்டமில்லாத, கூறும் முறையிலிருந்து விலகி, தனக்கான சுதந்திரத்துடன், மனித வாடை அற்றதாக, ஆதாரப் பொருள்கள் மட்டுமே யாவற்றின் மீது ஆட்சி செலுத்தும் இயற்கையை ஒத்ததாக, தனக்கே தனக்கானதான ஒரு உயிரோட்டம் கதைக்கு இருக்கும். சாகசக் காலத்தின் அகண்ட உலகோடு – ஒரே ஒரு முறைதான் நிகழ்ந்திருந்த போதிலும் எல்லாக் காலங்களுக்கும் பொருந்தும் வகையான மாபெரும் சம்பவங்களை விவரிக்கும் காவிய உலகோடு – ஒப்பிடுகையில் தற்செயலாக ஒரு விடுதியில் தஞ்சம் புகுந்திருக்கும் சருகு போன்ற அற்ப மனிதன் எம்மாத்திரம்!

*ஐஸ்லாந்து நாட்டின் மா மனிதர்களின் வாழ்க்கை வரலாறு* – இந்தப் புத்தகத்தை மீண்டும் கைகளில் ஏந்திப் பார்க்க முடியாதா என்ற கனவு

எனக்குள் இருக்கிறது. இந்தப் புத்தகத்துக்கு என்ன கதி நேர்ந்திருக்கும்? ப்ரெக்குகாட் பண்ணை வீட்டில் பார்த்த இந்தப் புத்தகத்தைப் பற்றி எனக்குத் தெளிவாக நினைவிருக்கிறது. எவ்வளவோ புத்தகப் பட்டியல்களில் தேடிப் பார்த்து விட்டேன். எந்தப் பட்டியலிலும் இந்த நூல் இடம்பெறவில்லை. இப்படி ஒரு புத்தகம் இருந்ததென்று என்னையே என் நினைவு ஏமாற்றிக் கொண்டிருக்கிறதா? அல்லது எனக்குள் இப்படி ஒரு புத்தகம் ஏதோ ஒருவிதத்தில் வாழ்ந்துகொண்டிருக்கிறதா? இந்தப் புத்தகத்திலிருந்த இவ்வளவு கதைகளை நான் எப்படித் தெரிந்து வைத்திருக்க முடியும்?

நானே இப்பொழுது ஒரு புத்தகத்தை எழுதும் முயற்சியில் ஈடுபட்டிருப்பதால், *ஐஸ்லாந்து நாட்டின் மா மனிதர்களின் வாழ்க்கை வரலாறு* நூலிலிருக்கும் ஒருசில கதைகளை நானே எழுதியிருக்க வேண்டும் என்று ஆசைப்படுகிறேன்.

எந்தவொரு நூலின் உதவியுமின்றி, நானாகவே நினைவிலிருந்து ஒரு மாபெரும் ஐஸ்லாந்து நாட்டவரின் கதையை எழுதும்படியானால் – புராணக் கதைகளுக்கும் ரைமூர் செய்யுள்களுக்கும் நடுவில் நாங்கள் வீட்டில் கேட்கும் கதைகளைப் போல் – முதலில் மனதில் தோன்றுவது ஹௌஸாஃபெல்லின்[4] நல்லாயர் ஸ்நோரி பற்றிய கதைதான். அந்தக் கதையை இப்பொழுது மீண்டும் நினைவு கூர்வது பொருத்தமாக இருக்கும் என்று நம்புகிறேன். ஆனால், அது புத்தகத்தில் எப்படி இருக்கிறதோ அப்படி நான் கூறப் போவதில்லை. ஏனென்றால் அந்தப் புத்தகம் தொலைந்து போய்விட்டது. ஆனால் அதனுடைய சாரத்தைத் தர இருக்கிறேன். அதாவது, ப்ரெக்குகாட்டில் நான் இருந்த பொழுது எனக்குச் சொல்லப்பட்ட அந்தக் கதையின் முக்கிய அம்சங்களை மட்டும். ஒரு வேளை நல்லாயர் ஸ்நோரியின் வாழ்க்கை வரலாற்றிலும் இதர மாபெரும் ஐஸ்லாந்து நாட்டவர்களின் வாழ்க்கை வரலாற்றிலும் காணப்படும் சம்பவங்களை நான் குழப்பிக் கொள்கிறேனோ என்னவோ! இருந்தாலென்ன? அதனால் என்ன குடி முழுகிவிடப் போகிறது? நல்லாயர் ஸ்நோரி எப்படி இருந்தாரோ அப்படித்தான் எல்லா மகோன்னத ஐஸ்லாந்து நாட்டவர்களும் இருக்க வேண்டும் என்று என் ஆழ்மனதில் நான் விரும்புவதுதான் காரணம்.

பெரும் ஆகிருதி கொண்ட, வலிமையான உடற்கட்டு வாய்ந்த, ஒவ்வொரு அம்சத்திலும் ஆண்மை மிக்க மனிதர் நல்லாயர் ஸ்நோரி. முதுமையிலும் கூட அவர் வேகத்தையும் வலிமையையும் இழக்கவில்லை. ஹௌசாஃபெல் பகுதியில் உள்ள ஹ்விட்டா[5] எனும் ஆற்றில் எதிர்பாராமல் ஏற்பட்ட எரிமலைக்குழம்பின் பெருக்கின் போது ஆற்றின் கரைகளை ஒரே தாவாகத் தாவிக் குதித்தவர் அவர். இந்த நிகழ்ச்சி நடந்த போது அவருக்கு வயது எழுபது. ஸ்நேஃபெல்ஸ்[6] உறைபனிப் படலத்துக்கு

---

4. ஹௌஸாஃபெல்: ஐஸ்லாந்து நாட்டின் மேற்குப் பகுதியில் இருக்கும் ஒரு பிரபலமான பண்ணை.

5. ஹ்விட்டா: ஐஸ்லாந்து நாட்டின் வடமேற்குப் பகுதியில் இருந்து புறப்படும் அபாயகரமான ஆறு.

6. ஸ்நேஃபெல்ஸ் உறைபனிப் படலம்: மேற்கு ஐஸ்லாந்தில் ஸ்நேஃபெல்ஸ் யோகூல் மலை மீது இருக்கும் உறைபனிப் படலம்.

அப்பாலிருக்கும் பகுதியில் ஒரு கடலோடியாக இளமைக் காலத்தில் அவர் பணி புரிந்துகொண்டிருந்த போது, அவரோடு அருகமர்ந்து துடுப்புப் போடும் பலரும் தங்களை எளிதில் விஞ்சி விடும் திறனுடைய சக கடலோடியாகவே அவரைக் கண்டிருக்கிறார்கள். மீன்பிடிக்கும் பொழுது கூட அவருடைய நல்வினை எப்படி அமையுமென்றால், ஏனையோர் மீன் எதையும் பிடிக்க முடியாமல் கடலின் மலட்டுப் பகுதி என்று கை விடும் பகுதியில் கூடத் தூண்டிலை வீசி மீனுக்கு மேல் மீனாக அவர் பிடித்துக் குவித்துக்கொண்டிருப்பார்.

விரைவாகச் செய்யுள்களை இயற்றும் திறன் நல்லாயர் ஸ்நோரிக்கு மிகச் சிறு பிராயத்திலேயே வாய்த்திருந்தது. ஸ்கல்ஹோல்ட்டில்[7] இருக்கும் பள்ளியில் அவர் பயின்ற காலத்தில், அவர் கற்ற வேகத்தைப் பார்த்துப் பல ஆசிரியர்களும் தலைநரைத்த லத்தீன் மொழிப் பண்டிதர்களும் தாங்கள் சொல்லிக் கொடுக்கும் விஷயத்தில் மிகக் கவனமாக இருக்க வேண்டி இருந்ததாம். அவர் பள்ளிப்படிப்பை முடிக்கும் சமயத்தில் ஃபிரெஞ்சு நாட்டவர் ஒருவர் ஸ்கல்ஹோல்ட்டுக்கு வந்தாராம். மிகத் தடிமனான ஒரு லத்தீன் புத்தகத்தை அவர் எடுத்து வந்திருந்தாராம். இந்த லத்தீன் மிகச் சிரமமானதாக இருந்ததாம். அதுவும் குறிப்பாக அந்நூலின் இறுதிப் பகுதியில். இப்படி ஒரு பிரதியை அங்கிருந்த ஆசிரியர்கள் ஒருவராலும் மொழிபெயர்க்க முடியவில்லையாம். பிறகு ஹுஸாஃபெல்லைச் சேர்ந்த ஸ்நோரிக்குச் சொல்லி அனுப்பினார்களாம். ஸ்நோரி அந்தப் புத்தகத்தைப் பார்த்துவிட்டுப் புன்னகைத்தாராம். பிறகு அதிலிருந்த ஒவ்வொரு சொல்லையும், அது ஏதோ அவருடைய தாய்மொழியில் எழுதப்பட்டிருந்ததைப் போல், ஐஸ்லாந்து மொழிக்கு மாற்றம் செய்தாராம். அவரைச் சுற்றிலும் பேராயர்களும், ஆசிரியர்களும், ஃபிரெஞ்சு நாட்டவரும் அவருடைய பாண்டித்யத்தைக் கண்டு வியப்பில் வாய் பிளந்து நின்றனராம். இது இன்னமும் மறக்கப்படாத ஒரு நிகழ்ச்சி. ஸ்கல்ஹோல்ட்டைச் சேர்ந்த பேராயர்களைக் குழப்பிய அந்த லத்தீன் மொழி என்ன மாதிரியானது என்று பல ஆண்டுகள் கழித்து அவரிடம் யாரோ கேட்ட பொழுது அவர் அது ஒன்றும் ஆச்சரியமான ஒன்றல்ல, ஏனென்றால், அந்த நூலின் முதல் பகுதி கிரேக்க மொழியிலும் மீதிப் பகுதி ஹீப்ரூ மொழியிலும் இருந்தது என்று மெலிதான புன்னகையோடு கூறினாராம்.

ஐஸ்லாந்து வகை மற்போரில் மிகவும் சிறந்து விளங்கியவர் ஹுஸாஃபெல்லைச் சேர்ந்த பேராயர் ஸ்நோரி. அந்த மாவட்டத்துக் குருமார் பேரவையில் அவருக்கு நிகராகச் சொல்லக் கூடிய இன்னொரு மதகுரு எங்குமே இருந்ததில்லை என்று நம்பப்பட்டது. எருதுகளோடு சமர் புரிவதிலும் இயற்கைக்கு மீறிய திறமை அவரிடம் இருந்தது. அவருடைய பயணங்களின் போது முரட்டு எருதுகளின் முன் பாய்ந்து சென்று மற்போரில் செய்வது போல் அவற்றைக் கிடுக்கிப் பிடி போட்டுப் பிடித்துத் தரையில் வீழ்த்தி விடுவார் என்பது போன்று பல கதைகள் அவரைப் பற்றி உள்ளன.

---

7. ஸ்கல்ஹோல்ட்: ஐஸ்லாந்து நாட்டின் கிறிஸ்துவத் தலைமை மதகுருவின் ஆளுகைக்கு உட்பட்ட இரண்டு முக்கிய நகரங்களுள் ஒன்று.

ஸ்ட்டேப்பி[8] எனும் கிராமத்தில் வணிகக் கப்பல் ஒன்றின் தளத்தில் பூதாகாரமான கறுப்பினத்தவன் ஒருவனை அவர் இடுப்பைப் பிடித்து தூக்கி வீழ்த்தியதாகவும் சொல்லப்படுவதுண்டு. மற்றொரு சந்தர்ப்பத்தில், ஹோல்ட்டாவோர்துஹேதி[9] எனும் தீவில் நரமாமிசம் தின்னும் அரக்கி ஒருத்தியை அவர் வீழ்த்தியதாக நம்பப்பட்டது. அரக்கிப் பிடி எனும் சிறப்பு வகைக் கிடுக்கிப் பிடி போட்டு அவளை அவர் வீழ்த்தினாராம்.

நல்லாயர் ஸ்நோரி மிகத் திறமையான கொல்லரும் கூட. ஊதுலையோ அடுப்போ இல்லாமல் வெறும் கைகளின் வலிமையைப் பயன்படுத்தியே அவர் உலோகங்களை இணைக்கும் ஆற்றல் கொண்டிருந்தார் என்று போர்கார்ஃப்யோர்தூரில் இருந்த மக்கள் நம்பினார்கள். அதே போல் அவர் மூக்குப்பொடி போடுவதிலும் மிக வினோதமான மனிதர். ஹூஸாஃபெல்லிலிருந்து ஒருநாள் பயணத்தில் சென்றடையக் கூடிய கல்மான்ஸ்துங்கா தீவிலிருக்கும்[10] தேவாலயத்தில் தொழுகைப் பாடல்கள் பாடச் செல்லும் பொழுது ஓர்இரவு உபயோகத்துக்கென்று ஆட்டுக் கிடாயின் விதைப்பைகள் கொண்டு உருவாக்கப்பட்ட இரண்டு அடைப்பங்கள் நிறைய மூக்குப்பொடியை அவர் எடுத்துச் செல்வாராம். அவர் மிக இனிமையாகத் தொழுகைப் பாடல்களைப் பாடக் கூடியவரும் கூட.

நல்லாயர் ஸ்நோரியின் செய்யுள் இயற்றும் திறனைப் பொறுத்த வரை பொதுவான கருத்து (மெத்தப் படித்த பலரும் இதற்கு ஆதரவாகவே இருக்கின்றனர்) என்னவென்றால் ஸ்நோரிக்கு நிகராகச் சிக்கலான செய்யுள் வரிகளை இயற்றும் எதுகை மோனை வல்லுனர்கள் இருந்த போதிலும், அவரைக் காட்டிலும் சிக்கலாக செய்யுள் வரிகளை யாக்கக் கூடியவர்கள் இல்லை என்பதுதான். பெரும் எண்ணிக்கையிலான ரீமூர் செய்யுள்களை அவர் யாத்திருகிறார். அவற்றுள் *யோஹன்னாவின் கடும் சோதனைகள்* எனும் செய்யுள்தான் மிகப் பிரமாண்டமான சுழற்சியைக் கொண்டது.

நல்லாயர் ஸ்நோரி கொண்டிருக்கும் இறை நம்பிக்கையின் ஆழம் குறித்து ஒரு வார்த்தை. அவருடைய காலத்தில் இருந்த அளவுக்கு கிருஸ்துவர்கள் அவருடைய காலத்துக்கு முன்பாகவோ, அதற்குப் பின்பாகவோ ஐஸ்லாந்தில் இருந்ததில்லை என்று சொல்லப்படுவதுண்டு. இதற்குக் காரணம் ஐஸ்லாந்தில் இருந்த டென்மார்க் நாட்டு மன்னர்கள்தான். தேவாலயங்களில் வழிபடுவோரின் வருகை தொடர்பாக அவர்கள் ஒரு உத்தரவை விதித்திருந்தனர். தேவாலயங்களில் யாரும் தூங்கி விட்டால் அவர்களுக்குப் பிரம்படி கொடுக்கப்பட வேண்டும் என்பதே அது. இறை நம்பிக்கை என்று வரும்பொழுது, தங்களைப் பற்றிய நல்மதிப்பை நிலை நிறுத்தக் கூடிய எத்தனையோ இறைநம்பிக்கையாளர்கள் ஐஸ்லாந்தில்

---

8. ஸ்ட்டேப்பி: அர்னார்ஸ்ட்டேப்பி என்று அறியப்படும் ஸ்ட்டேப்பி ஸ்நேஃபெல்ஸுக்கு அருகில் இருக்கும் மீன்பிடி கிராமம்.

9. ஹோல்ட்டாவோர்துஹேதி: ஐஸ்லாந்து நாட்டின் வடகிழக்குப் பகுதியில் அமைந்திருக்கும் தீவு.

10. கல்மான்ஸ்துங்கா: ஐஸ்லாந்து நாட்டின் மேற்கே அமைந்திருக்கும் தீவு. பண்ணைகளுக்குப் புகழ்பெற்றது.

இருந்த போதிலும் மதப்பற்று என்று எடுத்துக்கொண்டால், அதற்கான சோதனைகளில் நல்லாயர் ஸ்நோரிக்கு இணையான ஐஸ்லாந்து நாட்டவர் யாருமில்லை என்பது பொதுக்கருத்தாக இருந்தது. நல்லாயர் ஸ்நோரியால் மதமாற்றம் செய்ய முடியாத தர்க்கவாதி ஒருவருமே இருக்க முடியாது என்றும் சொல்லப்பட்டது. நல்லாயர் ஸ்நோரியோடு தர்க்கம் செய்யத் துணிந்த இறைப்பழிப்பாளன் – அவன் பண்டிதனானாலும், பாமரனேயானாலும் – யாரும் அந்தக் காலக்கட்டத்தில் ஐஸ்லாந்தில் உயிருடன் இருந்ததில்லை.

அந்தச் சமயத்தில் தலைமை நீதியரசர் மேக்னஸ் ஸ்டீஃபன்ஸன் நார்வே நாட்டிலுள்ள லேரா எனும் ஊரில் வசித்து வந்தார். மனிதநேயம் எனும் ஃபிரெஞ்சு நாட்டுக் கருத்துருவைப் பற்றி அவரளவுக்கு ஆழமாக அறிந்து வைத்திருக்கும் இன்னொருவர் அந்த நாட்டில் கிடையாது என்று கூறுவார்கள். மனிதநேயம் தொடர்பான விஷயங்களைப் பற்றி பகுத்துணரும் அறிவுத்திறத்துடன் நூல்களையும் அவர் எழுதியிருக்கிறார்.

சில ஏவலாளர்களை உடன் அழைத்துக்கொண்டு, ஒரு வேனிற்கால நாளில் குதிரையொன்றின் மீதமர்ந்து போர்கார்ஃப்யார்துர்தலீர் நோக்கி மேக்நஸ் ஸ்டீஃபன்ஸன் புறப்பட்டுச் சென்றதாக ஒருகதை உலவுகிறது. ஹூஸாஃபெல்லை அடையும் வரை அவர் பயணத்தை நிறுத்தவே இல்லையாம். நல்லாயர் ஸ்நோரியைப் பார்க்க வேண்டும் என்று அவர் விசாரித்தார். அவர்கள் சந்தித்தவுடன் இருவரும் உரையாடத் தொடங்கி விட்டனர். நரகம் குறித்து நல்லாயர் ஸ்நோரியுடன் வாதம் புரியும் ஒரே நோக்கத்துடன் அங்கே வந்திருப்பதாகத் தலைமை நீதியரசர் மேக்னஸ் கூறினார். நல்லாயர் ஸ்நோரி சவாலை ஏற்றுக்கொண்டு, தன்னுடைய இல்லத்தில் விருந்தோம்ப ஸ்டீஃபன்ஸனுக்கு அழைப்பு விடுத்தார். உணவு உண்ட பிறகு தூங்கச் செல்வதென்றும், காலையில் எழுந்த பிறகு வாதங்களைத் தொடங்கலாம் என்றும் நல்லாயர் கேட்டு கொண்டார். அதேபோல் அவர்கள் உடன்பட்டனர்.

அறிஞர்களின் கூற்றுப் படி, ஃபிரெஞ்சு மொழியில் புலமை பெற்றுத் திறன் மிகுந்தவராக விளங்கியதோடு, மேக்னஸ் ஸ்டீஃபன்ஸன் தொல்லியலிலும், வாதவியலிலும் கூட மிகுந்த பாண்டித்யம் பெற்ற ஐஸ்லாந்தவர்களுள் ஒருவராகக் கருதப்பட்டார். இவை தவிர, லத்தீன் மொழியிலும், கிரேக்க மொழியிலும் இருக்கும் அனைத்து இயல்களிலும் அவருடைய தேர்ச்சிக்குக் குறைவேதுமில்லை. அடிப்படை ஆதாரங்கள், காரணகர்த்தாக்கள் என்று அழைக்கப்படும் லத்தீன் மொழி பில்லி சூனியக்காரர்களின் ஏவல் மந்திரங்கள், போன்ற உயர் முக்கியத்துவம் வாய்ந்த குறிப்புகளைத் தேவைப்படும் எந்த நேரத்திலும் எடுத்து விடும் ஆற்றல் பெற்றிருந்தார் மேக்னஸ் ஸ்டீஃபன்ஸன். காரணகர்த்தாக்களின் உச்சாடனங்களை மேற்கோள் காட்டுமளவுக்குத் திறமை வாய்ந்த ஒரு நபரால் எப்பேர்ப்பட்ட மனிதனின் வாதத்தையும் எளிதில் முறியடித்து விட முடியுமாம்.

அவரவர் புலமைக்குத் தக்கவாறு எல்லாத் தர்க்கமுறைகளையும், சொல்லாட்சித் திறன்களையும் பயன்படுத்தி, ஒருவர் மற்றவர்க்கு ஈடு

கொடுத்து, நல்லாயர் ஸ்நோரியும் முதன்மை நீதியரசர் மேக்னஸும் தாங்கள் விவாதத்துக்கு எடுத்துக்கொண்ட பொருளைப் பற்றி நாள் முழுக்கச் சொற்சமர் புரிந்துகொண்டிருந்தனர். மேலே குறிப்பிடப்பட்ட காரணகர்த்தாக்களை ஆதாரம் காட்டி ஐஸ்லாந்தில் இதுவரை எங்குமே காட்டப்பட்டிராத பெரும் உத்வேகத்துடன் அவர்கள் வாதிட்டுக் கொண்டிருந்தார்கள். வாதம் நடக்க நடக்க, அவர்கள் தெளிந்த மோரை ஏராளமாகப் பருகியிருந்தனர். நான்கு பணிப்பெண்கள் இதே வேலையாக அவர்களுக்கு மோர் எடுத்துச் சென்ற வண்ணமே இருந்தார்களாம். ஃபிரெஞ்சு நாடு, ரோமாபுரிப் பேரரசு, கீழை நாடான முஸ்க்கோவி (இன்றைய மாஸ்கோ) இவ்வளவு ஏன், சீனாவிலிருந்த காரணகர்த்தாக்களிடமிருந்து கூட அவர்கள் நிரூபணங்களை எடுத்து வைத்த வண்ணம் இருந்தார்கள். அசாதாரணமாகவே வாதங்களில் மேற்கோள் காட்டப்படும் அவிசென்னா[11], அவரோஸ்[12] போன்ற ஞானிகள் கூட இவர்களின் வாதங்களில் இழுபட்டனர். வாதிடும் இருவரில் யாருடைய கை ஓங்கப் போகிறது என்பதை வெகுநேரம் வரை கணிக்கவே முடியவில்லை.

ஆனால் மாலை மங்கும் நேரத்தில், நல்லாயர் ஸ்நோரிக்கு எதிராக வாதம் திரும்பி, அவர் முழுதாக வீழ்த்தப்படும் அபாயத்தை எதிர்கொண்டார் என்று நம்பப்படுகிறது. கிறிஸ்து பிறப்பதற்கு ஏழு நூற்றாண்டுகள் முன்னதாக பெர்ஷிய நாட்டில் வாழ்ந்திருந்த, நரகத்தின் வேட்டைநாய் என்று வர்ணிக்கப்பட்ட அப்ரகேடப்ராவின் மிக அபூர்வமான ஆய்வுக் கட்டுரை ஒன்றை எதிர்பாராத விதமாக மேற்கோள் காட்டி முதன்மை நீதியரசர் ஸ்டீஃபன்ஸன் நல்லாயர் ஸ்நோரியைத் திணற அடித்ததுதான் இதற்குக் காரணமாம். அப்ரகேடப்ரா எனும் மதகுரு பற்றி நல்லாயர் ஸ்நோரி அதுவரை கேள்விப்பட்டிருக்கவில்லை. அப்ரகேடப்ராவின் வீரியம் மிகுந்த, கொடூர இறை எதிர்ப்புக்கு முன் தன்னைத் தற்காத்துக் கொள்ள முடியாமல நல்லாயர் ஸ்நோரி தடுமாறிப் போனார். அப்ரகேடப்ராஅநேகமாகச் சாத்தானின் குழந்தையாகத்தான் இருக்க வேண்டும் என்று ஸ்நோரி எழுப்பிய ஆட்சேபங்களால் எந்தப் பயனும் இல்லை. பதிலேதுமின்றி நல்லாயர் ஸ்நோரி கொஞ்ச நேரம் பேச்சிழந்து கிடந்தார். அப்ரகேடப்ராவின் குதர்க்கங்களிலிருந்து நரகத்துக்கு எதிராக முதன்மை நீதியரசர் மேக்னஸ் ஸ்டீஃபன்ஸன் அகழ்ந்தெடுத்திருந்த வாதங்களின் சூட்டால் ரத்தம் கொதித்துப் போய் அவருடைய காதுகள் இரண்டும் சிவந்து வீங்கி இரண்டு பெரும் கொப்புளங்கள் போல் காட்சியளித்தன. சிறிது நேரம் அமைதியாக இருந்த பின் மீந்திருக்கும் சக்தியை ஒன்று திரட்டி, "என்னோடு கொஞ்சநேரம் காலாற இந்தப் பண்ணையின் பின்புறம் இருக்கும் குன்றின் மீது நீங்கள் நடந்து வர முடியுமா மேக்னஸ்?" என்று முதன்மை நீதியரசரிடம் கேட்டார் ஸ்நோரி. ஸ்டீஃபென்ஸனும் இதற்குச் சம்மதித்தார். இருவரும் பிறகு குன்றின்

11. அவிசென்னா: கிறிஸ்து பிறப்பதற்கு ஆயிரம் ஆண்டுகள் முன்பாக வாழ்ந்திருந்த பெர்ஷிய நாட்டுப் பல்துறை அறிஞர்.

12. அவரோஸ்: இபின் ரஷீத் என்றறியப்படுகிற பனிரெண்டாம் நூற்றாண்டு இஸ்லாமிய ஸ்பெயின் நாட்டு அறிஞர்.

மீது ஏறத் தொடங்கினர். சிறிதுநேரம் நடந்த பிறகு நல்லாயர் ஸ்நோரி தன்னுடைய விருந்தாளியைக் குறுகிய மலை இடுக்கின் அருகே கூட்டிச் சென்று அதற்குக் கீழே இருந்த பிளவு ஒன்றைச் சுட்டிக் காட்டினார். அங்கிருந்து புகையும் ஆவியுமாய் மேலெழும்பி பயங்கரமான துர்வாடை அடித்துக் கொண்டிருந்தது. முதன்மை நீதியரசரை இந்தப் பிளவுக்குள் ஸ்நோரி எட்டிப் பார்க்கத் தூண்டினார். மேதைமை மிகுந்த அதிகாரியும், புகழ்வாய்ந்த பகுத்தறிவுவாதியுமான ஸ்டீஃபன்ஸனின் கண்களுக்கு அந்தப் பிளவின் ஆழத்தில் ஒருசில அசாதாரண, அபூர்வக் காட்சிகள் புலப்பட்டன. எப்பேர்ப்பட்ட பண்டிதரும் எழுத்தில் வடிக்க முகஞ்சுளிக்குமளவுக்கு மிகவும் குமட்டலூட்டக்கூடியனவாகவும், அருவெறுப்பூட்டுவனவாகவும், அவற்றுள் ஒருசில காட்சிகள் இருந்தன. இந்தக் காட்சியைப் பார்த்த முதன்மை நீதியரசர் மேக்னஸ் விதிர்விதிர்த்து தலைதெறிக்க ஓடி ஸ்நோரியின் பண்ணையை அடைந்தாராம். தன்னுடைய ஏவலாளிகளை அழைத்து தான் அங்கே நரகத்தைச் சற்று முன்பு கண்கூடாகக் கண்டதாகக் கூறி உடனடியாகக் குதிரைகளைக் கூட்டி வரச் சொன்னாராம். அன்று மாலையே அவர் ஹூஸாஃபெல்லிலிருந்து கிளம்பிச் சென்றுவிட்டார்.

நல்லாயர் ஸ்நோரியின் இறைநம்பிக்கைக்கும் ஆன்மீக சக்திக்கும் இன்னொரு உதாரணமாக வேறொரு சம்பவத்தையும் கூறுவதுண்டு. போர்கார்ஃப்யோர்தூர் பகுதியின் மேற்குப்புறத்தே மறைந்திருந்த பேய்கள், துஷ்ட தேவதைகள், ஒரு பண்ணையில் எப்பொழுதும் குடியிருந்து வந்த வீரியம் குன்றிய பிசாசுகள், கூளிகள், குரளிகள், விஷமக்கார குட்டிச்சாத்தான்கள், பூச்சாண்டிகள், இன்னும் வேறு வகையான பேயுருக்கள் – இவற்றுள் ஒருசில ஸ்நோரி மீது பொறாமை கொண்டவர்களால் ஏவப்பட்டவை – ஆகிய அனைத்தையும் ஒருமுறை அவர் ஒன்று திரட்டினார். இந்தப் பேய்க்கூட்டத்தை ஹூஸாஃபெல்லுக்கு வரவழைத்து, விட் ஞாயிறு[13] தினத்தன்று சூரியோதய நேரத்தில், அவருடைய பண்ணை வீட்டின் எல்லைப்புறத்தில், ஆட்டுப்பட்டியின் மூலையில் இருந்த பெருங்கல் எனும் சிறு வழுக்குப் பாறையின் மீது அவர்களோடு நேரத்தைக் கழிக்கஸ்நோரி காலம் குறித்திருந்தார். இப்படி வந்திருந்த விருந்தினர்கள் மொத்தம் இருபத்தியொரு பேர். பேரின்ப நிலை, தேவ பிரார்த்தனை, ஆமென் எனப்படும் இறுதி உச்சரிப்பு ஆகியவை தலைகீழாக அனுஷ்டிக்கப்படும் வகையான ஒரு துக்கத் தொழுகைக்கு அவர்களை அழைத்திருப்பதாகப் போலிக் காரணம் சொல்லி இந்த ஒழுங்கீனமான மந்தையை அவர் கூட்டியிருந்தார். ஆனால் இந்த விஷயத்தில் அந்தத் துஷ்டப் பேய்கள் தவறாகக் கணக்குப் போட்டு விட்டன. தொழுகையின் தொடக்க நிலையை ஆரம்பித்த சற்று நேரத்துக்கெல்லாம் தொழுகையின் திசையை நல்லாயர் ஸ்நோரி மாற்றிவிட்டார். பிறகு இந்தப் பேய்க் கூட்டத்தின் மீது கொதிப்பேற்படுத்தும் பேயோட்டு மந்திரங்களை வெள்ளமெனப் பிரயோகித்தார். இந்த மந்திர உச்சாடனத்தின் போது இயேசு, கன்னி மேரி, மேரி மக்தலீன் ஆகியோருடைய நாமங்கள் மிகச் சிக்கலான முறையில் ஒன்றோடொன்று பின்னிப் பிணைந்து, அளப்பரிய தீமை ஏற்படுத்தும் வகையில் ஒன்றிணைக்கப்பட்டு ஜபிக்கப்பட்டன.

---

13. விட் ஞாயிறு: ஈஸ்டர் பண்டிகைக்குப் பின்னர் வரும் ஏழாம் ஞாயிற்றுக் கிழமை.

ஸ்நோரியின் அழைப்பை ஏற்று வந்திருந்த தீயசக்திகள் அனைத்தும் இந்தச் சதிச்செயலின் விளைவாகச் சுருங்கித் தேரைகளாக உருமாறிப் போயின. அதன் பிறகு இந்தத் தீய சக்திகள் யாவும் ஹ◌ூஸாஃபெல் ஆட்டுப்பட்டியின் மூலையில் இருக்கும் பெருங்கல் பாறையின் அடியில் தவழ்ந்து ஒளிந்துகொண்டன. அதன் பிறகு அவை வெளியே வரவே இல்லை. போர்கார்ஃப்யோர்தூரின் சுற்று வட்டாரத்தில் எங்குமே குறிப்பிட்டுச் சொல்லும் படியான இவற்றின் வெளிப்பாடு இதுநாள் வரையில் தென்பட்டதாகத் தெரியவில்லை. இன்னமும் கூட ஹ◌ூஸாஃபெல் ஆட்டுப்பட்டியின் மூலையில் அந்தப் பைசாச கோஷ்டியை விழுங்கிய பெருங்கல்லைப் பார்க்கலாம். அதை ஒருசில சமயங்களில் பேய்க்கல் என்றும் சொல்வதுண்டு. இறுதித் தீர்ப்பு நாளன்று ஒலிக்கும் எக்காளக் கருவியின் ஓசை[14] எழும் வரை இந்தக் கல் வழி எதுவும் விடாது.

போர்கார்ஃப்யோர்தூரில் நல்லாயர் ஸ்நோரிக்கு ஏராளமான வழித்தோன்றல்கள் இருந்தனர். இளம் ஹ◌ூஸாஃபெல் இனக் குழுவுக்கு நல்லாயர் ஸ்நோரிதான் வம்சாவழித் தந்தை. இவரைக் காட்டிலும் சிறந்த கொல்லராக, பாடகராக, மூக்குப்பொடி போடுபவராக, இறை நம்பிக்கையின் உத்வேகமிக்க செயல் வீரராக, நல்ல கடலோடியாக வேறொரு மதகுரு போர்கார்ஃப்யோர்தூரில் இருந்ததில்லையென்பது பெருவாரியான அறிஞர்களின் கருத்து. அவருடைய இரண்டு மகள்களான என்கில்ஸ்ப்ரிதூரும், மிக்கில்ஸ்ப்ரிதூரும் கூட நல்ல கொல்லர்கள்தான். ஆனால் உலையில் வைத்து சூடேற்றாமல் உலோகங்களைக் கரங்களின் பலத்தால் அவர்கள் இணைத்ததாக யாரும் சொன்னதில்லை.

ஆக, ஹ◌ூஸாஃபெல்லின் நல்லாயர் ஸ்நோரியின் கதை இத்துடன் முடிகிறது.

14. இறுதித் தீர்ப்பு நாளன்று ஒலிக்கும் எக்காளக் கருவி ஓசை: இயேசு கிருஸ்துவின் இரண்டாம் வருகைக்குப் பிறகு இறுதியாக ஒலிக்கும் முழக்க ஓசை – கிறிஸ்துவ மத நம்பிக்கை.

# 12

## ஒரு நல்லடக்கம்

எங்கள் வீட்டு வரவேற்பறையில் இருக்கும் வெள்ளிமணியின் ஓசைக்குப் பதிலளிப்பது போல் வெளியிலிருந்து கேட்கும் ஒரு தாமிரமணியின் ஓசையைப் பற்றி இந்தக் கதையில் ஏற்கெனவே நான் எங்கோ குறிப்பிட்டிருக்கிறேன், இல்லையா?

தேவாலயத்தின் கல்லறைவெளியிலிருந்து தாமிரமணியின் ஓசை காற்றில் மிதந்து வந்து எங்கள் வரவேற்பறையை எட்டிய வுடன் "இன்று யாரையோ மண்ணிலிடப் போகிறார்கள்" என்று விருந்தினர்கள் பேசிக்கொள்வார்கள். சிறிதுநேரம் கழித்து, ஓர் உண்மையான மலர் எனும் கீர்த்தனையின் இசை காற்றில் தவழ்ந்து வருவதையும் கேட்க முடியும். தாத்தாவும் "ஆமாம்" என்று ஆமோதிப்பார். "இந்த மக்கள் எப்படி இப்படிச் செத்துப் போகிறார்கள்! அதிசயமாக இருக்கிறது. எப்பொழுது பார்த்தாலும் செத்துக்கொண்டே இருக்கிறார்கள். சென்ற வாரம் ஒரு பெரும் கும்பலே செத்தது. எவ்வளவு பேர் என்று கூட எனக்கு நினைவில்லை. சிலசமயம், ஒரே நாளில் இரண்டு நல்லடக்கங்கள்கூட நடக்கின்றன."

"ஆமாம். பாவம் இந்த நல்லாயர்கள்! அவர்களுக்கு நிறைய வேலை வந்து விடுகிறது" என்று யாரோ சொன்னார்கள்.

"பாவம் அந்த முதியவர் நல்லாயர் ஜோஹன். இப்பொழுதெல்லாம் அவருக்கு மிகவும் தள்ளாமை வந்து விட்டது" என்றாள் பாட்டி. "செத்துப் போகிற பலரும் வெளியூரிலிருந்து வந்தவர்கள். இங்கே இருக்கும் மருத்துவமனைகளில் அவர்கள் செத்துப் போகிறார்கள். பாவம் இந்தக் கிழட்டு ஜென்மம். எல்லோரையும் எப்படியோ சமாளித்து விடுகிறது. பெரிய புண்ணியம்தான்."

"இந்த நாட்டையே முழுதாக இங்கே கொண்டு வந்து புதைக்கும்படி ஆகி விட்டால் இந்தத் தேவாலய இடுகாட்டில் இட நெருக்கடி ஏற்பட்டு விடாதா?" என்று யாரோ கேட்டார்கள்.

“அடடா. எங்கள் இரண்டு பேரின் உடல்களைப் புதைக்க ஒரு இடத்தைப் பார்த்து வைத்திருக்கிறேன். அதை நாங்கள் வைத்துக்கொள்ள எங்களுக்கு அனுமதி இருக்கும் என்று நம்பிக்கொண்டிருக்கிறேன்” என்றார் தாத்தா.

நான் சிறுவனாக இருந்த காலத்தில் தாத்தாவும் பாட்டியும் மரணத்தைப் பற்றி மற்றவர்களிடம் பேசிக்கொண்டிருந்தது எனக்குப் பிடித்திருந்தது. மனதுக்கு இதமாகவும் இருந்தது. அதே போல், தேவாலயக் கல்லறைவெளியில் மெல்ல நகரும் சவ ஊர்வலங்களைப் பார்ப்பதும், அவர்கள் பாடுவதைக் கேட்பதும்கூடப் பிடித்திருந்தது. மாவட்டத் தலைமை தேவாலயத்தின் நல்லாயருடைய கரும்பட்டு அங்கி சூரிய ஒளியில் தகதகத்து கிட்டத்தட்ட ஊதா நிறத்தில் ஒளிரும். பிண ஊர்தியை இழுத்து வரும் கருங்குதிரைகள் தொடையிடுக்கின் ஊடாக, ஏறத்தாழப் பச்சை வண்ணமாகத் தோன்றும். நான் சிறுவனாக இருந்த காலத்தில், எங்களுடைய தேவாலயக் கல்லறைவெளியில் நடந்த நல்லடக்கங்கள் வேறெதையும் விட, எனக்குப் பெரும் பொழுதுபோக்கு அம்சமாக இருந்தன. இப்படிச் சொல்வதற்காக மரணத்தையும் அழிவையும் ஆராதிக்கும் கூட்டத்தினரோடு என்னைப் பிரபல விமர்சகர்கள் யாரும் வகைப்படுத்தி விட மாட்டார்கள் என்று நினைக்கிறேன்.

திடீரென்று, சொல்லப்போனால் எந்த முன்னறிவிப்பும் இல்லாமல், யாருமே எதிர்பார்த்திராத நேரத்தில், நாளின் நடுவில், வாரத்தின் இடையில், மணியின் நாவோசை ஒரே ஒருமுறை ஒலிக்கும். அடுத்து அது இரண்டாம் முறை ஒலிப்பதற்குள், வெகுநேரம் – கிட்டத்தட்ட ஒரு முடிவிலியே – கழிந்துவிடும். தேவாலயக் கல்லறைவெளியில் அமைந்துள்ள பிணக்கிடங்குக்கு மேலாக இருக்கும் மணிக்கூண்டிலிருந்து முதல் மணியோசை கேட்டவுடன் சவ ஊர்வலம் லாகாவேகூரில்[1] எங்கோ ஒரு மூலையில் இருக்கும் வீட்டிலிருந்து தொடங்க இருக்கும். பிறகு மெல்ல, மெல்ல மணியோசை வேகமெடுத்து, சத்தம் அதிகரித்துக்கொண்டே வரும். கொஞ்சதூரத்தில் உட்கார்ந்து கொண்டு கருப்புக் குதிரைகளுக்காக நான் காத்திருப்பேன். அன்று காலை மழைபெய்திருக்கும் போல இருந்தது. ஆயிரந்தழைப்பூண்டின் நறுமணம் அற்புதமாக இருந்தது. எனக்கு அப்பொழுது ஐந்து வயதுக்கு மேல் ஆகியிருக்க வாய்ப்பில்லை. விரைவிலேயே பாடல் கேட்கத் தொடங்கியது. பறவைகளும் ஈக்களும் கூடப் பாடிக்கொண்டிருந்தன. *உண்மையான மலர்* எனும் பாடலின் ஒலி காற்றில் சுழன்று, சுழன்று வந்தது. இசைக்கருவியின் மனித சாரீரத்தை நகலெடுக்கும் கோர்வையும், தந்தி மீட்டலின் கோர்வையும் மாறி மாறி ஒலித்துக்கொண்டிருந்தன. சிலநேரங்களில் சுழன்றடிக்கும் காற்றின் வேகத்தில் பதற்றம் நிரம்பிய நடுக்கமாக இசை பீறிட்டெழும்.

நீரில் மூழ்கி உயிர் விட்டுக் கரை ஒதுங்கியவர்கள்; தெரிந்தவர்கள் என்று ஒருவருமே இல்லாமல், யாருமற்ற அனாதைகளாக, ஏதோ ஒரு பயணத்தின் போது, அந்நியர்களின் மத்தியில் கை விடப் பட்டவர்கள்; அல்லது, ஐஸ்லாந்து நாட்டுக்கே அந்நியர்கள் ஆகியோர் மீது நான்

1. லாகாவேகூர்: ஐஸ்லாந்தின் தலைநகரான ரெய்க்ஜாவிக்கின் வணிகப் பகுதி.

அனுதாபம் கொள்வதுண்டு. காவலர் கிழட்டு ஜோனாஸும் இன்னொரு மனிதரும் சில சமயங்களில் இப்படிப்பட்ட பிணங்களை நகரத்திலிருந்து ஒரு கை வண்டியில் இழுத்து வந்து பிணக்கிடங்கில் இருக்கும் பாடைகளின் மீது கிடத்தி விட்டுச் செல்வார்கள். சிலநேரங்களில் அவற்றின் மீது போர்த்த ஒரு துணி கூட இருக்காது. பிணக்கிடங்கின் சாளரத்தின் வழியாக நான் பிணங்களை எட்டிப் பார்ப்பதுண்டு. சிலசமயங்களில் அவை வெறும் முண்டங்களாக, தலையும் இல்லாமல், கை கால்களும் இல்லாமல் கிடக்கும். சிலநேரங்களில் அவை நீண்ட தலைமுடி கொண்ட பெண்களாகவும் இருக்கும். பார்த்தால் பாடையிலிருந்து அவர்களுடைய முடி வழிந்து தரையில் பரவி இருப்பது போல் தோன்றும். குறிப்பாக ஒரு சவ அடக்கத்தைப் பற்றி இப்பொழுது நான் முழுதாக விவரிக்க இருக்கிறேன். *ஓர்உண்மையான மலர்* எனும் சவ ஊர்வலக் கீர்த்தனை காற்றில் அலைந்து, காதில் அடிக்கடி ஒலித்து எனக்கு மனப்பாடமாக ஆகியிருந்தது. அதன் பண்ணிசையும் மனதில் பதிந்து விட்டிருந்தது. அப்பொழுது எனக்கு அதிக வயதொன்றும் ஆகியிருக்கவில்லை. அந்தக் கீர்த்தனையிலிருந்து நான் கற்றுக்கொண்ட ஒருசில பகுதிகளைப் பாட்டியிடம் ஒப்பித்துக்கொண்டிருந்தேன். விடுபட்ட பகுதிகளைப் பாட்டி நிரப்பிக் கொண்டிருந்தாள். ஒருசிலசமயங்களில் அதிர்ஷ்டவசமாகக் கடல்தேள்களை நான் கண்டெடுப்பதுண்டு. அவற்றுக்கு முதலில் நான் ஞானஸ்நானம் செய்து யாராவது ஒரு பிரபலத்தின் பெயரைச் சூட்டுவது வழக்கம். பிறகு அதைப் பிரமாதமான சடங்குகள் செய்வித்து ப்ரெக்குகாட்டின் காய்கறித் தோட்டத்தில் ஒரு மூலையில் புதைத்து விடுவேன். இந்த நல்லடக்கத்தின் போது நல்லாயர், ஊர்வல மாந்தர், கருங்குதிரை என்று எல்லாருடைய பாத்திரங்களையும் நானே ஏற்று நடிப்பேன். பிறகு *ஓர் உண்மையான மலர்* எனும் கீர்த்தனையைத் தொடக்கத்திலிருந்து இறுதி வரை இந்த அசிங்கமான மீனுக்காக உச்சஸ்தாயியில் நான் பாடுவேன்.

அமைதி தவழும் ஒரு வேனிற்காலக் காலையில், தேவாலயக் கல்லறை வெளியில், அமரராகி விட்ட தலைமைத் தேவதூதர் கேப்ரியலின் நடுகல் மீது ஏறி உட்கார்ந்து விளையாடிக்கொண்டிருந்தேன். மண்டியிட்டவாறு அமர்ந்திருக்கும் ஒரு தேவதூதரின் பளிங்கு உருவம் அந்தக் கல்லின் மீது பொறிக்கப்பட்டிருந்ததால் அதற்குத் தலைமைத் தேவதூதர் கேப்ரியலின் நடுகல் என்ற பெயர் புழக்கத்தில் இருந்தது. திடீரென்று நான் தலையை நிமிர்த்திப் பார்த்தால், கொஞ்சதூரத்தில் ஒரு சவ ஊர்வலம் நெருங்கி வந்துகொண்டிருப்பது தெரிந்தது. அதை ஊர்வலம் என்று சொல்வது சரியாக இருக்குமா என்று தெரியவில்லை. அதில் குதிரைகள் இல்லை. அங்கே பாடுவோரும் கூட இல்லை. ஒரு குட்டையான, ஆனால் அகலமான சவப்பெட்டியை நான்கு பேர் பிணக்கிடங்கிலிருந்து சுமந்தபடி வந்து கொண்டிருந்தனர். அவர்கள் புதைக்கப் போவது ஒரு முண்டத்தைதான் என்று நான் உறுதியாக நம்பினேன். சவப்பெட்டியைச் சுமந்து வந்த நால்வரில் இருவர் வயதானவர்கள். தேவாலயக் கல்லறைவெளியில் நகராட்சிக்காக எடுபிடி வேலை செய்பவர்கள். மூன்றாவது நபர், சவ ஊர்திக் குதிரைகளை ஓட்டி வருபவர். நான்காவது நபர், முலாமிட்ட பொத்தான்களைத் தன்னுடைய தளர் – மேலங்கியில் வைத்துத் தைத்திருக்கும் காவலர்

அமரர் ஜோனாஸ். இந்த நால்வருக்கும் பின்னால் சவ ஊர்வலம் வந்து கொண்டிருந்தது. ஊர்வலத்தில் இருந்தவர்கள் இரண்டே பேர். ஒருவர், நீள் அங்கி தரித்த நல்லாயர் ஜோஹன். இரண்டாமவர், சவப்பெட்டி செய்யும் தச்சர் எய்விண்டுர். அவ்வளவுதான்.

தேவாலயக் கல்லறைவெளியில் மிகுந்த கிளர்ச்சியூட்டும் சுகந்தம் காற்றில் பரவியிருந்தது. முதியவர்கள் எல்லோரும் மிக உற்சாகமான மனநிலையில் இருந்தனர். கொஞ்சதூரத்தில் தென்பட்ட ஒரு போக்கிரிப் பயலை அவர்கள் பார்த்துவிட்டனர். இடுகல்லுக்குச் சற்று மேலாக அவன் தலை தென்பட்டது. அவர்களுடைய நடவடிக்கைகளை மிக உன்னிப்பாக அவன் கவனித்துக்கொண்டிருந்தான்.

“பையா, இங்கே வா. எங்களோடு பேசிக்கொண்டிரு” என்று நல்லாயர் ஜோஹன் அழைத்தார். “மூன்றாவதாக ஒரு ஆள் எங்களுக்குத் தேவையாக இருக்கிறது.”

உடனே அவர்களிடம் நான் பாய்ந்தோடிக் கை குலுக்கினேன். பிறகு. நல்லாயர் ஜோகனும், தச்சர் எய்விண்டுரும் தங்கள் இருவருக்கும் இடையில் என்னை நிற்க வைத்தனர். பிறகு சவ ஊர்வலத்தில் வரும் மூன்றாவது நபராகச் சவப்பெட்டியின் பின்புறம் என்னை அழைத்துச் சென்றனர். எல்லாமே மூன்று மூன்றாகவே வருகின்றன.

“நல்லடக்கச் சடங்குகள் செய்யும் போது இந்தத் தேவாலயக் கல்லறைவெளியில் உன்னை நான் அடிக்கடிப் பார்த்திருக்கிறேன் குட்டிப் பையா. ப்ரெக்குகாட்டின் ப்யோர்னுடைய வளர்ப்பு மகன்தானே நீ? நான்தான் உனக்கு ஞானாஸ்நானம் செய்வித்துப் பெயர் சூட்டியிருக்க வேண்டும்” என்றார் நல்லாயர் ஜோஹன்.

“யார் எனக்கு ஞானாஸ்நானம் செய்வித்துப் பெயர் சூட்டினார்கள் என்பது எனக்கு நினைவில்லை” என்று நான் சொன்னேன்.“என் பெயர் அல்ஃப்க்ரைமுர். அந்தச் சவப்பெட்டிக்குள் ஒரு ஆள் இருக்கிறாரா?”

“அதை ஆள் என்று நீ சொல்லலாம் குழந்தாய்” என்றார் நல்லாயர் ஜோஹன். “ஆனால், இவனுக்கு யார் ஞானாஸ்நானம் செய்வித்துப் பெயர் சூட்டினார்கள் என்பது தெரியாது. இவனுக்கென்று ஒரு பெயர் இருக்கிறதா என்பது கூடத் தெரியாது.”

“கடல் தேள்களைப் புதைப்பதற்கு முன்னால் கட்டாயமாக நான் அவைகளுக்கு ஞானாஸ்நானம் செய்வித்துப் பெயர் சூட்டி விடுவேன்” என்றேன்.

“நிஜமாகவா?” என்றார் நல்லாயர் ஜோஹன். “நாங்கள் இவனை அடக்கம் செய்வது இவன் யார் என்று எங்களுக்குத் தெரிந்திருப்பதால் அல்ல. இறைவன் எல்லா மனிதர்களையும் ஒன்று போல நேசிக்கிறார் என்பதால்தான் இவனை நாங்கள் அடக்கம் செய்கிறோம். என் மீது, உன் மீது, இதோ உன் கையைப் பிடித்துக்கொண்டிருக்கிறானே இந்தத் தச்சன் எய்விண்டுர், இவன் மீது என்று எல்லோர் மீதும் ஒரே மாதிரியான அன்பையே இறைவன் காட்டுகிறான். அதே போல்தான்

இந்தச் சவப்பெட்டிக்குள் கிடக்கும் மனிதன் மீதும் இறைவன் அன்பு காட்டுகிறான்.

"நேற்று சவக்கிடங்கில் முகமே இல்லாமல் கிடந்த மனிதன் இவன்தானோ?" என்று நான் கேட்டேன்.

"ஆமாம். நானும் அப்படித்தான் நினைக்கிறேன்" என்றார் நல்லாயர் ஜோஹன். "அவனுடைய முகத்தைக் காணவில்லை. அதனால்தான் அவன் யாரென்று எங்களால் தெரிந்துகொள்ள முடியவில்லை. எங்களுக்குத் தெரிந்த ஒருவனாகத்தான் இவன் இருக்க வேண்டும் என்று நினைக்கிறோம். ஆனால் அவனாக இல்லாமல் இவன் வேறு எவனோவாகவும் இருக்கலாம். எங்களுக்குத் தெரிந்ததெல்லாம் ஒன்றே ஒன்றுதான். இறைவன் எல்லா மனிதர்களையும் ஒரே மாதிரிதான் படைத்திருக்கிறான். அதே போல் எல்லா மனிதர்களையும் ஒரே மாதிரிதான் கர்த்தர் காப்பாற்றுகிறார்."

சவப்பெட்டி குழிக்குள் இறக்கப்பட்டது. சவக்குழியின் ஓரத்துக்குச் சென்று மண்வெட்டியால் (கொத்துக்கரண்டி என்று அதைச் சொல்வார்கள் என்று நினைக்கிறேன்) கொஞ்சம் மண்ணை எடுத்துப் புதைகுழிக்குள் எறிந்து ஒருசில வார்த்தைகளை நல்லாயர் ஜோஹன் உச்சரித்தார். பிறகு என் கையைப் பிடித்துப் புதைகுழியின் விளிம்பு வரை நடத்திச் சென்றார். "ஹால்க்ரைமுர் பீட்டர்ஸன் தன்னுடைய மகள் இறந்த பொழுது ஐஸ்லாந்தில் வாழ்ந்து மடியும் எல்லா மனிதர்களுக்கும் பொருந்தும் வகையான ஒரு கீர்த்தனையை இயற்றியிருக்கிறார். அந்தக் கீர்த்தனையை நாம் இப்பொழுது பாடலாம் அல்ஃபீக்ரைமுர்" என்றார். உடைந்து போன வயோதிகக் கரகரப்புடன், அலுப்புத்தட்டும், இசை நயமில்லாத குரலில் நல்லாயர் ஜோஹன் பாடத் தொடங்கினார்.

ஓர் உண்மையான மலர்
தரிசு நிலத்தில் மலர்வதைப் போலே . . .

அவருடைய கையைப் பிடித்துக்கொண்டு என்னுடைய தெளிவான கீச்சுக் குரலில் அந்தக் கீர்த்தனையை நானும் அவரோடு சேர்ந்து பாடினேன். இப்படியாக மொத்த உலகுக்கும் நான் பாடத் தொடங்கினேன். உயிரோடு இருப்பவர்கள், இறந்து போனவர்கள் என்று அனைவருக்குமாகப் பாட நான் தேர்ந்தெடுக்கப்பட்டதில் எனக்குக் கொஞ்சம் பெருமிதம் தோன்றாமலில்லை. காவலர் ஜோன்ஸூம் எங்களோடு இணைந்து பாடினார். ஏன், தச்சர் எய்விண்டுர் கூட எங்களோடு இணைந்து கொண்டார். சவ ஊர்திகள் இழுக்கும் குதிரைகளுக்குச் சொந்தக்காரனான அந்த முடவனும் பாட முயன்றான். பறவைகள் பாடின.

பாடி முடித்தவுடன் நாங்கள் சவக்குழியை விட்டு நீங்கினோம். நல்லாயர் ஜோஹன் என் கையை இன்னமும் பிடித்துக் கொண்டுதான் இருந்தார். இப்பொழுதெல்லாம் கூன் போட்டு நடப்பதால் அவருடைய அங்கி பின்புறத்தைக் காட்டிலும் முன்புறம் தாழ்ந்திருந்தது. "என்ன சொன்னாலும் இது ஒரு அருமையான நல்லடக்கம்' என்றார் நல்லாயர் ஜோஹன். "மிக அற்புதமான நல்லடக்கம். நம் எல்லோருக்கும் இப்படி ஓர் அற்புதமான நல்லடக்கம் அமைய இறைவன் அருள் புரிவானாக."

என் கையைப் பிடித்து அவர் அழைத்துச் செல்ல, அவரோடு கூடவே துள்ளிக் கொண்டு நடந்த நான் எதுவுமே பேசவில்லை. ஒரு குதிரை கூட இல்லாத போது இந்தச் சவ அடக்கத்தைப் போய் நல்லாயர் ஜோஹன் மிக அற்புதமான நல்லடக்கம் என்று ஏன் எண்ணினார் என்பது உண்மை யிலேயே எனக்கு விளங்கவில்லை.

பிணக்கிடங்கின் வாயிலருகே வந்தவுடன் மாவட்டத் தலைமை தேவாலயத்தின் வயோதிக நல்லாயர் எனக்கு விடை கொடுத்தார்.

"போய் வா, குட்டிப் பையா" என்றார். "இந்தத் தேவாலயக் கல்லறை வெளியில் நீ விளையாடிக்கொண்டிருக்கையில், இதுபோல ஒரு நல்லடக்கச் சடங்குகளை நாங்கள் நடத்திக்கொண்டிருக்கும் பொழுது, பெரிதாக இல்லாத, சொல்லப் போனால், இன்று பார்த்ததைப் போல மிகச் சிறிய ஊர்வலத்தை நீ பார்த்தாயென்றால் எங்களோடு இணைந்து நீயும் பாட வரலாம். எனக்கு அப்படி ஒன்றும் பிரமாதமாகப் பாட வராது. இது எனக்குத் தெரியும். என்னால் நன்றாகப் பாட முடியாமல் போனாலும், ஒரு ஆதார ஸ்ருதி, ஒரு கோர்வை இருக்கிறது. அது மிகச் சுத்தமானது. இந்தா, உனக்கு இந்தப் பத்து ஔரர் காசு. ப்ரெக்குகாட்டுக்கு என் வாழ்த்துகளைச் சொல்லி விடு. உன் தாத்தாவுக்கும் பாட்டிக்கும் என் வாழ்த்துகளைச் சொல். நீ இன்று பாடியதற்கு அவர்களுக்கும் நான் நன்றி கூறியாக வேண்டும்."

அவருடைய பணப்பை எவ்வளவு பழையதாக, நைந்து போய் இருந்தது! ஆனால் அவர் கொடுத்த பத்து ஔரர் நாணயம் மிக அழகாக இருந்தது. அந்தக் காலத்தில் காராமல் சாக்லேட்டு ஒன்றின் விலை அரை ஐரிர்தான்.[2]

2. ஐரிர்: ஒருமையில் ஐரிர் என்றும் பன்மையில் ஔரர் என்றும் வழங்கப்படும் ஐஸ்லாந்து நாட்டு நாணயம். நூறு ஐரிர் கொண்டது ஒரு குரோனர்.

13

# லான்ப்ராட்டிலிருந்து வந்த பெண்

ஒரு நாள், கருமையான போர்வைகளால் உடலை இறுக்கிப் போர்த்துக் கொண்டு ஒரு வயதான பெண் ப்ரெக்குகாட் பண்ணை வீட்டு வாயிலுக்கு எதிரே இருக்கும் ஒரு கல்லின் மீது உட்கார்ந்துகொண்டிருந்தாள். வீட்டின் கதவைத் தட்டும் துணிச்சல் வராமல் அவள் தடுமாறிக் கொண்டிருந்தாள். அப்பொழுது தாத்தா அங்கே வந்தார். இந்தப் பெண்ணைப் பார்த்ததும் தொப்பியை உயர்த்தி வாழ்த்துக் கூறினார்.

“நிச்சயமாக, நீங்கள்தான் ப்ரெக்குகாட்டின் ப்யோர்னாக இருக்க வேண்டும்” என்றாள் அந்தப் பெண். “இறைவன் இந்த நாளை உனக்கு நல்ல நாளாக அருளட்டும்” என்றார் தாத்தா.

பிதுங்கிய கண்களும், துருத்திய பற்களுமாக அந்தப் பெண் சோகை பிடித்தவளாக இருந்தாள். மெல்லிய காலணிகளையே அவள் அணிந்திருந்தாள். அவள் அணிந்திருந்த அங்கி கணுக்கால் வரை நீண்டிருந்தது. உடலைச் சுற்றியிருந்த போர்வையையும் உடுத்திருந்த அங்கியையும் மீறி அவளுடைய மெலிந்த தேகமும் அதன் பலவீனமும் புலனாகின.

“உனக்கு உறவுக்காரர்கள் யாராவது இருக்கிறார்களா? நீ எங்கே இருந்து வருகிறாய்? நான் தெரிந்துகொள்ளலாமா?” என்று தாத்தா கேட்டார்.

“கிழக்கே, தொலைவில் இருக்கும் லான்ப்ராட்டிலிருந்து நான் வருகிறேன்” என்றாள் அந்தப் பெண்.

“சொல்லப்போனால் அது சற்றுத் தொலைவுதான்” என்றார் தாத்தா. “யாரையும் பார்ப்பதற்காக இந்தத் தென் பகுதிக்கு வந்திருக்கிறாயா?”

“அப்படியெல்லாம் ஒன்றும் இல்லை” என்று கூறி விட்டு அந்தப் பெண் புன்னகைத்தாள். “நான் இங்கே சாக வந்திருக்கிறேன்”

“அப்படியா?” என்றார் தாத்தா.

“உள்ளே வந்து சூடாக ஏதாவது சாப்பிடலாமே.”

“இப்பொழுது அதெல்லாம் எனக்குத் தேவையில்லை” என்றாள் அந்தப் பெண். “இங்கே ப்ரெக்குகாட்டில் இருக்கும் உங்களைப் பற்றிச் சில நல்ல விஷயங்களைக் கேள்விப்பட்டிருக்கிறேன். இதை நான் முதலில் சொல்லியாக வேண்டும். முன்பின் தெரியாத ஒரு பெண்ணுக்கு உங்களால் உதவ முடியுமென்றால் நான் இறக்கும் வரை உங்களோடு இங்கே தங்கியிருக்க தயவு செய்து அனுமதிக்க வேண்டும்.”

“ஆகட்டும். நீ அப்படி ஒன்றும் பெரிதாகக் கேட்டு விடவில்லை” என்றார் தாத்தா. “ஆனால், இங்கே மருத்துவ வசதியோ, மருத்துவ மனைகளோ கிடையாதே.”

“நான் மருத்துவமனையிலிருந்துதான் நேராக வருகிறேன்” என்றாள் அந்தப் பெண். “நல்ல சிகிச்சை எதுவும் கிடைக்காதா என்றுதான் இந்தத் தென்பகுதிக்கு இளவேனிற்காலத்தில் வந்தேன். ஆனால் நான் மிகவும் தாமதமாக வந்திருக்கிறேன் என்று இப்பொழுது கூறுகிறார்கள். இன்னும் ஒருசில வாரங்கள்தான் தாட்டும் என்று சொல்லி விட்டார்கள்.”

“இங்கேதான் வந்து சாக வேண்டும் என்று யார்யாரெல்லாமோ சந்தோஷமாக வந்து கொண்டுதான் இருக்கிறார்கள். ஆனால் நோயாளிகளுக்கு வேண்டியிருக்கும் மருத்துவக் கவனிப்பை எங்களால் தர முடியாதே” என்றார் தாத்தா. “அது மட்டுமில்லை. ஜோகென்ஸன் என்று சொல்லிக் கொள்ளும் மாலுமி ஜானுடனும் உரம் தெளிக்கும் ருனாலஃபரோடும் தங்க ஒரே ஒரு படுக்கைதான் நடுப்பரணில் இருக்கிறது. அதைத் தவிர இங்கே தங்கவும் வேறு இடமில்லை.”

“எனக்கென்று தனியாக வசதிகள் எதுவும் வேண்டியதில்லை” என்றாள் அந்தப் பெண். “ஆனால் எல்லா விஷயங்களுக்கும் ஏதோ ஒரு இடைஞ்சல் இருக்குமில்லையா? எனக்கும் ஒரு சின்ன விவகாரம் இருக்கிறது. என் குடும்பத்துக்கு நான் கொடுத்திருக்கும் வாக்கு.”

“உன் குடும்ப சமாச்சாரங்களை நீதான் தீர்த்துக்கொள்ள வேண்டும் பெண்ணே” என்றார் தாத்தா.

“ஆனால், விஷயம் இதுதான் ப்யோர்ன். நான் இறந்தவுடன் என்னைக் கிழக்குப் பகுதிக்கு அனுப்பி வைக்க வேண்டும்” என்றாள் அந்தப் பெண்.

“ஓ, அப்படியா? அது ஏழு எட்டு நாள் பயணத்துக்குக் குறைவில்லாமல் ஆகுமே. பார்க்கப் போனால், இதோ, இங்கே எங்கள் கண்ணெதிரிலேயே ஒரு தேவாலயக் கல்லறைவெளி இருக்கிறதே பெண்ணே!” என்றார் தாத்தா.

“ஆமாம். ஆனால் அது உங்களுக்கான தேவாலயக் கல்லறைவெளி” என்றாள் அந்தப் பெண்.

“சரி. நேரம் காலம் வருபொழுது அதைப் பற்றிக் கவலைப் படுவோம்” என்றார் தாத்தா. “அந்தக் கல் மீது ரொம்ப நேரம் உட்கார்ந்திருக்காதே.”

“இந்த விவகாரம் முடிவாகாமல் நான் வீட்டுக்குள் காலடி எடுத்து வைக்க மாட்டேன்” என்றாள் அந்தப் பெண். “நேரம் வந்தவுடன், என்னைத் திருப்பி அனுப்ப நான் ஏற்பாடு செய்து தருவேன் என்று நான் கிளம்புவதற்கு முன்பாக என் பிள்ளைகளுக்கு வாக்குக் கொடுத்திருக்கிறேன். அவர்கள் தன்னந்தனியாக இருக்கிறார்கள். அவர்கள் சின்னப் பிள்ளைகள். போதாக் குறைக்கு எங்களுடைய லைக்லா வேறு செப்டம்பரில் கன்று ஈனப்போகிறது.”

“கிழக்கே இருக்கும் ஸ்க்காஃப்ட்டாஃபெல் மாவட்டம் வரை அனுப்ப என்னிடம் ஆள் இல்லையே” என்றார் தாத்தா.

“சரக்கு வண்டியில் என்னையும் ஒரு சுமையாக அனுப்பி வைக்கலாம். இதை நான் யோசித்து வைத்திருக்கிறேன்” என்று அந்தப் பெண் சொன்னாள். “ஆனால் வழியில் என்னைப் பார்த்துக் கொள்ள யாராவது வேண்டும்.”

“ஒருத்தர் இறந்து போன பிறகு அவரைப் பார்த்துக்கொள்ள ஆள் எதுவும் தேவைப்படாது என்றல்லவா நான் நினைத்துக்கொண்டிருக்கிறேன்” என்றார் தாத்தா.

“ஸ்க்காஃப்ட்டாஃபெல் மாவட்டத்துக்கு மேற்கே என்னை அவர்கள் புதைத்து விடக் கூடாது. அதில் நான் உறுதியாக இருக்கிறேன்.” என்றாள் அந்தப் பெண். “ஸ்க்காஃப்ட்டாஃபெல் மாவட்டத்துக்கு மேற்கே புதைக்கப்படுவதில் எனக்குச் சுத்தமாக உடன்பாடில்லை. எப்பொழுதுமே லான்ப்ராட்டில்தான் நான் கட்டையைக் கிடத்தியிருக்கிறேன். இனி மண்ணுக்குள் அடங்குவதும் அங்கேதான் நடக்க வேண்டும்.”

“தபால்காரர் கடிதம் எதுவும் கொண்டு வந்தால், நீ நன்றாக இருக்கும் பொழுதே அவரோடு ஊருக்குச் செல்வதில் உனக்கு விருப்பமில்லையா?” என்று தாத்தா கேட்டார்.

“முன் பின் அறிமுகமில்லாத அந்நியர்கள் நடுவே சாக வேண்டும் என்பதுதான் என் ஆசை” என்றாள் அந்தப் பெண்.

நீண்ட நேரமோ, குறைவான நேரமோ, எவ்வளவு நேரம் அவர்கள் விவாதம் பண்ணிய போதும், விளைவு என்னவோ அந்தப் பெண் வீட்டுக்குள் வரும்படிதான் அமைந்தது. விருந்தினர்கள் வந்தால் அவர்களை வரவேற்க தாத்தா எப்பொழுதும் சொல்லும் அதே உபசரிப்பு வார்த்தைகளை இப்பொழுதும் சொன்னார்: “இதோ இங்கே உட்கார்ந்து கொஞ்சம் முகத்தில் மலர்ச்சியைக் காட்டேன் பெண்ணே!”

அவள் நிச்சயமாக முன்யோசனையுடைய பெண்தான். ஆனால் அவளுடைய நடத்தை விறைப்பாக இருந்தது. அவள் வசீகரமான

பெண்ணும் அல்ல. அவள் இறந்த பிறகு அவளை என்ன செய்வது என்கிற பொறுப்பைத் தாத்தா தன் தலை மீது போட்டுக் கொள்ளவில்லை. ஆனாலும், மறு பேச்சின்றி நடுப்பரணில், எங்களுடைய படுக்கைகளுக்குப் பக்கத்தில் இருந்த குறுவறையில் அவளுக்குப் படுக்கை போடப்பட்டது.

"யாரம்மா நீ?" என்றார் தளபதி ஹோகென்ஸன்.

"என் பெயர் தொரர்னா. நான் லான்ப்ராட்டிலிருந்து வருகிறேன்."

"உல்லாசப் பயணத்துக்காக இந்த நகரத்துக்கு நீ வந்திருக்கிறாயா?" என்று தளபதி ஹோகென்ஸன் கேட்டார்.

"அப்படித்தான் எல்லோரும் சொல்கிறார்கள்" என்றாள் அந்தப் பெண்.

"அப்படியா!" என்ற ஹோகென்ஸன் தொண்டையைச் செருமிக் கொண்டு சொன்னார், "நான் தளபதி ஹோகென்ஸன். மேற்கே இருக்கும் ஹெல்காஃபெல்லில் இருக்கும் ஹோகென்ஸன் குடும்பத்தைச் சேர்ந்தவன். என்னுடைய இளமைக் காலத்தில் நான் டென்மார்க் நாட்டு அரசர்களுக்குச் சேவை புரிந்திருக்கிறேன். ப்ரெய்தாஃப்யோர்தூர் முழுக்க அவர்களுக்கு வழிகாட்டியாக இருந்திருக்கிறேன். இதுதான் என்னுடைய வாழ்க்கை பெண்ணே."

"கொடுத்து வைத்த வாழ்க்கை" என்றாள் அந்தப் பெண்.

"அது போகட்டும். லான்ப்ராட்டில் உள்ளூர் நீதிபதிகள் யார்? அங்கே யாரெல்லாம் பெரும் புள்ளிகள்?" என்று கேட்டார் ஹோகென்ஸன்.

"ஐயா, ஹோகென்ஸன், அந்தப் பெண்ணை ரொம்பத் தொந்திரவு செய்து விடாதீர்கள். அவள் உடம்பு சரியில்லாதவள்" என்றாள் பாட்டி. "உடம்பு சரியாகும் வரைக்கும் இங்கே தங்கியிருந்து விட்டுச் செல்ல அந்தப் பெண் வந்திருக்கிறாள்."

"கண் பார்வை தெளிவாக இருப்பவர்களிடம் எப்பொழுதுமே என்னால் இரக்கம் காட்ட முடிவதில்லை" என்றார் ஹோகென்ஸன். "நமக்கு நடுவில் இருக்கும் அந்தச் சிறிய கதவை அடைத்துக்கொள்வது அப்படி ஒன்றும் தேவையில்லை பெண்ணே. இப்பொழுதெல்லாம் நான் பேசுவது வேண்டுமானால் கொஞ்சம் அலுப்பூட்டுவதாக இருக்கும். ஆனால் ருனால்ஃபர் ஜான்ஸன் மாதிரி மனத்தைக் குஷிப்படுத்தும் படி பேசக்கூடியவர்களும் இங்கே கொஞ்சம் பேர் இருக்கிறார்கள். இரவில், எல்லோரும் தூங்கிவிட்ட பிறகு நம்முடைய தத்துவஞானி மேலேறி வருவார். இவர் நகராட்சியில் பெரிய படைத்தலைவர். இப்போதைக்கு இதுதான் நடைமுறை ... அது போகட்டும். லான்ப்ராட்டில் முக்கியமான பெரிய பண்ணைகள் எதுவும் உண்டா, பெண்ணே?"

"என்னுடைய நிலம்தான் முக்கியமானதென்று நான் நினைக்கிறேன்.

“பரவாயில்லையே.” என்றார் ஹோகென்ஸன். “சொந்தமாகக் கொஞ்சம் நிலம் இருக்கிறது. அது போதாதா பெண்ணே? என்னுடைய மூதாதையர்கள் எல்லா இடங்களிலும் நிலம் வைத்திருந்தார்கள். இப்பொழுது நான் இங்கே கிடக்கிறேன். என்னுடைய தாத்தா, அமரர் ஹக்கோநார்ஸன் மீது ஸிகுர்தூர் ப்ரெய்ட்ஃப்யோர்ட் எழுதிய நினைவாஞ்சலி சொல்வது போல்தான் இருக்கிறது:

ஹெல்காஃபெல்லில் பாவப்பட்ட ஜான் எங்கே?
ஹக்கோநார்ஸன் இப்பொழுது எங்கே?
பாவப்பட்ட அவர் போய் விட்டார்.’

ஒரு மனிதனுக்குத்தனக்கென இறுதியில் என்ன கிடைக்கிறதோ அது மட்டும்தான் அவன் திருப்திப்பட்டுக் கொள்ள வேண்டிய பொருள். அப்படித்தான் நான் நினைக்கிறேன் பெண்ணே. என்னுடைய கப்பற்படைத் தொப்பியைப் பார்க்கிறாயா? சுட்டிப் பையா, அல்ஃப்க்ரைமுர். என்னுடைய தொப்பியைக் கொஞ்சம் பார்த்து எடுத்து வா. வந்து அதை இந்தப் பெண்ணிடம் காட்டு. அந்தத் தொப்பியின் முகட்டில் முடி எதுவும் ஒட்டிக் கொண்டிருந்தால் அதை ஊதி விட்டு எடுத்துக் கொண்டு வா.”

அந்தத் தொப்பியை அந்தப் பெண் வாங்கிப் பார்த்துக்கொண்டிருந்த பொழுது ருனால்ஃபர் பரண் மீது ஏறி வந்தார். அவரைப் பார்க்க முடியாமல் போனாலும், அவர் மூச்சுவிடும் தோரணையிலிருந்தே தளபதி ஹோகென்ஸன் அவரை அடையாளம் கண்டுகொண்டார். “கவனம் ருனால்ஃபர். தனக்கென்று சொந்தமாக நிலம் வைத்திருக்கும் ஒரு பெண் நம்முடைய குறுவறையில் தங்கிக்கொள்ள வந்திருக்கிறாள். அவள் கிழக்கே இருந்து வந்தவள்.”

“போர்க்கப்பல்களின் படைத்தலைவனே இங்கே இருக்கும் பொழுது உனக்கு ஒரு குறையும் இருக்காது” என்றார் ருனால்ஃபர். “நீ எங்கே இருந்து வருகிறாய்? நான் தெரிந்துகொள்ளலாமா?”

“நான் லான்ப்ராட்டிலிருந்து வருகிறேன்” என்றாள் அந்தப் பெண்.

“அங்கெல்லாம் என்ன மாதிரியான மீன் கிடைக்கிறது?” என்று ருனால்ஃபர் கேட்டார்.

“அதிகம் கிடைப்பது சிறு வகைப் பன்னாதான். அதைத் தின்றுதான் உயிர் வாழ்கிறோம். நான் வீட்டை விட்டு வரும்பொழுது கொஞ்சம் விலாங்கு மீன்களும் கிடைத்தன” என்றாள் அந்தப் பெண்.

“சிறு வகைப் பன்னாவா? பரவாயில்லை. அப்புறமென்ன? விலாங்கு மீனா? ஆமாம், நல்ல பன்னா மீன்களெல்லாம் என்ன ஆச்சு பெண்ணே? என்று விசாரித்துக்கொண்டிருந்தார் ருனால்ஃபர்.

“நாட்டின் உள் பகுதிகளில் இருக்கும் பண்ணைகளில் நல்ல பன்னா மீன்களை அதிகம் பார்க்க முடியாது” என்றாள் அந்தப் பெண்.

“அச்சச்சோ. இங்கே தெற்குப் பகுதியில் நீ சொல்கிற மீன் வகைகளை நாங்கள் எருவாக மட்டும்தான் பயன்படுத்துகிறோம்” என்றார் ருனால்ஃபர்.

"அதெல்லாம் போகட்டும். நீ மீண்டும் எழுந்து வெளியே சுற்றிப் பார்க்கப் போகும் பொழுது நெஸ் வரை ஒரு உல்லாசப் பயணம் போய் விட்டு வா. அங்கே இருக்கும் வட்டார தேவாலயப் பொறுப்பாளரின் அதிசயமான கழிவுநீர்க் குழியை நீ அவசியம் பார்த்துவிட்டு வரவேண்டும். அதே போல் க்ரோட்டாவில் இருக்கும் அதிசயக் கழிவுநீர்க் குழியையும் நீ குறைவாக எண்ணி விடாதே. அடேயப்பா! என்ன மாதிரியான கழிவுநீர்க் குழிகள்! அடக் கடவுளே. நீ வீட்டுக்கு எழுதும் கடிதங்களில் குறிப்பிட அவை மிகவும் நல்ல தகவல்களாக இருக்கும். வாட்ன்ஸ்மிரி முட் புதர்க் காட்டில் வெட்டப்பட்ட பிரம்மாண்ட நிலக்கரிச் சுரங்கங்களுக்கு அடுத்த படியாக, இந்தக் கழிவுநீர்க் குழிகளுக்கு நிகரானவை இந்த உலகத்தில் வேறெங்குமே கிடையாது."

14

# ஹ்ரிங்ஜராபேர் மீது பரவிய வெளிச்சம்

ஓரிடத்தைப் பற்றித் தன்னுடைய நூலில் எழுதும் பொழுது, அந்நகரத்தின் காற்று குறிப்பிட்ட ஒரு பெண்ணின் பெயரைக் கர்ப்பம் தரித்திருந்தது என்று ஒரு பெரிய எழுத்தாளர் கூறியிருப்பார். கர்தர் ஹோமுக்கும் எங்களுடைய தேவாலயக் கல்லறைவெளிக்கும் இதே போன்ற வர்ணனை பொருந்தி வருமோ என்று நான் சிலசமயம் நினைத்ததுண்டு. எங்கள் வீட்டின் வரவேற்பறையிலும், ஹ்ரிங்ஜராபேர் வீட்டு வரவேற்பறையிலும், மன்னரின் அமைச்சர் வீட்டு வரவேற்பறையிலும் அவருடைய உருவப்படம் எப்பொழுதுமே மாட்டப்பட்டிருந்தது. அவரைப் பற்றி இயல்பாக எங்கள் வீட்டில் யாரும் பேசிக் கேட்டதில்லை. ஆனால், எங்கள் வீட்டில் இருக்கும் பழைய கடிகாரத்தின் துடிப்போடு அவருடைய பெயர் நெருக்கமாகத் தொடர்பு கொண்டிருந்தது. இதை நான் வெகு சீக்கிரத்திலேயே உணர்ந்துகொண்டேன். வீட்டுக்கு வரும் விருந்தாளிகளில் யாரேனும் தற்செயலாக அவருடைய பெயரை உச்சரித்து விட்டால், அதற்கு மேல் போகாமல் பேச்சு தவிர்க்கப்படும். மீறி மீறிப் போனால், தேவாலயக் கல்லறைவெளியில் விளையாடிக் கொண்டு வளர்ந்த வரைக்கும் குட்டி ஜார்ஜ் மிக நல்ல பையனாகவே இருந்தான் என்கிற அளவில் பேச்சு நின்றுவிடும். ஆனால், இதுபோன்ற மழுப்பலான பேச்சினால் மட்டும் அவர் மீது எனக்கு ஆர்வம் ஏற்பட்டு விடவில்லை. உலகெங்கிலும் உள்ள கச்சேரி அரங்குகளில் நிகழ்ச்சிகள் நடத்திவரும் இந்த மனிதர், பெயரைக் கூடச் சத்தமாக உச்சரிக்க அஞ்சும் அளவுக்கு ஒரு தேவதூதன் போல் உயர்ந்த இடத்தில் வைத்துப் பார்க்கப்படும் ஒருநபர், ஒரு காலத்தில் இந்தத் தேவாலயக் கல்லறைவெளியில் விளையாடிக்கொண்டிருக்கும் என்னைப் போன்ற சிறுவனாக இருந்திருக்கிறார் என்பது என்னவோர் வினோதம்! பாட்டியும், ஹ்ரிங்ஜராபேரில் இருக்கும் கிரிஸ்டினும் அடங்கிய தொனியில் தங்களுக்குள் பேசிக்கொள்ளும் பொழுது, இந்தத் தேவகுமாரனைப் பற்றித்தான் பேசிக்கொண்டிருப்பார்கள் என்பது எனக்கு உறுதியாகி இருந்தது.

பிறர் பாடுவதையும், பாடுவதோடு தொடர்பு உள்ள அனைத்தையும் என்னுடைய பால்ய வயதிலிருந்தே கவனித்து, இப்பொழுது சிறிய அளவில் நடக்கும் சவ அடக்கங்களின் போது நானும் பாடத் தொடங்கியிருக்கிறேன். என்னைப் போலவே இங்கே ஒரு சிறுவனாக இருந்து, இன்று உலகம் போற்றும் பாடகனாக விளங்கும் ஜார்ஜைப் பற்றி அறிந்திருந்ததும் உணர்ந்திருந்ததும்தான் இதற்குக் காரணமா? இது எனக்கு விளங்கியதே இல்லை. ஆனால், ஒரு பின்பற்றத்தக்க உதாரணமாக கர்தர் ஹோமை நான் வரித்துக் கொண்டதில்லை – நிச்சயம் உணர்வு பூர்வமாக அதை நான் செய்யவில்லை – ஏனென்றால் வீட்டு வரவேற்பறைகளில் அவருடைய உருவப்படங்கள் மாட்டப்பட்டிருந்தாலும் கூட, என்னிடமிருந்து அவை அன்னியப்பட்டுத் தொலைவிலேயே நின்றன.

ஒருவேளை, எங்கள் இருவரையும் விழிப்புற வைத்தது ஒரே மாதிரியான ஓசைதானோ என்னவோ. என்ன, கால் நூற்றாண்டுக்கு முன்னதாகவே அவருக்கு அந்த ஈர்ப்பு வந்து விட்டிருந்தது. ஆனால், ஒன்று மட்டும் நிச்சயம். நீலநிற மலைகளுக்குப் பின்புறம், கடலுக்கு அப்பால் கேட்கும் கிசுகிசுப்பாக என்னுடைய வாழ்க்கையில் அவர் உணரப்படாத நாட்களே என் நினைவில் இல்லை.

இந்தக் காலக் கட்டத்தில் பாட்டி எனக்குப் படிக்கக் கற்றுக் கொடுத்தாள். கர்த்தரின் குடிமரபியல் பற்றி ஹீப்ரு மொழியில் எழுதியிருந்ததைப் படித்து முடித்த பிறகு செய்தித்தாள்களில் காணப்பட்ட விளம்பரங்கள் எனக்கு உதவும் பாடப்புத்தகங்களாகின. ஐஸாஃபோல்ட் எனும் செய்தித்தாள் வாரத்தில் இருமுறை வீட்டுக்கு வந்தது. அதன் ஒவ்வொரு இதழும் நான்கு பக்கங்களைக் கொண்டிருந்தது. உப்பில்லாத கருவாட்டை விற்பதற்காக என்றாலும் சரி, இளவேனிற்காலப் பண்ணை வேலைகளுக்குப் பெண் கூலியாள் தேவைப்பட்டாலும் சரி, பத்திரிகையில் கவிதை வடிவத்தில் விளமபரம் கொடுப்பது இங்கே வழக்கமாக இருந்தது. இந்தக் கவிதைகளை நாங்கள் மனனம் செய்வதுண்டு. உறைநிலைப் பன்னா மீன், உப்பில்லாத கருவாடு ஆகியவற்றை ஆரவாரமாய் விற்க முனையும் விளம்பரங்கள், ஃப்ளஃப் எனப்படும் அயல்நாட்டு அப்பத்தை சிலாகித்து விற்க முனையும் விளம்பரங்கள், வால்டிமர் பெடர்சன் என்பவர் கண்டுபிடித்த டென்மார்க் நாட்டு சர்வ ரோக நிவாரணியைப் புகழ்ந்து பாடும் விளம்பரங்கள் என, இவற்றுக்கு நிகராக மனதில் இன்று வரை நிலைத்திருக்கும் கவிதைகள் எதுவும் இல்லை. லௌகவெகூர் எனும் இடத்தில் குதிரைகளுக்கான சேணம், கடிவாளம் போன்ற தோல் பொருட்களை விற்பனை செய்யும் ஒரு வியாபாரி கொடுத்திருந்த கவிதை விளம்பரத்தை இங்கே தருகிறேன். இப்பேற்பட்ட கவிதைகள் பாதுகாக்கப்பட வேண்டும் என்பதே என் நோக்கம்.

வாரீர், வாரீர்;

அன்பு வாடிக்கையாளர்களே வாரீர்,

பாரீர், பாரீர்;

என் அங்காடியை வந்து பாரீர்;

*சாட்டைகள் உண்டு;*

*சவுக்குகள் உண்டு;*

*மகிழ்விக்க நீங்கள் உண்டு;*

*வார்கள் உண்டு;*

*சேணக் கச்சுகள் உண்டு;*

*தோல் பொருள்கள் உண்டு*

*கடலென;*

*இற்றுப் போகாதிவை ஒருநாளும்;*

*மின்னும் தங்கமாய்த்*

*தாமிர அணிகலன்கள்*

*அன்பொழுகும் அக்கறை காட்டி;*

*கடிவாள வகைகள் உண்டு;*

*செய்யப்பட்டவை இவை,*

*அரிய வகை வெள்ளி கொண்டு;*

*அழைத்து வாரீர் உம் பெண் துணையை;*

*நேசிப்பர் அவரும்*

*என் பொக்கிஷக் குவியலைச்*

*சீர் மிக்கது இந்நகரத்தில்*

*நான் விற்கும்*

*பணியாளர் சீருடையே;*

*பேராயரே வாங்குகிறார்*

*பொருள்களை இங்குதான்;*

*பேர் பெற்றவை என்*

*பயணப் பொருள்கள்;*

*உருவானவை*

*அவை அனைத்தும் என்னால்;*

*விலையும் அதிகமில்லை.*

இது போன்ற விளம்பரங்களைப் படித்துக் காட்டும் பொழுது, "அறிவைப் பயன்படுத்தி எதையுமே எதுகை மோனையோடு சொல்லி விடலாம்" என்பாள் பாட்டி. ஆனால், இவை போக, என்னுடைய கவனத்தை உடனடியாக ஈர்த்த ஒருசில சமாச்சாரங்கள் உரைநடையில் எழுதப்பட்டு இருந்தன. உலகப் பாடகன் கர்தர் ஹோம் அடைந்து

வரும் புகழைப் பறை சாற்றும் செய்திக் கட்டுரைகள் இவை. ஒரு பாடகனாக அவர் பெற்றிருக்கும் புகழைப் பற்றிய ஒரு சிறுகுறிப்போ, அல்லது சிலநேரங்களில், ஒன்றுக்கும் மேற்பட்ட செய்திக் கட்டுரைகளோ இடம்பெறாத செய்தித்தாள் எதுவும் அந்தக் காலத்தில் ஐஸ்லாந்தில் வெளியானதாக எனக்குத் தோன்றவில்லை.

அவற்றின் தலைப்புச் செய்திகள் இவ்வாறு இருக்கும்:

அயல்நாட்டில் ஐஸ்லாந்து நாட்டின் பாடல்.
ஐஸ்லாந்தின் கலை திக்கெங்கும் புகழ் ஈட்டுகிறது.
அயல் தேசங்களில் ஐஸ்லாந்தின் இசை.
ஐஸ்லாந்தைக் கேட்டுக் கிறங்கும் உலகம்.
தலைநகரில் முக்கியக் கச்சேரி.
சர்வதேச செய்தித்தாள் ஐஸ்லாந்தைப் பாராட்டுகிறது.

இந்தக் கட்டுரைகளின் சாராம்சம் ஒன்றேதான்:

வெளிநாடுகளில் ஐஸ்லாந்துக்குப் புகழை ஈட்டிக் கொடுக்கிறார் கர்தர் ஹோரம்.

ஸ்விட்சர்லாந்து நாட்டிலுள்ள குஸ்மாக்ட் எனும் ஊரில் கீழ்க்கண்ட பாடல்களை அவர் பாடியிருந்தார்: *'எவ்வளவு அற்புதமாக அந்தப் பறவை பாடியது', 'பட்டியில் ஆடுகள் கத்திக் கொண்டிருக்கின்றன', மற்றும் 'கீழைக்காற்று எங்கள் மீது குளிர்ந்து வீசியது'* இப்படியான செய்திகளை குஸ்நாக்டர் நேக்ரைட்டன் எனும் செய்திப் பத்திரிகை வெளியிட்டிருந்தது. சிறிது காலம் கழித்து ஃப்ரான்ஸ் நாட்டின் அனைத்து முக்கிய நகரங்களிலும் கர்தர் ஹோரம் பாடியிருந்தார். எனக்கு என்னவோ இந்த நகரங்களின் பெயர்கள் எல்லாமே 'க்யு' வில் தொடங்கிக் 'க்யு' வில் முடிந்தது போல் தோன்றியது. பிறகு திடீரென்று, கச்சேரி செய்ய லண்டன், பாரிஸ், ரோம், கெய்ரோ, நியூயார்க், போனஸ் அய்ரிஸ் மற்றும் பிற இடங்களுக்கு அவர் இசைப் பயணத்தைத் தொடங்கி விட்டார் என்ற செய்தி வெளியானது.

இதைத் தொடர்ந்து விரைவிலேயே (இத்தாலியச் செய்திப் பத்திரிகையான) *லா ஸ்ட்டாம்ப்பா*விலும் லண்டனிலிருந்து வெளியாகும் *டைம்ஸ்* பத்திரிகையிலும் துணுக்குகள் வெளிவரும். அதே போல் எகிப்து நாட்டின் தலைநகர் கெய்ரோவிலிருந்து முஹமது பென் அலி சூட்டிய மிதமிஞ்சிய புகழாரங்களும் வெளியாகும். இந்த நகரங்களில் எல்லாம், ஐஸ்லாந்திலிருந்து வந்திருக்கும் கலைத் திறமையைக் கண்டு வியந்து தம்மை மறந்து நின்றனர் மக்கள். இப்பொழுது அமரராகி விட்ட ஹ்ரிங்ஜராபேரின் கிரிஸ்டின் ஒரு புதிய ஒளி வெள்ளத்தில் மிதந்தாள். தெருவில் தென்படும் முன்பின் தெரியாதவர்கள் கூட என்னிடம் வந்து தலையை வருடி, கர்தர் ஹோமுக்கு நான் ஏதோ ஒரு வகையில் உறவு என்பது தங்களுக்குத் தெரியும் என்று கூறி விட்டுச் செல்வார்கள். எண்ணெய் வாங்கி வர என்னைக் கடைக்கு அனுப்பினால் கடைக்காரர் என் கை நிறைய உலர்ந்த திராட்சையை மரியாதை நிமித்தம் திணிப்பார். ஆமாம். கர்தர் ஹோமின் பெயர் கொடுத்திருக்கும் பலத்தில் குட்மன்ஸன் அங்காடியில் எனக்கு ஏராளமான இலவசப் பொருள்கள் கிடைத்தன.

எனக்கு நினைவிருக்கும் வரை, தேவாலயக் கல்லறைத் தோட்டத்தின் இருமருங்கும், ரகசிய எதிர்பார்ப்புடன், அதே சமயம் எண்ணற்ற அர்த்தமிகு பார்வைகளுடன், ஒவ்வொரு வேனிற்காலத்திலும், உலகப் பாடகனின் வருகைக்காக மக்கள் காத்திருந்தார்கள். மக்களிடம் தென்பட்ட இந்த ரகசியப் பதற்றம் நீண்ட காலம் நீடித்தது. இதனால், அந்த வேனிற்காலத்தின் போதும் கர்தர் ஹோம் வரப்போவதில்லை என்பதுதான் இயல்பான, தவிர்க்க இயலாத நிலை என்று எனக்குத் தோன்ற ஆரம்பித்தது. ஒருவேளை அவர் வராமலே போகக் கூடும். ஏனென்றால் உலகில் அவ்வளவு நகரங்கள் இருந்தன. அயல்நாடுகளில் நிகழ்ந்ததாகக் கூறப்படும் எத்தனையோ சம்பவங்கள் போல கர்தர் ஹோம் கூட மிகைப்படுத்தப்பட்டு விட்ட ஒரு கற்பனைச் சம்பவம்தான் என்ற எண்ணத்தை வளர்த்துக்கொண்டு என்னை நானே சமாதானப்படுத்திக் கொண்டிருந்தேன். அவர் நிச்சயமாக, எப்பொழுதுமே வரப் போவதில்லை என்று மனதைத் தயார் செய்து வைத்திருந்த நிலையில் அவர் திடீரென்று அங்கே வந்தார்.

மென் மேகங்கள் எஸ்ஜா மலை மீது கொஞ்சம் கொஞ்சமாய் சிதறிக் கொண்டிருந்த ஒரு நடுவேனிற்காலக் காலை வேளை. ஹ்ரிங்ஜராபேரின் கிரிஸ்டின் அப்பொழுதுதான் படுக்கையை விட்டு எழுந்திருந்தாள். காலையில் முதல் வேலையாகக் கோழிகளுக்கு தீவனம் இடுவது அவளுக்கு வழக்கம். இதற்காக வெளியில் வந்தாள். அவள் அங்கே கண்டது என்ன? ஹ்ரிங்ஜராபேரின் வாயிலில் பாவப்பட்டிருந்த நடைபாதையில் ஒரு கனவான் நின்று சுற்றிலும் நோட்டம் விட்டுக் கொண்டிருந்தார். நெளிதகடுக் கூரை வேய்ந்த மரத்தாலான வீடுகள், சீமைக் காட்டு முள்ளங்கிச் செடிகளும் பொன்கிண்ணிப் பூச்செடிகளும் கூரை மீது முளைத்திருக்கும் புற்கரண் பாவிய குடில்கள், நடைபாதை மீது பாவப்பட்டிருக்கும் கற்களினூடே வளர்ந்து கிடக்கும் வெண்சாமந்திச் செடிகள், ஆயிரம் ஆண்டுகளுக்கு முன்பாக, நகரங்கள் தோன்றியிராத, அதன் காரணமாகவே காலணியைத் தைப்பவர்களும் வாழ்ந்திராத காலத்து ஐரோப்பிய நாட்டுக் குடியானவர்கள் அணிந்து வந்த, வீட்டிலேயே வடிவமைத்து உருவாக்கப்பட்ட மான்தோல் செருப்பு வகைகளை இன்னமும் அணிந்து செல்லும் மனிதர்கள் என்று வேடிக்கையான வாழ்க்கை முறையைக் கொண்டிருக்கும் ஐஸ்லாந்து நாட்டின் காட்சிகளைப் புகைப்படம் எடுக்க வந்திருக்கும் அயல்நாட்டுக்காரராகவே இவர் இருக்கக் கூடும் என்று மூதாட்டி கிரிஸ்டின் நினைத்து விட்டாள். ஆனால், அவர் அணிந்திருந்த மேலங்கி ஒரு பசுவின் விலைக்குச் சற்றும் குறையாததாக இருக்கக்கூடும். அவர் அணிந்திருந்த மாதிரியான தொப்பி நிச்சயமாக பால்குடி மாறா ஆட்டுக்குட்டியின் விலையாவது இருக்கும். எனவே இவர் சாதாரண கனவானாக இருக்க முடியாது. "காலை வணக்கம்" என்று டேனிஷ் மொழியில் வாழ்த்துக் கூறினாள் ஹ்ரிங்ஜராபேரின் கிரிஸ்டின்.

அவள் குரலைக் கேட்ட மாத்திரத்தில், அந்தப் பெரிய, புகழ் மிக்க மனிதர் அந்தப் பெண்ணை நோக்கித் திரும்பி அவளைக் கட்டி அணைத்துக் கொண்டாராம். அது அவளுடைய மகன்.

கர்தர் ஹோமின் மீள்வரவு இப்படித்தான் இருந்ததென்று என்னிடம் விவரிக்கப்பட்டது. ஆனால், இந்தச் சம்பவத்தைப் பற்றி ஒரு தகவலையும்

என் வீட்டில் யாரும் சொல்லிக் கேட்க வில்லை. இன்னொரு விஷயத்தையும் நான் குறிப்பிட்டாக வேண்டும். ஏற்கெனவே இதை நான் அடிக்கடி சொல்லியிருக்கிறேன். அதையே மீண்டும் சொல்ல விரும்புகிறேன். தொடக்கத்திலிருந்து நான் என்ன நினைத்தேன், ப்ரெக்குகாட்டில் இருந்த ஏனையோர் என்ன நினைத்தார்கள் என்பதற்குச் சற்றும் தொடர்பில்லாதது போல் எங்கள் வீட்டில் கர்தர் ஹோாம் பற்றியோ, அவருடைய உலகப் பயணங்கள் பற்றியோ, புகழைப் பற்றியோ எந்தச் செய்தியும் ஒரு பொருட்டாகவே இருந்ததில்லை. இரண்டு மூதாட்டிகளும் ரகசியம் பேசிக்கொள்ள மெல்ல நழுவிச் செல்லும் தேவை இந்த நேரத்தில் இருந்த போதிலும், இருவரும் வழக்கத்துக்கு அதிகமாக ஒருவரையொருவர் சந்தித்துக் கொள்ளவில்லை. ஆனால், ஆகிருதியிலும் தோற்றத்திலும் தன்னுடைய சூழலோடு மிகவும் மாறுபட்டுத் தெரிகின்ற, கர்தர் ஹோாம் மாதிரியான, ஒருநபர் குடும்ப உறுப்பினராக இருப்பது இந்த இரு மூதாட்டிகளுக்கும் மிகவும் சிக்கலான பிரச்சினையாக – தீர்க்க முடியாத சமூகப் பிரச்சினை என்று கூடச் சொல்லத் தோன்றுகிறது – இருந்தது. இதில் எனக்குக் கொஞ்சமும் சந்தேகமில்லை.

ஐஸ்லாந்து நாட்டின் தலைநகருக்கு வருபவர்கள் எங்களோடு ஓரிரவு தங்கிப் போக வருவது எனக்குப் பழகியிருந்தது. அப்படியிருக்க இரவு தங்க கர்தர் ஹோாம் ப்ரெக்குகாட்டுக்கு வராதது எனக்குக் கொஞ்சம் வியப்பாக இருந்தது. இதைப் பற்றிப் பாட்டியிடம் நான் கேட்டேன்.

“ஹ்ரிங்ஜராபேர் கிரிஸ்டினின் மகன் நம் வீட்டில் வந்து தங்குவார் என்று எப்படிநீ நினைக்கலாம்?” என்று பாட்டி பதில் சொன்னாள். கர்தர் ஹோாம் நிச்சயமாக அவருடைய அம்மாவோடுதான் தங்கிக் கொள்வார் என்பதாகவே நான் இந்தப் பதிலை எடுத்துக்கொண்டேன். இதன் பிறகு ஒருநாள் கிரிஸ்டினுக்குப் பால் தேவைப்படுகிறதென்று என்னை ஹ்ரிங்ஜராபேருக்கு அனுப்பி வைத்தார்கள். யாராவது விருந்தினர் வந்திருப்பதற்கான சுவடுகள் அங்கே தெரிகின்றனவா என்று உள்ளே போனவுடன் நான் நோட்டம் பார்க்க ஆரம்பித்தேன்.

“என்ன, எதையோ தேடிக்கொண்டிருக்கிறாய், குழந்தாய்?” என்றாள் கிரிஸ்டின்.

“இங்கே யாராவது வந்திருக்கிறார்களா என்று பார்த்தேன்” என்றேன்.

“இங்கே யார் வந்திருப்பார்கள் என்று நீ நினைக்கிறாய்?” என்று அவள் கேட்டாள்.

“கர்தர் ஹோாம் ஒருவேளை இங்கே வந்திருப்பாரோ என்று நினைத்தேன்” என்றேன்.

“அவருடைய பெயரை உனக்கு யார் சொல்லிக் கொடுத்தது?” என்று அவள் கேட்டாள்.

“எல்லோருமே அதைப் பற்றிப் பேசிக்கொண்டிருக்கிறார்கள்” என்றேன் நான்.

“எதைப் பற்றிப் பேசிக்கொண்டிருக்கிறார்கள்?” என்றாள் அந்த மூதாட்டி. “எல்லோரும் என்றால் யாரெல்லாம்? நிச்சயமாக ப்ரெக்குகாட்டின் ப்யோர்ன் பேசியிருக்க மாட்டாரே!”

“அவரைப் பற்றி ஐஸாஃபோல்டில் ஏதோ எழுதியிருந்தது” என்றேன்.

“ஐஸாஃபோல்டிலா?” என்றாள் கிரிஸ்டின். “கடவுள்தான் இந்தக் குழந்தையைக் காப்பாற்ற வேண்டும். இது செய்திப் பத்திரிகையெல்லாம் படிக்க ஆரம்பித்துவிட்டது! இந்தா, உனக்கு ஒரு பெரிய கட்டி மிட்டாய். வீட்டுக்குக் கிளம்பு. போகும் வழியில் தலைமைத் தேவதூதன் கேப்ரியலின் இடுகல் மீது ஏறிப் பொழுதுபோக்கிக் கொண்டிருக்காதே. சேதி தெரிந்து கொள்ள உன் பாட்டி உன்னை எதிர்பார்த்துக் கொண்டிருப்பாள். கர்தர் ஹோம். லட்சியத் திருவுருவம்! இந்தக் குழந்தை பேசும் பேச்சைப் பார்! ஆளுநர் மாளிகையில் அவன் தங்காத நேரங்களில் ஹோட்டல் ஐஸ்லாந்தில்தான் அவன் தங்கியிருப்பான். அது தெரிந்ததுதானே! ஓரிரவு அங்கே தங்குவதற்கு ஒரு பால்குடி மாறா ஆட்டின் விலையாகுமாம். ஒருவாரம் தங்க ஒரு பசுவின் விலை தர வேண்டியிருக்குமாம்.”

தேவாலயக் கல்லறைவெளியைத் தாண்டி வீடு செல்ல வேண்டிய, எந்நேரமும் எதையாவது யோசித்துக்கொண்டிருக்கும் சிறுவனின் நடையைத் துரிதப்படுத்தவென்று திட்டமிட்டுச் சொல்லப்பட்ட பதிலில்லை இது. அது உண்மையில் ஒரு கணிதச் சிக்கல். ஓரிரவு அங்கே தங்க ஒரு பால்குடி மாறா ஆட்டின் விலையும், ஒருவாரம் தங்க ஒரு பசுவின் விலையும் ஆகுமென்றால் நாங்கள் ப்ரெக்குகாட்டில் எவ்வளவு ஆடுகளையும் பசுக்களையும் சொந்தமாக்கிக் கொண்டிருக்க முடியும்! கற்பனை கூடச் செய்ய முடியவில்லை. இதற்கு மாறாக, ப்ரெக்குகாட்டில் வசிக்கும் ருனால்ஃபர், தளபதி ஹோகென்ஸன், கண்காணிப்பாளர் உள்பட எங்கள் அனைவரையும் ஹோட்டல் ஐஸ்லாந்துக்குக் (உண்மையில் அது ஹோட்டல் டி ஐஸ்லாந்தே என்றுதான் எழுத்தில் குறிக்கப்படும்) குடிபெயர வைக்கலாம் என்று என் தாத்தாவுக்குத் தோன்றினால், நாங்களும் அங்கே ஒருமாதம் போலத் தங்கினால் நிலைமை மிகவும் சிக்கலாகி விடும். இதை விடக் கொடுமை என்னவென்றால், ஹோட்டல் டி ஐஸ்லாந்தே கூட கர்தர் ஹோம் தங்கப் போதுமான அளவுக்கு ஆடம்பரமானது இல்லை. டென்மார்க் நாட்டு மன்னரின் அமைச்சருக்குக் கீழ் நிலையில் இருக்கும் எவரோடு தங்கினாலும் அது அவருடைய அந்தஸ்துக்குக் குறைவாக இருக்கும். அந்த அமைச்சரைத்தான் ஆளுநர் என்று கிரிஸ்டின் குறிப்பிட்டாள். குதிரைமுடி கூடத் தன்னிடம் இல்லாத ஒரு மனிதர்தான் அவர்.

# 15

# வெண்ணிற அண்டங்காக்கைகள்

"அபூர்வமாக வெள்ளை அண்டங்காக்கைகளைக் கூடப் பார்க்க முடிகிறதே" என்றார் ப்ரெக்குகாட்டின் ப்யோர்ன் ஒருநாள் காலையில். வீட்டைச் சுற்றி இருந்த சேற்றிலும் சகதியிலும் மீன் செதில்கள் மீது சூரிய ஒளி தகதகத்துக்கொண்டிருந்தன. வெளி வாயிலின் சுழற்கதவைத் திறந்துகொண்டு பெரிய மனிதர்கள் போல் தோன்றிய இரண்டு விருந்தாளிகள் மெல்ல வீட்டை நெருங்கிக் கொண்டிருந்தார்கள்.

"வா, வா, என் அருமை ஜார்ஜ்! உன் வரவு நல்வரவாகட்டும். குட்டி குட்மன்ஸன், உனக்கும் வாழ்த்துகள். நல்லது, நல்லது. உங்கள் வரவு என் ஆயுசைப் போதுமான அளவு நீட்டிக்க வல்லது. வீட்டுக்குள் காலடி எடுத்து வைத்து அருள்புரிய வேண்டும்"

குட்டி குட்மன்ஸன் என்று தாத்தா அழைத்த நபர் வேறு யாருமில்லை. சாட்சாத் வியாபாரி குட்மன்ஸனேதான். இவர்தான் குட்மன்ஸன் பண்டகசாலையின் உரிமையாளர். ஒரு மாமனிதரோடு உறுதிப்படுத்தப்படாத ஏதோ குடும்ப உறவுமுறை உள்ளவன் நான் எனும் அனுகூல நிலையில் இவர்தான் எனக்கு உலர்ந்த திராட்சையை அவ்வப்பொழுது கையில் திணிப்பவர்.

"என் அருமை ஜார்ஜ்" என்று விளிக்கப்பட்ட நபர் – அகன்ற விளிம்பு கொண்ட தொப்பி அணிந்த, கழுகைப் போன்ற கண்களும், மூக்கும், வாயும் கொண்ட அந்த அந்நியர் – வேறு யாருமில்லை. அந்த மாமனிதர்தான். அவரிடம் ஒரு ஹலோ சொல்லக் கூட முடியாமல் நான் வாயடைத்துப் போயிருந்ததில் வியப்பொன்றும் இல்லை.

"நீ யார் தம்பி?" என்றார் உலகப் பாடகன்.

"அல்ஃப்க்ரைமுர்" என்றேன்.

எங்கோ ஞாபகமாய் என்னை வெறித்துப் பார்த்து விட்டு தனக்குத் தானே என் பெயரை உச்சரித்துக்கொண்டார் அவர். "அல்ஃப்க்ரைமுர் – குட்டிச்சாத்தான்களோடு ஓரிரவு தங்குபவன். அல்ஃப்க்ரைமுர் – நம் எல்லோருக்குமே அப்படித்தான் பெயர் வைத்திருக்க வேண்டும்."

ஒரு பத்து ஔரர் நாணயத்தை எனக்கு எடுத்துக் கொடுக்கத் தன்னுடைய அங்கிப் பையில் கை விட்டார் வியாபாரி குட்மன்ஸன். "குட்டிப் பையா, இந்தா" என்று எடுத்து நீட்டினார். எல்லா கனவான்களை யும் போலவே வெல்வெட் துணியாலான கழுத்துப் பட்டி வைத்துத் தைக்கப்பட்ட மேலங்கியை இவரும் தரித்திருந்தார். பெரிய மனிதர்களுக்கு மட்டுமே வெளியே தள்ளிக் கொண்டிருக்கும் தொப்பை வரைத் தொங்கும் ஒரு தடிமனான தங்கச் சங்கிலியும் அணிந்திருந்தார். ஆனால் ஒரு பட்டிக்காட்டுப் பெண்ணைப் போல் மிகவும் மலர்ச்சியாகவும், புன்னகை தவழும் வதனத்தோடும் இருந்தார். இன்னும் சரியாகச் சொல்வதென்றால், பாட்டி முனகிக் கொண்டிருக்கும் சந்தப் பாடல் ஒன்றில் சொல்லப்பட்டிருக்கும் திருத்தூதர் பீட்டர் மாதிரி "செம்பவள வண்ணத்தில், தித்திப்பான கொடிமுந்திரிப் பழம் போல்" இருந்தார். நானே சிறுவன். எனக்கே அவரைப் பார்த்தால் போதிய வளர்ச்சி வருவதற்கு முன்பாகவே மீசை அரும்பி விட்ட ஒரு சிறுவனைப் போல்தான் தோன்றியது. "நீண்ட நாட்களாகவே உங்களை வந்து சந்திக்க வேண்டுமென்றுதான் நினைத்துக்கொண்டிருந்தேன் அருமை ப்யோர்ன்" என்று கூறியவாறு வியாபாரி குட்மன்ஸன் ப்ரெக்குகாட்டின் ப்யோர்னை முத்தமிட்டார். "கூட வருவதற்கு எனக்கு சரியான ஆள் கிடைக்காமலே இருந்தது. இப்பொழுது மிகச் சரியான ஆளோடு உங்களைப் பார்க்க வந்து விட்டேன்."

"உங்களையும் வருக என்று வரவேற்கிறேன்!" என்றார் தாத்தா. "ஆனால், ஆரம்பத்திலேயே நாம் ரொம்பவும் முத்தங்களைப் பரிமாறிக் கொள்ளாமல் இருந்தால் தேவலாம்"

வாயிலைத் தாண்டி மீன் கொட்டகைக்குள்ளே சென்று அங்கே ஓர் உத்திரத்திலிருந்து கொத்துக் கொத்தாகத் தொங்கிக் கொண்டிருந்த கல்கடிச்சான்மீன்கள் சிலவற்றை முத்தமிட்டு அவற்றின் வாசனையை வாஞ்சையோடு முகர்ந்து கொண்டிருந்தார் கர்தர் ஹோரம்.

"இறைவனுக்கு நன்றி சொல்வோம்" என்றார் அவர்.

"ஐஸ்லாந்து நீடூழி வாழ்க!"

"நீ கொஞ்சமும் மாறாமல் அப்படியே இருக்கிறாய் ஜார்ஜ். ரொம்ப ஆச்சரியம்!" என்றார் தாத்தா.

"ப்ரெக்குகாட்டின் ரம்யமான சூழலை வீட்டிலிருந்தபடி நான் அடிக்கடி கற்பனை செய்து பார்ப்பதுண்டு" என்றார் வியாபாரி. "மீன் கொட்டகையில் உத்தரங்களிலிருந்து ஜதை ஜதையாக கல்கடிச்சான்மீன்கள் தொங்குவதைப் பார்க்கவே ரொம்ப ஆசையாக இருக்கிறது. சீமாட்டி வீட்டிலே இருக்கிறாள். ஜார்ஜ் சொல்வதைப் போல இங்கேதான் அசலான

ஐஸ்லாந்து இருக்கிறது. அதில் எனக்குச் சந்தேகமே இல்லை. இந்தத் தேசத்தின் ஆன்மா; இந்தச் தேசத்தின் கீதம்; ஓ, இந்தத் தேசத்தின் கடவுள்; எல்லாமே இங்கேதான் இருக்கின்றன. இந்த மாதிரியான எண்ணங்களை ஆதரிக்க உலகப்புகழ்பெற்ற மனிதர்கள் பக்கத்திலேயே இருப்பது என் அதிர்ஷ்டம். தொங்கிக் கொண்டிருக்கும் உலர்மீன்களைப் போல நல்ல வகை கல்கடிச்சான்மீன்கள் வேறு எதுவும் கிடையாது. என்னுடைய அப்பா தான் தூங்குகின்ற அறையில் எப்பொழுதுமே கல்கடிச்சான்மீனைத் தொங்க விட்டிருப்பார். சிலநேரங்களில் நான் திருட்டுத்தனமாக நிலவறைக்குள் புகுந்து அவற்றை ருசி பார்ப்பதுண்டு. உண்மையாகச் சொன்னால், தொங்கவிடப்பட்டிருக்கும் கல்கடிச்சான்மீனை விட ருசியான பண்டம் வேறெதுவும் இருக்க முடியாதென்றே எனக்குத் தோன்றுகிறது.

"ஆமாம் அருமை நண்பரே" என்றார் கர்தர் ஹோம். "இந்த மாதிரிப் பண்டங்களின் மேல், அவற்றைச் சாப்பிடுவதற்கு முன்பாக நாடா எதுவும் கட்ட வேண்டியதில்லை பாருங்கள்"

"உங்களுக்கே தெரியும் ஜார்ஜ். இங்கே தென்பகுதியில் குடியேறி ஐஸ்லாந்து நாட்டின் மீன் வணிகர்களாக மாறிய டென்மார்க் நாட்டு உயர்வணிகப் பரம்பரையைச் சேர்ந்தவள் என் மனைவி" என்றார் குட்மன்ஸன். "திருவாளர் கேஸ்ட்டன் அப்படி வந்தவர்தான்! அவள் மிகவும் அற்புதமான சீமாட்டி. அப்படி என்றால் என்ன என்று நமக்கெல்லாம் தெரியும். அப்படி இருப்பதற்கான விலை என்ன என்பதும் தெரியும். கல்கடிச்சான்மீனா! சுத்தமாய் ஆகாது. குறைந்தபட்சம் சமையலறையில். நிச்சயமாய் வரவேற்பறையில் கிடையாது. படுக்கையறையில்? கேட்கவே வேண்டாம். ஆனால் அசலான ரம்யம்? சல்லாபம்? அதற்குத்தானே மனம் ஏங்கிக் கொண்டிருக்கிறது, வாழ்க்கை முழுதும். உங்களுக்கும் அது நன்றாகவே தெரியுமே நண்பரே. இல்லா விட்டால், பத்து ஆண்டுகளாக உங்கள் சட்டைப்பையில் தங்கமும் வெள்ளியுமாக அள்ளிக்கொட்டிக் கொண்டிருப்பேனா சொல்லுங்கள்"

"உங்கள் மனைவி தயாரிக்கும் வறுரொட்டி மாதிரி வேறு எங்குமே கிடைக்காது. இது எனக்கு நன்றாகத் தெரியும்" என்று தாத்தாவைப் பார்த்துச் சொன்னார் அந்த உலகப் பிரசித்தி பெற்ற மனிதர், கர்தர் ஹோம்.

"நீங்கள் சொன்னது சரிதான் மகத்தான இளைஞர்களே" என்றார் தாத்தா. "என்ன சொன்னாலும் நீங்கள் மகத்தான இளைஞர்கள்தான். உள்ளே வாருங்கள். உங்களுக்குச் சாப்பிடக் கொடுக்கக் கிழவி சூடாக ஏதாவது வைத்திருப்பாள். எதுவுமே இல்லையென்றாலும் கல்கடிச்சான்மீனின் தலையாவது இருக்கும்."

கனவான்கள் உள்ளே வந்ததும் "உட்காருங்கள். எங்களுக்கும் கொஞ்சம் மலர்ச்சியைக் கொடுங்கள்" என்று தாத்தா உபசரித்தார். அவர்கள் அமர்ந்தவுடன், "மீன் பிடிப்பதைப் பற்றிச் செய்தி ஏதும் உண்டா இளைஞனே?" என்று கேட்டார்.

இந்தக் கேள்விக்குக் கர்தர் ஹோம்தான் பதில் சொன்னார். "இந்த இளவேனிற்காலத்தில் பாரீஸில் எக்கச்சக்கமாகக் கதிர்க்கைக் கடல்மீன்களைச் சாப்பிட்டேன் ப்யோர்ன். எனக்கிருந்த பசிக்கு ஹோட்டல் ட்ரியோனில் தினமும் இரவில், ஒரு மாதத்துக்குச் சாப்பிட்டேன். பாரிசில் அற்புதமான சுராமீன்களும் கிடைக்கும். ஃபிரெஞ்சு மொழியில் சொல்வதென்றால் குட்மன்ஸன், *சுறா*, மேலும் *சுறா*.

தாத்தா கையைக்கட்டிக் கொண்டு உட்கார்ந்திருந்தார். ஆனால் இன்னும் முகம் சுளிக்க ஆரம்பிக்கவில்லை. தோள்களையும் குலுக்கவில்லை.

ஆனால், சிரிப்போ, அல்லது விரும்பத்தகாத நடத்தையோ கண்ணில் பட்டு விட்டால் உடனடியாகத் "தூ, தூ, நிஜமாகவா?" என்று ஆரம்பித்து விடுவார். இப்பொழுது கூடவே, "நீ மறக்காமல் மீன் சாப்பிட்டுக் கொண்டிருக்கிறாய் என்பதைக் கேட்கவே சந்தோஷமாக இருக்கிறது பையா. உன் அம்மாவுக்கும் இதைக் கேட்க சந்தோஷமாக இருந்திருக்கும். எனக்குத் தெரியும். மீன் சாப்பிடுவதே ரொம்ப நல்லது" என்றார்.

எங்கள் வீட்டு வரவேற்பறையின் மிகச் சிறிய சாளரத்தின் வழியாக வெளியே பார்த்தால் நடைபாதை மீது பாவப்பட்டிருக்கும் கற்களுக்கு இடையே வெண்சாமந்திச் செடிகள் துளிர்த்திருக்கும். தோட்டத்தில் முள்ளங்கியும் உருளைக்கிழங்கும் வளர்ந்திருந்தன. வீட்டை அண்டியிருந்த வயலுக்கும் காய்கறித் தோட்டத்துக்கும் இடையில் இருந்த குட்டையான வேலியை ஒட்டி ஆயிரந்தழைப்பூண்டுச் செடியும், முரட்டுக் களைப்பூண்டுச் செடியும், வேர்க்கோசுச் செடியும் நசுங்கித் துவண்டு கிடந்தன. வீட்டின் அண்டை வயல், ஏரி வரைக்கும் தாழ்ந்து நீண்டிருந்தது. வயலில் பொன்கிண்ணிப் பூச்செடிகள் முளைத்திருந்தன. அதையும் தாண்டி வாட்டின்ஸ்மிரி பகுதி இருந்தது. அங்கே நீள்மூக்குக் கடல்குருவிகள் கூடு கட்டியிருந்தன. அங்கேதான் உலகிலேயே மிகப் பிரம்மாண்டமான நிலக்கரிச் சுரங்கங்கள் இருக்கின்றன என்று ருனால்ஃபர் ஜான்ஸன் சொல்லிக்கொண்டிருப்பது வழக்கம். அதற்கும் அப்பால் ஸ்கொர்யாஃப்யோர்தூர். அதுதான் கல்கடிச்சான்மீன்களின் வசிப்பிடம். இறுதியாக எல்லாவற்றுக்கும் அப்பால் நிலவின் மீது இருக்கும் மலைகள். "இந்த இடத்தையும் இதைச் சேர்ந்த எல்லாவற்றையும் இருக்கிறது இருக்கிறபடி அப்படியே உங்களிடமிருந்து வாங்கிக் கொள்ளட்டுமா அருமை ப்யோர்ன்?" என்று கேட்டார் வியாபாரி குட்மன்ஸன்.

"என்ன?" என்றார் ப்ரெக்குகாட்டின் ப்யோர்ன். "என்னது?"

"இங்கே இருக்கக் கூடிய ரம்யத்தையும் சேர்த்து, இருப்பது இருக்கிறபடி?"

என்றார் வியாபாரி.

"ரம்யம்?" என்றார் தாத்தா.

"இது என்ன மாதிரியான மிருகமோ?"

"இந்தா. உனக்கு இரண்டு ஒளரர் குட்மன்டூர் " என்றார் கர்தர் ஹோம் லேசான முகச் சுளிப்புடன். "நீ இப்பொழுதே வெளியே போ"

“இந்தப் பண்ணைக் குடிலை நான் வாங்க ஆசைப்படுகிறேன்” என்றார் குட்மன்ஸன் மிகவும் தீவிர பாவனையுடன்.

“விரைவிலேயே ஐஸ்லாந்து முழுவதும் மாளிகைகளாகக் கட்டி எழுப்பப் போகிறார்கள். நீங்கள் என்ன சொல்கிறீர்கள் ப்யோர்ன்? லௌகாவெகூரில் ஒரு அருமையான அடுக்ககத்தைக் கட்டிக் கொடுத்து விடுகிறேன். கூடவே உங்கள் வாழ்நாள் பூராவும் காணும் அளவுக்கு உங்கள் கைகளில் மண்ணைப் போல பொன்னைக் கொட்டுகிறேன்.”

“தூ, தூ” என்றார் கையைக் கட்டிக் கொண்டு உட்கார்ந்திருந்த தாத்தா. “கண்றாவி! இந்த இளவேனிற் பருவத்தில் வானிலை மிகவும் மோசமாக இருந்தது பசங்களா!”

“நீங்கள் என்ன சொல்கிறீர்கள்?” என்றார் வியாபாரி.

தாத்தா என்னிடம் திரும்பி “எனக்கும் ப்ரெக்குகாட்டில் இருக்கும் எல்லோருக்கும் காது கொஞ்சம் மந்தமாகி விட்டது. இதை அந்த ஆளுக்கு எடுத்துச் சொல்வாயா?” என்றார்.

“அவர் உங்களுக்குத் தங்கமாய்க் கொட்டப் போகிறாராம் தாத்தா” என்றேன்.

“மீனைப் பற்றி ஏதாவது பேசுவதாக இருந்தால், குட்மன்ஸன் கணக்குக்கு அரை டஜன் ஜோடி தொங்கவிடப்பட்ட கல்கடிச்சான்மீன் தருகிறேன். அவர் அப்புறமாய் இதற்குப் பணம் தரலாம். இதை இவர்களிடம் சொல்லேன்” என்றார் தாத்தா.

வியாபாரி குட்மன்ஸன் இப்போது உரத்துப் பேசத் தொடங்கினார். “இந்த இடத்தை உங்களிடமிருந்து வாங்கிக் கொள்ள ஆசைப்படுகிறேன் ப்யோர்ன்” என்று தாத்தாவைப் பார்த்துச் சொன்னார். “இங்கே ஒரு பெரிய மாளிகையைக் க[illegible] ஆசைப்படுகிறேன். என்ன விலை சொல்கிறீர்களோ அதைக் கொடுத்து விடுகிறேன்.”

“ஒரு ஜதை சுட்ட கல்கடிச்சான்மீனைத் தருகிறேன் குட்டி குட்மன்ஸன். வீட்டுக்குப் போகும் வழியில் நீங்கள் மென்று கொண்டே போகலாம்” என்றார் தாத்தா.

“நான் சொன்னதை நினைவில் வைத்துக்கொள்ளுங்கள் ப்யோர்ன்” என்றார் குட்மன்ஸன். “நான் பேச்சு மாறவில்லை. எவ்வளவு நாளானாலும் சரிதான். நீங்கள் சொல்லும் விலைக்குக் கட்டுப்படுகிறேன்.”

“என்ன சொல்கிறார் என்பதே சரியாகக் காதில் விழாத அளவுக்குக் காது மந்தமாகிப் போய் விட்டதால் வாதம் செய்யக் கூட முடியவில்லை. இது சந்தோஷமான விஷயமில்லை. அதுவும், இங்கே இருக்கிற இந்தப் பொடியன் காதில் இதெல்லாம் விழும் என்கிற அறிவு கூட இல்லாமல்” என்றார் தாத்தா. இப்பொழுது திடீரென்று குட்மன்ஸனின் முகம் இறுகியது. கசந்த பார்வை கவிந்தது. கொடிமுந்திரிப் பழம் தித்திப்பை இழந்தது. தங்கக் கடிகாரத்தை அங்கிப் பையிலிருந்து உருவினார். அவசரவேலை இருப்பதால் இனியும் அங்கே அதிகநேரம் தங்க முடியாது என்பதைப்

போல் பார்த்தார். "திரண்டெழுங்கள், தந்தைதேசக் குழந்தைகளே"[1] என்று சொல்லிக்கொண்டார். "எல்லோருக்கும் வந்தனம். போய் வருகிறேன்."

"வந்த மாதிரியே இல்லையே!" என்றார் தாத்தா. "ஒன்றுமே சாப்பிடாமல் போகிறீர்களே. சட்டியில் கொஞ்சம் மீன் நிச்சயம் இருக்கும். சிக்கரி வடிசலாவது குடிக்கக் கிடைக்கும். ஆனால், என்ன செய்வது! அவசரமாய்ப் போய் ஆக வேண்டும் என்கிற பொழுது ஒன்றும் செய்ய முடியாது. அடுத்த தடவை நீங்கள் வரும்பொழுது இன்னும் கொஞ்சம் நன்றாக உபசரிக்க முடியும் என்று நினைக்கிறேன். இப்போதைக்கு உங்களை வாசல் வரைக்கும் வந்து வழியனுப்பத்தான் முடியும்"

இருவரும் வெளியே செல்லும் பொழுது கதவைச் சாத்தி விட்டுச் சென்றனர்.

அனைத்து உலகிற்கும், முகம்மது பென் அலிக்கும் பாடிப் புகழ்பெற்ற மனிதர் அந்த வரவேற்பறையிலேயே இருந்து விட்டார். அவருடைய தோழர் வெளியேறி கதவு சாத்தப்பட்டவுடன், அவருடைய கோமாளித்தனமான பாவனை அவரை விட்டு அகன்றது. அவர் இப்பொழுது மிகுந்த யோசனையில் ஆழ்ந்திருந்தார். சுவரில் மாட்டப்பட்டிருந்த சித்திரத்தோடு அவரை ஒப்பிட்டுப் பார்க்கையில், படத்தில் தென்பட்ட அவருடைய தன்வயமிழந்த ஆழ்ந்த சிந்தனை நிலை துலக்கமான அறிவுக் கூர்மையோடும், தெய்வீகமானதாகவும் தோன்றியது. மாறாக, ப்ரெக்குகாட்டில், வரவேற்பறையில் ரத்தமும் சதையுமாய் அவர் அமர்ந்திருந்த பொழுது, சொர்க்கத்தின் ஊடே விரைந்துகொண்டிருந்த தங்கரதம் பார்வையிலிருந்து மறைந்து விட்டதைச் சகியாதது போல அவருடைய சிந்தனைவயப்பட்ட தோற்றம் இருண்டு, வலியின், வேதனையின் சாயல் தென்படுவதாய் மாறிப் போனது. கால்களை ஒன்றின் மீது மற்றொன்று என மாற்றி மாற்றிப் போட்டவாறு அவர் அமர்த்திருந்தார். மிகச் சன்னமான சிவப்புக் கோடுகள் போட்ட ஊதா நிறத் துணியில் அவருடைய மேலங்கி தைக்கப்பட்டிருந்தது. காற்சட்டையில் படிந்திருந்த சிறிய தூசியை விரல்களால் அவர் தட்டி விட்டுக் கொண்டிருந்தார். ஒருவேளை அது தூசியில்லையோ! வைக்கோல் துணுக்கோ! பிறகு அவர் என்னை நிமிர்ந்து பார்த்தார். "உன் பெயரென்ன, அருமை நண்பா?" என்று கேட்டார்.

"அல்ஃப்க்ரைமுர்" என்றேன்.

"ச்சே, நான் எதையோ யோசித்துக்கொண்டிருந்தேன்" என்றார் அவர். "ஆமாம். ஆமாம். உன் பெயர் அல்ஃப்க்ரைமுர்தான். போகட்டும், இந்த உலகத்தைப் பற்றி நீ என்ன நினைக்கிறாய் அல்ஃப்க்ரைமுர்?"

"நான் எதையும் நினைக்கவில்லை." என்றேன் நான். "நான் இங்கே ப்ரெக்குகாட்டில் சும்மா வாழ்ந்து கொண்டிருக்கிறேன்."

உலகிலேயே மிகக் கறாரான பதில் இதுவாகவே இருக்கக் கூடும் என்று நான் நினைக்கிறேன். ஆனால், இந்த எளிய பதிலில் அந்த விருந்தினருக்கு விழிப்புத் தட்டியது போல் இருந்தது. அவர் என்னைக்

1. *ல மார்ஸியேய்ஸ்* என்றறியப்படும் பிரெஞ்சு நாட்டுப்பண்

கண்டு கொண்டார். நான் இல்லாமல் இருந்திருக்கக் கூடாதா என்று ஏங்கிக் கொண்டிருக்கும் என்னை, ஆனால் ஒரு மூலையில் வேறு வழியின்றிக் குந்தி இருந்த என்னை, அவர் நெடுநேரம் வெறித்துப் பார்த்துக்கொண்டிருந்தார்.

"அற்புதம்!" என்றார். "மிகமிக அற்புதம்!" சொல்லிவிட்டு, எழுந்து தாழ்ந்த கூரையுடைய எங்கள் வரவேற்பறையின் சாளரத்தின் வழியாக அவர் பார்க்கத் தொடங்கினார். அந்த சாளரத்துக்கு நான்கு சொரசொரப்பான, லேசான ஊதாநிறக் கண்ணாடிச் சட்டங்கள் இருந்தன. பழைய கண்ணாடிக் குடுவைகளில் இருப்பது போல் அவற்றில் காற்றுக் குமிழிகள் தென்பட்டன. உலகப் பாடகர் எங்கள் சாளரத்தின் வழியாக வெளி உலகைப் பார்த்தார். அவர் தனக்குள் முணுமுணுத்துக் கொண்டது எனக்கு நிச்சயம் தெளிவாகக் கேட்டது. "இந்த அறையும் சாளரமும் இன்னும் அப்படியேதான் இருக்கின்றன." வெள்ளி மணிகளுக்கே உரிய தெளிவான, துல்லியமான தொனியில் எங்கள் கடிகாரம் அந்த நேரம் பார்த்து இரண்டு முறை ஒலித்தது. ஒருவேளை மூன்று முறையோ? "இந்தக் கடிகாரம் இன்னும் ஒலிக்கிறது" என்றார் அவர். கடிகாரத்தின் பக்கம் திரும்பி அதன் முன்பு நெடுநேரம் அவர் நின்றுகொண்டிருந்தார். அறையில் அமைதி தவழும் நேரத்திலெல்லாம் தவறாமல் மிகத் தெளிவாகக் காதில் ஒலிக்கும் அதன் பரிச்சயமான டிக் டிக் ஓசையை அவர் செவிமடுத்துக் கொண்டிருந்தார். அந்தக் கடிகாரத்தின் முட்கள் நகர்வதையும், அதன் வதனத்தில் காணப்பட்ட அலங்கார வெளிப்பாட்டையும் கொஞ்ச நேரம் கவனித்துக்கொண்டிருந்தார். வரலாற்றின் போக்கை நிர்ணயிப்பவர்களுடைய பெயரை உச்சரிக்கும் போது ஒருவர் காட்டும் அதே பெருமதிப்போடு 'ஜேம்ஸ் கோவன்' என்ற பெயரை அவர் தனக்குத்தானே திரும்பத் திரும்ப உச்சரித்துப் பார்த்துக் கொண்டிருந்தார். கடைசியில், உயிருடன் இருக்கும் ஒன்றின் தன்மையை அறிந்துகொள்ள அதை மென்மையாகத் தடவிப் பார்க்கும் பார்வையற்ற மனிதன் போல் அந்தக் கடிகாரத்தை அவர் விரல்களால் தொட்டுப் பார்த்துக்கொண்டிருந்தார். நான் பார்த்துக்கொண்டிருந்த வரைக்கும் இந்தப் புகழ் மிக்க மனிதரின் கண்களிலிருந்து, தாரை தாரையாய், கண்ணீர் வழிந்தோடிக் கொண்டிருந்தது.

# 16

# கண்காணிப்பாளரும் விருந்தினரும்

அதிகமும் தன்னுடைய 'இன்மையால்' எங்கள் குழுவுக்கு அருள்பாலித்துக் கொண்டிருந்தவர் பைகளின் உரிமையாளர் என்று ருனால்ஃபர் ஜான்ஸனாலும், நகராட்சியின் படைத்தலைவர் என்று தளபதி ஹோகென்ஸனாலும் அழைக்கப்பட்ட, நகரின் கண்காணிப்பாளர் என்று நான் நினைத்துக்கொண்டிருந்த அந்த நபர்தான். பிறந்ததிலிருந்தே அவரோடுதான் நான் வாழ்ந்துகொண்டிருந்தேன். ஆனால், அந்த வேனிற்காலத்தில் அவரை நான் அறிந்துகொள்ளும் வாய்ப்புக் கிடைத்தது. அது மிகவும் தற்செயலாகவே அமைந்தது. அவருக்குள் ஒரு மனிதன் இருந்தான். வீட்டின் தென்புறக் குன்றின் மீது இருக்கும் நீத்தார் நினைவிட இடுகற்குவியல் திடீரென்று கண்ணில் படுவதைப் போல் இந்தச் சம்பவம் நிகழ்ந்தது. காலங்காலமாய் அந்த நீத்தார் நினைவிட இடுகற்குவியல் அங்கேதான் இருந்திருக்கிறது. அதனாலேயே அது யார் கவனத்திலும் படாமல் போயிருக்கிறது. ஒரு தலைமுறை கடந்து போகிறது. பிறகு திடீரென ஒருநாள் நாம் கவனிக்கத் தவறியிருந்த நீத்தார் நினைவிட இடுகற்குவியல் பாதுகாக்கப்பட வேண்டிய ஒரு நினைவுச் சின்னம் என்பது கவனத்துக்கு வருகிறது.

வைக்கோல் அறுவடைகாலத்தின் தொடக்கத்தில் ஒருநாள் இரவு நான் திடுக்கிட்டு விழித்துக்கொண்டேன். விதிர் விதிர்த்து அல்ல. அது கொஞ்சம் மிகைப்படுத்திக் கூறுவதாகி விடும். ஆனாலும் கண்காணிப்பாளரின் பேச்சுக் குரல்கேட்டு திடுக்கென்றுதான் இருந்தது. அதிலும் அவர் கழுகுகளையும் மூஞ்சூறுகளையும் விட்டு விட்டு வேறெதையோ பற்றிப் பேசிக்கொண்டிருந்ததைக் கேட்டவுடன் அப்படி இருந்தது. அவருடைய வசிப்பிடத்துக்கு அடியில் மூஞ்சூறு ஒன்று குட்டிகளை ஈன்றிருக்கிறது என்று பாட்டியிடம் கிசுகிசுத்திருந்தாலோ அல்லது இதே தகவலைத் தளபதி ஹோகென்ஸனுடைய தடித்துப் போய்விட்ட காது ஜவ்வுகளில் இரைந்திருந்தாலோ பெரிதாக ஒன்றும் நிகழ்ந்திருக்காது.

அதற்கு மாறாக, இந்த ஆவி மனிதர் தன்னுடைய நண்பர்களுள் ஒருவரோடு ரகசியமாகக் கிசுகிசுத்துக் கொண்டிருந்தார். நான் விழித்துக் கொண்டதற்குக் காரணம் அது மட்டுமல்ல. இவர்களுடைய பேச்சு உலகைப் பற்றியும், காலத்தைப் பற்றியும் இருந்தது. அதேபோல், மனிதகுலத்தைப் பற்றியும் இவ்வுலகில் மனித சாதனைகளின் பயன்பாடு பற்றியும்கூட அமைந்திருந்தது. அது மட்டுமல்லாமல், என் விழிப்புக்கு இன்னொரு காரணம், இவர்களுடைய உரையாடலோடு கூடவே ஒலித்த, வெள்ளியையும் தாமிரத்தையும் விட உயர்வானதாகக் கருதப்படும், தூசிலும் தாழ்வானதென்று மிக, மிகச் சிலரால் மட்டுமே மதிக்கப்படும் ஓர் உலோகத்தின் கிலுங்கும் ஓசையும்தான்.

அங்கே ரகசியங்கள் பரிமாறிக் கொள்ளப்படுகின்றன என்று உள்ளுணர்வு கூறியது. அதனால் கண்களைத் திறந்து விடாமல் கவனமாக இருந்தேன். அந்த உரையாடலோடு சம்பந்தப்பட்டு விடாதிருக்கவும்தான். தூங்கும் நபர் கூட அப்படிப் படுத்திருக்க முடியாது. அதை விடவும் அசையாமல் நான் படுத்திருந்தேன். நான் ஏற்கெனவே குறிப்பிட்டிருப்பது போல, ஒருசிலசமயங்களில் பாட்டியும் கிரிஸ்டினும் கூட இதே மாதிரி மிகவும் அந்தரங்கமாகப் பேசிக் கொள்வதுண்டு. அந்தரங்கப் பேச்சை ஒட்டுக் கேட்பது பாவச்செயல் என்பதை என் மனதில் அவர்கள் இருவரும், அதிலும் குறிப்பாகக் கிரிஸ்டின், பதிய வைத்திருந்தார்கள். அதையும் மீறி அப்படிப்பட்ட அந்தரங்க உரையாடலைச் செவிமடுக்கும் துர்பாக்கியம் கண்ணியம் மிக்க ஒருநபர் யாருக்கேனும் ஏற்பட்டு விட்டால், அந்த ரகசியம் அவர்களுடையதாகவும் ஆகிவிடுகிறது.

இந்த இரு நண்பர்களின் உரையாடலுக்கு நடுவில் நான் விழித்துக் கொண்ட போது அவர்களுக்கு இடையில் என்ன அந்தரங்கம் இருந்தது என்று எனக்கு ஒன்றும் தெரிந்திருக்கவில்லை. வந்த விருந்தாளியைக் கணகாணிபபாளர் வாசல் வரை சென்று வழியனுப்பப் போன பிறகு அமைதி மீண்டும் கவிந்தது. அப்பொழுதும் அவர்களுக்கு இடையில் என்ன ரகசியம் பரிமாறிக்கொள்ளப்பட்டது என்று எனக்குப் புரிந்திருக்கவில்லை. அதை விடவும் வினோதம், வந்திருந்த விருந்தாளியை நான் பார்க்கவேயில்லை. தளபதி ஹோகென்ஸனுக்குப் பின்னால் மறைந்தவாறு, படுக்கையில் எழுந்து உட்கார்ந்து, வந்தவர் யாரென்று பார்க்கும் எண்ணமே எனக்கு உண்டாகவில்லை. அடுத்தவர் விஷயத்தை நோட்டம் பார்க்கும் ஆர்வம் என்பது நற்குணமாகவும் இருக்கலாம்; தீய பண்பாகவும் இருக்கலாம். என்ன மாதிரியான அடிப்படை நன்னெறிகளை ஒருவர் கற்றிருக்கிறார் என்பதைப் பொறுத்தது அது. ப்ரெக்குகாட்டில், எங்கள் வீட்டில், அடுத்தவர் விஷயத்தை நோட்டம் பார்க்கும் ஆர்வம் என்பது கள்ளத்தனத்துக்கு நிகராகவே கருதப்பட்டது. ஆனால் இந்த ரகசியங்களுக்குச் சொந்தமான நபர்கள் எல்லோரும் இன்று எங்கோ சென்றுவிட்ட பிறகு, அந்த உலகம் இப்பொழுது இல்லை என்றான பிறகு, அதில் நான் ஒருவன் மட்டுமே மீந்திருக்கிறேன் என்றான பிறகு, மறதி எனும் கேணியிலிருந்து நினைவுகள் எனும் ஆவிகள் வெளிக்கிளம்புகின்றன. மறைந்துவிட்ட உலகிலிருந்து மாந்தரும், காட்சிகளும் உயிர்ப்பிக்கப்படுகின்றனர். அந்தக் காலக் கட்டத்தில் வெளிப்படாமலிருந்த முக்கியத்துவத்தை இப்பொழுது அவர்கள்

பெறுகின்றனர். பல ஆண்டுகளுக்கு முன் என்னைத் தூக்கத்திலிருந்து எழுப்பிய உரையாடலின் இந்தப் பகுதியினால், என்னுடைய விருப்பத்துக்கு மாறாக நான் கண்ணுற்ற இந்த நடுநிசிச் சந்திப்பால், விளைந்தது என்னவோ இதுதான். இங்கே நான் விவரிக்கும் அதே ஒழுங்குவரிசையில்தான் அந்த உரையாடல் நடந்தது என்று என்னால் உறுதி கூற முடியாது. ஆனால் அந்த இரவில் எடுக்கப்பட்ட முடிவுகள் என்னவோ அன்று என் மனதில் பதிந்துவிட்டன. இப்பொழுது நான் மீளுருவாக்கம் செய்யும் விதமாகவேதான் அவர்களின் உரையாடலும், அந்த உரையாடலின் அடிப்படையில் மேற்கொள்ளப்பட்ட வாதங்களும் அமைந்திருந்தன. இதை நான் உறுதியாகக் கூற முடியும்.

"நீங்கள் சொல்வது முற்றிலும் சரிதான் நண்பரே. நிச்சயமாக நாம் ஒருவருக்கொருவர் உறவுமுறைதான். மரபியலர்களோ, வேதியியலர்களோ எடுத்துக்காட்டும் அளவுக்குத் துல்லியமாக உறவுமுறை என்பதை என்னால் புரிந்துகொள்ள முடியாமல் போனாலும், அதைக் காட்டிலும் அதிகமான விஷயங்கள் எனக்குத் தெரியும். ஐஸ்லாந்து நாட்டவர்களுள் நீங்கள் மிக அதிகம் பிரபலமானவர். நானோ மிகக் குறைவாகவே அறியப்பட்டவன். என்றாலும் மற்ற எவரையும் விட நீங்களும் நானும் நெருங்கிய உறவினர்கள்."

"அன்புக்குரிய என் உறவினரே," என்று கிசுகிசுப்பான தொனியில் இதற்கான பதில் கேட்டது. "உங்களுடைய காலணிகளின் நாடாக்களைக் கட்டிவிடும் தகுதி கூட எனக்குக் கிடையாது. இது உங்களுக்கே தெரியும். உங்களை உறவினரே என்று நான் கூப்பிட்ட போதும், அது எவ்வளவு நகைப்புக்குரிய ஒரு விஷயம் என்பதையும் நான் நன்றாகவே அறிந்திருக்கிறேன். 'இசைச் சக்ரவர்த்தி' எனும் வார்த்தை மட்டுமே உங்களுக்குப் பொருத்தமானதாக இருக்கும். இந்தியாவில் நீங்கள் வாழ்ந்திருந்தால் ஒரு மலையின் மீது எழுப்பப்பட்ட முலாம் பூசிய அரண்மனையிலே உங்களை வசிக்க வைத்திருப்பார்கள். தொலைவான இடங்களில் இருந்து பெண்களும் ஆண்களும் தங்களது முழங்காலாலேயே நடந்து மலையேறி வந்து உங்களைக் கண்டு செல்வார்கள். தங்களுடைய நெற்றி புழுதியில் பட உங்கள் முன் வீழ்ந்து வணங்கி எழுவார்கள்."

"கேட்கவே கொஞ்சம் வேடிக்கையாக இருக்கிறது" என்றார் கண்காணிப்பாளர். "முழங்காலால் நடந்து மலையேறும் யாத்ரீகனும் மலையுச்சியில் முலாமிட்ட அரண்மனையில் வாழ்பவனும் ஒரே நபர்தான் என்று நான் இதுவரைக்கும் நினைத்துக்கொண்டிருக்கிறேன்."

"உங்களுக்கிருக்கும் இந்த ஒரே வாழ்க்கையைத் தூர எறிந்து தொலைத்து விட்டதாக உங்களுக்கு வருத்தம் இருந்ததேயில்லையா உறவினரே?"

"பூனைக்கு ஒன்பது ஜென்மங்கள் – அது தூக்கிலிட்டுக் கொல்லப்படும் வரை – உண்டு என்று சொல்வார்கள்."

"இல்லை. நான் சொல்ல வருவது என்னவென்றால், உங்களைப் போன்ற ஒரு ஆற்றல் மிகுந்த மனிதர் இழிவான வாழ்க்கையை வாழ்வது சரியல்ல என்று நீங்கள் நினைக்கவில்லையா?"

“உயர்வு தாழ்வு என்பதெல்லாம், நண்பரே” என்று சிரிப்பை அடக்கிய வாறு, ஆனால் கிட்டத்தட்ட காதில் விழாத அளவுக்குச் கிசுகிசுப்பான குரலில் கண்காணிப்பாளர் சொன்னார், “எனக்கு என்னவென்றே தெரியாது.”

“இந்த உலகில் ஒரு மனிதனுக்கான நிலையைப் பற்றிப் பேசுகிறேன். அவனுக்கு இந்த உலகில் இருக்கும் செல்வாக்கைப் பற்றி. உங்கள் வேலையின் முக்கியத்துவம் பற்றி. என்னை மன்னிக்க வேண்டும்.”

“நீங்கள் சொல்வது ரொம்ப, ரொம்பச் சரி” என்றார் கண்காணிப்பாளர். “சாகசக் கதைகளில் மாந்தர்களுக்கும் சம்பவங்களுக்கும் வேறுபாடு காட்டப்படும். பெரும் சாகச நாயகர்கள் இருப்பார்கள். அதேபோல் அற்ப மாந்தர்களும் இருப்பார்கள். பெரும் சம்பவங்களும் இருக்கும். உப்புப் பெறாத நிகழ்சிகளும் இருக்கும். உண்மையாகச் சொல்லப் போனால், சாகசக் கதைகளில் அற்ப மாந்தர்களுக்கும், அற்ப நிகழ்சிகளுக்கும் இடமே இருந்ததில்லை. இதற்கு நேர் மாறாக, ஒரு சாகச நாயகனையும் அற்ப மனிதனையும், அதேபோல், பெரும் சம்பவங்களையும், அற்ப நிகழ்சிகளையும், வேறுபடுத்தாத அளவுக்கு வாழ்க்கை எனக்குக் கற்றுக் கொடுத்திருக்கிறது. என்னுடைய பார்வையில், மனிதர்களானாலும் நிகழ்ச்சிகளானாலும் எல்லாம் ஒரே அளவிலானவை.”

“நீங்கள் எந்த உயர்நிலையிலும் இல்லாமல் இருந்திருந்தால் கூட, அதாவது, நீங்கள் மட்டும் பொருத்தமான வேலையில் இருந்து விஷயங் களை உள்ளது உள்ளபடி – நமக்கு ஒன்றாம் வகுப்பில் சொல்லிக் கொடுத்தபடி – லத்தீன் மொழியில் சொல்வதைப் போல் பிரத்யட்சமாகப் பார்க்கப் பழகியிருந்தால் எப்படியிருந்திருக்கும் என்றுதான் நான் சொல்ல வருகிறேன்.”

“லத்தீன் மொழி எனக்கு அவ்வளவாகத் தெரியாது” என்றார் கண்காணிப்பாளர்.

“ஆனால் ஒருசிலசமயங்களில் நான் அடிப்படைக் கணிதத்தைப் பற்றி யோசிப்பதுண்டு. அதிலும் குறிப்பாக ஒரு எண்ணைப் பற்றி. அதாவது, எண் ஒன்றைப் பற்றி. ஒரு விஷயத்தை நான் ஒத்துக் கொள்ளத்தான் வேண்டும். எண் ஒன்றுதான் உலகிலேயே அதிகமும் புரிந்துகொள்ள முடியாத எண். மரணம் எனும் நிலையைத் தவிர்க்க இயலாத மானுடர்களை மிகவும் தீவிரமாகப் பாதிக்கும் யதார்த்தம் அது. ஆனாலும் கூட, இந்த ஒற்றைப் பரிமாணத்தைத் தாண்டி இயல்நிலை கடந்து நிற்கும் ஒரே ஒரு அம்சத்தை நான் புரிந்து வைத்திருக்கிறேன். அதுதான் காலம். நான் உங்களிடம் சொல்லிக்கொண்டிருந்த இந்த விசித்திர இடத்தைப் பற்றியும், ஒன்றாக மட்டுமே இருக்கும் இந்த உலகையும், இயல்நிலை கடந்து நிற்கும் ஒரே ஒரு அம்சமான காலத்தோடு அது கொண்டிருக்கும் தொடர்பு பற்றியும் சிந்திக்கத் தொடங்கினால் எதுவுமே ஒன்றைக் காட்டிலும் உயர்வானதாகவோ, தாழ்வானதாகவோ, பெரிதானதாகவோ, அற்பமானதாகவோ தோன்றுவதில்லை.”

“இருக்கலாம். ஆனால் நீங்கள் மனநிறைவுடன்தான் இருக்கிறீர்களா?” என்று வந்திருந்த விருந்தினர் பொறுமையிழந்து கேட்டார்.

“என்னை நாடி வருவோர்க்கு என்னால் ஏதேனும் செய்ய முடியும் என்றால் நான் மன நிறைவு கொள்கிறேன்” என்றார் கண்காணிப்பாளர். “நான் எல்லா நேரங்களிலும் முழுமையான மன நிறைவோடு இருக்கிறேன் என்று சொல்ல வரவில்லை. எப்பொழுதெல்லாம் ஒரு திருடன் தூக்கிலிடப்படுகிறானோ அப்பொழுதெல்லாம் நான் மகிழ்ச்சியை இழக்கிறேன். அதே நேரத்தில், மான்ட்டிநீக்ரோ நாட்டு இளவரசர் திருமணம் செய்துகொண்டார் என்று அன்றொரு நாள் கேள்விப்பட்ட பொழுது எனக்குச் சந்தோஷமாகவே இருந்தது. இவர்களில் யாருக்கும் எந்த விதத்திலும் நான் ஒரு பொருட்டில்லை. இதை நான் தெளிவாகவே புரிந்து வைத்திருக்கிறேன். முடிவிலியோடு ஒப்பிடும் பொழுது, நம்முடைய நடு விரல் அப்படியொன்றும் சுண்டு விரலை விட நீளமானதென்று தோன்றாது. அவ்வளவு ஏன். முஷ்டியை மடக்கிப் பார்த்தாலே கூடப் போதும். குதிரை மீது சவாரி செய்வோர்கூட என்னைத் தேடி என் வாசலுக்கு வருகிறார்கள். அவர்கள் ஒரு வேளை நீண்ட பயணத்துக்குத் தயாராக வந்திருக்கலாம். பத்து நாட்கள் அல்லது அதற்கும் மேலாக நீடிக்கும் பயணம். என்னால் அவர்களுக்குச் செய்ய முடிந்ததெல்லாம் அவர்கள் மீண்டும் குதிரை மீது ஆரோகணிக்கும் நேரத்தில் குதிரையின் லகானைப் பிடித்துக்கொள்வதுதான். ஒருவருடைய நல்வாழ்க்கைக்கான ஆதாரம் மற்றவர்கள் எங்கே போகிறார்கள் என்று அக்கறைப்பட்டுக் கொண்டிருப்பதில் இல்லை. அப்படித்தான் நான் எண்ணுகிறேன். ஒவ்வொருவரும் எங்கே போக வேண்டுமென்று விரும்புகிறோமோ அங்கே போக ஒருவர் மற்றவருக்கு உதவும் மனம் இருக்கும் வரை எல்லாமே நலம்தான் என்று நான் நினைக்கிறேன்.”

“அது கிடக்கட்டும் உறவினரே. அந்த உதவியைப் பற்றிச் சொல்லி யிருந்தேனே. அதைப் பற்றிப் பேசுவோம். நீங்கள் எனக்கு உதவுவது, நான் செய்யும் தப்பான காரியங்களுக்காக இல்லை என்று எப்படி நம்புகிறீர்கள்? நான் குற்றச்செயல்கள் செய்வதாக இருந்தால் நீங்கள் எனக்கு உதவுவீர்களா?”

“பிற மனிதர்களுக்குத் தீங்காய் முடியும் செயல்களைச் செய்வதாக இருந்தால் உங்களுக்கு நான் நிச்சயமாக உதவ மாட்டேன் நண்பரே” என்றார் கண்காணிப்பாளர். “அதே மாதிரி, உங்களுக்குச் சொர்க்கமாக இருக்கும் என்று நீங்கள் எதைக் கருதுகிறீர்களோ அதைத் தவிர வேறு வகையில் உங்களை நீங்களே துன்பப்படுத்திக் கொள்ளும் செயலுக்கும் கூட நான் உதவப் போவதில்லை. எலி தனக்கான வங்கில் வசிக்கிறது. வங்கில் வசிப்பதென்பது மிகமிகச் சிரமமான காரியம். குறைந்த பட்சம் பறவைகளாவது ஒரு எலி வளையை மோசமான சுவர்க்கம் என்றுதான் நினைக்கும். அதற்கு மாறாக, மலைமுகடுகளின் மீது வசிப்பதை வசதியான வாழ்க்கையென்று கழுகு நினைக்கும். இதெல்லாம் எப்பேர்ப்பட்ட அபத்தம் நண்பரே! ஒவ்வொரு வசந்தக் காலத்தின் போதும் பரிதாபத்துக்குரிய புதர்நிலப் பறவைகள் ஐஸ்லாந்தை நோக்கிப் பறந்து வருகின்றன. கூதிர்ப்பருவத்தின் போது அவை தம்முடைய சின்ன, உதவாக்கரை சிறகுகளை நம்பி அச்சமூட்டும் மாக்கடல்களின் மீது பறந்து திரும்பிச் செல்கின்றன. ஆனால் அவை தற்செயலாகவே அல்லது அங்கொன்றும்

இங்கொன்றுமாகவோ திரும்பிச் செல்கின்றன என்று நினைத்துக்கொள்ள வேண்டாம். அவைகளுக்கென்று ஒரு ஒழுங்கு இருக்கிறது. அந்த ஒழுங்கில் ஒருசில குறைபாடுகள் இருக்கின்றன என்று அறிஞர்கள் சொல்வதை நான் மேற்கோள் காட்ட முடியும். ஆனால் நான் எப்பொழுதுமே அறிஞர்களை மேற்கோள் காட்டுவதில்லை. பறவைகளைச் சுட்டு வீழ்த்துவதை நியாயம் என்று பலரும் நினைக்கிறார்கள். ஆனால் அவர்கள் முட்டாள்கள். நான் என்றைக்குமே அப்படிச் செய்ய மாட்டேன். எல்லா உயிரினங்களும் அவ்வவற்றின் விருப்பத்துக்கு ஏற்ப வாழ நாம் உதவ வேண்டும் என்றே நான் எண்ணுகிறேன். ஒரு சுண்டெலி என்னிடம் வந்து தான் மாக்கடல் மீது பறந்து செல்லப் போவதாகக் கூறினாலோ அல்லது பூமிக்கடியில் ஒரு வங்கைப் பறித்துத் தான் வசிக்கப் போவதாக ஒரு கழுகு என்னிடம் வந்து சொன்னாலோ "ஜமாய்" என்றுதான் நான் சொல்வேன். ஒவ்வொருவரும் எப்படி வாழ வேண்டுமென்று ஆசைப்படுகிறார்களோ அப்படியே வாழ நாம் அனுமதிக்க வேண்டும். ஒரே நிபந்தனைதான். அவரவர் விருப்பப்படிப் பிறர் வாழ நினைக்கும்போது இவர்கள் தடையாக இருக்கக் கூடாது. நாம் எல்லோருமே ஒரே காய்கறித் தோட்டத்தில் வாழும் புழுக்கள் என்று நிரூபிக்க முடியும். இது எனக்கு நன்றாகவே தெரியும். ஆனால் கழுகு இதை உண்மை என்று ஏற்றுக்கொள்வதில்லை. ஒரு சுண்டெலியுமே அப்படித்தான். வெளிப்படையாகப் பிழை என்று தெரிகின்ற கோட்பாட்டைக் கடைப்பிடிக்கும் கழுகின் பக்கம் நான் எந்த அளவுக்கு சார்ந்திருக்கிறேனோ அதே அளவுக்கு பூமியில் வளை பறிக்கும் எளிமையான எண்ணம் கொண்ட சுண்டெலியின் பக்கமும் நான் சார்ந்திருக்கிறேன். நம்பகமற்ற கொள்கைகளின் அடிப்படையில் – ஒருவேளை தவறான கொள்கைகளாகக்கூட இருக்கலாம் – வலசை போகும் பறவைகளுக்கும்கூட நான் நண்பன்தான். தங்களுடைய சிறிய உதவாக்கரைச் சிறகுகளை நம்பி மாக்கடல்களைக் கடக்க முயலும் பொன்வண்ண உப்புக்கொத்திப் பறவைகள் முட்டாள்தனமானவை. ஆபத்தான செயலில் அவை ஈடுபடுகின்றன. அது மட்டுமில்லை. அவை தவறான காரியத்தில் ஈடுபடுகின்றன என்றே நான் எண்ணுகிறேன். ஆனால் அவை வசந்தக் காலத்தில் மிக ரம்யமாகப் பாடக் கூடியவை. இதைப் பற்றி ஜோனாஸ் ஹால்க்ரிஃப்மெஸன்[1] ஒரு கவிதையை எழுதியிருக்கிறார்."

"இப்படி ஒரு குமட்டல் உண்டாக்கும் வேலையில் ஈடுபடுவது எவ்வளவு தாழ்வான செயல் என்று உங்களுக்கு ஒரு தடவை கூடத் தோன்றியதில்லையா உறவினரே?" என்று கேட்டார் வந்திருந்த விருந்தாளி.

"என்ன சொல்ல. அது அப்படித்தான்" என்ற கண்காணிப்பாளர் சிறிது நேரம் யோசனையிலிருந்தார். "உங்களுக்கு இப்பொழுது நான் ஒரு கதையைச் சொல்கிறேன். எந்தவொரு ஐஸ்லாந்து நாட்டவரையும் அவமதிக்கும் ஒரே அவச்சொல் உண்டென்றால் அது அவரை டென்மார்க்

---

1. ஜோனாஸ் ஹால்க்ரிஃப்மெஸன்: (16 November 1807 – 26 May 1845) – ஐஸ்லாந்தின் கவிஞர், இயல்வாதி, பத்திரிகையாளர் என்று பன்முகம் கொண்டவர். ஐஸ்லாந்தின் விடுதலை வேட்கைக்கு வித்திடும் *ஃப்யோல்நிர்* எனும் பத்திரிகையைத் தொடங்கி நடத்தியவர். இவர் பிறந்தநாள் ஐஸ்லாந்தின் மொழி நாளாக அனுசரிக்கப்பட்டு வருகிறது.

நாட்டவர் என்று வைவதுதான். நான் ஸ்காகியில்[2] பண்ணையாளராக இருந்த பொழுது ஒரு வேலையாக ரெய்க்ஜாவிக்குக்கு வந்திருந்தேன். அப்பொழுது நான் இரண்டு இடங்களுக்குப் போனேன். இந்த இரண்டு இடங்களிலும் ஒன்றுதான் பொதுவான அம்சமாக இருந்தது. கிராமத்து மக்கள் தங்களுடைய நலனுக்காக இந்த இடங்களைப் போய்ப் பார்த்து விட்டு வர வேண்டும். அவற்றுள் ஒரு இடத்தில்தான் நான் இப்பொழுது கண்காணிப்பாளராக இருக்கிறேன். அல்லது, இதோ இங்கே தூங்கிக் கொண்டிருக்கிற முதியவர் ஜான் ஹோகென்ஸன் சொல்வது போல படைத்தலைவராக இருக்கிறேன். இதற்கு முன்பாக எவ்வளவோ அலங்கோலமான இடங்களுக்கெல்லாம் போயிருக்கிறேன். ஆனால் அதுவரை நான் போயிருந்த பல இடங்களை விட இந்த இடம் மிகவும் சுகாதாரமற்ற நிலையில் இருந்தது. துரதிர்ஷ்டவசமாக இந்த இடங்களுக்குப் பொறுப்பானவர்கள் எல்லோருமே ஐஸ்லாந்து நாட்டவர்கள்தான். அந்த நேரம் பார்த்து, மிக்கேல் லுந் என்பவர் நடத்தி வந்த மருந்துக் கடைக்குள் இயற்கை உபாதையைத் தீர்த்துக் கொள்ளப் போய் வந்தேன். மிக்கேல் லுந் டென்மார்க் நாட்டவர். சுருக்கமாகச் சொல்ல வேண்டும் என்றால் கூரையிலும், சுவர்களிலும் மட்டும் இல்லாமல் தரையிலும் கூட ஒருவருடைய பிம்பம் பிரதிபலிக்கும் ஒரு இடத்தை நான் அதுவரை பார்த்ததில்லை. அங்கே இருந்த ஒவ்வொரு பொருளும் கிருமிநாசினியின் வாசத்தோடு இருந்தது. அத்தோடு சோப்பின் வாசனையும், வாசனைத் திரவியத்தின் நறுமணமும் சேர்ந்து அடித்தது. அந்த நாளில்தான் எனக்கு ஒரு வேலை கிடைத்தது."

"வேலையா?" என்றார் வந்திருந்தவர். "யாரிடமிருந்து?"

"கடவுளிடமிருந்து" என்றார் கண்காணிப்பாளர்.

"எந்தக் கடவுள்?" என்றார் வந்திருந்தவர். "எந்தக் கடவுள் மீதும் உங்களுக்கு நம்பிக்கை கிடையாது என்றல்லவா நான் நினைத்துக் கொண்டிருந்தேன்."

"நீங்கள் என்ன பேசுகிறீர்கள் என்பதில் கொஞ்சம் கவனமாக இருக்க வேண்டும் நண்பரே" என்றார் கண்காணிப்பாளர். "நீங்கள் நம்புவதை விட அதிகமான கடவுள்களை நான் நம்பலாம். யாருக்குத் தெரியும்? ஏதோ எனக்கொரு வேலை கிடைத்தது. டென்மார்க் நாட்டுக்காரர் மிக்கேல் லுந்துக்குச் சொந்தமான மருந்துக் கடையில் பார்த்ததைப் போல அதே அளவுக்குச் சுத்தமாகவும், வாசனையாகவும் துறைமுகத்துக்கு அருகே இருக்கும் இந்த நிறுவனத்தையும் நிர்வகிக்கும் பொறுப்பு ஒரு நல்ல கடவுளால் எனக்குக் கிடைத்தது. இந்த வேலையைப் பார்க்க என்னுடைய உடைமைகளை எல்லாம் விற்றேன். இன்னும் கொஞ்சம் இதைப் பற்றி யோசித்தால் நீங்களே புரிந்துகொள்வீர்கள். எனக்கு நம்பிக்கை இருக்கிறது. அதாவது, ஒரு நல்ல கடவுளால் எனக்குக் கிடைத்திருக்கும் இந்த வேலையை குமட்டல் உண்டாக்கும் வேலையாக என்னால் எப்பொழுதுமே பார்க்க முடியாது. குமட்டல் உண்டாக்கும் வேலை

---

2. ஸ்காகி: ஐஸ்லாந்தைச் சேர்ந்த ஒரு தீபகற்பம்

என்று ஒன்றிருந்தால் அது ஒழுங்காகச் செய்யப்படாத வேலைதான். இந்த உலகம் ஒன்றேதான். மனித குலமும் ஒன்றேதான். அப்படியானால் வேலையும் ஒன்றேதான். வேலையைச் செய்யும் விதத்தில் வேண்டுமானால் வேறுபாடு இருக்கலாம். ஆனால் வேலையில் இருக்க முடியாது."

"நீங்கள் எனக்கு உதவுவதாக ஓரளவுக்கு வாக்குறுதி கொடுத்திருப்பதால் அதற்குப் பிரதியாக, வேறு யாரும் அவ்வளவு சுலபத்தில் உங்களுக்குக் கொடுத்து விட முடியாத உதவியை நான் உங்களுக்குச் செய்தால் அது எந்த விதத்திலாவது இப்போது இருக்கும் நிலையை மாற்றி விடுமா? இந்த நகரத்தில் இருக்கும் அதி முக்கியப் பிரமுகர்களோடு எனக்கு மிகவும் நல்ல தொடர்பு இருக்கிறது. இந்த நாட்டில் இருக்கும் தலையாய மனிதர்களோடு எனக்கு நல்ல நட்பும் இருக்கிறது. நீங்கள் இப்பொழுது பார்க்கும் வேலையில் உங்களுக்குக் கிடைக்கும் ஊதியத்தை போலப் பல மடங்கு கிடைக்கக் கூடிய வேலையை உங்களுக்கு எந்த நேரத்திலும் என்னால் வாங்கித் தர முடியும். அதை விட எளிதான காரியம் எனக்கு வேறு எதுவுமில்லை. உங்களை மாதிரியான ஆற்றல் உள்ள ஒருநபர் இப்பொழுது சக குடிமக்களுக்கு செய்து கொண்டிருக்கும் சேவையை விட மிக உன்னதமான சேவையைச் செய்ய வாய்ப்பிருக்கும் ஒரு நல்ல வேலையை என்னால் உங்களுக்கு வாங்கித் தர முடியும்."

"என்னுடைய வேலையை உயர்ந்தது என்று யாரும் நினைக்க மாட்டார்கள் என்று எனக்கு நன்றாகவே தெரியும். ஆனால் மனிதன் என்பவன் கருவில் உருவாகி, வளர்ந்து, பிறக்கும் நிலை இந்த உலகில் நீடிக்கும் வரை இந்த வேலை தாழ்வானதாகவே இருக்க முடியாது."

கத்தோலிக்க பாதிரிமார் பேச வேண்டிய விதத்தில், மனிதகுலத்தின் மீது பூரணமான பற்றுறுதி கொண்ட ஒரு நண்பர் பேசிக்கொண்டிருந்ததை என் இளம் வயதில் அந்த இரவில் ஒட்டுக் கேட்க நேர்ந்தது. பல ஆண்டுக் காலத்துக்கு முன்பாகத் தான் பார்த்திருந்த நீத்தார் நினைவிட இடுகற்குவியல் உண்மையில் பாதுகாக்கப்பட வேண்டிய ஒரு நினைவுச் சின்னம் என்பதைக் கண்டுகொண்ட ஒரு மனிதனைப் போல் அல்ஃப்க்ரைமுர் ஆகிய நான் இதைப் பல ஆண்டுகளுக்குப் பிறகே உணர நேர்ந்தது. ஆனால் நிச்சயமாகப் பாதிரிமார் கூறும் வியாக்கியானங்களுக்கு நேர் எதிரான திசையில் கண்காணிப்பாளரின் அணுகுமுறை அமைந்திருந்தது. ஏனென்றால் மனிதனுடைய படைப்பையே பாவமென்று குமட்டலோடு அல்லவா பாதிரிமார் பார்த்தார்கள். மல மூத்திரத்துக்கு நடுவில்தான் மனிதன் கருக்கொண்டான் என்று லத்தீன் மூலத்தில் வேதம் கூறுகிறது. கண்காணிப்பாளரை மேலும் மேலும் வற்புறுத்திப் பயனில்லை என்று வந்திருந்தவர் நம்பிக்கை இழந்து விட்டாரா என்பதெல்லாம் எனக்குத் தெரியவில்லை. ஏனென்றால் அவர் அதற்குப் பிறகு ஒன்றுமே சொல்லவில்லை. ஆனால் கண்காணிப்பாளர் தான் விட்ட இடத்திலிருந்து தொடர்ந்து அந்த நடுப்பரணில் நடந்த உரையாடலை முடித்து வைத்தார். அதன் பிறகு அவர்கள் இருவரும் வெளியே சென்றனர்.

"இல்லை நண்பரே" என்றார் அவர். "நான் இப்பொழுது பார்த்துக் கொண்டிருக்கும் வேலையைத் தவிர வேறுவேலை பார்க்கும் ஆசை எனக்கு

இல்லவே இல்லை. நான் ஆளுனராகவே இருந்தாலும் இப்பொழுது இருப்பதை விட நல்ல முறையில் மற்றவர்களுக்கும், குறிப்பாக எனக்கும் சேவை செய்து விட முடியாது. மற்றவர்கள் குதிரை மீது ஆரோகணிக்க முயலும் போது நான் லகானைப் பிடித்துக்கொள்கிறேன். நான் அவர்களுக்குச் செய்யும் சேவை மிகவும் அற்பமானதுதானென்று எனக்குத் தெரியும். ஏனென்றால், இந்த உலகம் என்பது ஒன்றுதான். அதுவும் காலத்தில் இயங்குகிறது. காலம் என்பதுதான் இயல்நிலை கடந்தது; வெல்ல முடியாதது; அனைத்தையும் ஒட்டு மொத்தமாக ஆளக்கூடியது. உங்களுடைய விருப்பத்துக்கு மறுப்புச் சொன்னாலும், உங்களுக்கு உதவ என்னாலான உபரி முயற்சிகளை நான் செய்யச் சித்தமாக இருக்கிறேன். என்னிடம் இரண்டு பைகள் இருக்கின்றன. ஒன்றில் மூக்குப்பொடி நிறைந்திருக்கிறது. இன்னொன்றில் பொற்காசுகள் நிறைந்திருக்கின்றன. மூக்குப்பொடி போடும் பழக்கத்தைக் கை விட எனக்கு மட்டும் ஒரு வாய்ப்பைக் கடவுள் கொடுத்தால் நான் அவருக்கு மிகவும் நன்றிக்கடன் பட்டிருப்பேன். இதை நான் அடிக்கடி நினைத்துக் கொள்வதுண்டு. இப்பொழுது அதற்கான நல்ல வாய்ப்பு எனக்குக் கிடைத்திருக்கிறது. என்னுடைய மாத வருமானம் முழுவதையும் நீங்கள் எடுத்துக்கொள்ளலாம். ஆனால், என்னிடமிருக்கும் தங்க நாணயங்களில் இருபது அல்லது முப்பதுக்கு மேல் உங்களுக்குக் கொடுக்க எனக்கு மனம் வரவில்லை. ஏனென்றால் நான் கொஞ்சமும் எதிர்பார்க்காத நேரத்தில் வேறு யாரவது என்னை நாடி வரலாம். அவர் குதிரை மீது ஆரோகணிக்க முயல்கையில் அவருக்காக லகானைப் பிடித்துக்கொள்வது என்னுடைய கடமை என்று அப்போதும் எனக்குத் தோன்றும்."

17

# மூன்று ஔரருக்கு மிளகு

இந்தச் சின்ன மீன்பிடி நிலையம் உலகின் விளிம்புக்கும் அப்பால் இருப்பதாக ஒருசிலர் நினைக்கக்கூடும். ஆனால் ஐஸாஃபோல்ட் போன்ற பத்திரிகைகளை மேய்ந்தால் இங்கிருக்கும் வாழ்க்கையும் கூட அப்படியொன்றும் சம்பவங்கள் இல்லாமற் போனது போல் தோன்றாது. ஏறத்தாழ இந்தக் காலகட்டத்தில்தான் எங்களுடைய பிரபலப் பாடகர் ஐஸ்லாந்து நாட்டின் மேன்மைமிகு நாடாளுமன்றத்துக்கு ஒரு கடிதம் எழுதியிருப்பதாகச் செய்தி பரவியது. நாட்டின் பாராளுமன்ற உறுப்பினர்களுக்கு இந்தக் கடிதத்தில் அவர் கூறியிருந்த செய்தி என்னவென்றால் உலகம் முழுதிலும் அவருக்குக் கிட்டியிருக்கும் புகழின் காரணமாக (அந்தப் புகழும் இறைவனின் அருளேயன்றித் தன் தனித்திறமையால் அல்ல), இனியும் தன் பொருட்டு, காப்புக் காய்ந்த கைகள் கொண்ட ஐஸ்லாந்து நாட்டின் உழைப்பாளிகள் மீது வரிச் சுமையை ஏற்றத் தேவையில்லை என்பதுதான். அவருக்கென்று நாட்டின் கருவூலத்துறை ஒதுக்கியிருந்த நல்கையையும் அவர் வேண்டாமென்று துறந்து விட்டதையும் இந்தக் கடிதத்தில் அவர் தெளிவாக்கி இருந்தார். பொறுப்புகளை இடம் மாற்றிக் கொள்ள இப்பொழுது நேரம் வந்து விட்டதாகவும் அந்தக் கடிதத்தில் குறிப்பிடப்பட்டு இருந்தது. இந்த நாளிலிருந்து மீனவர்களுக்கும் உழவர்களுக்கும் தேவைப்படும் உன்னத உணவை ஈட்டித் தரும் கடமை தனக்கு வந்து விட்டதாகவும் அதில் கூறப்பட்டிருந்தது. அயல்நாடுகளில் ஐஸ்லாந்து நாட்டின் கலாச்சாரத்தைப் பரப்புவதற்காகப் பொதுநிதியத்திலிருந்து இதுவரை நல்கை அளித்ததற்காகப் பாராளுமன்றத்துக்குப் பாடகர் நன்றியும் தெரிவித்திருந்தார். இங்கே இப்பொழுது உயிர்ப்புடன் இருக்கும் இந்தத் தேசம் தன்னுடைய பெருமைமிகு வரலாற்றின் பதாகையை உயர்த்திப் பிடிக்க இன்னமும் உறுதி பூண்டிருக்கிறது. அரசு தனக்குக் காட்டியிருக்கும் பெருந்தன்மை இதற்குச் சான்றாகவே விளங்குகிறது என்றும் அவர் அக்கடிதத்தில் குறிப்பிட்டிருந்தார். இந்தக் கடிதத்தின் மேல் பகுதியில் கர்தர் ஹோமின் புகைப்படம்

அச்சிடப்பட்டிருந்தது. ஐஸ்லாந்து நாட்டின் பத்திரிகைகளில் வெளியான முன்னோடிப் புகைப்படங்களுள் இதுவும் ஒன்று. ஒருசில ஆண்டுகள் கழித்து டென்மார்க் நாட்டு அரசர் ஐஸ்லாந்துக்கு விஜயம் செய்த பொழுது பத்திரிகைகளில் அச்சாகியிருந்த பிரம்மாண்ட புகைப்படம் வெளியாகும் காலம் வரை, கர்தரின் இந்தப் புகைப்படமே பத்திரிகைகளில் வந்த மிகப் பெரிய புகைப்படம் எனும் பேர் பெற்றிருந்தது.

அந்தக் காலகட்டத்தின் பத்திரிகைகளில் இந்த இளம் மேதையைப் பற்றிய எண்ணற்ற புகழ்மாலைகளை வாசிக்க முடியும். தொடக்கத்திலிருந்தே இவர் தேசத்தின் மிக நேசிக்கப்பட்ட புதல்வனாக அங்கீகரிக்கப்பட்டு விட்டார். கருவூலத்துறைக்கு ஒவ்வொரு இளம் மாணவனும் காட்ட வேண்டிய மரியாதை உணர்வுக்கு கர்தர் ஹோாம் ஒரு நல்லுதாரணம் என்று மிக இயல்பாக எல்லோரும் சுட்டிக் காட்டினார்கள். இதுபோக இன்னும் பல விதங்களிலும் அவர் சிலாகித்துப் பேசப்பட்டார்.

உழவர்களிடமும், மீனவர்களிடமும் அவர் காட்டிய அக்கறையின் காரணமாக அவர் மிகவும் முன்னணி அறிவுஜீவியாகக் கருதப்பட்டார். வறுமையால் வாடும் மக்களின் உடல் உழைப்பால் உறிஞ்சப்பட்ட பொற்காசுகளை வேண்டாமென்று மறுத்ததன் மூலம் வேறு எந்தக் கலைஞனும் சாதித்து விட முடியாத பெரும் சிறப்பு இவருக்குக் கிட்டி விட்டது என்று ஒரு பத்திரிகையில் குறிப்பிடப்பட்டிருந்தது. இந்தப் பிரபல மனிதரின் கடிதத்தில் ஒளிவிட்ட அறவலிமையை எப்படிப் பாராட்டுவதென்று உழவர்களும் மீனவர்களும் நன்றாகவே புரிந்து வைத்திருந்தார்கள். இதில் எள்ளளவு சந்தேகமும் இல்லை. தன்னுடைய புகைப்படப் பிரதிகள் பத்தாயிரத்தைக் காசநோயாளிகளின் நலநிதிக்கென விற்றுக் கொள்ளும்படி தேசத்துக்கு நன்கொடையாக இந்தப் பாடகர் கொடுத்திருக்கிறார் என்று அதே பத்திரிகையில் இன்னொரு இடத்தில் செய்தி வெளியாகியிருந்தது. அதே பத்திரிகையின் அடுத்த பதிப்பில் கர்தர் ஹோமின் உணர்ச்சிப் பிரவாகம் ஒன்று வெளியாகியிருந்தது. அதன் தலைப்பிலும் அவருடைய மிகப் பெரிய புகைப்படம் அச்சாகியிருந்தது. “கப்பல் அதிபதியும், பண்டகசாலை அதிபரும், டென்மார்க் நாட்டின் டேன்ப்ராக் படையணியைச் சேர்ந்த கருணைமறவருமான திரு. ஜான் குட்மன்ட்ஸனுக்கும், மொத்த விற்பனையாளரும், டென்மார்க் நாட்டின் டேன்ப்ராக் படையணியின் தளபதியும், திரு. ஜான் குட்மன்ட்ஸனின் புதல்வருமான திரு. ஜி. குட்மன்ஸனுக்கும் என்னுடைய உணர்ச்சி பூர்வமான, மனங்கனிந்த நன்றியை நான் தெரிவித்துக் கொள்ள விரும்புகிறேன். நம்பிக்கை எனும் துணிவைத் தவிர வேறு எதையும் தன்னுடைய தோள்பையிலே நிரப்பியிராத, கோழை மனமும், அச்சமும் கொண்டிருந்த ஐஸ்லாந்து நாட்டு இளைஞன் ஒருவனுக்கு, அவனுடைய சகதேசத்தவர் யாரும் இதுவரை காலடி பதித்திராத செங்குத்தான பாதையில் அடி எடுத்து வைக்க தேவைப்பட்ட நிதியுதவியை இந்த அறிவார்ந்த, முற்போக்குச் சிந்தனை மிகுந்த தேசபக்தர்கள், என் சக நாட்டவர்கள், கொடுத்து உதவினார்கள். இப்புவியின் பாடற்குழுவில் ஐஸ்லாந்தின் குரலுக்குரிய இடம் இருக்கிறது என்று ஆரம்ப முதற்கொண்டு நம்பிய ஒரு சிறுவனின் முயற்சிகளின் பால் அனுதாபம் காட்டியதற்காக,

உண்மையான ஐஸ்லாந்து நாட்டவர்களும் டென்மார்க் நாட்டின் டேன்ப்ராக் படையணியைச் சேர்ந்த கருணைமறவர்களுமான இந்த இரு நல்ல மனிதர்களுக்கும் நான் நன்றி பாராட்டுகிறேன். இனிவரும் காலங்களில் ஐஸ்லாந்து தேசத்தவர்களுக்குத் தகுதியான மேன்மை உலகெங்கிலும் இசைக்கப்படும் என்பது என்னுடைய நம்பிக்கை.

வணக்கத்துடன்

கர்தர் ஹோம்.

இதே சமயத்தில் இன்னொரு செய்திக் குறிப்பு கீழ்க்கண்டவாறு தலைப்பிட்டு வெளியாகி இருந்தது.

## ஔஸ்த்தர்வோலூரில் குட்டிச்சாத்தான்களின் அரசன்

வானிலை ஒத்துழைப்புக் கொடுக்குமானால், பொதுமக்களை மகிழ்விக்க எதிர்வரும் ஞாயிற்றுக்கிழமையன்று நாடாளுமன்ற உப்பரிகையின் மீதிருந்து கர்தர் ஹோம் இசைக் கச்சேரியொன்றை வழங்குவார் என்று அந்தச் செய்தியறிக்கை சொல்லியது. அயல்நாடுகளில் நடைபெற்ற கச்சேரிகளில் அவர் பாடிக் காட்டியிருந்த ஒருசில பாடல்களைப் பிரபல பாடகர் இந்த நிகழ்ச்சியில் வழங்கப் போகிறார்; அதிலும் குறிப்பாக, ப்யோனஸ் ஐரிஸில் இருக்கும் தியேட்ரோ கொலோன் அரங்கிலும் அல்ஜியர்ஸ் நாட்டு சுல்தானின் அரண்மனை உப்பரிகையிலும் அவருக்குப் பேரை வாங்கித் தந்த *பட்டியில் ஆடுகள் கத்திக்கொண்டிருக்கின்றன, எவ்வளவு அற்புதமாக அந்தப் பறவை பாடியது, கீழைக்காற்று எங்கள்மீது குளிர்ந்து வீசியது* போன்ற பாடல்களை அவர் பாட இருக்கிறார்.

இந்த ஐஸ்லாந்து நாட்டுப் பாடல்களுக்கு உலகெங்கிலுமிருக்கும் பல்லாயிரக்கணக்கான மக்கள் – அவர்கள் போப்பாண்டவர் வழியைப் பின்பற்றுவோரானாலும், நபிகள் நாயகம் முகம்மதின வழியைப் பின்பற்றுவோரானாலும் ஒருமித்து – தங்கள் சிரம் தாழ்த்தி ரசித்து மகிழ்ந்திருக்கின்றனர். இவை போக, கதகதப்பான பொன்னிற வானின் கீழிருக்கும் மத்தியதரைக் கடல் சார்ந்த பகுதிகளில் பிறப்பெடுத்துப் பிரபலமாகிவரும் ஏரியா என்றழைக்கப்படும் தனிப்பாடல்கள் சிலவற்றையும் அவர் தேர்ந்து பாடித் தன் சக நாட்டவரை மகிழ்விக்க இருக்கிறார். ஐஸ்லாந்து நாட்டின் குளிர்ந்த ஊதா வண்ண மலைகளின் பிரதேசங்களில் இவ்வகைப் பாடல்கள் இதுவரை ஒலித்துக் கேட்டதில்லை. இறுதியாக அவர் *குட்டிச்சாத்தான்களின் அரசன்*[1] பாடலையும் பாட இருக்கிறார்.

“ஐஸாஃபோல்ட் பத்திரிகையை நீ படிப்பதேயில்லையே, ஏன் பாட்டி?” என்று நான் கேட்டேன்.

“என்னை எப்பொழுதும் முட்டாளென்றே எல்லோரும் நினைத்துக் கொண்டிருக்கிறார்கள்” என்றாள் அவள்.

---

1. *குட்டிச்சாத்தான்களின் அரசன்*: ஜோஹன் வுல்ஃப்கேங் வான் கதே எனும் ஜெர்மன் கவிஞரின் மிகப் பிரபலமான நாட்டார் கவிதை. குட்டிச்சாத்தானின் அரசன் எனப்படும் ஆவியுலக சக்தியால் உயிர் உறிஞ்சப்படும் சிறுவனைப் பற்றிய கதைப் பாடல். ஜெர்மன் நாட்டு இசை மேதை, ஃப்ரான்ஸ் ஷூபெர்ட் உள்படப் பல்வேறு இசையமைப்பாளர்களுக்கும் மெட்டமைக்க உகந்த பாடலாக இது விளங்கியிருக்கிறது.

“ஞாயிற்றுக்கிழமையன்று ஔஸ்தர்வோலூரில் கர்தர் ஹோம் பாடப் போகிறார் என்று பத்திரிகைகளில் போட்டிருக்கிறது பாட்டி” என்றேன் நான்.

“அது ஒன்றும் ஆச்சரியமான செய்தி இல்லையே” என்றாள் பாட்டி. “வேனிற்காலம் முழுவதும் அன்னம் இனிமையாகப் பாடும்”

“ஞாயிற்றுக்கிழமையன்று ஔஸ்தர்வோலூருக்கு நாம் போக வேண்டாமா பாட்டி?” என்று நான் அவளைக் கேட்டேன்.

“ப்ரெக்குகாட்டில் நாம் கேட்க முடியாத பாட்டை ஔஸ்தர்வோலூர் வரைக்கும் போய் நாம் கேட்க வேண்டியதில்லை என்று நான் நினைக்கிறேன் குழந்தாய்” என்றாள் பாட்டி.

“அப்படியென்றால் நான் மட்டும் தனியாகப் போய் வருகிறேன்” என்றேன் நான்.

“செய்” என்றாள் அவள். “எது எப்படியோ. எனக்கான பாட்டை நான் ஏற்கெனவே கேட்டு விட்டேன். மெய்யாலுந்தான் பையா. ஆனால் உனக்கான பாடலை நீ இன்னும் கேட்கவில்லைதான். நீ தாராளமாகப் போய் விட்டு வா. அதே நேரத்தில் என் பாட்டி எனக்குச் சொல்லிக் கொடுத்திருப்பதைப் போல, கடவுளையும் சற்றுக் கவனித்துக்கொள்.”

எது எப்படியானாலும், தேவாலயக் கல்லறைவெளியின் இருபுறத்திலும் வாழ்ந்திருந்த மக்களை வேறு எந்தச் சிந்தனையுமே ஆக்கிரமித்திருக்கவில்லை எனும் சந்தேகம் எனக்கிருந்தது. ஒவ்வொருவருமே, ஏன் ஒவ்வொரு பொருளுமே கூட – நகரம், தேசம், பூமி, வானம் என்று அனைத்துமே – இந்த இசைக் கச்சேரிக்காகத் தவமிருந்ததைப் போலத் தோன்றியது. நான் இப்படிச் சொல்வது மிகைப்படுத்திக் கூறுவதாகாது. தேவாலயக் கல்லறைவெளியும் அது என்னுள் எழுப்பியவாறிருந்த கற்பனைகளும் அந்த நாட்களின் போது மனதை விட்டு மறைந்து போயிருந்தன. இரண்டு மணிகளின் ஓசையும் அடங்கிப் போயிருந்தது. கடிகாரத்தின் டிக் டிக் ஒலியும் கூட நின்றுவிட்டது.

ஔஸ்தர்வோலூர் கச்சேரி ஏற்படுத்தியிருந்த எதிர்பார்ப்பு மிகுந்த நாட்களில் பாட்டிக்கு எடுபிடி வேலைக்காக நான் நகருக்குள் செல்ல வேண்டி இருந்தது.

ரெய்க்ஜாவிக்கின் பிரதான வீதி அந்தக் காலத்தில் லாங்குஸ்டாட் என்று அழைக்கப்பட்டு வந்தது. இந்த வீதியில்தான் குட்மன்ஸனுடைய பண்டகசாலை, சமயநெறிக் கல்விக்கூடம், ஹோட்டல் டி ஐஸ்லாந்தே ஆகியவை இருந்தன. நண்பகல் தாண்டிச் சற்றுநேரம் ஆகியிருந்தது. வானிலை வறண்டிருந்தது. பன்னா மீன் சுமையை முதுகில் சுமந்தபடி நடைபோட்டுக் கொண்டிருந்த மட்டக்குதிரைகளின் அணிவகுப்பை வேடிக்கை பார்த்துக்கொண்டிருந்தேன். அந்த நாட்களில், பன்னா மீன்களின் உலர வைக்கப்பட்ட தலைகளை உழவர்கள் வாங்கி, மட்டக்குதிரைகளின் மீது ஏற்றி, மலைகள், புதர்க்காடுகள், பாறைநில வனாந்தரங்கள், கரைபுரண்டோடும் காட்டாறுகள் என யாவற்றுக்கும் அப்பால்

இருக்கும் கீழை மாவட்டங்களுக்கு நெடும் பயணம் மேற்கொள்வார்கள். பாரிஸ் நகரிலிருந்து பீகிங் நகர் வரை பயணம் செய்யப் பிடிக்கும் காலம் எவ்வளவோ அதே காலம் இந்தப் பயணத்துக்கும் ஆகும். இந்த மட்டக்குதிரைகள் அணிவகுத்துப் பயணம் தொடங்குவதைப் பார்ப்பதற்கே பிரமிப்பாக இருக்கும். தொலைதூரக் கீழைப் பிரதேசங்களின் சூழல் அங்கே வந்து விட்டதைப் போல இருக்கும். திடீரென்று ஒரு கை என் மோவாயை நிமிர்த்தியது.

"இது நான்தானோ என்று நினைத்து விட்டேன்" என்றார் கர்தர் ஹோம். ஏனைய நாகரிக மனிதர்களைப் போலவே அவரும் ஒரு பிரம்புக் கைத்தடியோடு சும்மா ஊர் சுற்றி வரக் கிளம்பியிருந்தார்.

திகைத்துப் போய் அவரையே வாயைப் பிளந்து பார்த்துக் கொண்டிருந்தேன். பேச்சே எழவில்லை. எப்படியோ சுதாரித்துக் கொண்டு, "இல்லை, இது நான்" என்றேன்.

"இங்கே என்ன செய்துகொண்டிருக்கிறாய்?" என்று அவர் கேட்டார்.

"மூன்று ஔரருக்கு மிளகு வாங்கிக் கொண்டிருக்கிறேன்" என்றேன்.

"என்னை மாதிரியே" என்றார் அவர். "உனக்கு ஏதாவது வாங்கித் தரட்டுமா?"

"வேண்டாம்" என்றேன் நான்.

"ஐந்து ஔரர் கேக் கூட வேண்டாமா?"

"வேண்டாம். இப்பொழுது எதுவுமே வேண்டாம்" என்றேன்.

ஓர் ஐந்து ஔரர் நாணயத்தை விடக் கொஞ்சமே பெரிதான அந்தக் கேக்கின் விலை பத்து பேருக்குத் தாட்டும் மீனின் விலை அளவுக்கு இருக்கும். தித்திப்புக் கேக் மீது ஆசை இருந்த வயதில் துரதிர்ஷ்டவசமாக மிக அரிதாகவே அது எனக்குச் சாப்பிடக் கிடைத்தது. இதனாலேயே பின்னர் அதைத் தயாரிக்கும் தொழிலில் முதலீடு செய்யும் அளவுக்கு நான் வளர்ந்தேன். இந்த இனிப்புப் பண்டத்துக்கு இன்னொரு குறையும் இருந்தது. வாயிலிட்டு ஒரு வினாடிக்குள் இது கரைந்து போகும். சூரிய ஒளி பட்ட பனித்துளியென இந்தக் கேக் வாயில் கரைந்து நம்மைக் கேளாமலே தொண்டையில் இறங்கி விடும். அதற்குப் பிறகுதான் அந்தக் கேக்கின் ருசியையே நாக்கு உணரும். ஒன்றைச் சாப்பிட்டு விட்டு இன்னொன்றை வாங்கக் கையில் காசு இருக்காது. இப்படிப்பட்ட ஒரு பண்டத்தைச் சுவைக்கும் விருந்துக்கு விடப்படும் அழைப்பு அப்படியொன்றும் சாமானியப்பட்டதல்ல. அவருக்கு மிக அருகில் நானும் நடந்து வர, லாங்குஸ்டெட் கடைத்தெருவின் வழியாக என்னை அவர் அழைத்துச் சென்றார். பொருட்படுத்தத் தக்க நிலையில் இருந்த ஒவ்வொருவரும் அவரைப் பார்த்தவுடன் தொப்பியை உயர்த்தி வந்தனம் தெரிவித்தார்கள். சீமாட்டிகள் சிரம் தாழ்த்தினர். அவர் கடந்து சென்ற பிறகு சிலர் நின்று திரும்பி அவரையே வெறித்துப் பார்த்தனர்.

"ம். உன் பெயர் என்னவென்று சொன்னாய் பையா?" என்று கர்தர் ஹோம் என்னிடம் கேட்டார்.

“என் பெயர் அல்ஃப்க்ரைமுர்” என்றேன் நான்.

“சே, ஏதோ ஞாபகத்திலேயே நான் இருக்கிறேன்” என்றார் அவர். “இதை நம்பக் கூட முடியவில்லை. நான் என்ன சொல்ல வருகிறேனென்றால், எதையாவது சாதிக்க வேண்டும் என்று நீ நினைத்திருக்கிறாயா?”

“ஞாயிற்றுக்கிழமையன்று ஔஸ்தர்வோலூருக்குப் போக வேண்டும் என்று நினைத்துக்கொண்டிருக்கிறேன்” என்றேன் நான்.

“நீ எதற்காக அங்கே போக ஆசைப்படுகிறாய்?” என்றார் அவர்.

“நீங்கள் பாடுவதைக் கேட்கப் போகிறேன்”

“எதற்காக?” என்றார் அவர்.

ஒரு கணம் யோசித்து விட்டு, “நீங்கள் பாடும் போது ஒரு விஷயத்தைக் கவனிக்க வேண்டும்” என்றேன் நான்.

“ஒரு விஷயமா?” என்றார் அவர். “நீ என்ன சொல்கிறாய்?”

“அந்த ஒரு ஆதார ஸ்ருதியைக் கேட்க எனக்கு ஆசையாக இருக்கிறது.”

தூக்கத்தில் நடப்பவர் திடீரென்று விழித்துக் கொண்டதைப் போல் கர்தர் ஹோம் விழித்துக்கொண்டு என்னை வெறித்துப் பார்த்தார். “நீ என்ன சொல்கிறாய் குழந்தாய்?” என்று ஒரு நீண்ட மௌனத்துக்குப் பிறகு என்னைக் கேட்டார். “நீ என்ன பேச்சுப் பேசுகிறாய்?”

எனக்கிருந்த வெட்கமும் தயக்கமும் என்னை விட்டு அகன்றன. அவரை நேருக்கு நேராய்ப் பார்த்தேன். தேவாலயக் கல்லறைவெளியில் நல்லாயர் ஜோஹன் என்னிடம் பேசிய நாளாய் என்னைக் குடைந்து கொண்டிருந்த சந்தேகத்தை லாங்குஸ்டெட்டின் நடுவீதியில் வைத்து அவரிடம் கேட்டு விட்டேன். இதை விட யதார்த்தமாக வேறெதையும் அவரிடம் நான் கேட்டிருக்க முடியாது. “ஆமாம், ஒரே ஒரு ஆதார ஸ்ருதிதான் இருக்கிறதென்று சொல்கிறார்களே, அது உண்மையா?” என்று நான் கேட்டேன்.

“நிச்சயமாக. அது உண்மைதான்” என்றார் பாடகர். “சொல்லப் போனால், துரதிர்ஷ்டவசமாக என்று கூடச் சொல்வேன்”

“ஆனால், இந்த ஸ்ருதியை ஒருவரால் பாட முடிந்து விட்டால்!” என்றேன் நான்.

“இங்கே லாங்குஸ்டெட்டில் மிளகு வாங்கும் என்னையே நான் பார்க்கிறேனோ என்று நான் சந்தேகப்பட்டேன். அது நிஜமாகி விட்டதே! அப்போ, நீயும் கூட நல்லாயர் ஜோஹனுடன் பேச ஆரம்பித்திருக்கிறாய் என்று சொல். அப்படித்தானே?”

ரேய்க்ஜாவிக்கின் அடுமனைகளின் ஒவ்வொரு சுவரின் மருங்கிலும் காணப்படும் சேவை முகப்பிலும், அவற்றில் அமைந்திருக்கும் அடுக்குகளிலும், அந்த அடுக்குகளில் கொலுவிருக்கும் தாம்பாளங்களிலும் பகட்டாக அணிவகுத்து நிற்கும் நம்பவியலாத் தின்பண்டப் பொக்கிஷங்களை

விற்பனை செய்யும் பொறுப்பில், அழகிய அணங்குகளும், நாரீமணிகளும் தான் அமர்த்தப்படுவார்கள். இதை என் வளரும் பருவத்தில் நான் கவனித்திருக்கிறேன். உதாரணத்துக்கு, உல்ஃபர் ரிமூர் பாடல்களில் வர்ணிக்கப்படும் பெர்ஷியா, ஸிரியா, கான்ஸ்டான்ட்டிநோப்பில் போன்ற இடங்களோடு மட்டுமே உண்மையில் ஃப்ரெட்ரிக்ஸனின் அடுமனையை ஒப்பிட முடியும். ஃப்ரெட்ரிக்ஸன் அடுமனையின் கீழ் தளத்தில் அமைந்திருக்கும் கடைக்குள் நுழைந்தவுடனேயே உலகப் பாடகர் தன் தொப்பியைக் கழற்றித் தலைகுனிந்து – கிட்டத்தட்ட தரை தொடும் அளவுக்கே குனிந்தார் என்று கூடக் கூறி விடலாம் – வந்தனம் கூறினார். அவர் வாயிலிருந்து ஓர் ஒற்றைச் சொல் மட்டுமே மிகுந்த பணிவோடு உதிர்ந்தது – “மாதரசி”.

ஆக, இதோ, ஓர் அடுமனையின் விற்பனைப் பிரிவில் வேலை பார்க்கும் பணிப்பெண்களிடம் எவ்வாறு நடந்து கொள்ள வேண்டும் என்பதை அறிந்த ஒரு மனிதர். வெள்ளிச் சரிகை வேலைப்பாடுடன் கூடிய ரவிக்கையணிந்து தேசிய உடையில், சேவை முகப்புக்குப் பின் நின்று, கச்சிதமான பாணியில் புன்னகைத்து அவருக்குத் தோதான விதத்தில் கன்னம் சிவக்கவும் செய்யும் ஒரு பெண். ஆனால் அவள் மயக்கம் போட்டு விழவில்லை. ஒருவேளை பாடகர் அங்கே ஏற்கெனவே வந்து போயிருக்க வேண்டும். என்னைக் காட்டிலும் ஓராண்டு மூத்த ஒரு சிறிய, கொழுகொழுவென்ற பெண் இரண்டு ஃபிரெஞ்சு ரொட்டிகளை வாங்கிக் கொண்டு அந்த விற்பனை முகப்பின் முன்பாக நின்றுகொண்டிருந்தாள். அடுமனை அங்காடிக்குள் பாடகர் நுழைந்து தொப்பியைக் கழற்றுவதைப் பார்த்து மாதரசி நாணிச் சிவக்கும் நேரத்தில் இந்தக் குட்டிப் பணியாரமும் பரபரப்பில் ஆழ்ந்து, கண்களில் பரவசமும் கிலியும் போட்டியிட, ஒரு முழந்தாளை மடித்துப் பெண்களுக்கே உரிய வகையிலான வந்தனத்தைச் செலுத்தினாள். இதனால் அந்தப் பெண்ணைப் பார்க்க நேர்ந்த பாடகர் உடனே அவளை அடையாளம் கண்டு கொண்டார். அந்தப் பெண்ணின் அருகே சென்று அவளின் நெற்றியில் முத்தமிட்டு அவளுடைய சிவந்த கன்னத்தைக் கிள்ளினார். பிறகு அவளுக்குச் சொல்ல ஏதும் செய்தி இருக்கிறதா என்று கேட்டார்.

ஓரளவுக்குச் சுதாரித்துக் கொண்டு “ஒன்றுமில்லை” என்றது பணியாரம். “நீங்கள் எங்களைப் பார்க்க வருவதேயில்லை என்று அப்பாவும் அம்மாவும்தான் குறைப்பட்டுக் கொண்டிருந்தார்கள்”

“வறுத்த வெண்ரொட்டிகளைச் சாப்பிட இதோ இப்பொழுதே வருகிறேன்” என்றார் பாடகர். “ஆனால், அதற்கு முன்பாக இந்தப் பையனை உனக்கு நான் அறிமுகப்படுத்தியாக வேண்டும். விரைவிலேயே இவனும் உன்னைப் போல் பெரியவனாக ஆகப் போகிறான். இவன் அப்படியே அச்சு அசல், நானேதான். நான் எப்படி இப்பொழுது இருக்கிறேனோ அப்படியே. உன்னுடைய பெயர் என்ன? மீண்டும் சொல்.” சொல்லி விட்டு அவர் என்னைப் பார்த்தார். நான் பதில் சொல்ல வேண்டுமென்றும் நிச்சயமாக அவர் எதிர்பார்த்தார். ஆனால் அப்படிப்பட்ட ஒரு பழக்கமில்லாத சூழலில் என் பெயரை உச்சரிக்கும்

துணிவு எனக்கு வரவில்லை. நான் பதில் எதுவும் சொல்லாததால், அவரே தொடர்ந்தார். "இவள் குட்டிச் செல்வி குட்மன்ஸன்" என்று அறிமுகப்படுத்தினார். வெண் ரொட்டிகளைச் சுடுவதில் இவளுடைய அம்மா சமர்த்தர். ஐஸ்லாந்தில் இருக்கும் வேறெந்தப் பெண்ணை விடவும் அருமையாக அவற்றைத் தயாரிப்பார்."

அந்தப் பெண்ணின் முகத்தில் நிழலாடியதைப் போல இருந்தது. சற்றே தயங்கி அந்தப் பெண் "இவன் – இவன் உங்களோடுதான் இருக்கிறானா?" என்று கேட்டாள்.

"நாம் எல்லோருமே ஒருவரோடு ஒருவர் இருக்கிறோம், குழந்தைகளே. ஓர் ஐந்து ஔரர் கேக்கை சாப்பிட்டுப் பார்க்கலாமே" என்றார் பாடகர்.

"இல்லை. வேண்டாம். நன்றி" என்றாள் அந்தப் பெண். புரியாமல் குழம்பி என்னையே மேலும் கீழுமாக எடை போட்டவாறு "எனக்குக் கொஞ்சம் அவசரமாக வீட்டுக்குப் போக வேண்டும்" என்றாள் அவள்.

"ஒரு அவசரமும் இல்லை குட்டிப் பெண்ணே" என்றார் அவர். "மாதரசி, அதோ அங்கே இருக்கிற அந்தப் பெரிய வெண்ணிறத் தாம்பாளத்தை எங்களுக்குக் கொடுக்க முடியுமா?" என்றார்.

எங்கள் முன்பாக இருந்த விற்பனை முகப்பின் முன் ஒரு தாம்பாளம் நிறைய பாலேடுக் கேக்குகளை கொண்டு வந்து வைத்தாள் மாதரசி. நாவுக்கு ருசியான அந்தக் கலைப்படைப்புகளைப் பார்த்தவுடன் உடலும் ஆன்மாவும் ஒருங்கிணைந்த மகிழ்ச்சி பரவி நெஞ்சே ஒரு மாதிரி வலித்தது.

"ஒருபிடி பிடியுங்கள் குழந்தைகளா" என்றார் கர்தர் ஹோம்.

எனக்கு வீட்டில் சொல்லிக் கொடுத்திருந்தபடி ஒரு கேக்கை எடுத்து அதை மிக நாசூக்காகச் சாப்பிட முயன்றுகொண்டிருந்தேன். அது மட்டுமில்லை. உருவிலும் அளவிலும் பார்வைக்கு அவ்வளவு கவர்ச்சியாக இல்லாத கேக் துண்டத்தையே நான் தேர்ந்திருந்தேன். விருந்தினர் வீட்டுக்குச் சென்றால் மிக எளிய தோற்றமுள்ள கேக் துண்டைத்தான் பார்த்து எடுத்துக்கொள்ள வேண்டும் என்று பாட்டி மனதில் பதிய வைத்திருந்தாள். ஆனால் இது மாதிரியான கேக்கை நாசூக்காகக் கடிக்க முயன்றால் விரல்களில் மெலிதான தீற்றல் மட்டுமே மிஞ்சும். அதே நேரத்தில் கேக் துண்டங்களைப் பாடகர் எப்படி வெட்டிக் கொண்டிருந்தார் என்பதைக் கவனித்தேன். அதிகார தோரணை மிக்க மனிதர் போல அவர் கேக் துண்டங்களை விழுங்கிக் கொண்டிருந்தார் என்று சொன்னால் அது மிகையாகாது. இதுவரை இப்படி ஒரு சாகசத்தை நான் பார்த்ததே இல்லை. இருப்பதிலேயே கேவலமான கேக் துண்டைத் தேர்ந்தெடுக்கும் தேவையே எனக்கு ஏற்படவில்லை. என்னைப் போலவே குட்டிச் செல்வி குட்மன்ஸனும் அவரைப் பார்த்துக்கொண்டிருந்தாள். பாடகரின் வாய்க்குள் ஒவ்வொரு கேக் துண்டாக மறைவதை மாதரசியும் பார்த்துப் புன்னகைத்தவாறிருந்தாள். அவை எங்கோ தொலைவில் சென்று மறைந்தன. இன்னும் சரியாகச் சொல்வதென்றால் மின்னல் வேகத்தில் விழும் அருவியைப் போல் ஒன்றன் பின் ஒன்றாக – சமயத்தில், ஒரே விழுங்கில் இரண்டு மூன்றாகவும் – அவருக்குள் அவை வழுக்கி ஓடிக்

கொண்டிருந்தன. அவர் சாப்பிட்டுக் கொண்டிருந்த வேகத்திலும் கூட அன்புக் குழந்தைகளாகிய எங்களையும் சாப்பிடச் சொல்லித் தொடர்ந்து உபசரிக்க அவர் மறக்கவில்லை. அவர் சாப்பிடும் தோரணையைப் பார்த்து மிரண்டு போனதில், இரண்டாவது கேக் துண்டை நான் சாப்பிட முயன்றேனா என்பதே எனக்கு நினைவிலில்லை. முதல் கேக்கை எடுத்த பொழுது கையில் உண்டான தீற்றலோடேயே ஒரு முட்டாள் போல அங்கே நின்றுகொண்டு திருப்திப்பட்டுக் கொண்டிருந்தேன் என்பது மட்டும் நினைவிருப்பதாகத் தோன்றுகிறது.

"ஏசுவே" என்று வியந்தாள் செல்வி குட்மன்ஸன்.

"அவை புளித்துப் போவதற்குள் அவற்றை உள்ளே தள்ளி விட வேண்டும் " என்றார் கர்தர் ஹோம். உண்மையில் தாம்பாளம் அதற்குள் காலியாகி விட்டிருந்தது. "மாதரசியிடம் இன்னொரு தாம்பாளம் கேக் கொண்டு வரச் சொல்லலாமா?"

"ஓ, சொல்லலாமே" என்றாள் குட்டிச் செல்வி குட்மன்ஸன் வாயைப் பிளந்து. "அப்பா இதைப் பார்க்க வேண்டும். பெரும் பாலுறுப்புகள் கொண்ட மீன்தான் மிகச் சுவையான உணவு என்று அவர் சொல்லிக் கொண்டிருப்பார். அம்மாவும் பார்க்க வேண்டும். வறுத்த வெள்ளை ரொட்டிதான் சுவை என்று எப்பொழுதும் சொல்லிக்கொண்டிருப்பாள் அவள்."

கைக்குட்டையால் வாயைத் துடைத்துக் கொண்ட கர்தர் ஹோம் எங்களைப் பார்த்துச் சிரித்தார். "எவ்வளவு மாதரசி?" என்று கேட்டார். அங்கிப் பைக்குள் கையை விட்டு கலகலவென்று சத்தம் எழுப்பும் எதையோ துழாவிக் கொண்டிருந்தார். பிறகு கை நிறையத் தங்க நாணயங்களை உருவி எடுத்தார். அவற்றுள் ஒரு நாணயத்தைத் தாம்பாளத்தின் மீது எறிந்து "எடுத்துக் கொள்ளுங்கள் மாதரசி" என்றார்.

"ஏசுவே" என்று வியந்தாள் குட்டிச் செல்வி குட்மன்ஸன். "இது அசலான தங்கக் காசா?"

"அசலான தங்கம் என்று எதுவுமில்லை குழந்தைகளே" என்றார் பாடகர். "தங்கம் இயல்பிலேயே அசலானது இல்லை."

"ஏசுவே" என்று வியந்தாள் குட்டிச் செல்வி குட்மன்ஸன்.

"மன்னிக்க வேண்டும். என்னிடம் சில்லறை இருக்காதென்று நினைக்கிறேன்" என்றாள் மாதரசி, அந்த நாணயத்தின் இரு பக்கங்களையும் ஆராய்ச்சி செய்துகொண்டே. "நான் இங்கே வந்த நாளாய் என்னுடைய கல்லாவில் இவ்வளவு மதிப்புக்கான பணம் இருந்து நான் பார்த்ததே இல்லை. நீங்கள் ஃப்ரெட்ரிக்ஸனிடம்தான் பேச வேண்டியிருக்கும்."

"அப்படியானால் நான் அடுத்த முறை வரும்வரை அது இங்கேயே காத்திருக்கட்டும்" என்றார் கர்தர் ஹோம். "போய் வருகிறேன் மாதரசியே"

"இல்லை. முடியாது" என்றாள் மாதரசி. "என்னால் அதை வைத்துக் கொள்ள முடியாது. அதைத் தொடக்கூட எனக்குப் பயமாக இருக்கிறது.

அது என்னருகில் இருக்கிறது என்று நினைத்தாலே எனக்கு ஒரு கணம் கூட நிம்மதி இருக்காது."

ஏதோ எங்கள் இருவரையுமே சமமாக அவர் சொந்தமாக்கிக் கொண்டு விட்ட தோரணையோடு, என்னுடைய தோளிலும் செல்வி குட்மன்ஸனின் தோளிலுமாகக் கை போட்டு அணைத்தபடி, கீழ்த்தளப் படிகளில் பாதி தூரம் கடந்து விட்டார் கர்தர் ஹோம். தங்க நாணயத்தைக் கையில் பிடித்தபடி மாதரசி எங்கள் பின்னே ஓடி வந்தாள். "உங்களைக் கெஞ்சிக் கேட்டுக்கொள்கிறேன் கர்தர் ஹோம், தயவு செய்து இந்தத் தங்கக் காசை எடுத்துக்கொண்டு போய் விடுங்கள்" என்றாள்.

"இந்தப் பையனிடம் அதைக் கொடுத்து விடுங்கள் மாதரசி" என்றார் பாடகர். "கர்தர் ஹோமை விடவும் இவன் அசலாக என்னைப் போலவே இருக்கிறான்"

என் கைக்குள் தங்கக்காசைத் திணித்த மாதரசி என் கை விரல்களை இருக்க மூடினாள். தெருவுக்கு வந்ததும், "இந்தாருங்கள் உங்கள் காசு" என்றேன் நான். "இப்பொழுது நான் போயாக வேண்டும். என்னை மிளகு வாங்கி வரச் சொல்லிப் பாட்டி அனுப்பியதே மறந்துவிட்டது. இவ்வளவு நேரமாகியும் இன்னும் நான் வீட்டுக்குப் போகவில்லை"

"என்னை மாதிரிதான் நீயும்" என்றார் கர்தர். "என் அம்மாவும் ஒரு முறை மிளகு வாங்கி வரச் சொல்லி அனுப்பினாள். நானும் இன்னும் வீட்டுக்குப் போகவில்லை"

"இந்தாருங்கள் உங்கள் தங்கக்காசு" என்று நான் மீண்டும் சொன்னேன்.

"ஓ, அதை உன் சட்டைப் பைக்குள் போட்டுக் கொள்ளப்பா பெரிய மனிதா!" என்றா அவர்.

"ஏசுவே" என்று வியந்தாள் குட்டிச் செல்வி குட்மன்ஸன். "அப்பா இதைப் பார்க்க வேண்டும். ஏன். அம்மாவும் கூடத்தான்!"

ஃப்ரெட்ரிக்ஸன் அடுமனைக்கு வெளியே, தங்க நாணயத்தை நான் கையில் பற்றியிருக்க, என்னை நிற்க வைத்துவிட்டு அவர் போய்விட்டார். பிரம்புக் கைத்தடியை ஒரு கையிலும், இரண்டு ரொட்டிகளைப் பிடித்துக்கொண்டிருக்கும் குட்டிச் செல்வி குட்மன்ஸனை இன்னொரு கையிலும் பிடித்தவாறே எதிர்த் திசையில் அவர் உல்லாச நடை போட்டுப் போய்க்கொண்டிருந்தார். ஆனால் கொஞ்ச தூரம் சென்றவுடன் திரும்பி, திடீரென்று ஏதோ நினைவு வந்தவர் போல, தங்கக்காசைக் கையில் பற்றிக்கொண்டு நிற்கும் என்னைக் கூப்பிட்டு கூறினார்: "சுத்தமாய் மறந்துவிட்டேன். உன் பாட்டிக்கு என் வாழ்த்துகளைச் சொல்லி விடு" என்று இரைந்தார். "அதே போல் நல்லாயர் ஜோஹனுக்கும். அவரிடம் சொல். அவர் சொன்னது சரிதான். இசையில் ஒரே ஒரு ஸ்ருதிதான் இருக்கிறது. அதுவே ஆதார ஸ்ருதி"

# 18

## எங்களுடைய லைக்லா கன்று ஈனும் பொழுது

ஔஸ்தர்வோலூரில் நடைபெற இருந்த இசைக் கச்சேரி நடக்கவேயில்லை. ஆனால் அது ஏற்படுத்தியிருந்த உணர்ச்சிப் பரபரப்பில் லான்ப்ராட்டில் இருந்து வந்து தங்கியிருந்த பெண்மணியைப் பற்றிச் சுத்தமாய் மறந்து போய்விட்டது. எங்களையெல்லாம் பார்க்க வந்திருந்த விருந்தாளிக்குத் தான் பாடவிருந்த நாளுக்கு முந்தைய நாளே கடல் கடந்து பயணம் மேற்கொள்ள வேண்டியாகிவிட்டது. ஏனென்றால் அவர் இங்கிருப்பதைக் காட்டிலும் அகண்ட உலகத்துக்கு மேலும் அரிய செயல்களை ஆற்றக் கடமைப்பட்டிருந்தார். அவை எங்களுக்காகக் காத்திருப்பது சாத்தியமில்லை. ஆனால் லான்ப்ராட்டிலிருந்து வந்து எங்களோடு தங்கியிருந்த பெண்ணைப் பார்த்துப் போக வந்திருந்த விருந்தாளி உடனே போகவில்லை. தங்கியிருந்தார்.

"எதையுமே எதிர்பார்க்காமல் இருக்கப் பழகிக்கொள்ள வேண்டும்" என்றாள் அந்தப் பெண்மணி. "எதையுமே எப்படிச் சகித்துக்கொள்வது என்பதைக் கற்றுக்கொள்வதற்கு அதுதான் ஆரம்பம்."

"ப்ரெக்குகாட்டில், நடுப்பரணில், இரைச்சல் மிகுந்த இந்தக் கூட்டத்தின் நடுவில் நீ படுத்துக் கிடப்பது தெரிந்தால் உன் குழந்தைகள் என்ன சொல்வார்கள்?" என்று பாட்டி கேட்டாள்.

"அவர்களுடைய குரல்களைக் கேட்டுக் கொண்டிருப்பது எனக்குப் பிடித்திருக்கிறது" என்றாள் அந்தப் பெண். "இவர்களில் யாராவது ஒருவர் வெளியே போனால்கூட எனக்கு நடுக்கமாக இருக்கிறது."

"ஆனால் இங்கே அரட்டையைத் தவிர வேறெதையுமே உனக்குக் கொடுக்க முடியவில்லையே" என்று ஆதங்கப் பட்டாள் பாட்டி.

“அம்மாவை விட்டுப் பிரியத் துணியாதவன் என் குட்டிப் பையன். என்னுடைய பெண் இப்பொழுது பனிரெண்டு ஆடுகளுக்குச் சொந்தக்காரி. ஏழு வருடங்களாக, எங்களுக்கென்று ஒரு பசுவைச் சொந்தமாக வைத்துக்கொள்ள முடியாமல் இருந்தது. எங்களுக்கென்று இருக்கும் பசு லைக்லா இப்பொழுதுதான் கன்று ஈன்றுப் பால் கொடுக்கும் தறுவாயில் இருக்கிறது. இந்த நேரம் பார்த்து அதன் கண் முன்பாக நான் உயிர் விடுவதை என் மகனும் மகளும் விரும்ப மாட்டார்கள். இது எனக்கு நன்றாகவே தெரியும்” என்று அந்தப் பெண் கூறினாள்.

“என்ன படைத் தலைவரே, அங்கியைக் கழற்றி நிலையில் மாட்டி விட்டீர்கள் போலிருக்கிறது” என்று விசாரித்தார் தளபதி ஹோகென்ஸன். “நான் தூங்கப் போக வேண்டும். அதற்கு முன்னால் நீங்கள் கடைசியாகக் கேள்விப்பட்ட வதந்திகளைப் பற்றிச் சொல்லுங்களேன்”

“துறைமுகத்துக்குப் பக்கத்தில் நான் வேலை பார்க்கும் இடத்தில் சுற்றிக்கொண்டிருந்த பரிதாபமான பூனையொன்றை ஒருவாரமாகக் காணவில்லை. எங்கே போய்த் தொலைந்ததோ தெரியவில்லை” என்றார் கண்காணிப்பாளர். “அதிகாரிகள் அதைத் தூக்கில் போட்டிருந்தாலும் கூட ஆச்சரியப்படுவதற்கில்லை. இப்பொழுதெல்லாம் நிலைமை அந்த அளவுக்கு முன்னேறியிருக்கிறது. ஆமாம், உங்கள் மாடத்தின் மீது தங்கக்காசு ஒன்று இருந்ததே, அது யாருடையது?”

“அது அல்ஃப்க்ரைமுருடைய தங்கக்காசு” என்றார் தளபதி ஹோகென்ஸன். “இப்பொழுது மக்கள் தங்க நாணயத்தையெல்லாம் வாரி வழங்க ஆரம்பித்து விட்டார்கள். அரைப் பசுவின் மதிப்புக்கும் கம்மியாகக் குழந்தைகளுக்குத் தர எல்லோருமே யோசிக்கிறார்கள். அது கிடக்கட்டும். ஏதாவது பரபரப்பான செய்தி இருந்தால் சொல்லுங்கள்.”

“அப்படிப் பரபரப்பான செய்தி எதுவும் இல்லை” என்றார் கண்காணிப்பாளர். “இப்போதைக்கு இல்லை. அப்படி ஏதாவது என்றால் இந்த நடுப்பரணில் இருந்தால்தான் உண்டு. அந்தக் குறுவறைக்குள் ஏதாவது செய்தி உண்டா?”

“எனக்குப் பூனையைப் பிடிக்கும். ஏதோ சொல்ல வேண்டும் என்று தோன்றியது” என்றாள் எலிவங்கைப் போலிருந்த கருவறைக்குள் இருந்து அந்தப் பெண். “பல சமயங்களில் எங்கோ தொலைந்துபோய் இனி வராதென்று நினைக்கிற போது திடீரென்று தலையைக் காட்டும்.”

“அதென்னவோ சரிதான்” என்றார் கண்காணிப்பாளர். ருனால்ஃபர் ஜான்ஸனுடைய படுக்கை நுனியில் அமர்ந்துகொண்டு பாத உறைகளை அவர் கழற்றிக்கொண்டிருந்தார். “பூனைகளுக்கு ஒன்பது பிறவி உண்டாம். நம்முடைய பூனை தூக்கிலிடப்படும் பொழுது அதற்காகத் துக்கம் கொண்டாடப் போதுமான அளவுக்கு நமக்கு நேரம் இருக்கிறது. பூனைகளின் பிறவிக்குப் பிறகும் இன்னொரு பிறவி என்று இப்பொழுது நிரூபிக்கப் பட்டால் அதுதான் உண்மையான பரபரப்புச் செய்தி. ஆனால், இதுவரை அப்படி ஒரு செய்தியை நான் கேள்விப்படவில்லை. இன்றைக்கு வரை இல்லை நண்பரே. ஒருவேளை நாளைக்குக் கேள்விப்பட்டாலும் படலாம்.”

தூங்கி விட்டாரென்று எல்லோரும் நினைத்துக்கொண்டிருந்த ருனால்ஃபர் ஜான்ஸன் புரண்டுபடுத்துப் பேசத் தொடங்கினார். “இந்த விலாங்குமீன் சாப்பிடும் பெண் நெஸ் பகுதிக்குப் ஒருமுறை போய் அங்கே இருக்கும் அந்த அதிசயங்களைப் பார்த்துவிட்டு வர வேண்டும்” என்றார் அவர்.

“பூனை மீது குற்றஞ்சாட்டி தண்டிப்பதில் எனக்கு அக்கறை இல்லை” என்றார் ஹோகென்ஸன்.“என்னுடைய அக்கறையெல்லாம் ‘சியலில்’தான் இருக்கிறது. அருமை நண்பர்களே, அர–சியலில். ஹ, ஹ, ஹ, ஹா. அரசியலைப் பற்றிய செய்தியாக இல்லை என்றால் அதை நான் செய்தியாகவே மதிப்பதில்லை.”

“புரிகிறது நண்பரே” என்றார் கண்காணிப்பாளர். “எங்களுக்குப் புரிகிறது. நீர் பெரும் போர்க்கப்பல்களில் பணியாற்றியவர். அது முக்கியமான பணிதான். ஆனால், என்னுடைய வேலைக்கென்றும் ஒரு மதிப்பு இருக்கத்தான் செய்கிறது ஹோகென்ஸன். என்னதான் சொல்லுங்கள், படைப்புக்கு நிகர் படைப்புதான், அது எந்த எல்லைக்குப் போனாலும்.”

“கடற்படையில் இருந்த காலத்தில் அதிருப்தியாளர்களை என்னால் கட்டுப்பாட்டுக்குள் கொண்டு வரவே முடிந்ததில்லை” என்றார் ஹோகென்ஸன். “ஞாயிற்றுக்கிழமையைத் தவிர மிச்ச நாட்களிலெல்லாம் அவர்கள் என்னைச் சபித்துக் கொண்டேதான் இருப்பார்கள். வாரத்தில் ஒவ்வொரு நாளும் அவர்களுக்கு கஞ்சியும் சூப்பும்தான் கிடைக்கும். நாசமாய்ப் போகிற சூப் என்று திட்டுவார்கள். ஆனால் ஞாயிற்றுக்கிழமைகளில் மட்டும் அதில் கொஞ்சம் பன்றிக் கறி இருக்கும். அப்பொழுது இதைக் கொடுத்த எல்லாம் வல்ல இறைவனை வாழ்த்துவோம் என்று சொல்வார்கள்.”

“சரியாகச் சொன்னீர்கள்” என்றார் கண்காணிப்பாளர். “இதைக் கொடுத்த எல்லாம்வல்ல இறைவனை வாழ்த்துவோம். ஒரே ஒரு வித்தியாசம்தான். ஞாயிற்றுக்கிழமை தவிர மற்ற நாட்களில்தான் நான் இந்த அற்புதமான வார்த்தைகளைச் சொல்லிக்கொண்டிருப்பேன். அதற்குக் காரணம் எனக்கு ஒருநாளும் பன்றிக்கறி சாப்பிடவே பிடிக்காது. அந்த வாசனை அடித்தாலே போதும், நான் முடிந்தேன். சரி. இப்பொழுது நான் படுக்கப் போகிறேன். இறைவன் உங்கள் எல்லோருக்கும் இனிய இரவைக் கொடுக்கட்டும். தொலைந்துபோகாமல் இருக்கட்டும் என்று நான்தான் அந்தத் தங்கக்காசைப் பத்திரமாக எடுத்து வைத்திருக்கிறேன். காலையில் அல்ஃப்க்ரைமுர் எழுந்தவுடன் இதை மறக்காமல் அவனிடம் சொல்லி விடுங்கள்.”

விலாங்கு மீனைச் சாப்பிட்ட பெண் தொடர்ந்து உயிர் வாழ்ந்து கொண்டிருந்தாள். உடல்நிலை மிகவும் முடியாமல் போகும் தருணங்களில், தன்னுடைய முனகல்களும், கதறல்களும் போர்க்கப்பல்களை வழிநடத்திய மனிதர் ஹோகென்ஸனைத் தொந்திரவு செய்து விடக்கூடாது என்பதற்காக, குறுவறைக் கதவை அவள் அடைத்துக்கொண்டு விடுவாள். உடல்நிலை சற்றே சீரடைந்தவுடன் கதவைக் கொஞ்சமாகத் திறந்து வைப்பாள். ஆனால்

ஏதாவது முக்கியமான சங்கதியோடு விருந்தினர் யாராவது வந்தாலோ, மகோன்னத ஐஸ்லாந்து நாட்டவரின் வாழ்க்கை வரலாற்றிலிருந்து யாராவது சுவாரஸ்யமான கிளைக்கதையைச் சொல்ல ஆரம்பித்தாலோ, அல்லது கடல் பயணத்திலோ குதிரைப் பயணத்திலோ ஏற்பட்ட அனுபவங்களை யாராவது உற்சாகமாக விவரிக்கத் தொடங்கினாலோ குறுவறைக் கதவை அந்தப் பெண் விரியத் திறந்து வைத்து விடுவாள். அவளைக் கடந்து போகும் போதெல்லாம் அவள் என்னிடம் ஏதாவது பேச்சுக் கொடுப்பாள். வானிலை பற்றி அவள் தவறாமல் கேட்பதுண்டு. காற்று அன்றைக்கு எந்தத் திசையில் அடிக்கிறதென்று கேட்பாள். அல்லது அந்த நாள் மேகமூட்டமில்லாமல் வறட்சியாக இருக்கும் என்று நான் நினைக்கிறேனா என்று கேட்பாள். ஆனால் இந்த மாதிரி விஷயங்களில் அவளுக்குப் பதில் சொல்வது பெரும் பாடாக இருக்கும்.

ஒருமுறை "மழை கொட்டிக் கொண்டிருக்கிறது" என்று அவளிடம் கூறினேன்.

"என்ன முட்டாள்தனமாக உளறுகிறாய்?" என்றாள் அவள். "எனக்குத் தெரிந்து காலையில் கூட வறட்சியாகத்தானே இருந்தது?"

"அதோ, ஜன்னல் வழியாக வெளியே பாருங்கள்" என்றேன் நான்.

"தெரிகிறது" என்றாள் அவள். "இப்பொழுது மழை பெய்துகொண் டிருக்கிறது. ஆனால், ஒரு வாரத்துக்காவது கல் உலராமல் ஈரமாகவே இருந்தால்தான் மழை கொட்டிக் கொண்டிருக்கிறது என்று சொல்வார்கள்."

பிறகு ஒருநாள் இரவு இதே கேள்வியை அவள் என்னிடம் கேட்டாள். இந்த முறை அவளுக்கு சரியான பதிலைச் சொல்லி விட வேண்டும் என்று கவனமாக "இன்று காலையிலிருந்து மழை பெய்துகொண்டிருக்கிறது" என்றேன்.

"நீ பேசும் விதமே கொடூரமாக இருக்கிறது!" என்றாள் அந்தப் பெண். "முன்பனி இலையுதிர்காலத்துக்காக ஆடுகளை எல்லாம் திரட்டிக் கூட்டி வந்து விட்டார்கள். வைக்கோல் உலர வைக்கப்படும் நேரத்தில் மழை பெய்தால் ஒழிய மழை பெய்துகொண்டிருக்கிறது என்று சொல்லக் கூடாது." இதற்கெல்லாம் பின்னணியில் ஏதோ ஒரு காரணம் இருக்கக்கூடும் என்று நான் சந்தேகப்பட்டேன். அது சரியாகி விட்டது. "உனக்கு எழுதப் படிக்கத் தெரியுமா சொல்" என்று இந்த மொழியியல் நிபுணி ஒருநாள் என்னைக் கேட்டாள்.

எனக்குத் தெரியாது என்று சொல்ல முடியவில்லை. அதே நேரத்தில் அதைப் பற்றிப் பெரிதாகச் சொல்லிக் கொள்ளவும் முடியவில்லை.

உலர்ந்த பன்னா மீனின் தலையை அகற்றக் கற்றுக் கொண்டிருப்பதைக் காட்டிலும் எழுதப் படிக்கத் தெரிந்திருப்பதைப் பெரிய கல்வி என்று ஐஸ்லாந்தில் யாரும் நினைத்ததில்லை. அடித்தட்டிலும் அடித்தட்டாய் இருக்கும் மக்கள் கூட அப்படி நினைத்ததில்லை. ஏறத்தாழ நாற்பது தொகுதிகளில் அடங்கும் ஐஸ்லாந்து சாகசங்கள் நூலை வீட்டிலிருந்து கொண்டே முழுவதுமாகப் படித்து முடிக்கும் வரை என்னுடைய

காலத்துப் பிள்ளைகளைப் பொதுவாகப் பள்ளிக்கு அனுப்பியது கிடையாது. ஐஸ்லாந்து சாகசங்களின் பகுதிகளை விருந்தினர்கள் உரக்க வாசிப்பதை அடிக்கொரு தரம் நான் கேட்டுப் பழகியிருந்தேன். ஆனாலும், யாராவது வீட்டில் விட்டுப் போய் விடும் ஒருசில தொகுதிகளைத் தவிர மற்றவற்றை நான் வாசித்துப் பார்த்தது கிடையாது. இதன் காரணமாக என்னுடைய எழுதப் படிக்கும் திறனைப் பற்றி மிகவும் குறைவாகவே காட்டிக் கொள்ள முயன்றேன். இருந்த போதிலும் அவளுக்காக இரண்டு ஔரருக்கு எழுது பொருள்களும், அரை எய்ரிருக்கு ஒரு பேனாவையும் நான் நகருக்குச் சென்று வாங்கி வர வேண்டும் என்று அந்தப் பெண் உடனடியாக முடிவெடுத்து விட்டாள். இவற்றை வாங்கிக்கொண்டு வீடு திரும்பிய கையோடு, அவள் சொல்லச் சொல்ல என்னை ஒரு கடிதம் எழுத பணித்தாள். எழுத்திலக்கண முறையில் எனக்கொன்றும் பெரிய பரிச்சயமெல்லாம்கிடையாது. இதனை நான் தெளிவுபடுத்தி விட வேண்டும். என்னுடைய எழுத்துக் கூட்டும் முறை 1100ஆம் ஆண்டுக்கால ஐஸ்லாந்துப் பண்டிதர்களை விடப் பெரிதாய் ஒன்றும் மாறியிருக்கவில்லை. உண்மையில் இந்தப் பெண்ணின் கடிதம்தான் எழுத்திலக்கணத்தில் நான் மேற்கொண்ட முதல் முயற்சி. இதை வைத்துப் பார்த்தால் ஐஸ்லாந்து நாட்டிலேயே எழுத்திலக்கணத்தைக் கண்டுபிடித்தவர்களுள் நானும் ஒருவனாக இருக்கிறேன். இந்த எழுத்து வடிவங்களை இங்கே அப்படியே நீங்கள் பார்க்க நான் தரப் போவதில்லை. ஆனால், அந்தப் பெண் சொல்லச் சொல்ல நான் எழுதியவற்றின் சாரம் கிட்டத்தட்ட இது போன்ற ஒன்று:

“நானிக்கும் குன்னாவுக்கும் – அவர்கள் குழந்தைகள்தானே, உனக்குத் தெரியுமே – நம்முடைய லைக்லா இலையுதிர்காலத்தில் கன்று ஈனப் போகிறது. நாம் ஒரு பசுவுக்காக மிகவும் ஏங்கியிருக்கிறோம் – உங்களுக்கே தெரியும். அது கன்று ஈன்றவுடன் அதனிடம் நீங்கள் அன்பு பாராட்ட வேண்டும் என்று உங்களை நான் கேட்டுக்கொள்கிறேன். நீண்ட நாட்களாகவே அது கன்று ஈன ஆயத்தமாகிக் கொண்டிருந்தது என்று எனக்குத் தெரியும். இந்தப் பருவத்தில் வைக்கோல் அறுவடை நன்றாக இருந்திருக்கும் என்று நம்புகிறேன். நம்முடைய வைக்கோல் இருப்பைப் பகிர்ந்துகொள்ள இன்னொரு தலையையும் கூட்டிக் கொள்ள வேண்டும். இதற்கான தைரியம் உங்களுக்கு வேண்டும். பசுங்கன்றாக இருந்தால் அதற்கு ரோஸ் என்று பெயர் வையுங்கள். ஆனால் பசுங்கன்றைப் பேணி வளர்ப்பதொன்றும் சாதாரண வேலையில்லை அருமை குன்னா. நம்முடைய லைக்லா கன்று ஈனும் பொழுது ...”

இந்த ஆவணத்தைத் தயார் செய்யும் வேலை நீண்டகாலம் பிடிக்கும் என்று தோன்றியது. எவ்வளவுக்கெவ்வளவு விரைவாக எழுதுகின்றேனோ அவ்வளவுக்கவளவு வேகமாக அந்தப் பெண் அதை அடித்து விடச் சொல்வாள். அந்த அளவுக்கு, சொற்தேர்வில் அவள் லேசில் திருப்தியடையாதவளாக இருந்தாள். “சரி, சரி. இந்தக் குப்பையைக் கிழித்தெறி” என்று சொல்லி விடுவாள். நாங்கள் இருவரும் இணைந்து நாளின் பெரும் பகுதியும் போராடி உருவாக்கிய ஒருசில வரிகள் இப்படி கழித்துக் கட்டப்பட்டு மறதிக்கு ஆகுதியாகும். தொடர்ந்து நாள் கணக்கில்

இப்படியே நாங்கள் எழுதிக் கிழித்தோம். அந்தக் கன்றுக் குட்டிக்கு என்ன மாதிரியான கழுநீர், அதையும் ஒரு நாளைக்கு எவ்வளவு தர வேண்டும் என்பதையெல்லாம் எங்களால் மிகத் துல்லியமாக மடலில் தெரிவிக்க முடியவில்லை. பொழுது சாயும் நேரம் நாங்கள் இருவருமே ஓய்ந்து போய்கிட்டத்தட்ட ஓர் ஆழ்நிலை மயக்கத்தில் உழன்றிருப்போம். பிறகு அன்றைய நாள் முழுக்க எழுதியிருந்தவற்றைக் கிழித்தெறிவோம். இந்தப் பெண் அனேகமாக ஸ்நோரி ஸ்ட்டர்லூஸனின்[1] வழித்தோன்றலாகவே இருக்க வேண்டும். ஆனால் ஒன்று மட்டும் நிச்சயம். ஐஸ்லாந்து நாட்டின் உரைநடை எழுத்துக்கான கடுமையான விதிகளிலிருந்து அவள் ஒரு போதும், இம்மியும் பிசகியவளில்லை. நான் எதையாவது எழுத நேர்கின்ற போதெல்லாம் இந்தப் பெண் நினைவுக்கு வரத் தவறுவதில்லை. *அ—ஆ—இ* என்பதற்கு மேல் ஒரு அட்சரமும் சொல்ல முடியாதபடிக்கு இலக்கிய அளவுகோல்களை வைத்திருக்கும் எவரும் தன்னை உயர்த்திக் கொள்ள முடியும் என்பதைத் துரதிர்ஷ்டவசமாக இந்தப் பெண் உணரவேயில்லை. இந்தக் கடிதம் எழுதும் அமர்வுகள் அந்தப் பெண்ணுக்கு இளைப்பு ஏற்படுவதில்தான் வந்து முடியும். தோல்வி மனப்பான்மையோடு பேனாவையும், எழுதுபொருட்களையும் எடுத்துக்கொண்டு அந்தக் குறுவறையை விட்டு வெளியேறிக் கதவைச் சாத்துவேன். தளபதி ஹோகென்ஸன் தன் தலையணைக்கு அடியில் வைத்திருக்கும் மருந்துப் புட்டியிலிருந்து ஒரு சிட்டிகை மூக்குப்பொடியை எடுத்துக்கொண்டு "என்னுடைய அங்கியை சுத்தம் செய்து வைத்துக்கொள்ள நேரம் நெருங்கிவிட்டது" என்று கூறுவார்.

அக்டோபர் மாதம் கடந்தது. குறுவறைக்குள் எந்த மாற்றமுமில்லை. என்ன, அந்தப் பெண்தான் மேலும் வெளிறிப் போய் ஜீவனற்றுத் தெரிந்தாள். ஊடுருவிப் பார்த்துவிடலாம் என்கிற அளவுக்கு அவள் கடைசியில் வெளுத்துப் போனாள். தங்களிடம் மீந்திருக்கும் இறுதி வலுவும் வடிந்து போய்விடும் தருணத்தில் நோயாளிகளின் முகத்தில் தென்படும் முகமாற்றம் அவளிடமும் வெளிப்பட்டது. பனி பொழிய ஆரம்பித்த பிறகு, ஒரு நாள், ப்ரெக்குகாட்டின் ப்யோர்னைப் பார்க்க வேண்டுமென்று லான்ப்ராட்டிலிருந்து வந்திருந்த இந்தப் பெண் கூறினாள். அவளுடைய ரவிக்கைப் பைக்குள் வைத்திருந்த பணத்தை அவரிடம் கொடுத்துவிட வேண்டுமென்று அவள் விரும்பினாள். அதைக் கொண்டு அவர் அவளுக்கு ஒரு சவப்பெட்டி செய்யத் தேவையான மரப் பலகைகளை வாங்கவே அந்தப் பணம்.

"மீன் வைக்கும் பெட்டியைத் தவிர வேறு எதையும் இதுவரை நான் செய்ததில்லை" என்றார் அவர். "ஆனால் இதற்காக ஒரு தச்சரைக் கண்டுபிடித்துக் கூட்டி வர முடியும்"

சுருங்கச் சொல்வதென்றால், சுத்தியலும் கையுமாக இருந்த ஓர் ஆள் இந்த வேலைக்கென்று அகப்பட்டான். சரக்ககத்தில் சவப்பெட்டி செய்யும் வேலையும் தொடங்கியது. தாத்தாவும், அவர் கூட்டி வந்த

---

1. ஸ்நோரி ஸ்ட்டர்லூஸன்: (1179 – 1241) ஐஸ்லாந்தின் அரசியல்வாதி, வரலாற்றாசிரியர் மற்றும் கவிஞர்.

கையாளுமாக அந்தப் பெண்ணை முதலில் அளவு எடுத்துக்கொண்டார்கள். ஆணி மற்றும் இன்ன பிற சிறு பொருள்களை எடுத்துக் கொடுப்பது, விளக்குப்புகை படிந்த சிறிய குடுவையைத் தூக்கிப் பிடிப்பது என்று நானும் கூட இந்த சவப்பெட்டி செய்யும் வேலையில் பலவிதங்களில் ஒத்தாசையாக இருந்தேன். சவப்பெட்டியின் மரப்பலகை மீது பூசவே விளக்குப்புகை. அதுதான் துக்கத்தின் சின்னம். சவப்பெட்டி வேலை எப்படிப் போய்க்கொண்டிருக்கிறது என்று அந்தப் பெண் விடாமல் விசாரித்துக் கொண்டிருந்தாள். அந்தப் பெட்டி அவளுக்குப் போதாமல் போய்விடும் என்ற எண்ணம் எப்படியோ அவளைத் தொற்றிக் கொண்டிருந்தது. அவளுக்கு வலி குறைந்த நேரத்தில், ஒருசில வேளைகளில் இதைப் பற்றியே அவள் கவலைப்பட்டுக் கொண்டிருந்தாள். இது வெளிப்படையாகவே தெரிந்தது. ஒருநாள் ஒரு கயிறைக் கொண்டு அவளுடைய நீளத்தை என்னை விட்டு அளக்கச் செய்தாள். பிறகு அதைச் சவப்பெட்டியின் நீளத்தோடு ஒப்பிட்டுப் பார்க்க சரக்ககத்துக்கு என்னை அனுப்பி வைத்தாள். ஆனால் சவப்பெட்டியோஅப்பொழுது தயாராகி விட்டிருந்தது. "சவப்பெட்டியை விட அவள் உயரமாக இருந்தால் பெட்டியின் அளவுக்குக்கணக்காக அவளை வெட்டி விடுவோம் என்று சொல் தம்பி" என்று அந்தக் கைவினைஞன் என்னிடம் சொல்லி அனுப்பினான். "இதை விடவும் வினோதமான செயல்களெல்லாம் சாகசக் கதைகளில் நடந்திருக்கின்றன."

"எங்களுடைய லைக்லா கன்று ஈனும் பொழுது" என்றாள் அந்தப் பெண். "எங்களுடைய லைக்லா கன்று ஈனும் பொழுது,

ஆமாம். எங்களுடைய லைக்லா கன்று ஈனும் பொழுது,

அது எருதாய் இருந்தால், அது ஓர் எருதுக் கன்றாய் இருந்தால்,

நானி அதற்குப் பசுந்தாவரப் படுக்கை தயார் செய்ய வேண்டும்.

ஒவ்வொரு நாளும் பகலும் இரவும், உலர்ந்த பசுநதாவரம்.

அதுவே நாம் எல்லோரும் எதிர்பார்க்கும்படி, பசுங்கன்றாக இருந்து விட்டால்,

அதை ரோஸ் என்றழைக்க வேண்டும்.

ஒவ்வொரு முறை உணவளிக்கும் போதும் அதற்கு ஓராழாக்குப் பால் கொடுக்க வேண்டும்.

இரு, இரு. அதை இரண்டாழாக்காக ஆக்கி விடுவோம்.

அதனிடம் ஈனத்தனமாக இருக்கக் கூடாது.

நாளாகும்போது அது ஆதாயத்தை ஈட்டித் தரும், அன்புக் குழந்தைகளே.

உமி நீக்கப்பட்ட தானியக் குருணையையும் பாலோடு கலந்து கொடுக்கலாம்.

மீன் பானைக் கழுநீரும் கூட அதற்குக் கெடுதல் எதுவும் செய்து விடாது.

பசுங்கன்றின் கழுநீரில் காஃபிக் கசடைக் கூட ஒருசிலர் கலப்பதுண்டு.

அது ஊட்டம் மிகுந்தது என்று சொல்வார்கள்.

ஆனால் ஊட்டத்தைக் காட்டிலும் கன்று அசைபோட்டுப் பழகவே அது அதிகம் பயன்படும்.

அந்தப் பசுங்கன்றை ரோஸ் என்றழைக்க வேண்டும். இதை நான் முன்பே எழுதி விட்டேன். இல்லையா?

சே, எவ்வளவு அலங்கோலமாக இருக்கிறது இது.

மருந்துக்குக் கூட எங்காவது ஒழுங்கா இருக்கான்னு பாரு!

இதெல்லாத்தையும் கிழிச்சிப் போட்டுட்டு திரும்பவும் எழுதலாம்.

எங்களுடைய லைக்லா கன்று ஈனும் பொழுது

எங்களுடைய லைக்லா கன்று ஈனும் பொழுது

எங்களுடைய லைக்லா கன்று ஈனும் பொழுது

ஆமாம்."

இந்தத் தருணத்தில் எதிர்பாராத விதமாக அந்தப் பெண்ணுக்கு நினைவு தப்பியது. காலணி தைப்பவரின் முக்காலி ஒன்றில் நான் அமர்ந்திருந்தேன். என் மடி மீது பாதி வரையப்பட்ட மடல் இருந்தது. அந்த நேரம் பார்த்து ருனால்ஃபர் ஜான்ஸன் வீடு வந்து சேர்ந்தார். வந்தவுடனேயே அதிசயங்களைப் பற்றியும் ஆச்சர்யமான விஷயங்களைப் பற்றியும் பேசத் தொடங்கினார்.

"இவ்வளவு உரக்கப் பேசாதீர் ருனால்ஃபர்" என்றார் தளபதி ஹோகென்ஸன். "அவளுடைய முடிவு நெருங்கிக் கொண்டிருக்கிறது."

குறுவறைக்குள் நிலைமை எப்படியிருக்கிறதென்று ருனால்ஃபர் எட்டிப் பார்த்தார்.

"ஆக, அவ்வளவுதானா? சரி, சரி" என்றார் ருனால்ஃபர். "எனக்கென்னவோ ப்ரெக்குகாட்டின் ப்யோர்னுக்கு நாம் சொல்லி அனுப்பி விட வேண்டியதுதான் என்று தோன்றுகிறது."

"யாருக்கும் சொல்லி அனுப்புவதில் ஒரு பிரயோஜனமும் இல்லை என்று எனக்குப் படுகிறது" என்றார் தளபதி ஹோகென்ஸன். எல்லாமே முடிந்துவிட்டது. இது கூடத் தெரியவில்லையா ஐயா?"

"அப்படியென்றால் ப்ரெக்குகாட்டின் ப்யோர்னுக்கும் மேலாக இருக்கும் ஒருவனுக்குத்தான் நாம் சொல்லி அனுப்ப வேண்டியிருக்கும்" என்று இறைவனைக் குறிப்பிட்டார் ருனால்ஃபர் ஜான்ஸன்.

உறைபனியும் வெண்பனிப் பொழிவும் தொடங்கி விட்டிருந்தது. மறுநாள் அந்தப் பெண் வெளியே எடுத்துச் செல்லப்பட்டாள். காவலர் முதியவர் ஜோனாஸ் வந்து சேர்ந்தார். கிழக்குப் பகுதியில் இருக்கும் கோல்விடார்ஹோல் எனும் ஊரைச் சேர்ந்த தொழிலாளி ஒருவனையும்

அவர் உடன் அழைத்து வந்திருந்தார். பயணத்தின் முதல்கட்டம் வரை சடலத்தைக் கொண்டு செல்ல அவன் ஒத்துக்கொண்டிருந்தான். மலைகளைத் தாண்டி மேலும் கிழக்கே போகும் நம்பகமான ஆள் அகப்படும் வரையில் சடலத்தைக் கோல்விடார்ஹோலிலேயே வைத்திருப்பது என திட்டம். அந்தக் காலத்தில் ரெய்க்ஜாவிக்கிலிருந்து லான்ப்ராட் வரை குதிரை மீது சவாரி செய்தால் ஏழு நாள் பயணம் என்று ஒரு கணக்கிருந்தது. ஆனால், புயல் வீசும் வானிலைப் பருவத்தில், லான்ப்ராட் செல்லும் வழியில் எதிர்கொள்ள நேரும், முட் புதர்களும், பாறைப் பிரதேசங்களும் மணற்பொட்டல்களும் மிகுந்த, மலைகள் சூழ்ந்து அகன்று விரிந்து கிடக்கும் மாவட்டங்களின் ஊடாக, நெடுந்தொலைவு பயணம் செய்யக் கூதிர்காலம் முழுமையும் தேவைப்படும் என்றே மக்கள் நம்பினார்கள். போதாதற்குப் பயணத்தின் நடுவே குறுக்கிடும் பயங்கரமான, பெருக்கெடுத்தோடும் ஆறுகளையும் கடக்க வேண்டியிருக்கும். இதையும் மறந்துவிடக் கூடாது.

சடலத்தைச் சவப்பெட்டிக்குள் கிடத்துவதையும் வீட்டில் நடத்தும் நீத்தார் வழிபாட்டையும், நல்லாயரோ பிற மதச் சடங்குகளோ எதுவுமின்றி ஒரே சடங்காக இணைத்து விட்டார்கள். இந்த நிகழ்வு நடந்த நேரத்தில் சவ நல்லடக்க முறைகள் எனக்கு அத்துபடியாகியிருந்த படியால் சவப்பெட்டிக்குள் சடலத்தைக் கிடத்துவதற்கு முன்பாகப் பாட வேண்டிய இறைப்பாடலை மட்டும் என்னைப் பாடச் சொன்னார்கள்.

பாட்டி பிணத்தை அலங்கரித்து முடித்தவுடன் நான் பாடத் தொடங்க வேண்டுமென்று சொல்லியிருந்தார்கள். மாடிப் படிக்கட்டின் திட்டிக் கதவின் ஒரு பக்கத்தில் நான் கிளையிலிருக்கும் பறவையைப் போல் நின்றபடி பாடிக்கொண்டிருந்தேன். சவப்பெட்டியைச் சிரமப்பட்டுப் படிக்கட்டில் கீழிறக்கிக் கொண்டிருந்தார்கள். கண்களில் கடல்கரிப்போடு ருனால்ஃபர் ஜான்ஸன் தன்னுடைய படுக்கை மீது சிறுவனைப் போல் வாயில் விரலைப் போட்டுக் கொண்டு உட்கார்ந்திருந்தார். தளபதி ஹோரெென்ஸன் சீக்கிரமே விழித்தெழுந்து, கடறபடையினரின் சீருடையை அணிந்துகொண்டு அந்தச் சடங்குக்கு அசாதாரணமான மதிப்பையும் கண்ணியத்தையும் தந்து கொண்டிருந்தார். அவருடைய மேலங்கி மிகக் கவனமாகத் தூசு தட்டப்பட்டு சுத்தம் செய்யப்பட்டிருந்தது. அவருடைய முலாம் பூசிய அங்கிப் பொத்தான்களும் தொப்பியின் முனையும் கூடத்தான் என்பதைச் சொல்லத் தேவையில்லை. தன்னுடைய படுக்கைத் தலைமாட்டில் ஒரு கப்பற்படைத் தளபதியைப் போலவே அவர் நின்றுகொண்டிருந்தார். விறைப்பாக நின்ற அவருடைய நெற்றிப் பொட்டின் மீது நீல நரம்புகள் சுருண்டு புடைத்திருந்தன. சாயலில் அப்படியே மேன்மை தங்கிய அரசர் ஒன்பதாம் கிரிஸ்டினை ஒத்திருந்த இந்த டென்மார்க் தேசத்தின் அயல்நாட்டதிகாரி, சவப்பெட்டி தன்னைக் கடந்து போகும்போது, தனது கரணை கரணையாய் முடிச்சு விழுந்த பாட்டாளிக்கையைத் தொப்பி முனையருகே உயர்த்தி வைத்து நான் இறைப்பாடலைப் பாடி முடித்து ஆமென் கூறும் வரையிலும் கண்ணிமைக்காமல் தோரணையோடு விறைப்பாக நின்றுகொண்டிருந்தார்.

19

# முடிவிலியின் காலையும் அதன் முடிவும்

கூதிர்காலத்தின் பிற்பகுதியில் ஒவ்வொரு நாளும் காலை ஆறு மணிக்கெல்லாம், ஸ்கெர்யாஃபோர்தூரிலிருக்கும் கல்கடிச்சான்மீன் வலைகளைச் செப்பனிடும் வேலையில் ஒத்தாசை செய்ய தாத்தா என்னை எழுப்பி விட்டு விடுவார். இந்தக் காலை வேளைகள் என் நினைவில் இன்னும் பசுமையாக இருக்கின்றன.

அப்படி என்ன நடந்தது? சூரியன் உதிக்கத் தயாராய் இருந்ததைத் தவிர உண்மையில் வேறு ஒன்றும் நடக்கவில்லை. தூங்கி எழுந்தவுடன் கண்கள் பளிச்சென்று தெரிவதாலோ, அல்லது இரவு முழுக்கக் கன்னி மேரி அவற்றை மும்முரமாக மெருகேற்றி வைத்திருந்ததாலோ, நட்சத்திரங்கள் காலையில் பளிச்சிடும் அளவுக்குப் பிரகாசத்துடன் வேறெப்பொழுதும் பளிச்சிடுவதில்லை. சிலநேரங்களில் நிலவும் கூடத் தெரிவதுண்டு. அல்ஃப்ட்டேன்ஸ் எனும் குக்கிராமத்தில் இருக்கும் ஒரு குடிலில் சிறு விளக்கொன்று ஏற்றப்பட்டிருந்தது. யாராவது மீன் பிடிக்கச் செல்லுவார்களாயிருக்கும். அடிக்கடி உறைபனியும், உறைந்துவிட்ட மென்பனியும் சூழ்ந்திருக்கும். இரவு நேரத்தில் பனிப்பாளங்கள் கிரீச்சிட்டபடி இருக்கும். எங்கோ முடிவற்ற தொலைவில் இளவேனிற்காலம் தொடங்கி இருக்க வேண்டும். குறைந்த பட்சம் கடவுளின் சிந்தனையிலாவது. அன்னையின் கருப்பையில் இன்னமும் சூல்கொண்டிருக்காத சிசுக்களைப் போல்.

தாத்தாவிடம் பெரிய படகொன்றும் சிறிய படகொன்றும் இருந்தன. கல்கடிச்சான்மீன் பிடிக்கச் செல்லும் பொழுது தாத்தா சிறிய படகைப் பயன்படுத்துவார். பாய்மரக் கருவிகளைப் போட்டு வைத்திருக்கும் கொட்டகைக்கு முன்புறத்தில், அலை உயர்ந்து அடிக்கும் இடத்தைக் குறிக்கும் சின்னத்துக்கு அருகில், அப்படகு கரை ஒதுக்கப்பட்டிருக்கும்.

அப்படகைக் கடலுக்குள் இறக்குவது மிகவும் எளிது. அதற்கு உண்டான உருளைகளைச் சரியாகப் பொருத்தி விட்டால் அது தானாகவே கடலுக்குள் உருண்டோடி விடும். பிறகு நாங்கள் பாறைகளின் ஊடாகவும், சிறு பாறைத் தீவுகளைச் சுற்றிக் கொண்டும் படகை வலிப்போம். ஒருசில சமயங்களில் கடல் நாரைகள் நிலவொளியில் எங்களைத் தொடர்ந்து வரும். கல்கடிச்சான்மீன்களைப் பிடிக்கப் பொதுவாக வலைகளை விரிப்பதில்லை. அந்த மீன்கள் கூட்டமாக இருக்கும் இடத்துக்குப் பக்கவாட்டில் சென்று ஈட்டியால் குத்தி இழுப்போம். இல்லாவிட்டால் அரைக்கையுறையை அணிந்து கைகளாலேயே அவற்றை லாவுவதும் உண்டு. ஈட்டியால் தாத்தா மீனைக் குத்தியிழுக்கும் பொழுது ஒரு துடுப்பைத் தண்ணீரில் போட்டு நான் படகு ஆடாதபடிக்கு நிலையாக நிற்கும்படிப் பார்த்துக்கொள்வேன்.

தாத்தா எப்பொழுதுமே நல்ல நகைச்சுவைத் திறனுடன் ஓரளவுக்கு மலர்ச்சியாகக் காணப்படுவார். ஆனால் கேலியும் கிண்டலும் அவரிடம் அண்டாது. வெகுளித்தனமான குறும்பு அவரிடம் கொப்பளிக்கும். படகு வலிக்கும்போது என்னை விஞ்சிவிடுவதில் அவருக்கு அலாதியான ஆனந்தம் இருக்கும். அதேபோல் மூக்குப்பொடி போடும் பொழுது பொடி காற்றில் பறந்து வந்து என் கண்களில் விழுந்தாலும் அவர் சிரிப்பார். கண்கள் கலங்குவதை வெளிப்படுத்துவது ஆண்மைக்கு அழகல்ல என்பதால். வானிலையைப் பற்றி என்றாலும், மீனைப் பற்றி என்றாலும் அவர் பொதுவாகவே ஆடம்பரமான சொற்றொடர்களில் தான் பேசுவார். இதனால் அவர் மனதில் ஓடும் எண்ணங்களை என்னால் படிக்கவே முடிந்ததில்லை. ஆனால் இந்த மனிதர் கூட இருக்கும் பொழுது அசம்பாவிதமாக எதுவும் நடந்து விடாது என்று உள்மனம் ஏனோ நம்பிக்கொண்டிருக்கும். இந்த மனிதரின் அரவணைப்பும் ஆதரவும் எனக்குக் கிட்டும்படிச் செய்த இறைவன் எவ்வளவு கருணை மிகுந்தவன் என்று நான் அடிக்கடி நினைத்துப் பார்த்துக்கொள்வதுண்டு. இதனால் ஒவ்வொரு கூதிர்பருவ முடிவிலும் கல்கடிச்சான்மீன் பிடித்துக்கொண்டு அவர் வாழும் காலம் வரை அவருடனேயே வாழ்ந்து விட முடிவு செய்திருந்தேன். அவருக்கு இப்பொழுது ஆகும் வயதை நான் எட்டுவதற்கு முன்பாகக் கடவுள் அவரை என்னிடமிருந்து கூட்டிச் சென்று விட மாட்டார் என்று திடமாக நம்பினேன். அவருடைய வயதை நான் எட்டிப்பிடிக்கும் நிலையில், கூதிர்கால முடிவில், நட்சத்திரங்கள் பிரகாசிக்கும் விடியலில் வலை வீசி மீன் பிடிக்கவும் என்னோடு துடுப்புப் போடவும் நானும் எனக்கென்று ஒரு சின்னப் பையனைக் கண்டு பிடித்திருப்பேன். பொன்னாலான மார்பைக் கொண்டிருப்பது போல் கடல் நாரைகள் நிலவொளியில் தகதகத்தன. படகின் முனைவிளிம்பின் மீதிருந்து கீழே பார்த்தால் கடற்பாசிகளின் ஊடாக கல்கடிச்சான்மீன்கள் உணவைக் கொறித்துக்கொண்டே நழுவிச் செல்வதைக் காண முடியும். அவ்வப்பொழுது மல்லாக்கப் பிறழ்ந்து இளஞ்சிவப்பு தொந்தியை அவை மேல்நோக்கித் திருப்புவதும் உண்டு.

சமயங்களில் கை வண்டி, தள்ளு வண்டி ஆகிய இரண்டையும் இந்தப் பருத்த மீன்களால் நிரப்பி விடுவோம். விண்மீன்கள் மங்கி ஒளியிழக்கும் நேரத்தில் பிடிபட்ட மீன்களை வண்டிகளில் ஏற்றி ஸான்ட்ஸ் கடற்கரை

வழியாக வீடு நோக்கிக் கொண்டு செல்வோம். பாட்டி எங்களுக்குக் காஃபி கொடுப்பாள். பிறகு நகரத்தில் மக்கள் துயில் நீங்கும் நேரத்தில் நாங்கள் பிடித்த மீன்களை விற்று வரக் கிளம்புவோம். சதுக்கத்தில் ஒருபக்கமாகத் தாத்தா கை வண்டியை நிறுத்திக்கொள்வார். சிலர் பணத்தோடு வந்து கல்கடிச்சான்மீன்களை வாங்கிப் போவார்கள். வேறு சிலர் அவருக்கு முகமன் கூறி வானிலை பற்றி அளவளாவிச் செல்வார்கள். கம்பியில் கோர்க்கப்பட்ட கல்கடிச்சான்மீன்களைத் தூக்கிக்கொண்டு, அன்றாடம் மீன் வாங்கும் வாடிக்கையாளர்களின் வீடு தேடி, நான் அடிக்கடி செல்ல வேண்டி வரும். வீட்டுப் பணிப்பெண்தான் பணத்தைக் கொடுத்துவிட்டு மீன் வாங்கிச் செல்வது எல்லா வீடுகளிலும் வழக்கம். ஆனால் சிலநேரங்களில் வீட்டின் சீமாட்டியே கூட வாங்க வருவதுண்டு. அல்லது, இன்னதென்று விளங்கிக் கொள்ள முடியாத காரணங்களால் சீமாட்டியரின் மகள்களும் கூட வருவதுண்டு. எதிர்பாராமல் ஒரு வீட்டின் கொல்லைப்புறக் கதவைத் திறந்து என்னிடமிருந்து ஒரு கொத்து கல்கடிச்சான்மீனை வாங்கிச் செல்ல வந்த சிறிய மெலிந்த பெண் "கர்தர் ஹோமுக்குச் சொந்தக்காரன்தானே நீ?" என்று என்னைக் கேட்டாள்.

"இல்லை" என்றேன் நான்.

"ஆமாம். நீ அவருடைய சொந்தக்காரன்தான்" என்றாள் அவள். "உனக்குத்தானே அவர் தங்கக்காசைக் கொடுத்தார்? உன்னைப் பார்த்ததும் என்னால் நம்பக்கூட முடியவில்லை. நீ கல்கடிச்சான்மீன் விற்பவனா! நம்பவே முடியவில்லை. அது கேவலமான மீன் என்று உனக்குத் தெரியாதா?"

நான் பதில் பேசவில்லை.

"வளர்ந்து ஆளானதற்கு அப்புறம் நல்ல நிலைக்கு வர உனக்கு ஆசையில்லையா?" என்று அவள் கேட்டாள்.

"உனக்குத் தேவையில்லாத விஷயம். என்றாலும் சொல்கிறேன். நான் ஒரு செம்படவனாகப் போகிறேன்" என்று பதிலளித்தேன்.

"கல்கடிச்சான்மீன் பிடிப்பவனாகவா?" என்று அவள் கேட்டாள். "உனக்கு வெட்கமாயில்லை? எப்பேர்ப்பட்ட மனிதருக்கு சொந்தக்காரன் நீ! அந்தத் கல்கடிச்சான்மீனை அப்படி வாசற்படிக்குப் பக்கத்தில் வைத்துவிட்டுப் போ. அதை நான் தொடக்கூட மாட்டேன். ஐயே, அதைப் பார்த்தால் கடல்தேள் மாதிரியே இருக்கிறது. உலகப் புகழ்பெற்ற ஒருவருக்கு நீ சொந்தகாரன்!"

"அந்த மீனுக்கான பணத்தை நான் வாங்கிக்கொண்டு போக வேண்டும்" என்றேன்.

"என்னிடம் பணம் எதுவும் இல்லை. வேலைக்காரி போய்விட்டாள்" என்றாள் அந்தப் பெண்.

"அதெல்லாம் எனக்குத் தெரியாது. எனக்கு எப்படியோ பணம் வந்தாக வேண்டும்" என்றேன் நான்.

“போன வருடம் வாங்கினாயே அந்தத் தங்கக்காசு, அதையே இதற்கு வைத்துக்கொள், காட்டுப் பன்றியே” என்று பழிப்புக் காட்டினாள் அவள். பிறகு வீட்டுக்குள் சென்று கதவை அறைந்து சாத்தினாள். ஆனால், உடனடியாகக் கதவைத் திறந்து “அந்தக் காசு கள்ள நாணயமாகத்தான் இருக்கும்” என்று கத்தினாள். பிறகு நல்ல வேளையாக மீண்டும் கதவை அறைந்து சாத்தினாள். மீன் வாசற்படியிலேயே கிடந்தது. அவற்றை மீண்டும் எடுத்துச் சென்று தாத்தாவின் தள்ளுவண்டியிலேயே போட்டு விட்டு, அவற்றை வாங்க அவர்கள் வீட்டில் பணம் தரவில்லை என்று சொன்னேன். உண்மையில் அப்படிப்பட்ட நல்ல மீனை உதாசீனப்படுத்தியது எனக்கு எரிச்சலூட்டியது.

கல்கடிச்சான்மீன்களை விற்றுக்கொண்டிருந்த இந்தக் காலை வேளைகள் – சொல்லப் போனால் அவை எல்லாமும் ஒன்றே போலத் தோன்றும் ஒரே மாதிரியான காலைவேளைகள் – திடீரென்று முடிவுக்கு வந்தன.

அவற்றின் விண்மீன்கள் ஒளியிழந்தன.

ஒரு இனிய காவியக் கனவு முடிவுக்கு வந்தது.

வலித்துக்கொண்டிருந்த துடுப்புகளை உகைமிண்டின் மீது சார்த்தி வைக்கும் படி தாத்தா சைகை செய்தார். படகின் மூக்கு ஒரு பாறை அடுக்கின் மீது உராய்ந்து படகு ஒருநிலைக்கு வந்தது. சூரியன் உதித்துக் கொண்டிருக்க, அலைகளற்ற அமைதியான கடலில், படகின் முன்புறத்தில் கடல்பாசி குலைகுலையாய் சுழித்துக்கொண்டிருந்தது. வசந்த காலம் கிட்டத்தட்ட நெருங்கியிருந்தது. மூக்குப்பொடிப் பேழையிலிருந்து கவனமாக ஒரு சிட்டிகையை எடுத்து மூக்கில் உறிஞ்சிக் கொண்ட தாத்தா “உன் பாட்டி என்னிடம் சொல்லிக்கொண்டிருந்தாள்” என்று பேச்சைத் தொடங்கினார். பதில் பேசாமல் நான் காத்திருந்தேன.

“உனக்கே தெரியும் பையா” என்று அவர் ஆரம்பித்தார். “நாங்கள் உன்னுடைய தாத்தாவோ பாட்டியோ இல்லை. நாங்கள் யாருக்குமே தாத்தாவோ பாட்டியோ இல்லை. நாங்கள் திருமணம் கூடச் செய்து கொள்ளவில்லை. நாங்கள் இரு வயதான ஜீவன்கள். ஆனால் உன் பாட்டியின் சகோதரியை ரொம்ப காலம் முன்பிருந்தே எனக்குத் தெரியும்.”

“பாட்டிக்கு ஒரு சகோதரி இருந்ததே எனக்குத் தெரியாதே” என்றேன் நான்.

“உன் பாட்டியின் சகோதரி ஐம்பது வருஷங்களுக்கு முன்னாடியே காலமாகி விட்டாள்” என்றார் தாத்தா. “ஆனால் உன் பாட்டி என்னோடு இருப்பதற்கு அவளுடைய சகோதரியும் ஒருவகையில் காரணம் என்று சொல்லலாம். உன் பாட்டியின் காலமாகி விட்ட சகோதரி மீது நான் மையல் கொண்டிருந்தேன்.”

“சகோதரி காலமானவுடன் பாட்டி உங்களிடம் வந்துவிட்டாளா?” என்று நான் கேட்டேன்.

“உன் பாட்டியின் சகோதரி என்னோடு எப்பொழுதுமே இருந்ததில்லை” என்றார் தாத்தா. “உன் பாட்டி திருமணமாகி கிழக்குப் பகுதியில் வசித்துக் கொண்டிருந்தாள்.”

கிழக்கிலிருந்து மலைகளையெல்லாம் தாண்டி நெடுந்தொலைவு பயணம் செய்ததாகப் பாட்டி ஒருமுறை என்னிடம் சொல்லிக் கொண்டிருந்தது திடீரென்று நினைவுக்கு வந்தது.

“நிஜந்தான்” என்றார் தாத்தா. “தூ, தூ. ஒரு வசந்தகால மீன்பிடிப் பருவத்தில் அவள் தன்னுடைய கணவனை இழந்தாள். ஒரு ஈஸ்டர் தினத்தன்று அவன் தொர்லாக்ஷோஃபன் எனும் இடத்தில் மூழ்கி இறந்து போனான். பிறகு தனக்கென்று யாருமே இல்லாமல் ஆகி விட்டாள் பாட்டி.”

“அப்படியா?” என்றேன் நான். “யாருமேவா இல்லை? எப்படி அவளுக்கு ஒருத்தர் கூட இல்லாமல் போய் விட்டார்கள்? எல்லோரும் என்னதான் ஆனார்கள்?”

“அங்கே எதுவுமே மிஞ்சவில்லை” என்றார் தாத்தா. “அவளுக்கு மூன்று மகன்கள் இருந்தார்கள். ஆனால் அவர்கள் எல்லோரையுமே அவள் ஏற்கெனவே பறி கொடுத்திருந்தாள். அவளுடைய கடைசி மகன் அவனுடைய அப்பா கடலில் மூழ்கிய அன்று பாடையில் கிடத்தப்பட்டிருந்தான். அவர்கள் எல்லோருக்கும் அவள் ஒரே பேரையே வைத்திருந்தாள். அவள் எப்பொழுதுமே கொஞ்சம் பிடிவாதக்காரி. அவர்கள் எல்லோருக்குமே அவள் க்ரைமுர் என்றுதான் பெயர் வைத்திருந்தாள். அந்தக் காலத்தில் ஐஸ்லாந்தில் நிறையக் குழந்தைகள் செத்துப் போனார்கள். வேறு எதுவும் இல்லாவிட்டாலும் கூட தொண்டை அழற்சி நோய் கண்டு அவர்கள் இறந்துவிடுவார்கள். ஆனால் அவளுடைய கடைசி மகனும் போய், அவளுடைய கணவனும் அதே ஈஸ்டர் நாளில் போன பிறகு தான் வீட்டை விட்டு வெளியேறித்தான் ஆக வேண்டும் என்று அவள் புரிந்துகொண்டாள். அவளுடைய கணவனும் போய்விட்ட பிறகு உண்மையில் அவளுக்கு அங்கே ஒரு வேலையும் இருக்கவில்லை. அதனால் அவளுக்குச் சரி என்று தோன்றினால், இங்கே ரெய்க்ஜாவிக்குக்கு வந்துவிடலாமே என்று கூப்பிட்டேன். ஏனென்றால், அவளுடைய சகோதரியை எனக்குக் கொஞ்சம் தெரியும். அதனால் அவள் அங்கிருந்து இங்கே வந்துவிட்டாள்.”

“சாகா அருவியைத் தவிர வேறெந்த ஆபத்தான விஷயமும் பாட்டிக்குத் தெரிந்திருக்குமென்றே எனக்குத் தோன்றவில்லையே” என்றேன் நான்.

“ரொம்ப காலத்துக்கு முன்பு, உன்னுடைய அம்மா உனக்கு அல்ஃபர் என்று பெயர் வைக்க விரும்பிய பொழுது பாட்டிதான் உனக்கும் க்ரைமுர் என்றே பெயர் வைக்க வேண்டும் என்று அடமாயிருந்தாள். அவ்வளவு பிடிவாதக்காரி அவள். குதிரை கிரானியை வீட்டுக்குக் கூட்டி வருவதற்காக நீ போகும் போதெல்லாம் சோகா ஆற்றில் விழுந்து மூழ்கி விடக்கூடாது என்று அவள் உன்னைத் திரும்பத் திரும்ப எச்சரித்துக்கொண்டே இருப்பது இதனால்தான்.”

"இனிமேல் நான் கொஞ்சம் ஜாக்கிரதையாகவே இருக்கிறேன் தாத்தா" என்றேன் நான்.

அவர் மீண்டும் பேசத் தொடங்கினார்.

"என்னவோ சொல்லிக்கொண்டிருந்தேனே. ம்ம்ம். உன் பாட்டி என்னிடம் பேசிக்கொண்டிருந்தாள். ஆசிரியர் ஹெல்கீஸன் சொல்கிற மாதிரி நீ படிக்க வேண்டும் என்று அவள் ஆசைப்படுகிறாள். உனக்கு நல்ல கல்வி கிடைக்க வேண்டும் என்று நாங்கள் விரும்புகிறோம்."

"ஏன்?" என்றேன் நான்.

"உன் பாட்டியின் மூதாதைகள் எல்லோருமே நன்றாகப் படித்தவர்கள்" என்றார் தாத்தா.

"அப்படி என்றால் நான் என்னவாக ஆவது?" என்றேன் நான். "மீண்டும் உங்களோடு நான் மீன் பிடிக்க வர முடியாதா?"

"நாங்கள் உன்னைப் பள்ளிக்கூடத்துக்கு அனுப்ப வேண்டும் என்று நினைத்திருக்கிறோம் பையா. லத்தீன் மொழி என்று சொல்கிறார்களே, அந்த மொழியை நீ கற்றுக்கொள்ள வேண்டும் என்று ஆசைப்படுகிறோம். உன்னை அவர்கள் பள்ளியில் சேர்த்துக்கொண்டால் நீ இலையுதிர் காலத்திலிருந்தே படிப்பைத் தொடங்க வேண்டியதுதான். நல்லாயர் ஜோஹனை நான் பார்க்கப் போயிருந்தேன். கோபென்ஹேகனிலிருந்து வந்திருக்கும் ஒரு பல்கலைக்கழக மாணவரை வைத்து உன்னைத் தயார் செய்ய இருக்கிறோம். நாளையிலிருந்து நீ ஆரம்பிக்க வேண்டும் என்று பேசிக்கொண்டார்கள்."

"அப்படியென்றால் நாளைக்குக் காலையில் என்னை நீங்கள் மீன் பிடிக்க எழுப்பி விடப் போவதில்லையா?" என்று நான் கேட்டேன்.

"நீ நன்றாக வர வேண்டும் என்று உன் பாட்டி ஆசைப்படுகிறாள் பையா. எனக்குப் பெரிதாக ஒன்றும் தெரியாவிட்டாலும் கூட, நானும் அப்படித்தான் ஆசைப் படுகிறேன்." இத்தோடு பேச்சை முடித்துக்கொண்டு அவர் துடுப்பைப் போட ஆரம்பித்தார். அந்தப் பாறையை விட்டு விலகி கரையை நோக்கி நாங்கள் வலிக்கத் தொடங்கினோம். கவிஞர் ஸ்டெஃபான் ஜி. ஸ்டீஃபென்ஸன் யாருடைய வளர்ப்பு மகனாகவோ ஸ்க்ககார்ஃப்யோர்துரில் வாழ்ந்து வந்தபோது, ஓர் இலையுதிர்கால நாளில் ஒரு சில இளைஞர்கள் குதிரை மீது அமர்ந்து மலைக்கு அப்பாலிருக்கும் பள்ளிக்குச் செல்வதைப் பார்த்தாராம். இதைத் தன்னுடைய சுயசரிதையில் அவர் சொல்கிறார். பள்ளிக்கூடம் போய் கல்வி கற்று பெரும் கல்விமானாக ஆக முடியாமல் இருக்கிறதே என்று தன்னுடைய அவல நிலையை எண்ணிப் புதர் வெளியில் விழுந்து புரண்டு ஒருநாள் முழுக்க அழுது கொண்டிருந்தாராம். இந்தச் சம்பவத்தை என்னால் புரிந்து கொள்ளவே முடிந்ததில்லை. லத்தீன் மொழிப் பண்டிதராகும் நினைப்பு எனக்கு தவறிக் கூட வந்ததில்லை. நைந்து போன புத்தகங்களைக் கையில் தூக்கிக்கொண்டு நடந்துகொண்டிருக்கும் பள்ளிச் சிறுவர்கள் ஒருபோதும் உயர்ந்த மதிப்பையோ, அவர்களைப் போல் நானும் ஆக

வேண்டுமென்ற ஆர்வத்தையோ என் மனதில் தூண்டியதில்லை. நான் பள்ளிக்குச் சென்று லத்தீன் மொழியைக் கற்றுக்கொள்ள வேண்டும் என்று தாத்தா சொன்னவுடன், ஏதோ தெருவில் இசைக் கருவியை வாசித்துப் பிச்சை எடுப்பவன் போல், அல்லது, கோடைக்காலத்தில் டென்மார்க் நாட்டிலிருந்து வரும் சாணை-பிடிப்பவன் போன்று ஒரு கழிசடையாக அவர் என்னை ஆகச் சொன்ன மாதிரி இருந்தது. மேகங்களற்ற துல்லியமான வானில் கேட்ட இடிமுழக்கமாய் அது என்னுள் இறங்கியது. நிரந்தரமாக ப்ரெக்குகாட்டிலேயே வாழ்ந்து விட வேண்டும் என்ற என் எண்ணத்தை அது பாழாக்கியது. வாழ்வதில் இருந்த மகிழ்ச்சியை அது சுக்கு நூறாக்கியது. சொர்க்கத்தின் புதல்வனாக அகமகிழ்ந்திருந்த என்னைச் சுற்றியிருந்த சீனப் பெருஞ்சுவர் தகர்ந்து போனது போல் தோன்றியது. தாரை வாத்தியத்தின் பெருமுழக்கமல்ல இதைத் தகர்த்தது. வெறும் ஒற்றை வார்த்தை. ப்ரெக்குகாட் வாயிலின் சுழற்கதவை ஒரேயடியாக அடைத்து நிர்மூலமாக்கிய அந்த ஒற்றைச் சொல் தாத்தா வாயிலிருந்து உதிர்ந்ததுதான் மகா கொடூரம். நான் உடைந்து போனேன். சிறுவயதிலிருந்தே நான் எதற்கும் அழுததில்லை. ஏனென்றால், ப்ரெக்குகாட்டில் யாரும் எதற்காகவும் அழ மாட்டார்கள். ஆனால் இப்பொழுது என்னை எதுவுமே தேற்ற முடியாது என்று தோன்றியது. தாத்தா படகு வலிக்கும் வேகத்துக்கு ஈடாக நானும் துடுப்பை வலித்தேன். அதே அளவுக்கு அழுதும் தீர்த்தேன்.

கரையை எட்டியதும் "உன் அம்மாவின் அல்ஃபரையும், பாட்டியின் மூன்று க்ரைமுர்களையும் நீ ஒரு சேரக்கொண்டிருக்க வேண்டும், மறந்து விடாதே" என்றார் தாத்தா.

# 20

# லத்தீன்

லத்தீன் மொழியைப் பற்றித் தாத்தா, ப்ரெக்குகாட்டின் ப்யோர்ன், என்ன நினைத்துக்கொண்டிருந்தாரோ தெரியவில்லை. *திறந்திடுசீஸேம்* என்றவுடன் ஐஸ்லாந்து நாட்டிலிருக்கும் உயர்மலைச் சிகரங்களை எட்டுவதற்கான வாயில்களைத் திறந்து விடும் மந்திரச் சொல் லத்தீன் என்று நினைத்தாரா? அப்படி அவர் நினைத்திருந்தால் அவருடைய எண்ணம் அப்படி ஒன்றும் உண்மைக்குப் புறம்பானதில்லையோ என்ற ஐயமும் எனக்கிருந்தது. ஐஸ்லாந்தில் மீன்கள் காலி செய்யும் இடத்தை லத்தீன் மொழி பிடித்துக்கொள்கிறது.

ஒரு ஒப்பீட்டுக்காகப் பார்த்தால், பழங்காலத்தில், வேறெந்த நாட்டைக் காட்டிலும் ஐஸ்லாந்தில்தான் லத்தீன் மொழியில் புலமை வாய்ந்தவர்கள் அதிகமாக இருந்திருக்கிறார்கள். உயர் வம்சத்தின் அடையாளச் சின்னமாக லத்தீன் மொழியே விளங்கியது. தன்னுடைய பேச்சின் இடையிடையே லத்தீன் மொழியை நுழைத்து யாசிக்கும் பிச்சைக்காரன் தனக்குத் தர்மமிடும் நபரை விட எப்பொழுதுமே மேலானவனாக மதிக்கப்பட்டான். லத்தீன் மொழியை அறிந்திராத வரையில் உண்மையான கல்வியறிவு பெற்றவர் என்று யாருமே மதிக்கப்பட்டதில்லை.

இதுநாள் வரை நான் வாழ்ந்து வந்த உலகம் எனக்குப் போதுமானதாகத் தோன்றியது. இதனால் நான் வேறு உலகங்களை எப்பொழுதுமே நினைத்தும் பார்த்ததில்லை. எனக்கு வேண்டிய எல்லாமும் அங்கு எனக்கே எனக்கெனக் கிடைத்தது. அது மட்டுமல்ல. எங்களுடைய உலகத்தில் இருந்த எல்லாமே முழுமையானதாகவும் உன்னதமானதாகவும் என் பார்வைக்குத் தோன்றின. தளபதி ஹோஃகென்ஸனோ ருனால்ஃபர் ஜான்ஸனோ அல்லது கண்காணிப்பாளரோ தத்தம் ஆளுமையில் எந்த வகையிலும் குறைபாடுள்ளவர்களாய் என் மனதில் ஒருபொழுதும் தோன்றியதேயில்லை.

அல்ஃப்க்ரைமுரான என்னைத் தவிர வேறு க்ரைமுர்கள் யாரும் பாட்டியின் மனதை ஆக்ரமித்திருக்கக்கூடும் என்று இதுநாள் வரை நான் நினைத்துப் பார்த்தது கூடக் கிடையாது. அவள் மட்டுமே எனக்கு எல்லாமும் என்றிருந்த மாதிரி, அவளுக்கும் நான் போதுமானவனாய் இருப்பேன் என்றுதான் நினைத்திருந்தேன். அதுவும் இப்போது நான் எப்படியிருக்கிறேனோ அப்படியே. ஆனால், நான் அறிந்துகொண்ட அளவில், அவளுடைய எண்ணத்தில் மூன்று க்ரைமுர்கள் இருந்திருக்கிறார்கள். அவர்களுள் ஒருவரையாவது அவளுடைய முன்னோர்களைப் போல் லத்தீன் மொழி தெரிந்தவனாக வளர்க்க முடியும் என்று அவள் நம்பிக்கை வைத்திருந்தாள். ஆனால் அது நிராசையாகி விட்ட நிலையில், ஹெலிஷேடி பகுதியைத் தாண்டி இங்கே தென்பகுதிக்கு வந்து, என்னைக் கண்டெடுத்து, அவளுடைய சொந்த க்ரைமுர்களின் பதிலியாக நான் இருந்து, லத்தீன் மொழியைக் கற்றுக்கொள்வேன் என்ற நம்பிக்கையோடு ஆளாக்கியிருக்கிறாள். நான் தந்திரமாக ஏமாற்றப்பட்டு விட்டதாக எழுந்த நினைப்பை என்னால் தவிர்க்க முடியவில்லை.

ஆனால் அன்று ஒரு நாள் காலையில் மட்டும்தான் நான் அழுதேன். பிறகு எதிர்ப்பேதும் இன்றி என்னுடைய கல்வியைத் தொடங்கினேன். மீன் பிடிக்கச் செல்லும் ஒருசிறு பயணத்தின் போது என்மீது ஆசையாகச் சுமத்தப்பட்ட அந்த மூன்று க்ரைமுர்களையும் கூடக் கொஞ்சம் கொஞ் சமாக நான் ஏற்றுக் கொண்டுவிட்டேன். ஆனால் அதே நாளில், ஏதோ இதுவரை அந்தரத்திலிருந்தது போல், ஒரு புதிய பாடத்திட்டம் உருவாக்கப்பட்டது. அதே போல் ஒரு புதிய செய்யுளும் கூட. பன்னா மீன்களிடமிருந்தும், கல்கடிச்சான்மீன்களிடமிருந்தும் நான் விடை பெற்றுக்கொண்டேன். ஏன், பசுவிடமிருந்து, குதிரையிடமிருந்து, மாட்டு ஈயிடமிருந்து, கோழியிடமிருந்து, ஆயிரந்தழைப் பூண்டுப் புதருக்குள் மூழ்கிக் கிடக்கும் வேலியிடமிருந்து, வெண்சாமந்தி மலர்களிடமிருந்தெல்லாம் கூட விடை பெற்றுக்கொண்டேன். அது மட்டுமா? ஒத்திசைந்து ஒலிக்கும் வெள்ளி மணியோசையும் தாமிர மணியோசையும் கூடப் படிப்படியாகத் தொலைவில் தேய்ந்து போயின.

ஆனால் கல்வி என்று தொடங்கியபோது, நான் தேர்ச்சி பெற வேண்டி இருந்தது வெறும் லத்தீன் மொழியில் மட்டுமல்ல. எல்லா விதமான இதர நூல்களையும் நான் வாங்க நேர்ந்தது. ஒருசில நூல்கள் எழுதப்பட்டிருந்த மொழிகளின் பெயர்களைக் கூட நான் அதுவரை கேள்விப்பட்டிருக்கவில்லை. ஒரு நாயின் உடலில் எத்தனை எலும்புகள் என்பதைக்கூட டென்மார்க் மொழியில் எழுதப்பட்டிருந்த ஒரு புத்தகம் சொல்லிக் கொடுத்தது. கேர் ஸோயேகா என்பவர் எழுதிய, “என்னிடம் ஒரு புத்தகம் இருக்கிறது; உன்னிடம் ஒரு பேனா இருக்கிறது; ஆனால் மைக்கூட்டிலோ மை இல்லை” என்று தொடங்கும் ஒரு பிரபல நூலையும் நான் படிக்க வேண்டி இருந்தது. ஆனால், இந்த மொழிகள் என்னுடைய முறைசார் கல்வியின் அங்கமாகப் பாடத்திட்டத்தில் இணைக்கப் பெற்றிருக்கவில்லை. உணவருந்தும் நேரத்தில், நானாகவே என் சொந்த முயற்சியில், இம்மொழிகளைக் கற்றுத் தேற வேண்டும் என்று எனக்கு நிபந்தனையிடப்பட்டிருந்தது. லத்தீன் மொழிப்

பாடத்தில் தெரிந்துகொள்ள வேண்டியிருந்த ஒரே விஷயம் வேற்றுமைப் பாகுபாடுகளும், புணர்ச்சி விதிகளும்தான். குறிப்பாக, லத்தீன் மொழியில் இருக்கும் பெயர்ச் சொற்களோடு வேற்றுமை உருபுகள் எவ்வாறு பொருந்தி நிற்கின்றன என்பதையும், வினைச் சொற்களுக்கான புணர்ச்சி விதிகளின் பயன்பாட்டையும்தான். இந்த வேற்றுமை உருபுகளும், புணர்ச்சி விதிகளும் நான் முன்னர் கூறிய சீஸேம் எனும் மந்திரச் சொல்லை ஒத்திருக்காமலில்லை. இதுபோக, மாபெரும் பெருக்கல் வாய்ப்பாடு என்ற ஒரு புத்தகத்தையும் கரைத்துக் குடிக்க வேண்டியிருந்தது. இந்த வாய்ப்பாட்டைத்தான் தேவையற்ற பயிற்சி என்று கவி பெனெடிக்ட் க்ராண்டால்[1] தன்னுடைய சுயசரிதையில் குறிப்பிட்டிருந்தார்.

வேனிற்கால இடையிலேயே, நல்லாயர் ஜோஹனின் தயவால் என்னைப் பயிற்றுவிக்க ஒப்புக்கொண்ட சிடுமூஞ்சிப் பல்கலைக்கழக மாணவனைப் பார்த்த மாத்திரத்தில் இந்தச் சிக்கலான வாய்ப்பாடு தன்னைப் போல் என்னிடமிருந்து கொட்டத் தொடங்கியது. வைக்கோல் போரை உலர்த்திக் கட்டும் பருவத்தின் தொடக்கத்தில் நல்லாயர் ஜோஹன் என்னைக் காண வந்த பொழுது எல்லா வகைப் பெயர்ச்சொற்களுக்கான வேற்றுமை உருபுகளையும், மூன்று பால் விகுதிகளோடு அவரிடம் சொல்லிக் காட்டினேன். வாய்ப்பாட்டில் தொடங்கி நாள் கணக்கு வரை ஒப்புவித்தேன். அதே போல் வினைச் சொற்களின் நான்கு வேறுபட்ட கருத்துப் புனைவியல் பாங்கினையும் கால பேதங்களுக்குத் தக்கவாறு ஒப்பித்துக் காட்டினேன். இதையெல்லாம் பார்த்து நல்லாயர் ஜோஹன் மிகவும் அகமகிழ்ந்து போனார். வேற்றுமை உருபுகளை முறைப்படி பிரித்துப் பயன்படுத்தத் தெரியும் நபருக்கு முறைப்படி சிந்திக்கவும் பழகி விடும் என்றார் அவர். அதே போல, யாரொருவருக்கு முறையாகச் சிந்திக்கத் தெரிகிறதோ, அவருக்கு முறையாக வாழவும் பழகி விடுமாம் – கடவுளின் கிருபையால். அந்த கூதிர்காலத்தின் போது இலக்கண வகுப்பின் இரண்டாம் நிலைக்குப் போகும் முயற்சியில் ஈடுபட்டேன்.

பாட்டியைத் திருப்திப்படுத்துவதற்காக இதையெல்லாம் நான் சகித்து ஏற்றுக்கொண்டேன். ஆனாலும் பள்ளிப்படிப்பு மெல்ல மெல்ல என் வேர்களை அறுக்கத் தொடங்கியதை நினைத்து, பிறகு எத்தனையோ ஆண்டுகள் விசனப் பட்டிருக்கிறேன். இதை நான் தெளிவுபடுத்தியாக வேண்டும். வேற்று வாசனைகள், வேற்று மனிதர்கள், வேற்று மீன்கள் என்று வெளியுலகில் தென்பட்ட ஒவ்வொன்றின் மீதும் நான் முற்றான அவநம்பிக்கையும் அச்சமும் கொண்டிருந்தேன். அதனால் இந்தத் தாய்மடியில் புகலிடம் தேடி என்னில் ஒரு பாதி நீண்ட காலம் முயன்று உழன்று கொண்டே இருந்தது. இளமையின் எந்தவிதமான களிப்பாலும் குணப்படுத்தி விட முடியாத ஒரு விதமான மனச்சோர்வூட்டும் அலுப்பு, ஒரு விதமான விட்டேற்றியான மனநிலை என் வாழ்க்கையின் இந்தக் காலகட்டத்தில் என்னுள் படிந்தது. உருக்கொள்ள முயன்று வெறும் கம்பளிக்குஞ்சமாய் மாறிப்போகும் பைசாச உருவங்களாகவே அன்னியர்கள் என் முன்னே கடந்து போனார்கள். என்னோடு உடனிருந்தோரின்

1. பெனெடிக்ட் க்ராண்டால்: 1840ஆம் ஆண்டு வாக்கில் பிரபலமாக இருந்த ஐஸ்லாந்துக் கவிஞர்களுள் ஒருவர்.

பேச்சு, சந்தி வேளையில் சாளரத்தின் வழியே வரும் வெற்றோசையாக, அங்கொன்றும் இங்கொன்றுமாக, ஓரிரு சொற்களை மட்டுமே இனங்காணும் சப்தமாக மட்டுமே என் காதில் ஒலித்தது. பாட்டி சமைத்துக்கொண்டிருக்கும் நேரங்களில், அவளுடைய கணப்பின் படிகளில் உட்கார்ந்திருப்பதையும் வானிலையைப் பற்றி அவளோடு பேசிக்கொண்டிருப்பதையும் புராதன கதைப்பாடலையோ அல்லது பிரார்த்தனைப் பாடலையோ பின்னல் வேலையைச் செய்துகொண்டே தன்னை மறந்து, முனகல் தொனியில் அவள் ஒப்புவித்துக் கொண்டிருப்பதையும் தவிர வேறெதையும் நான் ரசித்ததில்லை.

வகுப்பில் என்றுமே முதல் மாணவனாய் விளங்க வேண்டுமென்ற நோய் பீடித்த அப்பாவியாய், முட்டாளாய் நான் பள்ளியில் விளங்கியதாக என்னிடம் சொல்வார்கள். இவ்வகை நோயால் பீடிக்கப்பட்ட மனிதர்கள் குடிகாரர்களாய், பத்திரிகைக்காரர்களாய் அல்லது இளநிலை எழுத்தர்களாய் மட்டுமே ஆக முடியுமென்று ஐஸ்லாந்தில் ஒரு கணிப்பு இருந்தது. என்னைப் பொருத்தமட்டில், கல்கடிச்சான்மீன்காரனாக உருவாக எனக்கு அனுமதி மறுக்கப்பட்டிருந்த நிலையில், நான் வேறு என்னவாக ஆகப் போகிறேன் என்பது குறித்துக் கிஞ்சித்தும் அக்கறையற்றவனாகவே இருந்தேன். எனக்கு எதன் மீதும் பிடிப்பென்பதே இல்லாமல் போயிற்று. எதுவுமே எனக்கு வேண்டியிருக்கவில்லை. இந்தக் காலகட்டத்தில் என்னை ஆக்கிரமித்திருந்த இப்படிப்பட்ட ஒரு மந்த மனநிலை என்னுடைய மனனம் செய்யும் திறனுக்கு ஒத்தாசையாக இருந்ததோ என்னவோ! மனப்பாடம் செய்ய வேண்டிய எந்த ஒரு விஷயத்தையும் தன்னிச்சையாகவும், சர்வ சாதாரணமாகவும் நான் கற்றேன். ஆன்ம ரீதியாகவும், உடற்கூறு ரீதியாகவும் திரிசங்கு சொர்க்கமான ஒரு பதின்பருவத்தில் நான் இருந்தேன். தூக்கத்தில் பேசுபவனிடம் இருந்து வெளிப்படுவதைப் போலப் பாடங்கள் எனக்குள்ளிருந்து பீறிட்டுக் கிளம்பியவாறு இருந்தன. ஒரு நாயின் உடலில் இருக்கும் எலும்புகளின் பெயர்களை, அவற்றை ஏதோ என் சட்டைப்பைக்குள் அடுக்கி வைத்திருப்பதைப் போல, எந்தத் தயக்கமோ தடங்கலோ இல்லாமல் என்னால் கடகடவென்று ஒப்பிக்க முடிந்தது. விடியற்காலை மூன்றுமணிக்கு என்னை எழுப்பிக் கேட்டாலும் கூட, ஏதோ அவற்றினடியிலேயே நான் படுத்துத் தூங்கிக் கொண்டிருந்ததைப் போல, அவை ஒவ்வொன்றைப் பற்றியும் விரிவாக என்னால் சொல்ல முடியும்.

இந்த வகையான ஆன்மக் குறைபாட்டைப் புத்திசாலித்தனம் என்று கருதினார்கள். அதே நேரத்தில், என்னுடைய பயிற்றுனர்களின் அபிமானத்துக்கு உரியவனாக விளங்க இது எனக்கு உதவியது. அதே போல், என் பதின்பருவத்தில் என் முகத்தைக் காட்ட வேண்டியிருந்த சந்தர்ப்பங்களில் எனக்கு நானே வரவழைத்துக் கொண்டிருக்கக் கூடிய சங்கடங்களிலிருந்து இந்த புத்திசாலித்தனம் என்னை சந்தேகத்துகிடமேயின்றிக் காப்பாற்றியது. இந்தப் பள்ளிப்பருவ ஆண்டுகளில் எடுக்கப்பட்ட புகைப்படங்களில், ஏதோ மனநோயகத்திலிருந்து தப்பி வந்த அகதி போல நான் தோற்றமளித்தேன். ப்ரெக்குகாட்டில் நான் உண்டிருந்த மீனின் கருமுட்டையும், ஈரலும் எனக்கு உரமூட்டியிருந்தன.

இதனால் வெகு விரைவிலேயே நான் நெடுநெடுவென வளர்ந்து நின்றேன். போதாக்குறைக்குச் சதைப்பற்று மிகுந்த கொழுத்த கல்கடிச்சான்மீன் வேறு. சான்றளிப்புச் செய்யப்பட்டு இரண்டாம் நிலை வகுப்பில் அடியெடுத்து வைக்கும் பொழுது பள்ளியில் இருந்த மிக உயரமான மாணவர்களுள் நானும் ஒருவனாக இருந்தேன். ஒரு பேச்சுக்குச் சொல்ல வேண்டுமென்றால், என் கால்கள் மிக நீண்டிருந்தன. எந்த அளவுக்கென்றால், நான் நடக்கும் பொழுது அவை ஓயாமல் என்னை வழி மறித்தன. இவற்றை என்ன தான் செய்வது என்று புரியாமல் திகைக்க வைக்கும் வேண்டாத சாமான்கள் போலக் கைகள் பக்கவாட்டில் தொங்கிக் கொண்டிருந்தன. எதுவும் மிச்சமின்றி எல்லாம் வடிந்து போய், அதனால் உண்டான வெறுமையை நினைத்து ஏற்பட்ட கவலையைத் தவிர வேறெதுவும் ஆன்மாவில் இல்லை என்று காட்டுவதைப் போல், புன்னகையின் லேசான சாயலைக் கூட முகம் வெளிப்படுத்தியதில்லை. கம்பிகளின் ஊடே வெறித்தவாறிருக்கும் ஆயுள்கைதிபோல நான் இருந்தேன். உச்சி மண்டையில் இருநூறு முடிகள் எப்பொழுதுமே படியாமல் ஒட்டடைக் குச்சி போல் விறைத்துக் கொண்டிருக்கும். இறுதியில் காலம் தன் கைவரிசையைக் காட்டி என்தலை வழுக்கையாகும் வரை உலகின் எந்த சக்தியாலும் அவற்றைப் படிய வைக்கவே முடியவில்லை. ஏதோ ஒரு புற்கரண் குடிலிலிருந்து புறப்பட்டு, இப்பொழுது வணிகர்கள், அரசு அதிகாரிகள், நில உடைமையாளர்கள் ஆகியோருடைய புதல்வர்களோடு சேர்ந்து இலக்கணப் பள்ளியின் பளபளப்பான தரைகளை தேய்த்துக் கொண்டிருக்கும் இந்தப் பையனின் புறத்தோற்றத்தைப் பற்றி நான் அதிகமும் பேசி அலுப்பூட்டப் போவதில்லை. ஆனாலும், என்னுடைய காலணியை மட்டும் நான் உதாசீனப்படுத்தி விடக் கூடாது என்று நினைக்கிறேன். எப்படியிருந்தாலும் பின்னர் இந்தக் கதையில் அவற்றைப் பற்றி ஓரளவுக்குக் குறிப்பிட்டாக வேண்டும்.

இருபத்தைந்து ஆண்டுகளுக்கு முன்பாக அமெரிக்காவுக்குக் கிளம்பிச் சென்ற குடியானவர் ஒருவர் எங்கள் வீட்டில் விட்டுச் சென்றுவிட்ட ஒரு ஜதைக் காலணிகளை இப்பொழுது எனக்குக் கொடுத்திருந்தார்கள். அந்தக் குடியானவர் இனிமேல் வந்து அவற்றைக் கேட்டு வாங்கிச் செல்வார் எனும் நம்பிக்கை அற்றுப் போனதால், அந்தக் குளிர்காலத்தின் போது அவற்றைப் போட்டடிக்கும்படி தாத்தாவும் பாட்டியும் என்னிடம் கூறியிருந்தனர். ஆனால் சொல்வதற்குத்தான் அது எளிதாக இருந்தது. செயலில் ஒன்றும் எடுபடவில்லை. இந்தக் காலணிகள் அழகானவையாக இருந்தனவா அல்லது அசிங்கமாக இருந்தனவா என்பதைப் பற்றி நான் ஒன்றும் சொல்லப் போவதில்லை. ஏனென்றால், காலணிகளைப் பொறுத்தவரை மக்களின் ரசனையுணர்வு மிக, மிக மாறுபட்டதாகவே இருந்து வந்திருக்கிறது. வெவ்வேறு காலகட்டங்களில், வெவ்வேறு வகையான, வெவ்வேறு அளவிலான காலணிகள் எல்லாம் இந்த உலகில் அழகானவையாகக் கருதப்பட்டிருக்கின்றன. ஒரு காலத்தில், காலணியின் பாதமுனை எவ்வளவுக்கெவ்வளவு நீண்டிருக்கிறதோ அவ்வளவுக்கவ்வளவு அழகானதாக அது ஏற்றுக்கொள்ளப்பட்டிருக்கிறது. அதிலும் முனை செங்குத்தாக நிமிர்ந்து ஒரு மனிதனின் முழங்கால் உயரத்துக்கு நிற்க வேண்டும்.

ஆனால் வேறு சிலசமயங்களில் முனை அகண்ட காலணிகளைத் தவிர ஏனைய அனைத்தையும் இந்த உலகம் நிராகரித்திருக்கிறது. சான்றளிப்புச் செய்யப்பட்டு இரண்டாம் நிலை வகுப்புக்கு முன்னேறும் வரையில் நான் அணிந்து கொண்டிருந்த முரட்டுக் காலணி கூட ஒரு காலத்தில் விரும்பக்கூடிய பாணியாக மாறக்கூடும். தொடக்கக் காலத்திலாவது, என்னுடைய காலணிகளை நான் சந்தோஷமாகவே அணிந்து சென்று கொண்டிருந்தேன். அபூர்வமாகக் கூட, வேறு யாரும் அவரவர் காலணிகளை, அந்த அளவுக்கு, மகிழ்வோடு அணிந்துகொண்டிருக்க வாய்ப்பில்லை. விரைவில் நைந்து போகக்கூடிய, பதனிட்ட மான்தோல் செருப்புகளை என் இளமைகாலத்தில் மாட்டுத்தோல் காலணிகள் என்று ரெய்க்ஜாவிக்கில் சொல்வார்கள். இவ்வகைக் காலணிகளைக் கழித்துக் கட்ட எனக்கொரு வாய்ப்புக் கிடைத்ததில் நான் நிம்மதிப் பெருமூச்சு விட்டேன். என்னுடைய காலணிகளில் குறை என்று எதுவும் சொல்வதாயிருந்தால், அவற்றின் பாதப் பகுதியில் அடிக்கப்பட்டிருந்த ஏராளமான ஆணிகளைத்தான் சொல்லலாம். சொல்லப் போனால், ஆணிகளால் ஆன ஒரு படுக்கையே அடியில் அமைந்திருந்தது எனலாம். இந்தக் காலணிகளை அணிந்து நான் நகருக்குள் செல்லும் ஒவ்வொருமுறையும் ஏதோ ஒரு ஆணி துருத்திக் கொண்டு தலை நீட்டும். சிலநேரங்களில் பல ஆணிகள் ஒரே சமயத்தில் துருத்தி நிற்கும். அவை பாட்டுக்குப் பாதத்தை உறுத்திக்கொண்டிருக்க நான் பாட்டுக்கு நடந்து செல்வேன். கையோடு குறடு ஒன்றையும் தூக்கிக் கொண்டு சென்றாலொழிய, இந்தக் காலணிகளோடு நடை பயில்வதென்பது உண்மையில் நடவாத காரியம். அந்தக் காலகட்டத்தில் நான் பகட்டான ஆளாக வலம் வந்ததில்லை. தேவையானால் ஒருமுறைக்கு இரு முறையாய் யோசித்து சாக்கடைத் திட்டின் மீது உட்கார்ந்து காலணிகளிலிருந்து ஒரு சில ஆணிகளைப் பிடுங்கி எறிய நான் தயங்கியதில்லை.

ஆனால் பாரிஸ் நகரில் இப்பொழுது பிரபலமாக இருக்கும் காலணிகள் ஒரு சுண்டெலியை உள்ளே விட்டுக் கொண்டதைப் போன்ற சப்தத்தை எழுப்புகின்றன. அப்படி ஓர் ஓசையை என் காலணி என்றுமே எழுப்பியதில்லை. ஆனாலும் கூட, பதவிசான இல்லங்களிலும், குறிப்பாக, இலக்கணப் பள்ளியிலும், இது உண்டாக்கிய சலசலப்பளவுக்கு வேறெந்தச் சம்பவமும் என் நினைவில் இப்பொழுது மேலோங்கியிருக்க வில்லை. காலணியின் பாதப்பகுதியின் பருமனும், உறுதியும், எஃகு லாடமுமாக இணைந்து எழுப்பும் சத்தத்தில், நான் நெருங்கி வருவதைத் தொலைவிலிருந்தே உணர்ந்து கொண்டு பலரும் சங்கடத்தில் நெளிவது வழக்கமாகிப் போனது.

21

# சீனர்களை மதம் மாற்றுதல்

ஓர் உணர்ச்சியற்ற பாவனையை நான் எனக்கென்று வளர்த்துக்கொண்டேன். இதனால் யாருமே என்னைக் கவனிக்காமல் ஒதுக்கினர். இது ஏதோ என்னைச் சுற்றி நானே போட்டுக் கொண்ட பட்டுப்புழுக்கூடு போல் ஆனது. எவ்வளவு நேரம் வேண்டுமானாலும் இவனைப் பகடி செய்துகொண்டிருக்கலாம் என்று ஆசையைத் தூண்டி விடும் அளவுக்குக்கான பரிதாபத் தோற்றத்தை நான் போதிய அளவுக்குக் கொண்டிருக்கவில்லை. சற்றே விசித்திரமானவனாக நான் இருந்தேன். ஆனால் கொஞ்சமும் ஆர்வத்தைக் கிளறி விட்டுவிடாத வகையில். ஆனாலும், என்னைச் சுற்றியிருந்தவர்கள் நான் கண்டுகொண்டதற்கும் அதிகமாகவே என்னைக் கேலி செய்து கொண்டுதான் இருந்தார்கள். கேலிவதை என்பது விஷமமாகவோ, வன்மைமாகவோ மாறும் வரை அதைப் புரிந்துகொள்ளும் திறனற்ற இளைஞனாகவே நான் இருந்தேன். அது விஷமமாகவோ வன்மமாகவோ உருக்கொண்ட பிறகும் கூட அதைக் கொஞ்சமும் உணராத நிலையிலும் இருந்திருக்கிறேன்.

தனக்கு நிகரான சகாவைக் கண்டறியாத மனிதனைப் பிறப்பெடுத்தவனாகவே கருத முடியாது என்று சொல்வதுண்டு. என்னுடைய இரண்டாம் நிலை வகுப்பில் முதல் நாளன்றே நான் தாத்தா ஜானைக் கண்டுபிடித்தேன். அவரும் என்னைக் கண்டுபிடித்தார். வயதில் என்னைக்காட்டிலும் இரு மடங்கு மூத்தவர் அவர். நீண்ட தாடி வளர்ந்து விடாமல் இருப்பதற்காக அவர் நித்தமும் முகச் சவரம் செய்துகொள்ள வேண்டியிருந்தது. மேற்குப் பக்கத்தில் உள்ள தலிர் என்னும் பகுதியிலிருந்து அவர் வந்திருந்தார். சீனர்களை மதம் மாற்றுவதற்கான ஓர் உயர்நிலை அழைப்பை, நார்வே நாட்டில் கிருஸ்துவப் பிரச்சாரத் துண்டறிக்கைகளைப் பதிப்பித்து விநியோகித்துக் கொண்டிருந்த ஒரு மத அமைப்பிடமிருந்து, அவர் பெற்றிருந்தார். துஷ்டர்களின் ஓயாத இலக்காகத் தாத்தா ஜான் விளங்கினார். அவரிடம் ஆபாசங்களை

அவிழ்த்து விட்டு அவற்றின் மூலமா அவரை அவர்கள் எப்பொழுதும்
துன்புறுத்தி வந்தனர். நார்வே மொ யில் வெளியிடப்படும் கிருஸ்துவப்
பிரச்சாரத் துண்டறிக்கைகளைப் ப ப்பதன் மூலம் மக்கள் திருந்துவார்கள்
என்று அகன்ற மார்பும் அழக ன சிகையும் கொண்ட இந்த மனிதர்
உறுதிபட நம்பினார். மேலும் கிறிஸ்ட்டியானியாவில்[1] அச்சிடப்பட்ட,
சித்திர விளக்கங்களுடன் டிய, ஏராளமான விவிலியக் கதைகளைச்
சீனர்கள் படித்து நன்மை டையவும் இது உதவிகரமாக இருக்கும் என்றும்
அவர் திடமாக நம்பினா கடவுள் நம்பிக்கை கொண்டிருப்போரெல்லாம்
நிச்சயம் மூளை பிசகி வர்களாகவே இருக்க முடியும் என்ற ஐஸ்லாந்து
நாட்டவரின் அழு தமான கற்பிதத்தின் அடிப்படையில் தாத்தா
ஜானின் கருத்துக ள நையாண்டி செய்வதில் மக்கள் ஓயவேயில்லை.
சற்றே வயதாகி விட்டதால் தாத்தா ஜான் பாடங்களைக் கொஞ்சம்
நிதானமாகவே புரிந்துகொள்வார். ஆனால், ஒட்டுமொத்தமாக எதையுமே
நினைவிருத்திக் கொள்ள முடியாத அவருடைய குறைபாட்டோடு
ஒப்பிட்டால், பாடங்களைப் புரிந்துகொள்வதில் அவர் காட்டிய
நிதானப் போக்கு ஒன்றுமே இல்லை என்றாகிவிடும். லத்தீன் மொழி
தேவையற்ற, ஏளனத்துக்குரிய கண்டுபிடிப்பு என்று அவர் எண்ணினார்.
அதிலும் குறிப்பாக, எதிர்பார்ப்பு அல்லது ஆசையை வெளிப்படுத்தும்
வினைச்சொல் வடிவத்தை அவரால் ஏற்றுக்கொள்ளவே முடியவில்லை.
லத்தீன் மொழியில் இருபதுகளின் எண்ணிக்கையிலும் கிரேக்க மொழியில்,
நூற்றுக் கணக்கிலுமாய் ஒரு வினைச்சொல்லின் வடிவங்கள் பல்கிப்
பெருகும் முறைமையை இருளின் இளவரசன்தான் ஆக்கி வைத்திருக்க
முடியும் என்று அவர் நம்பினார். என்றாலும் கூடத் தனக்கு வந்திருக்கும்
அழைப்புக்காக, இந்தச் சிக்கலான மொழிச்சமன்பாடுகளைச் சமாளித்துக்
கற்றுக்கொள்வதில் அவர் தயக்கம் காட்டியதேயில்லை.

ஆனால், வகுப்பில் சேர்ந்த முதல் நாளிலிருந்தே இந்தப் பிதற்றல்களெல்லாம் எந்தவிதப் பிரயாசையுமின்றி எனக்குள்ளிருந்து அருவியென நிரந்தரமாய்க் கொட்டிக் கொண்டிருந்ததால் தாத்தா ஜானுக்கு லத்தீன் மொழியைக் கற்றுக் கொடுப்பதில் நானும் கை கொடுத்து உதவ வேண்டும் என்று ஆசிரியர் கேட்டுக்கொண்டார்.

இதனால் அவருக்கு ஓரளவுக்காவது லத்தீன் மொழியைக் கற்றுக் கொடுத்து விடுவதென அடிக்கடி இரவில் நீண்டநேரம் கடுமையாக உழைத்துக் கொண்டிருப்பேன். அதன் பிறகு ப்ரெக்குகாட் வீட்டுக்கு உறங்கச் செல்வேன். மீண்டும் விடியும் நேரத்தில் எழுந்து சென்று அவரை வேலை வாங்குவேன். பசுக்களைப் பேணுவதற்காக நேரத்தோடேயே எழுந்து பழகியிருந்தார் தாத்தா ஜான். காலை நேரங்களில் நான் அவரைக் காணச் செல்லும் பொழுதெல்லாம் மிகுந்த உற்சாகத்தோடு காணப்படுவார். ஒரே கடுப்பான விஷயம் என்னவென்றால் முதல் நாளிரவு கஷ்டப்பட்டு சொல்லிக் கொடுத்திருந்த லத்தீன் மொழி நுணுக்கங்களையெல்லாம் காலையில் அவர் அடியோடு மறந்திருப்பார். நாங்கள் இருவருமாகப் புதிய நார்வே மொழியில் சீனர்களுக்காகப் பிரார்த்தனை செய்ய

---

1. கிறிஸ்டியானியா: நார்வே நாட்டின் தலைநகரமான ஆஸ்லோ 1624ஆம் ஆண்டிலிருந்து 1924ஆம் ஆண்டு வரையிலும் கிறிஸ்டியானியா என்றே அழைக்கப்பட்டு வந்தது.

வேண்டுமென்று அவர் ஆசைப்படுவார். புதிய நார்வே மொழிதான் தாத்தா ஜானுக்கு மிகவும் உகந்த மொழியாக இருந்தது. அது மிகவும் குறுக்கப்பட்ட மொழி வடிவமாக இருந்தது. ஜெர்மன் மொழியிலிருந்து எஞ்சிய, குடியானவர்களின் பேச்சு வழக்கில் பயன்படுத்தப்படும் ஆறாம் வேற்றுமையுருபான *மனிதனும் அவனுடைய நாயும்* என்பதைத் தவிர அதில் வேற்றுமையுருபுகளே இல்லை. இப்படி ஒரு அனாச்சாரமான மொழியில்தான் சீனர்களை மதம்மாற்ற உதவும்படிக் கர்த்தரை இறைஞ்ச வேண்டியிருந்தது. எங்களுடைய பள்ளி சகாக்கள் எங்கள் இருவரையும் நெடுங்கிறுக்கன், அகலக்கிறுக்கன் என்ற நிந்தைப்பெயர் சொல்லி அழைத்தார்கள். நாங்கள் இணைந்து சென்ற இடங்களில் மக்கள் எங்களை வெறித்துப் பார்த்தார்கள். தெருக்களில் குடிகாரர்கள் எங்களுக்குத் தொல்லை கொடுத்தவாறிருந்தார்கள்.

லத்தீன் மொழி, புதிய நார்வே மொழி, சீனர்களுக்கான மீட்சி என்பதையெல்லாம் தாண்டி தாத்தா ஜானையும் என்னையும் இணைத்த விஷயம் ஒன்றுண்டு. அதுதான் இசை. சீனர்களுக்கான மீட்சிக்குப் பங்கம் என்று மட்டும் வந்து விட்டால் எப்பேர்ப்பட்ட தடைகளையும் தகர்த்தெறிய தாத்தா ஜான் முயலாமல் விட மாட்டார். இதன் காரணமாகவே அவர் இசைப்பயிற்சியையும் தொடங்கினார். எங்கிருந்தோ ஒரு சிறிய ஹார்மோனியப் பெட்டியை அவர் கையகப்படுத்தியிருந்தார். அதை வாசிக்கவும் முயன்றுகொண்டிருந்தார். ஆனால் அது ஒன்றும் அவ்வளவு எளிதாக அவருக்குக் கைவரவில்லை. அதன் விசைப்பலகையில் இருந்த விசைகள் மிகவும் குறுகி இருப்பதாகக் குறைப்பட்டுக் கொண்டார். அவருக்கு இசை மீது பெரிதாக ஆர்வம் எதுவும் இல்லை. ஆனால், சீனர்களுக்கு விவிலியக் கதைகளைக் கூறி நல்வழிப்படுத்தும் பொழுது பக்க வாத்தியமாக ஹார்மோனியத்தை இசைக்க வேண்டியிருக்கும் என்று அவர் கேள்விப்பட்டிருந்தார். ஒரு வழியாகக் கடைசியில் ஆர்கன் இசைக்கருவியை வாசிக்கத் தனிப்பாட வகுப்புகளில் சேர்ந்து கொள்வது என்று அவர் முடிவெடுத்தார். என்னுள்ளிருந்த கொஞ்ச நஞ்ச இசையும் செத்து மடிந்திருந்த காலத்தில் இது நிகழ்ந்தது. நான் வாயைத் திறந்தால் என்ன விதமான ஓசை அதனுள்ளிருந்து வெளிக் கிளம்பும் என்று எனக்குத் தெரிந்திருக்கவில்லை. என்னைச் சூழ்ந்திருந்த காற்றில் நிரம்பியிருந்த இசையைக் கேட்பதை ஒருகாலத்தில் நான் அறவே மறந்திருந்தேன். பாடகராக கர்தர் ஹோம் அயல்நாட்டில் மங்காப் புகழோடு வலம் வரும் செய்திகளைப் பத்திரிகைகளில் படிப்பதோடு திருப்திப்பட்டுக் கொண்டிருந்தேன். யாரோ ஒரு சீமானுடைய அரண்மனையில் அவர் இப்பொழுது வாசம் செய்து வருவதாகப் பேச்சு அடிபட்டது.

டென்மார்க் நாட்டுப் பாணியில் உடையணிந்த ஒருபெண் தெருவின் எதிர்ப்புறத்தில் நின்று எங்களை வெறித்துப் பார்த்தாள். பெண்களை நோட்டம் விடுவதில் நானும் தாத்தா ஜானும் காட்டியது போன்ற அசிரத்தையை வேறெதிலும் நாங்கள் காட்டியதில்லை. நான் தெருவின் எதிர்த்திசையில் கண்களைக்கூட ஓட்டவில்லை. ஆனால் அந்தப் பெண் சிவப்பு நிறக் கையுறை அணிந்துகொண்டிருக்கிறாள் என்று மட்டும் லேசாக ஒரு எண்ணம் தோன்றியது. எங்கள் இருவரையும் யாரும் வெறித்துப்

பார்ப்பதென்பது எங்களுக்கு மிகவும் பழகிப் போயிருந்தது. அதனால் அதை நாங்கள் பொருட்படுத்துவதே இல்லை. பிறகு, அவள் நடந்து கொண்டிருந்த திசையிலிருந்து திரும்பி தெருவைக் கடந்து எங்களை நோக்கி வருவதை நான் கவனித்தேன். அவள் என்னைப் பார்த்தாள். இது வசந்த காலத்துக்குக் கொஞ்சம் முன்பாக நடந்த நிகழ்ச்சி. விரைவிலேயே நான் மூன்றாம் படிநிலைக்கான தேர்வெழுதி நல்லாயர் ஜோஹனால் நிரந்தரச் சான்றளிக்கப்படத் தயார் செய்துகொண்டிருந்தேன். வேனிற்கால வெண்ணையைப் போன்று அவள் சரும நிறம் மின்னியது. நான் யூகித்திருந்த மாதிரியே அவள் சிவப்புக் கையுறைகளை அணிந்திருந்தாள். அவற்றின் கைவிரல் நுனிகளில் குஞ்சங்கள் தொங்கிக் கொண்டிருந்தன. அவளை எங்கோ பார்த்தது போல் இருந்தது. நான் சரியாகத்தான் பார்க்கிறேனா?

"என்னை யாரென்று உனக்குத் தெரியவில்லையா?" என்று அவள் என்னைக் கேட்டாள்.

"தெரியவில்லையே" என்றேன் நான்.

"என்ன, என்னை உனக்குத் தெரியவில்லையா?"

"தொப்பியை உயர்த்தி வந்தனம் சொல்" என்றார் தாத்தா ஜான்.

"எதற்காக?" என்றேன் நான்.

"இப்படி ஒரு காட்டானா நீ?" என்று அவள் என்னிடம் கேட்டாள்.

அவளை அவ்வளவு நெருக்கத்தில் பார்த்த பொழுதுதான் சிவப்பு நிறக் கையுறைகளை அணிந்திருந்தாலும் கூட பெயரளவில்தான் அவள் வளர்ந்த பெண்ணாய்த் தோன்றினாள் என்பது புரிந்தது. வயதில் அவள் என்னை விட இரண்டு வருடங்களுக்கு மேல் மூத்தவளாக இருக்க வாய்ப்பில்லை.

"கர்தர் ஹோாமிடமிருந்து ஒரு அஞ்சலட்டைக் கூட இப்பொழுதெல்லாம் வருவதில்லையே, என்ன காரணம்?" என்று அவள் என்னைக் கேட்டாள்.

"என்ன மாதிரியான அஞ்சலட்டை" என்று நான் பதிலுக்குக் கேட்டேன்.

"என்ன மாதிரியான அசடன் நீ!" என்றாள் அவள். "அது யார் இன்னொரு அசடன் உன்னோடு?"

"எங்களிடம் உனக்கென்ன வேலை?" என்று நான் அவளைக் கடிந்தேன்.

"உண்மையாக, நேர்மையாகச் சொல்" என்று தணிந்த குரலில் எனக்கு மிக நெருக்கமாக வந்து கேட்டாள். "அது நிச்சயமாக தங்கக்காசுதானே?" என்று கேட்டாள்.

"ஆமாம்" என்றேன் நான். "அது தங்கக்காசேதான்."

"ஏசுவே! நீ சொல்வதைக் கேட்க எவ்வளவு சந்தோஷமாக இருக்கிறது தெரியுமா!" என்றாள் அந்தப் பெண். "அது பித்தளையாகத்தான் இருக்கும் என்று அப்பா சொல்கிறார்"

“அதைப் பற்றி அவருக்கென்ன தெரியும்?” என்றேன் நான்.

“ஆமாம். நானும் அதையேதான் சொல்லிக் கொண்டிருக்கிறேன். மிக்க நன்றி. நீ பள்ளிக்கூடம் போய் வருகிறாய் போலத் தெரிகிறதே! நீ என்னவாக வேண்டும் என்று நினைக்கிறாய்?” என்றாள் அவள்.

“கல்கடிச்சான்மீன்காரனாக” என்றேன் நான்.

“இப்படி அசட்டுத்தனமாகப்பேசுவதை நீ எப்போது மாற்றிக் கொள்ளப் போகிறாய்?” என்று அவள் கேட்டாள்.

சிறிதுநேரத்துக்குப் பிறகு “எனக்கு ஹார்மோனியம் வாசித்துப் பார்க்க வேண்டும் போல் இருக்கிறது ஜான்” என்றேன் தாத்தா ஜானிடம்.

“அது மாதிரியான ஒரு வாத்தியத்தை வாசித்துப் பழகலாம் என்று நான்யாருக்கும் பரிந்துரைக்கவே மாட்டேன்” என்றார் ஜான். “அது ரொம்பக் கஷ்டமானது. அது மட்டுமல்லாமல் அது ஒரு தேவையற்ற பயிற்சி. அது சீனாவில் அத்தியாவசியமாகத் தேவைப்படும் என்பதால் மட்டுமே அதை நான் பழகிக் கொண்டிருக்கிறேன். இல்லாவிட்டால் அதை நான் சீண்டக் கூட மாட்டேன்.”

ஐரோப்பிய வரலாற்றின் மத்திய காலகட்டத்திலிருந்து ஐஸ்லாந்தில் கல்வியோடு இயைந்த பாடமாக இசை நடத்தப்படுவதில்லை. உண்மையில், இசை என்பது தளுக்கான விஷயமாகவும், சற்றே ஒழுக்கக் கேடான விஷயமாகவும் கருதப்பட்டது. அதிலும் குறிப்பாகப் படித்தவர்கள் மத்தியில். இதெல்லாம் கர்தர் ஹோாம் அயல்மண்ணில் ஐஸ்லாந்தின் இசைப்புகழைப் பரப்பும் வரைதான். பிறகு கொஞ்சம் பேர் இசையைப் பற்றி உயர்வாக நினைக்கத் தொடங்கினார்கள். என்றாலும் அதற்குப் பிறகு நீண்ட காலம் வரையிலும்கூட, பாடிப் புகழ்பெறுவது என்பது பொதுவான கண்ணோட்டத்தில் சற்று விசித்திரமாகவே பார்க்கப்பட்டது. [illegible]சி எனும் காரணத்துக்காக அன்றி, வேறு காரணங்களுக்காக, இசையோடு தொடர்புடைய அலுப்பையும் மீறி, அதைக் கற்றுக்கொள்ளும் ஆர்வம் ஒருவருக்கு உண்டாகும் என்பதை என் இளமைக் காலத்தில் நினைத்துக் கூடப் பார்க்க முடியாது. மாண்டோரை மண்ணில் இடும்போது மட்டுமே இசை நல்ல விஷயமாகப் பார்க்கப்பட்டது.

ஆர்கன் இசைக்கருவியை வாசித்துப் பழக தாத்தா ஜானோடு மாவட்டத் தலைமை தேவாலயத்துக்கு நான் சென்ற பொழுது அங்கிருந்த இசைக்குழுத் தலைவர் என்னை அடையாளம் கண்டுகொண்டார். இது எனக்கு மிகவும் ஆச்சர்யமாக இருந்தது.

“ஒருசிலநேரங்களில் தேவாலயக் கல்லறைவெளியில் நல்லாயர் ஜோஹன் உன்னைத்தானே அவருக்காகப் பாட கையைப் பிடித்து அழைத்துச் செல்வார்?” என்று அவர் என்னிடம் கேட்டார்.

“ஒருசில சாதாரண நல்லடக்கங்களின் போது மட்டும்தான்” என்று சற்றே மன்னிப்புக் கோரும் தொனியில் கூறினேன். ஏனென்றால், பெரிய, கௌரவமான நல்லடக்கங்களுக்கு இந்த இசைக்குழுத் தலைவரே முழுப்பொறுப்பும் ஏற்றுக்கொண்டிருப்பார்.

“அது ஒன்றும் பெரிய விஷயமில்லை. எப்படியோ உன்னை எனக்கு அடையாளம் தெரிந்தது” என்றார் அந்த இசைக்குழுத் தலைவர். “நம்முடைய கர்தர் ஹோமுக்கு நீ ஏதோ வகையில் உறவுதானே? ஒருவேளை, நீயும் அல்ஜியர்ஸ் நாட்டின் சுல்தானுக்கு முன்பாகக் கச்சேரி நடத்த வேண்டும் என்று ஆசைப்படுகிறாயோ? அல்லது இதோ, இங்கே இருக்கும் நம்முடைய நண்பர் ஜானைப் போல் சீனர்களுக்காகப் பாடப் போகிறாயா?” என்றார் அவர்.

கி.பி. ஆயிரமாவது ஆண்டிலேயே கட்டப்பட்டு இன்னும் குடியிருக்கத் தோதானதாக இருக்கும் ஒரு இல்லத்தை உலகின் இந்தப் பகுதியில் இப்பொழுதுதான் நான் முதன்முதலாகப் பார்க்கிறேன். ஒரு வரவேற்பறையும், ஒரு உணவுண்ணும் அறையும்; திறந்த கணப்புக்குப் பதிலாக ஒரு சமையலறை; ஃபிரெஞ்சுப் பெயர்களுடன் கூடிய அறைக்கலன்கள்; *ஷேஃபோதியர்* (மரப்பலகையிலான அடுக்கு மாடம்), *பூஃபே* (பல்சுவை விருந்து), *கானப்பே* (நீள் இருக்கை); எல்லாவற்றுக்கும் மேலாக டென்மார்க் நாட்டுக்கார மனைவி. குஞ்சம் வைத்துத் தைத்த ஆடம்பர இருக்கையொன்றில் அன்றுதான் முதன்முதலில் நான் உட்கார்ந்தேன். தாழ்வாரத்தை அடுத்து இருந்த இசைக்குழுத் தலைவரின் படிப்பகத்துக்குள் ஹார்மோனியம் தென்பட்டது. ஆனால் வரவேற்பறையில் வீற்றிருந்த பளபளப்பான பெரிய பியானோதான் வீட்டுக்கே மகுடம் சூட்டியது போல் விளங்கியது. அவ்வளவு அகலமான விசைப்பலகை கொண்ட ஒரு இசைக்கருவி இந்தப் பிரபஞ்சம் தனக்குள் கொண்டிருக்கும் அத்தனை ஸ்வரக் கோர்வைகளையும் அடக்கியிருக்கும் என்று நான் நினைத்தேன். ஆனால் பியானோவுடைய அடிப்படையான அம்சமே, அதன் ஒவ்வொரு ஸ்வரக் கோர்வைக்கும் அதற்கெனவே அமைக்கப்பட்டிருக்கும் நிலை இருப்பதுதான். அதுவும் கூட அதனுடைய ஸ்ருதி சீர்கெடாமல் இருந்தால் மட்டுமே சாத்தியம். இதோடு ஒப்பிடுகையில் வயலினில் நான்கே கம்பிகள்தான் என்றபோதிலும் பியானோவைக் காட்டிலும் அதிகமான ஸ்வரக் கோர்வைகளை அது உள்ளடக்கி இருக்கிறது. இந்தத் தகவல் எனக்கு அதிர்ச்சி அளித்தது.

“நல்ல இசையை நீ ரசித்துக் கேட்டிருக்கிறாயா?” என்றார் இசைக்குழுவின் தலைவர்.

“சிறு வயதில் கேட்டதுதான். பிறகு கேட்டதில்லை” என்றேன் நான்.

“பரவாயில்லை” என்றார் அவர். “நீ சிறு வயதிலாவது இசையை ரசித்திருக்கிறாயே. ஒன்றுமே தெரியாதிருப்பதற்கு இது எவ்வளவோ மேல்.”

அவரிடம் நான் விளக்கமாக எதையும் சொல்லவில்லை. உண்மையைச் சொல்வதென்றால் கூதிர்கால மதிய நேரங்களில், நான் தூங்கிக்கொண்டிருக்கும் நேரத்தில் என் காதருகே வந்து ரீங்கரித்துக் கொண்டிருக்கும் மாட்டு ஈயைத்தான் நான் மனதில் நினைத்துக் கொண்டிருந்தேன்.

“ப்ளேர்” என்று அவர் குரல் கொடுத்தார். “வந்து கொஞ்சம் பியானோவை வாசிம்மா.”

நிலைப்படியில் தென்பட்ட தோற்றம் நீண்ட நேரத்துக்கு என்னை வாயடைக்க வைத்திருந்தது. ஒளியின் ஒவ்வொரு இழையும் ஒருபுள்ளியில் குவிபட்டிருந்தது. அங்கே இந்த அமானுஷ்ய அழகு உருக்கொண்டிருந்தது. அவளுடைய கூந்தலுக்கு உள்ளும் வெளியிலுமாகக் கதிரவன் வித்தை காட்டிக் கொண்டிருந்தான். நீலமும் பச்சையும் கலந்து ஒளிர்ந்த கண்களால் அவள் என்னைப் பார்த்தாள். பிறகு அவள் பியானோவின் முன்வந்து அமர்ந்தாள். அவள் என்ன வாசித்தாள் என்பதை இப்பொழுது என்னால் உறுதியாக நினைவுகூர முடியவில்லை. அது இசையமைப்பாளர் கேட்[2] அல்லது லாம்பை[3] இயற்றியதாக இருக்கலாம்; அல்லது ஒருவேளை, ஹார்ட்மன்[4] இயற்றியதோ? அப்படியும் இல்லாவிட்டால் அது வெறும் 'பனித்துளி'[5]யாகக் கூட இருந்திருக்கலாம். அவள் நன்றாக வாசித்தாளா? அவளுடைய கைகள் அகண்டு, நீலநிறத்தில் இருந்தன. எந்தக் கைகளையும் விட உயர்வாக அவற்றை நான் மதிக்கிறேன். கல்கடிச்சான்மீனின் நிதானமான வாலசைவுக்கு நிகரானதாக அவளது அங்க அசைவுகள் இருந்தன. அவள் வதனத்தில் ஒளிர்ந்த ஆன்மா செந்நிற ஸ்ட்ராபெரிப் பழத்தின் சுகந்தத்தை ஒத்திருந்தது. இந்த அளவுக்குக் கிஞ்சித்தும் ஆன்மீக உணர்வு தலைதூக்காத விதத்தில் என்னைத் தவிர வேறு யாரும் பியானோ வாசிப்பைக் கேட்டிருப்பது அபூர்வம்தான். இந்த இன்னிசை நீடிக்கு மட்டும் வாழ்க்கையும் நீடிக்கும் என்ற நம்பிக்கையோடும் பிரார்த்தனையோடும் நான் இருந்தேன்.

ஆனால் இன்னிசை முடிவுக்கு வந்தது. அவள் எழுந்து புன்னகைத்தாள். இசை அவளுடைய கண்களில் ஓர் கதகதப்பைக் கொண்டு வந்திருந்தது. அவளுடைய கன்னங்கள் சிவந்திருந்தன. எல்லாமே இருண்டு போவது போல், நான் மயங்கிச் சரியப் போவது போல், உணர்ந்தேன். ஆனால், அவள் என்னை நன்றாகப் பார்த்தவுடன் புன்னகைப்பதை மறந்தாள். பிறகு அவள் அவ்விடத்தைவிட்டு அகன்றாள். இப்படிப்பட்ட நபருக்கு முன்பாக வாசிக்க நேர்ந்ததைப பயனுள்ள பொழுதாக அவள் கருதியிருக்க வாய்ப்பில்லை என்று நான் உறுதியாக நம்பினேன்.

ஹ்ரிங்ஜராபேரின் சரிவான கூரைக்குள் நான்கரைக்கட்டை ஹார்மோனியம் ஒன்று இருந்தது. அதனுடைய இரண்டாவது விசைப்பலகையில் ஒன்று விட்டு ஒன்றாக விசைகள் ஓய்ந்து சப்தமெழுப்பத் திராணியற்றுக் கிடந்தன. இது கர்தர் ஹோம் விட்டுச் சென்ற சொத்து.

"என்ன நிலைமையில் இருக்கிறது பார் கிரிஸ்டின் உன்னுடைய வாத்தியம்!" என்றேன் நான்.

---

2. கேட்: டென்மார்க் நாட்டு இசையமைப்பாளர் நீல்ஸ் கேட் (Niels Wilhelm Gade –1817–1890)

3. லாம்பை: இன்னோரு டென்மார்க் நாட்டு இசையமைப்பாளர் ஹேன்ஸ் க்ரிஸ்டியன் லாம்பை (Hans Christian Lumbye–1810–1874)

4. ஹார்ட்மன்: மற்றுமொரு டென்மார்க் நாட்டு இசையமைப்பாளர் ஜோஹன் பீட்டர் எமிலியஸ் ஹார்ட்மன் (Johan Peter Emilius Hartmann–1805–1900)

5. *பனித்துளி*: ஜேம்ஸ் ஆஸ்வால்ட் எனும் ஸ்காட்லாந்து நாட்டுப் பாடலாசிரியர் மெட்டமைத்த நாட்டார் பாடல் (The Snowdrop – James Oswald – 1710–1769)

"நீ என்ன சொல்கிறாய் என்று விளங்கவில்லையே பையா!" என்றாள் அவள். "ஒவ்வொரு வசந்த காலத்தின் போதும், பிறகு இலையுதிர்காலத்தின் போதும் அதைச் சோப் போட்டுக் கழுவித்தான் வைக்கிறேன்."

"இதில் ஒன்று விட்டு ஒரு ஸ்ருதிதான் கேட்கிறது" என்றேன் நான்.

"எனக்கென்னவோ எல்லாம் சரியாகத்தானே கேட்கிறது" என்றாள் அந்தப் பெண். "இதற்கு அதிகமாக அதிலிருந்து ஏதாவது சப்தம் வந்தால் நான் மிரண்டு போய் விடுவேன். அதில் ஒருவிசையை நீ தொட்டால் கூடப் போதும். தேவாலயக் கல்லறைவெளியில் அந்தக் காலத்தில் எப்படி இருந்ததோ அதெல்லாம் என் கண் முன்பு அப்படியே தெரிகின்றன."

ஆனாலும் கூட அந்த ஹார்மோனியத்தைப் பழுது நீக்க எனக்கும் தாத்தா ஜானுக்கும் அவள் அனுமதியளித்தாள். நாங்கள் அதற்கு முன் எந்த ஹார்மோனியத்தையும் பழுது பார்த்ததில்லை. ஆனால் புதிய நார்வே மொழியில் கர்த்தரை வேண்டிக் கொண்டு வேலையைத் தொடங்கினோம். வேலை முடிந்த பொழுது விசைப்பலகையின் ஒவ்வொரு விசையும் ஒலி எழுப்பும் வகையில் சரியாகியிருந்தது. அன்று மாலை ஸ்வர வரிசைகளை நான் பயிற்சி செய்யத் தொடங்கியபோது மூதாட்டி கிரிஸ்டின் ஒரு சாய்வுநாற்காலியில் உட்கார்ந்துகொண்டு நான் பயிற்சி செய்வதைக் கவனித்துக்கொண்டிருந்தாள். வாழ்க்கையின் விடியல் அவளை மீண்டும் நாடி வந்தது. முடிவிலியின் விடியல். முன்புதேவாலயக் கல்லறைவெளி எப்படி இருந்ததோ அதேபோன்று. கொஞ்ச நேரத்துக்கெல்லாம் அவள் சாய்விருக்கையிலேயே தூங்கி விட்டாள்.

## 22

# ஷூபர்ட்

நீண்ட முகமும் பழுப்பு நிறக் கண்களும் அகண்டு துருத்திய குரல்வளையுமாகத் தோற்றமளிக்கும் இந்த அன்பான மனிதரிடம் வாரத்துக்கு ஒருமுறையோ, இரு முறையோ நான் தனிப்பாடம் படிக்க வந்தேன். என் பால்ய வயதில் தேவாலயக் கல்லறைவெளியில் தென்றலில் நடுங்கியபடி மிதந்து வந்து என் காதுகளில் ஒலித்திருந்த கட்டைக்குரல் அந்தத் துருத்திய குரல்வளையில்தான் குடிகொண்டிருந்தது. டென்மார்க் நாட்டு இசையமைப்பாளர்களின் சித்திரங்களில் காணப்படுவதைப் போன்று, அவரணிந்திருந்த கழுத்துப்பட்டியில், துருத்திக் கொண்டிருக்கும் குரல்வளைக்குத் தோதாக ஒருபிளவு தென்பட்டது. அவருடைய அன்பான மனைவி எனக்குப் பாலாடைக் கட்டியும், ரொட்டியும், காஃபியும் கொடுப்பார். இசையைக் கற்றுக்கொள்வதில் எனக்கு ஏற்பட்ட மட்டிலா ஆர்வத்தால், கிரிஸ்டினுடைய தாழ்கூரைக் குடிலின் உள்ளே அமர்ந்து படுக்கச் செல்லும் நேரத்தில் தொடங்கினோம், மறுநாள் காலையில் தாத்தா ஜானை சந்திக்கச் செல்லும் வரை இரவு முழுக்க நான் ஹார்மோனியத்தை வாசித்துக் கொண்டிருப்பேன். இசைக்குழுத் தலைவரின் பாடம் கற்றுத்தரும் வழிமுறைகள் கோர்வையாக இல்லாததோடு, உண்மையான இசைப் பயிற்சிக்குச் சற்றும் சம்பந்தமில்லாதவையாகவும் இருந்தன. அதையும் இதையும் பற்றிப் பேசிக்கொண்டிருக்கும் அரட்டையின் தொடர்ச்சியாகவோ, இல்லா விட்டால், சமயங்களில், வேறு வேலைவெட்டி இல்லாமல் நாங்கள் ஏதோ வெகுளித்தனமான பொழுதுபோக்கில் ஈடுபட்டிருப்பது போன்றோ அது விளங்கியது. என்னைப் போன்ற ஒரு மட்டிப்பயலுக்கு இசையின் நுணுக்கங்களைக் கற்றுத்தருவதைப் போல் ஒரு வெட்டிவேலை இல்லை என்று நினைக்காமல், ஐஸ்லாந்து நாட்டிலேயே ஆகச்சிறந்த இசைமேதையாக இருந்த இந்த அறிஞர் எனக்குச் சொல்லிக் கொடுத்தார். மாணவனாகிய எனக்கும், ஆசிரியராகிய அவருக்கும் ஒரு விஷயத்தில் ஒற்றுமை இருந்தது. நாங்கள் இருவருமே குருதட்சிணையைப் பற்றிப் பேசிக்கொண்டதேயில்லை.

ஐஸ்லாந்திலேயே இசையமைக்கும் திறன் மிகுந்த ஒரே மனிதராக இவர் அந்தக் காலத்தில் விளங்கினார். மாவட்டத் தலைமை தேவாலயத்தில் ஆர்கன் வாத்தியத்தை இசைக்கும் திறன் பெற்ற ஒரே நபரும் இவர்தான். இப்பேர்ப்பட்ட இசைமேதையின் நேரத்தைப் பணத்தாலும்கூட மதிப்பிட முடியும் என்பதைப் பல ஆண்டுகள் கழித்து மிகத் தாமதமாகவே நான் புரிந்துகொண்டேன். ஒருவேளை, அது பணத்தின் அடிப்படையில் அல்லாமலும் மதிக்கப்பட்டிருக்கலாம்.

இந்த மகிழ்ச்சி நிரம்பிய இல்லம் என் தகுதிக்கு மிகவும் அப்பாற்பட்டது. ஆனாலும் என்னால் தவிர்க்க முடியாதபடிக்கு அது என்னை ஈர்த்துக் கொண்டே இருந்தது. இதனுடைய ஈர்ப்பால், இலக்கணப் பள்ளி அந்திக் கருக்கலில் தேய்ந்து மறையும் நிலை ஏற்பட்டது. அங்கும் நான் தொடர்ந்து பயின்று கொண்டுதான் இருந்தேன். இசையின் முன் மற்றெல்லா விஷயங்களுமே மங்கிப் போயின. ஒவ்வொரு நாளுமே அந்த வீட்டுக்குச் சென்று வர ஆசைப்பட்டேன்.

சிலசமயம், பின்னிரவு வேளைகளில் ஒரு விசித்திரமான உணர்வு எனக்குள் எழும். படித்துக்கொண்டிருக்கையில், காரணமே இல்லாமல் பாதியில் எழுந்து நான் வெளியே சென்று விடுவேன். என்ன செய்கிறேன் என்று உணர்வதற்கு முன்பாகவே மரத்தாலும், நெளிதகடுகளாலும் கட்டப்பட்ட, வெண்ணிறச் சாளரச் சட்டகங்கள் கொண்ட, செவ்வண்ணம் தீட்டிய வீட்டின் முன் நின்றுகொண்டிருப்பேன். அல்லது அதற்கு எதிரில் இருக்கும் ஒரு சிறிய குடிலின் அருகே கடல்நீர்த் தடுப்பணை மதில் மீது உட்கார்ந்து அந்தச் சாளரங்களையே வெறித்துக் கொண்டிருப்பேன். சில வேளைகளில் வீட்டின் உள்ளிருந்து இசையும் பாட்டும் ஒலித்துக்கொண்டிருக்கும். இன்னும் சிலவேளைகளில் ஒரு பெண்ணுடையதுதான் என்று நான் நிச்சயமாக நம்பும் ஒரு தோற்றத்தின் நிழல் சாளரத் திரைச்சீலைகளின் மீது படியும். மிகைப்படுத்தலை நான் கூடிய மட்டும் தவிர்க்கப் பார்ப்பவன். ஆனாலும் கூட, அந்தக் காட்சி அளவுக்கு என்மீது தாக்கத்தை ஏற்படுத்திய வேறொன்று இல்லை என்று கூறிக்கொள்வதில் எனக்குத் தயக்கமேதும் இல்லை. முதலில் என் இதயம் நின்ற போனதுபோல் தோன்றி, பிறகு உடனடியாக அது ஆக்ரோஷமாகத் துடித்துக்கொண்டிருக்கும். அதற்குப் பிறகு ஒரு திருடனைப்போல் அங்கிருந்து தலைதெறிக்கக் கண்காணாமல் ஓடி விடுவேன். பள்ளியின் இரவுக் காவலாளி என்னை மிகவும் விசித்திரமாகப் பார்ப்பார். இதை நான் கொஞ்சம் இங்கிதமான வார்த்தைகளில் சொல்கிறேன். அந்த நிழலுருவின் காட்சியைக் கண்டுவிட்டு, மனவலி தரும் போராட்டங்களை என் மனசாட்சியோடு நான் நிகழ்த்திக் கொண்டிருந்தேன். ஒரு திருடன் கூட என்னளவுக்குத் தன் மனசாட்சியோடு போராட்டம் நிகழ்த்தி யிருக்க முடியும் என்று நான் நம்பவில்லை. அந்த நிழலுருவம் வேறு யாருடையதாகவோ இருந்திருந்தால் மட்டுமே நான் ஆசுவாசம் கொள்ள முடியும் என்று சிலவேளைகளில் எண்ணியதுண்டு.

அவள் வீட்டில் இருக்கிறாளா இல்லையா என்பதை நான் எப்பொழுதுமே தெரிந்து வைத்திருந்தேன். தாழ்வாரத்தில் அவளுடைய மேலங்கி தொங்கிக் கொண்டிருக்காத நேரங்களில் நான் கொஞ்சம் இயல்பாக

உணர்ந்ததுண்டு. அடங்கிக் கேட்கும் துணியின் சரசரப்போசையோ அல்லது மாடிப்படியில் கேட்கும் கிரீச்சொலியோ, அல்லது மாடியில் கதவு அறைந்து சாத்தப்படும் சத்தமோ, சமையலறையில் கேட்கும் காலடியோசையோ அவளின் இருப்பை எனக்கு உணர்த்தி விடும். இந்த ஓசைகள் என் கவனத்தைச் சிதறடித்து என்னைக் குழப்பும். என்னுடைய காலணிகள் கொஞ்சம் அதிகப்படியாகப் பெரியவையாகத் தோன்றுகின்றனவோ என்று ஒரு சிலநேரங்களில் என்னைக் கவலைப்பட வைக்கும்.

“என்ன ஆச்சு?” என்பார் இசைக்குழுத் தலைவர். “இரவு முழுவதும் ஜானோடு சீனர்களுக்காகப் பிரார்த்தனை செய்துகொண்டு கண் விழித்திருந்தாயா?”

எனக்கு அதிர்ஷ்டமிருந்து அன்றைய இசைப்பயிற்சி நேரம் முழுவதும் அவள் வீட்டிலில்லாமல் இருந்தால், “நீ நிச்சயமாக இந்த வாத்தியத்தை வாசிக்கக் கற்றுக்கொண்டு விடுவாய் என்றே தோன்றுகிறது” என்பார் இசைக்குழுத் தலைவர். “அது போகட்டும். பள்ளிப்படிப்பு முடிந்தவுடன் நீ என்ன செய்ய உத்தேசித்திருக்கிறாய்?”

எனக்கு எப்பொழுதுமே மீன்பிடிப்பதில்தான் ஆர்வம் என்று சொன்னேன். அதிலும் குறிப்பாக கல்கடிச்சான்மீன் என்று சொல்ல மட்டும் ஏனோ துணியவில்லை. அதைத் தவிர தீர்மானமான திட்டங்கள் வேறு ஏதும் இல்லை என்றேன்.

“கர்தர் ஹோம் மாதிரி உலகம் போற்றும் நபராக வருவதற்கு உனக்கு ஆசை எதுவும் இல்லையா?” என்று கேட்டார் இசைக்குழுத் தலைவர்.

“அதைப் பற்றியெல்லாம் எனக்கு எதுவும் தெரியாது” என்றேன் நான். பிறகு சற்றே யோசித்து, ஆனால், *குட்டிச்சாத்தானின் அரசன்* பாடலைக் கர்தர் பாடிக் கேட்டால் நன்றாக இருக்குமென்று தோன்றுகிறது” என்றேன்.

“அப்படியா?” என்றார் இசைககுழுத் தலைவர். “அதற்காகத்தானே நாமெல்லோரும் தவம் கிடக்கிறோம்.”

“உலகத்திலேயே அவர்தான் மிகப்பெரும் பாடகராக இருக்க வேண்டும், இல்லையா?” என்று நான் அவரிடம் கேட்டேன்.

“தெரியவில்லை” என்றார் இசைக்குழுத் தலைவர். “எனக்குத் தெரிந்து அவர் ஜான் குட்மன்ஸனுடைய பண்டகசாலையில் விற்பனைப் பிரிவில் இருந்தார். அந்த முதியவர்தான் இவர் பள்ளிக்குச் சென்று படிக்கப் பண உதவி செய்தார் என்று கூட நினைவு. நான் சரியாகத்தான் சொல்கிறேன் என்று நினைக்கிறேன். ஆனால் அது ரொம்ப நாள் ஓடவில்லை. உலகப்புகழ் பெறத் துடிப்பவர்களால் வகுப்பறையில் நீண்டகாலம் முடங்கி இருக்க முடியாது.”

“அப்படியென்றால், அவர் உலகப்புகழ் பெற்ற மனிதர் என்பது நிச்சயமில்லையா?” என்று நான் விடாமல் நோண்டினேன்.

“நாம் இருவருமே அவரைப் பற்றித் தெரிந்து வைத்திருக்கிற அளவுக்கு அவர் புகழ்பெற்ற மனிதர்தானே” என்றார் இசைக்குழுத் தலைவர். “அதுவே பெரிய விஷயமில்லையா?”

“அவர் பாடி நீங்கள் கேட்டதில்லையா?” என்று நான் அவரைக் கேட்டேன்.

“இல்லை” என்றார் இசைக்குழுத் தலைவர். “ஆனால், இயேசு கிறிஸ்து இந்த உலகிற்கு மீட்சி கொடுத்த போதும்கூட நான் இருக்கவில்லையே”

ப்ரெக்குகாட்டின் சுழற்கதவுகளைத் தாண்டி, பாடகர் கர்தர் ஹோமின் உண்மையான புகழையும் மதிப்பையும் பற்றி ஒப்புக்கொள்ளத் தயங்கும் ஒரே மனிதனை இந்த இசைக்குழுத் தலைவர் வடிவில் பார்க்க நேர்ந்தது குறித்து நான் ஓரளவுக்கு அதிர்ச்சி அடைந்திருக்கத்தான் வேண்டும். இந்த நூலில் விவரிக்கப்படும் காலகட்டத்தில், என்னுடைய உறவினர் என்று சுற்றியிருப்போரால் கூறப்படும் இந்த அண்டை வீட்டுக்காரரை, என்னைப் போலவே மூன்று ஔரருக்கு மிளகு வாங்கி வரக் கடைக்கு அனுப்பப்பட்டதாக என்னிடம் கூறிய ஹ்ரிங்ஜராபேர் வீட்டு மனிதரைப் பற்றி, இசைக்குழுத் தலைவரைத் தவிர வேறு யாரிடமும் நான் குறிப்பிட்டுப் பேசிய நினைவில்லை. விரல்களைப் பயிற்றுவிக்க என்று பதிப்பிக்கப்பட்டிருக்கும் இசைப்பயிற்சிப் புத்தகங்களை இசைக்குழுத் தலைவர் அடிக்கடி எனக்கு இரவல் தருவதுண்டு என்பதைக் குறிப்பிட்டிருக்கிறேனா? உண்மையான இசை பற்றிய நூல் ஒன்று தவறுதலாக ஒருமுறை அதில் வந்து விட்டது. அது ஷுபர்ட் பாடல்கள் அடங்கிய நூல். இதிலிருந்துதான் நான் *குட்டிச்சாத்தான்களின் அரசன்* பாடலைப் பயின்றேன்.

ஹ்ரிங்ஜராபேரிலிருந்த பழைய ஹார்மோனியத்தில்தான் இந்தப் புத்தகத்திலிருக்கும் பாடல்களைப் பயிற்சி செய்து பார்த்தேன். அது மிகவும் மேல்நிலை மாணவர்களுக்கான நூல் என்பதை நான் உடனடியாகவே புரிந்துகொண்டேன். அதிலிருந்தவை இசைக்கருவிகளின் துணையோடு பாடப்பட வேண்டிய தனிப்பாடல்கள். ஜெர்மன் மொழியில் இயற்றப்பட்ட உணர்ச்சிப் பாடல்கள். இருந்த போதிலும் அவற்றைக் கற்றுக்கொள்ள முயன்றேன். அந்த நேரத்தில் என்குரல் சுத்தமாக ஒத்துழைக்காததால் பாடல்களின் இன்னிசையை விரல்களால் மட்டுமே உள்வாங்கிக்கொள்ள வேண்டியிருந்தது. ஜெர்மன் மொழிக்கு முன்பாகவே நான் லத்தீனைத்தான் கற்கத் தொடங்கியிருந்தேன். இதனால் அந்தக் கவிதைகளைப் புரிந்துகொள்வதற்காக ஒவ்வொரு இரண்டாவது சொல்லுக்கும் அர்த்தத்தைப் பார்க்க வேண்டி இருந்தது. எண்ணற்ற கவிஞர்கள் இயற்றி யிருந்த பாடல்களின் தொகுதியை ஷுபர்ட் இசையமைக்க எடுத்துக் கொண்டிருந்தார். அந்தத் தொகுதியைக் கண்டு அபரிமிதமான வியப்பும் ஆர்வமும் எனக்குள் கிளர்ந்தன. இருண்ட கண்டமான ஆப்பிரிக்காவில் இருக்கும் குள்ளர் இனத்தவர் கூட இந்த விஷயத்தில் என்னளவுக்கு அதிசயப்பட்டிருப்பார்களோ என்னவோ. அங்கொன்றும் இங்கொன்றுமாக ஒருசில பாடற்பகுதிகளைத் தவிர ஏனைய பாடல்களுக்கு வெறும் பக்கவாத்தியத்தை மட்டும் வைத்துக்கொண்டு என்னால் அதிகம் சமாளிக்க முடியவில்லை. அதுவும் போகப் பக்கவாத்தியமும் அதற்குத் தோதானதாக இல்லை. ஆனால் இந்தப் பாடல்களில் நான் உணர்ந்த இசையமைதி என் இதயத்தில் ஒரு மாயத்தை நிகழ்த்தியது. நீருக்கும் காற்றுக்கும் இடையில் நிலவும் இசையமைதியைப் பிரதிபலிப்பது

போன்ற ஒரு வித முரசொலி – ஒரு காலகட்டம் வரையில் இதுதான் என் வாழ்வின் பக்கவாத்தியமாக அமைந்தது. ஜெர்மானியர்கள் கொண்டாடும் ரொமான்டிசிஸத்தின் கருவறை தரிசனம் ஒருநபரின் வளர்பருவத்தில் கிட்டுவது அப்படியொன்றும் சாதாரண விஷயமில்லை. அது ஒரு அசாதாரண சாகசம். இதற்கு நேர் மாறாக, சொற்களைப் பயன்படுத்த ப்ரெக்குகாட்டில் வரையறுக்கப்பட்டிருந்த உறுதியான கட்டுப்பாடும் என் மீது இன்னமும் நீடித்த தாக்கத்தை கொண்டிருந்தது. எங்கள் வீட்டைப் பொறுத்தமட்டில், அந்த ஜெர்மன் கவிஞர் கூட்டிணையத்தின் சொற்பிரவாகம் எவ்வித மதிப்புமில்லாத உருவாக்கமாகவே இருந்தது. ப்ரெக்குகாட்டில் சொற்கள் என்பவை அசாதாரணமான மதிப்பு மிக்கவை. அவற்றை மிகுந்த கவனத்துடன் மட்டுமே பயன்படுத்த முடியும். ஏனென்றால் ஒவ்வொரு சொல்லும் ஏதோ ஒன்றைக் குறிப்பதாக இருந்தது. பணவீக்கத்துக்கு முன்பு தொடக்கத்தில் இருந்த பணம் எப்படிப் பண்பு கெடாமல் தூயதாக இருந்ததோ அப்படி இருந்தது எங்களுடைய உரையாடலின் பண்பு. சொற்களால் வெளிப்படுத்தி விட இயலாத அளவுக்கு மிகவும் ஆழம்மிக்கதாக அனுபவம் என்பது உணரப்பட்டது. மாட்டு ஈ மட்டுமே சுதந்திரமான ஜீவனாகத் திரிந்தது. மிகை ஆடம்பரம் மிக்க ஜெர்மன் கவிதை எனக்கு மிகக் குறைவான செய்தியையே தந்தது. சிலநேரங்களில் அது எந்தச் செய்தியையும் கூடக் கொடுக்காமல் போனது. அதைக் கண்டு நான் அசந்து போனது மட்டுமே நிகழ்ந்தது. ஆனால், ஒரு ஸ்ருதி மற்ற ஸ்வரங்களோடு கொள்ளும் முறையான உறவை இசைக்கருவியில் வாசிக்கும் பொழுது கவிதையைக் காட்டிலும் அதிகச் செய்தி எனக்குக் கிடைத்தது. சிலவேளைகளில் அது அனைத்தையுமே கொடுத்தது.

*ஆம், நீ உன் வில்லை வளைக்கிறாய்*
*தெய்வீக சீமாட்டியே, என்னைக் கொல்ல!*

ஒருவருடைய மனதில் இருப்பதை மறைக்கவே சொற்கள் பயன்படுகின்றன; சொற்கள் உண்மையில் சொல்ல வருவது முற்றிலும் மாறுபட்ட வேறொன்றை; சிலவேளைகளில் அவை நேர் எதிரிடையான வற்றைக் கூட உணர்த்தும் என்பன போன்ற கோட்பாடுகளை ஏற்று ஒழுகும் மக்களுக்கு வேண்டுமானால் அபூர்வமாகவேனும் ஜெர்மானியக் கவிதையை சகித்துக்கொண்டு அதை இயற்றிய கவிஞனை மன்னித்து விடுதல் சாத்தியப்படுமாக இருக்கும். அதிலும், இசையில் உள்ளுறையும் உண்மையை உணர்த்தும் சவாலான பணியைச் சொற்கள் அவற்றுக்கே உரிய அன்னியத்தன்மையோடு முயலும்போது கேட்கவே வேண்டாம். அப்படி ஒரு நிலைமையில் இசைக்காகவேனும் அந்தச் சொற்களை ஓரளவுக்கு அங்கீகரித்தாக வேண்டிய கட்டாயம் நேர்கிறது.

வசந்தகாலம் தொடங்குவதற்குச் சற்றே முன்பாக ஒருநாள், இசைக்குழுத் தலைவரிடம் பாடம் கேட்டுக்கொள்ள, வழக்கம் போல் அவருடைய வீட்டுக்குச் சென்றேன். சரியான காலணிகளைத்தான் நான் அணிந்து கொண்டிருக்கிறேனா என்று எப்பொழுதும் போலக் குழம்பியபடி முன்வாசற்கதவை அடையும் படிக்கட்டுகளின் மீது அதிர, அதிர நான் நடந்துகொண்டிருந்தேன். அது எப்படியோ போகட்டும். நான் கதவைத்

தட்டுவதற்காகவே காத்திருந்தது போல் கதவு உடனே திறந்தது. வாயிலில் ப்லேர் நின்றுகொண்டிருந்தாள். இந்தப் பெண்ணை நான் இப்பொழுது வர்ணித்துக் கொண்டிருக்கப் போவதில்லை. உண்மையில் பார்க்க அவள் எப்படியிருந்தாள் என்பது இந்தக் கதையோடு சற்றும் ஒட்டாத விஷயம். அது மட்டுமில்லை. அதை நான் எப்பொழுதோ மறந்தும் விட்டிருந்தேன். எந்த சொல்லைக் கொண்டு முயன்றாலும் வெளிப்பட்டு விடாமல் தொலைதூரத்தில் எட்டி நிற்கும் உண்மையைப் போல் அவள் தரிசனம் இருந்தது. என்னுடைய கண்களுக்கு அவள் அழகான மில்லர் பெண்ணாகவும்[1], மீனவப் பெண்ணாகவும்[2], சோலையில் சோகமாய்க் காத்திருக்கும் சிறு மங்கையாகவும்[3] ஆக்ரோஷ வேட்டுவ டியானாவாகவும்[4] கன்னிமை மாறா கன்னிகாஸ்த்ரீயாகவும்[5] மட்டுமில்லை, கரும்சிவப்புப் புள்ளிகளோடு துள்ளும் நன்னீர் வகை மீனாக, எலுமிச்சம் மரமாக, நீரின் பாடலாக, இறைக்கீர்த்தனையாக என்று பலவிதமாகத் தோன்றினாள். ஒரே வார்த்தையில் சொல்வதென்றால், அவளே ஷூபெர்ட்டாக என் கண்களுக்குத் தோன்றினாள்.

அவள் என்னைப் பார்த்தாள். "அப்பா வீட்டில் இல்லை" என்றாள். "இன்று என்னை உனக்குப் பாடம் எடுக்கச் சொல்லி விட்டுப் போயிருக்கிறார்."

நான் ஒன்றுமே சொல்லவில்லை. வேர் பிடித்ததுபோல் நிலைப்படியிலேயே நின்றிருந்தேன். அவள் என்னையே பார்த்துக்கொண்டிருந்தாள். எனக்கு ஒரேயடியாய் இருட்டிக் கொண்டு வந்தது.

நான் அசையாமல் இருந்ததைப் பார்த்து "வா" என்று கையைப் பிடித்து அழைத்தாள். உள்ளே கூட்டிப்போய் ஹார்மோனியத்தின் முன்னே உட்கார வைத்தாள். நான் செத்துக் கொண்டிருப்பதைப் போல் உணர்ந்தேன். கொஞ்சம் செத்தும் போனேன் என்றுதான் கூற வேண்டும். அல்லது கூதிர்கால இறுதியில் பட்டுப்புழுவின் கூடு வீறல் விடுவதைப் போல நான் இறந்துகொண்டிருந்தேன் என்று சொல்லலாம். ஆனால், துரதிர்ஷ்டவசமாக, ஒரு பட்டுப்பூச்சி புத்துயிர் பெறுவதைப் போல் அந்த அளவுக்கு என்னால் முழுமையாக மரணம் எய்த முடியவில்லை.

---

1. மில்லர் பெண்: மில்லர் பீர் எனப்படும் மதுபான விளம்பரத்துக்காக உருவாக்கப்பட்ட அழகிய பெண்ணுருவம்.

2. மீனவப் பெண்: ஜோசஃப் மேலார்ட் வில்லியம் டர்னர் [Joseph Mallord William Turner (1775–1851)] என்ற ஓவியர் வரைந்த நிலவொளி என்ற சித்திரத்தில் காணப்படும் நியாபாலிட்டன் மீனவப்பெண்.

3. சோலையில் காத்திருக்கும் சிறு மங்கை: அர்நோபியஸின் புனித எழுத்துகள் (The Sacred Writings of Arnobius) என்ற நூலில் குறிப்பிடப்படும் ப்ராஸப்பீன் எனும் மங்கை. ஹென்னா எனப்படும் சோலையில் காத்திருப்பதாக ஐதீகம்.

4. ஆக்ரோஷ வேட்டுவ டியானா: அனைத்து மிருகங்களுக்கும் மனிதர்களுக்கும் ஆதித் தாய் என்று கிரேக்க இலக்கியத்தில் குறிப்பிடப்படுபவள்.

5. கன்னிமை மாறா கன்னிகாஸ்த்ரீ: முந்தைய கால ஜெர்மானியமொழிக் கீர்த்தனைகளிலும் துதிப் பாடல்களிலும் கன்னிமை மாறா கன்னிகாஸ்த்ரீ என்று கன்னி மேரி குறிப்பிடப்படுவது மரபு.

“நீ இன்று எந்தப் பாடத்தைப் பயிற்சி செய்ய வேண்டும்?” என்றாள் அவள்.

“எனக்கு நினைவில்லை” என்றேன்.

பயிற்சிப் புத்தகத்தை விரித்து “நீ ஏற்கெனவே பயிற்சி செய்திருப்பதை வாசித்துக் காட்டு” என்றாள்.

“எனக்கு எல்லாமே மறந்துவிட்டது” என்றேன்.

“சரி. அப்படி என்றால் வெறும் ஸ்வர வரிசைகளையாவது வாசித்துக் காட்டு” என்றாள். “நிச்சயமாக அவற்றை நீ மறந்திருக்க முடியாது.”

“இல்லை. நான் ஸ்வர வரிசைகளைக் கூட மறந்துவிட்டேன்” என்றேன்.

“அது எப்படி மறக்கும்? நம்பவே முடியவில்லையே!” என்றாள் அவள். “ஸ்வர வரிசைகளை யாருமே மறக்க முடியாது. அவை வெறும் ஸ்வரத் தொகுப்புதானே!”

“இல்லை. நான் சத்தியமாகச் சொல்கிறேன். ஸ்வர வரிசை எதுவுமே இப்பொழுது எனக்கு நினைவில் இல்லவே இல்லை” என்றேன்.

உடனே அவள் சிரிக்கத் தொடங்கினாள்.

நான் ஹார்மோனியத்தை விட்டு எழுந்து அறைக்கதவுக்கு அருகில் சென்றேன். என்னுடைய காலணிகளை அணிந்துகொண்டு, காற்சராய்ப் பையில் குறடு தொங்க, படிய மறுத்த மயிர்க்கற்றையுடன் அறையைக் கடந்து சென்றேன். தன் கண்களால் அவள் என்னைத் தொடர்ந்தாள்.

அதற்குப் பிறகு நான் அங்கே செல்லவேயில்லை. ஹார்மோனியத்தை வாசிக்கக் கற்றுக்கொள்வது நின்று போனது. வசந்தம் வந்தது. என்னுடைய சான்றளிப்புத் தேர்வுகள் வந்தன. அவற்றில் நான் தேறிவிட்டேன். தாத்தா ஜான், தலிருகுத திரும்பிச் சென்றுவிட்டார். அந்த வீட்டின் பக்கமாக நான் தலைவைத்துக் கூடப் படுக்கவில்லை. அந்தத் திசையில் பார்ப்பதையே தவிர்த்தேன். பகல் குறுகி இரவு நீளும் நாட்களில் என்றேனும் ஓர்இரவில் கள்ளத்தனமாய் அங்கே போகலாமா என்று சபலம் தட்டும். ஆனால் உடனே இரவுக் காவலாளியை நினைத்துக்கொள்வேன்.

23

# கர்தர் ஹோமின் இரண்டாம் வருகை

கர்தர் ஹோம் இரண்டாவது முறையாக ஐஸ்லாந்து நாட்டுக்குத் திரும்பி வந்த பொழுது எனக்குப் பதினெட்டு வயது நடந்துகொண்டிருந்தது. அப்பொழுது கண்காணிப்பாளரின் மூக்குப்பொடியெல்லாம் தீர்ந்து போய் வெகுகாலம் ஆகியிருந்தது. மூக்குப்பொடி போட்டிருந்த சுருக்குப் பை சுருங்கி, தூசு படிந்து மர அடுக்கில் கிடந்தது. ஆனால் தங்கக்காசு இருந்த பையில் இன்னமும் ஏதோ மீந்திருந்தது.

விரைவில் எந்தநேரமும் பாடகர் வரலாம் என்ற எதிர்பார்ப்பைச் செய்தித்தாள்கள் கிளப்பிக்கொண்டிருந்தன. இறுதியில், ஆகஸ்ட் மாத முதல்வார வாக்கில் *துருவநட்சத்திரம்* எனும் விசைப் படகில் அவர் வருவார் என்று அறிவிக்கப் பட்டது. உலகின் மறுபக்கத்தில் அவர் வசித்து வந்தார். ஆஸ்திரேலியாவிலும் ஜப்பானிலும் கச்சேரிகளை நிகழ்த்திக் கொண்டிருந்தார். அவருடைய கச்சேரிகளை நிகழ்த்தக் கேட்டு ஒப்பெரா வகை இசையரங்குகளில் இருந்து அழைப்புகள் குவிந்த வண்ணம் இருந்தன. உலகமே அவருடைய சிப்பியாக இருக்கையில், ஏதோ ஒரு ஒப்பெரா இசை அரங்குக்குள் தன்னைக் கட்டிபோட்டுக் கொள்ள அவர் விருப்பப்படவில்லை. வைக்கோல் போர் கட்டத் தொடங்கும் பருவத்தின் ஆரம்ப நாட்களில் கர்தர் ஹோமை வரவேற்க வேண்டிய ஏற்பாடுகளைப் பற்றி எல்லோரும் பேசிக்கொண்டிருந்தார்கள். வடதுருவத்துக்கு எதிராகக் குழுமியிருக்கும் நகரம் என்று அயல்நாட்டு சுற்றுலாப் பயணிகளால் எப்பொழுதும் வர்ணிக்கப்படும் கீழ்நிலைச் சொந்த நகரத்துக்குத் தன்னுடைய புகழின் உச்சியில் வந்து சேரும் உலகப் பாடகரை வரவேற்கத் தன்னாலான மிகச் சிறப்பான ஏற்பாடுகளை தேசம் செய்ய வேண்டி இருந்தது. நாடெனும் கப்பலைச் செலுத்தும் பல்வேறு தளபதிகளான நகர் மன்றம், தீயணைப்புப் படை, இலக்கிய சமூகம், பாண்டு

இசைக்குழு, *கைவளை* எனப்படும் பெண்கள் சமூகக் குழு என்று அனைவரையும் உள்ளடக்கிய கூட்டம் நடத்தப்பட்டது. அலைதாங்கியின் பாலத்தூண்களின் மீதாக வெற்றிவிழா வளைவு ஒன்றை நிர்மாணித்து மலர்களால் அதை அலங்கரிப்பதென்று கூட்டத்தில் முடிவெடுக்கப்பட்டது. வெற்றிவிழா வளைவின் வழியாக நான்கு கட்டுமஸ்த்தான ஆசாமிகள் பாடகரைத் தோளின் மீது தூக்கிச் சுமந்து வருவதற்கு ஏற்பாடு செய்வதென்றும் முடிவெடுக்கப்பட்டது. எக்காளக்குழலூதிகளைக் கொண்டு *ப்யோர்னபோர்ஜெர்னுஸ் அணிவகுப்பு கீதத்தை*[1] இசைக்க வேண்டும், வசீகர உடையணிந்த பெண்கள் மலர்ச்செண்டுகளைக் கொடுக்க வேண்டும் என்றெல்லாமும் தீர்மானிக்கப்பட்டது. ஷெரீப் எனப்படும் ரேக்ஜாவிக்கின் நகர நாட்டாண்மை ஒரு சிற்றுரை ஆற்றுவது என்றும் தேசத்தின் காவியக்கவிஞர்களுள் எவரேனும் ஒருவராவது, அதிலும் குறிப்பாக, *ஐஸாஃபோல்ட்* பத்திரிகையின் ஆசிரியர், ஓட் வகைத் துள்ளற்கலிப்பா ஒன்றை இயற்றுவது என்றும் யாரையும் கலந்தாலோசிக்காமலே முடிவானது. கர்தர் ஹோம் கரையைத் தொட்டதும் ஒரு பாடலோடு தன்னுடைய சொந்த நகரை வாழ்த்தி வணங்குவார் என்று எதிர்பார்க்கப்பட்டது. ஆனால், அவர் எந்த உப்பரிகையிலிருந்து பாடுவது என்பதில் கருத்தொற்றுமை ஏற்படவில்லை.

*துருவநட்சத்திரம்* என்ற பெயர் கொண்ட பயணியர் விசைப் படகு வருவதற்கு நாட்கள் இருக்கும் போதே கட்டடங்களுக்கு வர்ணம் பூசும் வேலை துரிதமாக நடந்தது. உதாரணத்துக்கு, குட்மன்ஸன் பண்டகசாலையும், அதே போல், *ஐஸாஃபோல்ட்* பத்திரிகை அலுவலகமும் சாம்பல் பூத்த பச்சை நிற வர்ணம் பூசப்பட்டுக் காட்சி தந்தன. இதைப் போலவே, இறையியல் கல்விக்கூடமும் வாய்ப்பைப் பயன்படுத்திக் கொண்டு அதே சாம்பல் பூத்த பச்சை நிற வர்ணம் பூசி நின்றது. வெல்ட்டுஸந்த், ஃபிஷர்ஸந்த் போன்ற கிளைத்தெருக்களில் உள்ள கடைகளும் மங்கித் தெரிய மறுத்து, சோப்பு, சணல் கயிறு, தீப்பெட்டி, வாணலி இத்யாதிகளோடு, இந்த மாமனிதரின் புகைப்படங்களை உருப்பெருக்கி, தத்தம் சாளரங்களில் காட்சிப்படுத்தியிருந்தன. இந்த இசைக்கலைஞரின் படங்கள் அச்சடிக்கப்பட்ட, சட்டையின் மார்புப் பகுதி மடிப்பின் மீது குத்திக்கொள்ளும் வகையான அடையாள அட்டைகள் விற்பனைக்கு வைக்கப்பட்டிருந்தன. விண்வெளிகளின் குறுக்கும் மறுக்குமாய் விரைந்தோடிக் கொண்டிருக்கும் தங்கரதத்தை மெய்ம்மறந்து வெறித்தவாறிருக்கும் மனிதனின் அதே புகைப்படப் பிரதிகள்.

கர்தர் ஹோமைப் பற்றிப் பத்திரிகைகள் ஒருசில வாரங்களுக்கு அபூர்வமாக மௌனம் சாதிக்க நேர்ந்தால் ப்ரெக்குகாட் பண்ணைக் குடிலில் இருக்கும் யாரவது ஒருவர் "இங்கே தேவாலயக் கல்லறையில் விளையாடித் திரிந்துகொண்டிருந்த வரையில் கிரிஸ்டினின் குட்டி ஜார்ஜ் உண்மையில் நல்ல பையனாகத்தான் இருந்தான்" என்பது போல எதையாவது சொல்லிக்கொண்டிருப்பதுண்டு. வெளியுலகில் அவரைப் பற்றி

---

1. *ப்யோர்னபோர்ஜெர்னுஸ் அணிவகுப்பு கீதம்* : 1809ஆம் ஆண்டு மாவீரன் நெப்போலியன் போனபார்ட் ஃபின்லாந்து நாட்டுக்கு வருகை தந்த பொழுது அந்நாட்டுப் படைவீரர்கள் தந்த அணிவகுப்பு மரியாதைக்காக இயற்றப்பட்ட பாடல்.

மிகுந்திருந்த ஆரவாரத்தின் தன்மையை, ப்ரெக்குகாட்டில் கர்தர் ஹோம் மீது கவிந்திருந்த நிசப்தம் ஆழமாக்கியது போல் தோன்றியது. அவருடைய பெயரோடு தொடர்பு கொண்ட புகழலை வெளியுலகிலிருந்து மிக வலிமையுடன் ப்ரெக்குகாட்டின் சுழற்கதவுகள் மீது மோதும் போதுதான் கதவை உடைத்து உள்ளே நுழையும் வாய்ப்புக்கான சாத்தியக்கூறுகள் குறைகின்றன.

எது எப்படியோ. இந்தக் கோலாகல வரவேற்பு உண்மையில் நடக்கும் என்று என்னால் உண்மையில் நம்ப முடியவில்லை. இப்பொழுது அதைப் பற்றி எந்த ஒளிவு மறைவும் எனக்கில்லை. உண்மையில் அந்த வரவேற்பு நடைபெறவேயில்லை. அவர் வந்தாலும் சரி, போனாலும் சரி, கர்தர் ஹோம் மக்களை ஏமாற்றி விடுகிறார் என்று எனக்குத் தோன்றியது. ஆனால் தன்னை யாரும் ஏமாற்றி விட அவர் அனுமதிப்பதேயில்லை. வெற்றிவிழா வளைவுகளோ, பாண்ட் வாத்திய வரவேற்போ எதுவாயிருந்தாலும் அவரை ஈர்த்து விடுவதில்லை. இல்லாமல் போயிருந்தால் தேவாலயக் கல்லறைவெளியில் அவர் வளர்க்கப்பட்டிருந்த விதம் வீண் என்றாகியிருக்கும். அதே போல் பிறருடைய எதிர்பார்ப்புகளுக்கு உடன்பட்டுப் போவது அவருடைய இயல்பிலேயே இல்லாததாகத் தோன்றியது.

*துருவநட்சத்திரம்* விசைப்படகு வந்த தினம் ஏதோ நேற்று நடந்தது போல் என் நினைவிலிருக்கிறது. அன்று மழை பெய்துகொண்டிருந்தது. கிட்டத்தட்டப் புயல்போல் காற்றும் பலமாக இருந்தது. இதைத் தவிர வேறெதை யார் எதிர்பார்த்திருக்கக் கூடும்? எட்டுப் பத்துப் பெண்கள் கடற்துறை அருகே மழையில் ஊறி, உறைந்து போய் நின்றுகொண்டிருந்தார்கள். அவர்களுடைய முழங்கால்கள் உதறிக் கொண்டிருந்தன. மழைஅவர்களுடைய மலர்ச்செண்டுகளை துவம்சம் செய்துகொண்டிருந்தது. ஊது இசைக்கருவிகளைச் சுமந்துகொண்டிருந்த சிறிய வாத்தியக் கோஷ்டி குளிரின் கடுமை தாங்காமல் ஏறத்தாழ மாய்ந்து போகும் நிலையில் இருந்தது. ப்ருன்னூஸ் எனும் இடத்திலிருந்து வந்திருந்த உடல் ஊனமுற்ற காலணி தயாரிப்பவரும் அந்தக் கோஷ்டியில் இருந்தார். அவர்களுடைய வாத்தியங்களுக்கு உள்ளே எல்லாம் கூட மழை பெய்தது. உறைந்து விட்ட வாயையும், விரல்களையும் சூடேற்றிக் கொள்வதற்காக, விசைப்படகு வரும் அறிகுறி எதுவும் தென்படுவதற்கு முன்பாகவே, *ப்யோர்னபோர்ஜெர்னுஸ் அணிவகுப்பு* கீதத்தை வாசித்துப் பார்க்க வாத்தியக்கோஷ்டி முடிவுசெய்தனர். நகர நாட்டாண்மை தன்னுடைய அங்கியையும் மழைக்கால – நீர்புகா ரப்பர் காலணிகளையும் அணிந்துகொண்டு தயாராக இருக்கிறார் என்ற செய்தி பரவியது. கீதம் இசைக்கப்பட்டுக் கொண்டிருக்கும் பொழுது *துருவநட்சத்திரம்* விசைப்படகிலிருந்து வந்த செய்தியாளர் ஒருவர், பயணிகளுள் கர்தர் ஹோம் இல்லை என்றும் ஏதோ தவறான செய்தியால் விளைந்த குழப்பம் இக்கூத்தென்றும் அந்த நேரத்தில் அவர் பாரிஸ் நகரில் ஒரு கச்சேரியை நிகழ்த்திக்கொண்டிருக்கிறார் என்றும் தகவல் கூறினார். வாத்தியக் கோஷ்டி வாசிப்பதை நிறுத்திவிட்டு, வாத்தியக் கருவிகளுக்குள் புகுந்திருந்த மழைநீரைக் காலி செய்து கலைந்தனர். நகர நாட்டாண்மை தான் அணிந்திருந்த நீர்புகா ரப்பர் காலணிகளைக் கழற்றி விட்டதாகவும் தகவல்

வந்தது. தாங்கள் அதுவரை சுமந்துகொண்டிருந்த மலர்க்கொத்துகளைத் தூக்கிக்கொண்டு சிறுமிகள் மழையில் வீட்டுக்கு ஓடினார்கள். மலர்களால் அலங்கரிக்கப்பட்டிருந்த வெற்றிவிழா வளைவு பிரிக்கப்பட்டது.

இப்படித்தான் நடக்குமென்று நான் முன்பே சந்தேகப்பட்டேன்.

ஆனால், கிட்டத்தட்ட ஒரு வாரம் கழித்து சுடர்கட்டாவில் என்னை ஆச்சரியத்தில் மூழ்கடித்த ஒரு சம்பவம் நிகழ்ந்தது. நான் நகருக்குச் சென்று கொண்டிருந்தேன். குன்றின் மீது தேவாலயக் கல்லறைவெளிக்குப் பிரியும் பாதை இருக்கும் முக்கை நான் அடைந்த போது கையில் பிரம்புடன் நடை போட்டுக்கொண்டிருந்த கனவான் ஒருவரை எதிரில் பார்க்க நேர்ந்தது. கடந்து செல்லும் எந்த நபரையும் நேருக்கு நேராய்ப் பார்க்கும் வழக்கம் உண்மையில் எப்பொழுதுமே எனக்கு இருந்ததில்லை. ஆனால் தெருவில் எதிரே என்ன வருகிறது என்பதைத் தூர இருந்தே ஓரளவுக்கு என்னால் அனுமானிக்க முடியும். எதிரே வந்த நபரின் முகத்தை இம்முறை அனிச்சையாக நான் பார்க்க நேர்ந்தது. அது வேறு யாருமில்லை. கர்தர் ஹோம்தான்.

நான் தவறாக நினைத்து விட்டேனோ! என்னால் நிச்சயமாகச் சொல்ல முடியவில்லை. ஏனென்றால் உண்மையில் இந்த மனிதர் கொஞ்சம் தளர்ந்து போயிருந்தது போல் தோன்றினார். ஐந்து ஆண்டுகள் என்பது மனித வாழ்நாளில் கொஞ்சம் அதிகமான காலம்தான். அது மட்டுமல்லாமல் அவர் உண்மையிலேயே கொஞ்சம் வயதாகித்தான் காணப்பட்டார். அவரைப் பார்த்தால் வெறுமனே வெயிலால் வாடியவராகத் தோன்றவில்லை. மாறாகப் பருவகால மாறுதல்களில் அடிபட்டு நலிந்தவரைப் போலத் தோன்றினார். இப்பொழுது பார்த்தால், சற்றே மாறுகண்ணோ என்று யோசிக்க வைக்கும் கள்ளப்பார்வை அவர் கண்களில் தென்பட்டது.

ஒரு லத்தீன் நூலில், கழுகைப் பற்றிக் குறிப்பிடும்போது அது சொர்க்கத்தின் ஒளியையே கூர்ந்து பார்த்தவாறிருக்கும் என்று ஒரு பகுதி வரும். அதைப் போலவே இந்த மனிதரும் நிச்சயமாக சொர்க்கத்தின் ஒளியை நோக்கியே பார்வையைப் பதித்திருக்கும் ஒருவர்தான். எனவே இப்படிப்பட்ட ஒருநபர் அல்ஃப்க்ரைமுரை அடையாளம் கண்டு கொள்ளச் சிறிதும் வாய்ப்பில்லை. நேரத்தையோ, இடத்தையோ பற்றிய உணர்வின்றி ஏதோ சிந்தனையில் நடந்துகொண்டிருந்த அந்த மனிதர் தன் யோசனையையும் மீறி சமீப காலத்தில் பழகியிருந்த கள்ளப்பார்வையை என் மீது வீசினார். அந்த மனிதரின் முகத்தையும் தோற்றத்தையும் தாபத்துடன் பருகி உள்வாங்கிக் கொண்டு, சிறு வயதிலிருந்து எனக்குள் தக்க வைத்துக்கொண்டிருந்த 'சொர்க்கத்தைக் கூர்ந்து நோக்கியவாறிருக்கும் மனிதரின்' பிம்பத்தை, கடைகளில் அஞ்சலட்டைகளிலும் அடையாள அட்டைகளிலும் காணக்கிடைக்கும் படங்களோடு ஒப்பிட்டுப் பார்த்துக்கொண்டிருந்த அந்த நொடியில், திடீரென அவர் சற்றே சாதாரணமானவராக எனக்குத் தோன்றிய உணர்வை எப்படி என்னால் தவிர்க்க முடியாமல் போனது? குறைந்த பட்சம் அவரிடம் முன்பு இருந்த துள்ளலும் வேகமும் இல்லை. என் கணிப்புத் தவறவில்லை என்றால்,

முன்பு அணிந்திருந்த அதே தொப்பியைத்தான் இப்பொழுதும் அவர் அணிந்திருந்தார். ஆனால், இப்பொழுது அவர் புதிய காலணிகளை அணிந்திருந்தார். என் இளமைப்பருவத்தில் இது காண்பதற்குச் சற்றே அபூர்வமான காட்சி. உண்மையைச் சொல்லப் போனால், இதற்கு முன்பாக புதிய காலணிகள் அணிந்த எந்த நபரையுமே பார்த்திருந்ததாக எனக்கு நினைவில்லை. அவருடைய உடையில் ஒரு சிறு கறையோ, சுருக்கமோ தென்படவில்லை. ஆனால், எங்களுடைய முந்தைய சந்திப்புக்குப் பிறகு புதிய உடுப்பு எதுவும் அவர் வாங்கியிருப்பார் என்று எனக்குத் தோன்றவில்லை. எது எப்படியிருந்தாலும், இந்த உடுப்பும் முன்னதைப் போலவே நீல நிறத் துணியில் சிவப்பு ஊசிமுனைக் கோடுகள் இழைத்து இருந்தது.

அவர் என்னைக் கடந்து சென்றவுடன் நான் நிதானித்து நின்றேன். என்னால் அதைத் தவிர்க்க முடியவில்லை. திரும்பி அவரை வெறித்துப் பார்த்தேன். ஏதோ உந்துதலில் அவரும் தலையைத் திருப்பிப் பார்த்து விட்டு நின்றார். “என்னை உனக்குத் தெரியுமா?” என்றார்.

“தெரியும்” என்றேன்.

“யார் நீ?” என்றார்.

“அல்ஃப்க்ரைமுர்” என்றேன்.

“ஆகா, இது ஒன்றும் கனவில்லையே!” என்றார் அவர். ஆழ்ந்த சிந்தனையிலிருந்து விடுபட்டு என்னைப் பார்த்துப் புன்னகைத்தார். ஆணியடித்தாற்போல் சாலையிலேயே நான் நின்றுகொண்டிருந்தேன். கடைசியில் அவர் எந்த பந்தாவும் இல்லாமல் என்னை நோக்கி வந்து கைகளை நீட்டினார். “ஆக, நீ இன்னமும் உயிர் வாழ்ந்து கொண்டுதான் இருக்கிறாய்! நான் ஏதோ கனாக் கண்டது போல் நினைத்துக்கொண்டிருக்கிறேன். அந்த ஐந்து ஔரர் கேக்குகளைச் சாப்பிட்டது நீதானே?”

“ம். ஆமாம். நீங்களாகத்தான் எனக்கு வாங்கித் தந்தீர்கள். ஆனால் நான் ஒரு கேக்குக்கு மேல் சாப்பிடவில்லை” என்றேன்.

உலகப் பிரபல்யம் எனும் தன்னுடைய சுமையைத் தூக்கியெறிந்து விட்டு கர்தர் ஹோம் மனம் விட்டுச் சிரித்தார். “எது எப்படியோ. மிளகு வாங்கி வரச் சொல்லித்தானே உன்னை அனுப்பியிருந்தார்கள்? மிளகை வாங்கினாயா? அதை வீட்டில் கொண்டு போய்க் கொடுத்தாயா?”

இந்தக் கேள்விக்கான நம்பகமான பதிலைச் சொல்லும் திராணியின்றி நான் பேச்சை மாற்றினேன். “நீங்கள் வர வேண்டாமென்று முடிவு செய்திருப்பதாகத்தான் நாங்கள் எல்லாம் நம்பிக் கொண்டிருந்தோம்” என்றேன். “வெற்றி விழா வளைவைக்கூட அகற்றி விட்டார்கள்.”

“வேறெப்படி நடக்கும். எல்லாம் அவர்களைப் போலத்தான் இருக்கும்!” என்று செயற்கையான தோரணையோடு சிரித்தார். அது எனக்கு அவ்வளவாக ரசிக்கவில்லை. “நேரம் கிடைக்கும் பொழுது என்னை வந்து பார். நாம் போய் ஐந்து – ஔரர் கேக்குகள் வாங்கிச் சாப்பிடுவோம்.”

“ம். மிக்க நன்றி ஐயா !” என்றேன்.

“இந்த அளவுக்குச் சம்பிரதாயமாக என்னிடம் பேச வேண்டியதில்லை!” என்றார் அவர். “இது ஏதோ தனக்குத்தானே ஒருவர் சம்பிரதாயமாக இருப்பதைப் போல் இருக்கிறது. உனக்கு நான் ஏதாவது செய்ய வேண்டும் என்று தோன்றினால் எனக்குத் தெரியப்படுத்து. யோசித்து வை.”

எனக்கு அவரிடம் வைக்க ஒரு கோரிக்கை தயாராக இருக்கிறது என்பதைக் கொஞ்சமும் எதிர்பார்க்காமல் விடை பெற்றுச் செல்லும் அவசரத்தில் அவர் இருந்தார். ஆனால் என்னிடமோ ஒரு கோரிக்கை இருக்கத்தான் செய்தது. ஆண்டாண்டுக் காலமாக இந்த ஆசையை நான் மனதில் தேக்கி வைத்திருந்தேன். இப்பொழுது அதைக் கேட்டுப் பெறும் நேரம் அமைந்து விட்டது. “எனக்காக ஒருமுறை நீங்கள் *குட்டிச்சாத்தான்களின் அரசன்* பாடலைப் பாடிக் காட்ட வேண்டும்.”

“*குட்டிச்சாத்தான்களின் அரசன்?*” என்றார் அவர் அசந்து போய். “எந்தக் குட்டிச்சாத்தான் ?”

“*இரவினூடே, காற்றினூடே யார் காலங்கடந்து குதிரையோட்டிச் செல்வது?*[2]” என்றேன்.

“என்ன இதெல்லாம்?” என்றார் அவர். “உனக்கெதற்கு இந்த வேலை?”

“நான் கொஞ்ச காலமாக ஷுபர்ட்டைப் படித்துக்கொண்டிருக்கிறேன்” என்றேன்.

“ஷுபர்ட்?” என்று வினவினார் அவர். “எதற்காக?”

“சும்மா. தற்செயலாகத்தான்” என்றேன் நான்.

“இதைப் பற்றிப் பிறகு பேசலாம்” என்றார் அவர். “என்றாவது ஒரு நாள் ஹோட்டல் டி ஐஸ்லாண்டேவில் என்னை வந்து பார். என்னால் உனக்கு என்ன முடியுமோ அதைச் செய்து தருகிறேன்.”

விடை பெற்றுக்கொள்ளக் கைகளைப் பிடித்துக் குலுக்கினார். அவருடைய கைகள் உறுதியாகவும் முரடாகவும் இருந்ததைக் கவனித்தேன்.

---

2. *குட்டிச்சாத்தான்களின் அரசன்* பாடலின் தொடக்க வரி.

24

# குட்டிச்சாத்தான்களின் அரசன்

அந்த வேனிற்காலத்தில் விஷயங்கள் எனக்குச் சாதகமாக அமையத் தொடங்கின. பல ஆண்டுகளாகவே யாருடைய காதுக்கும் எட்டிவிடும் அளவுக்குப் பலமாக என் தொண்டையைத் திறக்க – அதிலிருந்து வரும் சப்தம் என்ன மாதிரி இருக்குமோ என்ற அச்சம் காரணமாக – எனக்குத் தைரியம் இருந்ததில்லை. ஆனால், சின்னச் சின்ன வேலைகளுக்காக ஸ்கெர்ஜாஃப்யோர்தூருக்கோ அல்லது ஸோகினுக்கோ ஏவப்படும் பொழுது, யாருமற்ற சமயங்களில் எனக்குள் பீறிட்டெழும் இன்னிசையின் அழுத்தம் தாங்காமல் என்னையும் மீறி ஓசைகள் வெடித்துச் சிதறும். எனக்கு வசப்பட வேண்டும் என்று நான் எதிர்பார்த்திருந்த ஸ்ருதி போன்ற ஒன்றை, அந்த வேனிற்காலத்தில் என் தொண்டை வெளிப்படுத்தத் தொடங்கியது. அதன் பிறகு தனிமை வாய்க்கும்போதெல்லாம், கிடைக்கும் ஒவ்வொரு சந்தர்ப்பத்திலும் என் குரலைப் பண்படுத்த முயன்று கொண்டிருந்தேன்.

ஒருநாள் நல்லாயர் ஜோஹனை நான் பார்க்க நேரிட்டது. அவருக்கு இப்பொழுது எண்பது வயது. கிட்டத்தட்ட கூன்தட்டி விட்டது. யாரோ முகம் தெரியாத ஒருநபரின் சவப்பெட்டியின் பின்னே தட்டுத் தடுமாறி வந்துகொண்டிருந்தார். சிறுவயதில் செய்ததைப் போலவே நான் இப்பொழுது அவரோடு சேர்ந்து கொண்டேன். யாரும் கேட்டுக் கொள்ளாமலே *ஒரு தூய மலர் போல்* பிரார்த்தனைப் பாடலைப் பாடினேன். கிட்டத்தட்ட முழுப்பாடலையுமே பாடியதாகத்தான் நினைவு. நான் பாடி முடித்து, சவப்பெட்டியின் மீது நல்லாயர் ஜோஹன் மண்ணைத் தூவிய பிறகு அவர் என்னிடம் வந்தார். மிகவும் நெகிழ்ந்து போய் என் கையைப் பிடித்துக்கொண்டு அவர் பேசினார்.

“நீ நல்ல திடகாத்திரமாகவும், உயரமாகவும் வளர்ந்து விட்டாய் அல்ஃப்க்ரைமுர். அதனால் உனக்கு நான் வழக்கமாகத் தருகிற பத்து ஒளரர் காசை இப்பொழுது கொடுப்பது முறையாகாது. அதற்குப் பதிலாக, கடவுள்

என்றுமே உன்னோடு இருந்து உனக்குத் துணை நிற்க வேண்டும் என்று நான் பிரார்த்தனை செய்து கொள்கிறேன்."

"மிக்க நன்றி" என்றேன் நான். என்றாலும் அந்தப் பத்து ஔரர் காசையே நான் உண்மையில் வாங்கிக் கொள்ளத் தயாராக இருந்தேன். "இப்படி ஊளையிட்டதற்காகக் கடவுள் எனக்குத் துணை நிற்பார் என்று என்னால் நம்ப முடியவில்லை. இந்த அண்டங்காக்கைக் குரலைக் கொண்டு வேறு ஸ்ருதியில் என்னால் பாடி விட முடியுமா என்ற அவநம்பிக்கையோடுதான் நான் இருந்தேன்" என்று அவரிடம் கூறினேன்.

"ஒருசில குரல்கள் ஒழுங்காக உடைவது இல்லை. ஆனால் ஒவ்வொரு நல்ல மனிதனிடமும் ஓர் உன்னத ஸ்ருதி ஒளிந்திருக்கும். அதைப் பொறியில் சிக்கிய சுண்டெலியைப் போல என்று சொல்ல முடியாது. ஆனால் சுவருக்கும் பாவுபலகைக்கும் இடையே ஒளிந்திருக்கும் சுண்டெலியைப் போல என்று வேண்டுமானால் சொல்லலாம்" என்று நல்லாயர் ஜோஹன் என்னிடம் சொன்னார். "ஆனால், தங்களுக்கென்று வாய்ந்து விட்ட அந்த ஸ்ருதியில் ஒவ்வொருவரும் உணர்ந்து பாடக் கடவுள் அருள் புரிந்தால் அது ஒரு உன்னதமான கருணை. எனக்கு இப்பொழுது வயதாகி விட்டது. உடைந்து போன என் தொண்டை பிறகு மீண்டு வரவேயில்லை. எனக்குள் கேட்கும் அந்த ஸ்ருதியில் பாடும் நல்லருள் எனக்குக் கிட்டவில்லை. என்றாலும் கூட அந்த ஸ்ருதி மிகவும் உன்னதமான ஒன்றுதான்" என்றார்.

என்னுடைய குரல் என்னிடம் மீண்டு வந்துகொண்டிருந்த அந்த வேனிற்பருவத்தில் நான் மீண்டும் பாடுவதைப் பற்றி யோசித்ததில் வியப்பேதுமில்லை. மதிப்புமிக்க பாடகரும் அந்த நேரத்தில் எங்கள் நாட்டில் இருந்தார் என்று அறிந்தவுடன் எனக்கு ஏற்பட்ட பேருவகையும் நியாயமானதே. அவருடைய அன்பான அழைப்பை ஏற்று, அவருடைய பரிவைச் சாதகமாக்கிக் கொண்டு *குட்டிச்சாத்தான்களின் அரசன் பாடலைக்* கேட்டு ரசிக்கத் தயாரானேன். ஆட்டுக்கால் கொழுப்பைத் தேய்த்துக் காலணிகளுக்குப் பளபளப்பூட்டினேன். விரிந்து கிடந்த உச்சி மயிரைக் கொஞ்சம் தண்ணீர் ஊற்றி நனைத்து, இயன்ற அளவுக்குப் படிய வைத்தேன். பிறகு நகருக்குக் கிளம்பினேன். ஹோட்டல் டி ஐஸ்லாந்தேவின் வரவேற்பறையை அடையும் வரை நான் நடுவில் எங்குமே நிற்கவில்லை. வரவேற்பு மேஜைக்குப் பின் உட்கார்ந்துகொண்டிருந்த அந்த விடுதிக்காப்பாளரை அணுகி அவருக்கு முகமன் கூறினேன்.

நீண்ட நேரத்துக்குப் பின் அவர் நிமிர்ந்து கண்ணாடி அணிந்திருந்த கண்களால் என்னை ஒருமுறை நோட்டம் விட்டார். ஆனால் உடனேயே தான் பார்த்துக்கொண்டிருந்த ஆவணங்களைப் புரட்டத் தொடங்கி விட்டார். என்னுடைய முகமனுக்கு அவர் பதில் முகமன் கூறவேயில்லை. அவருக்குப் பின்புறம் இருந்த கூண்டில் ஒருசில மஞ்சள் குருவிகள் இருந்தன. அவை யாவுமே டென்மார்க் நாட்டு இனத்தவை. நான் செருமினேன்.

"யார் நீ?" என்று டேனிஷ் மொழி கலந்து கேள்வி வந்தது.

"என் பெயர் அல்ஃப்க்ரைமுர்."

"சரி. என்ன உன் பிரச்சினை?" என்றார் அந்த நபர்.

மீனும் பண் பாடும்

"எனக்கு ஒன்றும் பிரச்சினை இல்லை" என்றேன் நான். "நான் ஒருவரைப் பார்க்க வேண்டும்."

"ஒருவர்?" என்று கேட்டு விட்டு அந்தக் காப்பாளர் என்னை ஏற இறங்கப் பார்த்தார். "இங்கே ஒருவர் என்று யாருமில்லையே."

"மன்னிக்க வேண்டும். இங்கேதானே கர்தர் தங்குகிறார்?" என்றேன்.

"புரியவில்லை" என்றார் அந்த நபர்.

"எனக்குக் கர்தர் ஹோரமிடம் கொஞ்சம் வேலையிருக்கிறது."

அந்த நபர் எழுந்து நின்று பெரும் தோரணையோடு கண்ணாடியைக் கழற்றி என்னைப் பார்த்தார்.

"ஓப்பெரா பாடகரையா நீ கேட்கிறாய்?"

நான் ஆமாம் என்றேன்.

"அவரிடம் உனக்கென்ன வேலை?"

"அவர் என்னை வந்து பார்க்கச் சொன்னார்."

விடுதிக் காப்பாளர் மேஜைக்கு முன்புறம் வந்து நின்று "இளைஞனே, நீ பட்டிக்காட்டில் இருந்து வருகிறாய் என நினைக்கிறேன்" என்றார்.

"நான் ரேக்ஜாவிக்கிலிருக்கும் ப்ரெக்குகாட்டில் வசிக்கிறேன்" என்றேன்.

"நீ ப்ரெக்குகாட்டின் ப்யோர்னிடமிருந்தா வருகிறாய்?" என்று கேட்டார் விடுதிக் காப்பாளர். "ஓப்பெரா பாடகரோடு நீ பேசி விட முடியும் என்று எந்த தைரியத்தில் நினைக்கிறாய்?"

"நான் ஒ – ஒரு விதத்தில் அவருக்குச் சொந்தக்காரன்" என்றேன்.

"இங்கே அது யாருக்குமே தெரியாதே" என்றார் விடுதிக் காப்பாளர். "போகட்டும். நான் உனக்கு எந்த விதத்தில் உதவ முடியும்?"

எனக்கு என்ன வேண்டும் என்பதை மீண்டும் அவரிடம் விளக்கினேன்.

"உனக்குக் கர்தர் ஹோரமைத் தெரியும் என்றால் அவரை மாதிரி ஓப்பெரா பாடகர்களை யார் வேண்டுமானாலும் சந்தித்துப் பேசுவது முடியாதென்பதும் உனக்குத் தெரிந்திருக்குமே!" என்றார் அந்த விடுதிக் காப்பாளர். இப்பொழுது அவர் முழுக்க முழுக்க டேனிஷ் மொழியிலேயே பேசிக்கொண்டிருந்தார். "அவரைப் பார்க்க உன்னைப் போல ஒரு ஆளை உள்ளே விட்டால், இந்த நகரமே பின்னால் வந்து நிற்கும். அவர்கள் எல்லோருமே அவரைச் சொந்தம் கொண்டாடுபவர்கள்தான். நீ அவருக்குச் சொந்தம் என்று கூறுகிறாய். அதைப் பொய் என்று நிரூபிக்க எனக்கு உடனடியாக வழியெதுவும் புலப்படவில்லை. உன் வார்த்தைக்கு நான் மதிப்புக் கொடுத்து ஏற்றுக்கொள்ளத்தான் வேண்டும். ஆனால், உங்களுக்குள் இருக்கும் உறவு மிக நெருக்கமான நட்பு என்ற அளவுக்கு இருக்குமா என்ற சந்தேகம் எனக்கு இருக்கிறது. ஏதோ பன்றித்தொடை

வைத்த சான்ட்விஜ்ஜை உணவகத்தில் கேட்பது போல் உன் உறவினரைப் பார்க்க வேண்டும் என்று கேட்பது விளையாட்டுக்காகவா என்பதும் எனக்கு விளங்கவில்லை. உண்மையில், ஐஸ்லாந்தில் அவர் தங்கும் பொழுது இந்த முகவரியைத்தான் கொடுப்பார். அவருக்கு வரும் கடிதங்களை அவருடைய சார்பாகப் பெற்றுக்கொண்டு அவர் இங்கே இல்லை என்று சொல்லும் கௌரவத்தை அவர் எனக்குக் கொடுத்திருக்கிறார். அவ்வப்பொழுது அவர் அசலான தங்கக் காசை எனக்குக் கொடுப்பது வழக்கம். ஆனால், உள்ளபடிக்கு, எந்த ஒரு கடிதமும் அவருக்கு வருவது கிடையாது. ஏனென்றால் அவர் ஹோட்டல் டி ஐஸ்லாந்தேவில்தான் உண்மையில் தங்குவார் என்ற அளவுக்கு அவரை மட்டமாக நினைக்கும் நண்பர்கள் அவருக்கு இல்லை. இங்கே தங்குவது அவருடைய தகுதிக்குக் கீழானது என்று அவர்களுக்கு நன்றாகவே தெரியும். அவர் எங்கள் விடுதியை விருந்தினர் விடுதி என்றுதான் சொல்வார். எப்பொழுதாவது ஏதோ ஓர் அவசர வேலையாக இங்கே வர வேண்டியிருந்தாலும் மஞ்சக்குருவிகளின் பாடலைக் கேட்டதும் எவ்வளவு சீக்கிரமாக முடியுமோ அவ்வளவு சீக்கிரமாக இங்கேயிருந்து அவர் ஓடி விடுவார்."

"அப்படியென்றால் அவர் எங்கே வசிக்கிறார் என்று சொல்ல முடியுமா, தயவு செய்து?" என்றேன் நான்.

"வசிப்பதா?" என்றார் விடுதிக்காப்பாளர். "கர்தர் ஹோம் எங்கும் வசிப்பதில்லை. இரண்டு இரவுகளுக்கு முன்பாக ஐஸ்லாந்துக்கு அவரை ஏற்றி வந்த ஃபிரெஞ்சு நாட்டுப் போர்க்கப்பலில்தான் அவர் உண்மையில் தங்கியிருக்கிறார். அது ஐஸ்லாந்தை விட்டுத் தள்ளி நங்கூரமிட்டிருக்கிறது. ஆனால், பகல்பொழுதுகளில் கரைக்கு அவர் வரும் நேரங்களில் எப்பொழுதுமே அவர் ஆளுநரின் இல்லத்தில்தான் தங்குவார்."

ஒருசில நாட்கள் கழித்து, வேலைவெட்டியில்லாத இன்னொரு நாடோடி மண்ணில் இடப்பட்டான். சரியாகச் சொல்வதென்றால் இன்னொரு கடல்தேள். எது எப்படியோ, முப்பது ஔரருக்கு நான் இடுகாட்டில் வந்து பாட முடியுமா என்று நல்லாயர் ஜோஹன் கேட்டனுப்பியிருந்தார்.

குறித்த நேரத்தில் நான் தேவாலயக் கல்லறைவெளிக்குச் சென்றேன். நல்லாயர் ஜோஹனும், காவலரும் சவப்பெட்டியோடு அங்கிருந்தனர். நகராட்சியின் வெட்டியான்கள் தங்களுடைய மண்வாரிகளின் மீது சாய்ந்தபடி நின்றுகொண்டிருந்தனர். எப்பொழுதும் போல் விளக்குக்கரிப் புகைமீதுதான் துக்கம் பிரதானமாகக் கவிந்திருந்தது. நல்லாயர் ஜோஹன் முதலில் மண்ணை எடுத்து சவக்குழிக்குள் தூவினார். பிறகு சமயவிதி ஏட்டில் குறிப்பிட்டிருப்பதைப் போல இறுதித்தீர்ப்பு நாளன்று உரியவகையில் இயேசுநாதரின் திருமீட்டெழுச்சி மாண்டவருக்கு கிட்டும் என்று வாக்களித்தார். பிறகு எனக்குச் சமிக்ஞை கிடைத்தவுடன் நான் பாடத் தொடங்கினேன்.

ஹால்க்ரைமுர் பீட்டர்ஸன் இயற்றிய அந்த *ஒரு தூய மலர் போல* பாடலைப் பாடிப்பாடி அலுப்புத்தட்டி விட்டதாலோ, அல்லது தேவாலயக் கல்லறைவெளியில் ஒரு மாற்றம் தேவை என்று நினைத்தோ, அதுவும்

இல்லாவிட்டால் நம்முடைய உறவினரைக் கேட்டுக்கொண்டிருப்பதைக் காட்டிலும் நமக்கு நாமே ஏன் செய்து கொள்ளக் கூடாது என்று தோன்றியதாலோ, கொஞ்சம் தைரியத்தை வரவழைத்துக்கொண்டு “யார் இந்த அகால இரவினூடும் காற்றினூடும் குதிரையோட்டிச் செல்வது?” என்று தொடங்கும் ஷூபர்ட்டின் *குட்டிச்சாத்தான்களின் அரசன்* பாடலைப் பாடினேன். *குட்டிச்சாத்தான்களின் அரசன்* பாடல் உண்மையில் *மலை முகடுகளின் அடியே ஓலாஃபூர் குதிரையோட்டிச்* சென்றான் எனும் ஐஸ்லாந்து நாட்டார் பாடல்தான் என்பது அனைவருக்கும் தெரியும். ஒரே வித்தியாசம் என்னவென்றால் ஜெர்மன் கவிதையில் மூன்றாவது நபர் ஒருவர் மூலம் மோகினிப் பெண்கள் ஓலாஃபூருக்கு ஆசை காட்டுவதாகவும் அந்த மூன்றாவது நபர் ஓர் ஆண் என்றும் இருக்கும். அந்த ஆண் வேறு யாருமல்ல, குட்டிச்சாத்தான்களின் அரசனே என்பதாக முடியும். ஆனால் எங்களுடைய நாட்டார் பாடலில் மரணமே மாறுவேடம் பூண்டு கடைசி மோகினியாக வருவதாக முடியும். ஒரு ஆண் இன்னொரு ஆணின் கரங்களில் இருந்து ஒரு சிறுவனைப் பிடுங்கிச் செல்வதைப் போன்ற கற்பனை ஐஸ்லாந்து நாட்டுச் சிந்தனைக்கு அந்நியமானது. அதிலும் குறிப்பாக ப்ரெக்குகாட்டின் வாழ்வியல் நியதிக்குச் சற்றும் ஒத்து வராதது. ஆனாலும் கூட என்னுள் மறைந்திருந்த ஏதோ ஒரு நாணை இந்த ஜெர்மன் சிந்துப்பா மீட்டி விட்டது. அல்ஃப்டேன்ஸில் நானும் தாத்தாவும் கல்கடிச்சான்மீனைப் பிடித்துக்கொண்டிருந்த அன்று, இரவின் ஆழத்தில் எங்கோ ஒளிந்திருந்த விதிர்விதிர்த்த கஞ்சீராவிலிருந்து வெளிப்பட்ட மூன்றடுக்குப் பாடலோ இது! அந்த நாடோடியின் இடுகுழியின் மீது நின்று ஜெர்மன் மொழியில் *குட்டிச்சாத்தான்களின் அரசன்* பாடலை நான் பாடி முடித்தவுடன் “புதிய பண்ணிசைக்கு நான் என்றுமே எதிரானவன் அல்ல” என்றார் நல்லாயர் ஜோஹன்.

“ஏனென்றால் புதிய பாடல்கள் நன்றாக இருப்பதாலேயே பழைய பாடல்கள் எந்த விதத்திலும் மதிப்பிழந்து போய் விடுவதில்லை. இதோ உனக்கு இருபத்தி ஐந்து ஔரர்கள். ஆனால் இது போதாது.”

“எனக்கென்னவோ இன்று இந்தப் புதிய பாடலைப் பாடிப் பார்க்க வேண்டும் போல் தோன்றியது” என்றேன் நான். “இதைக் கேட்பதற்கு அதிகம் பேர் இருக்க மாட்டார்களென்று எனக்குத் தெரியும்.”

“நீ சொல்வது சரிதான்” என்றார் நல்லாயர் ஜோஹன். “இந்த தேவாலயக் கல்லறைவெளியில் கடவுளைத் தவிர மீதமுள்ள அனைவருமே காது கேளாதவர்கள்தான். கடவுளும் கூட, பழைய பாடல்கள் அளவுக்குத்தான் புதிய பாடல்கள் இருக்கின்றன என்று கருதுபவர்தான். என்னுடைய பணப்பை ஓட்டையாகி ஒழுகிக் கொண்டிருக்கிறது என்று நினைக்கிறேன். ஓ, இதோ இங்கே இன்னும் இரண்டு ஔரர்கள். அப்பாடா!”

“மிக்க நன்றி நல்லாயர் ஜோஹன், மிக்க நன்றி!” என்றேன் நான். “போதும். இதற்கு மேல் நீங்கள் எனக்கு எதுவும் தர வேண்டியதில்லை. இதுமாதிரி அநாதரவான மனிதர்ளைப் புதைப்பதற்கு உங்களுக்குத் தனியாக வருமானம் எதுவும் கிடையாது என்பது எனக்குத் தெரியும்.”

"உண்மை என்னவென்றால், மற்றவர்களை மண்ணில் இடும் போது எனக்கு ஏதோ கிடைப்பதைப் போலவே இவர்களை இடும் போதும் உரிய அதிகாரிகளிடம் கேட்டால் ஏதோ கொஞ்சம் எனக்குக் கிடைக்கும்." என்றார் நல்லாயர் ஜோஹன். "ஆனால் இருப்பவர்களை விட இல்லாதவர்களைப் புதைக்கும் போதுதான் எனக்கு உண்மையில் மிகவும் நிறைவாக இருக்கும். எந்த அளவுக்கு ஒருவர் எளியவராக இருக்கிறாரோ அந்த அளவுக்கு விசாலமான இடம் இறைவனின் இதயத்தில் அவருக்கு ஒதுக்கப்பட்டிருக்கும் என்கிற உண்மைதான் இதற்குக் காரணம். அடடே. இதோ இங்கே பார் அபூர்வமாக ஒரு இரண்டு – ஔரர் நாணயம். அப்பாடா! சீக்கிரமாகவே நான் ஒரு நல்ல பணப்பையை வாங்கிக் கொள்ள வேண்டும். நான் உனக்குத் தருவதாக வாக்களித்திருந்த முப்பது ஔரர்களைத் தேடித்தடவிக் கூட என்னால் தேற்ற முடியாது போல் தோன்றுகிறது. இன்னும் ஒரு ஐரிர் உனக்குக் கடன் வைக்க வேண்டியது தான் போலிருக்கிறது."

நல்லாயர் ஜோஹன் போன பிறகு, நல்லடக்கப் பாடலைப் பாடிப் பெற்ற ஊதியத்தை உள்ளங்கையில் வைத்துக்கொண்டு தலைமைத் தேவதூதன் கேப்ரியலின் கல்லறை மீது உட்கார்ந்திருந்தேன். கொஞ்ச தூரத்தில், அந்த அந்நியன் மீது மண்வாரி கொண்டு வெட்டியான்கள் மண்ணள்ளிப் போடும் சப்தத்தைத் தவிர வேறு ஓசையெதுவும் இல்லாமல் அந்த இடம் நிசப்தமாயிருந்தது. பிறகு, நான் கவனிக்கு முன்பாகவே என் அருகில் ஒரு மனிதர் வந்தமர்ந்தார். காலநிலை சற்றே வெப்பமாக இருந்த தால், தான் அணிந்திருந்த தொப்பியைக் கழற்றி முடியை வகுடெடுத்த இடத்தில் ஒதுக்கி உள்ளங்கைகளால் கோதி விட்டார். அவருடைய முடிகொஞ்சம் அதிகப்படியாகவே நரை கண்டிருந்தது. அவருடைய புருவங்களுக்கிடையில் ஆழ்ந்த கோடுகள் பள்ளங்கள் போல் தெரிந்தன.

பிறகு அவர் என்னை உற்றுப் பார்த்தார்.

"அந்த ஸ்ருதியை எப்படிக் கண்டு கொண்டாய்?" என்றார் கர்தர் ஹோாம்.

"எந்த ஸ்ருதியை?" என்றேன் நான்.

"உனக்கென்று ஒரு ஸ்ருதி வாய்த்திருக்கிறது" என்றார் அவர்.

"ஒருசில நேரங்களில் நல்லாயர் ஜோஹனுக்காக நான் பாடுவதுண்டு" என்றேன்.

"நீ கொஞ்சம் எச்சரிக்கையாக இருக்க வேண்டும்" என்றார் அவர்.

"அன்றைக்கு உங்களை நான் பார்த்துப் போகலாம் என்று வந்திருந்தேன்" என்றேன். "ஆனால், நீங்கள் ஃபிரெஞ்சுப் படைக்கப்பலில் இருந்ததாகச் சொன்னார்கள்."

"பாடும்போது நீ எதற்காகப் புதைகுழியின் விளிம்பில் போய் நின்று கொள்கிறாய்? இறந்தவனின் விதவையை முந்திக் கொண்டு பாடகர் போய் நிற்க வேண்டும் என்று நினைத்து விட்டாயா?" என்றார்.

மீணும் பண் பாடும் ❃ 173 ❃

"விதவை யாரும் அங்கே இல்லை" என்றேன் நான். "விதவையர் இருக்கும் மனிதர்களுக்காக என்னை யாரும் பாடச் சொல்லி எப்பொழுதுமே கேட்டதில்லை."

"சுய மகிழ்ச்சிக்காக என்று யாரும் பாடிப் பழகக் கூடாது" என்றார் அவர்.

"உங்களைப் பார்த்திருந்தால் உங்களையே பாடச்சொல்லி நான் கேட்டிருப்பேன்" என்றேன்.

மிகுந்த எரிச்சல் கொண்டவர் போல அவர் உடனே எழுந்து நின்றார். என் மீது அவருக்குக் கோபம் வந்து விட்டதோ? அல்லது புகழ்தான் இந்த ஒட்டாத தன்மையை மனிதர்கள் மீது திணிக்கிறதோ?

நல்லாயர் ஜோஹனின் வார்த்தைகளின் தொடர்ச்சி போல் "ஒரே ஒரு ஸ்ருதிதான் உண்டு" என்றார் அவர். "ஆனால், அதை ஒருமுறை கேட்டு விட்டவன் மீண்டும் பாடுவதில்லை"

எப்பொழுதும் போல் பளிச்சென்று அப்பழுக்கில்லாமல், ஒரு சுருக்கம் கூட விழாமல் இருக்கும் அவருடைய உடுப்பையும் காலணிகளையும் பார்த்து நான் யோசனையில் இருந்தேன். அவருடைய முழங்காலுக்குப் பின்புறத்தில் கால்சராயில் ஒட்டிக்கொண்டிருந்த வைக்கோல் துணுக்கு ஒன்றைத் திடீரென்று பார்த்தேன். பாராட்டா பரிகாசமா என்று புரிந்துகொள்ள முடியாத அளவுக்குப் புதிரான பாராட்டுரைகளை அவர் கூறியிருந்த போதும், இந்தச் சந்தர்ப்பத்தில் என்னிடம் அவர் அப்படியொன்றும் பரிவோடு நடந்து கொள்ளவில்லைதான். இருந்த போதிலும், சுருங்கச் சொல்வதென்றால், இப்படிப்பட்ட ஒரு மனிதர் மீது சிறு தூசு பட்டாலும்கூட அது ஒரு பேரழிவுக்கு நிகரானதாக எனக்குத் தோன்றியது. நான் எழுந்து நின்று அவர் மீது படிந்திருந்த வைக்கோல் துணுக்கைத் தட்டிவிட முயன்றேன்.

நான் அவர் உடுப்பைத் தொட்டதும் "என்ன ஆச்சு?" என்றார் அவர் சற்றே எரிச்சலுடன்.

"ஒன்றுமில்லை. ஒரு வைக்கோல் துணுக்கு ஒட்டிக் கொண்டிருந்தது" என்றேன் நான்.

"ஆகா, நான் தரையில் கொஞ்ச நேரம் உட்கார்ந்திருந்தேன்" என்றார் அவர். சொல்லி விட்டு நன்றியோடு என்னைப் பார்த்துப் புன்னகைத்தார். பிறகு, சற்றே தாராள தோரணையோடு கை குலுக்கி விடைபெற்று, நடுகற்களூடே மறைந்து போனார்.

# 25

# தேவாலயக் கல்லறைவெளியில் ஒரு மனிதன்?

லாங்குஸ்ட்டாட்டில் பரபரப்பாக ஏதோ நடந்துகொண்டிருப்பதற்கான சமிக்ஞைகள் தென்பட்டன. இந்த முறை, குறிப்பாக, *ஐஸாஃபோல்ட்* பத்திரிகை அலுவலகத்தில். சுவர்களுக்கு வெறும் வண்ணப் பூச்சோடு அவர் ஓய்ந்து விடுவதாயில்லை. பட்டறையில் கொடுத்துக் கடைந்து எடுத்துவரப்பட்டிருந்த ஒரு கைப்பிடிச்சுவரைப் பொருத்தி, உப்பரிகையின் தோற்றத்தைப் பொலிவாக்க ஒரு தச்சனையும் அவர் வேலைக்கு அமர்த்தியிருந்தார். நெருங்கி வந்துகொண்டிருந்த தேர்தல்களுக்குப் பிறகு, அநேகமாக, *ஐஸாஃபோல்ட்* பத்திரிகையின் ஆசிரியர்தான் அரசரின் அமைச்சராகச் செயல்படுவார் என்று பேச்சு அடிபட்டுக் கொண்டிருந்தது. சனிக்கிழமை மாலை இந்த மக்கள் தலைவர் ஒரு விருந்து அளிக்கப் போவதாகவும் அதற்கு நாட்டின அதிமுக்கிய பேரங்காடிக்காரர்கள், மேன்மைமிகு அயல்நாட்டுத் தூதுவர்கள் போக, ஐஸ்லாந்தின் கடற்பகுதியில் அந்த நேரத்தில் சஞ்சாரம் செய்துகொண்டிருந்த டென்மார்க் நாட்டுப் படைக் கப்பல்களின் அதிகாரிகள் என்று பலரும் அழைக்கப்பட்டிருப்பதாகவும் வதந்தி பரவியது. ஆனால் இந்த நிகழ்ச்சிக்கான சிறப்பு விருந்தினர் ஃபிரெஞ்சு படைக்கப்பலில் ஐஸ்லாந்துக்கு வந்திருக்கும் ஓப்பெரா பாடகர், கர்தர் ஹோம்தான். இந்தச் சந்தர்ப்பத்தில் பத்திரிகைகளில் எதுவுமே முன்கூட்டி அச்சிடப்படவில்லை. ஏனென்றால் பிரபலங்களைப் பற்றிப் பேசும்பொழுது எப்பொழுதுமே ஒரு பாதுகாப்பான நிலையை மேற்கொள்வது உத்தமம் என்று மக்கள் அனுபவத்தில் அறிந்துகொண்டிருந்தார்கள்.

இந்த முறை விளம்பரங்களோ பத்திரிகைக் குறிப்புகளோ இல்லையென்ற போதிலும், உப்பரிகை பொலிவடைந்ததற்குக் காரணம், உணவுண்டு முடித்த பிறகு கர்தர் ஹோம் அங்கே வந்து, கைப்பிடிச்சுவரைப் பிடித்து நின்று, நாட்டை வாழ்த்தி ஒரு பாடலைப் பாட வசதியாக இருக்கும் என்பதற்காகவே

என்று நகரின் மக்கள் திரள் கற்பிதம் செய்து கொண்டது. சுடுர்கட்டாவில் வேனிற்காலப் பிற்பகுதியில், ஒரு காலைவேளை. நிலக்கூம்புகள் நிறைந்த பகுதியில் இன்னும் கடல்காற்று வீசத் தொடங்கியிருக்கவில்லை. அவ்வப்பொழுது உண்டாகும் சிற்றலைகளைத் தவிர ஏரி சலனமற்று அழகாக இருந்தது. நடைபாதையில் பாவியிருக்கும் கற்களுக்கு இடையே புல்கற்றைகள் முளைத்திருக்கும். பசுவை அங்கே மேய விடவேண்டும் என்பதற்காக பொழுது புலர்ந்தவுடனேயே நான் எழுந்து விட்டேன். காய்கறித் தோட்டத்தைச் சுற்றியிருக்கும் சிதைந்த வேலியைத் தாண்டிப் பசு போய் விடாமலிருக்க ஒரு பட்டைவாரால் அதைக் கட்டிப் போட்டிருந்தேன். சாலையோரத்தில் இருந்த கல்லணைச்சுவரின் மீது அமர்ந்துகொண்டு, விடியலின் நிச்சலனத்தில் பசு மேய்வதைப் பார்த்துக்கொண்டிருந்தேன். பாட்டியின் சமையற்கட்டுப் புகைபோக்கியிலிருந்து புகை வெளிவரத் தொடங்கியிருந்தது.

ஒருகாலத்தில், உலகிலேயே பிரமாண்டமான நிலக்கரிச் சுரங்கங்கள் இருந்த வேட்ன்ஸ்மிரி எனும் தென்பகுதியை நோக்கித் தள்ளு வண்டி மீது அமர்ந்து, இற்றுப்போன தங்களுடைய கடப்பாரைகளை ஆரவாரத்தோடு சுழற்றியபடி, விவிலியச் சித்திரங்கள் போல் போய்க்கொண்டிருந்த நிலக்கரி தோண்டும் செந்நிறத் தாடிக்காரத் தொழிலாளர்களைத் தவிர வேறு நடமாட்டமே அங்கில்லை. கோழிக் கூண்டுகளுக்கே உரித்தான, உணர்ச்சியற்ற கோழிக்கொக்கரிப்பு உச்சத்தை எட்டிக் கொண்டிருந்த நேரம். அப்பொழுது, திடீரென்று தேவாலயக் கல்லறைவெளியின் நடைபாதைக்கான இரும்புக்கதவு திறக்கப்படும் சத்தம் கேட்டது. கதவின் பிணைச்சல்கள் கிறீச்சிட்டன.

சுற்றும்முற்றும் பார்த்தேன். தேவாலயக் கல்லறைவெளியை விட்டு ஒரு பருமனான, சிவந்த சருமம் கொண்ட பெண் வெளியே வந்து கொண்டிருந்தாள். அவள்தான் கதவைச் சாத்திக் கொண்டிருந்தாள். டென்மார்க் நாட்டவர் போல் உடையணிந்திருந்தாள். அவளுடைய மேலங்கி விரியத்திறந்து, படபடத்துக் கொண்டிருந்தது. தொப்பியின் வார்ப்பட்டையைப் பிடித்து, ஏதோ வாளியைத் தூக்கிக்கொண்டு வருவது போல் அதைத் தூக்கியபடி வந்தாள். முதலில் சரியாகக் கவனிக்காமலே அவள் என்னை வெற்றுப் பார்வை பார்த்தாள். அவள் ஆழ்ந்த யோசனையில் இருந்தாள். இழந்துவிட்ட நண்பனுக்கு துக்கம் அனுஷ்டிக்க இந்த அதிகாலை வேளையில் அவள் தேவாலயக் கல்லறைவெளிக்கு வந்திருக்க வேண்டும் என்று நினைத்தேன். நகரை நோக்கி அவள் நடையைக் கட்டினாள். அவளுடைய நடையை வைத்து அவள் மனம் உடைந்திருக்கிறாள் என்ற எண்ணம் எனக்கு உண்டானது. அவளுடைய நடை அவ்வளவு கவனமானதாகத் தோன்றவில்லை. அங்கே இல்லாத காற்று எப்படியோ அவள் கேசத்தைக் கலைத்திருந்தது.

நகரை நோக்கி சுமார் இருநூறு கஜ தூரம் போன பிறகு அவள் திடீரென்று நின்று திரும்பிப் பார்த்தாள். கொஞ்சம் தூரத்தில் இருந்து என்னைப் பார்த்துத் தலையசைத்தாள். மாட்டை மேய்த்துக்கொண்டுக் கட்டைச்சுவரில் உட்கார்ந்திருக்கும் இந்தப் பையன் யார் என்று அவள்

நினைவில் பொறி தட்ட இவ்வளவு நேரம் ஆகியிருந்தது போல. எதிர்பாராத விதமாக அவள் திரும்பி என்னை நோக்கி வர ஆரம்பித்தாள். எப்படிப் பார்த்தாலும் அவள் பெரிய பெண்ணாகவே தெரிந்தாள். அதிலும் பின்புறத்திலிருந்து பார்த்ததைக் காட்டிலும் முன்புறத் தோற்றத்தில் அதிகம் பெரியவளாகத் தெரிந்தாள். நிறைய வெண்ரொட்டியை உண்பவளாயிருக்கலாம். நான் கொஞ்சம் தர்மசங்கடமாக உணர்ந்தேன். பொதுவாக எனக்குப் பெண்களைப் பார்க்கும் வழக்கம் இருந்ததில்லை. அப்படிப் பார்க்க நேரும்பொழுது கொஞ்சம் சங்கடமாகவே இருக்கும். அவள் தன்னுடைய மேலங்கியைக் கழற்றிவிட்டால் தேவலாம் என்று நினைத்தேன். அவள் என்னை நோக்கித்தான் வந்துகொண்டிருக்கிறாள் என்பதை உணர்ந்தவுடன் நான் வேறெங்கோ பராக்குப் பார்ப்பவன் போல் முகத்தைத் திருப்பிக் கொண்டேன். அவள் என்னருகில் வந்தபொழுது வேறெதையோ வெறித்துப் பார்த்துக்கொண்டிருப்பதாகப் பாவனை காட்டினேன். பசு இன்னமும் புல்லை மேய்ந்துகொண்டிருந்தது.

“காலை நலமானதாகட்டும்” என்று வந்தனம் கூறினாள் அந்தப் பெண்.

“காலை நலமானதாகட்டும்” என்று சற்றே தயக்கத்தோடு பதில் வந்தனம் கூறிவிட்டு வானை வெறிக்கத் தொடங்கினேன்.

“இன்று வானிலை மிகவும் ரம்யமாக இருக்கிறது” என்றாள் அந்தப் பெண் கொஞ்சம் நட்பாக இருக்கும் தொனியில்.

“ஆமாம், ஓரளவுக்கு நல்ல வானிலைதான்” என்று நான் பதிலளித்தேன்.

“சும்மா பொழுதுபோக்குக்காக நான் நடைப்பயிற்சி செய்து கொண்டிருக்கிறேன்” என்றாள் அவள். “நான் ரொம்பக் குண்டாக இருக்கிறேன் என்று மருத்துவர் கூறுகிறார்.”

அவள் மிகவும் நெருங்கி வந்தபொழுது அவள் முகம் சற்றே நீண்டு, விழிகள் ஒளியிழந்து, கண்களுக்குக் கீழே கருவளையம் தோன்றி இருப்பதை என்னால் கவனிக்காமல் இருக்க முடியவில்லை. அவளுடைய கேசத்தில் வைக்கோல் துணுக்குகள் ஒட்டிக் கொண்டிருந்தன.

“என்னை உனக்கு அடையாளம் தெரியவில்லையா?” என்றாள் அவள். “உன்னை எனக்கு நன்றாகவே தெரியும். இப்பொழுதாவது சொல். உன் பெயர்தான் என்ன?”

“நெடுங்கிறுக்கன்” என்றேன்

“என்ன… நெடுங்..? என்னிடமே ஏன் கதை விடுகிறாய்? என்னைப் பார்த்தால் அந்த அளவுக்கு முட்டாளாகவா தெரிகிறேன்?”

“உன் முடிமீது குப்பை ஒட்டிக் கொண்டிருக்கிறது” என்றேன்.

கையால் முடியை நீவி ஒன்றிரண்டு வைக்கோல் துணுக்குகளை எடுத்தாள்.

“இன்னும் கூட நிறைய ஒட்டியிருக்கிறது” என்றேன்.

“ஓ. நல்ல வேளையாக நீ பார்த்துச் சொன்னாய். என்னிடம் முகம் பார்க்கும் கண்ணாடி இல்லை. கொஞ்சம் அதைப் பார்த்துத் தட்டி விடேன்” என்று கேட்டாள்.

தலையில் ஒட்டிக்கொண்டிருந்த மிச்ச வைக்கோல் துணுக்கை முடியிலிருந்து உருவி எடுத்தவுடன் “உன்னிடம் ஒரு விஷயம் கேட்கலாமா?” என்றாள்.

தான் அணிந்திருந்த மேலங்கியின் பையிலிருந்து ஒரு புகைப்படத்தை உருவி எடுத்து என் கையில் கொடுத்தாள். நடுத்தர வயதுள்ள ஒரு மாதும் இரண்டு குழந்தைகளும் – ஒரு பையன், ஒரு பெண் – அந்தப் புகைப்படத்தில் இருந்தார்கள். எடுத்த எடுப்பில் அதை ஒரு அமெரிக்கப் புகைப்படம் என்றுதான் நான் நினைத்தேன். ஏனென்றால், அமெரிக்காவிலிருந்து வெளியாகும் புகைப்படங்களில் காணப்படும் பெண்கள் இதே போன்ற பட்டிக்காட்டுப் பண்ணையாள் போன்ற முகபாவத்துடன், மண்கொத்திகளைப் பிடித்ததாலோ அல்லது பெரும்பாறைகள் மற்றும் மரத்தின் அடிக்கட்டைகள் ஆகியவற்றோடு மல்லுக்கட்டியதாலோ அல்லது ஓய்வே இல்லாமல் பாத்திரம் கழுவித் துணி துவைத்துக் கொப்புளம் வந்ததாலோ, உருச்சிதைந்து இருக்கும் கைகளைக் கொண்டிருப்பார்கள். அதேபோல் உடுப்புகளும் தலையலங்காரமும்கூட நவீனமல்லாத படுபழைய அயல்நாட்டுப் பாணியில் இருக்கும்.

அந்தக் குழந்தைகள் அணிந்திருந்த ஆடைகள், ஏதோ புகைப்படக் காரரின் அவசரத்துக்கு ஈடுகொடுக்கவென்று தைக்கப்பட்டது போல் அளவில் மிகவும் பெரியனவாக இருந்தன. அந்தச் சிறுமியின் கேசம் இரண்டு பின்னல்களாகப் பின்னப்பட்டிருந்தது. முள்ளரும்புகள் போல் அந்தப் பின்னல்கள் துருத்திக் கொண்டு நின்றன. மருட்சியிலும், ஆர்வத்திலும் அவளுடைய கண்கள் அகண்டிருந்தன. மாறாக, அந்தப் பையனோ தன்னம்பிக்கையும் சுயகட்டுப்பாடும் மிகுந்த தோரணையோடு பார்த்துக் கொண்டிருந்தான். ஆனால், இதில் என்னை வியப்புக்குள்ளாக்கிய விஷயம் என்னவென்றால், அந்தப் புகைப்படக்காரரின் பெயரைப் பார்த்த மாத்திரத்திலேயே அவர் டென்மார்க் நாட்டைச் சேர்ந்தவர் என்பது தெளிவாகத் தெரிந்தது. அவருடைய பெயருக்குக் கீழே ஜட்லாந்தில்[1] இருக்கும் ஒரு நகரின் பெயர் அச்சடிக்கப்பட்டிருந்தது.

“இந்தப் படத்தில் இருப்பவர்கள் யார்?” என்று குட்டிச்செல்வி குட்மன்ஸன் கேட்டாள்.

“எனக்கெப்படித் தெரியும்?” என்று பதில் கொடுத்தேன். “இதை எங்கேயிருந்து எடுத்தாய்?”

“தேவாலயக் கல்லறைவெளியில் இதைக் கண்டெடுத்தேன்” என்றாள் அவள்.

“என்ன விநோதம்!” என்று அவளை வியப்புடன் பார்த்தேன்.

“அது ஒரு நடுகல்லின் மீது கிடந்தது” என்றாள் அவள்.

1. ஜட்லாந்து: டென்மார்க் நாட்டின் முக்கிய நிலப்பரப்பை உள்ளடக்கியிருக்கும் தீபகற்பம்

"நிச்சயமாகவே இதை உனக்கு அடையாளம் தெரியவில்லையா?"

அதற்கான வாய்ப்பே இல்லை என்றுநான் அடித்துச் சொன்னேன்.

"என்னை மன்னித்துக் கொள்" என்றாள் அவள். "நான் கிளம்புகிறேன். அது சரி. உன் பள்ளிப்படிப்பு எப்படிப் போய்க்கொண்டிருக்கிறது?"

ஏதோ போய்க்கொண்டிருக்கிறது என்று கூறினேன்.

"நீ என்னவாகப் போகிறாய்?" என்றாள் அவள்.

"நான் செம்படவனாகத்தான் போகிறேன்" என்றேன்.

"எப்பொழுது பார்த்தாலும் இப்படிச் சீண்டிக் கொண்டிருப்பதை விட்டுத் தொலை" என்றாள் அவள். "இப்பொழுது நான் வீட்டுக்குப் போய்க் கொஞ்சநேரம் தூங்க வேண்டும். நான் கொஞ்சம் இளைத்திருப்பது போல் உனக்குத் தெரியவில்லையா? அதை விடு. இதெல்லாவற்றையும் விட்டுவிட்டு வேறு ஒன்றைப் பற்றி உன்னிடம் கேட்க வேண்டும். ஆமாம், நீ கர்தர் ஹோமுக்கு என்ன மாதிரியான சொந்தம்?" என்றாள்.

"எனக்குத் தெரியாது" என்றேன்.

"நிச்சயமாக நீ அவருக்குச் சொந்தம்தான்" என்றாள் அவள். "அவர் இங்கே வரும்பொழுது அவரோடு நீயும் ஒருமுறை வீட்டுக்கு வந்து விட்டுப் போ."

"நன்றி" என்றேன்.

நான்கு எட்டுகள் நடந்தவுடன் குதிங்காலில், இல்லையில்லை, அவளுடைய கூர்முனை கொண்ட நாகரிக மோஸ்தரிலான குதிங்காலணியில் திரும்பி "கர்தர் ஹோமுடைய மனைவியின் பெயர் என்ன? அவள் எந்த நாட்டுக்காரி? அவள் இப்பொழுது எங்கே இருக்கிறாள்?"

"கர்தர் ஹோமுக்கு மனைவியா?" என்றேன் நான். "நீ தெளிவாகத்தானே இருக்கிறாய்?"

"இல்லை. நான் தெளிவாக இல்லை. எனக்குக் கிறுக்குப் பிடித்திருக்கிறது" என்றாள் அவள். "எது எப்படியோ, அவருக்குத் திருமணம் ஆகியிருந்து அவரைப் போன்ற உலகப்புகழ் பெற்ற ஒரு மனிதர் அதை யாருக்கும் சொல்லாமல் மறைத்திருந்தால் அதைவிடப் பெரிய அவமானத்தை யாரும் கற்பனை செய்துகூடப் பார்க்க முடியுமா? போகட்டும். இந்தப் புகைப்படத்தை உன்னிடம் நான் கொடுத்துவிட்டுப் போகவா?"

"இதை வைத்துக்கொண்டு நான் என்ன செய்ய?" என்றேன்.

"இதைத் தேவாலயக் கல்லறைவெளியிலேயே மீண்டும் கொண்டு போய் வைத்து விடேன், எனக்காக."

"எனக்கும் இந்தப் புகைப்படத்துக்கும் எந்தவித சம்பந்தமுமில்லை" என்றேன்.

"அப்படியென்றால் எனக்காக ஒரு சின்ன உபகாரம் செய்ய முடியுமா? மிகச் சின்ன உபகாரம்தான்?" என்றாள் அவள். "யார் கண்டார்கள்!

நானும்கூட ஏதோ ஒருசமயத்தில் உனக்கு ஏதோ ஒரு உபகாரம் செய்ய முடியுமாயிருக்கும்!"

"உனக்காக வேண்டுமானால் இதைத் தேவாலயக் கல்லறைவெளியின் சுவர்களுக்குள் வீசி எறிந்து விடுகிறேன்" என்றேன்.

"வேண்டாம், வேண்டாம். அதைத் தூக்கி எறிந்து விடாதே" என்றாள் அவள். "தேவாலயக் கல்லறைவெளியில் ஒரு மனிதன் தூங்கிக் கொண்டிருப்பான் பார், அவனிடம் இதைக் கொடுத்து விடு. அதோ அங்கே பார். அந்த நடுகல்லின் மேலே ஒரு மனிதன் தூங்கிக்கொண்டிருக்கிறான். ஒரு அயல்நாட்டுக்காரன்."

"தூங்கிக் கொண்டிருக்கிற அயல்நாட்டுக்காரனின் மேலங்கிப் பைகளுக்குள் கை விட்டிருக்க மாட்டாய் என்பது உறுதிதானே?" என்று நான் கேட்டேன்.

"இப்படி அசிங்கமாகக் கேட்க உன்னால் எப்படி முடிகிறது?" என்றாள் அவள். "என்னைப் பற்றி இவ்வளவு கேவலமாக நீ நினைத்தாலும் கூட, இதைப் பற்றி நீ வேறு யாரிடமும் பேசிவிடக் கூடாது என்றுதான் நான் நல்லவிதமாய் நினைக்கிறேன். இன்னொரு முறை பார்க்கும்போது உனக்கு என்னால் முடிந்த ஒரு உபகாரத்தைச் செய்கிறேன். போய் வருகிறேன்"

விடை கூறி அந்தப் பெண் வீட்டை நோக்கிச் செல்லத் தொடங்கினாள். இந்த முறை அவள் திரும்பவில்லை. கையில் புகைப்படத்தை வைத்துக் கொண்டு அணைச்சுவரின் மீது அமர்ந்தவாறு அவளையே நான் வெறித்துப் பார்த்துக்கொண்டிருந்தேன். பசு புல்லை மேய்ந்துகொண்டே இருந்தது. பாட்டியின் அடுப்பங்கரைப் புகைபோக்கியிலிருந்து நிலக்கரிப் புகையின் அற்புதமான மணம் நாசியை வந்தடைந்தது. அந்தப் பெண் பார்வையை விட்டு மறைந்ததும், யாருடைய மேலங்கிப் பைகளைத் துழாவி அந்தப் புகைப்படத்தைத் எடுத்து வந்து விட்டதாக நான் சந்தேகித்த, நடுகல் மீது படுத்து உறங்கிக்கொண்டிருக்கும் அந்த அயல்நாட்டுக்காரனைத் தேட தேவாலயக் கல்லறைவெளிக்குள்ளே சென்றேன். ஆனால் எவ்வளவுதான் தேடியும் தேவாலயக் கல்லறைவெளியில் நடுகல்மீது படுத்துறங்கிக் கொண்டிருக்கும் ஒருவரையும் என்னால் காண முடியவில்லை.

26

# ஆதார ஸ்ருதி

அந்த வேனிற்கால இறுதியில், சந்திப் பொழுதில், *ஐஸாஃபோல்ட்* பத்திரிகை ஆசிரியரின் வீட்டில் ஏற்பாடாகி யிருந்த விருந்துக்கு, தங்களிடம் இருந்த ஆகச்சிறந்த வைபவ உடுப்புகளை அணிந்து விருந்தினர்கள் குழுமிக் கொண்டிருந்தனர். வீடெங்கும் விளக்குகள் பிரகாசித்துக் கொண்டிருந்தன. மாலை தேயத்தேய, வீதியில் நகர மக்கள் குழுமத் தொடங்கினார்கள். விருந்துகளுக்கு ஏற்பாடு செய்ய வேண்டுமென்ற கவலையோ, விருந்துக்குப் போக வேண்டுமே என்ற கவலையோ அற்ற மனிதர்கள் அவர்கள். துறைமுகத்தில் சுமை தூக்கும் தொழிலாளிகள், கப்பலில் பணி புரியும் கம்மாறர் போன்றோர். என் பால்ய காலத்தில் இவர்கள் நிலமற்றோர் என்று அழைக்கப்பட்டனர். ஏனென்றால் இவர்கள் வீடு முழுக்கக் குழந்தைகள் நிரம்பி இருக்கும், ஆனால் பசு இருக்காது. இவர்கள் தவிர அடுமனைத் தொழிலாளிகள், கைவினைஞர்கள் ஆகியோரும் கூடியிருந் தனர். நெகிழ்ந்து கொடுக்காத, கடினமான தொப்பிகளையும், விறைத்த கழுத்துப்பட்டிகளையும் அணிந்து, ஐஸ்லாந்தில் நகரக் கலாச்சாரத்தை நிறுவ இவர்கள் முயன்று கொண்டிருந் தனர். அவரோ இவர் என்ற குழம்ப வைக்கும் அபாயம் இவர்களுடைய வாழ்வின் நிரந்தர அம்சமாக இருந்தது. இவர்களுடைய மனைவியருக்கும் கூட இந்தக் குழப்பம் இருந்தது. மீனை உப்புப்போட்டுக் காயவைக்கும் வேலையைத் தங்களுடைய மூப்பின் காரணமாக இழந்துவிட்ட மீன்காரர் மனைவியரும் இந்தக் கூட்டத்தில் இருந்தார்கள். முதியோர் ஓய்வூதியத்திற்காக உலகிலேயே முதலாவதாகச் சட்டமியற்றிய நாடு என்ற பேரை இந்தக் காலகட்டத்தில்தான் ஐஸ்லாந்து பெற்றிருந்தது. ஒரு காந்தல் ரொட்டி வாங்கக் கூட இந்த ஓய்வூதியம் காணாது என்பது வேறு விஷயம். ஐஸ்லாந்து நாட்டின் பாரம்பரிய உடையணிந்த நளினமான இளம்பெண்கள் ஆங்காங்கே தென்பட்டார்கள். அவர்களுள் சிலர் உள்ளூர்க்காரர்கள்; ஏனையோர் தெற்கே உள்ள ஹஃப்னர்ஃப்யோர்தூரிலிருந்து வந்திருந்தவர்கள். என்னைப்

போலவே சலிப்புத்தட்டிப் போன காட்டான்களும் உடலைக் குறுக்கி அங்குமிங்கும் நடை பயின்றுகொண்டிருந்தார்கள். கிரேக்க இன்பியல் இலக்கியக் காலம் தொட்டே நகர்ச்சதுக்கங்களில் கும்பலாய்க் கூடி ஓயாமல் குறைகண்டு எள்ளி நகையாடும் கேலிப்பறவைகளுக்கும் அந்தக் கூட்டத்தில் குறைவில்லை.

அப்பொழுது மழை வேறு பெய்துகொண்டிருந்தது. அதைக் கூறாமல் விட்டு விட்டேனோ!

நேரம் கடந்து கொண்டிருந்தது. வேனிற்காலப் பிற்பகுதியின் மழையில் நாங்கள் வெளியே நின்றுகொண்டிருந்தோம். அவ்வப்பொழுது ஒரு முகம் சாளரத்தில் வெளிப்படும். இல்லாவிட்டால் ஒரு நிழல் திரைச்சீலையைக் கடந்து போகும். உடனே வெளியில் காத்துக்கிடக்கும் கூட்டத்தில் ஒரு ஊதல்காற்று போல ஏதோ சலனம் உண்டாகும். அது அவர்தான்!

ஆனால் ஒவ்வொரு முறையும் அது அவரில்லை என்றாகும்.

இந்தப் பாடகரிடம் நாங்கள் எதை எதிர்பார்த்துக் காத்திருந்தோம்? எவ்வளவோ யுகங்களுக்கு முன்பாக உடைந்து மூழ்கிய கப்பலிலிருந்து இங்கே இருக்கும் நிசப்தமான கடற்கரையில் ஒதுங்கிய, பாடும் கூட்டத்தினரோ நாங்கள்? அப்படி ஒதுங்கிவிட்ட நாளிலிருந்து தலைமுறை தலைமுறையாக இந்த ஒரு நிகழ்வுக்காகக் காத்திருக்கும் பாடகர் இனமோ இது? ஆனால், கதையின் அடுத்த நிகழ்வுக்காக மேலும் காத்திருக்க வாசகர்களை நான் விடப்போவதில்லை. அன்று மாலை வெகுநேரம் கழித்து, நகரே இருளில் மூழ்கி, வீதியில் இருந்த பெரும்பான்மை மக்களும் மழையில் நனைந்திருக்க, ஒரு சிலர் மழை நீரில் ஊறிப் போயிருக்க, *ஐஸாஃபோல்ட்* பத்திரிகை ஆசிரியரின் வீட்டு சாளரம் திறக்கப்பட்டு, விருந்தினர்கள், இறைச்சித் துண்டங்கள், புகையிலை எனக் கலவையான அடர்ந்த புகையினூடே, ஓர் ஒளிக்கற்றை வெளியில் பிரவகித்தது. மிக நேர்த்தியாக உடையணிந்த ஒரு கனவான் சற்றுநேரத்தில் அங்கே தோன்றினார். கூடியிருந்த பலரும் கரவொலி எழுப்பினார்கள். அவர்தான் வீட்டின் உரிமையாளர். சைகையால் கூட்டத்தை அமைதிப்படுத்திய அவர் பிறகு பேசத் தொடங்கினார். அவருடைய பேச்சின் சாரம் என்னவென்றால், அன்றைய கௌரவ விருந்தினருக்காக மாலைப் பொழுது முழுக்க எல்லோருமே காத்துக்கொண்டிருந்தார்கள்; ஆனால் அவர் வரவில்லை; எந்த ஃபிரெஞ்சு போர்க்கப்பல் தளபதியின் விருந்தினராக அவர் இங்கே வந்தாரோ அந்தக் கப்பல் இந்த நேரம் பார்த்துக் கடலுக்குள் சென்றாக வேண்டிய நிர்ப்பந்தம் ஏற்பட்டு விட்டதால் கர்தர் ஹோமும் அவரோடு சென்றுவிட்டார். இதை விளக்கி கர்தர் ஹோமிடமிருந்து வந்திருக்கும் கடிதத்தில், அவருடைய வாழ்த்துகளைக் கர்தர் ஹோம் தெரிவித்துக் கொள்கிறார்; உயர்ந்தோர், தாழ்ந்தோர் என்ற வேறுபாடின்றி ஐஸ்லாந்து நாட்டவர் ஒவ்வொருவருக்கும் அவர் தன்னுடைய வாழ்த்துகளைத் தெரியப்படுத்துகிறார். ஐஸ்லாந்து நாடு என்றென்றும் வாழ்ந்து, தழைத்து செழிக்க வேண்டும் என்ற வாழ்த்துகளையும் அவர் தெரிவித்துக் கொள்கிறார்; ஆகவே அனைவரும் இப்பொழுது கலைந்து அவரவர் வீடு திரும்ப வேண்டும்.

இப்படி ஏமாற்றத்துக்குள்ளாவது இது ஒன்றும் முதல் முறையல்லவே எனும் உணர்வு மேலெழும்ப, நமக்குக் கொடுத்து வைத்தது இவ்வளவுதான் எனும் சகிப்போடு, பாடலைக் கேட்க மிகுந்த எதிர்பார்ப்புடன் குழுமியிருந்த மக்கள்திரள் மௌனத்தால் வதைபட்டுக் கலைந்து சென்றது. நேரடியாகக் கழுத்தின் மீது மழை அடித்துக் கொண்டிருப்பதைத் தடுத்துக் கொள்வதற்காக, அணிந்திருந்த தொப்பியின் முகடு பின்புறமாக இருக்கும் வண்ணம் நான் திருப்பி விட்டேன். அன்றைய மாலைப் பொழுது முற்றாக வீணானதைத் தொடர்ந்து, கனத்த மனதுடன் நானும் தளர்ந்த நடையோடு வீடு நோக்கிச் செல்லத் தலைப்பட்டேன். நான் முன்பே குறிப்பிட்டிருந்ததைப் போல, இது இலையுதிகாலத்துக்குச் சற்று முன்பாக நடந்ததால் தெரு விளக்குகள் இன்னமும் ஏற்றப்படாமல் இருந்தன. அங்கொன்றும் இங்கொன்றுமாகச் சாளரங்களில் இருந்து ஒளிகசிந்து கொண்டிருந்தது. சுதுர்கட்டாவை அடைந்த பொழுது, மெல்ஸ்ட்டெட் எனும் கட்டடத்துக்கு நேர் கீழே, ஏறத்தாழ இருளின் நிறத்தில் இருந்த கனத்த போர்வை உடலைச் சுற்றியிருக்க, என் வழியிலிருந்து வெகுவாக விலகி ஒருபெண் போவதை நான் கவனித்தேன்.

அந்தப் பெண்ணின் நடையில் மிகுந்த தள்ளாட்டம் இருந்தது. ஒத்தாசைக்கு ஆளில்லாத குடிகாரனைப் போல் அவள் பாதையின் குறுக்கும்மறுக்குமாகத் தள்ளாடிக் கொண்டிருந்தாள். கடைசியில் அவள் தெருவின் ஓரத்துக்கே சென்று தடுமாறி அங்கே இருந்த ஓடையில் ஒரு குவியல் போல் விழுந்தாள். முடிந்தால் அவளுக்கு உதவிடலாமே என்று விரைந்து அவளருகில் சென்றேன். பார்த்தால், அந்தப் பெண் வேறு யாருமில்லை, எங்களுடைய அண்டை வீட்டுக்காரி, ஹ்ரிங்ஜராபேரின் கிரிஸ்டின்தான்.

“அடிபட்டு விட்டதா கிரிஸ்டின்?” என்று கேட்டுக்கொண்டே அவள் எழுந்து நிற்க உதவினேன். பிறகு மீண்டும் பாதையில் செல்ல அவளுக்கு வழி காட்டினேன். உண்மையிலேயே அவள் மிகவும் நனைந்திருந்தாள். போதாக்குறைக்கு உடல் முழுக்க சாக்கடையின் சேறு வேறு அப்பியிருந்தது.

அவளுடைய பார்வை எவ்வளவு மங்கி இருக்கிறது என்பது எங்களுக்கெல்லாம் ஏதோ தெரியாத விஷயம் போல், “இப்பொழுதெல்லாம் இரவில் எனக்கு அவ்வளவாகக் கண் தெரிவதில்லை” என்று தொந்தரவுக்கு மன்னிப்புக் கோரும் வருத்தத்துடன் அவள் முனகினாள். அவளைக் கை பிடித்துத் தூக்கிவிட்ட பிறகும்கூட அவள் குனிந்து தரையில் எதையோ தடவிக் கொண்டிருந்தாள். ஒருவழியாக அவள் எதைத் தேடிக்கொண்டிருந்தாளோ அது கிடைத்தது. அது அவளுடைய கூடை.

“சும்மா, ஃப்ரெட்ரிக்ஸனுடைய அடுமனைக்கு வந்தேன்” என்றாள் அவள்.

அது நிச்சயமாக உண்மைதான். அவளுடைய கூடையிலிருந்து ஏலக்காயும் இலவங்கமும் கலந்த அடுமனைத் தின்பண்டங்களின் நறுமணம் நாசியைத் துளைத்தது. அவளை வீட்டில் கொண்டு போய் விடுவதாகச் சொன்னவுடன் அதை ஏற்றுக்கொண்டு என் கையைப் பற்றிக்கொண்டாள். நான் எவ்வளவு நேரம் நின்றிருந்தேனோ அதே அளவுக்கு அவளும்

மழையில் நின்றிருக்க வேண்டும். ஏனென்றால் அவள் கிட்டத்தட்ட ஊறிப்போன நிலையில் இருந்ததை நான் உணர்ந்தேன்.

"அடேயப்பா, எவ்வளவு ஈரமாக இருக்கிறது" என்றாள் அவள். "சும்மா ஃப்ரெட்ரிக்ஸனுடைய அடுமனைக்கு வந்து விட்டுக் கிளம்புவதற்குள் இப்படிக்கூட நனைந்து விடுமா என்ன!"

வீட்டுக்குச் செல்லும் சரிவில் அவளைக் கைத்தாங்கலாகக் கூட்டிச் சென்று ஹ்ரிங்ஜராபேரில் சேர்ப்பித்தேன். சாளரங்கள் எல்லாம் இருண்டு, வீடே ஜீவனற்றுத் தெரிந்தது. அங்கே குடியிருந்த தேவாலய மணி அடிப்பவர் இறந்து இருபத்தைந்து ஆண்டுகளுக்கு மேல் ஆகி விட்டிருந்தது. அவருடைய பசுவும்கூட இறந்து விட்டது.

"இப்படி என்னைக் கைத்தாங்கலாகக் கூட்டி வந்து வீடு சேர்த்ததற்காகக் கடவுள் உன்னை ஆசீர்வதிக்கட்டும்" என்றாள் அந்த மூதாட்டி. நான் எவ்வளவு உயரமாக வளர்ந்திருக்கிறேன் என்பதை அவள் உணர்ந்ததாகவே தெரியவில்லை. ஆனால் இரண்டு ஔரர் காசை நீட்டும் வழக்கத்தை மட்டும் அவள் விட்டு விட்டாள். என்ன ஒரு துரதிர்ஷ்டம்!

"உள்ளே வந்து கொஞ்சம் காஃபி குடித்து விட்டுப் போ."

தேவாலயக் கல்லறைவெளியின் வடமூலைக் கோடியில், அதன் மிக உயரமான இடத்தில் ஹ்ரிங்ஜராபேர் இருந்தது. அது தார் பூசிக் கூடு போல் வேயப்பட்ட மரக் குடில். அதிலும் ஒரு வரவேற்பறை, தாழ்தளத்தில் ஒரு சமையற்கட்டு, பரண் மீது இரண்டு அறைகள் என்று அமைந்திருந்தன. மணி அடிப்பவர் அங்கே தலைமுறைகளாக வசித்து வந்தார். அதன் காரணமாக அவருடைய மரணத்துக்குப் பிறகும் கிரிஸ்டின் அங்கே வசிக்க அனுமதிக்கப்பட்டாள். வீட்டைச் சுற்றி வளர்ந்திருந்த சிறு புல்வெளி கடந்த சில ஆண்டுகளாக நகராட்சியால் சமன் செய்யப்பட்டு வருகிறது. அதிலிருந்து கிடைக்கும் புல் சவப்பெட்டியை இழுத்து வரும் குதிரைகளுக்குத் தீவனமாகிறது. இறந்துபோய் விட்ட மணியடிப்பவரின் மாட்டுக்கொட்டில் குடிலுக்குப் பின்புறத்தில் இன்னமும் இருக்கிறது. தேவாலயக் கல்லறைவெளியின் நிர்வாகிகள் தங்களுடைய தேவையற்ற பொருள்களைப் போட்டு வைக்க அந்தக் கொட்டிலை இப்பொழுது பயன்படுத்திக் கொள்கிறார்கள். இந்தப் புல்வெளியிலிருந்து கிடைக்கும் வைக்கோல், இந்த பத்திருபது புல்லுக்கட்டுகள் திட்டிக்கதவின் புழைவாயில் வழியாக இழுத்துக் கொண்டு வரப்பட்டு, கூதிர்காலம் வரையில் அங்கே சேமித்து வைக்கப்பட்டிருக்கும். அப்படிச் சேமித்து வைக்கப்பட்டிருக்கும் புல்லுக்கட்டுகளைக் நகரமன்றக் குதிரைகளைப் பராமரிக்கும் ஆள் கூதிர்காலத்தில் வந்து எடுத்துச் செல்வார்.

"உனக்குக் குடிக்கப் பால் கொடுப்பதில் அர்த்தமில்லை" என்றாள் கிரிஸ்டின். "அது உங்களுடைய ப்ரெக்குகாட்டில் இருந்து வரும் பால்தானே. அதற்குப் பதிலாக உனக்குக் குடிக்க கொஞ்சம் குளிர்ந்த காஃபி தருகிறேன். அது நிச்சயம் உனக்குத் தெம்பு கொடுக்கும். காஃபியோடு சாப்பிட ஏதாவது கொஞ்சம் தருகிறேன்."

சமையற்கட்டில் இருந்த ஒருசிறிய விளக்கை ஏற்றி, ஒரு தடிமனான கோப்பையில் அவள் எனக்குக் காஃபி ஊற்றிக் கொடுத்தாள். மூதாட்டியின் கூடைக்குள் இருந்த, அடுமனையிலிருந்து வாங்கி வந்த கேக்குகள், வந்த வழியில் நிகழ்ந்த விபத்துக்குப் பிறகும் கூட நல்லபடியாகவே இருந்தன. அவற்றின் வாசனை அதற்குக் கட்டியம் கூறின. கூடைக்குள் குனிந்து தேடிய கிரிஸ்டின் அதிலிருந்த டென்மார்க் பணியாரத்தை எனக்குத் தராமல் அதற்குப் பதிலாக ஒரு பன்னைத் தின்னக் கொடுத்தாள்.

என்னை விட்டிருந்தால் நான் பச்சைநிறச் சீனியில் தோய்த்தெடுத்த டென்மார்க் பணியாரத்தையும் ராஸ்ப்பெர்ரி ஜாமையும் விரும்பிச் சாப்பிட்டிருப்பேன். ஆனால், பன்களும் கூடத் தேவலாம்தான். உலர்ந்த கருப்பு திராட்சைகளை அவற்றுக்குள் ஒன்றிரண்டாகத் திணித்திருந்தார்கள்.

கடைசியில் பார்த்தால் அவள் ஒரேஒரு டென்மார்க் பணியாரத்தை தான் வாங்கி வந்திருந்தாள். ஏதோ ஒருகுறிப்பிட்ட தேவையைக் கருதித்தான் அவள் அதை வாங்கி வந்திருக்க வேண்டும். அதில் எனக்குச் சந்தேகமேயில்லை. ஏனென்றால், தேவாலயக் கல்லறைவெளியின் இருமருங்கும் வசித்த குடும்பங்களுக்கிடையில் விருந்தோம்பலுக்கு என்றுமே பஞ்சம் இருந்ததில்லை. ஆனால் மனதுக்குத் தோன்றிய நேரத்தில் எதையும் வாங்குவதோ, வாங்கிய எதையும் வீணாக்குவதோ அங்கே பழக்கத்தில் இல்லை. அந்த மூதாட்டி இப்பொழுது ரொட்டியைத் துண்டுகளாக நறுக்கி அவற்றின் மீது வெண்ணையையும் மாமிசப்பசையையும் தடவி, அலங்கரிக்கப்பட்டிருந்த கேக்வகைத் தின்பண்டங்களுக்கு அருகே வைத்துக்கொண்டிருந்தாள். பிறகு டென்மார்க் பணியாரத்தை மூன்று முக்கோணத் துண்டுகளாக நறுக்கி தட்டின் இன்னொரு புறம் அவற்றையும் வைத்தாள். கடைசியில் ஒருசிறு மிடாயிலிருந்த பாலில் கொஞ்சத்தை ஒரு கூஜாவில் கொட்டி "ராக்குருடாக நான் ஆகி விட்டேன். அதுவுமில்லாமல் கொஞ்சம் சோம்பலும் சேர்ந்துகொள்கிறது. அதனால் மாட்டுக் கொட்டிலுக்குப் போய் புழைவாசல் திட்டிக்கதவைத் திறந்து வைக்கோல் பரணில் இந்தத் தட்டையும் பால் கூஜாவையும் அந்த சுண்டெலிக்காக வைத்துவிட்டு வந்து விடுகிறாயா? பாவம் அந்த சுண்டெலி" என்றாள்.

"எந்தச் சுண்டெலி?" என்றேன்.

"எந்தச் சுண்டெலி?" என்று நான் கேட்டதையே திருப்பிக் கேட்டாள் அந்த மூதாட்டி.

"இப்படியெல்லாம் கேள்வி கேட்டுக்கொண்டிருந்தால் அதற்கெல்லாம் பதில் சொல்லிக்கொண்டிருக்க முடியாது அல்ஃப்க்ரைமுர் கண்ணா! விளக்கைப் பற்ற வைக்கும் பொழுது நெருப்பிடம் கவனமாக இரு."

"கூஜாவுக்குள் இருக்கும் பாலைச் சுண்டெலியால் எப்படிக் குடிக்க முடியும்?" என்றேன் நான். "கூஜாவின் விளிம்பு வரை எப்படியோ ஏறி விட்டாலும், அது கூஜாவுக்குள் தலைகுப்புற விழுந்து மூழ்கிப் போய் விடுமே! சுண்டெலிக்குப் பால் வைப்பதாயிருந்தால் நான் எப்பொழுதுமே ஒரு சின்னத் தட்டில் ஊற்றி வைப்பதுதான் வழக்கம்."

“இங்கே பார் இந்தக் குழந்தை பேசுவதை” என்று அதிசயித்துக் கொண்டாள் மூதாட்டி. “கூஜாவிலிருக்கும் பாலைக் குடிக்கச் சுண்டெலி பழகவில்லையாம்! என்ன வேடிக்கை! கண்டபடிப் பேசிக்கொண்டிராமல் உடனே போய் சொன்னதைச் செய் குட்டிப்பையா! பார்த்து! பாவம் அந்த ஜீவன். அதைக் கலவரப்படுத்தி விடாதே! அதை எப்படியாவது ஒழித்து விடத்தான் ஒவ்வொருவரும் கங்கணம் கட்டிக் கொண்டிருக்கிறார்கள்! மனிதர்கள் மட்டுமில்லை. நாய்களும் பூனைகளும் கூடத்தான்!”

தீக்குச்சியைக் கொளுத்தி கட்டையாய் இருந்த ஒரு மெழுகுவத்தியைக் கண்டெடுத்தேன். பிறகு பால் சிந்திவிடக் கூடாதென்பதற்காகவும், சுண்டெலியைக் கலவரப்படுத்தி விடக் கூடாதென்பதற்காகவும் மிக மிகக் கவனமாகப் படியேறத் தொடங்கினேன். டென்மார்க் பணியாரமும், மாமிசப்பசை தடவிய ரொட்டியும், ஒரு கூஜா பாலும் கேட்கும் விசித்திரச் சுண்டெலி எப்படித்தான் இருக்கும் என்று பார்த்து விடும் ஆர்வத்தைக் கட்டுப்படுத்த முடியாமல் திட்டிக்கதவின் உள்ளே மெழுகுவத்தியைக் காட்டி ஆராய முனைந்தேன். ஒருவேளை குறிப்பிட்ட ஒரு சுண்டெலி என்று இல்லாமல், உலகத்திலிருக்கும் மொத்த சுண்டெலி இனத்தையும் பொதுவாய் மனதில் கொண்டு அந்த மூதாட்டி சொன்னாளோ என்னவோ!

வைக்கோல் பரப்பி வைப்பதற்கான பகுதி, தட்டுமுட்டுச் சாமான்களுக்கான அறை என்று பரண் இரண்டாகத் தடுக்கப்பட்டிருந்தது. இதில், புழைக்கதவு திறந்து கொள்ளும் பகுதி கிட்டத்தட்ட காலியாக இருந்தது. வேனிற்காலம் ஏறத்தாழ முடிந்து விட்டிருந்தது. ஹ்ரிங்ஜராபேரை ஒட்டியிருந்த சிறுபுல்வெளியில் முளைத்திருந்த புல் முழுதும் வெகுநாளைக்கு முன்பாகவே அறுத்துச் சேமிக்கப்பட்டு விட்டது. இதனால் அந்தப் பரணிலிருந்து புல்லின் அழுகல் வீச்சம் கவித்து கொண்டிருந்தது. மெழுகுவர்த்தியை நான் உயர்த்திப் பிடித்துப் பார்த்தபொழுது பரணின் தடுக்கப்பட்ட அடுத்த பக்கத்துப் பகுதியில், தரையில் புல் பரப்பப்பட்டு, ஒரு படுக்கையாக ஆக்கப்பட்டிருந்ததைக் கவனித்தேன். அயல்நாட்டுப் பத்திரிகைகளால் – சரியாகச் சொல்வதென்றால், லண்டனிலிருந்து வெளியாகும் *டைம்ஸ்* நாளிதழின் பிரதிகளால் – கவனமாகச் சுற்றப்பட்டிருந்த ஒரு பெரிய பொதி அந்தப் படுக்கையின் மீது கிடந்தது. என்னுடைய பால்ய காலத்தில் *டைம்ஸ்* பத்திரிகைதான் உலகின் ஆகப்பெரிய பத்திரிகை என்று நினைக்கப்பட்டது. இங்கிலாந்திலிருந்து ஐஸ்லாந்துக்கு அனுப்பப்படும் சரக்குகளை இந்த நாளிதழின் பழைய பிரதிகளால் சுற்றி அனுப்புவார்கள்.

உலகப் பிரசித்தம் பெற்ற டைம்ஸ் நாளிதழைக் கொண்டு மாட்டுக்கொட்டிலின் இந்தப் பரணில் எந்தப் பொக்கிஷத்தை இந்த ஹ்ரிங்ஜராபேரின் கிரிஸ்டின் சுற்றிப்பொதிந்து வைத்துக் கொண்டிருக்கிறாள்? மெழுகுவர்த்தியை மீண்டும் கீழே எடுத்துப் போகத் திரும்புகையில், அந்தப் பொதியை ஒட்டிப் பளபளக்கும் புதிய ஜோடிக் காலணிகளையும், அவற்றின் மீது கிடந்த விரைத்த கழுத்துப் பட்டியையும், புள்ளி போட்ட கழுத்துப் பட்டையையும் பார்க்க நேர்ந்திராவிட்டால், இந்த விஷயத்தை நான் தொடர்ந்து ஆராயத் தலைப்பட்டிருக்க மாட்டேன். இப்பொழுது மிகவும் கவனமாக அவற்றின்மீது ஒளியைப் பாய்ச்சத்

தொடங்கினேன். என் கண்கள் என்னை ஏமாற்றவில்லையென்றால், அந்த லண்டன் டைம்ஸ் நாளிதழ்ப் பொதிக்குள் ஏதோ ஒன்று அசைந்து கொடுத்த மாதிரி இருந்தது. பத்திரிகை என்பது வெறும் காகிதத்தால் ஆனது எனும் உணர்வுடன், மிகவும் கவனமாக மேற்கொள்ளப்பட்ட அசைவைப் போன்றே அது நிச்சயமாகத் தோன்றியது. இந்தப் புதிரை நான் கவனமாகப் பரிசீலித்துக் கொண்டிருக்கையில், எனக்கு மிக நெருக்கத்தில் இருந்த பொதியில் இருந்து கால்களின் இரண்டு பெருவிரல்கள் மெல்ல வெளிக்கிளம்பின. கிரிஸ்டினின் வைக்கோல் கிடங்கில், நள்ளிரவில், இப்படி ஒரு காட்சியைப் பார்க்க நேர்ந்தபொழுது நான் எப்படி உணர்ந்தேன்? அது இந்தக் கதையின் போக்கிற்குத் தொடர்பில்லாத விவரணை. அதை இங்கே நான் மேற்கொள்ளப் போவதில்லை.

“திட்டிக்கதவின் வாசற்படி வரைக்கும் விளக்கை எடுத்துக்கொண்டு வா நண்பா. உன்னோடு நான் கொஞ்சம் பேச வேண்டி இருக்கிறது” என்றார் கர்தர் ஹோரம்.

புழைவாயிற் கதவின் நுழைவிடத்தில் மெழுகுதிரியை நிற்கச் செய்து கொண்டிருந்த நேரத்தில், பத்திரிகைக் கூட்டை விட்டுப் பாடகர் புழுப் போல நெளிந்து வெளியே வந்தார். அதை அவர் மிகவும் சாமர்த்தியமாகச் செய்யப் பழகியிருந்தார் போல. ஏனென்றால், அந்த நாளிதழ்கள் கொஞ்சம் கூடக் கலையவில்லை. வந்தவுடன் அவற்றை எல்லாம் அவர் கசங்காமல் மடித்து மிகவும் கவனமாக ஒதுக்கி வைத்தார். தன்னுடைய காலணிகளையும் கழுத்துப்பட்டியையும், கழுத்துப்பட்டையையும் அணிந்து கொண்டார். காற்சராய்ப் பைக்குள் கையை விட்டு ஒருசிறிய பேழைக்குள் வைக்கப்பட்டிருந்த சீப்பை எடுத்து மிகவும் பழக்கப்பட்ட சாதுரியத்துடன் தலை சீவிக் கொண்டார். பிறகு கலைந்திருந்த காற்சராய் மடிப்புகளை நீவி விட்டுக் கொண்டார். ஆளுனரின் இல்லத்தில் தங்காத நேரங்களில் மிகவும் ஆடம்பரமான விடுதிகளைத் தவிர வேறெங்கும் தங்கிப் பழக்கமில்லாத நபர் இவர் என்று சொல்லியிருந்தால் இப்பொழுது யாரும் நம்பக் கூட மாட்டார்கள். மூத்தவர்களாய்ப் பேசினால் ஒழிய என்னைப் போன்ற இளையவர்கள் பேசுவது முறையில்லை எனும் பண்பாடு இப்பொழுது போல் வேறெப்போழுதும் எனக்குக் கை கொடுத்ததில்லை. திட்டிக் கதவின் வாயிலில் உட்கார்ந்து கைவசம் எப்பொழுதும் இருக்கும் குறடை எடுத்து, காலணியில் நெருடிக் கொண்டிருக்கும் ஆணிகளைப் பிடுங்குவதில் நான் மும்முரமாக இருந்தேன்.

அவர் தயார் நிலைக்கு வந்தவுடன் “இங்கே பார் தம்பி” என்றார் கர்தர் ஹோராம். “அன்றே உன்னிடம் சொன்னது போல, பாடும் பொழுது நீ புதைகுழிக்கு மிகவும் நெருக்கத்தில் போய் நிற்கிறாய் என்று தோன்றுகிறது. உனக்கு நான் ஆலோசனை சொல்லும் உரிமை இருந்தால், பாடகர் புதைகுழியை விட்டுத் தள்ளித்தான் நிற்க வேண்டும் என்று உனக்குச் சொல்வேன்.”

“ஆனால், அது வெறும் கடல்தேள்தான் என்றிருந்தால்?” என்றேன் நான்.

"அப்படியிருந்தால், அது பிரமாதமான விஷயம்தான்" என்றார் அவர். "எது எப்படியோ, நீ பாடியதற்கு நான் நன்றி சொல்ல வேண்டும். அன்றைக்குப் பாடிய மாதிரியே நீ என்றைக்கும் பாட வேண்டும். ஒரு கடல்தேளுக்காகப் பாடுகிற மாதிரி நினைத்துக் கொண்டுதான் நீ எப்பொழுதும் பாட வேண்டும். அப்படிப் பாடவில்லை என்றால் அது போலியானது. கடவுள் என்றுமே அந்த ஒரு ஸ்ருதியை மட்டுமே காது கொடுத்துக் கேட்கிறார். ஏனைய மனிதர்களைக் குஷிப்படுத்த பாடுகிற எல்லோரும் முட்டாள்கள். ஆனால் தன்னுடைய குஷிக்காக மட்டுமே பாடுகின்ற ஒருவன் அளவுக்கு அவர்கள் முட்டாள்களில்லை. ஆரம்பத்திலிருந்தே இதில் நீ தெளிவாக இருக்க வேண்டும் என்று நான் ஆசைப்படுகிறேன் இளைஞனே! ஏனென்றால் நானும் கூட உன்னைப் போலவே இதே தேவாலயக் கல்லறைவெளியில் வளர்ந்தவன்தான்."

"அப்படியென்றால், நான் பாடக் கற்றுக்கொள்ள முடியும் என்று நீங்கள் நினைக்கிறீர்களா?" என்றேன்.

"ச்சே, சே, யாரும் பாடக் கற்றுக்கொள்வதில்லை" என்றார் அவர். "இப்பொழுது எனக்கு உறுத்துவதெல்லாம், நீ ஒழுங்கான காலணிகள் இல்லாமல் இருக்கிறாய் என்பதுதான். அதனால் என்னுடைய காலணிகளை நான் உனக்குத் தர விரும்புகிறேன்."

"அது – அது தேவையில்லை" என்றேன் நான்.

"இல்லை. அது ஒன்றும் தேவையில்லாதது இல்லை. நாம் நண்பர்கள். நீ பாடுகிறாய். உனக்கு என்னுடைய காலணிகளைக் கொடுக்கிறேன். சரி. போகட்டும் ஏதாவது சாப்பிடு. இதோ இங்கே கொஞ்சம் மாமிசப்பசை இருக்கிறது. அது வேண்டாமென்றால் கொஞ்சம் டென்மார்க் பணியாரம் சாப்பிடுகிறாயா?"

ஆக, சுண்டெலிக்கென்று ஹ்ரிங்ஜராபேரின் கிரிஸ்டின் வாங்கி வந்திருந்த தின்பண்டங்களைப் பரணில் இருந்த பாடகர்கள் நாங்கள் இருவரும் உண்டு கொண்டிருந்தோம். அதேபோல் – எனக்கு வேறுவழி இருக்கவில்லை – அவருடைய காலணிகளை நான் அணிந்து கொள்ளத்தான் வேண்டியிருந்தது. என்னுடைய நைந்து போன காலணிகளுக்குள் அவர் தன் கால்களை நுழைத்துக் கொண்டார்.

"எனக்காக நீ ஒருசின்ன உபகாரம் செய்ய வேண்டும்" என்றார் அவர். கதவை உள்பக்கமாகத் தாழ் போட்டு விட்டு இந்த வைக்கோல் பரணில் இன்று என்னோடு நீ தங்கி விடு. கொஞ்சம் கவனமாய் இரு. என்னைப் பார்க்க வருபவர்கள் யாராவது கதவைத் தட்டினால் கீழே போய் ஒப்பெரா பாடகர் கர்தர் ஹோம் இங்கே இல்லை என்று சொல்லி விட்டு வந்து விடு."

அவருடைய வேண்டுகோளை ஏற்றுக் கீழே சென்று மாட்டுக் கொட்டிலின் கதவை உள்ளேயிருந்து தாழிட்டு விட்டு மீண்டும் வைக்கோல் பரணுக்கு ஏறிச் சென்றவுடன் அவர் விட்ட இடத்திலிருந்து பேச்சைத் தொடர்ந்தார்.

"அன்பு நண்பனே, நீ பாடக் கற்றுக்கொள்ள முடியுமா என்று கேட்டாய். எனக்குத் தெரியவில்லை. ஒரு பாடகராய் வருவதற்கான எல்லா அம்சங்களும் உன்னிடம் இருக்கலாம். உலகம் தன்னிடமிருக்கும் ஆகச் சிறந்ததை உனக்குக் கொடுக்குமாகக்கூட இருக்கலாம். பெருமைகளை, அதிகாரத்தை, மரியாதைகளை – இவை போக வேறென்ன இருக்கிறது? பெரும் அரண்மனைகள்? பூங்காக்கள்? அவைகூட ஒருவேளை கிடைக்கலாம். அல்லது, களிப்பூட்டும் விதவைகள்? இவற்றுக்குப் பிறகு என்ன?"

"எனக்குக் கொஞ்சம் பாடக் கற்றுத் தர வேண்டும் என்று உங்களிடம் கேட்க நினைத்தேன்" என்றேன் நான். "ஒரே தடவையாவது *குட்டிச்சாத்தான்களின் அரசன்* பாடலைப் பாடிக் காட்ட வேண்டும்."

"இசையில் ஒரே ஒரு ஆதார ஸ்ருதிதான் இருக்கிறது. அதுதான் முழுமையானது" என்றார் கர்தர் ஹோம். "அந்த ஆதார ஸ்ருதியைக் கேட்டு விட்டவர் எவரும் வேறு எதையும் கேட்கத் தேவையில்லை. என்னுடைய பாட்டெல்லாம் ஒரு பொருட்டே அல்ல. ஆனால் நான் சொல்லும் ஒரு விஷயத்தை நீ எப்பொழுதுமே ஞாபகத்தில் வைத்துக்கொள்ள வேண்டும். இந்த உலகம் உனக்கு எல்லாவற்றையும் கொடுத்துவிட்ட பிறகு, புகழின் ஈவு இரக்கமற்ற நுகத்தடி உன் தோளில் ஏற்றப்பட்டு, மிகக் கொடிய குற்றவாளியின் மீது பதியப்படுவது போல் அதனுடைய குறி உன் புருவ மத்தியில் அழியாத அளவுக்குக் குத்தப்பட்டு விட்ட பிறகு – அப்போது நினைவுறுத்திக் கொள் – இந்த ஒரே ஒரு பிரார்த்தனையைத் தவிர வேறு அடைக்கலம் உனக்கிருக்கப் போவதில்லை: ஆண்டவனே! என்னிடமிருக்கும் எல்லாவற்றையும் எடுத்துக்கொண்டு விடு! அந்த ஒரே ஒரு ஆதார ஸ்ருதியைத் தவிர!"

# 27

## முதன்மை நீதிபதி

யாரோ கதவைத் திறக்க முயன்று கொண்டிருந்தார்கள். வளைந்து நெளிந்த கதவின் கிறீச்சொலியும், தேய்ந்து போன கதவு – மூட்டுவாயின் கீச்சொலியுமாகச் சேர்ந்து என்னை எழுப்பி விட்டன. நான் எங்கிருக்கிறேன் என்பதே கொஞ்ச நேரம் புரிபடவில்லை. ஆனால் அதிகநேரம் தூங்கியிருக்க முடியாதென்றும் தோன்றியது. வைக்கோலின் வாடை நாசியைக் கடுமையாகத் தாக்கியது. அந்த மஞ்சடைப்பு முக்கோணச் சுவர் உச்சியின் நேர் கீழே, சதுர வடிவில் ஓர் திறந்த சாளரம் இருந்தது. அதன் வழியாக உதயசூரியனின் செந்நிறக் கிரணங்கள், தூசின் துகள்கள் சுழன்றடிக்க, ஒளி வீசிக்கொண்டிருந்தன. இங்கே நான் என்ன செய்து கொண்டிருக்கிறேன்?

கீழேயிருந்த கதவு கிறீச்சிட்டுக் கொண்டேயிருந்தது. வைக்கோல் பரணுக்குள் சுற்றும் முற்றும் பார்த்தேன். நான் தனித்திருப்பது புரிந்தது. இங்கே நான் எப்படி வந்தேன்? சுண்டெலிக்குச் சேவை செய்வதற்காக என்னை அனுப்பியது நினைவுக்கு வந்தது. ஆனால் மீண்டும் சுற்றும்முற்றும் பார்க்கும் பொழுது கூஜாவோ, தட்டோ தென்படவில்லை. என்னைத் தவிர வேறு யாரும் உடன் இருந்ததற்கான அறிகுறி கூட இல்லை. லண்டன் டைம்ஸ் நாளிதழின் ஒருசிறு துணுக்குக் கூடக் கண்ணில் படவில்லை. எல்லாமே கனவாக இருக்க வேண்டுமென்று நினைத்தேன். ஆனால், இங்கே என்னை யாராவது பார்த்தால் என்னைப் பற்றி என்ன நினைப்பார்கள்? ஒருவழியாகக் கீழ்க்கதவு திறந்து கொண்டது. "எங்கே இருக்கிறாய்?" என்று ஓர் இளம் பெண்ணின் குரல் கேட்டது.

ஒருவழியாக நானும் எழுந்து கொண்டு "இதோ இங்கே" என்று பதில் குரல் கொடுத்துவிட்டு, குனிந்து, தவழ்ந்து படியிறங்கிச் செல்ல ஆரம்பித்தேன்.

அட! அங்கே வாசலில் இளம்காலையின் செந்நிறக் கதிர்களின் ஊடே கொழுகொழுவென்று பிரகாசித்துக் கொண்டிருந்தவள் அந்தப் பெண்குட்டிச் செல்வி குட்மன்ஸனைத் தவிர வேறு யாராக இருக்க முடியும்? அங்கே

என்னைப் பார்க்க நேரிட்டதில் அவள் மிகுந்த எமாற்றத்துக்குள்ளாகி விட்டாள் என்பது எனக்குத் தெளிவாகப் புரிந்தது.

"ஏசுவே! இங்கே நீ என்ன செய்துகொண்டிருக்கிறாய்?" என்றாள் அவள்.

"சும்மா, ஒன்றுமில்லை" என்றேன் நான்.

"நீ தனியாகவா இருக்கிறாய்?" என்று அவள் என்னிடம் கேட்டாள்.

ஆமாம் என்று சொல்லிவிட்டு, "இங்கே உனக்கு என்ன வேலை?" என்று பதில் கேள்வியை அவள் மீது தொடுத்தேன்.

"எனக்குப் பித்துப் பிடித்திருக்கிறது" என்றாள் அவள். "ஏசுவே! இங்கே வேறுயாரும் இல்லையா? உனக்கு நிச்சயமாகத் தெரியுமா?"

நிலைப்படி அருகே தலையைக் குனிந்து வாயில் வழியாக உடலைக் குறுக்கி உள்ளே நுழைந்து படிக்கட்டின் மீது தவழ்ந்து வந்து வைக்கோல் பரணுக்குள் உற்று உற்றுப் பார்த்தாள். பிறகு மனம் வெதும்பி வாயிலுக்குத் திரும்பினாள்.

"இங்கே என்ன செய்துகொண்டிருந்தாய், சொல்லு" என்று மீண்டும் அவள் என்னிடம் கேட்டாள்.

"ஒன்றுமில்லை" என்றேன் நான். "கொஞ்சம் அசந்து தூங்கி விட்டேன்."

"தனியாகவா?" என்றாள் அவள். "உண்மையாகவே உன்னோடு வேறுயாரும் இல்லையா?"

"ஒருசில நேரங்களில் தூக்கத்தில் வரும் நபர்களைத் தவிர வேறு யாருமே இங்கே இல்லை" என்று நான் அவளுக்குப் பதிலளித்தேன்.

"நீ யாரையாவது பற்றிக் கனவு கண்டாயா?" என்றாள் அவள்.

"அது உனக்குச் சம்பந்தமில்லாத விஷயம்" என்றேன். "இப்பொழுது நான் நன்றாக விழித்துக் கொண்டுதான் இருக்கிறேன்."

"இரவு பூரா ஒரு பொட்டுத் தூக்கமில்லை" என்றாள் அவள். கிட்டத்தட்ட அழுது விடுவாள் போல இருந்தாள்.

"ஏன்" என்றேன்.

"ஏனா? அது உனக்குச் சம்பந்தமில்லாத விஷயம்" என்றாள் அவள். "அப்பாவும் அம்மாவும் சேர்ந்து என்னை ஒரு அறைக்குள் வைத்துப் பூட்டி விட்டார்கள். அதனால்தான். கொஞ்சம் வெளிச்சம் வர ஆரம்பித்தவுடன் சாளரத்தின் வழியாக ஊர்ந்து, தவழ்ந்து எப்படியோ தப்பித்து வந்து விட்டேன்."

முடியெல்லாம் அலங்கோலமாக இருக்க, முகத்தில் கண்ணீர்க்கறை யோடு, எல்லாமே ஓய்ந்து போனது போல, வாயிற்கதவுக்கு வெளியே இருந்த தட்டையான ஒரு கல்லின் மீது அவள் தொப்பெனச் சரிந்தாள். அவளுடைய ஆடைகள் மிகவும் தளர்த்திய நிலையில் இருந்தன. அவற்றை இறுக்கி அணிந்துகொள்ள அவள் எந்த விதத்திலும் முயலவில்லை. மனம்

பேதலித்து, அவளுடைய ஆடையின் உள்மடிப்புக்கு வெளியே துருத்திக் கொண்டிருந்த பெரிய முழங்கால்களுடன், அந்தத் தட்டைக்கல் மீது அப்படி அலங்கோலமாக அவள் சரிந்தபொழுது வடிவமில்லாத ஒரு பொதி போல் அவள் தோன்றினாள். முழங்கால்கள் மீது முழங்கைகளை ஊன்றி, கைகளுக்குள் முகம் புதைத்து கர்த்தரின் நாமத்தை அவள் தொடர்ந்து உச்சரித்துக் கொண்டிருந்தாள். ஒருவழியாக மன உளைச்சலிலிருந்து எப்படியோ தன்னை விடுவித்துக்கொண்டு முகத்தை மூடியிருந்த கைகளை அகற்றினாள். திடீரென்று என்னைக் கோபத்துடன் பார்த்து, சொற்களோடு இயைந்து போகும் விதமான தொனியில்,

"நீ அவரோடு கூட்டுச் சேர்ந்து கொண்டிருக்கிறாய். எங்கே அவர்? அவரை இங்கே கூட்டி வா" என்றாள்.

"எவரை?" என்று நான் கேட்டேன்.

"எவரையா? எவரை என்று நீ நினைக்கிறாய்? நான் என்ன முட்டாளென்று உனக்கு நினைப்பா? இந்த நடிப்பெல்லாம் ஆகாதென்று உனக்குப் புரியவில்லையா? இன்று இரவு என்ன நடந்தது?" என்று சரமாரியாகக் கேட்டாள்.

"எனக்குத் தெரிந்து எதுவுமே நடக்கவில்லை" என்றேன். "எனக்கு வந்த கனவைப் பற்றி வேறு யாருக்கும் விவரித்துச் சொல்ல வேண்டிய அவசியம் எனக்கில்லை."

"நீ எப்பொழுதுமே ஒரு கேடுகெட்ட பன்றிதானே!" என்றாள் அவள். சொல்லி விட்டுக் கீழே குனிந்து பார்த்தாள். "அவருடைய காலணிகளை நீ திருடிப் போட்டுக் கொண்டிருக்கிறாய்! நீ அவரைக் கொன்று விட்டாய்! நிச்சயமாக நான் அப்படித்தான் நினைக்கிறேன்."

உண்மையில், அந்தப் பளபளப்பான அயல்நாட்டுக் காலணிகளை நான் அணிந்துகொண்டிருப்பது கண்ணில் பட்டவுடன்தான் நான் கனவெதுவும் காணவில்லை என்பது எனக்கு உறுதியானது. எப்பேற்பட்ட கனவைக் காட்டிலும் அதியற்புதமானவையாக என்னுடைய காலணிகள் விளங்கின.

"நீ யாரோ ஒருவரை மனதில் வைத்துக்கொண்டு கேட்கிறாய் என்று தோன்றுகிறது. அவருடைய புதிய காலணிகளை என்னிடம் கொடுத்து விட்டு, என்னுடைய பழைய காலணிகளை அணிந்துகொண்டு அவர் போய்விட்டார். இதைத் தவிர வேறெதுவும் அவரைப் பற்றி எனக்குத் தெரியாது" என்றேன் நான்.

"அவர் எங்கே போனார்?" என்று அவள் என்னிடம் கேட்டாள்.

"அனேகமாக அவர் போர்க்கப்பலுக்குதான் திரும்பிப் போயிருக்க வேண்டும்" என்றேன்.

"போர்க்கப்பலாவது ஒன்றாவது. அப்படி எதுவுமே கிடையாது" என்றாள் அவள். "அஹ் ஹஹ் ஹஹ் ஹா! நீ பொய் சொல்கிறாய். ஹிஹ் ஹிஹ் ஹிஹ் ஹ¬! உன்னையே நினைத்து நீ வெட்கப்பட வேண்டும். ஹிஹ் ஹி ஹிஹ் ஹி!"

நான் ஒன்றுமே கூறவில்லை. தன் மனம் போல அவள் ஊளை யிட்டுக் கொண்டிருக்கட்டும் என்று விட்டுவிட்டேன். என்னைப் பற்றித் தாறுமாறாகக் குற்றம்சாட்டிப் பேசும் இதுபோன்ற நபருடன் வார்த்தையாடிக் கொண்டிருப்பது தகாது என்று உண்மையாகவே நான் நம்பினேன். இது போன்ற வசவெல்லாம் ப்ரெக்குகாட்டில் இருக்கும் எங்களுக்குப் பழகியிருக்கவில்லை. கண்ணீரால் நனைந்திருந்த தன் கைகளுக்குள் முகம் புதைத்துக் கோபத்தையும் மன உளைச்சலையும் அவள் கொட்டியவாறிருந்தாள். அதனுடைய சாராம்சம் இதுதான்:

"உலகம் முழுக்க அவர் பிரபலமாக வேண்டுமென்று, ஆகச்சிறந்த, பணம் மிகச் செலவாகும் விடுதிகளில் அவருக்கு உண்டான செலவுகளை எல்லாம் ஆண்டாண்டுக் காலமாக அப்பாதான் ஏற்றுக்கொண்டிருக்கிறார். நூற்றுக்கணக்கில், ஆயிரக்கணக்கில், ஏன், பத்து லட்சம் கூட இருக்கும். அவர் வாரி இறைக்கும் தங்கக்காசெல்லாமே அப்பாவுடையது. ஆனால், அவர் எங்களை இப்படித்தான் நடத்துகிறார். தேவை என்று வருகின்ற பொழுது அவர் இப்படித்தான் எங்களை அவமானப்படுத்துகிறார். மீன்பிடித்தொழிலில் சம்பாதிக்கும் சொற்ப குரோனர் காசுகளை வைத்துக் கொண்டுதான் *ஐஸாஃபோல்ட்* பத்திரிகையை அப்பா நடத்திக்கொண்டு வருகிறார். இந்தப் பத்திரிகையைத்தான் கர்தர் ஹோம் கேலிக்கூத்தாக்கி விட்டிருக்கிறார். அன்பான ஏசுவே! ஓ கடவுளே! இந்த உலகம் பூராவையும் எனக்குச் சுற்றிக் காட்டப் போவதாக வாக்குக் கொடுத்தவர்தான் இந்த ஆள். அந்த அருவருப்பான விலாங்குமீன்காரியைக் கல்யாணம் செய்து கொண்டு அந்தப் பேன் பிடித்த தலையோடு திரியும் குழந்தைகளோடுதான் அவர் குடும்பம் நடத்திக்கொண்டிருப்பார். இதை இப்பொழுது நான் நிச்சயமாக நம்புகிறேன்."

இவை போன்ற சந்தர்ப்பங்களில் மனிதர்களோடு உரையாடி அவர்களுக்குப் புரிய வைப்பது மிகவும் கடினமான வேலை. இது எனக்கு இப்பொழுது மெல்ல மெல்ல உறைக்கத் தொடங்கியது. மனிதர்கள் கூக்குரலிடத் தொடங்கும் வேளையில் சொற்கள் பொருள் இழந்து போகின்றன. ஸ்வர வரிசை இயல்பான ஓசையாகி விடும் வேளையில் அங்கே இசை ஓய்ந்து விடுகிறது. நான் பதிலேதும் சொல்லவில்லை. முழுக்க முழுக்க சீரழிந்து போய், உலர்ந்த நிலையில், நீண்ட காலமாகவே வீடு என்று அழைக்கப்படும் அருகதையை இழந்து நிற்கும் இந்த மாட்டுக் கொட்டிலின் கிரீச்சிடும் கதவு கொண்ட வாயிலில், ஒரு குவியல் போல் அமர்ந்திருந்த இந்தக் கொழுகொழுப் பெண்ணை நான் பேச்சேதுமின்றிப் பார்த்துக்கொண்டிருந்தேன்.

அவள் எல்லாவற்றையும் கொட்டித் தீர்த்திருந்தாள். இனிக் கொட்ட அவளிடம் எதுவுமில்லை. தண்ணீரில் ஒரு பெண் கரைந்து போவதை நான் பார்த்து விட்டேன்.

அங்கே உட்கார்ந்த வாக்கிலேயே, திடமான வடிவத்துக்கு மீள முயன்று தன்னுடைய ஆடையின் உள்மடிப்பை உயர்த்திக் கண்களையும் முகத்தையும் துடைக்க முற்பட்டாள் அவள். அப்படி அவள் தன்னுடைய அரைப்பாவாடையை முகத்தளவுக்கு உயர்த்திய பொழுது, என்னை ஒரு

நபராக, அதிலும் ஓர் ஆண்மகனாகக் கருதும் அளவுக்கான நிதானம் அவளுக்குக் கை வந்திருக்கவில்லை. முகத்தை ஈரம் போக நன்றாகத் துடைத்துக்கொண்ட பிறகு அவள் பெருமூச்செறிந்து தன்னுடைய சோகத்தைக் கரையேற்றினாள். வேனிற்கால வெப்பத்தில் வாடி வதங்கிக் கல்லறைகளின் மீது பரவிக்கிடக்கும் ஆயிரந்தழைப்பூண்டுச் செடிகள், அவற்றைத் தாண்டி, அறுவடைக்குப் பின் முளை விட்டு, பனித்துளி போர்த்துப் பச்சைப்பசேலென்று பரவிக்கிடக்கும் புல்லிதழ்கள் நிறைந்த உள்ளூர் வயல்வெளிகள், அவற்றையும் தாண்டிக் காட்சி தரும் கடல் நீர் என யாவற்றுக்கும் அப்பால் நிற்கும் நீல நிற மலைகளின் மீது இன்னமும் சிவந்தே படிந்திருந்தன காலைக் கதிரவனின் கிரணங்கள். அது மிகவும் அதிகாலை நேரமாக இருந்ததால், தேவாலயக் கல்லறைவெளிக்குத் தெற்கே இருந்த பாட்டியின் சமையற்கட்டின் புகைபோக்கியிலிருந்து இன்னும் புகை கிளம்பவில்லை. என் யோசனைகளை நிறுத்தி விட்டு, இன்னமும் இங்கே காத்திருப்பதில் அர்த்தமில்லை என்றுணர்ந்து, மக்கள் விழித்தெழுந்து நடமாடுவதற்கு முன்பாக வீட்டுக்குப் போய்விட முடிவெடுத்தேன்.

"சரி. நான் கிளம்புகிறேன்" என்றேன்.

இனியும் இப்படியே தொடர்ந்து அழுது புலம்புவதில் எந்தப் பயனுமில்லை என்ற தீர்மானத்துக்கு வந்தவள்போல் அவள் தன்னுடைய நீண்ட காலுறைகளை இழுத்து விட்டுக்கொண்டு, ஆடையை நீவி விட்டுச் சீராக்கி, ஒரு முடிவுடன் ஆழ்ந்து ஒரு முறை மூச்சை இழுத்தாள். வேறு கதியில்லை என்ற உணர்வும், தோற்றுப் போன மனநிலையும், அவளைச் சமமாகக் கூறு போட, தன்னை இப்படி நிராதரவாய் விட்டுச் செல்ல வேண்டாமென்று அவள் என்னிடம் கேட்டுக் கொண்டாள்.

"என்னைத் தனியாக நகருக்குள் போக விட்டு விடாதே" என்றாள் அவள். "அங்கே கொடூரமான நாய்களும் குடிகாரர்களும் தெருவில் நடமாடிக் கொண்டிருப்பார்கள்."

நெற்றியில் விழுந்திருந்த முடியைப் பின்னால் தள்ளி ஒதுக்கிக் கொண்டு "என்னைப் பார்க்கக் கண்றாவியாக இருக்கிறதா?" என்று அவள் என்னிடம் கேட்டாள். "பார்க்க ரொம்ப அலங்கோலமாகவா நான் இருக்கிறேன்?" என்றாள்.

"ஆமாம்" என்றேன் நான். "ஆனால் அதனால் ஒன்றும் பாதகமில்லை"

"இல்லை. அப்படிச் சொல்லி விட முடியாது" என்றாள் அவள். "ஆனால், சொந்த வீட்டிலிருந்தே சாளரத்தின் வழியாக ஊர்ந்து தவழ்ந்து வெளியேற வேண்டி வந்தால் இப்படி இல்லாமல் வேறு எப்படி இருக்க முடியும்? சரி நாம் கிளம்பிப் போய்க்கொண்டே இருப்போம்."

தேவாலயக் கல்லறைவெளியின் பாதையைத் தாண்டி வெகுதூரம் வந்து விட்ட பிறகு அவள் மீண்டும் பேச்சுக் கொடுத்தாள். "நீ ஏன் என்னை இந்த அளவுக்கு வெறுக்கிறாய்?"

"வீட்டுக்குப் போய் தூங்குவதை விட்டுவிட்டு இந்த அதிகாலையில் நகரம் முழுக்க உனக்குத் துணையாக வந்துகொண்டிருக்கும் அளவுக்கு

உன்னை நான் ஏன் நேசிக்கிறேன் என்றுதானே கேட்க வருகிறாய்?" என்றேன் நான்.

"நீ ஏழையாகவும் நான் பணக்காரியாகவும் இருப்பதனால்தான் என்னை நீ வெறுக்கிறாயோ?"

இதற்கு என்ன பதில் சொல்வதென்று தெரியாமல் நான் திகைப்புடன் அவளையே பார்த்துக்கொண்டிருந்தேன். இதற்கு முன்பாக யாரும் என்னை ஏழையென்று ஒருபோதும் சொல்லிக் கேட்டதில்லை. அப்படி ஒரு எண்ணம் எந்தக் காலத்திலும் என் மனதில் தோன்றியதில்லை. தகாத முறையில் என்னை அவள் சீண்டி விட்டு விட்டாள் என்றே எனக்குப் பட்டது.

"நீ ஏழையாகவும் நான் பணக்காரனாகவும் இருப்பதால்தான் உன்னை நான் வெறுக்கிறேன்" என்றேன் நான்.

"உன்னை நினைத்து நீயே வெட்கப்பட வேண்டும்" என்றாள் அவள். மீண்டும் தொடர்ந்து அவள் புலம்ப ஆரம்பித்து விடுவாள் என்று தோன்றியது. "அவருடைய காலணிகளைப் போட்டுக் கொண்டு அவருக்கு என்ன ஆனது என்றுகூட என்னிடம் சொல்லாமல் இருப்பதற்கு நீ உண்மையில் வெட்கப்படத்தான் வேண்டும்."

"உனக்கு அவரிடம் அப்படி என்னதான் வேண்டும்?" என்று நான் அவளிடம் கேட்டேன்.

"அவர் எங்கே இருக்கிறார் என்று நீ என்னிடம் சொல். நான் அதை உன்னிடம் சொல்கிறேன்" என்றாள் அவள்.

"அது உனக்குத் தேவையில்லாத விஷயம்" என்றேன்.

"அதே போல் அவரிடம் எனக்கு என்ன வேண்டியிருக்கிறது என்பதும் உனக்குத் தேவையில்லாத விஷயம்தான்."

"சரி. என்னால் இவ்வளவு தூரம்தான் உன்னோடு கூட வர முடியும்" என்றேன்.

"வேண்டாம். போய் விடாதே" என்று என் கையை அவள் பிடித்துக் கொண்டாள். "இனி மேல் எந்தக் கேள்வியும் நான் கேட்கப் போவதில்லை. இதற்கு மேல் இன்னொரு வார்த்தை நான் பேசப் போவதில்லை. எனக்கு யார்மீதும் எந்த உரிமையும் கிடையாது. ஒரு சாளரத்தின் வழியாகத் திருட்டுத்தனமாக ஓடி வந்து விட்ட முட்டாள் பெண் நான். ஆனால், ஒரே ஒரு விஷயம் நீ எனக்குச் சொல்ல வேண்டும். என்னிடம் சொல்ல விருப்பமில்லை என்றாலும், அவர் எங்கே இருக்கிறார் என்று உனக்கு உண்மையில் தெரியும்தானே?" என்றாள்.

"யாரைப் பற்றியும் எதுவும் எனக்குத் தெரியாது" என்றேன் நான். "அதிலும் அவரைப் பற்றி எதுவுமே தெரியாது."

*ஐஸாஃபோல்ட்* பத்திரிகை அலுவலகத்திற்கு வெளியேயும், அங்கிருந்து, லாங்குஸ்டட் பகுதியில் விவிலியக் கல்விக்கூடம் வரையிலும்

கொண்டாட்டங்கள் ஓயாமல் தொடர்ந்து கொண்டு இருந்தன. முதல் நாள் மாலை நடந்த கேளிக்கைக்கு அகால முடிவு ஏற்பட்டு விடக் கூடாது என்று உறுதி மேற்கொண்டதைப் போல ஒரு அசாதாரணமான கூட்டம் அந்தப் பகுதியில் கூடியிருந்தது. அது அப்படி ஒன்றும் கீழ்த்தரமான கூட்டமும் இல்லை. புனித நூல்களில் சித்திரிக்கப்பட்டிருக்கும் புதிய யுகமே தோன்றி விட்டதைப் போல்தான் காணும் தொலைவு வரை காட்சி விரிந்திருந்தது. எந்தப் பக்கமும் நகர முடியாதபடிக்கு மூக்கிலிருந்து பிட்டம் வரை கட்டிப் போடப்பட்டு, ஐம்பது பொதி சுமக்கும் மட்டக் குதிரைகள் தெருவின் நடுவே நின்றுகொண்டிருந்தன. வயிற்றுக்கு அடியில் பொதி மூட்டைகள் கட்டித் தொங்கவிடப்பட்டிருக்க, கீழுதடுகள் தளர்ந்து இறங்கியிருக்க, அவற்றுள் பல குதிரைகளும் தூங்கிக்கொண்டிருந்தன. மீன்தலைப் பொதிகள் கீழே சிதறி சதுப்புநிலச் சிதைவுகள் போல் அங்கே நிலவிய குழப்பத்தில் குவிந்து கிடந்தன. தளைகளற்ற ஒரு சில குதிரைகள் தத்தம் குட்டிகளோடு நகருக்குள்ளிருந்து இங்கே வந்து தங்களுடைய சகாக்களுக்குத் துணை சேர்த்தன. தோலால் செய்யப்பட்ட காலணிகளை அணிந்திருந்த மூன்று பட்டிக்காட்டுப் பண்ணையாட்கள் ஏதோ ஒரு வாயிற்படியில் நின்றுகொண்டு, தங்களிடம் இருந்த குடுவையைக் கை மாற்றியவாறே *பனிமணற் கழிவின் மீது* எனும் பாடலைப் பாட முயன்று கொண்டிருந்தார்கள். களைத்து, ஓய்ந்திருந்த கலப்பின நாய்க் கூட்டம் ஒன்று நாவைத் தொங்கப் போட்டு நடைபாதை ஓரத்தில் படுத்துக் கிடந்தது. ஹேஹ்லா மலைக்குப்[1] போகும் விளையாட்டு வீரர் போல் தோன்றிய, அங்காடிப் பணியாளர் இருவர், டென்மார்க் நாட்டவர், அருகிலிருந்த மிதிவண்டிகளின் மீது சாய்ந்தவாறு தங்கள் தேசத்தின் காலனியாதிக்கப் பகுதியில் காணப்படும் தேசிய வாழ்க்கையின் அம்சங்களை ஆராய்ந்து கொண்டு நின்றிருந்தனர். உயரே, பட்டறையில் வைத்துக் கடைந்தெடுக்கப்பட்ட வசீகரமான தூண்கள் தாங்கி நின்ற ஐஸாஃபோல்ட் பத்திரிகை அலுவலகத்தின் உப்பரிகைகளில், ஐந்தாறு பூனைகள் அமர்ந்திருந்தன. எல்லோருக்கும் மேலாக அவை இருந்தன என்று ஒன்றுக்கும் மேற்பட்ட அர்த்தத்தில் குறிப்பிடலாம். ஏனென்றால், அவை ஒன்றை ஒன்று பார்த்துக் கொள்ளவில்லை என்பது போல் மட்டுமில்லை, கீழே தெருவில் இருக்கும் நாய்களைக் கூடக் கண்டும் காணாதது போலும் பாசாங்கு செய்துகொண்டிருந்தன. ஃபிரெஞ்சு நாட்டைச் சேர்ந்த இரண்டு மீனவர்கள் பாதக்குறடுகள் போல் இருந்த முரட்டுக் காலணிகளைத் தலைக்கு அண்டக் கொடுத்து, வட துருவத்தில் உதித்திருக்கும் இந்த நள்ளிரவுச் சூரியனின் வெளிச்சத்தில், நம்பவே இயலாதபடி, சாக்கடைக்குள் படுத்து அயர்ந்து தூங்கிக்கொண்டிருந்தனர். உலகம் இன்னமும் உறங்கிக்கொண்டிருந்த இந்த வேளையில், குட்மன்ஸன் அங்காடிக்கு எதிரே அமைந்திருந்த விவிலியக் கல்விச்சாலையின் படிகள் மீது நின்றுகொண்டு ஒரு ஆள் சூர்யோதாயப் பிரசங்கம் செய்து கொண்டிருந்தார். இருக்கும் சூழ்நிலையில், ஊமையாய்க் கிடக்கும் மிருகங்களுக்கு, இப்படி ஒரு திறனோடு பிரசங்கம் செய்யும் இவர், புனித

1. ஹேஹ்லா மலை: ஐஸ்லாந்து நாட்டின் தெற்கே இன்றும் உயிர்ப்புடன் இருக்கும் பல்லடுக்கு எரிமலை.

பிரான்ஸிஸ் அஸிஸியாகவோ[2], அல்லது அவரைப் போன்ற வேறொரு பிரபல புனிதராகவோதான் இருக்க வேண்டும் என்றுகூட யாரும் நினைத்து விட முடியும்.

"அன்புச் சோதரரே, ஹ,
மட்டக் குதிரைகளே, ஃபிரெஞ்சுநாட்டவரே
மிதிவண்டிக்காரர்களே, கலப்பின நாய்களே,
குதிரையோட்டிகளே, பூனைகளே
முதன்மை நீதிபதி வருகை புரியும்பொழுது –
அதுதான் மிக முக்கிய விஷயம்.
கடலில் முப்பது பருவக் காலங்கள்.
குட்மன்ஸனின் படகோட்டிக்குப் போர்க்கப்பல் கேட்கிறது.

குழந்தைகளைப் பெற்றெடுத்த பெண், ஹ,
அவள்தான் உனக்கு மீன்களைக் கொடுத்தாள்
ப்ரெக்குகாட்டின் வழிபாட்டுச் சாளரத்தின் வழியாக
ஒரே ஒரு புல்லின் இதழையும் ஒரே ஒரு நட்சத்திரத்தையும்தான்
பார்க்க முடியும்
ஆனால் இப்பொழுதோ குட்மன்ஸனின் படகோட்டிக்குப்
போர்க்கப்பல் கேட்கிறது.

முதன்மை நீதிபதி வருகை புரியும்பொழுது, ஹ!
இந்த நாள் உங்களுக்கு இனிய நாளாய் ஆகுக!
அதுதான் அதிமுக்கிய விஷயம்!
கடலில் முப்பது பருவக் காலங்கள்.
குட்மன்ஸனின் படகோட்டிக்குப் போர்க்கப்பல் கேட்கிறது.

கடலில் முப்பது பருவக் காலங்களைக் கழித்த பிறகு –
இந்த நாள் உங்களுக்கு இனிய நாளாக ஆகுக!
உங்களை வீட்டுக்கு அனுப்புகிறார்கள்.
நிலம் என்று அவர்கள் அழைக்கும் இந்த
சலனமற்ற, மிக வறண்ட பிரதேசத்தை வீடென்று கொண்டு,
(கிழக்கே இருக்கும் லான்ப்ராட்டுக்கு அந்தப் பெண் தனியே
பயணம் போனாள்)
போதாக்குறைக்கு, என் கண்களில் வேறு ஏதோ கோளாறு
வந்து விட்டது.
இந்த வறண்ட, சலனமற்ற, சாணக்குவியல்,
இதன் பேர் எனக்கு மறந்து விட்டது!
ஆனால், முதன்மை நீதிபதி வருகை புரியும் போது, ஹ,
முதன்மை நீதிபதி வருகை புரியும் போது, ஹ, ஹா,
முதன்மை நீதிபதி வருகை புரியும் போது, ஹ, ஹ, ஹா,
ஆமாம். இந்த நாள் உங்களுக்கு இனிய நாளாக விளங்கட்டும்
அதுதான் அதிமுக்கிய விஷயம்.

---

2. புனித பிரான்ஸிஸ் அஸிஸி: ரோமன் கத்தோலிக்க மதப் பிரிவின் போதகர் கிருஸ்துவ மத வரலாற்றில் மிகவும் பயபக்தியுடன் போற்றப்படும் புனிதர்.

அன்பார்ந்த சோதரரே, மட்டக் குதிரைகளே, ஃபிரெஞ்சுநாட்டவரே,
குட்மன்ஸனின் படகோட்டிக்குப் போர்க்கப்பல் கேட்கிறது.

போர்க்கப்பல்களின் தளபதியிடம் இப்பொழுது பைகள் காலி.
ஆனால் சாளரத்தின் வழியே ஒரு சுகந்தமான விண்மீன் ஒளி
வீசிக்கொண்டிருக்கிறது.
கழிவுநீர்க் குட்டைகளிலிருந்து வீடு வந்து சேரும் பொழுது
அவரைத் தெரிந்துகொள்ள வேண்டுமென்றால் உங்களுக்குப்
போர்க்கப்பல்கள் இருக்க வேண்டும்.
அவரிடம் ஒரு போர்க்கப்பல் இருந்தால்
அதை உங்களுக்குத் தருவார்.

பைகளுக்குச் சொந்தக்காரர் எவரோ
அவரே அடுத்தவர்களுக்கான போர்க்கப்பல்களைக் கொடுப்பவர்
இப்படி நீ ஸ்கில்டிங்கேன்ஸில் நிகழ்ந்த அதிசய சம்பவத்திலிருந்து
போராடி வெளியேறினாய்.
அதே போல்தான் க்ரோட்டோவில் இருந்த கழிவுக்
குட்டைகளிலிருந்தும்.

இப்படித்தான் நீ உயிர் வாழ்ந்து கொண்டிருக்கிறாய்.
அதுதான் மிகப் பெரிய விஷயம்.
ஏனென்றால், குட்மன்ஸனின் படகோட்டிக்குப் போர்க்கப்பல்
கேட்கிறது.

இப்பொழுது அங்கே ஒரே ஒரு புல்லின் இதழ்தான் இருக்கிறது.
ஆனால், முதன்மை நீதிபதி வருகை புரியும் பொழுது, ஹ—ஹா,
அன்புச் சோதரரே
மட்டக் குதிரைகளே, ஃபிரெஞ்சுநாட்டவரே,
மிதிவண்டிக்காரர்களே, கலப்பின நாய்களே,
குதிரையோட்டிகளே, பூனைகளே,

முதன்மை நீதிபதி வருகை தரும் பொழுது, ஹ—ஹா—ஆ—ஆ
ஆமாம். உங்களுடைய நாள் இனிய நாளாக விளங்கட்டும்.
அதுதான் அதி முக்கிய விஷயம்!"

"அந்தக் குடிகாரன் என்னுடைய அப்பாவைத்தான் மனதில் வைத்துக்
கொண்டு பேசுகிறான்" என்றாள் அந்தப் பெண். சொல்லி விட்டுத் தன்
பிடியை இறுக்கி, நடையின் வேகத்தைத் துரிதப்படுத்தினாள். "சீக்கிரமாகச்
சாலையைக் கடக்கலாம் வா"

நாங்கள் விரைந்து நடந்தோம். பிரசங்கம் செய்துகொண்டிருந்த
மனிதரை உரசி ஒதுக்கியபடியே நாங்கள் நடந்து சென்றோம். ஒன்று, அவர்
எங்களைக் கவனிக்காமல் விட்டிருக்க வேண்டும். அல்லது, எங்களையும்
மட்டக் குதிரைகளாகவோ அல்லது ஃபிரெஞ்சுநாட்டவரெனவோ அவர்
நினைத்திருக்க வேண்டும்.

# 28

# ப்ரெக்குகாட்டில் ரகசியக் கோட்பாடு

கூதிர்காலத்தின் இறுதி வாக்கில் ஒருநாள் ப்ரெக்குகாட் வாயிலின் சுழற்கதவுகள் வழியாக ஒரு மனிதர் தன்னுடைய மனைவியைக் கிட்டதட்ட தூக்கியபடி வந்தார்.

"அவளுடைய பெயர் க்ளோஈ" என்றார் அந்த மனிதர்.

"க்லோயி?" என்று அதிசயப்பட்டார் தாத்தா. "இந்தப் பெயரை எங்கிருந்து பிடித்தீர்கள் என்று நான் தெரிந்து கொள்ளலாமா?"

"கிரேக்க இலக்கியத்தில் வரும் டேஃப்நிஸ் உயிருக்குயிராய்க் காதலித்த இடையர்குலப் பெண்ணின் பெயர் இது" என்றார் வந்த விருந்தாளி. "அது மட்டுமல்ல. ருமானியக் கவிஞர் ஹொரேஸுக்கு மிகவும் விருப்பமான பெண் கதாபாத்திரத்தின் பெயரும் கூட."

நான் பள்ளியில் படித்திருந்ததை வைத்து அநதப் பெண்ணின் பெயர் க்ளோஈ என்பதைப் புரிந்துகொண்டேன். ஆனால் இப்படி ஒரு பெயரை ஐஸ்லாந்து மொழியில் எழுதுவது மிக மிகக் கடினம். அதை விடவும் கடினமானது அந்தப் பெயரின் வேற்றுமை உருபுகளைப் பயன்படுத்துவது. கொஞ்சநேரம் மல்லுக் கட்டிய பிறகு வேறுவழியில்லாமல் அவளைக் க்ளோ என்று கூப்பிடுவது பழகிப் போனது.

"துத், தூ, நிஜமாகவா?" என்றார் தாத்தா.

"ஆனால் இந்த ஜென்மத்தில் இந்தப் பெண் வடக்கே இருக்கும் மிகப் பழமையான குடும்பத்தின் வழி வந்தவள்" என்று விருந்தாளி தொடர்ந்து சொல்லிக் கொண்டிருந்தார்.

"இருக்கட்டும், இருக்கட்டும். நல்ல வேளை. அவள் ஆதாமுக்கு முன்பாகவே தோன்றிய குடும்பத்திலிருந்து உதித்த பெண்ணாக இல்லாமல் இருந்தால் சரிதான்" என்றார் தாத்தா. "உள்ளே வந்து ஏதாவது சூடாகக் குடித்து விட்டுப் பிறகு பேசலாமே. அது போகட்டும். நீங்கள் யாரென்று தெரிந்து கொள்ளலாமா, நண்பரே?"

“என்னை எ. ட்ரௌம்மான் என்று சொல்வார்கள்” என்றார் வந்திருந்த விருந்தாளி. “எபிநேசர் ட்ரௌம்மான். எங்கள் குடும்பத்தினர் திங்கேஜார் மாவட்டத்தை சேர்ந்தவர்கள். நான் நடுநிலைப்பள்ளி வரை சென்று கல்வி பயின்றவன். உழவுப் பொருள் பற்றிய பொருளாதார, அறிவியல் வல்லுநர் நான்.”

“நீங்கள் என்ன விஷயமாக வடக்கே இருந்து இங்கே வந்திருக்கிறீர்கள்?” என்று தாத்தா அவரிடம் கேட்டார். கேட்டு விட்டு, வந்த விருந்தினருடன் அவருடைய மனைவியைத் தாங்கிப் பிடிக்கத் தானும் கை கொடுத்தார். அந்தப் பெண்ணுக்குக் கால் மரத்துப் போனது போல் இருந்தது.

நீண்ட, அழகிய கூந்தலும், ஊதா நிறக் கண்களும் கொண்டிருந்த அந்தப் பெண், அப்பொழுது நாகரிகம் என்று கருதப்பட்ட, ஐஸ்லாந்து அன்னை முகபாவத்தோடு இருந்தாள். டென்மார்க் நாட்டுப் புதினங்களில் ஒரு சில நேரங்களில் வர்ணிக்கப்படுவதைப் போன்ற, கிரேக்க சிற்பங்களுக்கு உரித்தான மூக்குடன், மிகவும் கவர்ச்சிகரமான அம்சங்களோடு அந்தப் பெண் விளங்கினாள். ஆனால், அப்போதைய நாகரிகத்தின் அளவுகோல்களை வைத்துப் பார்த்தால், சற்றே தேவைக்கதிகமான வாளிப்போடு காணப்பட்டாள். நீண்டகாலம் படுக்கையிலேயே அவளைக் கிடத்தியிருந்த அவளுடைய சுகவீனமும், அதனால் அருகிப் போயிருந்த உடல் உழைப்பும்தான் இதற்குக் காரணமாக இருந்திருக்கும்.

“இவளுடைய நோய்க்கு நிவாரணம் தேடி இங்கே தெற்குப் பகுதிக்கு நாங்கள் வந்திருக்கிறோம் ப்யோர்ன்” என்றார் அந்த கௌரவம் மிக்க பெண்ணின் கணவர். “இங்கே இந்தத் தென்பகுதியில் எங்களுக்கென்று ஒரு குடியிருப்பைத் தேடிப்பிடிக்கும்வரை அவளுக்கென்று வசதியான ஒரு மூலையை உங்கள் வீட்டில் ஒதுக்கித் தர வேண்டும் என்று கேட்டுக் கொள்கிறேன்.”

இப்பொழுது நாங்கள் தங்கியிருக்கும் இடத்தை ஒட்டி இருக்கும் நடுப்பரண் குறுவறையில், இந்தக் கதையை விவரித்துக்கொண்டிருக்கும் நான் பிறந்ததாகச் சொல்லப்படும் நடுப்பரண் குறுவறையில், லான்ப்ராட்டிலிருந்து வந்த பெண்மணி தங்கியிருந்து காலமான அதே நடுப்பரண் குறுவறையில், இந்தத் தம்பதியருக்கும் ஒரு படுக்கை ஒதுக்கப்பட்டது.

ரெய்க்ஜாவிக்கில் இருக்கும் எங்கள் பண்ணைக்குடிலின் சுழற்கதவைத் திறந்து மனைவியைக் கைத்தாங்கலாக அழைத்துக்கொண்டு வந்த எபிநேசர் ட்ரௌம்மான் முப்பதிலிருந்து அறுபது வயது வரை மதிக்கத்தக்க தோற்றத்துடன் இருந்தார். மனிதர் குட்டை; சற்று கூன்; அகன்ற மார்பு. தலை லேசாக ஆட்டம் கண்டிருந்தது. கைகளில் நடுக்கம் இருந்தது. நம்பமுடியாத அளவுக்கு அவர் வெளிறிப் போயிருந்தார். ஆனாலும், அவருடைய தோலின் உள்புறம் ஒரே நேரத்தில் சிவந்தும், நீல நிறமாகவும் வர்ண ஜாலம் காட்டிக் கொண்டிருந்தது. அவருடைய கைகள் கன்றிப் போய் காய்ப்பேறியிருந்தன. உச்சந்தலையில் வரும் நோயால் ஒருசிலருக்கு வழுக்கை விழுவது போல் இவருக்கும் வழுக்கை விழுந்திருந்தது. ஒருவேளை குழந்தைப்பருவத்தில் இவருக்குப் புழுவெட்டு நோய் கண்டிருக்கலாம். புருவங்கள் இருந்த பகுதியில் புண்ணாகிச் சிவந்த நீண்ட போயிருந்த

திட்டுகள்தான் தென்பட்டன. பார்ப்பதற்குப் புருவங்களை வேரோடு பிடுங்கி எடுத்திருந்தாற் போல் இருந்தது. அடர்த்தி குறைந்த, திட்டு திட்டான, செந்நிறத் தாடி முகத்தில் முளைத்திருந்தது. ஆனால் முளை விடும் தாடியை சவரக்கத்தி கொண்டு சிரைக்காமல், வேறு ஏதோ ஒருகருவி கொண்டு ரகசியமாக அகற்றிக் கொண்டிருப்பவரோ என்ற சந்தேகத்தை அவர் முகம் ஏற்படுத்தியது. இதுவரை வேறு யாரிடமும் கண்டிராத, துளைத்தெடுக்கும், தெளிவான ஊதாநிறக் கண்கள் அவருக்கு அமைந்திருந்தன. ஏதாவதொரு மிருகத்துக்கு, குறிப்பாகக் கடல்நாய்க்கு, இந்த அளவுக்குத் துளைத்தெடுக்கும் கண்கள் அமைந்திருந்தால் "கடவுளே! அந்த மிருகத்துக்குப் பார், மனிதக் கண்கள்" என்று திகைப்போடும், களிப்போடும் கூவுவதைத் தவிர்த்திருக்க முடியாது.

இந்தத் தம்பதியர் எங்களோடு தங்க வந்து சேர்ந்த சமயத்தில், எ. ட்ரெளம்மான் குறுக்கே கோடுகள் போட்ட, கையில்லாத மாரங்கி அணிந்துகொண்டிருந்தார். அவர் அணிந்திருந்த ஆட்டுத்தோல் ஊதாநிற மேலங்கி அவருடைய தோள்ப்பகுதியை இறுகக் கவ்விப் பிடித்திருந்தது. அதன் கைகளோ சற்றுக் குட்டையானவையாக இருந்தன. வெண்ணிற ரப்பராலான கழுத்துப் பட்டியையும் ரப்பராலான, தொளதொளவென்ற சட்டையின் முன்பகுதியையும் ஒன்றாக இணைத்து அவர் அணிந்திருந்தார். அவர் கழுத்துப் பட்டையை எப்பொழுதுமே பயன்படுத்தியதில்லை. அவர் அணிந்திருந்த சட்டையின் முன்பகுதியே, சட்டைக்குப் பதிலாகப் பயன்பட்டது. உண்மையில் அவர் சட்டை அணியாத மனிதர். வீட்டுத் தறியில் நெய்த, சாயமேற்றாத உள்நாட்டுத் துணியில் தைத்த, நைந்து போன கால்சராயை அவர் அணிந்திருந்தார். அதை விட மோசம், அவர் காலுறை எதையும் அணிந்திருக்கவில்லை. அயல்நாட்டில் தயாரிக்கப்பட்டிருந்த கேன்வாஸ் காலணிகளையே அவர் அணிந்திருந்தார். நிச்சயமாக, ஐஸ்லாந்தின் குளிர்காலத்துக்குக் கொஞ்சமும் சரிப்பட்டு வராத காலணிகள் அவை.

அவர் ஏன் காலுறைகள் அணிவதில்லை என்று வந்த முதல் நாளே எங்களுள் யாரோ அவரைக் கேட்டார்கள். யார் என்பது எனக்கு நினைவிலில்லை. அதற்கு அவர் "இறைத்தூதர் எவருமே காலுறை அணிவதில்லை" என்று பதிலளித்தார்.

மிகவும் அடங்கிய தொனியில் மட்டுமே அவர் பேசினார். யாருக்காவது அவர் பதில் சொன்னவுடன், கண்களைச் சிமிட்டி, தனக்குத்தானே புன்னகைத்துக் கொண்டு, அந்த உரையாடலின் தொடர்ச்சியைத் தனக்குத்தானே பேசிக்கொள்பவரைப் போல உதடுகளை நெளித்துக் கொண்டிருப்பார்.

சற்று நேரம் கழித்து, தான் காலுறைகள் அணியாமல் இருப்பதன் காரணத்தை அவர் விளக்கத் தொடங்கினார். "இரண்டு காலுறைகள் அணிந்தவர்களால் எப்பொழுதுமே வாங்கி விட முடியாத ஒருசில பொருட்களைக் காலுறைகள் அணியாத நபரால் வாங்க முடியும். காலுறைகள் வாங்கும் காசை மிச்சப்படுத்துவதின் மூலம், அஞ்சல் வில்லைகள் வாங்கி உலகெங்கிலுமுள்ள தத்துவஞானிகளுக்குக் கடிதம்

எழுதி சம்ஸ்க்ருத மொழியில் புரிபடாத சொற்களுக்கான மிகச் சரியான அர்த்தத்தையும் விளக்கத்தையும் கேட்டுப் பெறலாம். உதாரணத்துக்கு, *ப்ராணா* எனும் சொல்லின் அர்த்தம் என்ன? போகட்டும், *கர்மா* எனும் சொல்லுக்கு? அல்லது, *மாயா* எனும் சொல்லுக்கு?"

எதிர்பார்த்தவாறே, ப்ரெக்குகாட்டில் இருந்த ஒருவருக்கும் இவற்றுக்கான பதில்கள் தெரியவில்லை.

"உனக்குக் கூட இதற்கான விடை தெரியாதுதானே, இளைஞனே! நீ இலக்கணப் பள்ளி மாணவன்தானே?"

"ஆமாம். எனக்கும் தெரியவில்லை" என்றேன்.

"அப்படிச் சொல்லு!" என்று எக்களித்தார் எபிநேசர் ட்ரெளம்மான். "எல்லோரும் காலுறைகள் அணிகிறீர்கள். ஆனால் ஒருவருக்கும் *ப்ராணா* என்றால் என்னவென்று தெரியவில்லை. இதோ, இலக்கணப்பள்ளியில் பயின்று வந்திருக்கும் இந்த இளைஞனுக்குக் கூடத் தெரியவில்லை."

"இப்படி ஓர் அழகான பெண்ணை நீ எப்படி மனைவியாக்கிக் கொண்டாய் இளைஞனே?" என்று கேட்டார் தளபதி ஹோகென்ஸன். பெண்களைப் பற்றிப் பேசும் போது கண் பார்வை இருப்பவர்கள் எப்படி நயமாகப் பேசுவார்களோ அதே அளவுக்குப் பெண்களை மிக உயர்வாக மதிக்கும் பாவனையில் பேசுவது ஹோகென்ஸனுக்குக் கை வந்த கலை.

"லங்காஹ்லிட் வம்சத்தைப் பற்றி நிறையப் பேர் சொல்லக் கேட்டிருப்பீர்கள்" என்றார் எ ட்ரெளம்மான் (வடக்கே இருந்து வருபவர்கள் பேச்சில் ஒலிக்கும் ஜெர்மன் உச்சரிப்பின் வாடை அவரிடம் தென்பட்டது). "அரசு அதிகாரிகள், கவிஞர்கள், அரச தோட்டங்களின் தரகர்கள் என்று பல்வேறானோரும் அந்தக் குடும்பத்திலிருந்து வந்திருக்கிறார்கள். உங்களுக்கும் தெரிந்திருக்கும். அந்தக் குடும்பத்தின் அந்தஸ்த்தையும், செல்வத்தையும் விட, அறிவையும், நல்ல குணங்களையும் சுவீகரித்துக் கொண்ட வாரிசுகளின் வழி வந்தவள் என் மனைவி. கல்வியில் தேர்ச்சி பெற்ற ஆசிரியர்களைத் தனிப்பட்ட முறையில் நியமித்து தங்களுடைய குழந்தைகளைப் பயிற்றுவித்து வந்தவர்கள் இந்த வம்சத்தினர். க்ளோஈக்குப் பதினான்கு சகோதர சகோதரிகள் இருந்தனர். இந்த வம்சத்தினருக்கு வாய்த்த நல்வினை, அவர்களுடைய குழந்தைகள். ஆனால் அந்தக் குழந்தைகளுக்கு வாய்த்த ஆசான்களின் மேன்மை எப்பொழுதுமே அந்த நல்வினைக்கு ஒப்பாக இருந்ததா என்றால் என்னால் சொல்ல முடியவில்லை. இந்த உலகின் அளவுகோல்களைக் கொண்டு கணிக்கும் பொழுது இதைப் பலரும் நிரூபித்திருக்கிறார்கள். இன்னும் பலர் இனிமேலும் நிரூபிக்கக் கூடும். ஆனாலும் கூட இந்த அளவுகோலின் ஒரு பக்கம் குறையுள்ளதாகவே இருக்கிறது என்பதுதான் நிதர்சனம். ஆனால் ஒன்று எனக்கு நிச்சயமாகத் தெரியும். எனக்கு முன்பாக இருந்த எந்த ஆசிரியராலும் க்ளோஈயைச் சரியாகப் புரிந்துகொள்ள முடியவில்லை. இதை நான் ஏன் உறுதியாகச் சொல்கிறேனென்றால், இந்த இளம் பெண்ணை நான் முதன்முதலாகப் பார்த்தவுடனேயே லங்காஹ்லிட் வம்சத்தில் ஓர் உயர் பிறவி அவதரித்திருக்கிறது என்பது எனக்குப்

புரிந்துவிட்டது. நான் உடனே எனக்குச் சொல்லிக்கொண்டேன் ‘ஆஹா எகிப்தியர் வழித்தோன்றல்’ என்று.”

“யேஃபர்டிங்கின்[1] வழித்தோன்றல் – ஆமாம் அதுதான் சரி” என்றார் ஹோகென்ஸன். “ஆனால், இதில் முக்கிய அம்சம் என்னவென்றால், ஆரம்பத்திலிருந்தே இந்தப் பெண்ணின் தோற்றம் உங்களுக்கு மிகவும் பிடித்துப் போனது என்பதுதான்.”

“அவளுடைய தோற்றம் பிடித்துப் போனதா? இல்லை. இல்லவே இல்லை” என்றார் எ. ட்ரௌம்மான். “அவளுடைய தோற்றம் என்னைக் கவரவில்லை. எந்தப் பொருளின் தோற்றமும் என்னைக் கவர்வதில்லை. இந்த வாழ்க்கையே ஒரு மாயை – வெறும் பொய்த் தோற்றம் என்பது எனக்கு மிக நன்றாகவே தெரியும். சென்ற கோடைக்காலத்தில், அகுரெய்ரி[2]யில், அப்பொழுதுதான் லண்டனிலிருந்து வந்திருந்த ஒரு மனிதரிடமிருந்து, ரகசியக் கோட்பாட்டை[3] அறிந்துகொள்ளும் அதிர்ஷ்டம் எனக்குக் கிட்டியது. மிகச் சரியாகச் சொல்வதென்றால், இந்த அவதாரம், இந்த உயர்நிலை ஜீவன், அல்லது சாதாரணமாகச் சொல்வதென்றால், நான் மனைவியென்று அழைக்கும் இந்தப் பெண், வேறு ஏதோ ஒரு கிரகத்தைச் சார்ந்தவள். அது மட்டுமல்ல. அவள் வேறு ஒரு யுகத்தைச் சேர்ந்தவளும் கூட.”

“இருக்கும், இருக்கும். அப்படியும் இருக்கும். ஆமாம்” என்றார் தளபதி ஹோகென்ஸன். “காவியக் காலத்தை நினைத்து ஏங்கும் மனநிலை கொண்ட லங்காஹ்லிட் வம்சத்தினரில் அதிகமானோர் அப்படி இருப்பதில் வியப்பொன்றுமில்லை.”

எ. ட்ரௌம்மான் தனக்குத் தானே புன்னகைத்துக் கொண்டு ஏதோ ஒருநூலின் பிரதியைத் தனக்குத் தானே வாசித்துக் கொள்பவரைப் போல உதடுகளை நெளித்தார். ஆனால் பதிலேதும் பேசவில்லை. ஸெல்ட்யார்நார்நெஸ்[4]ஸில் நிகழ்ந்துகொண்டிருக்கும் பேச்சு நவீன அதிசயங்களையும், மீன்பிடிக் கப்பல்களின் தளங்களையும் விட்டு வெகுவாக விலகி அசௌகர்யமான விஷயங்களுக்குத் தாவுவதைப் பார்த்து, வார்த்தையேதும் கூறாமல் ருனால்ஃபர் ஜான்ஸன் கால்களை நீட்டி விட்டுக் கொண்டார். அந்தப் பெண் படுத்துக் கிடந்த குறுவறைக் கதவு சாத்தியிருந்தது. பெரும் வேதனையோடு அந்தப் பெண் படுக்கையில் சாய்ந்தது வெளியே இருந்தவர்களுக்குக் கேட்டது. அவளைச் சௌகர்யமாகப் படுக்க வைக்க எபிநேசர் ட்ரௌம்மான் குறுவறைக்குள் சென்றார். இருக்கையை விட்டு எழும் போதெல்லாம், ஏதோ ஒரு பெரிய பீப்பாயைத் தூக்கப் போகிறவரைப் போலத் தோள்களை விரித்து விட்டுக்

1. யேஃபர்டிங்: *(Eyferding)* ஆஸ்திரிய நாட்டின் மேற்புறத்தில் இருக்கும் மாவட்டம்.

2. அகுரெய்ரி: வடக்கு ஐஸ்லாந்தில் இருக்கும் ஒரு மிகச் சிறிய நகரம்.

3. *ரகசியக் கோட்பாடு*: பிரம்மஞானசபையின் நிறுவனர்களுள் ஒருவரான ஹெலீனா பெட்ரோவ்னா ப்லவாட்ஸ்கி எனப்படும் ரஷ்யப் பெண்மணி எழுதிய மறைநூல்.

4. ஸெல்ட்யார்நார்நெஸ்: ஐஸ்லாந்து நாட்டின் தலைநகர் ரெய்க்ஜாவிக்கில் உருவாகியிருக்கும் புதிய நகர்ப்புறம்.

கொள்வது அவருக்கு வழக்கமாகியிருந்தது. "நான் இப்பொழுது உன்னை சௌகர்யமாகப் படுக்க வைக்கிறேன் என் ஆட்டுக்குட்டியே" என்று அவர் சொல்லிக்கொண்டிருப்பது கதவுக்கு வெளிப்புறம் கேட்டது.

ஆனால், அந்தப் பெண்ணின் வலி அவளை விட்டு நீங்கியபாடில்லை. அவள் தொடர்ந்து முனகிக்கொண்டே இருந்தாள். "இப்பொழுது உன்னை நான் தட்டிக் கொடுக்கிறேன் என் செல்ல ஆட்டுக்குட்டியே" என்றார் கணவர். ஆனால் அதில் பயனேதும் இருக்கவில்லை. அவள் எங்கோ தொலைதூரம் சென்றுவிட்டவளைப் போலத் தொடர்ந்து முனகிக் கொண்டே இருந்தாள். பிறகு அவளுடைய கணவர் "இப்பொழுது உன் நெற்றிப் பொட்டில் என் கைகளை வைக்கிறேன் என் ஆட்டுக் குட்டியே" என்றார். தட்டிக் கொடுத்ததாலும், கையை வைத்ததாலும் அந்தப் பெண்ணின் வேதனை சற்றே குறைந்தது போலத் தோன்றியது. ஆனால் முழு விடுதலை கிட்டவில்லை. "இப்பொழுது நாம் இந்தியப் பிரார்த்தனை செய்வோம்" என்றார் கணவர். பிறகு இருவருமாக எதையோ ஜெபிக்கத் தொடங்கினர். பிறகு அந்தப் பெண் துயிலில் ஆழ்ந்தாள். எ. ட்ரௌம்மான் தன்னுடைய அறைச் சகாக்களோடு மீண்டும் இணைந்து கொள்ளத் திரும்பி வந்தார்.

"உன் மனைவியின் பெயர் என்னவென்று சொன்னாய் இளைஞனே?" என்று ஹோகென்ஸன் அவரிடம் கேட்டார்.

"அவளுடைய பெயர் க்ளோஈ" என்றார் எ. ட்ரௌம்மான்

"ஆ. ஆமாம், ஆமாம். க்லோஇ. கலப்பின நாய் போல ஒரு பெயர்" என்றார் ஹோகென்ஸன். "அவளுக்குக் கொஞ்சம் உடல் நலம் சரியில்லை போல் தோன்றுகிறதே. அவளுடைய பெயருக்கும் அவளுடைய உடல்நலக் குறைவுக்கும் எதுவும் சம்பந்தம் இல்லையே?"

"அவளுக்கு மருத்துவராக இருப்பது மிகவும் கடினமான, பெரிய பணி" என்றார் ட்ரௌம்மான். "அழிந்து போகும் இந்தப் பூத உடலால் தாங்க முடியாத அளவுக்கு மிகவும் மேம்பட்டது அவளுடைய ஆன்மிக முதிர்ச்சி. அவள் ஒரு புதிய அவதாரம் எடுக்கும் விளிம்பு நிலையில் இருக்கிறாள்."

"ஆமாம். ஒரு குடும்பத்தின் சக்தி முழுவதும் வடிந்து போய் விடுவது ஒரு சிலநேரங்களில் நடப்பதுதான். அதிலும் லங்காஹ்லிட் வெகு காலமாகத் தழைத்து நிற்கும் வம்சம். வடக்கே அந்த வம்சத்தில் எப்பொழுதுமே அசாதாரணமான மதபோதகர்கள் தோன்றி இருக்கிறார்கள். அதே போல் மகா மோசமான பெண் பித்தர்கள், மிகப் பெரும் குடிகாரர்கள், அடிதடி என்று வந்துவிட்டால் அநியாய சண்டைக்காரர்கள்; அதே போல், புகழ்பெற்ற மீனவர்கள், பெயர்பெற்ற குதிரைவீரர்கள், மாபெரும் செய்யுளாளர்கள் என்று அசாதாரணத்துக்குப் பேர் போன வம்சம் அது."

இந்தத் தகவலைக் கேட்டு எபிநேசர் ட்ரௌம்மான் பவ்யமாகத் தலையை மட்டும் ஆட்டினார். "நம்முடைய அதிர்ஷ்ட நக்ஷத்திரங்களுக்கு நாம் நன்றி கூற வேண்டும்" என்றார் ட்ரௌம்மான். "நல்ல வேளையாக

உறவினர்களுக்கு இடையில் எந்த விதமான ஆன்மிக உறவும் அமைய எல்லாம் வல்ல இறைவன் அருள் பாலிக்கவில்லை. நீங்கள் ரெக்லுதலூரில்[5] ஆடு திருடும் தொழில் புரிபவராக இருந்தாலும் கூட, உங்கள் சகோதரி அட்லான்ட்டிஸின்[6] அரசியாக இருக்கும் சாத்தியமும் உண்டு."

"ஹச். இப்பொழுது எனக்குக் காது கொஞ்சம் மந்தமாகி விட்டது" என்றார் தளபதி ஹோகென்ஸன்.

உண்மையிலேயே, அந்த நடுப்பரணின் இருளில் மனிதர்களுக்கிடையில் இருந்த இடைவெளி கொஞ்சம் நீண்டு கொண்டுதான் இருந்தது. இதற்குள் ருனால்ஃபர் ஜான்ஸன் குறட்டைவிடத் தொடங்கியிருந்தார்.

5. ரெக்லுதலூர்: ஐஸ்லாந்து நாட்டின் வடமேற்குப் பகுதியில் இருக்கும் ஆதிநிலைப் பாழிடம்.

6. அட்லான்ட்டிஸ்: பழம்பெரும் கிரேக்கநாட்டின் புகழ்பெற்ற தத்துவஞானி ப்ளேட்டோவின் படைப்புகளில் குறிப்பிடப்படும் கற்பனைத் தீவு.

29

# ஒரு சீரிய மணவாழ்வு

நீண்ட காலமாகவே எ. ட்ரெளம்மானுக்கு இந்தச் சந்தேகம் இருந்தது. இதை அவரே சொன்னார். முந்தைய ஆண்டில் அவர் இதற்கான நிரூபணத்தைக் கண்டு பிடித்திருந்தார். புகழ்பெற்ற லங்காஹ்லிட் வம்சத்தில் அவர் மனைவி உதித்திருந்த போதிலும், அவளுக்குத் தன் தாயுடனோ தந்தையுடனோ பொருந்திப் போகும் அம்சம் எதுவுமேயில்லை. இந்த ஐஸ்லாந்து முழுவதிலுமே, அவ்வளவு ஏன், உலகின் இந்தப் பகுதியிலேயே யாருடனும் பொருந்திப் போகும் பொதுவான அம்சத்தை அவளிடம் காண முடியாது. இந்த நூற்றாண்டில் வாழும் மனிதரோடு மட்டுமல்ல, இந்த யுகத்தில் வாழ்ந்த எந்த மனிதரோடும்.

“அவளோடு பேசிக்கொண்டிருக்கும் பொழுது, நான் என்ன சொல்லிக்கொண்டிருந்தேன் என்பதைக் கொஞ்சம்கூட கவனிக்காமல் மணிக்கணக்காக அவள் வெறுமையையே வெறித்துப் பார்த்துக்கொண்டிருப்பாள். இதனால் அவளை ஒரு முக்தி நிலைக்குக் கொண்டு செல்ல முயன்றேன். அவளை வசியப்படுத்தி அறிதுயில் நிலைக்குக் கொண்டு சென்ற பிறகு அவளுடைய சுண்டு விரலைப் பிடித்து அவளிடம் கேள்விகள் கேட்க ஆரம்பித்தேன். அப்பொழுதுதான் தெரிந்தது, அவள் முன்னொரு பிறவியில் ஆடுகளை மேய்த்துக் கொண்டு குழலூதித் திரிந்து கொண்டிருந்தவள் என்று. அதாவது, இவள்தான் க்ளோஈ. பின்னொரு பிறவியில் இவள் ரோம் மாநகரில் ஒரு பிரபல அரசவையணங்காக அவதரித்திருக்கிறாள். ஆனால் அது ஆரம்பத்தில்தான். தொடர்பறுந்து போகாத விசித்திர உலகம் ஒன்று இந்தப் பெண்ணைச் சுற்றி இயங்கிக் கொண்டிருக்கிறது. முற்பிறவியில் அவள் பேரில் விழுந்துவிட்ட சிறு அற்பக் களங்கத்தின் காரணமாகவோ அல்லது செய்யக்கூடாத நேரத்தில் செய்து விட்ட பரோபகாரச் செய்கையாலோ – பாலுறவுவேட்கை மிகுந்த ஒரு பெண்ணிடம் இரக்கம் காட்டியதற்காக மகான் சண்டாயாமா எருதாகவும், பிற வளர்ப்பு மிருகங்களாகவும்

மீண்டும், மீண்டும் எட்டாயிரம் ஆண்டுகள் தொடர்ந்து பிறவி எடுத்துக் கொண்டே இருந்தைதைப் போல – இந்த உலகில் அவள் மீண்டும் மீண்டும் பிறவி எடுத்துக்கொண்டே இருந்தாள்.”

ஆன்மீக ரீதியாக மிக மேன்மையடைந்து, இப்பூவுலகில் வாழும் தகுதியை இழந்து, படுத்த படுக்கையாகி விட்ட இந்தப் பெண்மணியை ஆதரித்து அரவணைக்கும் பொறுப்பு, திங்கேஜார் மாவட்டத்திலிருந்து வந்திருந்த இந்தப் பண்டிதரின் தொழிலாகவும், வாழ்க்கையாகவும் ஆகிப் போயிருந்தது இப்படியாகத்தான். அவளை அவளது பதினாறுவயதில் திருமணம் செய்துகொண்ட அவர், அப்போதிருந்து அக்கறையோடு பராமரித்து வந்தார்.

மறைஞானம் மிகுந்த இந்தப் பிறவிக்குத் தன்னாலியன்ற ஆகச்சிறந்த சேவையை எப்படி அளிப்பது என்று யோசிப்பதிலேயே இவருடைய முழுச் சிந்தனையும் முடங்கியிருந்தது. காலவெளியில் அவள் எடுத்திருக்கும் இந்தப்பிறவியே அவரை முற்றிலுமாக ஆட்கொண்டு விட்டதால் வேறெந்த விஷயத்தையும் பற்றி அவர் அக்கறைப்படவேயில்லை. வேறெந்த மதத்தின் மீது நம்பிக்கை கொண்டவர்களைக் காட்டிலும் உருவ வழிபாட்டின் மீது நம்பிக்கை கொண்டவர்கள் வழிபடுவதைப் போல், அவர் அந்தப் பெண்ணை வழிபட்டார். சமயநூல்களின் வாயிலாகவோ, சமயக் கொள்கைகளின் மூலமாகவோ கடவுளை அறிந்து பின்பற்றுபவர்களைக் காட்டிலும் ஸ்தூலமாகக் கடவுளை தரிசிக்க விழையும் பக்தர்களைப் போல், அவர் அந்தப் பெண்ணை ஆராதனை செய்தார். ஆனால், அவர் எந்தவிதமான மருத்துவ அறிவையும் – அது எவ்வளவு பழமையானதாக, சந்தேகத்துக் கிடமானதாக இருந்த போதிலும் – விட்டு வைத்ததில்லை. இந்த லௌகீக உலகில் மற்றுமொரு பிறவியெடுத்து வாழுமாறு சபிக்கப்பட்டு விட்ட இந்தப் பெண்ணிற்கு அவளது இருப்பு சகித்துக் கொள்ளும்படியாக அமைய என்னென்ன வசதிகளைச் செய்து தர வேண்டுமோ அத்தனையையும் செயது தர அவர் முனைந்தார். முன்னரே குறிப்பிட்டிருந்ததைப் போல், அந்த *ரகசியக் கோட்பாடு* இந்த விஷயத்தில் அவருக்கு ஓரளவுக்கு வழிகாட்டியது. ஆனால், சமீப காலத்தில்தான் அந்த நூல் ஐஸ்லாந்தை வந்தடைந்திருந்தது. அந்தப் பெண்ணுக்கு உதவக் கூடிய கைதேர்ந்த மருத்துவர்களைக் கண்டு பிடிக்க எல்லா விதமான முயற்சிகளையும் அவர் மேற்கொண்டார். ஆனால், உண்மையான மருத்துவக் கலை என்பது அமானுஷ்யமாகவும், மந்திர சக்தி உடையதாகவும்தான் இருக்கும் என்று இந்தத் தம்பதியர் நம்பினார்கள். பாரம்பரிய மருந்துக் கலவைகள் கூட அப்படிப்பட்டதானவையாகவே இருக்கும் என்றும் நினைத்தார்கள். இதனால், அந்தப் பெண்ணின் கணவர், யோக சாஸ்திர அடிப்படையிலான மூச்சுப் பயிற்சி, மூக்கின் வழியாக உப்பு நீரை உறிஞ்சுதல், தொடு சிகிச்சை முறை என்று புதிய வழிபாட்டு முறைமைகளையும், மந்திர சூத்திரங்களையும் அயராமல் முயன்று பார்த்த வண்ணம் இருந்தார். இந்த சிகிச்சை முறைகள் பற்றி விரிவாகப் பிறகு கூற இருக்கிறேன்.

அவளுடைய கணவருக்கு ஒரு முடிவில்லாத அதிசயமாக, யாராலும் முழுமையாகப் புரிந்துகொள்ள முடியாத நபராக, அந்தப் பெண் விளங்கினாள். அதே போல், பல்வேறு பிறவிகள் எடுத்த பிறகு

அவளுடைய ஆன்மா வந்தடைந்திருக்கும் ஆன்மீக முதிர்ச்சிக்கும் நிலையற்று மாண்டு விடும் கீழ்மைக்கும் இடையேயுள்ள இருண்மை நிலையிலிருந்தும், தன்னுடைய நாட்பட்ட நோயிலிருந்தும், தன்னை மீட்டெடுத்து, வாழ்க்கைக்கு வழிகாட்டியாக விளங்கக்கூடிய ஒரே நபர் தன் கணவராகத்தான் இருக்க முடியும் என்ற நம்பிக்கையோடு அந்தப் பெண்ணும் அவரையே சார்ந்திருந்தாள். தனக்கென்று ஒரு இல்லத்தை அமைத்துக் கொடுக்க முடியாத, அவ்வளவு ஏன், ஒரு தாம்பத்ய உறவைக் கூடக் கொடுக்க முடியாதஅந்தக் கணவர், அவளுடைய நிர்வாணத்தை மறைக்கப் போதிய உடை வாங்கித் தர இயலாத, இப்பொழுது இங்கே ப்ரெக்குகாட்டில் கூட்டி வந்து நடுப்பரணில் தங்க வைத்திருக்கும் கையறு நிலையில் இருக்கும் அந்தக் கணவர், அந்த மனைவியின் கண்களுக்கு ஒரே அடைக்கலமாகவும் முழுமையான பாதுகாப்பாகவும் தோன்றினார்.

கிரேக்கத் தேச இடையர்குலப் பெண்ணாக, கவி ஹொரேசின் மனங்கவர் நாயகியாக, இன்னும் பதிவுசெய்யப்படாத வேறென்னென்னமோவாகவெல் லாம் அவள் தன் கணவருக்கு விளங்கிய போதும், இவை எல்லாவற்றுக்கும் மேலாக, அந்தப் பெண்ணே அவருக்கு எல்லாமுமாக விளங்கினாள். அவ்வளவு ஏன், அவருடைய ஆன்மாவாகவே அவள் விளங்கினாள். என்னுடைய இளமைப் பருவத்தில் ஐஸ்லாந்தில் இருக்கும் எவருக்காவது ஆன்மா இருந்ததென்றால், அது எபிநேசர் ட்ரௌம்மானுக்கு மட்டும்தான் என்று என்னால் அடித்துக் கூற முடியும். ஒருசில நவீனத் தத்துவஞானிகள் நம்புவதைப் போல், மீன்களுக்கு மட்டுமே ஆன்மா உண்டு எனும் வாதத்தின் மீது, இந்தத் தம்பதியரோடு பரிச்சயம் உள்ள எந்த அறிவுள்ள நபருக்கும் அவநம்பிக்கை ஏற்பட்டு விடும். அப்படியும் கூட, இந்தப் பெண்ணை அவளுடைய கணவரின் ஆன்மா என்று கூறுவது குறைத்துச் சொல்லி விடுவதாகவே ஆகும். ஏனென்றால், அவளே அவருடைய பூவாக, பறவையாக, மீனாக, ஆபரணங்களின் ஆபரணமாக, புனிதராக, தேவதையாக, இறைத்தூதராக இருந்தாள். அந்தப் பெண்ணின் கணவர் சிறிய கீழைநாட்டுப் பாய் ஒன்றை – தொழுகைப் பாய் ஒன்றை – வைத்திருந்தார். எப்பொழுதும் அதைக் கக்கத்தில் இடுக்கியபடியே அவர் அலைந்துகொண்டிருந்தார். அதுவே அவருக்கு எல்லாமும் என்று சொல்லிக்கொள்வார். அந்தப் பாயைத் தன்னுடைய மனைவியின் படுக்கையருகே தரையில் விரித்து புத்த மத ஆசனங்களைப் பயிற்சி செய்து கொண்டிருப்பார். அடிக்கடி, தன் மனைவியின் படுக்கைக்கு அருகில் அந்தப் பாயில் அமர்ந்து யோக சாஸ்திரத்தில் சொல்லப்பட்டிருக்கும் மூச்சுப் பயிற்சிகளை மணிக்கணக்காகப் பயிற்சி செய்துகொண்டிருப்பார். தன்னுடைய எண்ணங்களைக் குவித்து ஒருமுகப்படுத்தி, வடதிசையில் எங்கோ ஒரு மாடத்தில் இருக்கும் ஜடப்பொருளை நகர்த்த முயன்று கொண்டிருப்பார். அல்லது, எங்கோ தொலைதூரத்தில் இருக்கும் கீழை நாட்டு மகான்களோடு சிந்தனைத் தொடர்பை ஏற்படுத்தித் தன் எண்ணங்களை அவர்களுக்குத் தெரியப்படுத்திய வண்ணம் இருப்பார். இல்லாவிட்டால் தன்னுடைய உடலை விட்டு வெளியேறும் முயற்சியில் ஈடுபட்டவாறிருப்பார். சிலநேரங்களில் மூக்கின் வழியாகப் பெருமளவு உப்பு நீரைக் குடிப்பார். இரவு நேரங்களில் தன்னுடைய மனைவியின்

படுக்கைக்கு அருகிலே, அந்தத் தொழுகைப் பாயிலேயே படுத்து உறங்கி விடுவதும் உண்டு.

தன்னுடைய மனைவியைப் பற்றியும், மறுபிறவி மற்றும் கூடு விட்டுக் கூடு பாயும் அனுபவங்களைப் பற்றியும் ட்ரௌம்மான் நீண்ட பேருரைகளை ஆற்றிக் கொண்டிருக்கும் பொழுது, அவற்றை அரைகுறையாகக் காதில் வாங்கிக்கொண்டு, இளமைத் துடுக்கு ததும்பும், மன முதிர்ச்சி அடையாத மாணவனாய் நான் அமர்ந்திருப்பேன். என் பள்ளிப்பாடப் புத்தகங்கள் மடியில் கிடக்கும். இப்பொழுதெல்லாம் தளபதி ஹோகென்ஸனுக்குக் காது மிகவும் மந்தமாகிப் போனதாலும், ருனால்ஃபர் ஜான்சன் சீக்கிரமே தூங்கி விடுவதாலும், அவ்வப்பொழுது இரவில் நேரங்கழித்துக் கண்காணிப்பாளரும் வராமல் போய் விட்டால், கதை கேட்போர் எண்ணிக்கை சராசரிக்கும் கீழே இறங்கிவிடும். யார் எந்தக் கோட்பாட்டைக் கூறினாலும் அவற்றைச் சரியாகப் புரிந்துகொள்ளும் வகையான நபர் கண்காணிப்பாளர். பலரிடமும், அவர்கள் சொல்லும் கோட்பாட்டை ஆமோதித்துத் தலையாட்டி விடுவார். ஆனால் அவரைப் பொறுத்த மட்டில், அவருடைய தனிப்பட்ட ஆர்வம் அவரை எதைச் செய்யத் தூண்டுகிறதோ அதை மட்டுமே பின்பற்றி நடக்கக் கூடியவர்.

ஆனால், எபிநேசர் ட்ரௌம்மானோ தொடர்ந்து தன்னுடைய மனைவியைப் பற்றி மட்டுமே பேசிக்கொண்டிருந்தார்.

“கணக்குப் பாடத்தைச் சொல்லிக் கொடுக்கும் போதாகட்டும், டேனிஷ் மொழியைக் கற்றுக் கொடுக்கும் போதாகட்டும், எப்பொழுதும் அவளுடைய கண்கள் பத்து மைல் தொலைவுக்கு அப்பாலேயே நிலைத்திருப்பதை நான் பார்த்திருக்கிறேன்” என்றார் அவர். “அதை நான் கவனித்து விடுவதற்கு முன்பாகவே தனக்கு முன்னால் இருக்கும் காகிதத்தில் புதிரான சின்னங்களையும் குறியீடுகளையும் வரையத் தொடங்கி விடுவாள். காகிதம் இல்லாமல் போனால், மேஜை மீதே வரைந்து கொண்டிருப்பாள். அவள் போக்கிலேயே அவளை விட்டு விட்டால், மணிக்கணக்காக இப்படிப்பட்ட விசித்திர எழுத்துகளை எழுதிக் கொண்டே இருப்பாள். ஊசியும் நூலும் அகப்பட்டு விட்டாலோ, இதே போன்ற குறியீடுகளைக் கைக்குட்டையிலோ, அது கிடைக்கா விட்டால், தன்னுடைய ஆடைகளிலோ அவற்றைப் பூ வேலைப்பாடு போலச் செய்துகொண்டிருப்பாளாம். அவளுடைய அம்மா இதை என்னிடம் கூறினார். இந்தக் குறியீடுகளை எப்படியாவது விளங்கிக் கொள்ள வேண்டும் என்ற ஆர்வத்தில் உலகில் இருக்கிற, இல்லாத மொழிகளின் அகரவரிசை எழுத்துருக்களையெல்லாம் எப்பாடுபட்டாவது தெரிந்துகொள்ளத் தீர்மானித்தேன். ஐஸ்லாந்திலும், அயல்நாட்டிலும் இருக்கும் பண்டிதர்களுக்கெல்லாம் இந்த விசித்திர எழுத்துருக்களின் பிரதியை அனுப்பி அதன் அர்த்தம் என்னவாயிருக்கும் என்று கேட்டு எழுதினேன். அவர்களுடைய பதிலைப் புரிந்துகொள்ளும் அளவுக்கு நான் படித்தவன் இல்லை என்று நினைத்தார்களோ என்னவோ, பெரும்பாலானவர்கள் என்னுடைய கடிதங்களுக்கு பதிலேதும் போடவில்லை. ஆனால், கடைசியில், ஒரு வழியாகப் பல்கலைக்கழகத் துறைநெறியாளர் ஒருவரிடமிருந்து எனக்குப் பதில் கிடைத்தது. நாம்

புரிந்து வைத்திருக்கும் விதமான அகரவரிசை எழுத்துருக்கள் அல்ல இவை என்றும், மாறாக, ஹாங்காங்கிலிருந்து வந்த ஒரு தேநீர்க் குடுவையின் மீது காணப்பட்ட சித்திர எழுத்துகள் வகையானவையே இவை என்றும் அவர் தெளிவு படுத்தியிருந்தார். இன்னொரு அறிஞர் இவை ஏதோ பூச்சிகளின் சித்திரங்கள் என்று நினைப்பதாகக் குறிப்பிட்டிருந்தார். கிழக்குக் கடற்கரையில் இருக்கும் ஒரு மதபோதகரோ, கலைமான் விரும்பி உண்ணும் மரப்பாசியின் வடிவங்களை இவை குறிப்பதாகச் சொன்னார். சரியாக இந்த நேரம் பார்த்துதான் நான் *ரகசியக் கோட்பாட்டைப்* பற்றி ஆழமாகத் தெரிந்துகொள்ளத் தொடங்கியிருந்தேன். நம்முடைய தத்துவங்களால் கனவிலும் கண்டிருக்க முடியாத எவ்வளவோ விஷயங்கள் பூமியிலும் சொர்க்கத்திலும் இருக்கின்றன என்ற கவிஞரின் கூற்றுச் சரியானதுதான் என்ற முடிவுக்கு அதன் மூலமாகவே வந்தேன். ஆக, அந்தக் கணத்திலிருந்து, தொலை தூரங்களில் வாழும் தெய்வ வாக்குச் சொல்வோர், குறி சொல்வோர் ஆகியோருக்கு எழுதித் தெரிந்து கொள்ள வேண்டுமென்று அஞ்சல்தலைகளுக்காகப் பணம் சேமிக்கத் தொடங்கினேன். இந்த நேரத்தில், இடைநிலைப் பள்ளியில் நான் கற்றுக்கொண்டிருந்த அரைகுறை ஆங்கிலம் கொஞ்சம் கை கொடுத்தது. இதை வைத்துக்கொண்டு லண்டனிலிருந்த ஆன்மீக அறிஞர்களுக்கும், மறையியல் மாந்த்ரீகர்களுக்கும் கடிதங்கள் எழுதி, க்ளோஈயுடைய குறியீடுகளின் மாதிரிகளை அவர்களுக்கு அனுப்பி வைத்தேன். ஆனால் இந்த மறைகுறிகளை அர்த்தப்படுத்திச் சொல்லும் ஆற்றல் படைத்த ஒரு அறிஞர் கூட இங்கிலாந்தில் அகப்படவில்லை. அதன் பிறகுதான் கீழைநாடுகளில் இருக்கும் ஞானிகளை நானே நேரிடையாகத் தொடர்பு கொண்டு கேட்க வேண்டும் என்ற ஞானோதயம் எனக்கு ஏற்பட்டது. கடைசியில் ஆஸ்திரேலியாவில் இருக்கும் புகழ் பெற்ற பாதிரி, கல்விமான், உயர்பிறவி, முனைவர் லெட்பீட்டரிடமிருந்தே[1] எனக்கு ஒரு பதில் கடிதம் வந்தது. இந்த அசாதாரணமான எழுத்துருக்களைப் பார்த்து அசந்து போய் *ரகசியக் கோட்பாட்டின்* இறுதிநிலை மகரிஷிக்களுள் ஒருவரை அணுகி அவர் ஆலோசனை பெற்றிருக்கிறார். *ஆகாச ஆவணங்கள்*[2] எனப்படும் அறிவுக்கு எட்டாப் புதிர்களை உணர்ந்து அறிந்துகொள்ளும் ஆற்றல் பெற்றிருந்த மறைஞானி இந்த மகரிஷி. வேறெந்த நூலைக் காட்டிலும் *ரகசியக் கோட்பாட்டில்* அபாரமான அறிவு சேகரித்து வைக்கப்பட்டிருக்கிறது. இதை ஏன் சொல்கிறேனென்றால், இந்தப் பிரபஞ்சம் தோன்றிய நாளிலிருந்து தொடங்கிய எல்லா விஷயத்தைப் பற்றியும் – அது சிறிய விஷயமானாலும் சரி, பெரிய விஷயமானாலும் சரி – அதில் பதிவாகியிருப்பதை ஒருவர் புரிந்துகொள்ள முடியும். அதைப் படித்து ஆராய்ந்து பார்க்கவே ஒருவர் ஏராளமான அதிபயங்கரப் பட்டங்களைப் பெற்றிருக்க வேண்டும். என் மனைவியின் எழுத்துருவைப் பற்றி ஒருவழியாகக் கண்டுபிடித்துச் சொன்னவர் மிக உன்னதமான இந்திய

1. லெட்பீட்டர்: பிரம்மஞானசபையின் உறுப்பினர் சார்லஸ் வெப்ஸ்டர் லெட்பீட்டர்.

2. ஆகாச ஆவணங்கள்: முக்காலத்துக்குமான மானுட நிகழ்வுகள், சிந்தனைகள், சொற்கள், நோக்கங்கள் பற்றிய ஆன்மிகத் தொகுப்பு என்று பிரம்மஞானவியலும் , மானுட ஆன்மீகவியலும் நம்பிக்கை கொண்டுள்ள புனித ஆவணம்.

உயர்பிறவி என்று அறிந்துகொண்டேன். இமய மலை அடிவாரத்தில் சுமார் நாற்பதாயிரம் ஆண்டுகளுக்கு முன்பு தழைத்தோங்கியிருந்த ஒரு நாட்டில், பேச்சுமொழியாக விளங்கிய லெப்ஸ்க்கி எனும் மொழியின் எழுத்துருவாம் அது. அந்த எழுத்துருக்களைப் பார்த்த ஞானிகள், என் மனைவி க்ளோஈயும் அந்த அரசவையின் இளவரசிகளுள் ஒருத்தியாக இருந்திருக்கலாம் என்று கணித்தார்களாம்."

இந்த அமானுஷ்யப் பெண்ணை வதைத்துக்கொண்டிருந்த அமானுஷ்ய நோய்களிலிருந்து அவளைக் குணப்படுத்துவதை விடவும் வேறொரு சவால் தன் வாழ்வில் இருக்க முடியாதென்று எ. ட்ரெளம்மான் தீர்மானித்திருந்தார். ஏற்கெனவே குறிப்பிட்டிருந்தது போல, அவள் மீது பரிசோதனைகளைச் செய்து பார்த்து, செய்து பார்த்து, அவரே ஒரு மருத்துவராகி விட்டிருந்தார். என்றாலும், இந்த விஷயத்தில் வேறெந்த மருத்துவ வல்லுநர் அகப்பட்டாலும், அவருடைய ஆலோசனைகளையும் உதவியையும் கோரிப் பெரும் வாய்ப்பை அவர் நழுவ விட்டதே இல்லை. ரெய்க்ஜாவிக்குக்கு வந்த நாளாய் நோயைக் குணப்படுத்தும் அனைத்து வித முறைமையாளர்களையும் அவர் தேடி அலையத் தொடங்கியிருந்தார். சாமான்யர்களிலிருந்து பண்டிதர் வரை எல்லா வகை மனிதர்களிடமும் தன்னுடைய மனைவியைப் பற்றி லாகவமாக எடுத்துச் சொல்லும் கலை அவருக்குக் கை வந்திருந்தது. இதன் காரணமாக ஒவ்வொருவரும் அவளைப் பற்றி கவலை கொள்ளத் தொடங்கினார்கள். 'க்' குகளையும், 'ப்' புகளையும் அழுத்தந்திருத்தமாகப் பேச்சில் பயன்படுத்தும் வட ஐஸ்லாந்துப் பாணியை, மென்மையாகப் பேசும் தெற்கத்திக்காரர்கள் மிகவும் ரசித்து வியந்தோதுவார்கள். இந்தப் பாணியில் அவர் தன் மனைவியைப் பற்றிப் பேசி எல்லோரையும் அசத்திக் கொண்டிருந்தார்.

தலைநகரில் அவருக்கு வசப்பட்ட எல்லா வகை மருத்துவர்களையும் – விலங்குகளுக்கான வைத்தியர், குருதியை வெளியேற்றி வைத்தியம் செய்வோர், பேதி மருந்தால் வைத்தியம் பார்ப்போர் என்று, எவரையும் எங்களுடைய நடுப்பரணுக்கு அவர் கூட்டி வந்து விடுவார். கிரேக்க நாட்டில் ஓர் இடையர்குலப் பெண்ணாகவும், கவி ஹோரேஸின் ஆசை நாயகியாகவும், இமய நாட்டு இளவரசியாகவும், இப்பிறவியில் லங்காஹ்லிட் வம்ச வழித்தோன்றலாகவும் வந்துதித்திருக்கும் இந்த அதிசயப் பிறவி எப்படித்தான் இருப்பாள் என்று பார்க்க விரும்பிய, தகுதி வாய்ந்த மருத்துவர்களையும் எப்படியோ அவர் ஆசை காட்டிக் கூட்டி வந்து விடுவார். மிகுந்த நெடியடிக்கும் மருந்துக் கலவைகளை அவர்கள் அவளுக்குக் கொடுத்துப் பார்த்தனர். அவற்றின் நெடி தாங்காமல் தளபதி ஹோகென்ஸனும் ருனால்ஃபர் ஜான்ஸனும் கூடத் தும்மினார்கள். இன்னொரு சந்தர்ப்பத்தில், கையில் பிரம்பு, குச்சி சொருகிய கண் கண்ணாடி, உயரமான கழுத்துப்பட்டி ஆகியவை சகிதமாக முதன்மை மருத்துவ அதிகாரியே பார்க்க வந்திருந்தார். மலை ஏறுவோர் வைத்திருப்பதைப் போன்ற நீண்ட ஊன்றுகோலைப் பிடித்தபடி, முக்காடணிந்து, ஒரு குழாயில் புகையிலையை நிரப்பிப் புகைத்துக்கொண்டிருந்த ஒரு பெண் மூலிகை மருத்துவரும்கூட வந்து பார்த்தார். கடைசியில், புல்லைப் பற்றுப் போடும் சிகிச்சை முறை,

சாணிப்பற்று போடும் சிகிச்சை முறை ஆகியவற்றில் தேர்ந்த, அருகிவரும் இன மருத்துவர்களைகூட ட்ரெளம்மான் தேடிப் பிடித்துக் கூட்டி வந்து விட்டார். இந்த அருகி வரும் மருத்துவர்கள் தத்தம் சிகிச்சை முறைகள் குறித்து முழுமையான நூல்கள் எழுதும் அளவுக்குக் கைதேர்ந்தவர்கள்.

மருத்துவச் சிகிச்சையின் முக்கிய நோக்கமே, மருத்துவர்களுக்கு சுகமளிப்பதுதான் என்று சில எழுத்தாளர்கள் வாதிடுவார்கள். ஆனால் ஒன்று நிச்சயம். மருத்துவர்கள் ஒருவருக்கொருவர் சிகிச்சையளித்துக் கொள்வதில் அசாதாரணமான ஆர்வம் கொண்டவர்கள். தன் மனைவிக்குச் சிகிச்சை அளித்த மருத்துவர்களுக்குப் பதில் உதவி செய்யும் விதமாக, தனக்குத் தெரிந்த தொடு சிகிச்சை, தொலையுணர் தொடர்பு ஆகியவற்றை எ. ட்ரெளம்மான் கற்றுக்கொடுத்தார். கூடவே, *ரகசியக் கோட்பாட்டில்* விளக்கப்பட்டிருந்த விதத்தில், அந்த மருத்துவருடைய நோயாளிகளுக்கும் இமயத்தில் வாசம் செய்யும் ஞானிகளுக்கும் இடையே ஆன்மிகத் தொடர்பு ஏற்படுத்திக் கொள்ளவும் ட்ரெளம்மான் உதவினார்.

தன்னுடைய வலிகளும் வேதனையும், குறிப்பாகத் தலைவலி, எப்படியாவது குணமானால் போதும் என்று எவ்வித மருத்துவ சோதனைக்கும் தன்னை ஆட்படுத்திக் கொள்ள அவருடைய மனைவி தயாராக இருந்தாள். இந்தப் பெண்மணி அளவுக்கு வேறு எந்தப் பெண்ணுமே தன்னுடைய கணவரின் ஆற்றல் மீதும், புத்தி சாதுர்யத்தின் மீதும் – அது இயற்கையானதோ அல்லது அமானுஷ்யமானதோ, எப்படிப்பட்டதாக இருப்பினும் – தீர்மானமான நம்பிக்கை வைத்திருப்பது அபூர்வம். எந்த சந்தர்ப்பத்திலும், அவருடைய எந்த ஏற்பாட்டையும் அவள் எதிர்த்ததேயில்லை. அப்படி அவள் எதிர்க்கக் கூடும் என்று நினைத்துக்கூடப் பார்க்க முடியாது. புல்லை வேரோடும், வேரடி மண்ணோடும் பிடுங்கி, அப்படிப் பிடுங்கிய கற்றைகளைத் தொடைகளைச் சுற்றிக் கட்டுவதின் மூலம் இவ்வுலக வாழ்வில் வலிமையைக் கூட்டலாம் என்று நம்ப வைக்கும் சிகிச்சை முறையோ அல்லது, கதகதப்பான பசுஞ்சாணத்தைக் கொண்டு மூக்குத் துவாரங்களை அடைத்துக் கொண்டால் தலைவலி குணப்படும் என்று நம்ப வைக்கும் சிகிச்சை முறையோ – பிளவுபட்ட மேலண்ணம் கொண்ட ஒரு தெற்கத்தி மருத்துவர் சொன்ன சிகிச்சை முறை இது – எதுவாக இருந்தாலும் அந்தப் பெண்ணுக்கு மிக இயல்பான வைத்தியமாகவே தோன்றியது. இந்த அளவுக்கு இறுகிய பிணைப்புக் கொண்ட திருமண பந்தம் அந்தக் காலகட்டத்தில் ஐஸ்லாந்தில் எங்குமே காணப்படாத ஒன்று. இதைக் காட்டிலும் மேம்பட்ட திருமண பந்தத்தைக் காண்பது அரிதினும் அரிது. ஆனால், துரதிர்ஷ்டவசமாக, படியிறங்கிச் சென்ற மருத்துவர்களின் தலை மறைந்தவுடன், அமானுஷ்ய இடைக்குல மாதும் இமய நாட்டு இளவரசியுமான குறுவறைப் பெண் தாங்கவியலாத வேதனையில் மீண்டும் முனகித் தேம்பத் தொடங்கி விடுவாள்.

நாங்கள் வசித்து வந்த நடுப்பரணில் போதுமான அளவுக்கு எப்பொழுதுமே வெளிச்சம் இருந்ததில்லை. ஏனென்றால், ஹோகென்ஸனோடு நான் பகிர்ந்துகொண்ட படுக்கைக்கும் மேலாக இருந்த மிகச் சிறிய சாளரம் அனுமதித்த வெளிச்சம், கண்ணில் உப்பெரிச்சல்

இருக்கும் நபர்கள், பார்வையற்றோர், தத்துவஞானிகள் ஆகியோரைத் தவிர ஏனையோருக்குப் போதவே போதாது. அந்த வெளிச்சத்தில் லத்தீன் மொழியைப் படிப்பதென்பது இயலாத காரியம். ஆனால், குறுவறைக்குள்ளோ அதைக் காட்டிலும் இருட்டாகவே இருக்கும். பிறப்பெடுக்கவும், இறந்து போகவும் மட்டுமே அங்கே வெளிச்சம் தேவையாயிருந்தது. அந்தக் குறுவறைக் கதவில் இருந்த மெல்லிய பிளவின் வழியாக, ஹோகென்ஸனையும், ஏனைய எங்களையும் தாண்டி, வெளிச்சத்தின் மினுமினுப்பு மட்டுந்தான் வடிகட்டப்பட்டு உள்ளே கசிந்து கொண்டிருக்கும். இருந்த போதிலும், பகிர்ந்துகொள்ள முடியாத இந்த இருண்ட ஒளியையும் கூடத் தன்னால் முடிந்த அளவுக்கு ட்ரெளம்மானின் மனைவி பயன்படுத்திக் கொண்டாள். வலியற்று இருந்த நேரத்திலெல்லாம் பின்னல் வேலையைத் தொடங்கி விடுவாள். தான் பின்னிக் கொண்டிருந்த நூற்சித்திரங்கள் யாவுமே தன்னுடை இமய மலை நினைவுகள் என்று பேச்சு வாக்கில் அவள் என் பாட்டியிடம் கூறிக் கொண்டிருந்ததை நான் ஒருமுறை செவிமடுத்தேன்.

இந்த நினைவுகள் அவளைச் சூழ்ந்து கொண்டு படுத்தும் பாட்டில் வேறு வழியில்லாமல் தன்னுடைய ஒவ்வொரு ஆடையையும் வெட்டி அவற்றில் பின்னல் வேலைகளைச் செய்ய முனைவதாகவும் அவள் கூறினாள். அதே போல், திருமணமான நாளாய், அவளுடைய கணவர் காலுறைகளை அணிவது முடியாமல் போனது. ஏனென்றால், அவற்றை அவள் பிரித்தெடுத்து தன்னுடைய சித்திரங்களைப் பின்னத் தொடங்கி விடுவாளாம்.

ஆரம்பத்தில் இந்த விசித்திரமான இமயமலைச் செடி கொடிகளையும், பூச்சிகளையும், அருகருகாகத்தான் துண்டுத் துணிகளில் பின்னத் தொடங்கினாள். ஆனால், மேலும் மேலும் இவற்றைப் பின்ன இடமில்லாமல் போன போது, ஏற்கெனவே பின்னியிருந்த பூச்சிகளின் மீது புதிய பூச்சிகளையும், ரோஸ் மலர்கள் மீது ரோஸ் மலர்களாகவும் பின்னத் தொடங்கினாள். தடித்த உருவங்களாக இவை துணியில் எழும்பி நிற்கும் வரை இந்தப் பின்னல் வேலை தொடந்தது. தன்னுடைய தலை முடியைக் கத்தரித்து நூலோடு சேர்த்துப் பின்னியும், தலையணையிலிருந்து உருவி எடுத்த இறகுகளை வைத்துத் தைத்தும் இச்சித்திரங்களை அவள் அலங்கரிப்பாள். தன் விளிம்புகளில் விறைப்பாய் நிற்கும் ஒரு அட்டையைப் போல் அந்தத் துணி கடைசியில் மாறிப் போகும். இந்த ஸ்தூல சித்திரங்களை அவள் கண்ணுக்குக் கவர்ச்சியாக உருவாக்குவாள். இவற்றை ஒரு முறை பார்க்கும் எவராலும் அவற்றை மறப்பது முடியாது.

அவளுடைய மருத்துவர்களாகவோ அல்லது தாதியராகவோ இல்லாத எவரையும் அவள் ஒரு பொருட்டாக மதித்த மாதிரித் தெரிந்ததில்லை. அவளைப் பார்க்கும் மருத்துவர்கள் அருகில் இல்லாத வேளைகளில் அவள் மிகவும் சொற்பமாகவே பேசினாள். குறுவறைக் கதவை சாத்தக் கேட்டுக் கொண்டதைத் தவிர வேறெதையும் நடுப்பரணில் வசித்த எங்களுள் எவரோடும் அவள் பேசியதில்லை. குறுவறைக்குள் யாரேனும் வந்து போகும் பொழுது கிடைக்கும் கணநேரக் காட்சிகளை ஒதுக்கி

விட்டால், அவளைப் பார்க்காமலே பல நாட்கள் கழியும். சூரியனாய் ஒளிர்கின்ற, பால் வெண்மை கொண்ட ஐஸ்லாந்து அன்னை முகம், மினுமினுக்கும் கேசத்தின் அடியில் ஊதா நிறக் கண்கள், மோவாய் வரை உடலைத் தழுவியிருக்கும், வாத்தின் மென்இறகுகள் அடைக்கப்பட்ட மெல்லிய, போர்வை போன்ற மெத்தை – இவைதான் அவள் எங்களுக்குத் தந்திருந்த தரிசனம். பின்னல் வேலையில் ஈடுபட்டிருக்கும் பொழுது கூட, படுக்கை விரிப்புகளை மார்பு வரையிலும் இழுத்துப் போர்த்திய படியேதான் அவள் இயங்கிக் கொண்டிருப்பாள். அவளுடைய கைகளும் புஜங்களும் மட்டும்தான் ஆடையால் மூடப்படாமல் காட்சியளிக்கும்.

ஆனால், எபிநேசர் ட்ரெளம்மான் உத்வேகத்தோடு எல்லோரிடமும் சொல்லிக்கொண்டிருந்த விஷயம் விரைவிலேயே நகரெங்கும் பரவி விட்டிருந்தது. *ரகசியக் கோட்பாட்டின்* தாக்கம் நகரெங்கும் தலை காட்டத் தொடங்கியிருந்தது. ‘வாழ்க்கையே யோகப் பயிற்சிதான்’, ‘வாழ்வே மாயம்’ போன்ற அதியற்புதமான கருத்துருக்கள் இலக்கணப் பள்ளியில் கூடக் காதில் விழத் தொடங்கியிருந்தன. எபிநேசர் ட்ரெளம்மான் போன்ற ஒரு தத்துவஞானி பல வீடுகளிலும் மிகவும் வரவேற்புப் பெறுகின்ற விருந்தாளியாகி விட்டிருந்தார். தன்னுடைய மனைவிக்காகச் சென்று பார்த்த மருத்துவர்கள் மற்றும் குணப்படுத்துவோரின் இல்லங்கள் என்று மட்டுமில்லாமல், அவர்களுடைய நண்பர்கள், நண்பர்களின் நண்பர்கள் என்று அனைவரின் இல்லங்களிலும் அவர் மிக வேண்டிய விருந்தினராகி விட்டார். மிகுந்த அறிவும் ஆற்றலும் கொண்ட நபராக அவர் பார்க்கப்பட்டார். நகரெங்கும் தன் மனைவியைப் பற்றி எடுத்துச் சொல்வதிலேயே அவர் மும்முரமாக இருந்ததால், நாளாக நாளாக, அவ்வப்பொழுது அகப்படும் நேரங்கள் தவிர மிச்ச வேளைகளில் தன்னுடைய மனைவியைக் கவனிக்கவே அவருக்கு நேரம் ஒழியாமல் போனது. ஏதோ ஒரு ஆன்மீகத் தேடலுக்காகத் தன்னுடைய கணவர் வீட்டை விட்டு வெளியில் அதிக நேரம் செலவிடுவதைச் சகித்துக்கொள்ள முடியாதவளாக அவள் மாறிக்கொண்டு வந்ததில், அவளது உடல்நிலையை வைத்துப் பார்த்தால், வியப்பேதுமில்லை. குறுவறைக்குள் இருந்தபடியே, தன் கணவர் வீடு திரும்பிக் கொண்டிருக்கிறாரா என்று சாளரத்தின் வழியாகப் பார்த்துச் சொல்லுமாறு தளபதி ஹோகென்ஸனிடம் அவள் வைக்கும் கோரிக்கைகள் மட்டும்தான் உண்மையில் அவள் வாயிலிருந்து உதிரும் சொற்பச் சொற்களாக இருந்தன.

30

# காற்றை உடுத்திருக்கும் ஆன்மா

பெண்கள் உலா வந்துகொண்டிருக்கும் லாங்குஸ்டெட் பகுதியில், என்னை நோக்கி ஒருபெண் வந்தாள். பெண்களைப் பார்த்தாலே பார்வையைக் கவனமாக வேறு பக்கம் திருப்பிக் கொள்ள நான் பழகியிருந்தேன். பெண்களோடு இருக்கும் பொழுது நான் அவ்வளவு பாதுகாப்பாக உணர்ந்ததில்லை. அதிகாரிகளை எப்படி என் சக மனிதர்களாக நினைக்க முடிந்ததில்லையோ அப்படியே, பெண்களையும் சக மாந்தர்களாக என்னால் நினைக்க முடிந்ததில்லை. அவள் உயரமாக நல்ல வடிவுடன் இருந்தாள். அவள் என்னையே பார்த்துக்கொண்டிருக்கிறாள் என்பதை நான் உணர்ந்து கொண்டேன். நான் அவளைக் கடந்து போய் விடுவேன் என்று தோன்றியவுடன் என் தோள் மீது கை வைத்தாள். காற்றிலேயே உயிர் வாழ்ந்திருப்பதைப் போலத் தோன்றும் புன்னகை; ஆனால், முன்பின் அறிந்திராத ஒளியிலிருந்து மின்னலாய்த் தோன்றி, முகத்தில் பரிமளிக்கும், அவளுக்கே சொந்தமான வினோதப் புன்னகை; அந்தப் புன்னகையோடு அவள் என்னைப் பார்த்தாள். ஆன்மாவை உடுத்திருக்கும் காற்று அல்லது காற்றையும் ஒளியையும் உடுத்திருக்கும் ஆன்மா – அதுதான் ப்ளேர். நாள் நன்றாக அமைய வேண்டும் என்று அவள் எனக்கு வாழ்த்துச்சொன்ன பொழுது அவளுடைய குரல் சற்றே உணர்ச்சி வசப்பட்டதைப் போல் தோன்றியது. முன்பு ஏற்பட்ட அனுபவத்தின் போது ஆன மாதிரியே, நான் முற்றாய் இறுக்கமாகிப் போனேன். என்னால் எதையும் பார்க்கக் கூட முடியவில்லை. வெண்பனி போல் இந்த உலகம் உருகிக்கொண்டிருந்தது. அவளிடமிருந்து தப்பி ஓடி வந்த நாளாய், இந்தக் கணத்தை நினைத்துதான் என் உள்ளத்தின் அடியாழத்தில் நான் பயந்து நடுங்கிக் கொண்டிருந்தேன். மீண்டும் அவளை தரிசிக்க நேரும் கணம்.

“உன் காலணிகள் எவ்வளவு அழகாக இருக்கின்றன!” என்று வியந்தாள் அந்தப் பெண். காற்றிலிருந்து பார்ப்பதைப் போல் மீண்டும் என்னை மென்மையாகப் பார்த்தாள். நான் எதுவும் சொல்லவில்லை.

“எங்களை ஏன் தவிர்க்கிறாய்? உனக்கு நாங்கள் என்ன கெடுதல் செய்துவிட்டோம்?” என்று அவள் என்னிடம் கேட்டாள்.

“ஒன்றுமில்லை” என்று முணுமுணுத்தேன். அது வெறும் கிசுகிசுப்பாக ஒலித்தது.

“உன்னை நாங்கள் எவ்வளவு தூரம் நினைத்துக்கொண்டிருக்கிறோம் என்று உனக்குத் தெரியுமா? எதற்காகவோ உன்னை நான் வம்புக்கிழுத்து எரிச்சலூட்டியிருக்க வேண்டும் என்று அப்பா சொல்லிக்கொண்டிருக்கிறார். அப்படி உனக்கு நான் என்ன செய்தேன்?”

ஏதோ சொல்ல வேண்டுமென்று நினைத்து அவள் முகத்தைப் பார்த்தேன். என்னைப் பார்த்த பொழுது விகசித்த அந்தப் புன்னகையின் பின்னே அவள் முகம் எப்படித் துடித்துக் கொண்டிருந்தது என்பதைப் பார்த்தேன். யாரோ என் மென்னியைப் பிடித்து அமுக்குவதைப் போல இருந்தது.

“சொல். உனக்கு நான் அப்படி என்னதான் செய்து விட்டேன்?” என்று கேட்டுவிட்டு என்னைப் பார்த்துக்கொண்டே இருந்தாள்.

வேறு வழியில்லாமல், குழறிக் குழறி, “நீ அருகில் இருந்தால், என்னால், என்னால், என்னால், அதைத் தாங்க முடிவதில்லை” என்று சொல்லி முடித்தேன்.

“என்ன வினோதமான பதில்” என்றாள் அவள். “அந்த அளவுக்கு என் பேச்சு உனக்கு அலுப்பாக இருக்கிறதா?”

“நான் கிளம்புகிறேன்” என்றேன்.

“கை கூடக் குலுக்க மாட்டாயா?” என்றாள் அவள். அவளோடு கை குலுக்கினேன்.

“போய் வா” என்றாள் அவள். “ஒன்றை மட்டும் மறந்து விடாதே. நான் உனக்கு அலுப்படிக்கலாம். ஆனால் அப்பா இன்னும் உனக்காகக் காத்துக் கொண்டிருக்கிறார். இசையைப் பொறுத்த அளவில் நீ எல்லாவற்றையும் புரிந்து உள்வாங்கிக் கொண்டிருக்கிறாய் என்று அவர் சொல்கிறார். அதே போல் நீ எல்லாவற்றிலுமே சிறந்து விளங்குகிறாய் என்று இன்னொருவர் மூலமும் எனக்குத் தெரிய வந்தது. நீ என்னவாக விரும்புகிறாய்?”

“நான் ப்ரெக்குகாட்டிலேயே, சும்மா வீட்டிலேயே இருந்து விடலாமா என்றுதான் யோசித்துக்கொண்டிருக்கிறேன்” என்றேன்.

“இப்பொழுது நீ என்னோடு வீட்டுக்கு வரலாமே?” என்றாள். “அப்பா எவ்வளவு சந்தோஷப்படுவார் தெரியுமா? உன்னை நான் வம்புக்கிழுத்திருப்பேன் என்றுதான் அவர் எப்பொழுதும் நினைத்துக் கொண்டிருக்கிறார்.”

“நான் தூண்டிலைப் பார்க்கப் போக வேண்டும்” என்றேன்.

“என்ன?” என்றாள் அந்தப் பெண். மீனவ மொழி அவளுக்குப் பரிச்சயமில்லாததால் புரியவில்லை.

"ஃப்ரெட்ரிக்ஸனுடைய அடுமனையில் ஏதோ வாங்கி வரச் சொல்லி என் பாட்டி அனுப்பினாள்" என்றேன்.

"ஆக, நீ எங்களை வந்து பார்க்கப் போவதில்லை. எனக்குப் புரியாத அந்த விஷயத்தைப் பற்றி நாம் பேசவே முடியாதென்கிறாய்" என்றாள் அந்தப் பெண்.

என்னால் பேச முடியாமல் போவதற்குத் தான்தான் காரணம் என்று பாவம் அவள் அறிந்திருக்கவில்லை.

ஒரு பெண்ணைப் பார்க்க நான் நகருக்குச் சென்றது அன்று மாலையேவா அல்லது மறுநாள் மாலையிலா? அவள் டென்மார்க் நாட்டவள். அவளுடைய முகத்தில் கருகருவென்று மீசை முளைத்திருந்தது. அவளுடைய நாசியின் இருமருங்கும் கரும்பட்டு நூலில் கோர்த்த, தடிமனான, ஒருஜோடி கண் கண்ணாடி வில்லைகள் அமர்ந்திருந்தன. ரெய்க்ஜாவிக்கிலேயே கூர்மையான, எடுப்பாய் மேல் நோக்கிய நாசி அந்தக் காலத்தில் அவளுக்குத்தான் இருந்தது. சீமாட்டி ஸ்ட்ரூபென்ஹோல்ஸ் என்பது அவளுடைய பெயர். ஆனால் சண்டைக்கார பூதம் என்றே ஐஸ்லாந்து நாட்டவர் பலரும் அவளைக் குறிப்பிடுவார்கள். தலைநகரிலிருந்த அரசு அதிகாரி ஒருவரின் மனைவிக்கு – அவள் டென்மார்க் நாட்டவள் – சீமாட்டி ஸ்ட்ரூபென்ஹோல்ஸ் உறவினள். ஆனால், ஏதோ ஒரு மிகப் பெரும் துரதிர்ஷ்டத்தின் பலனாக – அது என்ன துரதிர்ஷ்டம் என்று எனக்குத் தெரியவில்லை – கையறு நிலையில் கடந்த இருபது முப்பது ஆண்டுகளாக ஐஸ்லாந்திலேயே அவள் தங்கி விடுமாறு ஆகிப்போனது.

கிதாரிலோ, மேன்டலினிலோ ஒன்றிரண்டு ஸ்வரங்களை உயர்குடிப் பெண் குழந்தைகளுக்கு வாசிக்கக் கற்றுக் கொடுத்து அவள் வயிற்றைக் கழுவி வந்தாள். உயர்குடி இல்லங்களில் அவளுக்குக் கொஞ்சம் மதிப்பிருந்தது. எனக்கு நினைவு தெரிந்த வரை, நாட்டில் நடக்கும் ஒவ்வொரு பகிரங்கப் பரிசுச்சீட்டுக் குலுக்கலின் போதும், ஹங்கேரிய நாட்டு இசை மேதை ஃப்ரான்ஸ் லிஸ்ட்டின் பியானோ கதம்ப இசைக்கோர்வைகளை வாசித்துக் காட்டும் பணிக்கு இந்தப் பெண்ணைத்தான் அமர்த்தியிருந்தார்கள். பாட்டாளிகள், அங்காடிப் பணியாளர்கள், ஒருசில கடலோடிகள் என்று பலவிதமானோரும் சீமாட்டி ஸ்ட்ரூபென்ஹோல்ஸிடம் இசையைக் கற்றுக்கொள்ள வந்து போவதுண்டு. இது சற்றுத் தாமதமாகத்தான் எனக்குத் தெரிந்தது. இதற்குக் காரணம் ஒருசில மாற்றவியலாத நியதிகள். பண்பாடற்ற, நாகரிகமற்ற, அல்லது குறைந்த பட்சம் முழு நாகரிகம் அடையாத வர்க்கத்தினர்தான் இசை மீது உண்மையான ஆர்வமும் அக்கறையும் கொண்டிருந்தார்கள். இதற்கு மாறாக, இசை மீதான இகழ்ச்சியும், இசை ஞானம் அற்ற நிலையும், படித்த உயர் வர்க்கத்தினரின் பகட்டான குணாம்சங்களாகத் திகழ்ந்தன.

இந்தப் பெண்ணைப் பார்க்கத்தான் ஒருநாள் மாலை நேரத்தில் வழி தேடிச் சென்றேன். சீமாட்டி ஸ்ட்ரூபென்ஹோல்ஸ் தான் அணிந்திருந்த கண்ணாடி வழியாக என்னை ஓரப்பார்வையால் அளந்தாள். பிறகு நான் யார், எனக்கு என்ன வேண்டும் என்று கேட்டாள். பாட்டும்,

இசைக்கருவியும் கற்றுக்கொள்ள வந்திருப்பதாகக் கூறினேன். "நிஜமாகவா!" என்று அதிசயித்தாள் அந்தப் பெண். அவள் என்னை மிக உன்னிப்பாகப் பார்த்தாள். தன் தலையை உயர்த்தியும், தாழ்த்தியும் என்னை மேலும் கீழுமாக ஆராய்ந்தாள். அவள் அணிந்திருந்த கண்ணாடியின் அடி வழியாக, அவற்றினூடே, அவற்றின் மேலிருந்து என்றெல்லாம் அவள் என்னை எடை போட வேண்டியிருந்தது. இதற்கு அவளுக்குச் சற்று நேரம் பிடித்தது. ஏனென்றால் நான் அவ்வளவு மெலிந்திருந்தேன்.

"நீ தச்சுத் தொழில் பழகிக் கொண்டிருக்கிறாயா?" என்று அவள் என்னைக் கேட்டாள்.

"இல்லை" என்றேன்.

"மீனவனுடைய பையனா?" என்றாள்.

"கல்கடிச்சான்மீன் பிடிக்கச் செல்பவன்" என்றேன்.

"அதைக் கொண்டு உன்னால் வயிறு வளர்க்க முடியுமா?" என்றாள் அவள்.

அவள் பணத்தைக் குறிப்பிடுகிறாள் என்பது எனக்கு உறைத்தது. இது என்னைக் கொஞ்சம் கலவரப்படுத்தி விட்டது. ஏனென்றால் இசை கற்றுக் கொள்ளப் பணம் வேண்டியிருக்கும் என்பதை நான் யோசிக்கவேயில்லை.

"நானும் வயிற்றுப்பாட்டைப் பார்த்தாக வேண்டுமே" என்றாள் அந்தப் பெண். "நீ நேர்மையானவனாக இருப்பாய் என்று நம்புகிறேன்."

கடைசியில், ஒரு வழியாக அவள் என்னை அறைக்குள் கூப்பிட்டாள். அந்த அறையில் இருந்த அறைக்கலன்கள் எல்லாவற்றிலும் சிவப்புக் குஞ்சம் வைத்துத் தைத்த மெத்தைகள் விரிக்கப்பட்டிருந்தன. நீண்ட அங்கியும், உயரமான தொப்பியும் அணிந்த கனவான்கள், பிட்டப் பகுதியில் கூடுதலாய் உயர்ந்து விறைத்து நிற்கும் மடிப்புக் கலையாத உடுப்பும் கையில் மடித்த சிறு குடையுமாக வசீகரமான சீமாட்டிகள் என குடும்பச் சித்திரங்கள் சட்டமிடப்பட்டு, சிங்கார நிலைப்பெட்டிகளின் மீது நெருக்கமாக அணிவகுத்திருந்தன. ஒரு சுவரின் நடுவில், அந்தச் சுவரை ஒட்டி, ஒரு பியானோ நின்றுகொண்டிந்தது. ஒரு மூலையில் ஹார்மோனியம் ஒன்று இருந்தது.

"உன்னால் என்ன முடியுமோ செய்து காட்டு" என்றாள் அந்தப் பெண்.

டென்மார்க் நாட்டு பாணியில் அமைந்திருந்த அந்த அறையில், மூக்கு விசித்திரமாக அமைந்திருந்த அந்தப் பெண்ணின் இல்லத்தில், அதிலும் குறிப்பாக, ஐஸ்லாந்து நாட்டின் பேச்சு வழக்குக்கு மிகவும் அந்நியமான முறையில் பேசிக்கொண்டிருந்த (அந்தப் பேச்சை என்னால் சரியாகத் திருப்பிச் சொல்லக் கூட முடியாது) அந்தப் பெண்ணின் முன் நிற்கையில், என்னை யாரும் அறிந்திராத ஓரிடத்துக்கு திடீரென வந்து சேர்ந்து விட்டதைப் போன்ற உணர்வு உண்டாயிற்று.

அவள் வெறும் மரக்கட்டையாய் இருந்திருந்தால் எப்படிக்கூச்சம் இல்லாமல் இருந்திருப்பேனோ அப்படி இருந்தேன். நேராக ஹார்மோனியத்தின் அருகே சென்று அமர்ந்தேன். அதன் எட்டு ஸ்ருதிக் கட்டைகளையும் இழுத்து விட்டேன். ஸ்ருதி பேத அடைப்புகளையும் அகற்றினேன். பிறகு *குட்டிச்சாத்தான்களின் அரசன்* பாடலை இசைக்கருவிகளை இசைக்காமல் என் குரலே துணையாகப் பாடினேன். சீமாட்டி ஸ்ட்ருபென்ஹோல்ஸ் என்னை அசந்து போய்ப் பார்த்தாள்.

நான் பாடி முடித்தவுடன், “கடவுள் உன்னைக் காக்கட்டும்” என்றாள். ஆனால், அவள் அப்படி ஒன்றும் கோபப்பட்ட மாதிரியும் தெரியவில்லை. “சரி. நீ வாரத்தில் இரண்டு முறை வந்து போ. அந்தக் கட்டைக் குரலை என்னதான் செய்ய முடியும் என்று பார்க்கலாம்” என்பதைத் தவிர அதிகமாய் அந்தச் சந்தர்ப்பத்தில் அவள் என்னை விமர்சிக்கவில்லை.

பள்ளியில் அது எனக்குக் கடைசி ஆண்டு. எனது நண்பர் தாத்தா ஜான் நார்வே நாட்டுக்குத் திரும்பிப் போய் விட்டதால், எனக்கு நல்ல நண்பர்களே இல்லாமல் போய் விட்டனர். முன்பே ஒரு அத்தியாயத்தில் குறிப்பிட்டிருந்ததைப் போல, நார்வே நாட்டில் கிருஸ்துவ மதம் மதிப்பான நிலையில் இருந்தது; ஐஸ்லாந்தில் இருப்பதைக் காட்டிலும் அங்கே விவிலியக் கதைப் புத்தகங்கள் பெரியனவாகவும், சிறந்த முறையிலும் அச்சிடப்பட்டிருந்தன; மேலும் அந்த நாட்டில் சீனர்களுடைய ஆன்ம நலன் குறித்த அக்கறை அதிகமாக இருந்தது.

நண்பகலுக்குப் பிறகு பள்ளியிலிருந்து வீடு திரும்பிவிடுவேன். கழுத்தில் சுற்றிக் கொள்ளும் சால்வையால் புத்தகங்களைக் கட்டி எடுத்து வருவேன். உண்பதற்குப் பாட்டி ஏதாவது தருவாள். புலாலையும், மீனையும் அவள் எனக்கு எடுத்துக் கொடுக்கும் பொழுது, அவளுடைய முடிச்சு முடிச்சான, நீலம் பாரித்த கைகளையே அமைதியாய், ஆனந்தமாய்ப் பார்த்துக்கொண்டிருப்பேன் ஏதோ வானிலை பற்றிய பேச்சுதான் அதி முக்கியமானது என்பதைப் போல, அன்று காலையில் இருந்து வானிலை எப்படி இருந்தது என்று சொல்லியபடியே, உணவு நேரத்தை எவ்வளவு முடியுமோ அவ்வளவு இழுத்துக்கொண்டிருப்பேன். ஆனால் உண்மையில், அவள் அங்கேயே, அப்படியே இருக்க வேண்டும், நான் அவளோடு இருக்க வேண்டும் என்ற ஆசை மட்டும்தான் விஞ்சி நிற்கும். பிறகு நடுப்பரணுக்குச் சென்று நேரத்தைக் கடத்த முயல்வேன். எனக்குக் கொடுக்கப்பட்டிருக்கும் கணக்குப் பாடங்களைக் கொஞ்ச நேரத்துக்குப் பார்த்துக்கொண்டிருப்பேன். வீட்டுப் பாடமாக எழுதிச் செல்ல வேண்டியிருக்கும் கட்டுரை குறித்தும் அதே நேரத்தில் மனதில் எண்ணம் ஓடிக்கொண்டிருக்கும். இவை எதுவும் இல்லாவிட்டால் என்னுடைய அழகான காலணிகளை எடுத்துக் கையில் வைத்துக்கொண்டு அவற்றையே ஆராய்ந்து கொண்டிருப்பேன். இவை கர்தரின் காலணிகள். ஆண்களானாலும், பெண்களானாலும் ஒரே மாதிரியாய் வியந்து பார்க்கும் இந்த அற்புதக் காலணிகள் இப்பொழுது எனக்கே எனக்கானவை என்று நம்புவது சற்றுக் கடினமாகவே இருக்கும். ஏதாவது சிறப்பு நிகழ்ச்சிகளின் போது மட்டும் அணிவேன். பிற நேரங்களில் அவற்றை

நான் அணிவதே இல்லை. மொத்தத்தில், கூதிர்காலப் பிற்பகுதியில் பகற்பொழுதைப் போக்குவது கொஞ்சம் கஷ்டமாகவே இருக்கும். தளபதி ஹோகென்ஸனுக்குப் பயங்கரமான தள்ளாமை வந்துவிட்டது. ஒரு நாளின் நீண்ட பகற் பொழுது முழுவதும் அவரால் கண் விழித்திருக்க முடிவதில்லை. அதனால் அவர் படுத்து உறங்கி விடுவது வழக்கம். இந்தப் பருவகாலத்தில், மிகவும் குறைவான எண்ணிக்கையிலேயே விருந்தினர்கள் எங்களைத் தேடி வருவார்கள். எல்லா நிலத்தையும் பனி தடை செய்து வைத்திருக்கும் இந்தப் பருவகாலத்தில் அனைவரும் வீட்டுக்குள்ளேயே முடங்கிக் கிடப்பார்கள். வளர்ந்து கிடக்கும் ஒரு புல்லிதழ், கடுங்குளிரில், எங்களுடைய சிறிய சாளரத்தின் மீது ஓய்வில்லாமல் தொடர்ந்து மோதியபடி இருக்கும். வானம் நிர்மலமாக இருந்தால் இரவில் ஒரு விண்மீன் எழும்பி ஒளிர்ந்து கொண்டிருக்கும். இதைத் தவிரக் குறிப்பிட்டுச் சொல்லும்படி எதுவும் நடந்திருக்காது. வடக்கிலிருந்து வந்த அந்தப் பெண் குறுவறைக்குள் முனகிக் கொண்டிருப்பாள்.

உண்மையைச் சொல்வதென்றால், மூன்று ஆண்டுகளுக்கு முன்பாக லான்ப்ராட்டிலிருந்து இங்கே வந்து தங்கி மரித்திருந்த பெண்ணைப் போல, இந்தப் பெண்ணும் சீக்கிரமே இறந்து விடுவாள் என்றுதான் நான் முதலில் நினைத்துக்கொண்டிருந்தேன். லான்ப்ராட்டிலிருந்து வந்த அந்தப் பெண்ணிடம் கொண்டிருந்ததைக் காட்டிலும் சற்றுக் குறைவான அளவிலேயே இப்போதிருந்த பெண்ணிடம் நாங்கள் இரக்கம் கொண்டிருந்தோம். ஏனென்றால், லான்ப்ராட்டிலிருந்து வந்தவள் விதவை. ஆனால் இந்தப் பெண்ணுக்கோ கணவர் இருந்தார். வெதுவெதுப்பான மாட்டுச்சாணத்தைப் பற்றுப் போடுவதால் ஒரு பயனும் இல்லை; மாறாகக் குளிர்ந்த நீரால் நனைத்த துணிப்பற்றைப் போடுவது உத்தமம் என்கிற நிலையில், தன்னுடைய மனைவிக்கு சிசுருஷை செய்து அவளிடம் ஏதும் அதிசயத்தை நிகழ்த்திக் காட்டுவதை விட்டுவிட்டு, எந்நேரமும் ஊரிலிருக்கும் ஒவ்வொருவருக்கும் அதிசயத்தைக் காட்ட அந்தப் பெண்ணின் கணவர் அலைந்து கொண்டிருப்பது தேவையற்றது என்று நான் நினைத்தேன்.

அந்தப் பெண்ணின் உடல்நிலை எனக்குக் கொஞ்சமும் சம்பந்தமில்லாத விஷயம் என்பதாக நான் பாசாங்கு செய்துகொண்டிருந்தேன். இதனால், அவளுடைய குறுவறைக் கதவு திறந்திருந்தாலும்கூட வேண்டுமென்றே அவளைப் பார்ப்பதைத் தவிர்த்தேன். அவள் என் இருப்பைக் கண்டு கொள்ளவில்லை என்பதில் நிம்மதிப் பெருமூச்செறிந்தேன். *தமஸ்* என்னும் படிநிலை இந்தத் தம்பதியினரின் தத்துவ நோக்கில் மிகத் தாழ்ந்த மூன்றாம் படிநிலை. மிக உன்னதமான படிநிலையில் இருப்பதாக நம்பப்படும் இந்தப் பெண்ணின் நிலையோடு ஒப்பிட்டுப் பார்க்கும் பொழுது, அந்த மூன்றாம் படிநிலையில் முற்றாய் ஈடுபட்டுக் கிடக்கும் எவரும், தான் ஒன்றுமே இல்லை என்று உணர்ந்து, தன்னை அதிர்ஷ்டசாலியென்று கருதிக் கொள்ளலாம். நான் இப்படித்தான் நினைத்துக்கொண்டிருந்தேன். ஆனால், அதே சமயத்தில், கவி ஹொரேஸ் எழுதியதைப் போல,

மகாராணியே, கிடைப்பதற்கரிய அந்தக் க்ளோஈ
மீது ஓங்கி ஒரேமுறை உன்னுடைய சாட்டையைச் சொடுக்கு[1]

என்று அந்தப் பெண்ணுக்குச் தனிப்பட்ட சவுக்கடி தர வேண்டும் என்று கேட்டுக்கொள்ளும் அளவுக்கு நான் கல்நெஞ்சக்காரனும் இல்லை.

ஒருமுறை குளிர்காலப் பருவத்தின் பிற்பகுதியில், அமைதியாய் நீண்டிருக்கும் பிற்பகல் நேரத்தில் எப்பொழுதும் போல் என்னுடைய புத்தகங்களைச் சுமந்து கொண்டு நடுப்பரணுக்குப் படியேறிக் கொண்டிருந்தேன். இப்படி ஒருநாளில், வழக்கம் போல், தளபதி ஹோகென்ஸன் படுக்கையில் ஒருக்களித்துப் படுத்து உறங்கிக் கொண்டிருந்தார். என்னுடைய காலடி ஓசையும், படிகளின் கிரீச்சிடலும் அவருடைய குறட்டைச் சத்தத்தில் அமுங்கி விட்டன. ஆனால் நான் கதவைத் திறந்து பரணுக்குள் பாதி நுழைந்திருந்த நிலையில் கண்ட காட்சி என்னை இன்னொரு அடி மேலே எடுத்து வைக்க முடியாமல் கட்டிப் போட்டுவிட்டது. ஏனென்றால் அதற்கு முன்பாக அப்படியொரு காட்சியை நான் கண்டதில்லை. அது ஒரு நிர்வாணப் பெண். கவனமின்றி நிகழ்ந்து விட்ட தவறால், இயற்கை வரலாற்றின் பக்கங்களிலிருந்து விடுபட்டுப் போன ஒரு விலங்கோ, தேவதையோதான் இது என்று – நான் படித்திருந்த லத்தீனையும் மீறி – கருதும் அளவுக்கு அசடாக நான் இருந்தேன். அந்த மாடிப்படியின் நடுவே பேச்சு மூச்சற்று உறைந்து போய் நின்று அவளை வெறித்துக் கொண்டிருந்தேன்.

படுக்கையின் மீது ஏறி, தூங்கிக்கொண்டிருக்கும் அந்த முதியவரின் காலடியில் நின்று, புல்லின் இதழ் மோதிக்கொண்டிருக்கும் அந்தச் சிறிய சாளரத்தின் கண்ணாடிச் சட்டத்தின் ஊடாக அவள் உற்றுப் பார்த்துக் கொண்டிருந்தாள். அவளுடைய அழகிய கூந்தல் காதுகளுக்குப் பின்னால் சிறு கயிறால் முடியப்பட்டு, பின்புறத்தில் ஒரு வால் போல் நீண்டு தொங்கிக் கொண்டிருந்தது. எடுப்பான நாசி, மிகக் கச்சிதமாக வடிவம் கொண்டிருந்த மோவாய், அதே அளவு கச்சிதத்துடன் அமைந்திருந்த வாய். இவற்றோடு, சற்றே மெலிந்து தோன்றிய அவளுடைய கன்னங்கள் எவ்வளவு அழகாக இருக்கின்றன என்பதை அவளுடைய பக்கவாட்டுத் தோற்றத்திலிருந்து ரசித்துக்கொண்டிருந்தேன். எல்லாவற்றுக்கும் சிகரமாய் அவளுடைய மினுங்கும் கூந்தல்.

ஆனால், தன்னைத்தானே பகடி செய்து கொள்ளும் சித்திரத்தைப் போலவே இந்த மானுட உடல் இருந்தது. ஏனென்றால், இப்படியோர் பிரமிப்பூட்டும் உடல்வாகு அமைந்த யாருமே மிகையான நலனால்தான் பாதிக்கப்பட்டிருக்க வேண்டும். அப்படியொரு நோய் இருக்குமானால். அந்த நேரத்தில் இப்படி ஓர் எண்ணம் என் மனதில் தோன்றாமல் இருந்திருக்கலாம். என்றாலும் அதன் பிறகு இதைப் பற்றி நான் அடிக்கடி நினைத்ததுண்டு. முன்காலத்தில், ஒரு புகழ்பெற்ற ஆட்டின் தலையில், அபரிமிதமான வளத்துக்கும் வாழ்வுக்கும் பெயர்போன கான்யுகோப்பியா எனும் கொம்பை உருவாக்கிய அந்த தேவதையின் மறுபிறவியை ஐஸ்லாந்து

1. கவி ஹொரேஸின் கார்மன் 27 எனும் ஓட் வகைப் பாடலில் வரும் வரிகள்

தரிசித்திருந்தால், அந்த மறுபிறவி ஒருவேளை இந்தப் பெண்ணாகவே இருந்திருக்கக் கூடும். அவள் லெப்ஸ்க்கி மொழிபேசும், நாற்பதாயிர ஆண்டுக் கால இமய இளவரசியாக இருந்திருக்கலாம்; டேஃப்னிஸோடு ஆடுகளை மேய்த்துக் கொண்டிருந்தவளாக இருந்திருக்கலாம்; காதற்கடவுளிடம் சவுக்கடி தரச் சொல்லி கவி ஹொரேஸ் கேட்டுக் கொண்டிருந்த க்ளோஈயாக இருந்திருக்கலாம்; ஆனால், இவை எல்லாவற்றோடும் கூட அவள் இந்த மறுபிறவி என்பதாகவும் இருக்கலாம். ஆனால் இந்தப் பெண்ணளவுக்கு ஏழை இந்த ஐஸ்லாந்தில் வேறு யாரும் இருந்ததாக நான் கேள்விப்படவில்லை. ஒரு நூற்புக்கதிருக்கு கதியற்ற நிர்வாணப் பெண்; இப்படி நிர்வாணமாய், நூற்புக்கதிருக்குக் கூட வழியற்று இருக்கும் இந்தப் பெண்ணைப் பற்றி ஒரு பழமொழி கூட இல்லை. அப்படியும் தப்பித் தவறி ஒரு கந்தல்துணி அவளிடம் சிக்கி விட்டால், அதைத் துண்டு துண்டாக்கி, தன்னுடைய கணவரின் காலுறைகளிலிருந்து உருவி எடுத்த இழைகளைக் கொண்டு அவற்றில் சித்திரங்களைப் பின்னத் தொடங்கி விடுவாள்.

கதவின் அருகே நின்றவாறு பின்னாலிருந்து யாரோ தன்னைக் கவனித்துக்கொண்டிருக்கிறார்கள் என்பதை உணர்ந்ததும், “கடவுள் என்னைக் காத்து மன்னித்து அருளட்டும்” என்றாள் அந்தப் பெண். “என் கணவர் வந்துகொண்டிருக்கிறாரா என்று சாளரத்தின் வழியாக எட்டிப் பார்த்துக்கொண்டிருந்தேன்.”

இப்படிச் சொல்லிவிட்டு, தளபதி ஹோகென்ஸனுடைய படுக்கையிலிருந்து குதித்து, தன்னுடைய குறுவறைக்குள் சென்று, படுக்கையில் சாய்ந்து, விரிப்புகளைக் காலிலிருந்து தலை வரை போர்த்திக் கொண்டு பதுங்கி விட்டாள் அந்தப் பெண். பிறகு உடனடியாக, மீண்டும் தன்னுடைய வலிகளையும், வேதனைகளையும் வெளிப்படுத்தும் அவளுடைய முனகல்கள் கேட்கத் தொடங்கின. நம்பிக்கையின் சாயல் கூட அவற்றில் தென்படவில்லை.

மார்ச் மாத வெப்பத்தில், இசைக்குழுத் தலைவரின் காய்கறித் தோட்டம் கவனிப்பாரற்றுக் கிடந்தது. ஆனால் இல்லம் என்னவோ செந்நிற வர்ணத்தில் புதுமை மங்காமல் காட்சியளித்தது. என்னுடைய பூதாகரக் காலணிகளுடன் எந்த நேரம் செத்து விழுவேனோ என்று அஞ்சி நின்றுகொண்டிருந்த அந்தப் படிகளை மீண்டும் பார்த்தேன்.

நல்ல நாளாக அமையட்டும் என்று வாழ்த்துச் சொல்ல வாயெடுத்தால் எங்கே புல்லாங்குழலில் இருந்து கிளம்பும் கீச்சொலி போல ஏதோ ஒரு சத்தம் தொண்டையிலிருந்து கிளம்பிவிடுமோ என்ற நடுக்கத்துடன் நான் அழைப்பு மணியின் ஓசையைக் கேட்டுக் கதவைத் திறக்க வரும் நபருக்காக எந்த வாயிற்படியின் மீது நின்றுகொண்டிருந்தேனோ அந்த வாயிலையும் இப்பொழுது பார்த்தேன்.

மழைபெய்து கொண்டிருந்தது. வீட்டினுள்ளே விளக்குகள் ஏற்றப்பட்டிருந்தன. ஆனால் யாராவது வீட்டிலிருந்து வெளியே வந்து என்னைப் பார்த்து விடுவார்களோ என்ற அச்சத்தில், இசைக்குழுத்தலைவரின்

வீட்டுச் சுற்றுப்புறச் சுவர் மீது அமர எனக்குத் துணிச்சல் வரவில்லை. இசைக்குழுத்தலைவரின் இல்லத்துக்கு எதிரில் சாலையின் மற்றொரு மருங்கில், ஒருசிறுகுடில் இருந்தது. அந்தக் குடிலின் அருகே இருந்த தோட்டம் போன்ற சிறு துண்டு நிலத்திற்குப் பக்கத்தில் ஒரு கல்லணைச் சுவர் இருந்தது. அந்தக் கல்லணைச் சுவர் மீது நான் உட்கார்ந்து கொண்டேன். திரைச்சீலைகளின் மீது நிழல் ஏதும் படியாதா எனும் நப்பாசையோடு இசைக்குழுத்தலைவரின் வீட்டு ஜன்னலையே உற்றுப் பார்த்துக்கொண்டிருந்தேன். நல்ல வேளையாக நான் எங்கே இருக்கிறேன், என்ன நினைப்பில் இருக்கிறேன் என்றோ, ஒரு நிழலைத் தேடிச் செல்வதற்காக இங்கே அமர்ந்திருக்கிறேன் என்றோ பாட்டிக்குத் தெரியாது. இதை அவள் கேள்விப்பட்டிருந்தால் மறுநாள் காலையே பானையில் சுட்ட பெரிய ரொட்டி ஒன்றை என் கையில் கொடுத்து இசைகுழுத்தலைவரின் மனைவியைப் பார்த்து வருமாறு அனுப்பியிருப்பாள்.

அன்று மாலை முழுக்கவும் அங்கேயே உட்கார்ந்துகொண்டிருந்தேன். என் மீது மழை கொட்டியது. மூப்பின் காரணமாக வெளிறிப் போயிருந்த வயோதிகர் ஒருவர், தடியையும் ஊன்றுகோலையும் ஊன்றி, அந்தக் குடிலுக்குள்ளிருந்து வெளியே வந்தார். தன்னுடைய காய்கறித் தோட்டத்தில் நின்ற படியே அவர் அண்ணாந்து வானிலையை நோட்டம் விட்டார். அவர் என் பெயரைக் கேட்டார்.

“என் பெயர் அல்ஃப்க்ரைமுர்” என்றேன் நான்.

காது மந்தமாகிப் போன யாரையும் போலவே அவரும் நான் ‘அஸ்க்ரைமுர்’ என்று சொன்னதாக எடுத்துக்கொண்டார்.

“ரொம்ப நனைந்திருக்கிறது” என்றார் அந்த வயோதிகர்.

இது ஒரு கேலிப் பேச்சு. வைக்கோல் அறுவடையின் போது மட்டும்தான் ‘நனைந்து’ எனும் பதத்தைப் பயன்படுத்துவது வழககம். அதாவது புல் நனைந்து அறுவடை செய்ய எளிதாக இருக்கிறது என்பதைக் குறிக்கப் பயன்படும் சொல் அது. அவர் குடிலுக்குள் சென்றபின்தான் கவனித்தேன். நான் மழையில் அப்படியே ஊறிப் போயிருந்தேன். எழுந்து நின்று அந்த வயோதிகரின் காய்கறித் தோட்டம் வரை நடந்து சென்றேன். அந்தத் தோட்டம் பூராவும் இரும்புத் தகடுகளும், உடைந்த கப்பலின் சேதப் பகுதிகளுமாக நிறைந்திருந்தன. இதைப் போல் வேறெங்கும் நான் பார்த்ததில்லை. இவை எதற்காக என்பதும் எனக்குத் தெரிந்திருக்கவில்லை. முன்பு உட்கார்ந்திருந்த கல்லணைச் சுவரின் இன்னொரு பக்கமாகச் சென்று அமர்ந்துகொண்டேன். சாலையின் எதிரே இருந்த இல்லத்தின் சாளரங்களையே வெறித்து நோக்கிக் கொண்டிருந்தேன். ஆனால் எந்த நிழலும் தென்படவில்லை. நீண்ட நேரத்துக்குப் பிறகு குடிலின் கதவு திறந்தது. வானிலையை ஆராய அந்த வயோதிகர் மீண்டும் வெளியே வந்தார்.

“நீ வெளியூர்க்காரனா?” என்று அவர் என்னைக் கேட்டார்.

நான் “ஆமாம்” என்றேன்.

"இங்கே என்ன செய்துகொண்டிருக்கிறாய்?" என்றார் அவர்.

"ஒன்றுமில்லை" என்றேன் நான். "ஆமாம், இந்த இரும்புத் தகடுகளை எதற்காகத் தோட்டத்தில் போட்டு வைத்திருக்கிறீர்கள்?"

"வேனிற்காலத்தில் படுக்கைகளைச் சூடாக வைத்திருக்க இவற்றை நான் பயன்படுத்திக் கொள்கிறேன்" என்றார் அவர். "சூரியனின் உஷ்ணத்தை அவை கிரகித்து பூமிக்குள் அனுப்புகின்றன. இதனால் உருளைக்கிழங்குகள் கொஞ்சம் பெரியதாக விளைகின்றன."

நேரம் சென்று கொண்டிருந்தது. நான் மழையில் அந்தச் சுவரின் மீதே அமர்ந்தவாறிருந்தேன். ஆனால், எவ்வளவுதான் காத்திருந்த போதும், ஒரு நிழலும் தென்படவில்லை. கடைசியில் நான் மழையில் ஊறிக் கிடந்ததை மட்டுமில்லாமல், என் பற்களும் கிட்டிப் போய் தந்தியடித்துக் கொண்டிருந்ததையும் என்னால் உணர முடிந்தது. பிறகு மூன்றாம் முறையாக வானிலையை ஆராய அந்த வயோதிகர் வெளியே வந்தார்.

குடிலின் எல்லாப் பக்கங்களிலும் நடந்து சுற்றிப் பார்த்த பின் இன்னும் அந்தக் கல்லணைச் சுவர் மேலேயே நான் உட்கார்ந்துகொண்டிருப்பதை அவர் பார்த்து விட்டார்.

"அச், உன்னுடைய பெயர் என்னவென்று சொன்னாய்?" என்று கேட்டார்.

"அஸ்க்ரைமுர்" என்றேன்.

"எதற்காக இங்கே நீ காத்துக்கொண்டிருக்கிறாய்?" என்றார் அவர்.

"ஒரு நிழல் கண்ணில் படுமா என்று காத்துக்கொண்டிருக்கிறேன்" என்று நான் பதிலளித்தேன்.

ஹால்டார் லேக்ஸ்நஸ்

# 31

# கடவுளாகவும் இருக்கலாம்

“அல்ஃபீப்க்ரைமுர்” என்று கூப்பிட்டாள் அந்தப் பெண்.

மாலை நேரம் நெருங்கிக் கொண்டிருந்தது. நான் நடுப்பரணில் இருந்தேன். கணிதப் பாடத்தில் கணக்குகளைப் போட்டுப் பார்த்துக்கொண்டிருந்ததாக நினைவு. ஒன்றுக்கும் மேற்பட்ட வரையறுக்கப்படாத மதிப்புகளைக் கொண்ட இரண்டாம் நிலைச் சமன்பாடுகளுக்கான தீர்வுகளை எட்ட நான் முயன்று கொண்டிருந்தேன். தளபதி ஹோகென்ஸன் வழக்கம் போல் படுக்கையில் படுத்திருந்தார். அந்தப் பெண் என் பெயரைச் சொல்லிக் கூப்பிட்டவுடன் என் செவித்திறன் மீது எனக்குச் சற்றுச் சந்தேகம் ஏற்பட்டது. அதுவரையிலும் நான் என்னை உயர்பிறவியரின் பார்வையில் ஒரு பொருட்டாகவே மதிக்கப்படாத, பிறவிப் படிநிலையில் மிகவும் கீழ்மட்டத்தைச் சேர்ந்தவன் என்று எண்ணியிருநதேன். அப்படியிருக்க என் பெயரை அவள் தெரிந்து வைத்திருப்பதாவது!

“அல்ஃபீப்க்ரைமுர்” என்று அவள் மீண்டும் அழைத்தாள். இப்பொழுது தவறிப் போக வாய்ப்பேயில்லை. அவள் என்னைத்தான் கூப்பிடுகிறாள். ஏனென்றால், இந்தப் பெயர் கொண்ட இன்னொருவர் இந்த ஐஸ்லாந்து முழுக்கவே கிடையாது. கணிதப் புத்தகத்தைப் போட்டு விட்டு எழுந்தேன். மெல்லக் குறுவறைக் கதவைத் திறந்தேன். அவளுடைய கிரேக்க மூக்கு வரை படுக்கை விரிப்புகளை அந்தப் பெண் இழுத்துப் போர்த்திக்கொண்டிருந்தாள்.

“கீழே போய் தண்ணீர்ப் பீப்பாயிலிருந்து கொஞ்சம் குளிர்ந்த நீரை இந்தக் கிண்ணத்தில் கொண்டு வந்து தர முடியுமா?” என்று அவள் என்னைக் கேட்டாள். ஒரு வார்த்தையும் பேசாமல் கிண்ணத்தைக் குடிலின் கீழ்ப் பகுதிக்கு எடுத்துச் சென்று குளிர்ந்த நீரை எடுத்து வந்தேன். வலி தாங்காமல் அந்தப் பெண் முனகிக்கொண்டே இருந்தாள்.

“என்னுடைய சோம்பேறித்தனத்தை மன்னித்து விடு. எனக்குக் குளிர்ந்த நீரால் பற்றுப் போட்டு விட முடியுமா?” என்று அவள் என்னிடம் கேட்டாள்.

“உடம்புக்கு ரொம்பவும் முடியால் இருக்கிறதோ?” என்று நான் அவளிடம் கேட்டேன்.

“முடியாமல் என்பது சின்ன வார்த்தை” என்றாள் அந்தப் பெண். “முற்பிறவியில் நான் என்ன பாவம் செய்தேனோ தெரியவில்லை. தலை சூளை மாதிரி தகிக்கிறது. நெற்றியில் கை வைத்துப் பார்.”

அவள் கேட்டுக் கொண்ட மாதிரியே அவள் நெற்றியில் கையை வைத்துப் பார்த்தேன். அவள் சொன்னது போல் உள்ளே ஒரு சூளை கொதித்துக் கொண்டிருக்கலாம். ஆனால் நிச்சயமாக அது தலைக்குள்ளேதான். ஏனென்றால், தலையின் வெளியே, நெற்றி உண்மையில் குளிர்ந்து இருந்ததாகவே எனக்குப் பட்டது.

“பயங்கரமாகக் கொதிக்கிறதுதானே?” என்றாள் அவள்.

“அப்படித்தான் தெரிகிறது” என்றேன் நான்.

“இதை விட, என்னுடைய இதயம் எப்படித் துடிக்கிறது என்று பார்” என்றாள் அவள். “இதோ இங்கே கையை வைத்துப் பார். தெரியும்.” என் கையை எடுத்து போர்வைக்குள் நுழைத்து அவளுடைய மார் மீது வைத்தாள். “உனக்குத் தெரிகிறதா?” என்றாள் அவள்.

“தெரியவில்லை” என்றேன் நான். உண்மையில் நான் உணர்ந்ததெல்லாம், ஓர் ஆணின் மார்பைக் காட்டிலும் ஒரு பெண்ணின் மார்பு தொட்டுப் பார்க்க எவ்வளவு மிருதுவாக இருக்கிறது என்பதைத்தான். அதைத் தவிர, மனிதர்களின் இதயத் துடிப்பு சரியாக இருக்கிறதா இல்லையா என்று சரிபார்த்துச் சொல்ல எனக்குத் தெரிந்திருக்கவில்லை.

“உன் கையைக் கொஞ்சம் மேலே நகர்த்தி இதயத் துடிப்பைக் கேட்கும் வரை பொறுத்திரு” என்று அவள் என்னைக் கேட்டுக்கொண்டாள். அவள் கேட்டுக் கொண்டபடியே நானும் செய்தேன். அவளுடைய முலைக்காம்பு என் கையில் விறைத்து நின்றதைத் தவிர வேறெதையும் என்னால் உணர முடியவில்லை.

“நான் தகித்துக் கொண்டிருக்கிறேன்” என்றாள் அந்தப் பெண். “சீக்கிரம் நீர்ப்பற்றைப் போட்டுவிடு.”

நடுப்பரணில் வசிக்கும் எல்லோரும் அன்று மாலை வீட்டில் இருந்தோம். மக்களின் குரல்களைக் கேட்டு க்ளோஈ ஆறுதல் கொள்ள வசதியாகக் குறுவறைக் கதவு பாதி திறந்திருந்தது. திடீரென்று அவள் குறுவறைக்குள்ளிருந்து பேசினாள்.

“ஆன்மீகத்துக்கு மீறிய ஏதோ ஒரு சக்தி அல்ஃப்க்ரைமுரின் கைகளில் நிச்சயமாக இருக்கிறது” என்றாள் அவள். “என் தலையில் போட்டிருந்த நீர்ப்பற்றை அவன் இன்று எடுத்து விட்டு மாற்றிப் போட்டான். என்ன ஆச்சரியம்! என் நெற்றியில் அவன் கை வைத்தவுடன் காந்த அலை

போல ஏதோ ஒன்று உடலில் பாய்வதை நான் உணர்ந்தேன். அப்புறம் ஒரு விதமான நடுக்கம் உடலில் பரவியது. அதற்குப் பிறகு நான் தூங்கிப் போனேன். எழுந்து பார்க்கும் பொழுது எவ்வளவோ யுகங்களுக்குப் பிறகு கொஞ்சம் நன்றாக இருப்பதைப் போல் உணர்ந்தேன். இது வரைக்கும் என் மீது தொடு சிகிச்சை முறையைப் பிரயோகித்துப் பார்த்த ஆன்மீக வைத்தியர்களை விட இவனுக்குத் தொடு சிகிச்சையில் அபாரத் திறமை இருப்பது போல் எனக்குப் படுகிறது."

அந்தப் பெண்ணின் கணவர் எழுந்து என்னிடம் வந்து என் கைகளை ஆராயத் தொடங்கினார். மிகவும் தெரிந்தவர் போல் கையைத் தொட்டு ஆராய்ந்தார். கொஞ்சநேரம் யோசனையில் ஆழ்ந்தார். பிறகு தீர்மானமாகச் சொன்னார். "இவை நிச்சயமாக ஆன்மீகச் சக்தி படைத்த கைகள்தான். தனக்கு முன் இருக்கும் எந்த ஆன்மீகச் சக்தியையும் க்ளோஈ உள்ளுணர்வால் உணர்ந்துகொள்வாள். அது நிச்சயம். சற்றே அகலம் அதிகமானவையாக, கொஞ்சம் அவலட்சணமாகக் கூட இருக்கும் இந்தக் கைகளில் *தமஸ்* குணம் குறைவாகவும் *சத்வ* குணம் அதிகமாகவும் இருக்கிறது. இதைப் பல பேர் புரிந்துகொள்ள மாட்டார்கள். யாருக்குத் தெரியும்? இந்தப் பிறவியில் இந்தப் பையன்தான் *போதிசத்துவரோ* என்னவோ! ஒரு நீர்நாயின் கைகளை நினைவுபடுத்தும் ஏதோ ஒரு அம்சம் இந்தக் கைகளில் நிச்சயமாக இருக்கிறது. உடனடியாக நினைவுக்கு வருவது ஃபேரோதான்.[1]

"ஆமாம். ஊறுகாய் போடப்பட்ட நீர்நாயின் கை" என்றாள் அந்தப் பெண். "அதை விட ருசியான பண்டம் வேறொன்று உண்டா? ஆன்மாவுக்கு அஞ்சி அதை ருசிக்காமல் விட்டால்தான் உண்டு!"

"பாவத்தின் பரிகாரத்துக்கு அஞ்சி என்று சொல்ல வருகிறாயா க்ளோஈ?" என்று கேட்டார் எ. ட்ரெளம்மான்.

"நீர்நாயின் கைகளை ப்ரேய்தாஃப்யோர்தூரில் துடுப்புகள் என்று சொல்வோம்" என்றார் தளபதி ஹோகென்ஸன்.

"நீர்நாய்கள் ஃபேரோ வம்சத்தைச் சேர்ந்தவை, நம் எல்லோருக்குமே இது தெரியும்தானே?" என்றார் ட்ரெளம்மான். "அதனால்தான் அவற்றுக்குக் கண்களும் கைகளும் மனிதர்களைப் போலவே அமைந்திருக்கின்றன. இந்த அளவுக்காவது அவற்றைப் பற்றி நாம் தெரிந்து வைத்திருப்பது அவசியம். அவை எல்லாமே செங்கடலில் விழுந்து மூழ்கிவிட்டன என்றுதான் நான் எப்பொழுதும் நினைத்துக்கொண்டிருந்தேன். அதன் மீது இப்படியொரு கனத்த *கர்மா* மட்டும் விழாமல் இருந்திருந்தால், அதனுடைய காலகட்டத்தின் வாழ்வியல் அளவுகோல்களின் படி அந்த நாடே மிகவும் உயர்ந்த நிலையில் இருக்கும்.

"என்ன மாதிரியான *கர்மா* அது?" என்று யாரோ கேட்டார்கள். *கர்மா, ப்ராணா, சத்வா* போன்ற சொற்களெல்லாம் நடுப்பரணில் அன்றாடப் பேச்சில் புழங்குபவையாக ஆகிவிட்டிருந்தன.

---

1. ஃபேரோ: ஆதிகால எகிப்திய அரசர்

“அதைப் பற்றிக் கேள்வி கேட்க நமக்கு உரிமையில்லை” என்றார் எ. ட்ரௌம்மான். “நாம் தெரிந்துகொள்ள வேண்டியது இவ்வளவுதான். மக்களைக் கட்டாயப்படுத்தி அடிமைகளாக்கி, அவர்களின் முதுகிலே கற்களை ஏற்றி, பிரமிடுகள் எனப்படும் அந்தக் கூம்பகங்களைக் கட்ட வைத்தார்கள்.”

தொடு சிகிச்சை மற்றும் பிற ஆன்மிக, அமானுஷ்ய சிகிச்சை முறைகளின் குணப்படுத்தும் சக்தி குறித்தெல்லாம் ஓரிரவு மட்டும் தங்கிப் போகவென்று ஞ்யார்ட்விக்கிலிருந்து வந்திருந்த விருந்தினர்கள் நம்பத் தயாராக இருந்தார்கள். தெற்குக் கடற்கரைப் பகுதிகளில் இன்னமும் பின்பற்றப்பட்டு வந்த சாணி மருத்துவ முறையின் மகத்துவம் பற்றிக்கூட அவர்களுக்குச் சந்தேகம் எதுவுமில்லை. ஆனால் லத்தீன் பாட நூல்களைக் கூனிக் குறுகிப் படித்தபடி இருக்கும் இந்தக் காட்டான், ஃபேரோவின் மறுபிறவியாக இருக்கலாம் என்று நம்புவதற்கு அவர்களுக்குச் சிரமமாக இருந்தது.

“அந்த வடக்கத்திக்காரர் கொஞ்சம் கிறுக்குப் பிடித்தவரோ?” என்று அவர்கள் கேட்டார்கள்.

பொழுது விழுந்து மிகுந்த நேரமாகி இருந்தது. வழக்கத்துக்கு மாறாகக் கண்காணிப்பாளர் வீட்டில் இருந்தார். வானிலை சற்றே மோசமாக இருந்தது. மக்கள் யாரும் வீட்டை விட்டு வெளியே செல்லவில்லை. அதனால் அவருக்கு வெளியில் கண்காணிக்க யாருமில்லை. தத்துவார்த்தத் தேடலுக்கான விடைகளுக்காக, அவர் இருக்கும் வேளைகளில் மக்கள் வழக்கமாய் அவரை நாடுவது போல் இப்போதும் நாடினர். இறுதியாக அவர் சொன்னார்:

“நீங்கள் சொல்வதற்கு மாறாக” என்று தொடங்கினார் அவர். “இந்த ட்ரௌம்மான் தம்பதியினர் நடுப்பரணுக்கு வந்த நாள் முதல் கிறுக்குத்தனம் நம்மை விட்டு அகன்று விட்டதாகவே நான் நினைக்கிறேன்.”

நீர்நாய்கள் எல்லாம் ஃபேரோக்கள் என்றும், அவர்களுடைய வம்சத்தின் மறுபிறவிகள் என்றும் கூறுவது பழைய பாட்டிக் கதை இல்லையா என்று அவரைக் கேட்டார்கள்.

“அதைப் பற்றி நான் எதுவும் சொல்லப் போவதில்லை” என்றார் கண்காணிப்பாளர். “*கர்மா* மீதும், வினைகளின் விளைவுகள் குறித்த நியதிகள் மீதும், மறுபிறவிக் கோட்பாட்டின் மீதும், ஆன்மா கூடு விட்டுக் கூடு பாய்வது குறித்தும் கிருஸ்துவ நம்பிக்கையைக் காட்டிலும் அதிக நம்பிக்கை உலகெங்கிலும் பரவலாக இருக்கிறது. ஆசியக் கண்டத்திலிருக்கும் எண்ணற்ற மக்கள் திரள்களும் இந்த மதிப்புக்கும் மரியாதைக்குமுரிய மிகுந்த தம்பதியினர் கொண்டிருக்கும் நம்பிக்கைகளையே கொண்டிருக்கின்றன என்று நினைக்கிறேன். ஐரோப்பாக் கண்டத்திலிருக்கும் நாம், சிறப்பான அம்சங்கள் எதுவுமில்லாத கடல் மேட்டுப்பகுதி வாழ்மக்கள். நம்முடைய ஐஸ்லாந்தைப் போன்ற ஓர் ஒதுகுப்புறத் தீவில் வசிக்கும் மக்களுக்கு எந்த சிறப்பம்சமும் இல்லை. ஓர் ஒதுக்குப்புறத் தீவுக்கான ஞானத்தில்தான் ஐஸ்லாந்தில் வாழும் நாம் நம்பிக்கை கொண்டிருக்கிறோம். உலகின் மிகப்

பெரும் மக்கள்தொகை எவற்றை நம்புகிறதோ அதே நம்பிக்கைகளைக் கொண்டிருக்கும் மக்களைச் சந்திக்கும் பொழுதுதான் எனக்கு இந்த வீடு வீடாக இருக்கிறது."

"அப்படியென்றால் ஞானவான்கள் சொல்வதையெல்லாம் விட்டு விட்டு பெரும்பான்மை மக்கள் நம்புவதைக் கேள்வி ஏதும் கேட்காமல் பின்பற்ற வேண்டுமா?" என்று அவர்கள் கேட்டனர்.

"அண்டங்காக்கையைப் பறவையே இல்லை என்று நான் சொல்ல வரவில்லை" என்றார் கண்காணிப்பாளர். "ஏனைய பறவைகள் எல்லாம் குளிர் காலத்தில் எங்கோ தொலை தூரத்துக்குச் சென்று விடும் பொழுது அண்டங்காக்கையாவது இங்கே இருந்து கொண்டு கரைவது பல நேரம் மனதுக்கு இதமாகவே இருக்கிறது. வேனிற்காலம் தொடங்குவதற்கு ஒன்பது நாட்கள் முன்பாக அது முட்டையிடும் பொழுது அது எல்லாவற்றையும் சரியாகவே செய்கிறது என்று சொல்லத் தோன்றுகிறது. ஆனாலும், அண்டங்காக்கையை விட ஆற்றுக்குருவி நூறு மடங்கு சிறந்த பறவை என்றுதான் சொல்வேன்."

"உலகின் மிகப் பெரிய மக்கள் தொகைக்கு ஃபேரோவைப் பற்றியோ, மறுபிறவியைப் பற்றியோ, வேறெதைப் பற்றியுமோ ஒன்றுமே தெரியாது என்று நான் நினைத்துக்கொண்டிருக்கிறேன்" என்றார் தெற்கிலிருந்து வந்திருந்த விருந்தினர்களுள் ஒருவர். "முட்டாள்களும், அறிவீனர்களும்தான் ஒவ்வொரு கேள்விக்கும் பதில்களைத் தயாராக வைத்திருப்பார்கள் என்று எனக்குச் சொல்லிக் கொடுக்கப்பட்டிருக்கிறது."

"அது இதற்குக் கொஞ்சமும் சம்பந்தமில்லாத விஷயம்" என்றார் கண்காணிப்பாளர். "ஆனாலும் கூட, சரியான முறையில் வடிவமைக்கப்படும் கேள்விகள் பலவற்றிற்கும் நிச்சயமாகப் பதில் இருக்கும் என்றுதான் நான் நினைக்கிறேன். மாறாக, முட்டாள்கள் கேட்கும் கேள்விகளுக்கு அரிதாகவே விடைகள் இருக்கும். அதை விடவும் அரிதாகவே அறிவீனர்களின் கேள்விகளுக்கான விடைகள் இருக்கும்."

"சரி. அப்படியென்றால் எந்தவிதமான சிறை அனுபவமும் இல்லாத ஒரு நபராக, முட்டாளாக அல்லாமல், பொதுவில் மக்கள் கேட்கும் இரண்டு கேள்விகளை நான் உங்களிடம் கேட்கப் போகிறேன். மனிதன் பூமியைவிட சொர்க்கத்துக்குதான் அதிகமும் சொந்தமானவனா? நாவிதர் சட்டத்தைப் பற்றி நீங்கள் என்ன நினைக்கிறீர்கள்?" என்றார் விருந்தினர்.

"ச்சா!" என்றார் கண்காணிப்பாளர். "கழுகு என்றுமே தன்னுடைய தலையைப் பூமிக்குள் புதைத்துக் கொள்ள ஆசைப்படாது. கவிதையில் கூறப்படுவதைப் போல், காற்றின் அரங்கில் கழுகு வசிக்கிறது. அப்படியென்றால் உயரப் பறப்பதென்பது அவ்வளவு எளிய செயலா? அது அவரவர் ஆற்றலைப் பொறுத்த விஷயம். பறப்பதை எளிய செயலென்று சுண்டெலி நினைக்காது. ஏன் பூனையும் கூடத்தான். எல்லோருக்கும் திருப்தியளிக்கும் விடைகளைக் கூறுவது அப்படியொன்றும் எளிதான செயல் இல்லை. மாறாக, எல்லாக் கேள்விகளுக்கும் தானே விடை கூறும் நபர் ஒருவர் இருக்கிறார். கழுகுக்குப் பொருந்தும் விதமாகவும், சுண்டெலிக்குப்

பொருந்தும் விதமாகவும் பதில்சொல்ல அக்கறைப்படாதவர்அவர். அவரைப் பற்றிக் கூற ஆசைப்படுகிறேன். அவர்தான் ப்ரெக்குகாட்டின் ப்யோர்ன். இன்றிரவு நாமெல்லோரும் அவரோடுதான் தங்கப் போகிறோம். நாவிதர் சட்டத்தைப் பொறுத்த அளவில், உங்களுக்கு எங்கே பிரியமோ அங்கே சவரம் செய்து கொள்ளுங்கள்; எப்பொழுது பிரியமோ அப்பொழுது செய்து கொள்ளுங்கள்; எப்படிப் பிரியமோ அப்படிச் செய்து கொள்ளுங்கள். மற்றவர் வழியில் குறுக்கிடாமல் இருந்தால் போதும்."

எ. ட்ரெளம்மான் "கண்காணிப்பாளருக்கு நான் நன்றி சொல்ல வேண்டும்" என்றார். "வடக்கிலிருந்து வருபவர்களுக்குப் பரிந்து பேச, இங்கே தெற்கிலிருந்து முன்வரும் நபர்கள் மிகவும் அபூர்வம். இன்று என் மனைவிக்குத் தொடு சிகிச்சையளித்த இந்தப் பையன் நிச்சயமாக ஒரு ஃபேரோவின் மறுபிறவிதான் என்று உண்மையில் நான் வாதிடவில்லை. *ஆகாச ஆவணங்களில்* இது பற்றிப் படித்துத் தெரிந்து கொண்டாலொழிய அப்படி அடித்துப் பேசுவது முறையல்ல. விஷயம் என்னவென்றால், அந்தப் பையனின் கைகளுக்குக் குணப்படுத்தும் சக்தி இருக்கிறது. அதனால் என் மனைவி கொஞ்சம் சுகமாக உணர்கிறாள். அவன் ஒருவேளை காக்கும் கடவுள் விஷ்ணுவாகவும் கூட இருக்கலாம்."

# 32

# குடித்துறப்பு அரங்கில் நடைபெற்ற அரசியல் கூட்டம்: நாவிதர் சட்ட மசோதா

"உன் கையை என் மேல் வை அல்ஃப்க்ரைமுர்."

ஒவ்வொரு நாளும் இதே கதைதான் தொடர்ந்தது. பள்ளியிலிருந்து வந்தவுடன், மதியத்தின் அமைதியான சூழலில், குறுவறைக்குள் சென்று இந்தப் பெண்ணின் மீது கையை வைத்து, அவளுக்குள் ஒரு அதிர்வலையைப் செலுத்தியவாறிருப்பேன். ஒவ்வொரு முறையும் முறையான நடுக்கத்தை அவள் தவறாது வெளிப்படுத்துவாள். அந்தப் பெண், அவளுடைய கணவர் மற்றும் இவர்கள் இருவருக்கும் மிக நெருக்கமான அவளுடைய மருத்துவர்கள், நோய் தீர்ப்போர் ஆகிய அனைவரின் கருத்துப் படி, நான் ஏற்கெனவே சொன்னது போல், இந்த அதிர்வலையின் மூலம் அந்தப் பெண்ணின் ஆரோக்கியத்தில் தென்பட்ட முன்னேற்றம் ஆன்மிக ரீதியானது, அமானுஷ்ய ரீதியானது. ஆனால், ஒரு நாயின் உடலில் எவ்வளவு எலும்புகள் இருக்கின்றன என்பதைக் கவனமாக எண்ணிக் கண்டுபிடிக்கும் அதே வேளையில், சான்றளிப்பின் அடிப்படையிலோ அல்லது சிறுநீர்ப் பரிசோதனையின் அடிப்படையிலோ உறுதி செய்யப்படாத வரை, அந்த நாய்க்கென்று ஓர் ஆன்மா இருக்க முடியுமா என்று சந்தேகிக்கும் அறிவியல் அறிஞர்கள் இவ்விஷயத்தில் மாறுபட்ட கருத்துகளை ஒருவேளை கொண்டிருக்கலாம். உண்மை என்பது எப்படியிருந்த போதிலும், இங்கே ஒன்றை நான் குறிப்பிட விரும்புகிறேன். இளவேனிற்காலத்தின் ஓர் இனிய காலை நேரத்தில், இந்த அற்புத தம்பதியர் ப்ரெக்குகாட்டிலிருந்து கிளம்பிச் சென்றனர். முழுதாய்க் குணமடைந்த நிலையில், யாருடைய தாங்கலும் தேவையின்றி அந்தப் பெண் நடந்து சென்றாள். நாட்டின் வருங்காலத் தலைநகராகப் போகும் இந்த நகரால், ஆன்மிகத் துறையில் ஓர் அங்கீகரிக்கப்பட்ட முன்னோடியாக, நடக்கப்

போகின்றவற்றைச் சூசகமாகத் தெரிவிக்கும் ஆற்றல் மிக்க கோடங்கியாக, குறி சொல்வோனாக, அறிஞராக, உளவியல் நிபுணராக, மறைஞாநிகளின் அத்யந்த சீடராக, அன்றைய நாளில் புழக்கத்தில் இருந்த இன்னும் வேறென்னவெல்லாமோவாக அவளுடைய கணவர் கிளம்பிச் சென்றார். போதாக்குறைக்கு, பத்திரிகைகளில், ஆன்மிகப் பகுதிகளில் வேறு அவர் எழுதத் தொடங்கியிருந்தார். அது மட்டுமா? ஒரு புத்தம்புதிய முழு உடுப்பையும், காலுறைகளையும் அவர் அணிந்து கொண்டிருந்தார். இந்தப் பெண்ணின் மீது நான் கையை வைத்த முதல் சந்தர்ப்பத்தில், ஒருவன் அவனுடைய சொந்த வீட்டிலேயே தாக்கப்படுவது போன்ற உணர்வு உள்ளத்தின் அடியாழத்தில் எனக்கு உண்டானது. மறுநாளும் அந்தச் செயல் தொடர்ந்த பொழுது என்னை நான் அறிந்து கொண்டதையும் விட, அந்தப் பெண்ணை அறிந்துகொண்ட திகைப்பு அதிகமாகவே இருந்தது. அதன் பிறகு என்னைத் தாக்கி வீழ்த்திய கேள்வி ஒன்றிருந்தது. உண்மையில் யார் முட்டாள்? நானா? இல்லை அந்தப் பெண்ணா? அது பொருட்படுத்த வேண்டாத கேள்வியென்று பிறகு நான் எப்பொழுதுமே நினைத்ததில்லை.

இனி நான் விவரிக்கப் போகும் சம்பவம் நகராட்சித் தேர்தல்களுக்குச் சற்றே முன்பாக நடந்தது. குடித்துறப்பு அரங்கில் ஒரு கூட்டம் நடைபெற்றது. வழக்கம் போல், நாவிதர் சட்ட மசோதாதான் கூட்டத்தின் பேசுபொருள். அரசியலில் என்னை ஈடுபடுத்திக்கொள்ள நான் பழகியிருக்கவில்லை. ஆனாலும், எப்படியோ அங்கே தற்செயலாகப் போய்ச் சேர்ந்திருந்தேன். பேச்சாளர்கள் என்ன சொல்கிறார்கள் என்பதைக் கவனிக்கவும் செய்தேன்.

நீண்ட காலமாகவே ரெய்க்ஜாவிக்கில், நாவிதர் சட்ட மசோதா மிகவும் சங்கடமான பேசுபொருளாக விளங்கி வந்தது. பிரச்சினை என்னவென்றால், நாவிதர்களின் கடைகளை அனுமதிப்பது முறைதானா என்பதுதான். அப்படியே அனுமதிப்பதென்றாலும், என்ன மாதிரியான நெறிமுறைகளை அவற்றுக்கென வகுப்பது? நாவிதர்கள் தங்கள் கடைகளைக் காலை ஆறு அல்லது ஏழு மணியிலிருந்து நள்ளிரவு வரையிலும் திறந்து வைத்து மக்களுக்குச் சவரம் செய்துகொண்டிருப்பதைச் சமூகம் பொறுத்துக் கொள்ள வேண்டுமா? அல்லது, காலை சுமார் ஒன்பது மணிக்குக் கடை திறக்க அனுமதித்து மாலையில் ஒரு நியாயமான நேரத்தில் மூடிவிடச் சட்டமியற்றலாமா?

கூட்டம் நடைபெற்ற அரங்கை நான் அடைவதற்கு நீண்ட நேரம் முன்பிருந்தே வாதப் பிரதிவாதங்கள் நடந்துகொண்டிருந்தன. ஆனாலும் அதற்குப் பிறகும் பேச இருக்கும் நபர்களின் பட்டியல் நீண்டிருந்தது. நான் சென்ற பொழுது, கட்டட அமைப்பாளர் ஒருவர் பேசிக்கொண்டிருந்தார். கண்ணியமாகத் தோற்றமளித்த கனவான் இவர். பெரிய மீசை வைத்திருந்தார். புத்திசாலிகளாக இருக்கும் பலருக்கும் இருப்பதைப் போலவே, இவருக்கும் பேச்சில் தடுமாற்றம் இருந்தது. அவருடைய கருத்துப்படி, காலை நேரத்தில் முகச்சவரம் செய்துகொள்வது என்பது ஒரு கெட்ட பழக்கம் என்றார். தெருவில் போவோர் வருவோரெல்லாம் இந்தப் பழக்கத்தைப் பழகிக் கொள்ள நாம் வழிவகை செய்து கொடுப்பது முறையல்ல என்பது அவர் தரப்பு வாதம். ஒரு கூட்டத்துக்கோ, அல்லது

வைபவத்துக்கோ யாரும் செல்ல வேண்டியிருந்தாலோ, அல்லது, இளைஞர்கள் சக இளைஞர்களை முறையாகவும், கண்ணியமாகவும் பார்க்கப் போக வேண்டும் எனும் நிலையிலோ, அதிலும் குறிப்பாக, நெறிபிறழாத இளைஞர்கள் தாம் திருமணம் செய்து கொள்ளவென்று முறையாக நிச்சயிக்கப்பட்டுள்ள பெண்களை வாரத்தில் ஒருமுறை காணப் போகும் தருணங்களிலோ மட்டுமே முகச்சவரம் ஒருவருக்குத் தேவைப்படுகிறது என்று அவர் தீர்மானத்தோடு கூறினார். ஒரு மனிதன் தன்னுடைய அன்றாட அலுவல்களில் ஈடுபட்டிருக்கும் பொழுதுகளில் முகச்சவரம் என்பது தேவையற்ற கவர்ச்சி என்று அவர் வாதிட்டார். இதையும் மீறி, முகச்சவரத்தை அனுமதிப்பது எனும் நிலையெடுத்தால், அது மாலை ஏழு மணியிலிருந்து எட்டு மணி வரையில் மட்டுமே அனுமதிக்கப்பட வேண்டும். அதிலும் குறிப்பாக, தத்தம் அதிகாரிகளால் அங்கீகரிக்கப்பட்ட வைபவங்களுக்கோ அல்லது பொது நிகழ்சிகளுக்கோ, செல்லும் நபர்களுக்கு மட்டுமே நாவிதர் கடைகள் சேவையாற்ற வேண்டும். வீட்டில் சிகை திருத்திக் கொள்ள இம்மாதிரியான நபர்களுக்கு வாய்ப்பில்லை என்பதற்கான நிரூபணங்களை அவர்கள் காட்ட வேண்டும் என்று நிபந்தனை விதிப்பதை நியாயமற்றது என்று கூற முடியாது. இதுவே அவருடைய கருத்தாக இருந்தது.

அடுத்ததாக, தாடி வைத்த மனிதர் ஒருவர் பேச்சாளர்களுக்கான சாய்மேஜையை நோக்கித் தாவி வந்தார். இவர் கிழக்குப் பகுதியிலிருந்து வந்திருந்த ஒரு விவசாயி. தனக்கென்று குடியுரிமைக்கான சான்றிதழ் ஒன்றைப் பெற்றுக்கொண்டு, லெளகாவேகூரில் ஒரு மளிகைக்கடை வைத்துக்கொண்டு இப்பொழுது காலத்தைத் தள்ளுகிறார். உள்ளூர் விஷயங்களைப் பொறுத்த மட்டில் மிகவும் செல்வாக்கு மிகுந்தவர். ஒரு நாளின் இடையில் நாவிதர் கடைக்குச் சென்று, தங்களுடைய முறை வரும் வரை காத்துக் கிடந்து, நேரத்தை வருந்தத்தக்க விதத்தில் வீணடித்து, பல நேரங்களிலும், வெட்டி அரட்டையிலும், தங்களுடைய சக குடி மக்களைப் பற்றிய பொறுப்பற்ற பொல்லாங்குப் பேச்சிலும் ஈடுபட்டு, போதாதற்கு, நகராட்சியைப் பற்றிக் குறை கூறும் விமர்சனங்களைச் செய்துகொண்டு, நாவிதர்கள் என்று கூறிக்கொள்ளும் போக்கிரித்தனமான நபர்களுக்குக் காசை இறைப்பது, நவீன காலத்தின் மெத்தனத்துக்கும் சோம்பலுக்கும் குறியீடாகி விட்டது என்று இந்தப் பேச்சாளர் வாதிட்டார். ஏனைய சாகச நாயகர்களைப் போலவே, ஹில்டாரெண்டியின் குன்னாரும்[1] கூட எப்பொழுதுமே முடியை மழித்துக் கொண்டதில்லை. தாடியே வளர்வதில்லை எனும் குறைபாடுடைய, பெர்க்தோர்ஷ்வால் எனும் ஊரைச் சேர்ந்த இஞ்சால் தோர்கீர்ஸன்[2] போன்ற விதிவிலக்குகளைக் கணக்கில்

1. ஹில்டாரெண்டியின் குன்னார்: குன்னார் ஹேமன்டாரஸன் எனப்படும், பத்தாம் நூற்றாண்டில் ஐஸ்லாந்தில் வாழ்ந்திருந்த பழங்குடித் தலைவர். ஹில்டாரெண்டி எனும் இடத்தில் வாழ்ந்து வந்ததால் ஹில்டாரெண்டியின் குன்னார் என்றே பரவலாக அறியப்படுபவர்.

2. இஞ்சால் தோர்கீர்ஸன்: இஞ்சால் சாகசங்கள் எனப்படும் ஐஸ்லாந்தின் சாகசக் கதைகளின் முக்கிய நாயகன். பத்தாம் நூற்றாண்டைச் சேர்ந்த இவர் பெர்க்தோர்ஷ்வால் எனும் இடத்தில் வாழ்ந்து வந்த ஒரு வழக்குரைஞர். முகத்தில் முடி எதுவும் முளைக்காமல் மழமழவென்றிருந்தது இவருடைய சிறப்பியல்பு.

எடுத்துக் கொள்ளத் தேவையில்லை. இந்த விவகாரத்தில், இதே போன்ற பாணியைப் பின்பற்ற நினைக்கும் நபர்கள் மாதத்துக்கு ஒருமுறை சவரம் செய்துகொள்வதோடு திருப்திப்பட்டுக் கொள்ள வேண்டும். அதையுமே, நகரிலிருந்து முகமறியா அந்நியர்களை இதெற்கென வரவழைக்காமல், அவரவர் இல்லங்களில், ஆரவாரமில்லாமல், அமைதியாகச் செய்து கொள்ள வேண்டும். ஏனென்றால், சவரம் செய்து கொள்வதென்பது அவரவருக்கான தனிப்பட்ட சடங்கு. அதை அவரவரோடுதான் வைத்துக் கொள்ள வேண்டும். தங்களுக்குத் தொடர்பற்ற ஒன்றைச் செய்யபடுவதும் நிறுவனங்கள் மீது காசையும் நேரத்தையும் வீணடிப்பதைக் காட்டிலும், கை நடுக்கம் உள்ள நபர்கள் வேண்டுமானால் தத்தம் மனைவியரை உதவிக்கு வைத்துக்கொள்ளலாம் என்று அவர் கூறினார்.

அடுத்துப் பேச வந்தவர் கரிய முடி கொண்ட நபர். இவருடைய ஈறு உள்வாங்கியிருந்தது. தொடர்ந்து புகையிலையை மென்று கொண்டே இருந்தார். மேடையைச் சுற்றிலும் அதைத் துப்பியபடியே இருந்தார். மிகவும் சரளமாகப் பேசும் திறன் கொண்டிருந்த இவர், சற்றே உணர்ச்சிவயப்படுபவராகவும் இருந்தார். தனக்குத் தேவைப்படும் நேரங்களில், அது பகலானாலும், இரவானாலும், கை வினைஞர்களை நாடித் தனக்குத் தேவைப்படும் காரியங்களைக் கூலி கொடுத்து செய்து கொள்ளும் சுதந்திரம் தனக்கு இல்லாமற் போகுமானால் தான் இந்த நகரில் வசிக்கவே பிரியப்படவில்லை என்று அவர் கூறினார். நாவிதர்களைப் போலவே, மருத்துவர்களையும் இரவு நேரங்களில் அறுவை சிகிச்சை செய்வது கூடாதென்று தடை விதித்து விடலாம் என்றார்.

ஹில்டாரெண்டியின் குன்னார் தாடி வளர்த்திருந்தார் என்பது அப்பட்டமான பொய் என்று வாதிட்ட அவர், முன்னர் பேசிய பேச்சாளர் அதற்கான சான்றைக் காட்ட முடியுமா என்று சவால் விட்டார். புத்தி சுவாதீனமுள்ள, ஆரோக்கியமான நபர் யாருமே தாடி வளர்த்ததில்லை. தாடி இடைஞ்சலாக இல்லாத பணி என்று எதுவுமே இல்லை. மென்மையான சருமம் கொண்டவர்கள் மட்டும்தான் தாடி வளர்ப்பதுண்டு. அவர்களுடைய தாடியைப் பிடித்து, நகரம் பூராவும் முன்னும் பின்னுமாக இழுத்துச் செல்வதுதான் அவர்களைக் குணமாக்க ஒரே வழி. மனிதர்களின் தாடியை மழிக்கும் நாவிதர் அளவுக்கு இன்றியமையாதவர்கள் சமூகத்தில் வேறு யாருமில்லை. முன்காலத்தில் மருத்துவசேவையும் நாவிதர் சேவையும் ஒரே தொழிலாகவே இருந்தது. அந்தக் காலத்து நாவிதர்கள் மனிதர்களின் தாடியை மட்டும் மழிக்கவில்லை. அவர்களுடைய உடலில் இருந்த கொப்புளங்களைக் கீறி, கட்டிகளை அகற்றி வைத்தியம் பார்த்தார்கள். ஏனென்றால், அவர்களிடம் மிகக் கூர்மையான சவரக்கத்தி இருந்தது. மதிப்புக்குகந்த மனிதர்கள் எல்லோருமே தினமும் முகத்தை மழித்துக் கொள்கிறார்கள். நாவிதரிடம் சென்று முகத்தை மழித்துக் கொள்வதும், அங்கே காத்திருக்கும் பொழுது பொதுநலனைப் பற்றியும், நாட்டின் தேவைகளைப் பற்றியும் சக குடிமக்களோடு அளவளாவுவதும் நல்ல பழக்கமே. எனவே, அது பகலோ இரவோ எதுவானாலும், நாவிதர்களுக்கென்று செலவிடப்படும் பணம், நன்கு செலவிடப்பட்ட பணமே.

அடுத்துப் பேச வந்த நபர், பழுப்பாகிக் கொண்டு வரும் பதனிடப் பட்ட தோலின் நிறத்தில் முகம் கொண்ட, மெலிந்த மனிதர். முன்புறம் நீண்டிருக்கும் அங்கியை அணிந்திருந்தார். கையில் குச்சி சொருகிய கண் கண்ணாடி. கழுத்தை மூடியிருந்த அதிஉயரமான கழுத்துப்பட்டி. முன்காலத்தில், மருத்துவ சிகிச்சையும், சவரத் தொழிலும் ஒன்றாகவே இணைந்திருந்திருந்த போதிலும், அதேபோல் சவரம் செய்வதென்பது ஓரளவுக்கு தாடிக்கான சிகிச்சை என்பதை ஏற்றுக்கொண்ட போதிலும், இப்படி ஒருவரைச் சார்ந்து, ஒருவருக்காகக் காத்திருந்து மேற்கொள்ளப்படும் அந்தத் தொழிலை அறமானதென்றோ, கிருஸ்துவ மதத்தால் ஏற்றுக் கொள்ளப்பட்டதென்றோ, அல்லது சமத்துவப் பண்பாட்டுக்கு உவப்பானதென்றோ கூறிவிட முடியாதபடிக்கு அதன் இயல்பு இருக்கிறது. இன்னொருவரை உங்கள் அடிமையாகவோ அல்லது குறைந்தபட்சம் உங்கள் ஊழியனாகவோ ஆக்குவதற்கு நிகரானது இந்தத் தொழில். இப்படிப்பட்ட ஈனமான சேவை இதில் தொடர்புடைய இருவருக்குமே – இந்தத் தொழிலை மேற்கொள்பவருக்கும் சரி, இந்தத் தொழிலால் பயன்பெறுபவருக்கும் சரி – மாண்புடையது அல்ல. ஒரு குடும்பத்துக்குள் தவிர, வேறு வெளியிடத்தில் இது போன்ற சேவைக்கு இடமில்லை. இது முற்றிலும் உண்மையே. முகத்திலிருக்கும் ரோமத்தை மழுமழுவென்று சவரம் செய்து கொண்டுதான் மக்கள் வெளியே செல்ல வேண்டும். ஆனால், அதே போல, மக்கள் தங்களுக்குத் தாங்களேதான் சவரம் செய்து கொள்ள வேண்டும். தங்களுடைய தாடியையும் தலை முடியையும் வேறு ஒருவர் திருத்துவதற்கு ஒரே ஒரு காரணம்தான் இருக்கக் கூடும். அது என்னவென்றால், தலையில் புழுவெட்டோ அல்லது தாடியில் அரிப்போ ஏற்படும் சந்தர்ப்பம் மட்டும்தான். அப்படிப்பட்ட ஒரு நிலைமையில் ஒருவர் மருத்துவரைத்தான் நாடிச் செல்ல வேண்டும். அன்றைய மாலைப் பொழுதில், ஒழுங்கீனம் மற்றும் சமூக விரோத நடத்தை குறித்து தான் முன்வைக்கும் கருத்துகள் யாவுமே, 1848ஆம் ஆண்டில் மார்க்ஸும் எங்கெல்ஸும் இணைந்து வெளியிட்ட கம்யூனிச அறிக்கையோடும், லண்டன் நகரத்திலிருந்து வெளியான பிற சித்தாந்தங்களோடும், இறுதியாக, பெர்ன்ஸ்ட்டீனின் மறுசீரமைப்புக் கொள்கைகளோடும்[3] முற்றிலும் உடன்பாடு கொள்பவை.

அவரைத் தொடர்ந்து இன்னொரு பேச்சாளர் மேடையேறினார். அவரும் முன்னால் பேசியவர் அளவுக்கு மெத்தப் படித்திருந்தார். செம்பட்டைச்சிகை கொண்ட அரை வழுக்கைத் தலையர் இவர். மீசை ஒழுங்கின்றிக் காடாய் வளர்ந்திருந்தது. சட்டையின் கழுத்துப்பட்டி கசங்கி அழுக்காக இருந்தது. சொற்பமாகவே பற்கள் இருந்தன. மிக வசதியான தொப்பை. மூக்குப்பொடி போடும் பழக்கம் கொண்டவர். இடுப்பு வரை அணிந்திருந்த அவருடைய மேலங்கியின் முனைகள் பன்றியின் காதுகளைப்

---

3. பெர்ன்ஸ்ட்டீனின் மறுசீரமைப்புக் கொள்கைகள்: கார்ல் மார்க்ஸ் முன்வைத்த சமத்துவக் கோட்பாட்டை நடைமுறைப்படுத்த வன்முறையைக் கடைப்பிடிக்காமல், முதலாளித்துவ அமைப்பிலேயே சீர்திருத்தங்களை மேற்கொண்டு அமைதியான முறையில் சமத்துவத்தை நடைமுறைப்படுத்தலாம் எனும் மாற்று சிந்தனையை முன்வைத்த எடுவர்ட் பெர்னஸ்ட்டீன். பத்தொன்பதாம் நூற்றாண்டின் இறுதியில், இவரும், இவருடைய சகாவான ஃபிரெஞ்சு தத்துவஞானி ழான் ழோஹைரஸும் *(Jean Jaurès)* முன்வைத்த மறுசீரமைப்புக் கொள்கைகள் மிகவும் பிரபலமானவை.

போலத் துருத்திக் கொண்டு நின்றன. கோப்பென்ஹேகன் நகரில் *ஆர்வமிகு கல்விமானாக* முப்பத்தைந்து ஆண்டுகளாகத் தான் இயங்கி வருவதை எல்லோருமே அறிவார்கள் என்று அவர் கூறிக் கொண்டார். ஆனால், இது போன்ற கருத்துகளை இதற்கு முன்பாக அவர் கேள்விப்பட்டதே இல்லை. கம்யூனிச மற்றும் பிற லண்டன் சித்தாந்தங்களின் அடிப்படையிலோ, பெர்ன்ஸ்ட்டீனின் மறுசீரமைப்புக் கொள்கைகளின் அடிப்படையிலோ, கிருஸ்துவ மதத்தின் அடிப்படையிலோ சவரம் செய்வதென்பது தாடிகளுக்கான சிகிச்சை எனும் வாதத்தின் அடிப்படையிலோ பேசும் நோக்கம் தனக்கில்லை என்றார் அவர். ஆனால், முகச் சவரம் செய்து கொள்வதை தாடிக்கான சிகிச்சை என்று எடுத்துக்கொண்டால், அது உண்மையில்அசாதாரணமான, மூடநம்பிக்கையின்பாற்படாத சிகிச்சை முறையாக இருக்கும் என்று தான் நினைப்பதாக அவர் கூறினார். வெறுமனே சோப்பை முகத்தில் போட்டு தாடியை மழிப்பதை எளிதாக்கி விடும் இச்சிகிச்சை முறை, வெதுவெதுப்பான மாட்டுச் சாணத்தை முகத்தில் பூசி தலைவலிகளை குணப்படுத்தும் முறையைக் காட்டிலும் நிச்சயமாகச் சுகமான சிகிச்சை முறைதான். முன்னர் பேசிய வங்கி நிர்வாகி, சமத்துவவாதி, இறையியல் அறிஞர், நீண்ட நெடுங்காலமாக ஐஸ்லாந்து நாட்டில் கடைப்பிடிக்கப்பட்டு வரும் மாட்டுச்சாண சிகிச்சை முறையை இது வரை ஏன் கிண்டலடிக்கவில்லை என்று அவர் கேள்விஎழுப்பினார்.

“ஐஸ்லாந்தில் பொதுமக்களுக்கென நாவிதர் கடைகள் இருப்பது மிக அவசியம் என்று நான் கருதுகிறேன். அந்தக் கடைகளில் ஒரு சுகந்த மணம் எப்பொழுதுமே கமன்று கொண்டிருக்கும். அங்கே பணி புரிவோர் வெண்ணிற மேலங்கிகள் அணிந்து மிகவும் நட்புரீதியாக முகமன் கூறி, தங்களுடைய கூரிய கத்திகளை மிகுந்த கவனத்துடன், லாகவமாகப் பயன்படுத்தி, ஒவ்வொரு நாளும் பலரின் தொண்டைக் குழி அறுபடாமல் காப்பாற்றுகின்றனர். இது நிச்சயமாகவே இந்த நாவிதர் சமூகத்தின் மீது குறிப்பிடத்தக்க அளவுக்கு உண்டாகியிருக்கும் ஈர்ப்புக்குச் சான்றாகும். ஆனால், இது தொடர்பான இன்னொரு கேள்வியும் இருக்கிறது. இன்னொருவர் நமக்கு முகச்சவரம் செய்துவிடுவது தகாத செயல் ஆகாதா என்பது. அறம் என்பதைப் பற்றி ஒருநபர் என்ன கருத்துக் கொண்டிருக்கிறார் என்பதையே, இப்படி ஒரு கேள்வி அடிப்படையில் சார்ந்திருக்கிறது. அது மட்டுமல்ல, அப்படிப்பட்ட அற உணர்வுக்கு உண்மையில் அவர் எவ்வளவு மதிப்பளிக்கிறார் என்பதையும் அது சார்ந்திருக்கிறது. வெவ்வேறு நாடுகளில், வெவ்வேறு விதமான மக்கள், அறத்தை எப்படிப் பார்க்கிறார்கள் என்பதை எடுத்துக்காட்ட, ஒரு குட்டிக்கதையை நான் சொல்ல வேண்டும். நீங்கள் அனைவருமே அறிந்திருக்கக் கூடும் – கதே எனும் ஜெர்மானியர் *ஃபாஸ்ட்* எனும் சிறிய நூலை எழுதியிருக்கிறார். ஒரு பெண்ணோடு படுத்துறங்கியதற்காக ஒரு மனிதன் நரகத்துக்குப் போக வேண்டி ஆகிறது. இந்த நூலில் பல்வேறு நிகழ்சிகள் இருந்த போதிலும், நூலின் சாரம் என்னவோ இதுதான். நூலின் இறுதியில் கதே அந்த மனிதனைக் கிட்டத்தட்ட நரகத்தின் வாயில் வரை அனுப்பி விடுகிறார். அவனுக்கும் அது மிக, மிகத் தகுதியான தண்டனைதான். ஆனால் சதுப்பு நிலங்களைத் தூர்வாருவதில்

அவனுக்கிருந்த அக்கறை காரணமாகக் கடவுளின் கருணையால் அவன் காப்பாற்றப்படுவதாகவும், அவனை சொர்க்கத்துக்கு இட்டுச் செல்ல ஒரு தேவதூதனைக் கடவுள் அனுப்பி வைப்பதாகவும் கடைசியில் கதையைக் கதே முடித்து விடுகிறார். ஆனால், இதற்கு நேரெதிராகத் தோன்றும் ஒரு கதையையும் நான் இப்பொழுது உங்களிடம் விவரிக்கப் போகிறேன். சமீபத்தில் நான் கோப்பென்ஹேகனில் இருந்த பொழுது பீட்டர்ஸன் என்றொரு அற்புத மனிதன் அங்கே இருந்தான். செம்பட்டைச்சிகையும், வழுக்கைத் தலையும், கறுத்துப் போன பற்களும் கொண்டிருந்த அவன் சோப்பை அதிகம் பயன்படுத்தியதில்லை. தோற்றத்திலும் குணாம்சங்களிலும் உண்மையில் அவன் என்னைப் போலவே இருந்தான் என்று கூறலாம். ஒரே ஒரு வேறுபாடு என்னவென்றால், அவன் ஒரே நேரத்தில் நாற்பத்தைந்து பெண்களைத் திருமணம் செய்ய நிச்சயிக்கப்பட்டிருந்தான். ஏதோ ஒரு விசித்திரமான காரணத்துக்காக டென்மார்க் நாட்டு மக்கள் இந்த அற்புத மனிதனை நீதிமன்றத்தில் நிறுத்தி, அவனையும், அவனுடைய காதலியரையும் குறுக்கு விசாரணை செய்துகொண்டிருந்தார்கள். அவனுடைய காதலியர் அனைவரும் கண்ணீரும் கம்பலையுமாக, நீதிமன்றத்தில் வரிசையாக நின்று கொண்டிருந்தனர். அவ்வப்பொழுது அவர்கள் ஒருவரை மற்றொருவர் பிறாண்டுவதும், கை கலப்பில் ஈடுபடுவதும், முடியைப் பற்றி இழுப்பதும், ஏன், ஒருவர் மீது மற்றொருவர் காறி உமிழ்வதுமாக இருந்த போதிலும், அவர்கள் அனைவரிடமும் இருந்த ஓர் ஒற்றுமை என்னவென்றால், அவர்கள் அனைவருமே தங்களைத் திருமணம் செய்துகொள்வதாக நிச்சயத்திருந்த அந்த நபர் மீது நீதிமன்றம் கருணை காட்ட வேண்டுமென்று இறைஞ்சினார்கள். ஏனென்றால், அவர்கள் ஒவ்வொருவருமே, அவன் உண்மையாகக் காதலித்த க்ரெட்சன் (அல்லது, மேகி என்று சொல்ல வேண்டுமோ!)[4] தான்தான் என்று திடமாக நம்பினார்கள்.

"அவர்கள் ஒவ்வொருவருமே தத்தம் இதயத்தை அவனிடம் பறி கொடுத்திருந்தார்கள். அவன் விடுதலையாகி வெளியேறி, கொஞ்சம் பீர் அருந்த, தங்களிடமிருந்த கடைசி ஷில்லிங் வரை அவனுக்காக எப்பொழுது வேண்டுமானாலும் செலவழிக்க, அவர்கள் ஒவ்வொருவரும் தயாராக இருந்தார்கள். தன்னைத் தவிர மேலும் நாற்பத்து நான்கு பேருடன் அவன் ஒரே சமயத்தில் உறவு கொண்டிருக்கிறான் எனும் உண்மையையும் மீறி, அவர்கள் ஒவ்வொருவருமே, தனித்தனியாக, பீட்டர்ஸனிடம் எதையோ கண்டிருக்கிறார்கள். அவர்கள் கண்ட அந்த அம்சத்தை அப்படியொன்றும் மிக மேன்மையானதென்றும் மதிப்பிடுவதற்கில்லை. ஆனாலும் அவர்கள் அவனிடம் கண்ட அந்த அம்சத்தின் மேன்மை அப்பழுக்கற்றதாகவே அவர்கள் ஒவ்வொருவரையும் கவர்ந்திருக்கிறது. கடவுளின் முன்பாகவும், மனிதனின் முன்பாகவும் அவர்கள் அவனை மன்னித்து விட்டிருந்தனர். அதோடு, அவனுக்காக அவர்கள் எதையுமே இழக்கவும் சித்தமாயிருந்தனர். அவன் சிறை செல்ல வேண்டி நேர்ந்தால், அவனுக்குப் பதிலாகத் தங்களைச் சிறைக்கு அனுப்ப அவர்களுள் பலரும் கோரிக்கை வைத்தனர். ஒருசிலர் சொன்னார்கள் "இந்த வழக்கில் யாரையாவது குற்றவாளியென்று

---

4. க்ரெட்சன்: கதேவின் காவியமான *ஃபாஸ்ட்*டில் வரும் முக்கிய நாயகியின் பெயர். மார்கரெட் அல்லது மேகி என்னும் செல்லப்பெயரும் இவளுக்கு உண்டு.

மீனும் பண் பாடும் ❋ 237 ❋

முடிவெடுக்க வேண்டுமென்றால் அது அவனாக இருக்கக் கூடாது, நானாகவே இருக்க வேண்டும்" என்று. இதில் எது பெருங்குற்றம் என்று நீதிமான்கள் மணிக்கணக்காக யோசித்துக்கொண்டிருந்தனர். ஒருநபர் நாற்பத்தைந்து பெண்களோடு தொடர்பு கொண்டிருப்பதா? அல்லது, அந்த நாற்பத்தைந்து பெண்களும் ஒரு ஆணுடன் தொடர்பு வைத்திருப்பதா? இதனுடைய தீர்ப்பு என்னவென்றால், பீட்டர்ஸனுக்கு ஐம்பது கரோனா அபராதம் விதிக்கப்பட்டது. காலம் காலமாக, எல்லாப் பெண்பித்தர்களும் இருப்பதைப் போலவே, பீட்டர்ஸனும் ஓட்டாண்டியாக இருந்தான். அதனால் அந்த அபராதத் தொகையை, அவனுடைய காதலியர் அனைவரும் கூட்டாகக் கட்ட நேர்ந்தது. என்னுடைய கணக்குப்படி, அவர்கள் ஒவ்வொருவரும் ஒரு க்ரோனாவும், பதினோரு ஔரரும் தேற்ற வேண்டி இருந்திருக்கும். இங்கே நீங்கள் கவனிக்க வேண்டியது என்னவென்றால், இந்தப் பிரச்சினையை டென்மார்க் நாட்டவர் எப்படி அணுகினார்கள் என்பதைத்தான். நரகத்தைக் காட்டிலும் குறைந்த தண்டனையை அவர்களால் நினைத்துப் பார்க்க முடியாத ஒரு குற்றத்துக்கு தலைக்கு ஒரு க்ரோனாவும் பதினோரு ஔரரும் மட்டுமே டென்மார்க்கில் தண்டனையாக விதிக்கப்பட்டது. நாவிதர் சட்டத்தைப் பொறுத்த அளவிலும் இதே போன்றதொரு நிலைமைதானே?"

நற்செயலா? தீச்செயலா? இந்தக் காரசாரமான விவாதத்திலிருந்து மீண்டு வெளியில் வந்தவுடன் என் மனம் நாவிதர் சட்டத்தைப் பற்றிய முரண்பட்ட வாதங்களை எண்ணியெண்ணிக் குழம்பிக் கிடந்தது. எல்லாக் குற்றவாளிகளுக்கும் உண்டாகும் மனக்கிலேசத்தை நானும் கொஞ்ச நேரம் அனுபவித்தேன். என்னுடைய அப்பழுக்கில்லாத மனசாட்சிக்கு விரோதமாக, என்னுடைய கண்ணியத்துக்குச் சற்றும் பொருந்தாத ஒரு காரியத்தை நான் செய்திருக்கிறேன். ஆனால், பிறருக்கு நல்ல ஆரோக்கியத்தையும், கொஞ்சம் சரசத்தையும் தடை செய்யும் அப்பழுக்கற்ற மனசாட்சிக்கு என்ன மதிப்பிருக்கக்கூடும்? ஒரு மட்டிப் பயலின் கண்ணியம் எந்த அளவுக்குப் பெறுமானம் மிக்கது? இடமோ, வலமோ, குதிரையின் எந்தப் பக்கத்திலிருந்து ஆரோகணித்தால் என்ன? அந்தக் குதிரையின் முதுகில் சேணம் இருக்கிறதா? இவற்றைப் பற்றியெல்லாம் அக்கறைப்பட்டுக் கொண்டா கடவுளும் மனிதனும் இயங்க முடியும்? ஒரு நற்செயல் தீயதாகி விட முடியுமா? ஒரு பெண்ணுக்குப் பயனுள்ளவராக இருந்த காரணத்துக்காக, மீண்டும் மீண்டும் ஒரு வீட்டு விலங்காகப் பிறப்பெடுத்து பிறவிச் சுழலிலிருந்து தன்னை விடுவித்துக் கொள்ள எட்டாயிரம் ஆண்டுகள் வரை காத்திருக்க மகான் சண்டாயாமா தயாராக இருந்தார். அந்தப் பெண் அவர் மீது வாஞ்சை கொண்டிருக்கலாம், அவ்வளவே. ஆன்மாவைப் பொறுத்த மட்டில் எட்டாயிரம் ஆண்டுகள் ஒரு பொருட்டாகி விட முடியுமா? ஒரு நிர்வாண நிலையிலிருந்து மறு நிர்வாண நிலையை எய்தும் வரையிலான சுழற்சியை முடிக்க ஏதும் அவசரம் இருக்கிறதா? அதை அடைய அபரிமிதமான காலம் இருக்கிறதுதானே? நம்முடைய வளர்ப்புப் பிராணிகளின் அழகிய தலைகளை விடவும் உலகத்தில் வேறு உன்னத வடிவங்கள் இருக்கின்றனவா என்ன? எபெனேசர் ட்ரெளம்மானுடைய மனைவி அவரிடம் நடந்தவற்றைச் சொன்னவுடன்,

நான் கடவுள் விஷ்ணுவின் அவதாரமாக இருக்கலாம் என்று அவர் யோசித்தார். ஒருவேளை அது உண்மையாகக் கூட இருக்கலாம்.

ஆனால் ஒரு விஷயம் எனக்குத் தெளிவாகியிருந்தது. இனி மீண்டும் நான் ப்லேலரைச் சந்திக்கப் போவதில்லை. எனக்கு இருந்த ஒரே வருத்தம் இதுதான். பிறவிப் பெருங்கடலில் சிக்கியிராத அந்தப் பெண்ணை, சொர்க்கத்தின் பெண்ணை, நாவிதர் சட்டம் பற்றிய விவாதங்களில் பேசிய செந்நிறத்தலையர் அநியாயத்துக்கும் கிண்டலடித்த அந்த நூலின் இறுதியில் குறிப்பிடப்பட்டிருக்கும் 'பெண்ணின் வடிவில் வந்த முடிவிலி'[5]யை. என் கையை வைத்த கணத்தில், இந்த ஆதர்ச வடிவை அதனுடைய சொர்க்கத்திலிருந்து இழுத்து வந்து பிறவியெனும் தளைகள் மீது கிடத்தி, சதை எனும் சிறைக்குள் திணித்து விட்டேன். இனி எப்போதுமே திரைச்சீலை மீது படியும் நிழலைப் பார்க்கும் நம்பிக்கை எனக்கில்லை. அந்தக் கானல்நீர் மறைந்து விட்டது.

---

5. பெண்ணின் வடிவில் வந்த முடிவிலி: *The Eternal Feminine*– கதேவின் *ஃபாஸ்ட்* காவியத்தின் இறுதி வரியின் முதற்பகுதி.

## 33

## விதி

நான் பல்கலைக்கழக மாணவனாகப் பட்டம் பெற்ற நாளன்று நடுப்பரணில் இருந்தோர் அனைவருக்கும் பாட்டி சூடான சாக்லேட் பாகு செய்து கொடுத்தாள். அது கெட்டியான, கொழுப்புச் சத்துக் கூடிய, திடமான சாக்லேட் பாகு. லவங்கப்பட்டையை அத்தோடு சேர்த்திருப்பார்கள். குளிர்ந்த முட்டை மாவுப் பணியாரத்தையும், அத்தோடு சீனியையும் சேர்த்து அடித்துக் கலந்திருப்பார்கள். இது மாதிரியான சாக்லேட் பாகு இப்பொழுது வீடுகளில் காய்ச்சப்படுவதில்லை. இவர்களைப் போன்ற மனிதர்களோடு சேர்ந்து சாக்லேட் பாகை அருந்துவது எனக்கு வாழ்க்கையில் ஒரு மிகப்பெரிய தருணமாகத் தோன்றியது. உலகின் அமைதிக்கு இவர்களைக் குறியீடாகக் கொள்ளலாம். இவர்களோடு சேர்ந்து வாழும் வாய்ப்பு எனக்குக் கிட்டியது பெரும் நல்வினையே. ஆனால், ஒருசில ஆண்டுகளுக்கு முன் என்னைப் பள்ளிக்கு அனுப்பும் எண்ணத்தைப் பற்றித் தாத்தா என்னிடம் கூறியபோது ஏற்பட்ட, சற்றே மிரட்சியுடன் கூடிய, அதே விட்டேத்தியான உணர்வு மீண்டும் என்னைத் தொற்றியது. ப்ரெக்குகாட் வாயிலின் சுழற்கதவுகள் வரைக்கும் எனக்குக் கிட்டியிருந்த பாதுகாப்புணர்வைப் பறிகொடுக்க நேரிடுமோ என்று ஒருகாலத்தில் மிரண்டேன். பள்ளிக்குச் செல்லும் காலை நேரங்களிலும், மீண்டும் வீடு திரும்பும் மதியப் பொழுதுகளிலும், ஏரியைப் பாதி தூரம் சுற்றி நடந்து தேய்த்த பாதைக்கு மாற்றாக என் முன் வர இருக்கிற புதிய பாதைகளைப் பற்றிய பயம் இப்பொழுது எனக்குள் உதித்தது. இனிவரும் காலங்களில் நான் விழித்தெழப் போகும் காலை வேளைகள் எப்படிப்பட்ட இடங்களாய் இருக்கும்?

"நீ என்ன செய்ய உத்தேசித்திருக்கிறாய் நண்பா?" என்றார் கண்காணிப்பாளர். இந்த அருமையான சாக்லெட்டை எங்களோடு உண்பதற்கென்றே, வழக்கத்துக்குப் புறம்பாக, தன்னுடைய கண்காணிப்புப் பணிகளுக்கு அரை மணி நேர ஓய்வு கொடுத்துவிட்டு இங்கே வந்திருந்தார் அவர்.

நான் பதில் சொல்லச் சற்றே கூடுதலான அவகாசம் எடுத்துக்கொண்டு விட்டேன் என்று நினைக்கிறேன்.

"இந்த நகரத்தையே நிர்வகிக்கும் ஷெரீஃப் பதவிக்குக் கீழான எந்தப் பொறுப்பிலும் நம்முடைய அல்ஃப்க்ரைமுரை என்னால் கற்பனை செய்து கூடப் பார்க்க முடியாது" என்றார் தளபதி ஹோகென்ஸன்.

"தான் என்னவாக ஆகவேண்டுமென்று இந்த ஆசீர்வதிக்கப்பட்ட குழந்தைக்குத் தெரியாதா என்ன?" என்றார் ருனால்ஃபர் ஜான்ஸன். "அது ஒரு பிரச்சினையாக எப்பொழுதுமே இருக்கப் போவதில்லை என்றுதான் நான் நினைக்கிறேன்"

ஆனால் நான் என்னவாக ஆக வேண்டும் என்று அவர் எதுவும் சொல்லவில்லை. நிச்சயமாக, அந்தச் சந்தர்ப்பத்தின் போது சொல்லவில்லை. ஒருவேளை, அந்த நேரத்தில் அந்த வேலையின் பெயரை அவரால் நினைவுக்குக் கொண்டு வர முடியவில்லையோ என்னவோ. இன்னொரு 'போர்க்கப்பலை' அவர் தேடிப்பெற்றால்தான் அந்த வேலையின் பெயர் அவருடைய நினைவுக்கு வரும் என்று எனக்கு நன்றாகவே தெரியும். அது மட்டுமல்ல. தலைமை நீதிபதியாகப் பணியாற்ற தேவையான படிப்புக்குக் குறைவாக நான் எந்தப் படிப்புப் படித்திருந்தாலும் அவர் திருப்தி கொள்ளப் போவதில்லை. இதுவும் என் உள்மனதிற்கு நன்றாகவே புரிந்திருந்தது.

"எனக்கென்னவோ கல்கடிச்சான்மீன்தான் என்னுடைய கனவு என்று தோன்றுகிறது" என்று பாதி கேலியும், பாதி உண்மையுமாய் நான் சொன்னேன். ஏனென்றால், எவ்வளவு லத்தீன் வேற்றுமையுருபுகளை நான் கற்றிருந்த போதிலும், தென் பகுதியில் கிடைக்கும் அனைத்து வகை மீன்களிலும் கல்கடிச்சான்மீனை உயர்வானதாக நினைப்பதை என்னால் மாற்றிக் கொள்ள முடியவில்லை.

"தூ, தூ! நிஜமாகவா?" என்று முகம் சுளிப்பது போல் பேசினார் தாத்தா. சரியாகச் சொல்ல வேண்டுமென்றால், அவருக்கு நான் பேசியதே பிடிக்கவில்லை.

"ஒருவேளை உனக்கென்று பன்னா மீனை உன் தாத்தா மனதில் வைத்திருக்கிறாரோ என்னவோ!" என்றார் கண்காணிப்பாளர்.

"இளவேனிற்காலம் தொடங்கியவுடன் அது பலரையும் குதூகலம் கொள்ள வைக்கிறது என்றாலும் கூட, அந்தப் பருவகாலத்தில் கிடைக்கும் குறுகியகால சந்தோஷம்தான் கல்கடிச்சான்மீன். ஆனால் ஒரு சில வருடங்களில் அது கிடைக்காமலே போவதும்கூட உண்டு. இப்பொழுது குட்மன்ஸன் பண்டகசாலை அதிபரும், அவரைப் போல வேறு சிலரும் பெரிய கப்பல்களையே வைத்துக்கொண்டிருக்கிறார்கள். என்னுடைய சின்னப் படகு கொள்வதைப் போல பத்திருபது மடங்கு அதிகமான மீன்களை அவர்கள் ஒரே தடவையில் பிடித்துக்கொண்டு வந்துவிட முடியும். இப்படிப்பட்ட நிலைமையில் இந்த விரிகுடாப் பகுதியில் வாழும் நானும் என்னைப் போன்ற மற்றவர்களும் முடிந்தோம் என்றுதான் தோன்றுகிறது. இதற்கு வேறு என்ன வழி? குட்மன்ஸனுக்குப் பன்னா

மீன் பிடித்துக் கொடுத்தால் சரிப்பட்டு வருமா என்பதைப் பற்றி ருனால்ஃபர் ஜான்ஸன்தான் சொல்ல வேண்டும். அதனால், நான் என்ன சொல்கிறேனென்றால் பையா, தேவசபையில் சேர்வதற்காக நீ படிக்க வேண்டும். ஐஸ்லாந்தைப் பொறுத்த அளவில், அது எப்பொழுதுமே பயனுள்ள வேலை என்று தோன்றுகிறது. மீனில் கிடைக்காத வருமானத்தை நல்லாயர்கள் வெண்ணையில் பெற்றுக்கொள்கிறார்கள்" என்று முடித்தார் தாத்தா.

எனக்குத் திகைப்பில் கண்கள் அகல விரிந்து விட்டன. தாத்தா நகைச்சுவையாக ஏதோ பேசிக்கொண்டிருக்கிறார் என்றுதான் நான் உண்மையில் நினைத்தேன். ரீங்காரப்பறவைக்கோ, ஏப்பிஸ் என்ற எருதுக்கோ, அல்லது ரா என்ற விக்ரகத்துக்கோ படையலிடுவதை விட்டுவிட்டு, மத வரலாற்றில் நிகழ்ந்த ஏதோ ஒரு சபலத்தில், ஞாயிற்றுக்கிழமை களில் விடாலினின் பிரசங்க நூலைப் படித்த சில தாத்தாக்களின், குடிபோதையில் செய்யப்படாத, அறிவுரைகளின்படிதான் ஐஸ்லாந்தில் ஒருசிலர் நல்லாயர்களாக ஆகியிருப்பார்களோ?

ஆனால், தாத்தா ப்யோர்ன் பேசும் பொழுது உண்மையில் பேசுவது அவரல்ல என்பதைக் கணக்கில் எடுத்துக்கொள்ள நான் மறந்து விட்டேன். ப்ரெக்குகாட்டின் ப்யோர்னுக்கு, ப்யோர்னை விடவும் மிக நெருக்கமான ஒருநபர் உண்டு. அதுதான் என் பாட்டி.

"நினைத்த மாத்திரத்தில் அவனிடமிருந்து எடுத்துச் சென்று விட முடியாத ஒன்றை இந்தச் சிறுவன் க்ரைமுர் நம்மிடமிருந்து பெற்றுக் கொள்ள வேண்டும் என்பதுதான் எப்பொழுதுமே ப்யோர்னின் விருப்பமாக இருந்திருக்கிறது" என்றாள் பாட்டி.

"ஓ, அவர்கள் பாட்டுக்கு வந்து எல்லாவற்றையும்தான் எடுத்துக் கொண்டு போய் விடுகிறார்கள் பெண்ணே" என்றார் ருனால்ஃபர் ஜான்ஸன். "ஒருவர் போனால் இன்னொருவர் என்று வரத்தான் செய்கிறார்கள். அதுவும் எல்லோருமே பழுப்பு நிறக் குதிரைமேல்தான் வந்திறங்குகிறார்கள்"

"யாருக்கும் எவ்விதத் தீங்கும் செய்யாத ஒருவருக்கு, மற்றவர் செய்யும் எந்தச் செயலும், ஒருவிதத் தீங்கையும் செய்துவிட முடியாது" என்றாள் பாட்டி. "படிப்பு என்பது இதயத்துக்கு இதமானது. அது புகழைக் கொண்டு வந்து சேர்க்கக் கூடியது. உங்களிடமிருந்து மற்றவர்கள் எதை எடுத்துச் சென்றுவிட முடியாதோ அதுதான் செல்வம் என்பது."

"என்னுடைய மாடத்தில் இரண்டு பைகள் இருக்கின்றன" என்றார் கண்காணிப்பாளர். "மற்றெல்லாவற்றையும் போலவே இவற்றின் மீதும் காலம் கடந்து போயிருக்கிறது. உண்மையில் இரண்டு பைகளுமே இப்பொழுது காலியாகி விட்டன. ஒரே ஒரு பையில் மட்டும் ஒரு தங்கக்காசு இருக்கிறது. அது உன்னுடையதுதான். அது உனக்கு இன்று வேண்டுமா அல்லது பிறகு எடுத்துக் கொள்கிறாயா?"

அன்று மாலை நான் ஹ்ரிங்ஜராபேரின் கிரிஸ்டினைப் பார்க்கச் சென்ற பொழுது அவள் தனியாக இல்லை. வேறு யாரோ அவளோடு இருந்தார்கள்.

வீட்டில் காலடி வைத்த மறுகணத்தில் இதை நான் உணர்ந்தேன். கதவைத் திறந்தவுடன் அங்கே ஒரு இளம்பெண் அமர்ந்திருந்ததைப் பார்த்தேன். மிக நாசூக்காக உடையணிந்து, நறுமணத் திரவியங்களின் வாசனையோடு, அகன்ற விளிம்பு கொண்ட தொப்பியை அணிந்துகொண்டு, குஞ்சங்கள் வைத்த செந்நிறக் கையுறைகளுடன். அவள் வேறு யாராக இருக்கக் கூடும்? குட்டிச் செல்வி குட்மன்ஸன்தான்! செய்தித்தாளிலிருந்து எதையோ அந்த மூதாட்டிக்கு அவள் உரக்க வாசித்துக்காட்டிக் கொண்டிருந்தாள். அவர்களுக்கு இடையில் இருந்த மேஜைமீது பூக்களும் பழங்களும் இருந்தன.

கதவருகில் என்னைப் பார்த்ததுமே, “பாராட்டுகள் அல்ஃப்க்ரைமுர்!” என்று வாழ்த்துக் கூறினாள் அந்தப் பெண். எழுந்து நிற்காமல், உட்கார்ந்த படியே கைகுலுக்கக் கரத்தையும் அவள் நீட்டினாள்.

“எதற்காக?” என்றேன் நான்.

“இதோ இந்தச் செய்தித்தாளில் உன் பெயர்தான் முதலில் அச்சாகி யிருக்கிறது” என்றாள் அவள். “அல்ஃப்க்ரைமுர் ஹேன்ஸன், ப்ரெக்குகாட். நீ பட்டதாரிக்குரிய குல்லாயை அணிந்து வருவாய் என்று நான் நினைத்தேன்.”

“நீங்கள் இருவரும் ஒருவரை ஒருவர் தெரிந்து வைத்திருப்பீர்கள் என்பது எனக்கு ஆச்சரியமாக இருக்கிறது” என்றேன் நான்.

“இந்தக் குழந்தையைக் கடவுள் ஆசிர்வதிக்கட்டும். இவளுக்கு என்னைத் தெரியவே தெரியாது. ஆனாலும் கூட ஆரஞ்சுப் பழங்களைத் தூக்கிக்கொண்டு இவ்வளவு தூரம் வந்திருக்கிறாள்” என்றாள் அந்த மூதாட்டி. “எவ்வளவு வாசனையாக இருக்கின்றன இந்தப் பழங்கள்! என்னைப் போன்ற கிழடு கட்டைகளுக்கு இதெல்லாம் ரொம்ப அதிகம்!”

“கர்தர் ஹோமின் அம்மா இப்படியெல்லாம் பேசலாமா?” என்றாள் வந்தவள்.

நான் உள்ளே வரும் பொழுது உரக்க வாசித்துகாட்டிக் கொண்டிருந்த *ஐஸாஃபோல்ட்* பத்திரிகையின் மிகச் சமீபத்திய பதிப்பை எதுவுமே சொல்லாமல் என்னிடம் நீட்டினாள். மீண்டும் முதல் பக்கத்திலேயே, கர்தர் ஹோமின் பெரிய புகைப்படம் வெளியாகியிருந்தது. செய்தித்தாள்களில் மறக்கமுடியாத செய்திகளைப் பற்றி எழுதவென்றே இருந்த அசாத்தியமான காவிய நடையில் அந்தப் புகைப்படத்தின் கீழ் வெளியாகியிருந்த குறிப்பு எழுதப்பட்டிருந்தது. என் இளமைக் காலத்தில் நடைமுறையில் இருந்த அம்சம் இது. உதாரணத்திற்கு, அது அரசரைப் பற்றியதாகவோ, மாபெரும் பேரழிவுகளைப் பற்றியதாகவோ, அல்லது மிக முக்கியமான யாரோ ஒருவரின் மரணத்தைப் பற்றியதாகவோ இருக்கலாம்.

“கடல் கடந்து பெறப்பட்டிருக்கும் அறிகுறிகளின் படி, உலகப்பாடகர் கர்தர் ஹோம், கூடிய விரைவில் ஐஸ்லாந்தின் மண்ணில் காலடி பதிக்கப் போகிறார். இந்த உலகப் பிரசித்த ஆளுமை ஃபிரெஞ்சு நாட்டின் எல்லைகளிலிருந்து இங்கே வந்துகொண்டிருக்கிறார். ஆல்ப்ஸ் மலைச் சிகரங்களுக்குத் தென்புறத்தே இருக்கும், உலகின் மற்றொரு பகுதியில் வாழும் மக்களின் இதயங்களைக் குளிர்காலம் முழுவதும் தன் இனிய குரலால் பாடி இவர் மகிழ்வித்துக் கொண்டிருந்தார். இந்த இடங்களில்

இருக்கும் மக்கள் திரள் ஒட்டுமொத்தமாக இவருக்குத் திணறடிக்கிற வரவேற்பை நல்கியிருக்கிறது. அது மட்டுமில்லாமல், அதிமுக்கியமான இளவரசர்களும், இதர மாண்புமிக்க உயர் மனிதர்களும், இவ்வளவு ஏன், போப்பாண்டவருமே கூட இவரை வரவேற்றுப் புகழாரங்களைச் சூட்டியிருக்கிறார்கள். மிகப் பெரிய உல்லாச மாட மாளிகைகளிலும், பெண் தெய்வம் தாலியா வழிபடப்படும் நாடுகளில் எழுப்பப்பட்டிருக்கும் தேவதைகளுக்கான அரண்மனைகளிலும் கூட இவர் வரவேற்று ஆராதிக்கப்பட்டிருக்கிறார்."

"வாடிகன் நகரில் உள்ள புனித பீட்டரின் தேவாலயத்தில் கர்தர் ஹோமைப் பாடச் சொல்லிக் கேட்டபிறகு, கர்தரின் குரல் வானுயர்ந்த நட்சத்திர மண்டலங்களை எட்டி அங்கிருக்கும் தூய ஒளியால் ஜொலிக்கிறது என்று புனித போப்பாண்டவர் பாராட்டினதாகத் தென்பகுதிகளில் கிசுகிசுக்கப்படுகிறது. பாடகரைத் தன்னுடைய முன்னிலையில் வரவழைத்து அவருக்கென்றே பிரத்யேகமான ஆசீர்வாதத்தைப் போப்பாண்டவர் வழங்கினாராம். அத்தோடு, அனைத்து ஐஸ்லாந்தவர்களின் நலம் வேண்டிக் கடவுளிடம் சிறப்புப் பிரார்த்தனையும் செய்து கொண்டாராம்."

இதே ரீதியில் அந்தச் செய்திக் குறிப்பு மேலும் மூன்று, நான்கு பத்திகளுக்கு ஓடியது. ஆனால் அதை மேலும் வாசிக்கத் தேவையின்றி அந்தச் செய்தித்தாளை அந்தப் பெண்ணிடமே திருப்பிக் கொடுத்தேன்.

"ஏசுவே! இந்தச் செய்தித்தாளில் என்ன சொல்லியிருக்கிறதென்று படிக்கக் கூட முடியாத அளவுக்கு நீ பெரிய ஆளாகவும், வல்லவனாகவும் ஆகி விட்டாயோ?" என்றாள் அவள்.

"நான் படித்தாலும் படிக்காவிட்டாலும் அச்சில் வெளியாகும் எல்லாமே உண்மையாகத்தானே இருக்கும். இல்லையா?" என்றேன் நான்.

"உன்னை விடவும் நான் வயதில் மூத்தவள். நான் சொல்கிறேனென்று தப்பாய் எடுத்துக்கொள்ளாதே. இந்த அளவுக்குத் தலைக்கனம் பிடித்தவனாக நீ இருக்கக் கூடாது அல்ஃப்க்ரைமுர்" என்றாள் அவள். "மற்ற மாணவர்களைப் போலவே நீயும் பட்டதாரிகளுக்கான குல்லாயை அணிந்துகொள்வதால் ஒன்றும் குறைந்து விடாது. அதே போல், செய்தித்தாளில் என்ன சொல்லியிருக்கிறதென்று படித்துப் பார்ப்பதாலும். அதிலும் குறிப்பாக, அது உன்னுடைய உறவினரைப் பற்றிய செய்தி என்கிறபோது. அது போகட்டும். நீயும் கூடப் பாடகனாகத்தான் ஆகப் போகிறாயாமே?"

"யார் அப்படிச் சொன்னார்கள்?" என்று கேட்டேன்.

"எனக்கு கிதார் வாசிக்கக் கற்றுத்தரும் நம்முடைய சிநேகிதி சீமாட்டி ஸ்ட்ரூபென்ஹோல்ஸ்தான். வேறு யார்?"

"சரி. நான் கிளம்புகிறேன்" என்றேன். "எப்படியிருந்தாலும், என்னை மன்னித்து விடு. கிரிஸ்டினுக்கு விருந்தினர்கள் வந்திருப்பார்கள் என்று எனக்குத் தெரியாமல் போய் விட்டது."

"நானும் கிளம்ப வேண்டியதுதான்" என்ற அந்தப் பெண் எழுந்து அந்த மூதாட்டியை முத்தமிட்டாள். "இயேசு உங்களோடிருந்து உங்களுக்கு அருள் பாலிக்கட்டும் கிரிஸ்டின். முடிந்த பொழுது மீண்டும் உங்களை நான் வந்து பார்க்கிறேன். நகரம் வரை நீ என்னுடன் வர வேண்டும் அல்ஃப்க்ரைமுர். உன்னோடு கொஞ்சம் பேச வேண்டும்."

இதன் விளைவு என்னவென்றால், நான் அவளோடு அந்த இடத்தை விட்டு வெளியேறினேன். நடைபாதைக்கு வந்தவுடன், இந்தக் குன்றின் இறக்கத்தில் அவளோடு நடப்பது முதன்முறையாக அல்ல என்பதை அவளுக்கு நினைவுபடுத்தாமல் இருக்க என்னால் முடியவில்லை. முந்தைய ஆண்டில், ஒருநாள் காலைப் பொழுதில், நாங்கள் சந்தித்திருந்த பழைய புறக்கட்டு வீட்டின் வாயிற்பக்கத்தைச் சுட்டிக்காட்டி "ஏசுவே! ஆமாம். அதோ அந்தக் கொட்டகையின் கீழ்தான்" என்றாள் அவள். "அப்பொழுது நான் ஒரேயடியாய்ப் பித்துப் பிடித்த நிலையில்தான் இருந்தேன். இல்லையா?"

"ஆமாம்" என்றேன்.

"ஆமாம். ஆனால், நீயும் முட்டாள் போலத்தானே நடந்து கொண்டாய்?" என்றாள் அவள்."அவருடைய காலணிகளை நீ அணிந்து கொண்டிருந்தாயே." பிறகு அவள் எதுவும் பேசாமல் வந்தாள். இருவரும் ஒன்றாகத் தடத்தில் இறங்கி வந்தோம். கடைசியில் பேச்சை மீண்டும் அவள்தான் தொடங்கினாள்.

"என்ன ஒரு விசித்திரமான பெண் அவள்."

"எந்தப் பெண்?" என்றேன்.

"அவருடைய அம்மாவைத்தான் சொல்கிறேன். அவளுக்கு மூன்றாம் முறையாக மலர்களைக் கொண்டு போய்க் கொடுத்து வருகிறேன் இன்னும் ஒரு பயனும் இல்லை. அந்தப் பெண் மனசுக்குள் என்ன நினைத்துக் கொண்டிருக்கிறாள் என்பதை அறிந்து வைத்திருக்கும் உயிருள்ள நபர் ஒருவர் கூட இல்லை. நான் இதை அடித்துச் சொல்வேன். தன்னுடைய சொந்த மகன் பாடிக்கூட அவள் கேட்டதில்லையாம்."

"அவள் மீது உனக்கென்ன அவ்வளவு அக்கறை?" என்றேன் நான்.

"அவர் பாடி நீ கேட்டிருக்கிறாயோ?" என்று அவள் என்னைக் கேட்டாள்.

"இல்லை" என்றேன்.

"ஒரு முறையாவது நேர்மையாக இருந்து உண்மையைப் பேசு" என்றாள் அவள். "உனக்குத்தான் இசையைப் பற்றி எல்லாம் தெரியுமே. சொல்லு."

"நான் ஐஸ்லாந்தின் பாடலைக் கேட்டிருக்கிறேன்" என்றேன். "வேனிற்காலம் முழுவதும் மாட்டு ஈயின் ரீங்காரம்; இடையிடையே பறவைகளின் கீச்சொலி; ஒரு சில வேளைகளில், முன்பனி இலையுதிர் காலத்தின் போது, அன்னப்பட்சியின் கிறீச்சொலியைக் கூடக்

கேட்டிருக்கிறேன். அன்னப்பட்சியின் கிறீச்சொலியைத்தான் டென்மார்க் நாட்டு நாவல்களில் அன்னப்பாடல் என்று குறிப்பிடுகிறார்கள். இவை போக, கப்பல்கள் கரைக்கு வரும் காலங்களில், குடிகாரர்களின் கூச்சலைக் கேட்டிருக்கிறேன். இங்கே, இந்த தேவாலயக்கல்லறை வெளியில், ஒரு *தூய மலர் போலே* பாடலைக் கேட்டிருக்கிறேன்" என்றேன்.

"போப்பாண்டவருக்காக அவர் ஒரு பாடலைப் பாடியிருக்கிறார் என்கிறார்களே. நீ அதைப் பொய் என்றா நினைக்கிறாய்?" என்று அந்தப் பெண் என்னைக் கேட்டாள்.

"தெரியவில்லை" என்றேன் நான். "இயேசு உலகிற்கு மீட்சி கொடுத்த பொழுது யார் உடனிருந்தார்கள்?"

"அவளுடைய மகனுக்குத் திருமணம் ஆகி விட்டதா இல்லையா என்பதையாவது அந்தப் பெண் உறுதிப்படுத்தியிருக்கலாம்" என்றாள் அவள். "ஆனால் அந்த விஷயத்தை மட்டும் அவளிடமிருந்து என்னால் கறக்கவே முடியவில்லை."

"அதற்கும் உனக்கும் என்ன சம்பந்தம்?" என்று நான் கேட்டேன்.

"அதற்கும் எனக்கும் என்ன சம்பந்தம்?" என்று திருப்பிக் கேட்டாள் அவள். "நீ ஒரு காட்டுப்பன்றியாகவே எப்பொழுதும் இருக்கிறாய்."

"ஹ்ரிங்ஜராபேரின் கிரிஸ்டினிடம் நீ எதை எதிர்பார்க்கிறாய்? ஒளிவு மறைவில்லாமல் என்னிடம் நீ சொல்" என்று நான் அவளைக் கேட்டேன்.

"நான் சிறுமியாக இருந்த காலத்திலிருந்து இந்த ஒரு மனிதரைத் தவிர வேறு யாரையும் மனதில் வரித்துக் கொண்டதில்லை. இதுதான் உண்மை. இதில் எந்த ஒளிவு மறைவும் இல்லை. எப்பொழுதுமே அவர் ஒருவரைத்தான் நினைத்துக்கொண்டிருக்கிறேன். எல்லா மனிதர்களையும் விட அவர் உயர்ந்தவர். இதுவும் எனக்கு நன்றாகவே தெரியும். அவருக்கு அப்படியே திருமணம் ஆகியிருந்தால் கூட, காலம் காலத்துக்கும் அவருடைய ஆசை நாயகியாகவே இருந்து விடவும் நான் தயார்தான். ஆனால், இப்பொழுது நான் அதைத் துப்பறிந்து கண்டு பிடித்திருக்கிறேன். கடவுளே, அவருக்குத் திருமணம் ஆகியிருந்திருந்தால் கூட, இப்பொழுது அந்தக் கடந்த கால வாழ்கையை அவர் முழுதாகத் துறந்து விட்டார்" என்றாள் அவள்.

"இந்தப் பைத்தியக்காரப் பிதற்றலை எல்லாம் நீ அப்படியே கிரிஸ்டினிடம் கொட்டி விட்டாயா?" என்று கேட்டேன்.

"நீ எப்படி வேண்டுமானாலும் சொல்லிக் கொள். நீ கண்ணியமான நபர் என்று நினைத்து உன்னிடம் இதை நான் சொல்லிக் கொண்டிருக்கவில்லை. அவருக்கு நீ உறவினன் என்பதால் மட்டும்தான் இதை உன்னிடம் நான் சொல்லிக்கொண்டிருக்கிறேன். அது மட்டுமல்லாமல் நீ இப்பொழுது ஒரு பட்டதாரி மாணவன். இன்னொரு காரணமும் இருக்கிறது. நானும் இதை யாரிடமாவது கொட்டிவிடத் துடித்துக் கொண்டிருந்தேன். உனக்கே தெரியும், போன வருடம் நான் எந்த அளவுக்கு மிரண்டு போயிருந்தேன் என்பது. ஆனால், இங்கே பார் இந்தக் கடிதத்தை."

தன்னுடைய கைப்பையிலிருந்து ஒரு கடிதத்தை உருவி அவள் என்னிடம் கொடுத்தாள். அந்தக் கடிதம் டென்மார்க்கிலிருந்து வந்திருந்தது. அந்த அஞ்சல் முத்திரையின் மீதிருந்த பெயர் ஏற்கெனவே எனக்குப் பரிச்சயமானதைப் போலத் தோன்றியது. சென்ற வேனிற்காலத்தின் போது அதை ஒரு புகைப்படக்காரரின் முகவரி முத்திரையில் பார்த்த நினைவிருந்தது. தேவாலயக் கல்லறைவெளியில் படுத்துறங்கிக் கொண்டிருந்த ஒரு மனிதரிடம் இருந்த ஒரு புகைப்படம் அது. உழைத்து நைந்திருந்த ஒரு முரட்டுப் பெண்ணும் இரண்டு குழந்தைகளும் இருந்த புகைப்படம். இந்த டென்மார்க் நாட்டுக் கடிதத்தின் மீது கண்களை ஓட விட்டேன். கேட்கப்பட்டிருந்த தகவல் குறித்த பதில் கடிதம் அது. கர்தர் ஹோம் எனும் பெயர் அந்தப் பகுதிகளில் யாரும் அறிந்திராத ஒன்று என்பதைப் போல அதில் எழுதப்பட்டிருந்தது. அங்கே, யாரும் அறிந்த அளவுக்கு, ஐஸ்லாந்து நாட்டைச் சேர்ந்த எவரும் அந்த நகரில் வசிக்கவில்லை என்றும் அந்தக் கடிதத்தில் குறிப்பிடப்பட்டிருந்தது. நகரின் சதுக்கத்தில் சிறிய கசாப்புக் கடை வைத்திருந்த ஒரு பெண்ணைத் திருமணம் செய்திருந்த ஹேன்ஸன் – இவர் ஷ்லெஸ்விக் என்ற ஊர்க்காரர் – என்பவரைத் தவிர, ஐஸ்லாந்தோடு எந்த விதத்திலேனும் சம்பந்தப்பட்ட வேறு யாரும் அந்தப் பகுதியில் வசிக்கவில்லை. அந்த ஹேன்ஸனும் கூட, மிகவும் ஒதுங்கி வாழும் ஒரு நபர்தான். ஏனைய நகரவாசிகளோடு அதிகமாய்க் கலந்து பழகாதவர். வீட்டை விட்டு நீண்ட காலத்துக்கு வெளியில் சென்று விடுபவர். ஐஸ்லாந்து நாட்டின் துறைமுகங்களிலிருந்து ஸ்பெயின் நாட்டுக்குக் கருவாடு ஏற்றிச் செல்லும் கப்பலில் ஓரிருமுறை மேல்தளக் கடைநிலை ஊழியராக இவர் பணி புரிந்திருக்கிறார். அந்தக் கடிதத்தின் இறுதியில் ஓர் அலுவலக முத்திரையும், புரியாதபடிக்கு ஒரு கையெழுத்தும் காணப்பட்டன.

“என்னிடம் எதற்காக இதை நீ காட்டுகிறாய்?” என்று நான் அவளைக் கேட்டேன்.

“அது ஏதோ என்னுடைய கற்பனை, அல்லது ஏதோ தப்பபிப்பிராயம் என்பதை நீ புரிந்து கொள்ளத்தான். அவர் விரைவில் இங்கே வரப் போகிறார் என்று உனக்குத் தெரியாதா? குட்மன்ஸன் பண்டகசாலையின் பொன்விழாக் கொண்டாட்டங்களின் போது அப்பா அவரைப் பாடுவதற்கென்று அழைத்திருக்கிறார். இது கூடவா உனக்குத் தெரியாது? இப்படிக் கடிதம் எழுதி அவரைப் பற்றி நான் விசாரித்தது சிறுபிள்ளைத்தனமான செயல்தான். ஆனால் என்னால் பொறுத்துக் கொள்ள முடியவில்லை. எப்படியாவது இதை ஊர்ஜிதப்படுத்திக் கொள்ள நான் துடித்தேன். ஏனென்றால், நான் மட்டுமே அவருக்காகக் காத்திருக்கிறேன். அவர் மீண்டும் எனக்குக் கடிதம் எழுதியிருக்கிறார். இந்த முறை அவர் வரும் பொழுது எனக்காகவே அவர் வருகிறார் என்பதும் எனக்குத் தெரியும். ஒரு புதிய வாழ்க்கையைத் தொடங்கவே அவர் இங்கே வருகிறார்.”

34

# கர்தர் ஹோமின் மூன்றாவது வருகை

மூன்றாம் கிரிஸ்டின் எனும் அரசன் ஒருவன் டென்மார்க்கிலிருந்தான். இவன் மாபாதகன். எங்கள் நாட்டைச் சேர்ந்த பேராயர் ஜான் யெரசன்[1] என்பவரை இவனுடைய ஒற்றர்கள் தூக்கு மேடைக்கு அழைத்துச் செல்லும் நேரத்துக்குச் சற்று முன்னதாகப் பேராயருக்கு ஆறுதல் கூறிப் போப்பாண்டவர் ஒரு கடிதம் எழுதியிருந்தார். அந்த நாளிலிருந்து ஐஸ்லாந்து நாட்டுக்காரர்கள் எல்லோரும் போப்பாண்டவருக்கு நன்றிக் கடன்பட்டவர்களாக இருந்தோம். பேரரசர்களைக் காட்டிலும் போப்பாண்டவர்கள் உயர்ந்தவர்களோ என்ற ஐயம் நீண்ட காலமாக எங்கள் மனதில் இருந்து வந்தது. ஆனால் இன்று வரையிலும், மத நம்பிக்கையைப் பற்றிப் போப்பாண்டவர் திருவாய் மலர்ந்தருளிய அந்த ஒரே ஒரு விஷயத்தை மட்டும், உண்மைக்குச் சற்றும் சம்பந்தமில்லாததாக, ஒருசில நேரங்களில் கொஞ்சம் எள்ளி நகைக்கக் கூடியதாகக் கூட இருந்ததென்று நாங்கள் கருதியிருக்கிறோம். என்றாலும் நான் ஏற்கெனவே குறிப்பிட்டிருக்கும் அந்த நிகழ்ச்சி (வாடிகன் நகரில் உள்ள புனித பீட்டரின் தலைமைத் தேவாலயத்தில் நடைபெற்றிருந்த கர்தர் ஹோமின் இசைக்கச்சேரி) நடை பெற்றதாகச் செய்தி வந்த போது, போப்பாண்டவர் நிச்சயமாகத் தவறிழைக்க மாட்டார் என்று கண்ணை மூடிக் கொண்டு நம்பும் நிலையில் நாங்கள் இருந்தோம். இவ்வுலகிற்கு மீட்சி கிடைத்த நேரத்தில் நாங்கள் எவ்வளவு விலகி இருந்தோமோ, அதே போல் இப்படி ஒரு நிகழ்ச்சி நடந்திருந்ததாகக் கூறப்படும் நேரத்தில், அதைக் கண் கொண்டு பார்க்கும் தூரத்தில் நாங்கள் இருந்திருக்க வில்லை. சரியாகவோ, தவறாகவோ, போப்பாண்டவர் மீது பல்வேறான, சற்றும் சாத்தியமல்லாத கோட்பாடுகள்

---

1. பேராயர் ஜான் யெரசன்: (1484 – November 7, 1550) ஐஸ்லாந்து நாட்டைச் சேர்ந்த ரோமன் கத்தோலிக்கப் பேராயர். ப்ராட்டஸ்டன்ட் சீர்திருத்தங்களை ஐஸ்லாந்தின் மீது வலியத் திணித்ததை எதிர்த்துப் போராடியதற்காக மரண தண்டனை விதிக்கப்பட்டவர்.

சுமத்தப்படுவதுண்டு. அப்படிப்பட்ட கோட்பாடுகளுள் ஒன்றை நம்பும் முரண்நிலைக்குள் நாங்கள் தள்ளப்பட்டிருந்தோம்.

வாடிகன் நகரில் உள்ள புனித பீட்டரின் தலைமைத் தேவாலயத்தில் நடைபெற்றிருந்த இசைக்கச்சேரிக்குப் பிறகு, இந்த வேனிற்காலத்தில், ஐஸ்லாந்தில் கர்தர் ஹோமின் புகழ் முன்னெப்போது இருந்ததைக் காட்டிலும் உச்சத்தில் இருந்தது. எனவே, ப்ரெக்குகாட்டிலிருந்த ஓர் இளம் பட்டதாரிக்கு இப்படிப்பட்ட ஒரு மனிதர் சென்ற ஆண்டில் ஹ்ரிங்ஜராபேரின் வைக்கோல் கிடங்கில் அவருடைய காலணிகளை உண்மையாகவே தனதோடு பரிமாற்றம் செய்துகொண்டிருக்கிறார் என்பதை நம்புவது கடினமாக இருந்தது. இதில் வியப்பேதுமில்லை.

என்னுடைய காலணிகள் என்னவாயின என்று கர்தர் ஹோமிடம் கேட்ட பொழுது, “ட்ரெக்கிலிஸ்விக் எனும் இடத்துக்கு மீன்பிடிப் படகில் சென்று கொண்டிருந்த டென்மார்க் நாட்டைச் சேர்ந்த கடலோடி ஒருவருக்கு அவற்றைக் கொடுத்து விட்டேன்” என்று சொன்னார்.

அந்த வேனிற்காலத்தின் பின் பகுதியில், குட்மன்ஸன் பண்டகசாலையின் பொன்விழாக் கொண்டாட்டங்களின் பகுதியாக இந்த நகரத்தின் மக்களை மகிழ்விக்க உலகப் பாடகர் இங்கே வந்து தங்கியிருந்த நாட்களில், அவருக்குக் குற்றேவல் புரியும் பணி எனக்குத் தரப்பட்டிருந்தது. இப்பணி என்னிடம் ஒப்படைக்கப்பட்டதற்குத் குட்மன்ஸன் பண்டகசாலையின் பரிந்துரைதான் காரணமாயிருக்கும் என்று நினைக்கிறேன். இந்த முறை, பண்டகசாலையின் விருந்தினராகப் பாடகர் வந்து தங்கியிருந்தார். எனவே, ஹோட்டல் டி ஐஸ்லாந்தேவில் மூன்று அறைகள் கொண்ட ஆடம்பர இருப்பிடத்துக்குக் குறைவாக அவரைத் தங்க வைப்பது முடியாது என்றாகிவிட்டது.

வந்தவுடனே, ஃப்ரெட்ரிக்ஸனின் அடுமனையில் ஐந்து – ஔரர் கேக்குகள் பன்னிரண்டும், மருந்துக் கடைக்காரர் மைக்கேல் லூந்திடமிருந்து சமையல் சோடா உப்பும் வாங்கி வரச் சொல்லி கர்தர் ஹோம் என்னை அனுப்பிவைத்தார். முந்தைய சந்தர்ப்பங்களில் அவரை நான் பார்த்தபோது அவர் அணிந்திருந்த உடுப்பை இப்பொழுது அவர் அணிந்திருக்கவில்லை. அதைவிட இது ஒன்றும் மேலானதாக இருக்கவில்லை. ஆனால் அப்பொழுதுதான் தையற்காரரிடம் தைத்து வாங்கி வந்ததைப் போல் புத்தம் புதிதாக இருந்தது. பாடகருமே கூட, முன்பு பார்த்தபோது இருந்த அளவுக்கு உடல் தளர்ந்தவராகத் தோன்றவில்லை. அவரிடம் காணப்பட்ட மாற்றம் ஒன்றேதான். அது என்னவென்றால், அவருடைய இளமைக்காலப் புகைப்படத்தில் தென்பட்ட சுவர்க்கத்தின் ஒளி இப்பொழுது முற்றிலுமாக மங்கியிருந்தது. இந்த ஒளிப் பிழம்பு என் நினைவில் ஆழமாகப் பதிந்திருக்கும் ஒன்று. அந்த ஒளி நிரம்பியிருந்த இடத்தில் இப்பொழுது உலகப்புகழின் புன்முறுவல் தவழ்ந்து கொண்டிருந்தது. அவர் யாரிடமாவது பேசிக் கொண்டிருக்கும்பொழுது அந்தப் புன்னகை அவருடைய முகத்தை விட்டு அகன்றதேயில்லை. ஆனால், அவர் தானாக இருக்கும் பொழுதுகளில், அலுப்பின் முகச்சுளிப்பாக அந்தப் புன்னகை உருமாறிப்போகும். அவருடைய தோற்றத்தில் தென்படுகிற கமுக்கத்தால் அவரை யாருமே

எளிதில் அணுகத் தயங்கினார்கள். மனநோய்க் காப்பகத்தில் இருப்போரின் முகத்தில் இயல்பாகத் தெரியும் பாவத்தை ஒத்திருந்திருந்தது அவருடைய முகத்தோற்றம். பத்தொன்பதாம் நூற்றாண்டின் தலைசிறந்த மேதைகள் மற்றும், புகழ்பெற்ற மனிதர்களின் நிரந்தர அடையாளமாகி விட்ட அதே முக பாவம். குறிப்பாக, *லெ ஃப்ளூர்ஸ் டு மால்*[2] எனும் புத்தகத்தின் முகப்பில் அச்சாகியிருக்கும் மரச்செதுக்கு ஓவியத்தின் ஜாடையை வைத்து முடிவு செய்வதென்றால், அப்படியே கவி பாதெலேரின் முகபாவம்.

நொடிக்கொரு முறை முகம் பார்க்கும் கண்ணாடியை நோக்கி நடந்து, தன்னைத் தானே ஆராய்ச்சிசெய்து கொள்பவரைப்போல் உற்றுநோக்கி, பலவிதமான முக பாவங்களையும் அவர் பயிற்சி செய்துகொண்டிருந்தார். தலைமுடிக்கு ப்ரில்லியன்ட்டைன் எனும் கேசவர்த்தினியையும் கைகளுக்கு கிளிசரினையும் தடவிக் கொண்டு அவர் ஒவ்வொருமுறை பயின்ற முகபாவமும் முன்னதை விடவும் போலித்தனமானதாக இருந்தது. தன்னுடைய மேலங்கியை எடுத்து அதை உள்ளும் புறமும் மிக உன்னிப்பாகப் பார்த்து அதில் தென்படும் பிரிந்த நூல் இழைகளை கவனமாகப் பிய்த்தெடுப்பார். மிகுந்த கனமான அவருடைய பிரயாணப் பெட்டிகளைப் பல்வேறு விதமாக அடுக்க என்னை உதவிக்கு வைத்துக்கொள்வார்.

இப்படியாக ஒவ்வொரு பெட்டியும் ஆக மேலாகவும் ஆகக் கீழாகவும் இருக்கும் முறை எப்படியோ வந்துவிடும். திடீரென்று அவருக்கு இது போன்ற வேலைகளைச் செய்யவென்று அந்தக் கட்டடத்தில் ஊழியர்கள் இருப்பது நினைவுக்கு வந்து, மணியை அடிக்கத் தொடங்குவார். ஒரு முறை க்ரீம் கேக்குகளை வெட்ட கத்தி கொண்டுவருமாறு கேட்டார். கத்தியைக் கொண்டு வந்து கொடுத்தவுடன், இந்த வேலைக்கு ஃபோர்க் மிகவும் தோதாக இருக்கும் என்று அவருக்குத் தோன்றியது. ஃபோர்க்கைக் கொண்டு வந்தவுடன் அதற்கு பதிலாக ஒரு தேக்கரண்டியை கொண்டு வரச் சொன்னார். கடைசியில் அந்தக் கேக்குகளை அவர் விரல்களாலேயே பிட்டுச் சுவைத்தார். பிறகு கைகளைத் துடைத்துக் கொள்ள நாப்கின் கொண்டுவரச் சொன்னார். ஆனால், நாப்கின்னைக் கொண்டுவந்து கொடுத்தவுடன், தன்னுடைய கைக்குட்டையிலேயே கைகளைத் துடைத்துக் கொண்டார்.

மிகவும் புதிரான வாக்கியங்களாக அவர் அடிக்கடி பேசிக் கொண்டிருப்பார். அவை ஒன்றுக்கொன்று முரண்பட்டதாகவே இருக்கும். ஒருசில நேரங்களில், வாக்கியத்தை முடிக்காமல் பாதியிலேயே நிறுத்தி விடுவார். ஏனென்றால், அது ஏதோ ஒரு விதமாக முடிந்துவிடும். அல்லது, அர்த்தமே இல்லாததாகக் கூட முடிந்துவிடும். அதே போல், தான் பேசிக்கொண்டிருப்பதற்குச் சற்றும் தொடர்பில்லாத எதையோ யோசித்துக்கொண்டிருந்ததைப் போல், நாம் பேசிக்கொண்டிருப்பதைக்

---

2. லெ ஃப்ளூர்ஸ் டு மால்: *தீமையின் மலர்கள்* என்று ஆங்கிலத்தில் மொழிபெயர்க்கப்பட்டுள்ள பிரெஞ்சுக் கவி பாதெலேரின் கவிதைத் தொகுப்பு. 1857ஆம் ஆண்டு வெளியான இத்தொகுப்பு குறியீட்டுக் கவிதைக்கும் நவீனக் கவிதைக்கும் மிக முக்கிய பங்களிப்பைச் செய்திருக்கிறது.

காது கொடுத்துக் கேட்க மாட்டார். அப்படியே கேட்டாலும் அதைத் தொடர்ந்து கேட்க மாட்டார். ஆனால் ஒருசிலநேரங்களில் மிக இயல்பான உரையாடலின் இடையில் யாராவது சொல்லும் மிகச் சாதாரண அவதானிப்புக்குக் கூட, தூக்கத்திலிருந்து விழித்துக் கொண்டவரைப் போலத் திடுக்கென்று பதில் சொல்வார். இது போன்ற அற்ப விஷயம் ஏதோ மறைபொருளை அவருக்கு உணர்த்தி விட்டதைப் போல, கண்கள் மின்ன, இருக்கையை விட்டு எழுந்து கொள்வார். ஆனால், மறுகணமே தன் எண்ணங்களுக்குள் மூழ்கிப் போவார். அதிமுக்கியமான எதையாவது பற்றிக் கேட்டால், எப்பொழுதுமே, கொஞ்சமும் சம்பந்தம் இல்லாத வகையில் பதில் சொல்வார். அவர் தன்னைச் சுற்றியிருந்தவர்களைப் பகடி செய்துகொண்டிருக்கிறாரா? தனிப்பட்ட விவகாரங்கள் குறித்து அவரிடம் கேள்வி எழுப்புவதைப் போன்ற வீணான வேலை மற்றொன்றில்லை. உதாரணத்துக்குப் போப்பாண்டவர் பற்றி அவர் என்ன நினைக்கிறார் என்பதைப் போல்.

அவருடைய நடத்தையில் இதற்கு முன் என் கவனத்துக்குத் தப்பியிருந்த விசித்திரங்களை இப்பொழுது நான் கவனிக்க நேர்ந்தது. ஒருவேளை இவற்றையெல்லாம் கூர்ந்து கவனிக்கும் அளவுக்கு நான் அவரோடு அதிக காலம் பழகவில்லை என்பது காரணமாக இருக்கலாம். கொஞ் சமும் எதிர்பார்க்காத நேரத்தில் தன்னுடைய சட்டைப் பையிலிருந்து பென்சிலையும், காகிதத்தையும் எடுத்து வைத்துக்கொள்வார். காகிதங்கள் பெரும்பாலும் துண்டுச் சீட்டுகளாகவே இருக்கும். பிறகு அவற்றில் சிக்கலான எண்களை எழுதி ஏதோ கணக்குகளைப் போட்டவாறிருப்பார். அவருடைய கணிதமுறையை என்னால் புரிந்துகொள்ள முடிந்ததில்லை. அதைக் குறித்துக் கேள்வி கேட்பது முறையென்றும் நான் நினைத்தில்லை. அதே போல் அவர் என்ன எழுதிக் கொண்டிருக்கிறார் என்று தெரிந்து கொள்ள நான் முனைப்பாகவும் முயன்றதில்லை. முகத்தைச் சுளித்து, பல பெருமூச்சுகளை விட்டு, இந்தக் கணக்கில் நீண்ட நேரம் ஆழ்ந்து போன பிறகு, மீண்டும் தன் நிலைக்குத் திரும்புவார். நினைவு தப்பியவரைப் போல் சுற்றும் முற்றும் பார்த்து, தான் ஏதோ வேறு யோசனையில் ஆழ்ந்து போனதற்காக மன்னிப்புக் கோரும் விதத்தில் உடனிருப்பவர்களைப் பார்த்து ஒரு புன்னகையை உதிர்ப்பார். அதே நேரம், "எனக்கு இதன் முடிவு என்னவென்று தெரியும்; என்றாலும் நான் இதை யாரிடமும் சொல்லிக் கொண்டிருக்கப் போவதில்லை" என்பதைப் போன்ற ஒரு எதிர்ப்புணர்வு பார்வையில் கொப்பளிக்கும். இப்படி முடிவே இல்லாமல் அவர் போட்டுக் கொண்டிருந்த கணக்குகள் எல்லாமே வெறும் பணம் சம்பந்தப்பட்டவைதானா?

ஆனால் ஒன்று மட்டும் நிச்சயம். தீரவே தீராத அளவுக்கு, அலட்சியமாகச் சுருட்டி வைக்கப்பட்ட பணத்தாள்கள் அவருடைய அங்கிப் பையில் இருந்தன. தவறிப் போய்க் கீழே சிதறும் பணத்தை, அது ஒரு ஆட்டை விலை கொடுத்து வாங்கும் அளவுக்கு இருந்தாலும், குனிந்து எடுக்க அவர் தன்னை வருத்திக் கொண்டதேயில்லை. க்ரீம் கேக்குகளை வாங்கி வர என்னை வெளியே அனுப்பிய போதெல்லாம் என் கை நிறையப் பணத்தாள்களைத் திணிக்க அவர் தவறியதில்லை.

“இது தேவைக்கு மிகவும் அதிகமானது” என்றேன் நான். “ஒரு க்ரோனாவே போதும்.” அல்லது நகைச்சுவையாக, “சும்மா நடந்து போய் வேண்டுமளவுக்குப் பணத்தை எடுத்துக்கொண்டு வரும் இடம் என்று ஏதாவது இருக்கிறதா என்ன?” என்று கேட்டேன்.

“ஒருநாளிரவு நீ உன்னிடமிருக்கும் பணமெதுவும் அன்றைய தினம் செலவழிக்கப்படவில்லை என்பது தெரிந்து ஆச்சரியப்படுகிறாய்” என்று அவர் பேசத் தொடங்கினார். “மறுநாள் காலை நீ சீக்கிரமே எழுந்து உனக்கென்று ஒரு தொப்பியை வாங்குகிறாய். தொப்பியை வாங்கிய பிறகும் பையில் கொஞ்சம் பணம் மிச்சமிருக்கிறது என்று தெரிந்துகொள்கிறாய். ஒரு நண்பனை அழைத்துக்கொண்டு, அல்லது இரண்டு மூன்று பேரைக் கூட்டிக் கொண்டு, ஒரு உணவு விடுதிக்கு வருகிறாய். அங்கே இருக்கும் மது, ஆகச் சிறந்த உணவு வகைகள் என்று வயிறு முட்டச் சாப்பிடுகிறீர்கள். அதற்கு மேல் ஒரு கவளம் கூடச் செல்லாது என்ற நிலையில் உணவு விடுதியை விட்டு வெளியே வருகிறீர்கள். அப்பொழுதுதான் தெரிகிறது, நீ உணவு விடுதிக்குள் இருந்த பொழுது இன்னொரு பெரிய வேட்டை சிக்கியிருக்கிறதென்று. இந்தக் குப்பையைக் கையைவிட்டு உதறி விடுவதற்காக, உடனே உணர்ச்சிப் பெருக்கில் ஓடிப் போய், தோட்டத்துடன் கூடிய வீடு ஒன்றை விலைக்கு வாங்குகிறாய். ஆனால், வீட்டைக் காசு கொடுத்து வாங்கியவுடன் பார்த்தால் உன்னுடைய பணம் இந்த வியாபாரத்தால் பல்கிப் பெருகியிருக்கிறது. ப்ரெக்குகட்டின் ப்யோர்னாலோ, அல்லது உன் பாட்டியாலோ எப்பொழுதும் புரிந்துகொள்ள முடியாத ஒருவிதமான பித்து நிலை இப்பொழுது உன்னைப் பிடித்து ஆட்டுகிறது. நீ உலகைச் சுற்றிச்சுற்றி வருகிறாய். நீ போகுமிடங்களிலெல்லாம் பார்க்கும் நலிந்த ஊர் சுற்றிகளுக்கு இரு கைகளாலும் பணத்தை வாரிக் கொட்டுகிறாய். உனக்கு வரும் கடிதங்களைப் பிரித்துப் பார்க்கக் கூட உனக்கு பயமாக இருக்கிறது. ஏனென்றால் அவையாவும் ஒரே விஷயத்தையே திரும்பத் திரும்பச் சொல்லிக்கொண்டிருக்கும்: ‘எவ்வளவு என்று கணக்கே வைத்துக் கொள்ள முடியாத அளவுக்கு உலக முழுவதிலுமுள்ள வங்கிகளில் உனக்கிருக்கும் வைப்புநிதி இருப்புகள் கண்ணிமைக்கும் வேகத்தில் வளர்ந்து கொண்டிருக்கின்றன’.”

“என்ன நடந்தது?” என்று கேட்டேன்.

“ஒன்றும் நடக்கவில்லை” என்றார் அவர்.

“இது ஒரு பழைய தேவதைக் கதை. உலகை வெற்றி கொள்ள வேண்டும் என்று ஆசைப்படுகிறாய். ஒரு மந்திரவாதியிடம் பயிற்சியாளனாகச் சேர்கிறாய். அவன் உனக்கு ஒருசில சூட்சுமங்களைச் சொல்லிக் கொடுக்கிறான். ஒருநாள் காலை, அவன் போய்ப் பிச்சை எடுத்துவிட்டு வரும் நேரத்திற்குள் வாயிலில் இருக்கும் பீப்பாயில் உன்னைக் கொஞ்சம் நீரை நிரப்பி வைக்கச் சொல்கிறான். கேணியிலிருந்து தண்ணீரை எடுத்து வருவது ஒரு கேவலமான வேலை. அதனால் நீ ஒரு சூட்சுமத்தைப் பிரயோகம் செய்து பார்க்கலாம் என்று நினைக்கிறாய். முதல் சூட்சுமத்தை உச்சரிக்கிறாய். வாளி தானாகவே கிணற்றுக்குச் சென்று நீரை மொண்டு வருகிறது. ஆனால் பீப்பாய் நிரம்பியதற்குப் பிறகும் வாளி தண்ணீரை

மொண்டு வருவதை நிறுத்தவில்லை என்றவுடன் அதை நிறுத்த நீ, இரண்டாவது சூட்சுமத்தைப் பிரயோகம் செய்ய நினைக்கிறாய். ஆனால், அதன் விளைவாக வாளி முன்னை விட வேகமாகச் செயல்பட்டு, வீட்டையே நீரால் மூழ்கடித்து விடுகிறது. இதைப் பார்த்துப் பதறி, நீ மூன்றாவது சூட்சுமத்தைப் பிரயோகிக்கிறாய். இப்பொழுது நரகமே கீழிறங்கினாற் போல் ஆகிவிடுகிறது. அந்த இடமே விரைவில் மூழ்கிப் போய் விடுகிறது. ஆனால், அந்த வாளியோ தொடர்ந்து நீரை மொண்டு மொண்டு ஊற்றியபடியே இருக்கிறது."

"அப்படியானால், அந்த மந்திரவாதி என்ன ஆனான்?" என்று நான் கேட்டேன்.

"அவன் நகரின் ஏதோ ஒரு மூலையில், படிகளில் குறுகி உட்கார்ந்து கொண்டு, கைகளை நீட்டி யாசித்துக் கொண்டிருக்கிறான். அவனுடைய கந்தலாடையைக் காற்று கத்தியாய் ஊடுருவிக் கொண்டிருக்கிறது. உனக்கே தெரிந்திருக்கும், மந்திரவாதி என்றுமே லாபத்தில் கவனம் கொள்வதில்லை."

35

# நாடாக்களும் அணிமுடிச்சுகளும்

கர்தர் ஹோம் வந்து சேர்ந்த அன்று, பிற்பகல் பொழுதில், "வீட்டுக்குப் போய் நல்ல ஆடை அணிந்து சுத்தமாய் வா. ஹோட்டல் டி லா குட்மன்டூரில் நடக்கும் ஒரு விருந்துக்கு உன்னைக் கூட்டிக் கொண்டு போகப் போகிறேன்" என்றார். அது ஒருநீளமான, பழைய பாணிக் கட்டடம். கடைகளுக்கானது. ஷ்லெஸ்விக்–ஹோல்ஸ்ட்டைன்[1] பகுதியிலிருந்து சென்ற நூற்றாண்டில் ஐஸ்லாந்துக்கு வந்து சேர்ந்திருந்த ஒரு வணிகரின் பெயரோடு ஒட்டிக் கொண்டிருந்த யூத குடும்பப்பெயரால்தான் பழைய ஆட்கள் இந்தக் கட்டடத்தைக் குறிப்பிடுவார்கள். இந்தக் கட்டடத்தின் உள்ளே மூன்று பிரிவுகள் இருந்தன. முதலாவது பிரிவு உணவுப் பொருள்களுக்கானது. உலகின் பல்வேறு மூலைகளிலிருந்தும் கிடைத்த மிளகு, கிராம்பு, லவங்கப் பட்டை போன்ற வாசனைப் பொருள்கள் விற்கப்படும் பகுதி என்பதால், அதைக் 'காலனியச் சரக்குகள்' பிரிவு என்று வாடிக்கையாளர்கள் குறிப்பிட்டார்கள். அதற்கு அடுத்ததாக, வாயிற்கதவின் மீது குட்மன்ஸன் பண்டகசாலை என்று கருப்பு வண்ணத்தில் பெரிய எழுத்துகளில் எழுதப்பட்ட பெயர்ப்பலகையோடு இருந்த பிரிவில் சின்னச் சின்ன சாமான்களும், உலர்பொருட்களும் விற்கப்பட்டு வந்தன. கடைசியாக இருந்த பகுதி 'பட்டைச்சாராயம்' எனும் பொருள்படும் 'ஷ்நேப்ஸ்' என்கிற அடித்தட்டு ஜெர்மன் மொழிச் சொல்லால் அழைக்கப்பட்டு வந்தது. டென்மார்க் நாட்டவர்கள் இறக்குமதி செய்திருந்த இந்தச் சொல், மதுபானப் பிரிவைக் குறித்தது. ஒருகாலத்தில் உணவுப்பிரிவும், சாராயப் பிரிவும் ஒரே பிரிவாகத்தான் செயல்பட்டு வந்தன. ஆனால், மீன்பிடித் தொழில் வளர வளர, மக்களிடம் அதிகமாகப் பணம் புரளத் தொடங்கியதால் குடிகாரர்கள் கடையின் வாயிற்பகுதியிலேயே உட்கார்ந்து குடிக்கத் தலைப்பட்டார்கள். உணவுப் பொருள்களை வாங்கிச் செல்ல வந்த பெண்களுக்கு வழி விடாமல், பாடிக் கும்மாளமிட்டு, சச்சரவிட்டுக் கொண்டிருந்தார்கள் இந்தக் குடிகாரர்கள்.

1. ஷ்லெஸ்விக்–ஹோல்ஸ்ட்டைன்: ஜெர்மனியின் பதினாறு மாகாணங்களுள் வடகோடியில் இருக்கும் மாகாணம்.

இதனால் உணவுப்பிரிவுக்குக் கொஞ்சம் அமைதியான சூழலை ஏற்படுத்த வேண்டி, சாராயம் கட்டடத்தின் ஓரத்துக்கு இடம் மாற்றப்பட்டது.

வணிகரின் குடியிருப்பு இந்தக் கட்டடத்தின் முதல் தளத்தில் இருந்தது. இந்தக் குடியிருப்பில், எடுத்த எடுப்பிலேயே, நான்கு அல்லது ஐந்து வரவேற்பறைகள் காணப்பட்டன. ஆனால், கீழ் தளத்தில் இருக்கும் கூச்சலும் கும்மாளமும் மேலே கேட்காத அளவுக்குப் போதுமான ஏற்பாடுகள் இந்தக் குடியிருப்பில் செய்யப்பட்டிருக்கவில்லை.

அன்று புழக்கத்திலிருந்த வணிகர் இல்ல அமைப்பின் படியே, இந்தக் குடியிருப்பிலும் அறைகளின் கூரைகள் சற்றுத் தாழ்வாகவே இருந்தன. வெண்ணிற வர்ணம் பூசிய சாளர அடுக்குகளின் மீது வைக்கப்பட்டிருந்த மண்தொட்டிகளில் ஜெரேனியம், ஃப்யூஷியா போன்ற உஷ்ணப் பிரதேச அலங்காரக் களைச்செடிகள் முளைத்துக் கிடந்தன. இந்த மண்தொட்டிகளைப் பளபளக்கும் செம்புக்கலன்களுக்குள் வைத்திருந்தார்கள். இந்தச் செம்புக்கலன்களின் மீது பச்சை வண்ண நாடா சுற்றப்பட்டு நாடாவின் நடுவில் ஒரு பெரிய அணிமுடிச்சும் கோர்க்கப்பட்டிருந்தது.

சொல்லப்போனால், இந்த இல்லத்திலிருந்த ஒவ்வொரு பொருளின் மீதும் நாடா சுற்றப்பட்டு அதன் நடுவில் அணிமுடிச்சு கோர்க்கப்பட்டிருந்தது. சாளரத் திரைச்சீலைகளுமே கூட உச்சியில் ஒரு பெரிய அணிமுடிச்சால் சுற்றப்பட்டும், நுனியில், பட்டாலான சின்ன அணிமுடிச்சுகளால் இணைத்துக் கட்டப்பட்டிருந்தன. நீள் இருக்கைகளின் குறுக்காக அகலமான பட்டு நாடா சுற்றப்பட்டு, எருதின் பிட்டம் அளவுள்ள ஒரு அணிமுடிச்சால் கட்டப்பட்டிருந்தது. யாரும் கவனக்குறைவாக இருக்கையில் சாய்ந்து விட முடியாது. சாய்ந்தால் அந்தப் பூதாகர அணிமுடிச்சு முதுகைப் பதம் பார்த்து விடும். அங்கே வீற்றிருந்த பீங்கான் நாய் பொம்மைகள் கூடக் கழுத்தில் அணிமுடிச்சை அணிந்திருந்தன. ரொட்டியை வைத்து எடுத்து வரப் பயன்படும் தாம்பாளங்களின் மீதும் நிலக்கரி வைக்கும் தட்டுகளின் மீதும் கூட அணிமுடிச்சுகள் அலங்கரித்துக்கொண்டிருந்தன. கேனரி என்றழைக்கப்படும் மஞ்சள் சிட்டின் கூண்டிலும் கூட ஒரு ஊதா நிறப் பட்டுத்துணியாலான அணிமுடிச்சு காணப்பட்டது. ஏதோ தரையில் மறைந்திருக்கும் எரிதிட்டுகள் தன்னுடைய மென்பாதங்களைத் தீய்த்து விடுமோ என்று அஞ்சியபடி, அங்கேயிருந்த பூனையொன்று காற்றில் வாலையாட்டிக்கொண்டு கவனமாக அடியெடுத்து வந்துகொண்டிருந்தது. இந்தச் செல்லப்பூனையின் கழுத்தில் கூட ஒரு நீலநாடாவும் ஒரு அணிமுடிச்சும் கவனமாகச் சுற்றப்பட்டிருந்தன. இந்த வகையான நாகரிக பாணிக்கான மூலம் எங்கேயிருந்து வந்ததென்று தெரியாது. ஆனால், அந்தக் காலத்தில் இவை போன்ற நாடாக்களும், அணிமுடிச்சுகளும் டென்மார்க் பேரரசில் இருந்த ஒவ்வொரு வசதியான குடும்பத்திலும் நாகரிக பாணியாகப் பின்பற்றப்பட்டு வந்தது.

ஒருவழியாக வீட்டிலிருந்த அவ்வளவு நாடாக்களையும், அணிமுடிச்சுகளையும் நான் பார்த்து விட்டேன். இவை போக அந்த வீட்டில் வேறென்ன இருந்தது?

இதற்குப் பிறகு என் ஆர்வத்தை அதிகமும் ஈர்த்த விஷயம் இந்த இல்லத்தின் மூத்த தலைமுறைதான். அதிலும் குறிப்பாக, வயது முதிர்ந்த பெண்கள். அவர்களுள் ஒருசிலர் உண்மையில் மிகவும் புராதனமாகத் தோற்றமளித்தார்கள். என்னுடைய இளமைக்கால நாட்டின் எதிர்காலத் தலைநகராக உருவாகக்கூடிய இந்த நகரின் உயர்குடிக் குணாம்சமாக பெரும் பண்ணையார்களும், சிறு கடைக்காரர்களும் கலந்த ஒரு சமுதாயம்தான் விளங்கியது. அதற்கான வாழும் உதாரணத்தை இந்த இல்லத்தில் பார்க்க முடியும். இந்தத் தலைநகரில், மொத்த வணிகத்தில் ஈடுபடும் பெரும் வணிகர்களுக்குக்கூட சிறு கடைக்காரர்களைப் போன்ற ரசனையே இருக்கிறது என்று சமீபத்தில் பத்திரிகைகளில் அயல்நாட்டவர்கள் குறிப்பிட்டிருந்தார்கள். என்னுடைய வளர் பருவத்தில், சிறு கடைக்காரர்கள் ரசித்த அழகான பொருள்களைப் பெரும் பண்ணையார்களும் ரசித்தார்கள். அதே போல் பெரும் பண்ணையாளர்களின் ரசனைக்கு உகந்தவற்றைச் சிறு கடைக்காரர்களும் நேசித்தார்கள் என்று கூறுவது உண்மைக்குப் புறம்பாகாது. இதில் மிகவும் பெரிய அதிசயம் என்னவென்றால், ஐஸ்லாந்தின் பாரம்பரிய உடையணிந்து, முழுக்க முழுக்க ஐஸ்லாந்தின் பண்பாட்டைப் பிரதிபலிக்கும் இந்தப் பெண்கள், நம்ப முடியாதபடிக்கு, அவ்வளவு அதிகமான டென்மார்க் மொழிச் சொற்களைத் தங்களுடைய உரையாடலில் பயன்படுத்தினார்கள். கடைக்காரர்கள் பேசும் இந்த டச்சுச் சாயல் ஜெர்மன் வட்டார வழக்கில் இந்தப் பெண்களுள் ஒரு சிலர் உரையாடிக் கொண்டிருப்பதை நானே கேட்டிருக்கிறேன். நாங்கள் அறிந்த வகையில், வேறு எந்த அயல்நாட்டு மொழியும் இதன் அளவுக்கு எங்களுடைய ஐஸ்லாந்து மொழியிலிருந்து மாறுபட்டிருக்கவில்லை. இவர்கள் ஐஸ்லாந்து மொழியில் பேசும் பொழுது, வடக்கு ஜெர்மனியிலும், டென்மார்க்கிலும் பேசப்படுவதைப் போல், அடிவயிற்றிலிருந்து பல சொற்களை உச்சரிப்பார்கள். மிகுந்த உணர்ச்சியுடனும், ஏன், நிஜமாகவே அனுபவித்தும் அவர்கள் ஐஸ்லாந்து மொழியைப் பேசுகிறார்கள் என்று கூட சொல்லத் தோன்றுகிறது. அப்பொழுது இருந்த ஐஸ்லாந்துக் கலாசாரத்துக்கும் இப்பொழுது இருக்கும் கலாச்சாரத்திற்கும் இடையில் காணப்படும் உண்மையான வேறுபாடு என்னவென்றால், இப்பொழுதெல்லாம், துரதிர்ஷ்டவசமாக இந்த அடிவயிற்று உச்சரிப்பைப் பழகிக்கொள்ளும் இளைய தலைமுறையினர், ஒரு மருத்துவரை நாடி, இந்த அடிவயிற்று 'ற்' ஒலியை நுனிநாக்கு 'ர்' ஒலியாகத் திருத்திக் கொள்கிறார்கள். மற்றபடிக்கு, டென்மார்க் நாட்டினருக்கே உரித்தான பரிவு, நற்பண்புகள், நகைச்சுவையுணர்வு ஆகியவற்றை நினைவுபடுத்தும் விதமான எந்த அம்சமும் நான் மேலே குறிப்பிட்ட இந்த முதிய பெண்மணிகளிடம் தென்படவில்லை.

இந்தப் பெண்களாகட்டும், அல்லது அவர்களுடைய கணவன்மாராகட்டும், இவர்கள் எல்லோருமே இளைய குட்மன்ஸனின் மனைவி வழி வந்த உறவுக்காரர்கள்தான். கணக்குப்பிள்ளைகளாகவும், அரசு அதிகாரிகளாகவும், பல்வேறு வகையான மூத்த எழுத்தர்களாகவும் பணியாற்றிய இந்தக் கணவன்மார்கள் எல்லோருமே என் நினைவிலிருந்து முற்றாய் அகன்று விட்டார்கள். இளைய குட்மன்ஸனின் ஆண் வழி உறவு என்று சொல்லிக் கொள்ள இருந்தவர் முதிய ஜான் குட்மன்ஸன்

மட்டும்தான். நான் பார்த்த பொழுது, ப்ரெக்குகாட் பேச்சுவழக்குப்படி, உண்மையில் அவர் கொஞ்சம் 'உணவு செல்லாதவராகவே' இருந்தார். முண்டும் முடிச்சுமாக, கூன் விழுந்து வளைந்து, உதிரும் நிலையில், எந்நேரமும் தடியூன்றியபடி அவர் தோற்றமளித்தார். மலைகளில் தென்படும் பாறைச் செதில்களுக்கு அவருடைய முகத்தை ஒப்பிடலாம். அதை விடவும், இப்படிப்பட்ட வயோதிகர்களை அச்சமூட்டும் வழிபாட்டு உருவங்களுக்கு ஒப்பிடுவது இன்னமும் உண்மைக்கு நெருக்கமாக இருக்கும். அதிலும், அவ்வகையுருவங்கள் அடிக்கடி வழிபட ஏற்றதாகவே உண்மையில் செதுக்கப்படும். இவ்வகை முதியவர்கள் ஏனையோரைக் காட்டிலும் அதிக எண்ணிக்கையிலான கப்பல்களுக்குச் சொந்தக்காரர்கள் என்பதும் அப்படியொன்றும் அனுகூலமில்லாத விஷயமுமில்லை. ஆனால், எல்லோரும் சொல்கிற அளவுக்கு முதிய ஜான் குட்மன்ஸன் புத்திசாலியா என்று சந்தேகிக்க எனக்கு ஒரு காரணமும் அகப்படவில்லை. குறைந்த பட்சம், தங்களுடைய வாடிக்கையாளர்களோடு ஒப்பிடும்பொழுது மதுபான வணிகர்கள் எந்த விதத்தில் புத்திசாலிகளாக இருந்தார்களோ, அதே விதத்தில் இவரும் புத்திசாலியாக இருந்தார், சந்தேகத்துக்கிடமின்றி.

ஐஸ்லாந்தின் தென்பகுதியில் இருக்கும் மிக வறிய குப்பங்களுள் ஒன்றான மிட்நஸிலிருந்து இங்கே வந்தவர்தான் முதிய ஜான் குட்மன்ஸன். அவருடைய காலத்தில், ஐஸ்லாந்தில் இருக்கும் குப்பங்களில் வாழ நேர்ந்த ஓட்டாண்டிகள் யாரும் வளம் மிகுந்தவராக வாழ வேண்டுமென்று ஆசைப்பட்டால், முழுக்க முழுக்கப் பட்டினி கிடந்து காசை மிச்சப்படுத்தி, அதில் சாராயத்தை வாங்கி, புயலால் தரைதட்டிப் போகும் மீனவத் தோழர்களுக்கு ஆயிரம் மடங்கு லாபத்தில் அதை விற்றுப் பிழைப்பதைத் தவிர வேறு வழியேதும் இருந்ததில்லை. ரெய்க்ஜேன்ஸ் பகுதியில் இருக்கும் ஒரு குப்பத்தில், சாப்பாட்டுப் போசியிலிருந்து தன்னுடைய தோழர்களுக்குச் சாராயம் விற்கத் தொடங்கிய வணிக வாழ்க்கையின் ஆரம்ப அத்தியாயத்தில், ஒரு கற்குடிலின் மீது ஜான் குட்மன்ஸன் பொருத்தியிருந்த, நைந்து போன, அதே சிறிய பெயர்ப்பலகைதான் இன்று வரையிலும் இந்தப் பண்டகசாலையின் நடுப்பிரிவின் மீது தொங்கிக்கொண்டிருக்கிறது. குட்மன்ஸன் பண்டகசாலை என்று கொட்டை எழுத்தில் பெயர்ப்பலகையை வர்ணத்தில் எழுதி தன்னுடைய கடையின் வாயில் மீது தொங்கவிட வேண்டும் என்பது இவருடைய வணிக வாழ்க்கையின் ஆரம்பக் கால லட்சியம். ஆனால், டென்மார்க் நாட்டவர்களுக்கே உரித்தான 'குட்மன்ஸன்' (நல்ல மனிதரின் மகன் எனும் அர்த்தத்தில்) என்ற பெயர் மட்டும் ஏனோ இந்த முதியவருக்குப் பொருந்தி வரவில்லை.

தங்களுடைய கடையின் முன்னாள் ஊழியரான கர்தர் ஹோமிடம் ஏதோ வாழ்த்தை முனகலாய்த் தெரிவித்த முதியவர், "ஆமாம், யாரிந்த இளம் ஜந்து?" என்று தன்னுடைய பேத்தியிடம் விசாரித்தபடி என்னைத் தன் கைத்தடியால் குத்தினார்.

"தாத்தா, இவர்தான் அல்ஃப்க்ரைமுர். பட்டதாரி" என்றாள் குட்டிச் செல்வி குட்மன்ஸன். அவளுடைய கழுத்தில் சிவந்த மருக்கள்

தென்பட்டன. அவளுடைய மூக்கின் நுனியில் வியர்வை அரும்பியிருந்தது. அவள் கிட்டத்தட்ட மூச்சடைத்த நிலையில் இருந்தாள்.

"அஸ்க்ரைமுர்?" என்று கேட்டார் முதியவர். "யார் வீட்டுப் பையன்?"

"ப்ரெக்குகாட்டின் ப்யோர்னுடைய வளர்ப்பு மகன் இவர்" என்றாள் குட்டிச்செல்வி குட்மன்ஸன்.

"ப்ரெக்குகாட்டின் ப்யோர்னா?" என்றார் வணிகர் ஜான் குட்மன்ஸன். "எனக்கு அவரை நன்றாகவே தெரியுமே. மிட்நஸைச் சேர்ந்த மேக்னஸ் என்பவருக்காக நாங்கள் இருவரும் ஒன்றாகப் படகோட்டியிருக்கிறோம். எங்கள் இருவருக்கும் ஓர் ஒற்றுமை இருக்கிறது. நாங்கள் இருவருமே குடிப்பதில்லை. ஆனால் இருவருக்கும் இருந்த வித்தியாசம் என்னவென்றால், ப்யோர்னுக்கு வாழ்க்கையில் ஒரு லட்சியமும் இருந்ததில்லை. அவர் எப்பொழுதுமே மிகுந்த வறுமையில்தான் வாழ்ந்திருக்கிறார். கூலிக்காரர்கள், வீடிழந்தவர்கள், அமெரிக்காவில் குடியேற விரும்பும் அகதிகள் ஆகியோரைத் தவிர வேறு உயர்ந்த மனிதர்கள் யாரும் அவருடைய வாசலைத் தேடி வருவதில்லை என்று நான் கேள்விப்பட்டிருக்கிறேன். ஆனால் இந்த ப்யோர்ன் மிகவும் சிக்கனமான மனிதர். உலர்ந்த கல்கடிச்சான்மீனை அவரளவுக்குப் பதப்படுத்தத் தெரிந்தவர் இங்கே, ஃபேக்ஸஃப் முழுவதிலும் யாருமே கிடையாது. அவருடைய பையன்கள் யாரையும் கீழே இருக்கும் கடைகளுள், ஒரு கல்லாவில் வேலைக்கு வைத்துக்கொள்ள எனக்கு எந்தத் தயக்கமும் இருக்காது" என்றார் கிழவர்.

மேலும் மூன்று அதிமுக்கிய விருந்தாளிகளைப் பற்றிக் குறிப்பிட நான் மறந்துவிடக்கூடாது. இவர்களைக் கண்டுகொண்டு கொள்ளாமல் விடுவது சிரமம். முதலாவது நபர், 'சாகசப் போர்க்கோடரி' என்று ஒரு சில ஐஸ்லாந்தவர்கள் குறிப்பிடும் என்னுடைய இசை குரு, சீமாட்டி ஸ்ட்ரூபென்ஹோல்ஸ். போதுமான அளவுக்கு கௌரவமாக இவரைப் பற்றி நான் ஏற்கெனவே குறிப்பிட்டு விட்டேன் என்பதாக எனக்கு நினைவு. அடுத்ததாக நான் கூற வேண்டியது முனைவர் ஃபாஸ்ட்டுலஸைப் பற்றி. கர்தர் ஹோமோடு இணைந்து, பண்டகசாலையின் பொன்விழா வைபவத்தில், உயரமான தொப்பிக்குள்ளிருந்து புறாக்களை வரவழைக்கும் தந்திரத்தைப் பொதுமக்களுக்கு நிகழ்த்திக் காட்டவென்று கோபென்ஹேகனிலிருந்து வரவழைக்கப்பட்டிருப்பவர். நாவிதர் சட்டம் பற்றி நடைபெற்ற விவாதங்களின் போது குறிப்பிடப்பட்டிருந்த ஜெர்மன் நாட்டு முனைவர் ஃபாஸ்ட்டை இந்த முனைவர் ஃபாஸ்ட்டுலஸ் எனக்கு நினைவுபடுத்தினார். ஒரே வித்தியாசம் என்னவென்றால், இவர் ஃபால்ஸ்ட்டர் என்ற ஊரைச் சேர்ந்தவர். ஜட்லாந்துப் பகுதிகளில் கூடும் சந்தைகளில் இவர் வித்தை காட்டிப் பேர் வாங்கியவர். ஓரளவுக்கு மனஇறுக்கம் கொண்ட இந்தக் குடும்ப வைபவம் களை கட்டுவதற்கு, அசலான டென்மார்க் நாட்டுக் குணாம்சங்களான முகமலர்ச்சியையும் புதிதுபுதிதாய் எதையாவது செய்துகொண்டே இருக்கும் வற்றாத திறனையும் இணைத்து முனைவர் ஃபாஸ்ட்டுலஸ் ஒரு முக்கிய பங்காற்றினார்.

அதேபோல், இன்னொருவரையும் நான் மறவாமல் குறிப்பிட்டாக வேண்டும். அவர்தான் அந்த நீள்அங்கியணிந்த, மதிப்பைக்கோரும்

ஆகிருதி கொண்ட செல்வந்தர். ஈட்டி மரத்தால் ஆன, வெள்ளிப்பூண் போட்ட கைத்தடி, தங்க வளையமிட்ட விழி ஆடி, பந்தாவான தோற்றம், கூரையின் மேற்புறத்தையே எந்நேரமும் உற்று நோக்கிக் கொண்டிருக்கும் பருந்துப்பார்வை, எஃகைப் போல் விறைத்திருக்கும் மணிக்கைப்பட்டி, நீள்அங்கியின் மடிப்புகளில் படிந்திருக்கும் மூக்குப்பொடி சகிதம் இவரைத் தெருக்களில் அடிக்கடி பார்க்கலாம். இவர்தான் *ஐஸாஃபோல்ட்* பத்திரிகையின் ஆசிரியர். பாராளுமன்ற உறுப்பினரும் கூட. ஆனால் இவரைத் 'தேசியக் கவி' என்று நான் கூற மாட்டேன். ஏனென்றால், ஐஸ்லாந்தில் முக்கிய நபர்கள் என்று சொல்லத்தக்க ஒவ்வொரு இரண்டாமவரும் தன்னை 'தேசியக் கவி' என்றுதான் கூறிக் கொள்கிறார்கள். அதனால் அவரை வெறும் 'கவி' என்றழைக்கவே நான் விரும்புகிறேன். அதற்கான நிரூபணமும் இந்த விவரணையில் விரைவிலேயே வெளிப்படும். ஆனால், குட்மன்ஸனுடைய குடும்ப வட்டத்துக்குள் பிரவேசித்தவுடன் தன்னுடைய மேலாண்மையை ஒதுக்கி வைத்துவிட்டு, ஏனைய விருந்தினர்களுக்கு முகமன் கூறும் பொழுது ஏறத்தாழத் தரையைத் தொட்டு விடும் அளவுக்கு அவர் குனிந்து நிமிர்வார். கொஞ்சம் குழம்பிய நிலையில் எனக்கும்கூட அதே பாணியில் முகமன் கூறிய அவர், காரை படிந்து பச்சை நிறத்தில் இருந்த தன்னுடைய பற்களை அவர் வெளிக்காட்டினார். இலக்கணப் பள்ளியிலிருந்து பட்டம் பெற்றிருப்பதற்காக என்னைப் பாராட்டவும் செய்தார். போதாக்குறைக்கு, 'நம்பிக்கையூட்டும் நபர்', 'பட்டதாரி ஹேன்ஸன்', 'நம்முடைய நாட்டின் வருங்கால மாண்பின் நம்பிக்கை நட்சத்திரம்' என்பது போன்ற இன்னும் பல அடைமொழிகளால் அவர் என்னை அழைத்துக்கொண்டிருந்தார். எங்கள் வீட்டில் இப்படிப்பட்ட பேச்சைப் பிதற்றல் என்ற வகையோடு சேர்த்து விடுவோம்.

ஆனால், வீட்டின் உரிமையாளரிடமிருந்து எனக்குக் கிடைத்த முகமன் எந்த விதத்திலும் இதைவிடக் குறைந்ததாக இல்லை.

'பான்ஷுர்'[2] என்று விளித்து, "என்னுடைய அருமை சக-நாட்டுக்காரரே, திருவாளர் பட்டதாரியே, உங்கள் வருகை எங்களுக்கு ஒரு எதிர்பாராத கௌரவம்" என்றார் வணிகர் குட்மன்ஸன். நாசூக்கறிந்த அந்தக் கால மனிதர்களிடையே இருந்த வழக்கப்படி, பட்டதாரி எனும் பதத்தின் இறுதியில் இருந்த தாரிக்குச் சற்றே அதிக அழுத்தம் கொடுத்து உச்சரித்தார் அவர்.

நாடு என்றால் இத்தாலி.
கிழக்கு என்றால் ஸார்டீநியா

என்ற லத்தீன் சொலவடையைக் கூறினார்.

"தொப்பிக்குள்ளிருந்து புறாவை வரவழைக்கும் வித்தையை நிகழ்த்தவென்றே இங்கே வந்திருக்கும் உலகப்புகழ்பெற்ற பேராசிரியரும் முனைவருமான உங்களுக்கு இந்தப் பட்டதாரியை நான் அறிமுகப்படுத்தும் பேறு கிடைக்குமா? அதே போல் இந்தப் பட்டதாரியைச் சீமாட்டி விழி ஆடி என்று நான் செல்லமாக அழைக்கும் மிகப் பிரபலமான டென்மார்க் நாட்டு இசைக்கவிஞர் 'சாகசப் போர்க்கோடரி'க்கும் அறிமுகம் செய்தாக

2. பான்ஷுர்: 'ஹலோ' எனும் ஆங்கிலப் பதத்துக்கு நிகரான பிரெஞ்சுச் சொல்

வேண்டும். இன்று இரவு விருந்துக்குப் பிறகு லிஸ்ட்டின்[3] பல்கோப்புக் கதம்ப இசை நிகழ்ச்சியை நமக்கு இவர் வழங்க இருக்கிறார்." அந்தப் பெரிய குடும்பத்தில் குட்மன்ஸனுடைய ரத்தத்தில் மட்டுமே டென்மார்க் நாட்டு மனோபாவம் இன்னமும் கொஞ்சம் மீந்திருந்தது. சற்றே இலகுவான நடத்தையோடு இயைந்த நகைச்சுவையுணர்வு. ஆனால் அது இவரின் உள்ளே இருக்கும் உண்மையான நபரை அரைகுறையாகவோ, முழுதாகவோ மறைத்து விடும் பண்பாகவே தோன்றியது. குறைந்த பட்சம் இவரைப் பற்றித் தப்புக்கணக்குப் போட வைத்து விடும் பண்பு. இந்த மனோபாவத்தைக் கைக்கொள்ள அனேகமாக அவர், தன்னுடைய இளமைக் காலத்தில், டென்மார்க் நாட்டில் ஒருகடையில் பயில்நிலை ஊழியராக இருந்த போது பழகியிருக்க வேண்டும்.

ஒரு சுவருக்கு அருகில் என்னைக் கையைப் பிடித்து அழைத்துச் சென்ற அவர் ஒரு பிரமாண்டமான தைல – வர்ண ஓவியத்தின் முன் நிறுத்தினார். அது ஒரு சிங்கத்தின் சித்திரம்.

"எனதருமைப் பட்டதாரி ஹேன்சன், இது போன்ற ஒன்றை நிச்சயமாக நீங்கள் ப்ரெக்குகாட்டில் பார்த்திருக்கவே முடியாது. இது ஒரு சிங்கம்" என்றார்.

"உண்மையாகவா!" என்றேன் நான். "இதுவரை சிங்கத்தை நான் பார்த்ததேயில்லை என்றுதான் நினைக்கிறேன்."

"மிருகக்காட்சி சாலைகளில் இருக்கும் சிங்கங்கள் அச்சு அசலாக இப்படியேதான் தோற்றமளிக்கும். ஒரே ஒரு வித்தியாசம். அசல் சிங்கத்தைவிட இந்த ஓவியத்தில் இருக்கும் சிங்கம் இரண்டு மடங்கு பெரியதாக இருக்கிறது" என்றார் அந்த வணிகர். "இது மாதிரி ஒரு விலங்கு உங்களிடம் வந்து உங்களைக் கடித்துச் சாப்பிட விரும்பினால் அது ஒன்றும் வேடிக்கைக்குரிய விஷயமாக இருக்காது."

"சிங்கங்கள் கடிக்குமா என்ன?" என்றேன் நான். "அவை அப்படியே உங்களை விழுங்கி விடும் என்றல்லவா நான் நினைத்துக்கொண்டிருந்தேன்!"

"உண்மை, உண்மை. ஆமாம், உண்மைதான். சிங்கம் என்றால் விழுங்கி விடும்" என்ற வணிகர், குலுங்கிக் குலுங்கிச் சிரித்தார்.

"ஆக, எப்பொழுதுமே நீங்கள் கவனமாக இருக்க வேண்டும். *உங்களுக்கென்று ஒரு வரைபடமும் அதற்கென்று ஒரு அளவுகோலும் இருக்கிறதல்லாவா?"* என்ற சொலவடையைச் சொல்லி விட்டு மீண்டும் "ஹ–ஹ–ஹா!" என்று குலுங்கிச் சிரித்தார்.

முழுதாய் ஐம்பது ஆண்டுகள் வளர்ந்து விட்ட இந்த மனிதருக்கு, ஏதோ நினைவுக் கோளாறில், அவருடைய வயதுக்கேற்ற முதிர்ச்சியைக் கொடுக்க இயற்கை தவறி விட்டது. இவர் மேலுதட்டில் பல்துலக்கும் ப்ரஷ்ஷைப் போன்ற ஒரு மீசையை வளர்த்திருந்தார். அதே அளவுக்கான

3. லிஸ்ட்: பத்தொன்பதாம் நூற்றாண்டில் வாழ்ந்த ஹங்கேரி நாட்டு இசையமைப்பாளர். பியானோ இசைக்கலைஞர், இசைக்கச்சேரி நடத்துனர், எழுத்தாளர், தேசியவாதி என்று பன்முக ஆளுமை கொண்டவர்.

கவனத்துடன் சிகையையும் கத்தரித்திருந்தார். ஆனால், முன்பு போலவே, அவருடைய கன்னங்களைப் பார்த்தவுடன் என் பாட்டியின் சந்தப் பாடல்களில் வரும் கொடிமுந்திரிப் பழத்தை என்னால் நினைக்காமல் இருக்க முடியவில்லை.

சிவந்த கன்னங்களுடன், மலர்ச்சியாகத் தோற்றம் தந்தாலும், அதையும் மீறியோ, அல்லது, ஒருவேளை, அதனால்தானோ என்னவோ, இவர் திடீரென்று தீவிரமாக எதையாவது பேச முனைவார். ஒரு பையனைப் போல் வேடிக்கையாய் பேசிக்கொண்டிருக்கும்போதே, இடையில் நறுக்கென்று எதையாவது சொல்லி விடுவார். அதே நேரத்தில், தன்னுடைய அனுபவம் மிக்க வார்த்தைகள் காலம் இடம் அறிந்து பேசப்பட்டவையா என்ற சந்தேகம் அவருக்குள் இருந்து கொண்டே இருக்கும். இதனால், தான் சொன்னது எடுபட்டிருக்கிறதா என்று கள்ளத்தனமாக நோட்டம் பார்ப்பார். அப்படி எடுபடவில்லை என்று பட்டால், உடனே வெடிச் சிரிப்புச் சிரித்து உண்மையில் எந்தத் தீவிர உணர்வோடும் அவர் அப்படிப் பேசியிருக்கவில்லை; மாறாக, வெறும் நகைச்சுவைக்காகவும், தங்களுடைய நம்பகத்தன்மையைச் சோதிக்கவுமே அவர் அப்படிப் பேசியிருக்க வேண்டும்; பேசிய எல்லாவற்றையும் வாபஸ் பெற்றுக்கொள்ள அவர் எப்பொழுதுமே தயாராக இருக்கிறார் என்று மக்களை நினைக்க வைத்து விடுவார். ஆனால், கூச்சமும் மற்றவரின் கேலிக்கு உள்ளாகி விடும் அச்சமுமே இதற்கெல்லாம் அடிப்படையாக இருந்திருக்கும் என்று எனக்குத் தோன்றும். எங்களுடைய இளமைக் காலத்தில் நாங்கள் இப்படித்தான் ஒவ்வொரு செயலுக்கும் விளக்கம் கொடுத்துக் கொள்வோம். ஆனால் இவற்றுக்கெல்லாம் இப்பொழுது ஃப்ராய்டிய தத்துவத்தில் பெயர்கள் இடப்பட்டிருக்கின்றன. காலமானியைப் பார்ப்பது போல் ஒரு குறிப்பிட்ட முகத்தை மட்டும் ஆராய்ந்து தான் சொன்னது எடுபட்டிருக்கிறதா எனபதைக் குட்மன்ஸன் அனுமானிப்பதுண்டு. பூனைக்கும், பூனை உண்ணத் துடிக்கும் பறவைகளுக்கும் நாடாவும், அணிமுடிச்சும் கட்டி விட்ட நபரின் முகம்தான் அது. இதில் ஆச்சரியப்பட ஒன்றுமில்லை. ஏனென்றால், திருமதி குட்மன்ஸன் இவருடையதைக் காட்டிலும் பாரம்பரியம் மிக்க, மேன்மையான குடும்பத்தில் இருந்து வந்தவள். காலத்திலோ தரத்திலோ அவளுடைய குடும்பப் பாரம்பரியம் ஆதாமுக்கும் முந்தையது என்றெல்லாம் ப்ரெக்குகாட்டில் கணிக்கப்பட்டிருக்கவில்லை. ஆனால், இந்தப் பெண்ணின் தோற்றமும் தோரணையும், சந்தேகத்துக்கிடமில்லாமல் ஆன்மாவும் கூட, ஐஸ்லாந்தின் மீது இவளுக்கிருக்கும் அபிமானத்தைக் குறிக்கும் வகையிலேயே இருக்கின்றன. ஏனென்றால், டென்மார்க் நாட்டுப் பாரம்பரிய உடையை இவள் என்றுமே அணிந்ததில்லை. அதே போல், டென்மார்க் நாட்டுக்குச் செல்லும் ஆசைக்கும் இவள் மனதில் எப்பொழுதும் இடம் கொடுத்ததில்லை. ஐஸ்லாந்தின் மீது இவள் கொண்டிருந்த அபிமானத்தை இவளது குடும்பப் பாரம்பரியத்துக்கான சாதக அம்சமாகக் கொள்ளலாம்.

ஐஸ்லாந்தின் பாரம்பரிய உடை என்பது மூன்று நிலைகள் கொண்டது. அதனுடைய மிகத்தாழ்ந்த நிலை கூட வேறெந்த நாட்டின் பாரம்பரிய உடையைக் காட்டிலும் அதிக அளவில் பொன்னாலும்

வெள்ளியாலும் இழைக்கப்பட்டிருக்கும். பேரரசர்கள் மற்றும் படைத் தளபதிகள் ஆகியோரின் உடுப்புகள் இதற்கு விதிவிலக்கு. ஆக, பிற நாட்டவர்களின் பாரம்பரிய உடை எப்படி ஐஸ்லாந்துப் பெண்களின் பாரம்பரிய உடைக்கு நிகரானதாக ஆகவே முடியாதோ, அதே போல், ஆதரவற்ற மலைப்பண்ணையின மக்களுக்கும் உலகின் வேறெந்தப் பாரம்பரிய உடையைக் காட்டிலும், ஐஸ்லாந்துப் பெண்களின் பாரம்பரிய உடை சீருடையாக வாய்ப்பே இல்லை. இந்த வைபவத்துக்கு உகந்த வகையிலான நிலையில், அதாவது இரண்டாம் நிலையில், திருமதி குட்மன்ஸன் உடையணிந்திருந்தாள். தன்னுடைய மார்கச்சுக்கு மேலாகப் பொன்னிலும் நவரத்தினங்களிலும் அவள் அணிந்திருந்த செல்வத்தின் மதிப்பு என்னவாயிருக்கும் என்ற விவரணைகளில் நான் ஈடுபடப் போவதில்லை. எந்தப் பொருளுக்காவது நாடாவும், அணிமுடிச்சும் விடுபட்டு விட்டதா என்று பார்க்க இந்த அசலான ஐஸ்லாந்து பெண் அவளுடைய இல்லத்து அறைகளுக்குள் சென்று வந்த மதர்ப்பைப் பார்க்கும் பொழுது எந்தப் பேரரசரும், போர்த்தளபதியும் இவ்வளவு தோரணையோடு பொன் அணிகலன்களை அணிந்து உலா வர முடியாது என்றே பொதுவாகச் சொல்லத் தோன்றும்.

ஐஸ்லாந்தில் பின்பற்றப்படும் விசித்திரமான மரபு என்னவென்றால், அசாதாரணமான விருந்தோம்பலின் அம்சமாக, உணவைப் படைப்பதற்கு முன்பாக விருந்தினர்களுக்குக் காஃபியும், பிஸ்கட்டுகளும் வழங்கப்படும். நிலக்கரியைத் தவிர வேறு எரிபொருள் இல்லாத காலத்தின் எச்சமாகவே இந்த மரபு இன்னும் நீடித்திருக்க வேண்டும். நிலக்கரி மிகவும் நிதானமாகவே பற்றிக் கொண்டு எரியும் பொருள் என்பதால் விருந்தினர்கள் வறுபட்ட இறைச்சிக்கும், பணியாரத்துக்கும் மணிக்கணக்காகக் காத்திருக்க வேண்டி வரும். இதனால் காத்திருக்கும் நேரத்தில் முதலில் கொஞ்சமாய் ஏதாவது பரிமாறிப் பசியாற்றுவதைத் தவிர வேறு வழியில்லை. ஆனால் இங்கோ நிதானமாகச் சமைக்கும் பிரச்சினை எப்படியும் எழவில்லை. மாறாக, ரேய்க்ஜேன்ஸ் மரபுக்கு விசுவாசமாக விருந்தோம்பல் இருக்க வேண்டும் என்பதுதான் லட்சியமாக இருந்தது. விருந்துக்கான மேஜையைத் தயார் செய்யும் முன்பாக, விருந்தினர்கள் மகிழ்ச்சியோடு சுவைக்க *பேன்கேக்* எனப்படும் அப்பம் போன்ற தின்பண்டம், *டௌநட்* எனப்படும் இனிப்புக் குழிப்பணியாரம், பழத்தால் செய்யப்பட கேக்குகள், பழங்கள் கலந்து செய்யப்பட்ட *டார்ட்* எனப்படும் பொதியப்பம், *பேஸ்ட்ரி* எனப்படும் இனிப்பு அடை, ஏறத்தாழ இருபது வகை பிஸ்கட்டுகள், இவற்றோடு க்ரீம் கலந்த காஃபி என்று பல்வகைப் பண்டங்களும் பரிமாறப்பட்டன.

இந்த விருந்து சற்றே பலமாக இருக்கக்கூடும் என்று நான் நினைத்திருந்தேன். ஏற்கெனவே இதைச் சொல்லி விட்ட நினைவும் இருக்கிறது. ஆனால், குட்மன்ஸன் போன்ற ஒரு சமுதாயத் தூண், தான் ஆதரவளித்து உருவான, ஐஸ்லாந்து நாட்டின் உலகப்புகழ் பெற்ற ஒரு நபரின் – அதிலும், பண்டகசாலையின் குரலொலி என்று நம்பப்படும் பத்திரிகைக் குறிப்பின் படி, அவர் சமீபத்தில்தான் போப்பாண்டவர் முன்பாக இசைக் கச்சேரி நிகழ்த்தியிருந்தார் – வருகையைக் கொண்டாடும் விதமாகச் சமுதாயத்தின் ஏனைய தூண்களை

அழைத்து அவரைக் கௌரவப்படுத்தும் விதமாக விருந்து வைக்காமல், தன்னுடைய குடும்பத்தவரோடு மட்டும் விருந்துண்டு மனம் நிறைவு கொள்வதென்பது எனக்குச் சற்றே அதிசயமானதாகத் தோன்றியது. இப்படிப்பட்ட ஒரு விருந்தாளிக்கு, தன்னுடைய ஆதரவாளரும், பாதுகாவலருமான மனிதரிடமிருந்து இதைக் காட்டிலும் தடபுடலான வரவேற்பு கிடைத்திருக்க வேண்டாமா? அது அவருக்குக் கிடைக்க வேண்டிய உரிய மரியாதையில்லையா? இந்தக் குடும்ப விருந்து எதைக் குறிக்கிறது? வேறெந்த சடங்கும் இல்லாமல் கர்தர் ஹோமைக் குடும்ப உறுப்பினராக ஏற்றுக்கொள்ள அவருக்கு விடுக்கும் அழைப்பா? பூனை மீதும், மஞ்சள் சிட்டின் மீதும் கட்டப்பட்டிருக்கும் நாடாக்கள் மற்றும் அணி முடிச்சுகளையும் மீறி, பொன்னால் இழைக்கப்பட்டிருக்கும் சகோதரிகள் மற்றும் அத்தைகள், சித்திகள் ஆகிய உறவுப் பெண்களையும் மீறி, லிஸ்ட்டின் பல்கோப்புக் கதம்ப இசையையும் மீறி, நாவல்பழம் போன்ற ப்ராம்பிள்பெரி பழத்தில் தொடங்கி இறுதியில் பரிமாறப்பட்ட கூழ் வரையான இதுவரை ஐஸ்லாந்தில் யாரும் கேள்விப்பட்டிராத விதத்திலான படாடோப விருந்தோம்பலையும் மீறி, இந்த வைபவத்தின் மகிமையை என்னால் புரிந்துகொள்ளவே முடியவில்லை. இந்தப் பிரபல மனிதரிடம் இந்தக் குடும்பம் காட்டிய மனப்பாங்கு, கொஞ்சம் நாசூக்காகக் குறிப்பிடுவதென்றால், சற்றே சந்தேகத்துகிடமானதாகவே தோன்றியது. இசையைப் பற்றியும், பாடுவதைப் பற்றியும் என்னவென்றே அறிந்திராத ஞானசூன்யங்களால் இப்படிப்பட்ட உலகப்பாடகரை ரசிப்பது என்பது முடியாது என்றாலும் உண்மையில் இவர்களுடைய பார்வையில் இவருக்கான மதிப்புதான் என்ன? அல்லது, யாரையோ எதற்காகவோ திசை திருப்ப, ஹ்ரிங்ஜராபேரைச் சேர்ந்த முன்னாள் அங்காடி ஊழியர் ஜார்ஜ் ஹேன்ஸனும் மீனைப் போல் தூண்டிலிடப்பட்டு, இந்த மாலைப் பொழுதுக்காக நாடாவும் அணிமுடிச்சும் சுற்றப்பட்டு காட்சிப்படுத்தப்பட்டிருக்கிறாரா? அப்படியென்றால் அது யார்? எதன் பொருட்டு? சென்ற வேனிற்காலத்தில் குட்டிச் செல்வி குட்மன்ஸன் அவளுடைய அறையிலேயே அடைக்கப்பட்டிருந்த சம்பவத்துக்குப் பிறகு என்ன நடந்தது? தான்தான் கர்தர் ஹோமுக்காகக் காத்திருப்பதாக அவள் என்னிடம் மனம் திறந்து சொல்லி ஒருசில வாரங்களே ஆகியிருந்தன. ஆனால், அந்த மாலைப் பொழுது முழுவதும் வணிகரின் மகளுக்கும் உலகப்பாடகருக்கும் இடையில் எந்த விதமான புரிந்துணர்வும் ஏற்பட்டு விட்டதற்கான அறிகுறி எதுவுமே என் கண்ணில் படவில்லை. ஒரு வேளை ஏனைய விருந்தினர்களைக் காட்டிலும் இந்தப் பிரதம விருந்தினரை அதிகம் தெரிந்ததாகக் காட்டிக் கொள்ளக் கூடாது என்பது மகளுக்கு இந்த வீட்டில் இடப்பட்டிருக்கும் விதி முறையோ என்னவோ! அவர்கள் இருவரும் ஒருவரை ஒருவர் பார்த்துக் கொள்ளாதது போலவே பாசாங்கு செய்துகொண்டிருந்தனர். ஆனால், யாருக்காக யார் பாசாங்கில் ஈடுபட்டிருந்தார்கள் என்பது எனக்குப் புரியவே இல்லை.

இந்தப் பாசாங்கு எனக்காகவே அல்லது சீமாட்டி ஸ்ட்ரூபென்ஹோல்ஸுக்காகவே செய்யப்பட்டதா? அல்லது முனைவர் ஃபாஸ்ட்டுலஸுகாகவா? ஆனால், லாங்குஸ்ட்டட்டில் வலம்வரும் போதெல்லாம் தோரணையான முகமூடியணிந்து, அங்காடியின்

கல்லாவுக்குப் பின் நிற்கும் நேரத்தில் மட்டும் பவ்யமான ஊழியர் முகபாவத்தை வரவழைத்துக் கொள்ளும் பண்டகசாலையின் நம்பிக்கைக்குரியவர், *ஐஸாஃபோல்ட்டி*ன் பத்திரிகையாசிரியருக்காக இந்தப் பாசாங்கு அரங்கேற்றப்படவில்லை. என்னதான் சொன்னாலும், கலையும் மேகங்கள் போல் இந்த இல்லத்தின் மகளுடைய கன்னத்தில் மாறி மாறி வந்து போகும் செந்நிறத் திட்டுகள் மட்டும்தான் பாசாங்கான செயலில்லை.

விதவிதமான நொறுவைகளுக்குப் பிறகு அங்கேயிருந்த மையஅறையில் போடப்பட்டிருந்த பிரம்மாண்டமான உணவுமேஜைக்கு விருந்தின் பிரதான உணவுப்பண்டங்கள் வந்து சேர்ந்தன. அவற்றுள் முதலாவது, சர்க்கரையில் முக்கியெடுத்துப் பொறிக்கப்பட்ட உருளைக்கிழங்குகள். அதற்குத் தொட்டுக் கொள்ள, கடின பண்டங்களோ என்று நினைக்கும் அளவுக்குத் திடமானவையாக இருந்த, அனைத்து விதமான ஜாம் மற்றும் ஸாஸ் வகைகள். வறுபட்ட வெண்ரொட்டி, வாட்டப்பட்ட வெள்ளாட்டு இறைச்சி, ஊறுகாய் போலப் பதப்படுத்தப்பட்ட திமிங்கிலக் கறி, நெத்திலி மீன் என்று விதவிதமான உணவு வகைகள் ஒன்றன் பின் ஒன்றாக அணிவகுத்து வந்தன. இவற்றைத் தொடர்ந்து, யாரும் எதிர்பார்த்திராத வகையில், ஆவி பறக்கும் ரத்தக் குழம்பு வந்து சேர்ந்தது. அதைத் தொடர்ந்து உடனடியாக பொசுக்கப்பட்ட ஆட்டுத் தலைகளும், நாவல் பழங்களைப் போன்ற பில்பெரிப் பழங்களும், ப்ரேம்பிளபெரிப் பழங்களும் கொண்டு வந்து வைக்கப்பட்டன. பிறகு இன்னும் பலப்பல தினுசான உணவுப்பண்டங்கள் வந்தன. அவை அனைத்தையும் இங்கே பட்டியலிடுவதற்கு நிறைய நேரம் பிடிக்கும். ஏதோ உணவு அங்காடிக்குள் நுழைந்து விட்டதைப் போன்ற உணர்வை இந்த விருந்து ஏற்படுத்தி விட்டது. ஊட்டம் மிகுந்த உணவு எது என்பதைப் பற்றி அவரவர் கொண்டிருக்கும் எண்ணத்துக்கும் கற்பனைகளுக்கும் ஏற்ப இங்கே ஒவ்வொருவரும் அவரவர்க்கு ஏற்ற முறையில், தேவையான அளவுக்கு சாப்பிட்டுக் கொள்ளலாம். ஒருசிலர் வறுபட்ட வெண்ரொட்டியில் தொடங்கி, ஊறுகாய் போலப் பதப்படுத்தப்பட்ட திமிங்கிலக் கறியில் வந்து சாப்பாட்டை முடித்துக் கொண்டனர். வேறு சிலர் ப்ரேம்பிள்பெரிப் பழங்களில் தொடங்கி, பொசுக்கப்பட்ட ஆட்டுத் தலையோடோ அல்லது புளித்த மோரோடோ உண்பதை முடித்தனர். ஏற்கெனவே குறிப்பிட்ட திரவ பானமான புளித்த மோர் மட்டுமல்லாமல், பசும்பாலும் செந்நிற ஃப்ரெஞ்சு ஒயினும் கூடப் பரிமாறப்பட்டன. இறுதியாக, நம்பவியலாத அளவுக்கு திடமான கூழ் ஒரு பெரிய கிண்ணத்தில் முதிய குடும்பத் தலைவர் ஜான் குட்மன்ஸனுக்கு முன்பாக வைக்கப்பட்டது. ஸ்காட்லாந்து நாட்டில் இருந்த உணவு நியதிகளின் படி, இந்தக் கஞ்சி வயிற்றுக்கு மிகவும் நல்லது என்று கருதப்பட்டது.

சமையல்கட்டிலிருந்து பெருக்கெடுத்துக் கொண்டிருந்த இந்த உணவு வெள்ளம் வடியத் தொடங்கியவுடன், அவரவர்க்குரிய இடத்தில் அமர்ந்து கொள்ளும்படி விருந்தினர்களை வணிகர் குட்மன்ஸன் கேட்டுக் கொண்டார். அவரவர்க்குத் தோன்றியபடி விருந்தினர்கள் உட்கார்ந்து கொண்டார்கள். ஒரே ஒரு விதிவிலக்கு உபசரிக்கும் பெண்மணியான

திருமதி குட்மன்ஸன் மட்டும்தான். அவள் மட்டும் ஒரு பழைய ஐஸ்லாந்து மரபைப் பின்பற்றி அறையின் நடுவே நின்றுகொண்டு பரிமாறும் வேலையை மேற்பார்வையிட்டுக் கொண்டிருந்தாள். பேராசிரியர், முனைவர் ஃபாஸ்ட்டுலஸின் அருகில் அமர்ந்திருந்த சீமாட்டி ஸ்ட்ரூபென்பெல்ஸிடம் மேண்டலீன் இசைக்கருவியை எடுத்து வாசிக்கும்படி வணிகர் குட்மன்ஸன் கேட்டுக் கொண்டார். *ஐஸாஃபோல்ட்* பத்திரிகையின் ஆசிரியர் அங்கிப்பைக்குள் உடனடியாகக் கையை நுழைத்து விருந்து மேஜைக்கென அவரே இயற்றி, அச்சிட்டிருந்த "குடும்ப உறுப்பினர்களுக்கும், நண்பர்களுக்குமான உணவுமேஜைப் பாடல் – மொஸார்ட்டின் டான் ஜியோவன்னி[4] எனும் மெட்டுக்கேற்ப மேஜையில் பாட வேண்டியது" எனும் பாடல் பிரதிகளை விருந்தினர்களுக்கு விநியோகித்தார். ஆச்சர்யமூட்டும் விதத்தில், இந்தக் "குடும்ப உறுப்பினர்களுக்கும் நண்பர்களுக்குமான விருந்து" ஏற்பாடாகியிருப்பதற்கான சந்தர்ப்பத்தைப் பற்றிப் பாடல் தலைப்பில் எதுவுமே குறிப்பிடப்படவில்லை. ஆக, தாங்கள் அங்கே குழுமியிருப்பது குட்மன்ஸன் பண்டகசாலையின் பொன்விழாவைக் கொண்டாடுவதற்காகவா அல்லது ஐஸ்லாந்தின் புகழை உலகெங்கும் – ஏன் போப்பாண்டவர் வரைக்கும், முஹமது பென் அலி வரைக்குமே கூட – பரப்பிய சகநாட்டு நண்பரை வரவேற்பதற்காகவா என்பதை வந்திருந்தோரே முடிவு செய்துகொள்ள வேண்டியிருந்தது. ஆனால், இந்த வைபவம் எப்படிப்பட்டதாக இருந்த போதிலும், விருந்தினர் கூடியிருந்ததின் நோக்கம் ஏதுவாகவே இருந்த போதிலும், எதுவுமே அன்றி, இந்த இல்லத்தில் இது ஒரு சாதாரண மாலைநேர உணவுதான் என்று எடுத்துக்கொண்டாலுமே கூட, வந்திருந்த விருந்தினர்கள் இந்தத் தருணத்திற்கென்று அச்சடிக்கப்பட்டிருந்த அந்தப் பாடலைப் பாடத் தொடங்கினார்கள். ஆனால், துரதிர்ஷ்டவசமாக, எதிர்பார்த்த அளவுக்குப் பாடல் நிகழ்ச்சிகளை கட்டவில்லை. இதற்குக் காரணம் வந்திருந்த பெரும்பாலானோர் தங்களுடைய மூக்குக் கண்ணாடிகளை எடுத்து வராமல் விட்டிருந்தனர். எது எப்படியோ! தன்னுடைய கவிதையைக் கவிஞர் தானே அனுபவித்து ரசித்துக்கொண்டிருந்தார். பாடுவோருக்குத் தேவைப்பட்டபோது அடி எடுத்துக் கொடுப்பதோடு நில்லாமல், ஒரு சில இடங்களில் அவர் ஒருவராகவே முழு வரிகளையும் பாடிக் கொண்டிருந்தார். ஆனால், வணிகர் குட்மன்ஸன் அவ்வப்பொழுது உரத்த குரலெடுத்துப் பாடிக் கொண்டிருந்தார். அதிலும் அச்சாகியிருந்த அந்தப் பாடல் பிரதியில் சரியான வரியைக் கண்டுபிடித்துவிட்டால் அத்தருணங்களில் அவருடைய குரல் ஏனையோரின் குரல்களைக் காட்டிலும் ஓங்கி ஒலிக்கும். புதிரான முக சேஷ்டைகளும் ஜாடைகளும் செய்தவாறு கர்தர் ஹோம் பாடலைக் கவனித்துக்கொண்டிருந்தார்.

ஆனால், குடும்பத்தலைவர் ஜான் குட்மன்ஸன் இந்தக் கோமாளிக்கூத்தை கிஞ்சித்தும் லட்சியம் செய்யாமல் தன் முன்னே வைக்கப்பட்டிருந்த கூழை ஒரு கை பார்ப்பதில் ஈடுபட்டிருந்தார். பாடல்

4. மொஸார்ட்டின் டான் ஜியோவன்னி: இரண்டு அங்கங்களில் அரங்கேறும் இசை நாடகம். ஆஸ்திரியாவில் பிறந்த வுல்ஃப் கேங் அமேடியஸ் மொஸார்ட் எனப்படும் இசையறிஞரால் இயற்றப்பட்டது. டான் ஜுவான் எனும் கற்பனைக் கதாபாத்திரத்தின் சல்லாப வேட்கைகளை அடிப்படையாகக் கொண்ட இசை நாடகம்.

பாடி முடிக்கப்படும் வரை தனக்குத்தானே எதையோ முணுமுணுத்துக் கொண்டிருந்தார் இந்தக் கிழவர். பாடலின் முடிவில் சீமாட்டி ஸ்ட்ரூபென்ஹோல்ஸ் தன்னுடைய மேண்டலீன் இசைக்கருவியை மடியிலிருந்து கீழ இறக்கினார். உடனே, இந்தத் திறமை மிக்க பெண்ணின் உடுப்பின் மீதிருந்து ஏழு முட்டைகளையும் ஒரு சிறிய கருவாட்டு மீனையும் பேராசிரியர், முனைவர் ஃபாஸ்ட்டுலஸ் உருவி எடுத்துக் காட்டினார்.

அச்சாகியிருந்த பிரதியின்படி, இதுதான் கவிதையின் ஆரம்ப வரிகள். இந்தப் பிரதியை தேசிய நூலகத்தின் துண்டுப்பிரசுரப் பகுதியில் கண்டெடுக்க முடியும்.

> கடவுளருக்கு மிகவும் பிடித்த விஷயம் என்று அவர்கள் சொல்வதெல்லாம்
> தானே நுரைத்துப் பொங்கும் நொதிதான்
> ஆனால், வாட்டப்பட்ட வெள்ளாட்டிறைச்சி, தயிர், மோர்
> இவை போதும் என் நாளைக் கழிக்க.
> வாட்டப்பட்ட வெள்ளாட்டிறைச்சி, தயிர், மோர்
> மட்டுமே எனக்கு வேண்டியவை, எனக்கு வேண்டும் நேரத்தில்;
> ஆனால் கடவுளருக்கு மிகவும் பிடித்த விஷயம் என்று அவர்கள் சொல்வதெல்லாம்
> தானே நுரைத்துப் பொங்கும் நொதி மட்டும்தான்

உலகப் பாடகர் கர்தர் ஹோமைப் பேராசிரியர், முனைவர் ஃபாஸ்ட்டுலஸ் என்று நினைத்துக் குழப்பிக் கொண்ட ஐஸ்லாந்தின் பாரம்பரிய உடையணிந்த வயது முதிர்ந்த பெண்களுள் ஒருத்தி மிகுந்த மரியாதையோடு ஹோமைப் பார்த்துக் கேட்டாள்:

"டென்மார்க்கில் இறைச்சி கிடைப்பது மிகவும் கஷ்டம் இல்லையா? அங்கே இருக்கும் ஏழை மக்கள் வெறும் முட்டைக்கோசும் பீன்சும் மட்டுமே சாப்பிட்டு உயிர் வாழ்கிறார்கள் என்று கேள்விப்பட்டிருக்கிறேன்."

பாடல் அப்பொழுதுதான் நின்றிருந்தது. விருந்தினர் காதுகளில் அது இன்னும் எதிரொலித்துக் கொண்டிருந்தது. திடீரென்று அப்பொழுது, பாடகரின் மர்மமான புதிர் புன்னகையிலிருந்து கிளம்பியதுபோல ஒரு நாகரிக உடையணிந்த முதிர்கன்னியின் துயரக் குரல், டான் கியோவன்னியின் அதே மெட்டிலமைந்த அர்த்தம் புரியாத பாடலொன்றை, கோரமான உச்சஸ்தாயியில் வெளிப்படுத்தியது. இந்த அசாதாரண நிகழ்வை அங்கே குழுமியிருந்தவர்கள் எப்படி விளங்கிக் கொண்டார்கள் என்று எனக்குத் தெரியவில்லை. இது மேஜைப்பாடலின் இறுதிப் பகுதியோ என்று அங்கிருந்த சிலர் நினைத்திருக்கக் கூடும். பாடலைக் கேட்டுக்கொண்டிருந்த கவிஞரின் முகம் சந்தேகத்துக்கிடமில்லாமல் கோணியது. குடும்பத்தந்தை ஜான் குட்மன்ஸனைத் தவிர ஏனையோர் அனைவரும் பாடகரையே வெறித்துப் பார்த்துக்கொண்டிருந்தனர். குட்மன்ஸன் மட்டும் கருமமே கண்ணாகக் கூழைச் சுவைத்துக் கொண்டிருந்தார். போப்பாண்டவரை வசியப்படுத்திய உலகப்புகழ் பெற்ற பாடல் இந்த ஓசையா, இந்தக் கிழடுதட்டிப்போன பெண் குரல் ஓலமா என்றுதான் எனக்குத் தெரிந்தவரையில் எல்லோரும் நினைத்துக்கொண்டிருந்தார்கள். சத்தியமாக, ஒருவர் கூடப் புன்னகைக்க வில்லை. இந்த மனிதரைத் தன்னுடைய கண்ணாடியின் கீழிருந்து, கண்ணாடியின் ஊடாக, கண்ணாடிக்கு மேலிருந்து என்று பார்த்து ஆராயத் தோதாகச் சீமாட்டி ஸ்ட்ரூபென்ஹோல்ஸ் மெல்லத் தலையை மேலும்

கீழுமாக அசைத்துக் கொண்டிருந்தாள். சீமாட்டியின் உடுப்பிலிருந்து உணவுப் பண்டங்களை உருவிக் காட்டுவதைக் கொஞ்ச நேரத்துக்கு நிறுத்திவிட்டு, பேராசிரியர், முனைவர் ஃபாஸ்ட்டுலஸ் திகைப்பில் வாயடைத்து வெறித்துக் கொண்டிருந்தார். இதற்கு முன்பாக வேறு யாருடைய தொப்பியிலிருந்தும் வரவழைக்கப்பட்ட எந்தப் புறாவும் இந்த மந்திரவாதியை இந்த அளவுக்கு வியப்பில் ஆழ்த்தியதில்லை. உலகப் பாடகர் ஐஸ்லாந்தில் பாடிக் கேட்பது இதுதான் முதல்முறையாக இருக்க வேண்டும்.

முட்டைக்கோசு மட்டுமே அவர்களுக்கு உண்ணக் கிடைக்கிறது
அருமைப் பெண்மணியே, ஏனென்றால் அங்கே இறைச்சி இல்லை.
அழுக்கான சேரிக் குழந்தைகள் தெருவில் உட்கார்ந்திருக்கின்றன
தங்களுடைய பரிதாபக் கூச்சலை அவை எழுப்புகின்றன.
அழுக்கான சேரிக் குழந்தைகள் தெருவில் உட்கார்ந்திருக்கின்றன
தங்களுடைய பரிதாபக் கூச்சலை அவை கூட்டிசைக்கின்றன.
இறைச்சியில்லையென்றால் முட்டைக்கோசுதானே
கிடைப்பது எல்லாம், அன்புப் பெண்மணியே, ட்ராடரா...

இந்த அதியற்புதமான பாடலைக் கர்தர் ஹோம் பாடி முடித்தவுடன் அங்கே மயான அமைதி நிலவியது. விருந்தினர்களிடம் இந்தப் பாடலுக்கான எதிர்வினை எப்படி இருக்கிறது என்று கணிக்க இளைய குட்மன்ஸன் உணவு மேஜையைச் சுற்றி நோட்டம் விட்டார். ஒருவர் முகத்திலும் ஒரு புன்முறுவல் கூடத் தவழவில்லை என்பதையும் உடனே கண்டு கொண்டார். இந்த எதிர்பாராத இசை விருந்துக்கான சமாதானமாக, பலமாக ஒரு சிரிப்புச் சிரித்துவிட்டு, “சபாஷ்! பிரமாதம்!” என்று கூவி, பலமாகக் கரவொலி எழுப்பினார். பிறகு மீண்டும் சுற்றும் முற்றும் பார்த்துவிட்டு, திடீரென்று சிரிப்பதை நிறுத்தினார். வேறு யாரும் கைதட்டவில்லை. விருந்தினர் அனைவரும் எதுவுமே பேசாமல், அமைதியாகக் கொஞ்ச நேரம் உணவுண்பதில் ஈடுபட்டனர். சற்று நேரத்தில், வணிகர் தன்னுடைய இருக்கையை விட்டு எழுந்தார். இருவிரல்களை உதட்டின் மீது வைத்து செருமிக் கொண்டார். தேர்ச்சி பெற்ற பேச்சாளர் மேற்கொள்ளும் அணுகுமுறைகளையும் சைகைகளையும் அவர் கையாண்டார். ஆனாலும், மேடையில் பேசுவதாகப் பாசாங்கு செய்யும் ஒரு சிறுவனைப் போல் தோற்றம் தருவதை அவரால் தவிர்க்க முடியவில்லை. மிகக் கவனமாகத் தன்னுடைய இருக்கையைப் பின்னுக்குத் தள்ளினார். பேச்சை எப்படித் தொடங்குவது என்று யோசித்துக் கொண்டிருப்பதைப் போல கண்ணைக் கண்ணைச் சிமிட்டிக் கொண்டார். பிறகு வந்தது பேச்சு:

“நம்முடைய உலகப்புகழ் பெற்ற நண்பரை வரவேற்கும் விதமாக ஒருசில வார்த்தைகள் கூற விழைகிறேன். இவர் எவ்வளவு புகழ் மிக்கவர் என்றால், இவருடைய அபரிமிதமான புகழைப் பற்றி ஒரு கணம் சிந்தித்துப் பார்த்தால், இவரோடு உடன் அமர்ந்து பேசக்கூட நம்மில் யாருக்கும் துணிச்சல் இருக்காது. மாறாக, இவரைப் பற்றிப் பேச மட்டும்தான் நமக்குத் தைரியம் இருக்கும். உண்மையில் அது கூட இருக்குமா என்பது சந்தேகமே.” மற்றவர் முன்னிலையில் எழுந்து பேசத் தெரிந்து வைத்திருக்கும் ஒரு கணவரை அடையத் தான் எந்த அளவுக்குக் கொடுத்து வைத்திருக்க வேண்டும் என்று தன்னுடைய மனைவி பெருமிதப்பட்டுக்

கொண்டிருக்கிறாளா என்று பேச்சாளர் நோட்டம் விட்டார். தான் ஆதர்சமாய்த் தேர்ந்திருக்கும் சீரிய பேச்சாளர்கள் அல்லது அவர்களைப் போன்ற வேறு சிலர் என்று யாரையோ மனதில் கொண்டு, அவர்கள் பாணியில் தன்னுடைய ஆய்வுக்கட்டுரையைக் கட்டி எழுப்ப ஒரு யுத்தியை அவர் பரீட்சித்துப் பார்த்தார். அது ஜெர்மன் மொழித் தொடக்கநிலை நூலிலிருந்து எடுத்தாளப்பட்ட மேற்கோள்.

"ஒரு பிரபலமான நூலில் கூறியிருப்பதைப் போல" என்று பேச்சைத் தொடங்கினார் வணிகர் குட்மன்ஸன்.

> ஃபிரெஞ்சு மொழியில் ஒரு வார்த்தை கூடத் தெரியாத ஒரு
> ஆங்கிலேயன் பாரிசுக்குப் போனான்

என்று ஜெர்மன் மொழியில் ஒரு சொலவடையைச் சொன்னார். சொல்லி விட்டுத் தன்னுடைய மனைவியை உற்றுப் பார்த்தார். பிறகு ஒரு நீண்ட, அர்த்தமுள்ள இடைவெளி தொடர்ந்தது. பேச்சாளரின் மூக்கு நுனியில் வியர்வை அரும்பியது.

"ஒரு புகழ்மிக்க மனிதர் என்றா சொன்னேன்? ஒரு மிகப்பெரிய மனிதர் என்றா சொன்னேன்? ஆம். அதை நான் ஏற்றுக்கொள்கிறேன். இதைச் சந்தேகிப்பவர்கள் எக்கேடும் கெட்டுப் போகட்டும். நான் சொன்னது உண்மைதானே திருவாளர் பத்திரிகாசிரியரே? இப்பொழுது அவருடைய புகழ் உச்சத்தில் இருக்கிறது என்ற போதிலும், முஹமது பென் அலி, போப்பாண்டவர் என்று பெரும் ஆளுமைகள் முன்னே அவர் பாடிப் பிழைத்தபோதிலும், பத்து ஆண்டுகளுக்கும் மேலாக, இந்தக் குடும்ப உறுப்பினர் போல், இந்த உணவு மேஜையில் எங்களோடு உட்கார்ந்து சாப்பிடத் தயங்கும் அளவுக்கு அவர் பெரிய மனிதரில்லை. சுருக்கமாகச் சொல்வதென்றால், *நாடு என்றால் அது இத்தாலிதான்.* ஹ, ஹ, ஹா! ச்சீர்ஸ், என்னுடைய சக நாட்டவரே, உங்கள் ஆரோக்கியம் வேண்டி நான் கொஞ்சம் குடிக்கலாமா?

"சரி. நாம் பேசிக்கொண்டிருந்த விஷயத்துக்கு வருவோம். ஆம். இங்கே, கீழ்த்தளத்தில் இருக்கும் சாராயக்கடையில் ஊழியராக இருந்த காலம் தொட்டு இன்று வரையிலும், ஜார்ஜ் ஹேன்ஸன் என்று அறியப்படும் ஹ்ரிங்ஜராபேரின் குட்டி ஜார்ஜான இந்த கர்தர் ஹோம் என்னுடைய சகோதரனாக, மகனாக இருந்திருக்கிறார். என்னுடைய சகோதரனாக, மகனாக மட்டும் இல்லை. என் மனைவிக்கும் கூட மகனாக, ஏன், என் மகளுக்கும் கூடச் சகோதரனாக, இவர் இருந்து வருகிறார். *கிழக்கு என்றால் ஸார்டீநியா* என்பதைப் போல.

"நாம் ஒரு புதுயுகத்தில் வாழ்ந்து வருகிறோம். முந்தைய காலத்தில், என்னுடைய அப்பா இளமையாக இருந்த பொழுது, ஒரு சொட்டுச் சாராயம் கிடைத்தாலே மக்கள் திருப்தியடைந்து விடுவார்கள். அப்பொழுதெல்லாம் கால் காலன் சாராயத்தின் விலையே இருபத்தைந்து ஔரர்தான். அதே போல், சாராயத்தையே தொட்டுக்கூடப் பார்த்திராத மீனவர்களால் சாதிக்க முடிந்ததெல்லாம் தங்களுடைய வாரிசுகளுக்கென்று ஒருசில தங்கக்காசுகளைச் சேமித்து வைப்பதுதான். ஆனால், இன்றோ ஒரு குடும்பத் தொழிலை நடத்த வேண்டுமென்றால் ஒரு வங்கியை

நீங்கள் உடைமையாக்கிக் கொள்ள வேண்டியிருக்கிறது. அல்லது குறைந்தபட்சம், நிதி நிறுவனங்களோடாவது தொடர்பை ஏற்படுத்திக் கொள்ள வேண்டியிருக்கிறது. உண்மையில் நம்முடைய கப்பல்களில் இயந்திரங்களை நிறுவியதோடு இப்பொழுது நாம் நிற்கவில்லை. எவ்வளவு விரைவாகப் போக முடியுமோ அவ்வளவு அதிவிரைவான இழுவைப் படகுகளை வாங்கியதோடு மட்டும் நின்று விடவில்லை. மக்கள் தங்களுடைய பணத்தைப் பதுக்கி வைப்பதற்கென்று ஒரு வங்கியையும் தொடங்கியிருக்கிறோம். இந்த வங்கியை நிர்வகிக்க, ஒரு பிரபல கணக்காயரையும், ஓர் இறைநெறியாளரையும், ஒரு சமத்துவவாதியையும் பணிக்கு அமர்த்தியிருக்கிறோம்.

"தென் பகுதிகளில் இருக்கும் நாடுகளுக்குக் கருவாடு விற்பதோடு இனி நாம் திருப்தியடைந்து விட முடியாது. எப்பொழுதாவது ஒரு கனவானைப் போல கோப்பென்ஹேகன் செல்ல வேண்டி வருகிறது. அப்பொழுது என்னவாகிறது? அங்கே இருக்கும் செய்தித்தாள்கள் உங்களை கருவாட்டுப் பெருமுதலாளி என்று குறிப்பிடுகின்றன. கருவாட்டை அழுத்தியழுத்திப் பொதி கட்டுவதால் அவை எடை கூடி விடுகின்றன. இதனால் கடல் கடந்து, நாடு விட்டு நாடு அனுப்பப்படும் கப்பற்சரக்குகளிலேயே கருவாடுதான் மிக அதிகக் கட்டணம் செலுத்த வேண்டிய பண்டம் என்றாகி விட்டது. ஆனாலும் கூடக் கருவாடு என்பது எள்ளலுக்குரிய சரக்காகவே பார்க்கப்படுகிறது. ஆக, எனதருமைக் குழந்தைகளே, நண்பர்களே, உறவுமுறைகளே, மதிப்புக்குரிய சக நாட்டவர்களே, இதனால் உங்களுக்கு நான் தெரிவிக்க ஆசைப்படும் விஷயம் என்னவோ இதுதான். அதாவது கருவாட்டுக்கும் கூட நாடாவும் அணிமுடிச்சும் தேவைப்படுகிறது. அது மட்டுமல்ல. ஐஸ்லாந்தின் மீனுக்கு டென்மார்க் நாட்டு நாடாவும் அணிமுடிச்சும் சுற்றப்பட்டால் மட்டும் போதாது. அதற்கு அனைத்துலகப் புகழ் வாய்ந்த நாடாவைக் கட்டுவது அவசியம். ஒரு வார்த்தையில் கூறுவதென்றால், ஒரு பறவையைப் போல, மீனும் பண் பாடும் என்று இந்த உலகின் ஏனைய பகுதியினருக்கு நாம் நிரூபிக்க வேண்டி இருக்கிறது. இதனால்தான் மீன் விற்கும் நாம் இந்த தேசத்தின் கலாச்சார வாழ்க்கையை மேம்படுத்தப் பெருமளவில் முயன்று வருகிறோம். சாம்பல்நிறப் பன்னாமீனைக் ஆழ்கடலிலிருந்து வலித்துப் போடும் மக்கள் மட்டுமல்ல நாம் என்று உள்நாட்டினருக்கும், வெளிநாட்டினருக்கும் ஒருசேர நிரூபிப்பதற்காகவே, உலகின் மகிழ்ச்சியைக் கூட்டும் விதமாக அந்தப் பன்னாமீனின் கழுத்தில் ஒரு நாடாவையும் அணிமுடிச்சையும் கட்டி அனுப்புகிறோம். அந்தப் புத்தகத்தில் குறிப்பிடப்படுவதைப் போல,

மதிய உணவு உண்ண அவன் ஒரு விடுதிக்குள் நுழைந்தான்"

என்று ஜெர்மன் மொழியில் உள்ள சொலவடையைக் கூறினார். பிறகு "நான் படித்தவன் என்பது உனக்குக் கொஞ்சம் ஆச்சரியமான விஷயமாக இருக்கும் என் அன்பே" என்று மனைவியைப் பார்த்துக் கூறினார். "நான் சிறுவனாக இருந்த பொழுது என் அப்பா என்னை இலக்கணப் பள்ளிக்குப் போக விடாமல் பண்டகசாலையில் வேலை செய்யப் பிடித்துக் கொண்டார். இரவில் நீ தூங்கச் சென்றவுடன் நான் மொழிகளைக் கற்கத் தொடங்கினேன், என் அன்பே. ஏனென்றால் வெளியுலகில் இருக்கும்

பண்பட்ட நபர்கள் நடுவில் என்னை நான் நிலைநிறுத்திக் கொள்ள வேண்டியிருந்தது. ஆனால், கீழே இருக்கும் சாராயக் கடையிலிருந்து ஒரு விஷயத்தை நான் தெரிந்துகொண்டேன். அது என்னவென்றால், எப்பொழுதுமே குடிக்கக் கூடாது என்பதுதான். என் அப்பாவுக்கு நன்றாகத் தெரியும். என்னுடைய குறிக்கோள் எப்பொழுதுமே, 'இயந்திரங்கள், சாராயம் கூடாது'."

தான் சுவைத்துக் கொண்டிருந்த கூழ் கிண்ணத்திலிருந்து தலையை நிமிர்த்திய முதிய ஜான் குட்மன்ஸன் "ஆமாம் குட்மன்டூர், நீ சொல்வது சரிதான். நான் எப்பொழுதுமே எந்தக் கெட்ட பழக்கமும் இல்லாதவன். புயல்வேளைகளில் மக்கள் வெளியே சென்று மதுவருந்தக் கூடாது; மாறாக, வீட்டில் தங்கித் தங்களுடைய பணத்தை மிச்சப்படுத்த வேண்டும் என்று நான் எப்பொழுதுமே கூறி வருபவன். அதுதான் மக்களுக்கான உண்மையான உல்லாசம். அப்படியிருந்தால்தான், வீட்டை விட்டு வெளியே சென்று மீண்டும் கடலில் மீன் பிடிக்கச் செல்வது சந்தோஷமாக இருக்கும். குடிப்பவர்கள் எல்லோருமே சமையலறைத் தீரர்கள். இல்லையென்றால் சோம்பேறிக் காட்டான்கள். ஐஸ்லாந்தில் இருக்கும் வேறெந்தக் கப்பல் முதலாளியைக் காட்டிலும் அதிக நஷ்டத்தைக் குடிபோதையாலும், சோம்பேறித்தனத்தாலும் நான் அடைந்திருக்கிறேன்" என்றார் முதிய குட்மன்ஸன்.

"நீங்கள் சொல்வது சரிதான் அப்பா" என்றார் இளைய குட்மன்ஸன். "மிகவும் சரி. நாம் முன்னேற்றத்தில் கவனமாய் இருக்கிறோம். இப்பொழுது நம்மிடம் இயந்திரங்கள் இருக்கின்றன. என்னுடைய மூதாதையர், நாட்டுப்புற மதபோதகர், நல்லாயர், ஹூஸாஃபெல்லின் ஸ்நோரி போன்றவர்களால் இப்பொழுது எந்தப் பயனும் இல்லை. அவர்களுக்குப் பேய் ஓட்டத் தெரிந்திருந்த போதிலும். இப்பொழுது நமக்குத் தேவை கலாச்சாரம். மிகக் கவர்ச்சியாக இருக்கும் பெண்கள் எல்லோரும் பிரபலமாக இருக்கும் ஆண்களையே சொந்தமாக்கிக் கொள்ள விரும்புகிறார்கள். எல்லோருமே. என்னுடைய மனைவியைத் தவிர. அவள் என் மீது காதல் வயப்பட்டாள். உனக்கு நல்ல ஆரோக்கியம் கிட்டட்டும். உனக்கு வாழ்த்துக் கூறி உன் நலனுக்காக நான் கொஞ்சம் குடிக்கலாமா?

மேஜைக்கருகே அமர்ந்து அவன் பண்டப் பட்டியலைக் கையில் எடுத்தான்"

என்று மீண்டும் ஜெர்மன் மொழிச் சொலவடையைப் பிரயோகித்தார்.

"வெளிநாட்டில் நம்முடைய ஐஸ்லாந்தின் கலாச்சாரத்தைப் பரப்புவதற்காக நாங்கள்தான் உங்களை இந்தப் பண்டகசாலையிலிருந்து வெளியே அனுப்பி வைத்தோம் கர்தர் ஹோம் . . ."

"என்ன?" என்றார் முதியவர். "அதெல்லாம் பொய். சரியாகச் சொல்ல வேண்டுமென்றால், எனக்குத் தெரிந்த அளவில், நாம் அவரை வேலையை விட்டுத் துரத்தினோம். ஏனென்றால், அவர் கவனக்குறைவாக, நேரத்துக்கு வந்து வேலை பார்க்காதவராக, துடுக்குத்தனமானவராக, பண்டகசாலையில் பிரச்சினை தவிர வேறெதிலும் ஈடுபடாதவராக இருந்தார்."

ஒன்றுமே நடவாதது போல் வணிகர் குட்மன்ஸன் பேச்சைத் தொடர்ந்தார்.

"ஆமாம். இந்த ஒப்பெரா பாடகரை நாங்கள் புரிந்துகொள்ளும் நல்வாய்ப்பு எங்களுக்கு ஆரம்பத்திலேயே வாய்க்கவில்லை. இதை நான் ஒத்துக்கொள்ளத்தான் வேண்டும். இங்கே ஐஸ்லாந்தில் ஒரு பாடகரை அங்கீகரிக்கும் துணிச்சல் யாருக்கு இருந்தது? நீங்கள் எல்லோரும் என்னை மன்னிக்க வேண்டும். இங்கே இசையைப் பற்றியும், பாடுவதைப் பற்றியும் தலை எது, வால் எது என்று யாருக்குத் தெரிந்திருந்தது? டென்மார்க்கில் இவரைப் பற்றிப் புரிந்துகொண்டவுடன், இவரை அங்கீகரித்து அடையாளப்படுத்த முனைந்த முதல் நபர் நான்தான்.

"ஜார்ஜ் வெளியேற்றப்பட்டு ஓராண்டுக்குப் பிறகு நான் எப்படி வாயடைத்து நின்றேன் என்பதை என்னால் மறக்கவே முடியாது. ஆல்போர்க் எனும் இடத்தில் ஒரு சாதா – பிஸ்கட் அடுமனையை நிர்வகிக்கும் கசாப்புக்கடைக்காரரும், என்னுடைய பழைய விசுவாசமான நண்பருமான ஜென்ஸனைப் பார்த்து வர ஒருமுறை நான் கோப்பென்ஹேகனுக்குச் போயிருந்தேன். நிச்சயமாக உங்களுக்கு நன்றாகவே நினைவிருக்கும் திருவாளர் ஒப்பெரா பாடகரே. எங்களுடைய சாராயக்கடையில் உங்களால் ஒரு பிரயோஜனமும் இல்லை என்று தெரிந்தவுடன் உங்களை கோப்பென்ஹேகனிலிருக்கும் ஒரு கசாப்புக்கடைக்கு நாங்கள் அனுப்பி வைத்தோம். வேறெதையும் விட உங்கள் நலனைப் பற்றி மட்டுமே நாங்கள் அக்கறைப்பட்டோம், என் இனிய சகநாட்டவரே.

"அது கிடக்கட்டும். இப்பொழுது ஜென்ஸன் என்னிடம் சொன்னான். 'ஹெரால்டின்[5] கதைதான் திரும்பவும் நடக்கிறது. நீ என்னிடம் அனுப்பி வைத்த அந்த ஐஸ்லாந்துக்காரனுக்கு இந்தக் கசாப்புக்கடையில் இருக்கும் வேறு யாரையும் விடப் பெரிய தொண்டை அமைந்திருக்கிறது. ஆல்போர்கில் மேலாளராக இருந்த என்னுடைய மச்சினன் ஸோரென்ஸன்ட்யூபாவும் இசைக்கருவியை வாசிக்கத் தெரிந்தவன். அவனோடு சேர்ந்து என்னுடைய அலுவலகத்தில் வேலை பார்க்க நீஅனுப்பி வைத்த அந்த ஐஸ்லாந்துக்காரனையும் அமர்த்தினேன். ஒரு கசாப்புக்கடையில் எப்பேர்ப்பட்ட கூச்சலும் குழப்பமும் இருக்கும் என்றுநம் எல்லோருக்குமே தெரியும். என்னுடைய மச்சினன் ஸோரென்ஸனிடம் 'ஸோரென்ஸன், ஆல்பேர்கில் இருக்கும் இசைக்குழுவின் சத்தத்தை மூழ்கடிக்கக்கூடிய கசாப்புக்கடை இந்த டென்மார்க்கிலேயே ஒன்றே ஒன்றுதான் இருக்கின்றது. அது என்னுடைய கசாப்புக்கடைதான்' என்று எத்தனையோ தடவை நான் சொல்லியிருக்கிறேன். ஆனால் ஐஸ்லாந்தில் இருக்கும் இக்குணிகளைப் பற்றி, சட்டத்துக்குப் புறம்பானவர்கள் பற்றி, பேய் பிசாசுகளைப் பற்றிய பாடல்களையெல்லாம் நீஅனுப்பி வைத்த அந்த ஐஸ்லாந்துக்காரன் கத்திக்கொண்டிருந்ததைக் கேட்டு அப்படியே மலைத்துப் போய் விட்டோம்.

5. ஹெரால்ட்: ஃபெர்டினன்ட் ஹெரால்ட் என்று பரவலாக ஐயப்படும் லூயி ஜோசஃப் ஃபெர்டினன்ட் ஹெரால்ட்கேளிக்கை இசைநாடகங்களுக்காகப் பெயர் பெற்றவர். அல்சேஸ் எனும் வடகிழக்குப் பிரெஞ்சுப் பகுதியைச் சேர்ந்த பதினெட்டாம் நூற்றாண்டு இசைமேதை.

அதனால் உடனடியாக அந்த ஆளை ஒரு பேராசிரியரிடம் அனுப்பி வைத்தோம். மறுநாள் ஒரு நற்சான்றிதழோடு அவன் திரும்பி வந்தான்.'

"'அவனை இங்கே கூட்டி வா' என்றேன். ஏனென்றால், என் பெயர் குட்மன்டுரார் எனப்படும் குட்மன்ஸன். டென்மார்க்கிலிருக்கும் என்னுடைய நண்பர்கள் தொப்பியிலிருந்து எதை வெளியே உருவிஎடுத்தார்கள் என்று நினைக்கிறீர்கள்? அது வேறு யாருமில்லை. முந்தைய ஆண்டில் சாராயக்கடையிலிருந்து என் அப்பா வேலையை விட்டுத் துரத்தியிருந்த குட்டி ஜார்ஜ் ஹேன்ஸன்தான். இங்கே இருக்கும் ஹ்ரிங்ஜராபேரைச் சேர்ந்த அதே ஜார்ஜ்தான். அரச முத்திரையுடன் கூடிய முறையான சான்றிதழ் அது. கன்ஸர்வோ லவாட்டரியோ அல்லது லொட்டேரியோ அப்ஸர்வேட்டரியோ? ஏதோ ஒன்றிலிருந்து பெறப்பட்டது அந்தச் சான்றிதழ். *இந்த மனிதன் ஓர் உலக அதிசயம். உலகப்புகழ்பெற இவனுக்குக் கொஞ்சம் ஜெர்மன் மொழியிலும் இத்தாலிய மொழியிலும் கல்வி புகட்டுதல் மட்டும்தான் தேவை* என்று அந்தச் சான்றிதழ் சொல்லியது.

"இதற்கு மேல் நான் அதிகமாக விவரங்களைச் சொல்லிக்கொண்டிருக்கப் போவதில்லை. என்னுடைய அங்கிப்பைக்குள் கையை விட்டேன். பணப்பையை எடுத்தேன். அந்த டென்மார்க் நாட்டு மேலாளரிடம் 'இதோ, உங்களுக்கு நான் எவ்வளவு பணம் தர வேண்டும்?' என்று கேட்டேன். இந்தச் சிறிய கதைக்கு ஒரே ஒரு விஷயத்தை மட்டும் கூடுதலாகச் சொல்ல வேண்டும் என்று நான் நினைக்கிறேன். அதாவது, டென்மார்க்கிலிருக்கும் என்னுடைய நண்பர்கள் இந்த ஐஸ்லாந்து நாட்டுக்காரனை ஜெர்மனிக்கும், இத்தாலிக்கும் அனுப்பி வைக்க ஏற்கெனவே திட்டம் போட்டிருந்தார்கள் என்பது என் யூகம். அது அவ்வளவு சிறப்பான செயலில்லை என்று நான் நினைத்தேன். என் அன்புக்கும் மரியாதைக்கும் உரிய அப்பாவும் அப்படியே நினைத்தார். இத்தனைக்கும், அவர் அப்படியொன்றும் ஊதாரித்தனமாகச் செலவு செய்பவர் என்று பேர் வாங்கினவரும் இல்லை. அவர் காலத்தில், ஐஸ்லாந்தில் இருக்கும் வேறெவரையும் விட மிகக் கஷ்டமான ஜீவனத்தில் எப்பொழுதும் வாழ்ந்திருந்தவர். ஒரு தலைமுறைக்காலம் வெறும் கூழைக் குடித்தே காலத்தை ஓட்டியவர். எங்களுடைய கடையில் இருந்த ஊழியர்கள் கழித்துக் கட்டிய துணிமணிகளை உடுத்தியே சமாளித்தவர். ஆல்பர்ட் தொர்வால்ட்ஸனுக்கும்[6], நீல்ஸ் ஃபின்ஸெனுக்கும்[7] டென்மார்க் நாட்டவர் சிறப்புச் செய்ததைப் போல், சாராயக்கடையில் கூட வேலை பார்க்க லாயக்கில்லாதவன் என்று தூக்கி எறியப்பட்ட ஒரு ஒன்றுக்கும் உதவாத இளைஞனை உலகப்புகழ் மிக்கவனாக, ஏன், ஒரு மேதையாகக்கூட டென்மார்க் நாட்டின் கசாப்புக்கடைக்காரர்கள் உயர்த்தி விடுவார்களோ

---

6. ஆல்பர்ட் தொர்வால்ட்ஸன்: பெர்டல்தொர்வால்ட்ஸன் என்றறியப்படும் பதினெட்டாம் நூற்றாண்டு, ஐஸ்லாந்து நாட்டுச் சிற்பி. உலகப்புகழ்பெற்ற இவர் தன் வாழ்நாளில் பெரும்பான்மைக் காலமும் இத்தாலியில் கழித்தவர்.

7. நீல்ஸ் ஃபின்ஸென்: ஐஸ்லாந்து வம்சாவளியில் வந்த டென்மார்க் நாட்டு மருத்துவர் மற்றும் அறிவியல் அறிஞர். 1903ஆம் ஆண்டில் மருத்துவத்திற்கான நோபெல் விருதை வென்றவர்.

என்று நாங்கள் நினைத்தோம். அப்படி ஒன்று நடந்து விட்டால் அதுதான் இந்தத் தேசத்துக்கு ஏற்பட்ட மிகக் கேவலமான தலைகுனிவாக இருக்கும் என்றும் நாங்கள் அஞ்சினோம். நாங்கள் சுதந்திர விரும்பிகள். நானும், என் அப்பாவும். நாங்கள் டென்மார்க் நாட்டிலிருந்து பிரிந்து வர வேண்டும் என்று நினைப்பவர்கள். எங்கள் பத்திரிகை ஐஸாஃபோல்ட்டும் இந்த எண்ணத்தையே பிரதிபலிக்கிறது. நான் கேட்டேன். என் அப்பாவும் கேட்டார். இந்தப் பண்டகசாலையே கேட்டது. நாம் இப்பொழுது இருக்கும் இதே இடத்தில்தானே 874ஆம் ஆண்டில் முதல் வணிகர் இங்கோல்ஃபர் அமர்சன்[8] கடை விரித்தார்? அந்தக் காலகட்டத்துக்கு முன்னர் வாழ்ந்திருந்த அதே கடல் நாய்களால்தான் ஐஸ்லாந்து இன்னமும் சூழப்பட்டிருக்கிறது என்ற எண்ணத்தை முறியடிக்கும் வகையில், துடுப்புப் போடும் படகுகளிலிருந்து இயந்திர யுகத்துக்கு நகர்ந்து விட்ட இன்றைய ஐஸ்லாந்து நாட்டவர், தமக்கே தமக்கானதென்று எதையாவது சாதித்துக் காட்ட வேண்டாமா? ஒரு நாளில் ஆயிரத்து நூறு பன்றிகள் வெட்டித்தள்ளப்படும் ஒரு கசாப்புக்கடையின் கூச்சலை அமுக்கும் அளவுக்கு ஒரு ஐஸ்லாந்து நாட்டுக்காரன் பாடுகிறான், ஆல்பெர்க்கில் இருக்கும் ட்யூபா இசைக்கருவியின் ஓசையை விட உச்ச ஸ்தாயியில் கத்துகிறான் என்று டென்மார்க் நாட்டின் பெயர்பெற்ற நிறுவனங்கள் சான்றளிக்க, அதற்கு டென்மார்க் நாட்டின் முதல்தரப் பேராசிரியர்கள் கொடுத்த சான்றிதழும் துணைக்கிருக்க, அவனுடைய சொந்த நாட்டுக்காரர்களாகிய நாம், இதுவரையிலும் வாய்பேசா மீன்களை மட்டுமே வலித்து இழுத்துப் போட்டுக் கொண்டிருந்த நாம், ஒன்று சேர்ந்து, கருவாட்டுப் பெருமுதலாளி என்று மட்டுமே நம்மை டென்மார்க் நாட்டவர் கூப்பிடும் அவலத்துக்கு முடிவு கட்ட வேண்டாமா? மூத்திரச் சட்டியில் காறி உமிழ வேண்டாமா? மீனின் வாயை ஒரு குறிக்கோளுக்காகத் திறக்க வைக்க வேண்டாமா?

"அதற்குப் பிறகு இதோ இந்த மனிதருக்கு ஒரு புதிய நீள்அங்கியையும் நீண்ட தொப்பியையும் கொடுத்து முழுதாய் ஒரு மேதையை உருவாக்க உத்தரவிட்டேன். ஐஸ்லாந்து நாட்டைப் பிரபலமானதாக ஆக்க இவரை இந்த அகண்ட உலகத்திலே உலவ விட்டேன். எல்லாமே பண்டகசாலையின் செலவிலேயே நடந்தது. இன்னமும் மக்களின் முகத்தின் மீது வாந்தி எடுத்த எகில் ஸ்க்கலாக்ரிம்ஸனின்[9] சாகசங்களைப் பற்றியே பேசிக்கொண்டிருப்பதை முடிவுக்குக் கொண்டுவரும் காலம் நெருங்கி விட்டது. நான் ஏற்கெனவே குறிப்பிட்ட ஐஸ்லாந்து நாட்டின் முரணான லட்சியத்தை அடையும் காலம் வந்து விட்டது.

ஒரு பறவையைப் போல மீனும் பண் பாடும்;
மலையடிவார, புதர்நிலக் கல்மண் கூளச்சரிவில் புல் மேயும்;
கத்தும் ஆட்டுக் கூட்டமோ
புரண்டெழும் கடலுள் அலைந்து திரியும்.

---

8. இங்கோல்ஃபர் அமர்சன்: மனைவி ஹல்வீக் ஃப்ராடஸ்டேட்டர் மற்றும் சகோதரர் ஷ்யோர்லெஃப் ஆகியோருடன் ஐஸ்லாந்தில் முதன்முதலாகக் குடியேறிய நார்வே நாட்டவர்.

9. எகில் ஸ்க்கலாக்ரிம்ஸன்: ஐஸ்லாந்தின் பத்தாம் நூற்றாண்டு சாகச நாயகர், கவிஞர், பண்ணையாளர்.

நான் இப்பொழுதும் சொல்கிறேன், எப்பொழுதுமே சொல்லி வந்திருக்கிறேன், இனிவரும் காலங்களிலும் சொல்லிக்கொண்டே இருப்பேன். உலகெங்கும் சென்று பாடாத மீன் செத்த மீன். இங்கே ஐஸ்லாந்திலிருக்கும் நாம், நாடாவும் அணிமுடிச்சும் கட்டப்பட்ட, பண்பாடும் மீனைச் சொந்தமாக்கிக் கொள்வதற்கான நேரம் நெருங்கி விட்டது. எனவே, மீண்டும் தாயகம் வந்திருக்கும் எனதருமைச் சகநாட்டவரே, இங்கே லாங்குஸ்டட்டில் இருக்கும் பழையதும் புதியதுமான உங்களுடைய மேஜைக்கு உங்களை இனிதே வரவேற்கிறோம். உங்கள் மீது நாங்கள் நம்பிக்கை வைத்திருக்கிறோம். நீங்கள்தான் இந்த நாட்டின் பண்பாடும் மீன். இதைச் சொல்வது குட்மன்டூரார் என்றழைக்கப்படும் நான் மட்டுமே என்றாலும் கூட. உங்களுடைய நலன் கருதி!" என்று முடித்து கொஞ்சம் குடித்தார் குட்மன்ஸன்.

வணிகர் குட்மன்ஸன் தன்னுடைய பேச்சை முடித்தும் முடிக்காததுமாக, தனக்குக் கிடைக்க வேண்டிய கரவொலியை அவர் அறுவடை செய்வதற்கு முன்பாகவே, தன்னுடைய பேச்சை மனைவி எப்படி ரசித்திருக்கிறாள் என்று தெரிந்துகொள்ள அவளுடைய முகத்தை உற்று நோக்கிக் கொண்டிருக்கும் போதே, ஒப்பெரா பாடகர் கர்தர் ஹோம் சடாரென்று எழுந்து பதில் சொல்லத் தொடங்கினார். "நம் காலத்தில், தங்கச் சரிகையிட்ட மனிதர்களுக்கு ஐரோப்பாவில் இதுவரை கொடுக்கப்பட்ட மகத்தான விருந்துகளில் இதுவும் ஒன்று. மூச்சுத்திணற வைக்கும் விருந்தோம்பலின் வெளிப்பாடு இது. இப்படிப்பட்ட வைபவத்தில் என்னையும் பங்கு பெற வைத்திருப்பதைப் பெரும் கௌரவமாகக் கருதுகிறேன். பஞ்சாங்கத்தில் புது யுகமாக ஆரம்பித்திருக்கும் இந்தக் காலகட்டத்தில் – காலம் என்பது முன்னேறிக்கொண்டேதான் இருக்கிறது. இதற்கான சான்றுகள் இல்லையென்றாலும், சான்றுகளிலிருந்து வெகு தொலைவில் இருந்த போதிலும் கூடக் காலம் என்பது முன்னேறிக்கொண்டேதான் இருக்கிறது என்றே கூற வேண்டும். காலம் முன்னே போனாலும் சரி, பின்னே போனாலும் சரி, இந்த இல்லத்துக்குக் கடன்பட்டவன் என்ற முறையில் நான் ஒருசில வார்த்தைகளைப் பேச வேண்டும். பூனைக்கும், மஞ்சள் சிட்டுக்கும் மட்டும் நாடாவையும், அணிமுடிச்சையும் கட்டி அழகு பார்ப்பதோடு நில்லாமல், மீனுக்கும் கூடப் புகழைப் பெற்றுத் தந்து, 'கால்நடைகள் சாவதற்கே' எனும் பழமொழியைப் பொய்யாக்கி இருக்கிறீர்கள். ஒரு காலத்தில் ஓர் அரசனும் அரசியும் அவர்களுடைய ராஜ்ஜியத்தில் இருந்தார்கள். அதே போல் ஒரு குடியானவனும் அவனுடைய மனைவியும் அவர்களுடைய குடிலில் இருந்தார்கள். எந்த அளவுக்கு இந்தக் கதை நடந்திருக்கிறதோ அந்த அளவுக்குச் சொல்லி விடுகிறேன். இந்த இல்லத்தில், இதோ இந்தக் கீழ்தளத்தில், இதுவரை எந்த ஐஸ்லாந்து நாட்டவரும் இருந்திருக்க முடியாத அளவுக்குப் பண் பாடாத மீன்களின் சக்கரவர்த்தியாக நம்முடைய குடும்பத் தந்தை ஜான் குட்மன்ஸன் ஆட்சி செய்துகொண்டிருந்த போது, ஒரு சின்னக் குடியானவப் பையன் பாடத் தொடங்கினான். கொஞ்சம் மாற்றிச் சொல்வதென்றால், இங்கேதான் அவன் கத்தவும், உக்காரமிடவும் செய்தான். அதனால் துடுக்கானவன் என்ற பெயரையும் வாங்கினான்.

இந்தக் காலகட்டத்தில்தான் குட்மன்டூரார் என்றழைக்கப்படும் நம்முடைய விருந்தாளர் – அவர் அப்படி அழைக்கப்படுவதற்கும் கூடக் காரணம் இருக்கிறது; அந்தக் காலத்தில் இங்கே லாங்குஸ்டட்டில் ஃபிரெஞ்சு மொழியில் பேசுவதே நாகரீகமாகக் கருதப்பட்டது – இந்த மாலைப்பொழுதில் நம்மிடம் விவரித்துக் கூறிய, கோபென்ஹோகனில் இருக்கும் பன்றிக்கறி துதிப்போர், சாதா – பிஸ்கட் அடுமனைக்காரர்கள், கனவாத்தியக்காரர்கள் ஆகியோரோடு சேர்ந்து தன்னை மேம்படுத்திக் கொள்ளத் தொடங்கியிருந்தார். அந்தக் காலத்தில் மதுவின் போதைக்கு உள்ளாகாமல் நிதானமாக இருந்து, பிள்ளைகுட்டிகள் பெற்றுக்கொள்வதில் அதிக சந்தோஷம் அடையாத ஐஸ்லாந்து நாட்டவர்களால்தான் இந்தப் பண்டகசாலை ஆதரிக்கப்பட்டு வந்தது. அதில் ஓரளவு நியாயமும் இருந்தது. ஏனென்றால், ஐஸ்லாந்தின் கடல் எப்படித் தகப்பன்களுக்கு ஆபத்தானதாக விளங்கியதோ, அதே மாதிரி வறண்ட நிலப்பரப்பு குழந்தைகளுக்கு அபாயகரமானதாக விளங்கியது. அவர்களுடைய குழந்தைகளில் பாதிப்பேருக்கும் மேலானவர்களை மீண்டும் பூமித்தாய்க்கே அவர்கள் பறி கொடுக்க நேர்ந்த பொழுது ஐஸ்லாந்து நாட்டவர் பலரும், தங்களிடம் மீந்து போகும் வருமானத்தை, மிகப்பெரும் சமையற்கட்டுத் தீரரும், முதன்மை நீதியரசருமான ருனால்ஃபர் ஜான்சன் சொல்வதைப்போல், ஒரு 'போர்க்கப்பலில்' முதலீடு செய்தார்கள். அவர்கள் இந்தப் 'போர்க்கப்பலை' உள்ளே தள்ளிய பிறகு *பனி நிறைப் பாழ் மணலின் மீது* என்ற பாடலை அழுகை வரும் வரையில், கீச்சொலியில் கத்திக் கொண்டிருப்பார்கள்.

"பிறகு தேம்பிக் கொண்டே *உலகின் தித்திப்பான குளிர்ந்த கேணியே* எனும் பாடலைப் பேச்சுமூச்சில்லாமல் வாயிற்படிகளிலும், பாதையிலும் மல்லாந்து சரியும் வரை பாடித்தீர்ப்பார்கள். இதைத்தான் 'செத்துக் கிடப்பது' என்று ஐஸ்லாந்தில் சொல்வோம். அன்றாடம் சமைக்கும் மீனுக்காக மிளகு வாங்கப் பண்டகசாலைக்கு வரும் மதிப்பிற்குரிய பெண்மணிகள் இந்த ஆட்களை மிதித்துக் கொண்டுதான் உள்ளே செல்ல வேண்டியிருக்கும்."

"நான் எப்பொழுதுமே மதுவிலக்கை வலியுறுத்துபவன்தான்" என்றார் ஜான் குட்மன்ஸன். பேச்சை உன்னிப்பாகக் கவனிப்பதற்காக, தனக்கு முன்னே இருந்த கூழ்க் கிண்ணத்தின் மேலாகச் சாய்ந்தவாறு, ஒரு கையை காதுக்கு அண்டக்கொடுத்துக் கேட்டுக்கொண்டிருந்தார் கிழவர். "முட்டாள்தனம் இந்த அளவுக்கு மக்களிடம் வளர்ந்து கிடக்கும் பொழுது நான் என்ன செய்யமுடியும்? நான் இளைஞனாக இருந்த காலத்தில் பன்னாமீன் எண்ணெயை விரும்பிக் குடிப்பேன். ஆனால் அதை அதிகமாகக் குடித்துவிடக் கூடாதென்று அத்தோடு கரிப்புகை மையையும் கலந்துதான் குடிப்பேன். இப்பொழுது எனக்கு எண்பத்தைந்து வயதாகிறது. சொல்லப்போனால், மோரைத் தவிர வேறெதையுமே நான் இதுவரை குடித்தது கிடையாது. கடைந்த பாலைத்தான் நான் கூழின் மீது ஊற்றிக்கொள்கிறேன். ஒருசிலர் இதுவரை பாடியதே இல்லை, கடவுளின் கிருபையால்."

ஒப்பெரா பாடகர் கர்தர் ஹோம் தொடர்ந்தார்.

“பிறந்த ஒவ்வொரு நூறு குழந்தைக்கும் நாற்பதிலிருந்து ஐம்பது குழந்தைகள் வரை பறி கொடுத்து நல்லடக்கம் செய்த பிறகு – அந்தக் காலத்தில் புதைப்பதுதான் ஐஸ்லாந்தில் வழக்கமாக இருந்தது – முழுதாக, உண்மையான துக்கத்தில் மூழ்கி, இந்தப் பண்டகசாலையை அவர்கள் ஒரு பாடல் போருக்கு அழைப்பார்கள். ஆண்ட்ரூ ரிமூர் பாடல்களில் வர்ணிக்கப்படும் போர்ரதங்களின் வேகத்துக்கு ஈடு கொடுக்கும் வகையான பாடல்களை அவர்கள் எடுத்து விடுவார்கள். மிருகக்கொழுப்பு வெட்டிக் கூறு போடப்படுவதைப் போல் இந்தப் பாடல்களில் மனிதர்கள் கூறு போடப்படுவார்கள். அல்லது, இறைச்சிப்பசையை நறுக்குவதைப் போல் நறுக்கப்படுவார்கள். அதன் பிறகு, அங்கே தனக்குத் தானே நேர்மையாக இருந்து நன்றாகப் பாடிப் பேர் வாங்குவதைத் தவிர சாதிக்க வேறொன்றும் இருக்காது, கனவான்களே, சீமாட்டிகளே. ஏறத்தாழ அந்தச் சமயத்தில்தான் என்னுடைய குரல் உடையத் தொடங்கியது. இந்தக் குடிகாரச் சமுதாயத்தைச் சேர்ந்த மோசமான பொறுக்கியும் வீராப்புப் பேசுபவனுமான ஒரு நபருடன் உண்டான பாட்டுப் போட்டியின்போது அவன் குரல் கம்மிப்போய் அதற்கு மேல் ஒரு வார்த்தை கூட எழும்பாத நிலையில் இறுதியாக கைகலப்பில் அது முடிந்தது. இதுவரை நான் பெற்ற வெற்றிகளிலேயே மிகப் பெரிய வெற்றி இதுதான். ஆமாம். இந்தப் பண்டகசாலையின் நற்பெயரைக் காப்பாற்றுவதற்காக நான் ஈடுபட்ட பாடல் யுத்தங்கள் எண்ணிலடங்காதவை. இந்தப் பண்டகசாலையின் வாயிலில் அடியெடுத்து வைத்த மறு நொடியில் நான் பாடித் துவண்டு போகாத கத்தும் குரங்கு ஒன்று கூட இல்லை. எனக்கு முழுதாய்ப் பதினெட்டு வயது முடிந்திருக்கும் முன்பாகவே இதை நான் சாதித்திருந்தேன் என்பதைத் தகவலுக்காகவே பகிர்ந்துகொள்கிறேன். பெருமை பீற்றிக் கொள்வதற்காக அல்ல. முதிய கடலோடியும் சாராய வியாபாரியுமான எனதருமை ஜான் குட்மன்ஸனே, தொடுவானுக்கு அப்பால் இருக்கும் தென்பகுதி எருக்குழிகள் எவ்வாறு நாறும் என்பதை நீங்கள் பார்த்ததில்லை. அதே போல் மோரைத் தவிர வேறு பானம் எதையும் நீங்கள் அருந்தியதில்லை. அதே போல் நீங்களும், குட்மன்டூரா ரே, டேனிப்ராக் எனும் டென்மார்க் சேவக போர்வீரரே, மொழியியல் வல்லுனரே, இன்னும் என்னால் அடுக்க முடியாத பல சிறப்புகளுக்கு உரியவரே, உங்களுடைய சாராயக் கடையில் கல்லாவில் இருந்து வெளியேறி, டென்மார்க்கில் ஒரு கசாப்புக்கடை ஊழியனாய் நீங்கள் பார்க்க விரும்பிய பையனிடமிருந்து ஒரு வழியாக நன்றிகளைப் பெற்றுக்கொள்ளுங்கள்.”

# 36

# தலைமைத் தேவதூதர் கேப்ரியலின் நடுகல் அருகே ஒரு மாலைநேரம்

விருந்துக்குப் பிறகு குட்மன்ஸனின் வீட்டிலிருந்து கிளம்பித் தெருவை அடைந்தவுடன், "அவர்கள் உனக்குக் கொடுப்பதாக இருக்கும் வேலையை ஒப்புக்கொண்டு அவர்கள் கடையில் ஓர் ஊழியனாகச் சேர்ந்து விடுவாயோ?" என்றார் கர்தர் ஹோம். தன்னுடைய நன்றியுரையை முடித்துக்கொண்ட பிறகு அவர் அதிக நேரம் அங்கே தங்கியிருக்கவில்லை. அரசரின் அமைச்சரைப் பார்க்க வருவதாக தான் வாக்களித்திருப்பதாகச் சமாதானம் சொல்லி எல்லோரிடமும் அவர் விடைபெற்றுக்கொண்டார். ஆனால், வெளியே வந்த பிறகு ஆளுநரின் இல்லத்துக்குச் செல்ல எந்த முயற்சியையும் அவர் மேற்கொள்ளவில்லை. மாறாக, தேவாலயக் கல்லறைவெளியை நோக்கி நடையைக் கட்டினார்.

"யாருக்குத் தெரியும்?" என்றேன் நான். "நான் தேவாலயத்தில் சேவை செய்யப் படிக்க வேண்டும் என்பது தாத்தாவின் ஆசை. ஆனால் பள்ளியில் முதல் மாணவனாகத் தேறும் துர்ப்பாக்கிய நிலை எனக்கு ஏற்பட்டு விட்டது. முதல் மாணவனாகத் தேறும் யாரும் உருப்பட்டதாகச் சரித்திரம் கிடையாது."

"கீழ்த்தளத்தில் இருக்கும் கடைகளில் உருண்டு கிடக்கும் குடிகாரர்களைவிட சத்தமாக உன்னால் பாட முடியும் என்று அவர்கள் கண்டுகொண்டால், நிச்சயமாக எல்லா செலவுகளையும் அவர்களே ஏற்று உன்னையும் இசைப்பள்ளிக்குப் பயில அனுப்பி வைப்பார்கள். அதிலும் குறிப்பாக, பன்றிகளைக் காட்டிலும் உன்னால் அதிகமாக இரைய முடியுமென்று டென்மார்க் நாட்டவர் யாரும் சொல்லிவிட்டால் போதும். ஒரு விஷயத்தை உனக்கு நான் இப்பொழுது சொல்லியாக வேண்டும். இவர்களுடைய ஆன்மிக மேஜை விருந்தாளியாக இருப்பதற்காக யாரும் தலையில் கிரீடத்தை சூட்டிவிடப் போவதில்லை. கிருஸ்துமஸ் பண்டிகை சமயத்தில், ஏதோ ஒரு அந்நிய தேசத்தில், எங்கோ ஒரு முட்டுச்சந்தில், உன்னுடைய அங்கிப்பையில், ஒரு

மூலையில் உருண்டு கொண்டிருக்கும் சில்லறைக் காசை நீ கையை விட்டுத் துழாவிக் கொண்டிருப்பாய். இன்னமும் கணப்பு கனன்று கொண்டிருக்கும் ஏதாவது ஒரு சாதாரணக் காஃபிக்கடையிலாவது காஃபி சாப்பிடும் அளவுக்கான சில்லறைத் தட்டுப்படுகிறதா என்று தேடிக் கொண்டிருப்பாய். முந்தைய ஆண்டைப் போலவே இந்த ஆண்டும், ஐஸ்லாந்திலிருந்து நீ எதிர்பார்த்துக் கொண்டிருக்கும் காசோலை கிருஸ்துமஸ் பண்டிகையைக் கொண்டாட சரியான நேரத்தில் வந்து சேர்ந்திருக்காது. உனக்கென்று நண்பர்கள் யாரும் இருக்க மாட்டார்கள். நீ நடந்தே வீடு செல்ல வேண்டியிருக்கும். நீ வாடகைக்குக் குடியிருக்கும் அறைக்குள், மிகப் பழையதான ஒரு துணியைப் போர்வையாக்கி அதனுள் சுருண்டு கிடப்பாய். ஒரு நைந்துபோன மேலங்கியை அணிந்து, கிருஸ்துமஸ் காலக் குளிரை உன் எலும்புகளிலிருந்து வெளியேற்ற முயன்றவாறிருப்பாய். ஒரு நிஜமான மனிதனால்தான் அந்த ஒரு ஆதார ஸ்ருதியைக் கண்டடைய முடியும். எவ்வளவோ பேர், தங்களுடைய உடல்நலன், மனநலன் என்று, தங்களிடம் இருக்கும் எல்லாவற்றையும், கொடுத்த பிறகும் கூட அதைக் கண்டடைய முடியாமலேயே உயிரை விட்டிருக்கிறார்கள். என்றாலும் கூட, அப்படியொரு ஆதார ஸ்ருதி இருக்கிறது என்ற ஞானம் இல்லாமலேயே பிரபலமான பாடகர்களாகத்திகழும் ஒரு சிலரோடு ஒப்பிடுகையில், இப்படி உயிரை விட்டவர்களைப் பார்த்து நாம் பொறாமை கொள்ளத்தான் வேண்டும். அதே நேரத்தில், அந்த ஆதார ஸ்ருதிக்கு அருகில் ஒருகணம் வந்தவர்களை விட, அல்லது அதை உண்மையில் கண்டறிந்தவர்களை விட, அப்படியொரு ஆதார ஸ்ருதி இருக்கிறது என்ற ஞானம் வாய்க்கப் பெறாமலேயே பிரபலமான பாடகர்களாக விளங்கும் ஒருசிலர் மிக்க மகிழ்ச்சியாக இருக்கிறார்கள்."

அமரராகிவிட்ட தலைமைத் தேவதூதர் கேப்ரியலின் புதைகுழி மீது நிறுவப்பட்டிருக்கும், தாழ்வான விசிப்பலகை போன்று தோற்றமளிக்கும் நடுகல் மீது நாங்கள் அமர்ந்திருந்தோம்.

"அப்படியென்றால், அந்தக் காசோலை வந்து சேரவேயில்லையா?" என்று நான் கேட்டேன்.

"ஒருநாளில் மூன்று முறையோ, ஒருசில சமயங்களில் ஆறு முறையோ கூட தபால்காரரின் மணி அடிக்கும். ஒவ்வொருமுறை மணிச் சத்தம் கேட்கும் பொழுதும் இதயம் ஒருநொடி துடிக்க மறந்துவிடும். கிருஸ்துமஸுக்கு முதல் நாள் மாலை ஆறு மணிக்குக் கால்மணி முன்னர் வரை கூட அந்த அதிசயம் இப்பொழுது நிகழும், அப்பொழுது நிகழும் என்று அசாத்திய நம்பிக்கையோடு காத்துக்கொண்டிருக்க வேண்டியிருக்கும். இப்படியே நீ ஒவ்வொரு கிருஸ்துமஸுக்கும் முதல்நாளன்று அயல்நகரங்களில் தபால்காரரின் அழைப்புக்காகக் காத்துக்கொண்டிருப்பாய். ஆனால் அந்தப் புகழ்பெற்ற காசோலை ஐஸ்லாந்திலிருந்து வரவே வராது. ஐஸ்லாந்திலிருந்து வர வேண்டிய அந்தக் காசோலை அளவுக்கு மனதில் ஆழமாக வேரூன்றியிருக்கும் ஜந்துவோ, மனதை விட்டுத் துரத்த முடியாத ஜீவனோ இந்தப் பிரபஞ்சத்திலேயே வேறேதும் கிடையாது. குட்மன்ஸன் பண்டகசாலை அந்த அளவுக்கு மோசமான அங்காடி என்பதல்ல. உண்மையில் அது இசைக்கான இடமில்லை. இருபது கப்பல்களில் அனுப்பும்

அளவுக்குச் சாதாரண பிஸ்கட்டைத் தயார் செய்த பிறகு, நிலக்கரித் தாம்பாளத்தின் மீது நாடாவையும் அணிமுடிச்சையும் சுற்றி விட்ட பிறகு, பத்திரிகாசிரியரின் விழி ஆடிக்கிக்குத் தோதாகப் புதிய இணைப்புக் குச்சியையோ, சங்கிலியையோ தேடிக் கண்டுபிடித்த பிறகு, நாற்பத்து ஒன்பதாவது அத்தைக்கோ சித்திக்கோ பெரியம்மாவுக்கோ ஊசிப்பேழை ஒன்றை வாங்கிக் கொடுத்தனுப்பிய பிறகு, ஒருவேளை, திடீரென்று குட்மன்டூருக்கு நினைவு வரலாம்: ‘அடக் கடவுளே! கலாச்சாரத்தை நான் எப்படிச் சுத்தமாக மறந்து போனேன்? என் பெண்டாட்டி தூங்கிய பிறகு இரவில் படிக்கவென்று வைத்திருந்த ஸோயேகாவின் ஆங்கில அகராதியை[1] நான் எங்கே வைத்துத் தொலைத்தேன்? இரு, இரு. ஒரு நிமிஷம்! அயல்நாட்டில் எங்கேயோ சுற்றியலைந்து கொண்டிருக்கும் ஒரு பாடகனைப் பண்டகசாலை வேலைக்கு வைத்திருக்கிறதே! இல்லையா?’ ஆனால் அதற்குள்ளாக மார்ச் மாதமோ, ஒருவேளை, ஏப்ரல் மாதமோ கூட வந்துவிடும். யாருக்குத் தெரியும்? இளவேனிற்காலத்துக்கு முன்பாக ஒருசில பவுண்ட் பணத்தாள்களை நீ பார்த்து விடலாமாக இருக்கும்.”

“இப்படிச் செத்துப் பிழைப்பதை விட, பேசாமல் அயல்நாட்டில், மீன்பிடித் தொழிலில் ஏதாவது ஒரு வேலையை நான் பார்த்துக் கொள்வேன்” என்றேன்.

“பாடுவதை விட்டுவிட்டா?” என்றார் அவர்.

“வேறுவழி? அப்படித்தானே இருந்தாக வேண்டும்” என்றேன். “ஒவ்வொரு மனிதனின் வாழ்விலும் மீன்தான் மிக முக்கியம் என்று தாத்தா மட்டுவாவது சொல்லிக்கொண்டிருக்கிறார்.”

“சென்ற கிருஸ்துமஸ் பண்டிகையில் அனுபவப்பட்டதைப் போலவே, இந்தக் கிருஸ்துமஸ் பண்டிகைக்கும், அடுத்த கிருஸ்துமஸ் பண்டிகைக்கும், அதற்கடுத்து வரும் கிருஸ்துமஸ் பண்டிகைகளுக்கும் நீ பட்டினி கிடக்கத் தயாராக இல்லையென்றால், கிருஸ்துமஸ் அன்று இரவு, விரல்கள் விறைத்திருக்க, குளிரில் உடல் நடுங்க, இறைவனுடைய படைப்பின் அவ்வளவு சோகங்களின் கனமும் உன் மீது சுமையாய் அழுத்திக் கொண்டிருக்க நீ விழித்தெழவில்லையென்றால், உனக்குள் தந்தி மீட்டப்படவில்லையென்று அர்த்தம்” என்றார் கர்தர் ஹோம்.

“இந்த மரமண்டைக்கு நீங்கள் சொல்வது சட்டென்று புரியவில்லை. எந்தத் தந்தியைச் சொல்கிறீர்கள்?” என்றேன்.

வானுக்கும் பூமிக்கும் மேலான ஆற்றலை உனக்குக் கொடுக்காத தந்தி” என்றார் அவர்.

“அப்படியென்றால் அது எதைத்தான் கொடுக்கும்?” என்றேன் நான்.

“இந்த உலகைப் படைத்ததற்காக ஒருசொட்டுக் கண்ணீர்” என்றார் பாடகர்.

தலைமைத் தேவதூதரின் பளிங்குச்சிலையின் கீழே, அந்த வேனிற்காலப் பிற்பகுதியின் அந்திப்பொழுதில், நாங்கள் எதுவும் பேசாமல்

---

1. ஸோயேகாவின் ஆங்கில அகராதி: முதல் ஐஸ்லாந்து – ஆங்கில அகராதி

உட்கார்ந்திருந்தோம். ஆயிரந்தழைப்பூண்டுச் செடிகளை அசைக்கும் அளவுக்குக் கூட காற்றில் பலமில்லை.

“இவை போக வேறு சில நாட்களும் இருக்கும்” என்றார் கர்தர் ஹோரம்.

> அற்புதமான மே மாதத்தில்,
> மொட்டுகள் முகிழ்க்கும் நேரத்தில்,
> காதல் அரும்பியது மனதில்

ஷுமன்; ஹைன்; ரைன்[2].

“ஒருநாள் காலையில் வாலிபர் குழாம் ஒன்று நதி மீது இன்பச் சுற்றுலா செல்கிறது. அந்தக் குழுவோடு நீ நாள் முழுதும் வெளியே திரிகிறாய். ஒரு ஆதிகாலப் பழத்தோட்டத்துக்கு நீங்கள் வந்து சேர்கிறீர்கள். ரீல் எனும் நாட்டுப்புற நடனத்தை ஆடிக் களிக்கிறீர்கள். ஒரு குளிரான, மத்தியகால விடுதிக்குச் செல்கிறீர்கள். பழங்காலத்து மொந்தையில் மதுவருந்துகிறீர்கள். அந்த வைபவத்தில் கலந்துகொள்ளும் பெண்கள் குடியானவப் பாரம்பரிய தேசிய உடையில் மிளிர்கிறார்கள். மாலையில், வீட்டுக்குப் படகில் திரும்பும் பொழுது, வானில், உயரத்தில் நிலவு ரதத்தைச் செலுத்திக் கொண்டிருக்கிறது. இரவின் மென்காற்றில், நதியின் ஓட்டத்தில் களியாட்டத் தலம் உனக்குப் பின்புறம் மறைந்துகொண்டே வருவதைப் பயணியர் படகின் பின்புறம் உட்கார்ந்தபடி பார்த்துக்கொண்டிருக்கும் நேரத்தில், நீ உணருமுன்பாகவே, அங்கே நடனமாடிய பெண்களுள் ஒருத்தி கதகதப்பு வேண்டி உன்னை உரசியபடி உட்கார்ந்துகொள்கிறாள். நீ நடனமாடிய பொழுது உன் கைகளுக்குள் வந்து சிக்கிய அதே பெண்தான் இவள். இப்பொழுது அவள் களைப்பாக இருக்கிறாள். உன் கன்னத்தின் மீது தன் கன்னத்தை அழுத்தி இணைகிறாள். தூங்குவதாகப் பாவனை வேறு செய்கிறாள். பிரியும் வேளை நெருங்கியதும், “நாளை நீ என்னைச் சந்திப்பாயா?” என்று கிசுகிசுக்கிறாள்.

“ஆனால், மறுநாள் அவள் தேசியப் பாரம்பரிய உடையில் இருக்கும் நாட்டுப்புற நடனக்காரியாகத் தோற்றமளிக்கவில்லை. நற்குடியிற் பிறந்த நன்கு படித்த பெண்ணாகத் தெரிகிறாள். நகரின் நவநாகரிக பாணியில் உடுத்திருக்கிறாள். சொல்லப்போனால் கொஞ்சம் பகட்டாகவே உடுத்திருக்கிறாள். இருப்பதிலேயே அதிக விலையுயர்ந்த மீன்சினை முட்டையை சாப்பிட வழங்கும் உயர்தர விடுதியில் உன்னைச் சந்திக்க அவள் ஏற்பாடு செய்திருக்கிறாள். ‘பாடல் பயிற்சியை நீ எப்பொழுது முடிக்கப் போகிறாய்?’ என்று அவள் உன்னைக் கேட்கிறாள். பிறகு ஒரு நாளில், ‘இந்தப் பாடுவதை’ என்று சொல்கிறாள். இறுதியாக, ‘இந்தப் பாழாய்ப்போன பாடுவதை’ என்று சொல்கிறாள். வேறு விதமாகச் சொல்வதென்றால், ‘இந்தக் கேடுகெட்ட காட்டுக் கூச்சலை

2. ஷுமன்; ஹைன்; ரைன்: ராபர்ட் ஷுமன் எனும் ஜெர்மன் இசை வல்லுநர் 1840ஆம் ஆண்டில் இசையமைத்த பிரபலமான ‘ஒரு கவிஞனின் காதல்’ எனும் சுழற்சிப்பாடல். பதினாறு பத்திகளில் அமைந்திருக்கும் இந்தப் பாடலின் பிரதிகள் ஹென்ரிக் ஹைன் எனும் ஜெர்மன் கவிஞரால் 1822–23ஆம் ஆண்டுகளில் இயற்றப்பட்டவை. இந்தப் பாடலில் வரும் ஒரு வரி ஐரோப்பாவின் ரைன் எனும் புனித நதியில் புனித கொலோனின் பெரும் தேவாலயத்தின் பிரதிபலிப்பு தெரிவதைப் பற்றிப் பேசுகிறது.

நீ எப்பொழுது நிறுத்தப் போகிறாய்?" என்பதுதான். இதற்கு நீ என்ன பதில் வைத்திருக்கிறாய்?

"இதை என்னால் எப்பொழுதுமே நிறுத்த முடியாது என்று சொன்னால், உன்னை ஒரு அசாதாரணமான கோமாளி என்று நினைத்து அவள் அடக்கமாட்டாமல் சிரிக்கிறாள். அவளுடைய சிரிப்பு அப்பட்டமானது; அசலானது. பாடும் பயிற்சியை முடித்தபிறகு நீ என்ன செய்ய உத்தேசித்திருக்கிறாய் என்று கேட்கிறாள். 'ஒன்றுமில்லை' என்று நீ சொன்னால், மீண்டும் அவள் சிரிக்கிறாள். இப்படி ஒரு வழக்கத்துக்கு மாறான வேடிக்கைப் பேர்வழியை சந்திப்பது மிகவும் அபூர்வம். நீ பிறரை விட வயதானவனாக இருக்கிறாய். இப்படி ஒரு கோமாளியாய் உன்னால் இருக்க முடிகிறதென்றால், நீ பெரும் கோடீஸ்வரனாகவே இருக்க வேண்டும். 'நான் ஐஸ்லாந்திலிருக்கும் குட்மன்ஸன் பண்டகசாலையைச் சேர்ந்தவன்' என்று நீ சொல்கிறாய். இப்படி ஒரு கோமாளிப்பயலை அடிக்கடி சந்திக்க அவள் ஆசைப்படுகிறாள் என்பது உனக்கு ஆச்சரியமாக இருக்குமே! கடைசியில், அவள் உன்னைத் தன்னுடைய பெற்றோரைப் பார்க்க வீட்டுக்கு அழைத்துப் போகிறாள். வெண்ணிற ஒயினோடு மதிய உணவு படைக்கப்படுகிறது. பிறகு பூங்காவிலே கொஞ்சநேரம் கண்ணியமான நடை. பிறகு அவள் கேட்கிறாள். 'எனக்காக நீ பாடுவதை விட்டுவிட்டு என் அப்பாவின் அலுவலகத்தில் வந்து வேலை பார்க்கக்கூடாதா? ஒரு நாளைக்கு நூறு டன் சாதா – பிஸ்கட்டுகளை உற்பத்தி செய்யும் வியாபாரம் அவருக்கிருக்கிறது. (அல்லது, ஆயிரத்து நூறு பன்றிகளை வெட்டும் வியாபாரம்; ஒருவேளை ஆயிரத்து எண்ணூறு பன்றிகளோ?) மேலும் நீ ஞாயிற்றுக்கிழமைகளில் டபுள் – பாஸ் இசைக்கருவியையும் இசைக்கலாம். நாம் திருமணம் கூடச் செய்துகொள்ளலாம். ஒரே வருடத்தில் நீ அலுவலகத் தலைமை எழுத்தராக உயர்ந்து விடலாம். அதற்கடுத்த வருடம் உதவி மேலாளராகக் கூட ஆகிவிடலாம். இறுதியில் அந்த அடுமனைக்கே நாம் முதலாளிகளாக ஆகிவிடலாம். (அடுமனையாக இருந்தால், அதற்கு முதலாளி. கசாப்புக்கடையாக இருந்தால் அதற்கு.) நீயும் நானும் மட்டுமே. ஞாயிற்றுக்கிழமைகளில் பன்றிக்கறி – வழிபாட்டாளர்களோடும் சாதா – பிஸ்கட் தயாரிப்பவர்களோடும் சேர்ந்து நீ டபுள் – பாஸ் இசைக்கருவியை வாசித்துக்கொண்டிருக்கலாம்.''

என்னுடைய வாழ்க்கை எப்படிப்பட்டதாக இருக்கும் என்று இந்தக் கட்டம் வரை விவரித்த கர்தர் ஹோம், தலைமைத் தேவதூதர் கேப்ரியலின் இடுகல் மீது அமர்ந்திருக்கையில் கேட்கப்பட்டிருக்கும் கேள்விகளிலேயே மிகச் சிக்கலான ஒன்றை என்னிடம் கேட்டார். "இப்பொழுது நீ என்ன செய்யப் போகிறாய்?" என்றார்.

இந்தக் கேள்விக்கான பதிலைச் சொல்ல எத்தனையோ பேர் திணறிப்போயிருக்க வேண்டும்.

"நீ என்னவாக இருக்கிறாயோ அதுவாகவே நீ இருக்கிறாய். அதற்கு மேல் எதுவும் இல்லை' என்று என்னுடைய பாட்டி சொல்வதுண்டு.'' என்றேன்.

"அங்கேதான் கிழவி தப்புப்பண்ணுகிறாள்'' என்றார் கர்தர் ஹோம்.

“ஒரு மனிதன் என்னவாக இருக்கிறானோ அதுவாக மட்டும்தான் அவன் இருப்பதில்லை. மற்றவர்கள் என்ன நினைக்கிறார்களோ அதுவாகவே ஒரு மனிதன் இருக்கிறான். ஜப்பானின் பேரரசர் உண்மையில் ஒரு பேரரசர் என்றா நீ நினைக்கிறாய்? இல்லை. அவரும் எல்லோரையும் போல் இன்னொரு பரிதாபகரமான இழிபிறவிதான். ஆக, நீ அந்தப் பெண்ணிடம் சொல்ல நினைக்கிறாய்: ‘உன் யோசனைக்கு மிக்க நன்றி. விட்டுவிடு. நான் உலகப்பாடகனாகவே ஆசைப்படுகிறேன்.’ உன்னுடைய வாழ்வின் மிக நெருக்கடியான தருணம் இதுவாகவே இருக்கும்” என்று கர்தர் ஹோாம் தொடர்ந்து பேசிக்கொண்டிருந்தார்.

“உச்சியிலிருந்து உள்ளங்கால்வரை நீ அந்தப் பெண்ணை உற்றுப் பார்க்கிறாய். எப்படியொரு அம்சமான சருமம் அவளுக்கு வாய்த்திருக்கிறதென்பதைக் கவனிக்கிறாய். சிகையை எவ்வளவு நேர்த்தியாய் அலங்கரித்திருக்கிறாள் என்பதையும்தான். இல்லாவிட்டால், எப்படி ஒயிலாகத் தலை நிமிர்ந்து அவள் நடக்கிறாள் என்பதை. ஏதோ வானத்தைப் பார்த்த நடை என்று ஐஸ்லாந்தில் சொல்வார்களே, அதைப் போல. இதை விடப் பொருத்தமான இணை இந்த உலகில் வேறெங்கும் உனக்குக் கிடைத்திடுவாள் என்று நீ கற்பனையிலும் நினைக்க முடியமா, என்ன? குடியானவனுடைய மகன் அரசனின் மகளைச் சந்திக்கும் தருணத்தைக் கதை அடைந்து விட்டது. பாடுவதை விட்டுவிட்டால் நீ இளவரசியையும், சாம்ராஜ்யத்தையும் ஒருசேர அடையலாம் ஆக, இப்பொழுது நீ என்ன செய்யப் போகிறாய்?

“வார்த்தைகள் உன்னைக் கைவிட்டு விடுகின்றன” என்றார் கர்தர் ஹோம். “உன்னுடைய பதிலுக்காகக் காத்திருந்து, உன்னையே ஆர்வத்தோடு அவள் பார்த்துக்கொண்டிருக்கிறாள். ஆனால் நீயோ பேசாமல், அமைதி காக்கிறாய். ஏனென்றால், உன்னைப் புரிந்துகொண்ட பெண் இதுவரை பிறக்கவில்லை. தனக்கே தனக்கான வழிகளில், தனக்கேயுண்டான குறைநிறைகளோடு இருக்கும் பெண்ணைவிட உன்னதமான எதுவும் இந்த உலகில் இல்லை என்பதை நீ உணர்கிறாய். இதற்கு முன்பு உனக்கு அப்படித் தோன்றியிருக்காமல் போயிருக்கலாம். நீ எதுவும் சொல்லாமல் அமைதியாக அவளிடம் விடைபெற்று விலகிச் செல்கிறாய். நிரந்தரமாக.

“மாலையில் உன்னுடைய அறையை அடைந்தவுடன் உனக்கென இருக்கும் சொற்ப உடைமைகளையும் அடுக்கி எடுத்துக்கொள்கிறாய். ஒரு ஜதைக் காலுறை. ஒரே ஒரு சட்டை. ஈரமாயிருக்கும் இடங்களில் அணிந்துகொள்ளவென்று நீ வைத்திருக்கும் பழைய காலணிகள். உன்னை ஒரு கனவானாகக் காட்டிக்கொள்ள நீ வைத்திருக்கும் இரண்டு கழுத்துப்பட்டைகள். இவை போக, ஏழு கைக்குட்டைகள். ஏனென்றால், தான் சாகும் தறுவாயில் ஏழே ஏழு கைக்குட்டைகளை மட்டுமே ஃப்ரான்ட்ஸ் ஷுபெட்[3] வைத்திருந்தாராம். அது மட்டுமில்லை. ஏனைய பாடகர்களைப் போலவே உனக்கும் அடிக்கடி சளிப்பிடிக்கும். அவசரத்தில், உன்னுடைய குரலைப் பதப்படுத்தும் பயிற்சிப்புத்தகத்தை மறந்து வைத்துவிட்டுப் போய்விடாதே. அதே போல, ஐஸ்லாந்திலிருக்கும்

3. ஃப்ரான்ட்ஸ் ஷுபெட்: ஃப்ரான்ட்ஸ் பீட்டர் ஷுபெட் (31 ஜனவரி 1797 – 19 நவம்பர்1828) ஒரு ஆஸ்திரிய நாட்டு இசையமைப்பாளர்

உன்னுடைய அம்மாவிடமிருந்து கொண்டு வந்த உணர்வு பொங்கும் துதிப்பாடல்கள் நூலையும் கூட. அன்பு நண்பனே, மறந்து விடாதே, நீ இறந்தவுடன் இந்த நூலைத்தான் உன்னுடைய நெஞ்சின் மீது வைத்துப் புதைப்பார்கள். நகரை விட்டு வெளியே கூட்டிச்செல்லும் இரவு நேரப் புகைவண்டியில் நீ ஏறிக் கொள்கிறாய். அந்த நகரின் பக்கம் மீண்டும் நீ தலைவைத்துக் கூடப் படுக்கவில்லை'

நான் என்ன மாதிரியான பதிலைச் சொல்லியிருந்தாலும் அது எந்த விதமான மாற்றத்தையும் ஏற்படுத்தியிருக்கப் போவதில்லை என்ற நிலைக்கு என்னுடைய வாழ்க்கையின் கதை நெருங்கி இருந்தது. எனவே நானும் ஒன்றும் சொல்லவில்லை.

"இங்கே பார். இந்த அளவுக்கு நீ மனம் நொந்து இருக்கக்கூடாது. ஹைனின்[4] கவிதைகள் எல்லாமே இப்படித்தான் இருக்கும். குடியானவர்கள் மட்டும்தான் அவற்றைப் பார்த்துச் சிரிப்பதில்லை. அல்லது, கால்வினிஸ்ட்டுகளும்[5] கூடச் சிரிப்பதில்லையாக இருக்கலாம். உண்மையான சோகத்தோடு யாராவது தெருவில் தென்பட்டால், அவரைச் சர்க்கஸில் சேர்த்துக்கொள்ள, காசோலைக் கட்டை விசிறிக் கொண்டு, பருமனான மனிதர்கள் கூட்டம் ஓடி வந்துவிடும். வெளிநாடுகளில் இது மிகவும் சகஜமான ஒரு பழக்கம். ஏற முயலும் பொழுது தனித்தனியாகக் கழன்று விழும் மிதிவண்டிகளை ஓட்டுவதற்கோ, அல்லது தந்திகள் இல்லாத ஒரு வயலின் கருவியைத் துடைப்பத்தின் உதவியால் வாசிப்பதற்கோ இவர்கள் இந்த மாதிரியான சோக மனிதர்களுக்குக் கற்றுக் கொடுப்பார்கள்.

"நான் சொல்வதைக் கேள். ஓர் இசைக்குழுவோடு அமெரிக்கா செல்ல உனக்கு விருப்பமில்லையா என்ன? ஒரு மாதத்துக்கு நூறு டாலர். இதுபோக மற்ற தேவைகளும் கவனித்துக்கொள்ளப்படும். இப்பொழுது உன்னுடைய அதிர்ஷ்டம் வாசற்கதவைத் தட்டுகிறது. குருட்டு அதிர்ஷ்டம். குதிரை அதிர்ஷ்டம்[6]. ஒரு நல்ல ஐஸ்லாந்து நாட்டவன் அங்கீகரிக்கும் ஒரே அதிர்ஷ்டம். நல்லதிர்ஷ்டம்.

வெகுசீக்கிரத்தில், ஐரோப்பாவுக்கும் அமெரிக்காவுக்கும் இடையில் பரஸ்பரப் புரிந்துணர்வை மேம்படுத்த முயலும் நல்லெண்ண நோக்கங்களோடு, சுயமுக்கியத்துவ, தீவிர லட்சியங்கள் கொண்ட ஜெர்மானிய–ஸ்கேன்டிநேவிய இசைக்குழு ஒன்று, ஐரோப்பியக் கலாச்சாரத்தின் பிரதிநிதியாக, அமெரிக்காவுக்கு வருகை புரிகின்றது. வெண்ணிறக் கழுத்துப்பட்டையும் வாலும்[7] என்று டென்மார்க் நாட்டவர் குறிப்பிடும் வைபவ உடுப்பை சீருடை போல் அணிந்து

4. ஹைன்: கிறிஸ்டியன் ஜோஹன் ஹைன்ரிக் ஹைன் (13 டிஸம்பர் 1797 – 17 பெப்ருவரி 1856)– ஜெர்மன் நாட்டுக் கவிஞர், பத்திரிகையாளர், கட்டுரையாளர், இலக்கிய விமர்சகர்.

5. கால்வினிஸ்ட்: ழா கால்வே (10 ஜூலை 1509 – 27 மே 1564) என்று ப்ரான்ஸ் நாட்டில் அறியப்படும் கால்வின் எனும் ப்ரட்டஸ்டன்ட் மத போதகர் வகுத்த வழியைப் பின்பற்றுபவர்.

6. குதிரை அதிர்ஷ்டம்: சீன நாட்டின் பஞ்சாங்கத்தில் காணப்படும் அதிர்ஷ்ட வகை

7. வெண்ணிறக் கழுத்துப்பட்டையும் வாலும்: வெண்ணிறக் கழுத்துப்பட்டையும், வெண்ணிற முழுக்கைச்சட்டையும் அணிந்து, அதன் மேலே, பின்புறத்தில் வால் போல் நீண்ட கருப்பு அங்கியையும், கறுப்புக் காற்சராயையும் அணிந்துகொள்வது பத்தொன்பதாம் நூற்றாண்டின் ஐரோப்பிய உயர்குடிப் பண்பாடு.

வருவது இது போன்ற ஒரு அலங்கார அமைப்பினருக்கு வழக்கம். ஆனால் இதை அமெரிக்கர்கள் பொதுவாகப் பிணத்திற்கு உடுத்தவே பயன்படுத்துவார்கள். அது மட்டுமில்லை. அமெரிக்காவில் குழுப்பாடல் என்பது நகைச்சுவைக்காக மட்டுமே பயன்படுத்தப்படும் அம்சம். எனவே, மேடையில் கோமாளிகள் சவங்களைப் போல உடுப்பணிந்து வரும் பொழுது வேடிக்கை இருமடங்காகப் பெருகுகிறது. பாடகர்களின் உறவினர்கள் என்பதற்காக நுழைவுச் சீட்டை வாங்கிக்கொண்டு பார்வையாளர்கள் நடுவே இங்கொருவர் அங்கொருவர் உட்கார்ந்திருக்கும் மரம் வெட்டிகள் சீக்கிரமாகவே தூங்கி விடுவார்கள். இல்லாவிட்டால் வெளியே தப்பியோடி விடுவார்கள். அங்கே கடைசியில் மீந்திருப்பது ஒருசில காட்டமான பத்திரிகையாளர்களும், கணவராக யாரும் சிக்குவார்களா என்று வலைவீசிக்கொண்டிருக்கும் ஒருசில பெண்களும் மட்டும்தான். அல்லது கூத்தாடிகள் யாரும் கிடைப்பார்களா என்று தேடிக்கொண்டிருக்கும் ஒரு சில சர்க்கஸ் மேலாளர்களும்கூட. அப்பொழுது எதிர்பாராத விதமாக, குழுப்பாடலில் ஒரு தனிக்குரலாகப் பாட, அதுவும், ஹேன்டல்[8] எழுதிய ஏதோ ஒன்றைப் பாட, உனக்கு அழைப்பு வருகிறது. உன்னுடைய வாய்ப்பு வரும் பொழுது நீ முன்னே வருகிறாய். பிரேத உடுப்பணிந்த கோமாளிகளுக்கு நடுவே உறைந்த ஸ்ப்ரூஸ் மரத்தின் குவிசெதிற்கூடுபோல் தோற்றமளிக்கும், மிகவும் ஆழ்ந்த சிந்தனை வயப்பட்ட ஒரு முகத்தின் மீது மையஒளி குவிகிறது. நீ உன் கண்களை உயர்த்திப் பார்க்கிறாய். எல்லா மக்களும் அப்பொழுதுதான் விழித்துக் கொள்வதைப் போல அது அமைகிறது. உன் இதயத்தின் ஆழத்திலிருந்து பீய்ச்சிக் கொண்டு, ஆரம்ப ஸ்வரங்கள் உன் தொண்டையில் உருவாகிக்கொண்டிருக்க, நீ வாயைத் திறந்து – ஹ்ம். வேண்டாம். நாம் அதைப் பற்றிப் பேச வேண்டாம். யாருமே இதயத்தைப் புரிந்துகொள்வதேயில்லை. எது எப்படியோ, பளபளக்கும் அட்டைகள் கொண்ட பத்திரிகைகளில் காணப்படும் புன்னகை என்பது பொதுக்கடமையாகிப் போன ஒரு தேசத்தில் இப்படி ஒரு உம்மணாம்மூஞ்சியைப் பார்த்து வெகுகாலமாகி இருந்தது. அது மட்டுமல்ல. பாடுவோர்க்கான நியதியே எப்பொழுதும் புன்னகையோடு இரு என்பதுதான். ஆம். புன்னகைத்துக் கொண்டே இரு. இடையர் பாடலுக்கும் போர்க்கூக்குரலுக்கும் இடைப்பட்டு ஊசலாடும் ஒரு குரல்தொனியில் நீ பாடத் தொடங்குகிறாய். சாகச தொனியில்ஓர் இடையர் பாடல்! இதுவே நகைச்சுவையின் உச்சபட்சம். அலையலையாய்ச் சிரிப்பு உன்னை நோக்கி உருண்டோடி வருகிறது."

இந்தத் தருணத்தில் சற்றே முகம் சிவந்து திடீரென "இப்படித்தான் நான் பாடிக்கொண்டிருக்கிறேனா?" என்று நான் கேட்டதில் ஆச்சரியப்பட ஒன்றுமில்லை.

"ஆமாம். நீ அப்படித்தான் பாடுகிறாய்" என்றார் அவர்.

"ஆக, அந்தப் பாழாய்ப்போன ஐஸ்லாந்து நாட்டுக்காரன் இப்படித்தான் அந்த வெற்றிகரமான ஜெர்மானிய – ஸ்கேன்டினேவிய

---

8. ஹேன்டல்: ஜார்ஜ் ஃப்ரெட்ரிக் ஹேன்டல் (1685 – 1759) ஜெர்மனியில் பிறந்து, பிறகு பிரிட்டனில் குடியேறிப் புகழ்பெற்ற பரோக் வகை இசையமைப்பாளர். ஒப்பெரா இசைநாடக வகையிலும் தடம் பதிஹ்தவர்.

இசைக்குழுவின் நாடு தழுவிய பயணத்தை எடுத்த எடுப்பில் கெடுத்துக் குட்டிச்சுவராக்கினான். இப்பொழுது அந்த இசைக்குழுவின் நடத்துனரே உன்னிடம் வந்து "இந்த இசைக்குழுவில் உன்னுடைய முகத்தை நீ மீண்டும் காட்டினால் இங்கே, அமெரிக்காவில், நாங்கள் எல்லோரும் சிரிப்பிலே மூழ்கடிக்கப்பட்டு விடுவோம். இது ரொம்பவும் விசித்திரம்தான்" என்றார்.

"அன்று மாலை நீ உன்னுடைய விடுதி அறைக்குள் கதவைச் சாத்திக்கொண்டு யோசிக்கத் தொடங்குகிறாய். இப்பொழுதிருக்கும் நிலைமையில் அதனால் பயன் ஏதுமில்லை என்ற போதும். ஒருவேளை, உனக்கு நீயே சொல்லிக்கொள்ளலாம். முகமிழந்த முண்டத்தின் சவக்குழிக்கருகில் நின்று *ஒரு தூய மலர் போல*ப் பாடலை நான் பாடியதைத் தலைமைத் தேவதூதர் கேப்ரியலின் இடுகல் மீது உட்கார்ந்த படியே கேட்டுக்கொண்டிருந்த கர்தர் ஹோராம் செய்த தப்பு இது என்று. இதயத்தைத் தொட்டு, நாம் கண்ணீர் என்று அழைக்கும், எதற்கும் உதவாத அந்த உப்புநீரை வரவழைக்கும் அந்த ஸ்ருதி, அந்த உன்னதத்தின் தந்தி எனக்குள் இருக்கிறது என்று அவர்தான் எனக்கு ஆசை காட்டினார்.

"பிறகு, உன்னுடைய பாடும் கனவு சிதைந்து போன அதே மாலைப்பொழுதில், உன்னுடைய அறைக்கதவு திடீரென்று திறந்து கொள்கிறது. இசைக்கச்சேரிகளை நிர்வகிக்கும் ஒரு பிரபலமான நபர் உன்னெதிரே நின்றுகொண்டிருக்கிறார். உன்னைக் கட்டியணைத்துக் கொள்கிறார். உன்னை முத்தமிடுகிறார். 'எனதன்பிற்கும் பாசத்துக்கும் உரிய நடிகரே' என்று சொல்லி காசோலைக்கட்டை விசிறிக் காட்டுகிறார். 'ஒரு தந்தியில்லாத வயலின் வாத்தியத்தைத் துடைப்பத்தால் வாசிக்கும் நபருக்கு இணையானவர் நீங்கள். கிட்டத்தட்ட கிராக்கையே[9] பிரதியெடுத்ததைப் போன்ற, ஓய்ந்துபோன, சலிப்புத்தட்டும், வேட்டைநாயின் கண்கள் உங்களுக்கிருக்கின்றன. ஒரு கடலோடியின் உள்சட்டையை அணிவித்து, கோமாளிக் கூட்டத்தோடு உங்களை அமெரிக்கா நெடுக அனுப்பி வைக்கிறேன். நீங்கள் வேறெதுவுமே செய்ய வேண்டாம். இன்று மாலை, பார்வையாளர்களைப் பற்றிக் கொஞ்சம் கூடக் கவலைப்படாமல், உங்களுக்குள் நீங்களே ரசித்துப் பாடிய, ஹேன்டலின் அந்தக் கோமாளித்தனமான தனிப்பாடலை மட்டும் பாடினால் போதும். ஒரே ஒரு நிபந்தனை. பாடும் பொழுது உங்களுடைய அந்த ஐஸ்லாந்துக் கண்களை, அந்த அதிசயமான கண்களை, மட்டும் அவ்வப்பொழுது உயர்த்திப் பார்க்க வேண்டும்.'" என்னுடைய வாழ்வின் கதை இந்தக் கட்டத்தை எட்டிய பொழுது, கதையை விவரிப்பதில் மீண்டும் இடைவெளி விட்ட கர்தர் ஹோராம், "இப்பொழுது நீ என்ன செய்யப்போகிறாய்?" என்றார்.

"புகழ்பெற்ற நகைச்சுவை நாயகனாவதில் எனக்கு விருப்பமில்லை" என்றேன் நான்.

---

9. கிராக்: (Grock) – (ஜனவரி 10, 1880–ஜூலை 14, 1959)–சார்ல்ஸ் அட்ரியன் வெட்டாக் எனும் இயற்பெயர் கொண்ட க்ராக், ஸ்விட்ஸர்லாந்து நாட்டைச் சேர்ந்த சர்க்கஸ் கோமாளி. இவர் இசையமைப்பாளரும், இசை வல்லுனரும் கூட. 'கோமாளிகளின் சக்ரவர்த்தி' என்றும், 'ஐரோப்பாவின் ஈடுஇணையற்ற கோமாளி' என்றும் பெயர் பெற்ற இவர், ஒரு காலத்தில் உலகிலேயே மிக அதிகமான சம்பளம் வாங்கும் கலைஞராக இருந்தார்.

“புகழை எப்படி அடைந்தாலும் புகழ் புகழ்தானே? அது நல்ல விஷயம்தானே?” என்றார் அவர். “ஆங்கிலேய அரசரின் கிரீடத்தில் பதித்துக் கொள்வதற்காக, பஞ்சாபில் இருந்த சமூக விரோதிகள் திருடிக்கொடுத்த கோஹினூர் வைரத்தைப் போன்றதுதானே புகழ் என்பது. நீ வேலை பார்க்க ஒப்புக்கொண்டிருந்த அந்த ஜெர்மானிய – ஸ்கேன்டிநேவிய ஐரோப்பியக் கலாச்சார அமைப்பு உன்னை எக்கேடும் கெட்டுப் போ என்று கைவிட்டு விட்டது. ஆனால், அதே சமயத்தில், ஓர் அமெரிக்க நகைச்சுவைக் குழு உன்னை அணுகி, இந்த உலகில் ஒரு கோமாளிக்கு உச்சபட்சமாகக் கிடைக்கக்கூடிய பணத்தையும் புகழையும் கொட்டிக்கொடுக்க முன்வருகிறது. நீ என்ன செய்யப்போகிறாய்? எதைத் தேர்ந்தெடுக்கப் போகிறாய்? எங்கே சென்றாலும் வெளியே துரத்தப்படும் வேடிக்கையான நாடகப் பாடகர் பாத்திரத்தையா? அல்லது எல்லாக் கதவுகளும் விரியத் திறந்து வரவேற்கப்படும் சோகமான கோமாளிப் பாத்திரத்தையா? எதை நீ தேர்ந்தெடுப்பாய்? தன்னுடைய கலையில் ஒரு மனிதன் எதைத் தேடுகிறான் என்பதைப் பற்றிய தெளிவு இப்பொழுது உனக்குத் தேவைப்படுகிறது. ஓர் அனாமதேயமாக இருப்பதை விரும்புகிறாயா? அல்லது, புகழைத் தேடிச் செல்ல விரும்புகிறாயா?”

“என்னைப் பொறுத்த அளவில், முயன்று சம்பாதிக்காத புகழ் என்பது புகழே இல்லை” என்றேன். “அது நிச்சயமாக வேறொருவருக்கான புகழாகவே இருக்க முடியும்.”

“அந்த ஆங்கிலேய அரசர் கோஹினூர் வைரத்தை அணிந்து கொள்ள அருகதையுள்ளவர் என்றா நினைக்கிறாய்?” என்று கேட்டார் கர்தர் ஹோம்.

“அந்த வைரத்தின் மதிப்புக்கு நிகரான சுய–மதிப்பைத் தனக்குள் உணர்பவன் எவனோ அவன் மட்டுமே அதை அணிந்து கொள்ளத் தகுதியானவன்” என்றேன் நான்.

“அது ஒரு தவறான பார்வை நண்பனே” என்றார் கர்தர் ஹோம். “தனக்கென்று மதிப்பு உள்ள எவருக்கும் நவரத்தினம் எதுவும் கிடைப்பதில்லை. இப்பொழுது நீ என்ன செய்வதாக உத்தேசாம்?”

“நான் பேசாமல் வீட்டுக்குத் திரும்பி விடுவேன்” என்றேன்.

“அப்படியெல்லாம் நீ வீட்டுக்குத் திரும்பி விட முடியாது” என்றார் கர்தர் ஹோம். “உன்னிடம் பணமே இல்லை. உன் பாட்டியும் இறந்து விடுகிறாள். வேண்டுமென்றால், ஊர் திரும்ப ஆகும் கட்டணச் செலவுக்கு மூன்று நான்கு வருடங்களில் ஏதோ மிச்சம் பிடிக்கலாம் என்ற நினைப்பில் நீ இரவு நேரங்களில் கார்களைக் கழுவலாம். அல்லது உணவு விடுதிகளில் பாத்திரம் தேய்க்கலாம். ஊரை விட்டு விலக்கிவைக்கப்பட்டவனைப் போல் மீண்டும் ஊர் திரும்பி, ஆரம்பத்தில் எங்கிருந்து ஓடினாயோ, அதே குட்மன்ஸன் பண்டகசாலைக்கு நீ மீளலாம். ஆனால் இப்பொழுதும் உன் பிரச்சினைகள் ஓய்ந்தபாடில்லை. குட்மன்ஸன் பண்டகசாலையின் சாராயக்கடைக் கல்லாவில் உட்கார்வதை விட, சொத்தையும் புகழையும் சம்பாதிப்பதில் உனக்கு என்ன கஷ்டம்?”

“அந்த ஒரு ஆதார ஸ்ருதியை என்னால் கண்டடைய முடியவில்லை யென்றால் என்ன புகழ் வந்து என்ன பயன்? எனக்குப் புகழ் பெறுவதில் விருப்பமேயில்லை” என்றேன் நான்.

“ஏதோ அந்தத் ஆதார ஸ்ருதிதான் புகழுக்கு உத்திரவாதம் தரும் என்பதைப் போலப் பேசாதே” என்றார் கர்தர் ஹோாம். “துரதிர்ஷ்டவசமாக, அந்தத் ஆதார ஸ்ருதி உன்னை முற்றிலும் அநாமதேயமாகவே கூட ஆக்கி விடலாம். ஒரு கலைக்களஞ்சியத்தை எடுத்துப் புரட்டிப் பார்த்தாய் என்றால், அறிஞர்கள் மற்றும் மேதைகளைக் காட்டிலும் சாதாரணத் திருடர்கள் மற்றும் கொலைகாரர்கள், அதிலும் பலபேரைக் கொன்றவர்கள், அதில் அதிக இடத்தை ஆக்கிரமித்திருப்பதைக் காணலாம். ஓர் இளம் பாடகனாக, நீ வளத்தையும் புகழையும் தேடிச் செல்ல வேண்டும். ஒரு கோமாளியான – அல்லது, ஒரு குற்றவாளியான – உனக்கு இந்த உலகையே ஒரு தாம்பாளத்தில் வைத்துப் படைக்கிறார்கள். தேர்ந்தெடு! உனக்கானதை நீ இப்பொழுதே, இங்கேயே தேர்வு செய்து கொள்.”

கிட்டத்தட்ட இது போன்ற ஏதோ ஒரு பதிலை நான் அவருக்குத் தந்தேன்:

“பாட வேண்டும் என்கின்ற ஆசை எனக்கு இருக்கிறது. ஆனாலும் கூட, புகழ் மற்றும் இது போன்ற இன்ன பிற விஷயங்கள் பற்றி எனக்குச் சொல்லப்பட்ட எல்லாமே என் சிற்றறிவுக்கு எட்டாதவையாக இருக்கின்றன. எதனாலோ, நான் ப்ரெக்குகாட்டுக்கு மிகவும் கடன்பட்டிருக்கிறேன். ஒரு கல்கடிச்சான்மீன்காரனாக வரவேண்டும் என்றுதான் நான் எப்பொழுதுமே ஏங்கியிருக்கிறேன். எனக்குத் தொண்ணூறு வயது ஆகும் பொழுது, என்னுடைய கண்பார்வை, காது கேட்கும் திறன், வாசனையை நுகரும் திறன், ருசி பார்க்கும் திறன், உணரும் திறன் என்று எல்லாவற்றையும் இழந்து, எங்கோ ஒரு மூலையில் உட்கார்ந்துகொண்டு, அல்ஃப்ரே ன்ஸில் இருக்கும் ஒரே ஒரு சிறிய குடிலில் கண் சிமிட்டிக் கொண்டிருக்கும் விளக்கொளியைத் தவிர வேறு வெளிச்சமேதும் இல்லாத குளிர்காலப் பிற்பகுதியில், எங்களைத் தவிர வேறெந்த ஜீவனும் எழுந்து இயங்கிக்கொண்டிருக்காத வேளையில், தாத்தாவுடன் ஸ்கெர்யாஃப்யோர்தூரில் கல்கடிச்சான்மீன் பிடிக்கும் வலையைப் பழுது நீக்கிக்கொண்டிருந்த காலத்தை நான் நினைத்துப் பார்த்துக் கொண்டிருப்பேன். இது எனக்கு நன்றாகவே தெரியும்.

“நீ ஒரு விசித்திரமான பையன்” என்று சொல்லிவிட்டு அந்த வேனிற்காலப் பிற்பகுதியின் அந்திப்பொழுதில் என்னைப் பார்த்துக் கொண்டிருந்தார் கர்தர் ஹோாம். “நீ எந்த விஷயத்தையுமே நம்ப மறுக்கிறாய். எந்த ஒரு சின்ன விஷயத்தையும் கூட! செவிலைச் சேர்ந்த நாவிதன்[10] மீது கூட உனக்கு நம்பிக்கையிருக்கிற மாதிரித் தெரியவில்லையே!”

“யாரவர்?” என்று நான் கேட்டேன்.

10. செவிலைச் சேர்ந்த நாவிதன்: ஜியோச்சினோ ரோஸிநி என்பவர் எழுதிய ஓப்பெரா வகை இசை நாடகத்தின் தலைப்பு. ‘தேவையற்ற முன்னெச்சரிக்கை’ என்ற உப–தலைப்பும் இந்த இசை நாடகத்துக்குக் கொடுக்கப்பட்டிருந்தது.

"யார்? செவிலைச் சேர்ந்த நாவிதனா?" என்று கேட்டார் கர்தர் ஹோம். "இந்த உலகின் தலைசிறந்த நாவிதனைப் பற்றி நீ கேள்விப்பட்டதே யில்லையா? ஏனைய நாவிதர்களெல்லாம் இவர் முன்னே ஒன்றுமற்றவர்கள் என்று சொல்லும் அளவுக்கு ஒளி மங்கித் தெரிவார்கள். இவரைப் பற்றிக் கூடச் சொல்லிக் கொடுக்காமல் அப்படி வேறென்னதான் உனக்கு இலக்கணப்பள்ளியில் சொல்லிக்கொடுக்கிறார்கள்?"

"நாவிதக்கலையைப் பொறுத்த அளவில் நாங்கள் அதிகமாக முன்னேறியிருக்கவில்லை என்றே எனக்குத் தோன்றுகிறது" என்றேன் நான். "இந்த அளவுக்கு ஒன்றும் தெரியாதவனாக இருப்பதற்காக நீங்கள் என்னை மன்னிக்க வேண்டும். இந்த நாவிதர் எங்கே சவரம் செய்கிறார் என்று நான் தெரிந்துகொள்ளலாமா? யாருக்கு இவர் சவரம் செய்கிறார்?"

"அது வேண்டாத விஷயம்" என்றார் கர்தர் ஹோம். "கவனி. செவிலைச் சேர்ந்த நாவிதனுக்கு உண்மையில் சவரம் செய்யத் தெரியுமா என்பதே சந்தேகம்தான். எனக்குத் தெரிந்து, நாடகத்தின் மூன்றாவது அங்கத்தில் அவன் டான் பர்த்தலோவுக்குச் சவரம் செய்ய முயலும்போதுதான் எல்லாமே கோளாறாகிப் போனது. ஏனென்றால், எதிர்பாராத விதமாக, முகமெங்கும் சோப்பு நுரை பூசப்பட்டிருக்க, டான் பர்த்தலோ திடீரென்று எம்பி அல்மாவைவா பிரபுவுடன் சண்டையிடத் தொடங்கி விட்டான். நமக்குத் தெரிந்ததெல்லாம், இவன் ஒரு கிதார் இசைக்கருவியை வாசித்து முற்றிலும் அந்நியர்களாக இருப்பவர்கள் கூட ஒருவரை ஒருவர் காதலிக்க உதவினான் என்பதுதான். ஆனால், ஃபிகரோவால்[11] முகச்சவரம் செய்ய முடியாது என்பதை இப்பொழுது நிரூபித்தால், அதற்காகச் செவிலைச் சேர்ந்த நாவிதனையும், அவனோடு கூடவே ரோஸினியையும்[12], அந்த இசைக்குழுவையும் ஒட்டுமொத்தமாக நீ நிராகரித்து விட முடியுமா, என்ன?"

"இங்கே ஐஸ்லாந்தில் மிகப்பெரிய அரசியல் சர்ச்சையாக விளங்கும் நாவிதர் சட்டம் பற்றிய பெரிய பெரிய வாதங்களையெல்லாம் நான் கேட்டிருக்கிறேன்" என்றேன். "ஆனால், சவரம் செய்யத் தெரியாத நாவிதர் இருந்தார் என்று நம்ப வேண்டும் என்று இதுவரை யாரும் சொல்லிக் கேட்டதில்லை."

"ஆனால், பேய்க்கதைகளில் உனக்கு நம்பிக்கை இருக்கிறதென்று நினைக்கிறேன்" என்றார் கர்தர் ஹோம்.

"ஓ, பேய்க் கதைகள் எல்லாம் வெறும் புரட்டு. அவை நாசமாய்ப் போகட்டும்" என்றேன்.

"நிஜமாகவா?" என்றார் அவர். "அப்படியா சொல்கிறாய்? நீ ரொம்பவும் திமிர் பிடித்த இளைஞனாக இருக்கிறாய். எனக்கு நன்றாகவே

---

11. ஃபிகரோ: ஸ்பெயின் நாட்டைச் சேர்ந்த தந்திரம் மிகுந்த நாவிதன். மொஸார்ட், ரோஸினி போன்ற இசையமைப்பாளர்கள் இயற்றிய ஒப்பெரா இசைநாடகங்களில், செவிலைச் சேர்ந்த நாவிதன் என்ற பெயரில் வரும் முக்கிய கதாபாத்திரம்.

12. ரோஸினி: (1792–1868)–இத்தாலிய இசையமைப்பாளர், ஒப்பெரா இசைநாடக வடிவமைப்பாளர்.

தெரிகிறது. இதர மனிதகுலத்தை விடவும் கொஞ்சம் மேலாகத் தெரிகிறாய் என்று வேண்டுமானால் சொல்லலாம். ஏனென்றால், மனிதகுலம் என்பது பேய்க்கதைகளை நம்பும் மனப்போக்குள்ளது. அதுதான் அதனுடைய பலம். மனிதகுலத்தைப் பற்றிய இந்த அடிப்படையான உண்மையை நீ மதிக்கவில்லையென்றால் ரொம்பவுமே கஷ்டங்களை அனுபவிக்க வேண்டியிருக்கும், என் நண்பனே!"

"பேய், பிசாசெல்லாம் கிடையாது என்றுதான் நான் நினைக்கிறேன்" என்றேன்.

"தத்துவஞானிகள் எவற்றையெல்லாம் நிராகரிக்கிறார்களோ அவற்றின் மீது எழுப்பப்படும் நம்பிக்கைகளிலிருந்துதான் மனிதகுலத்தின் ஆன்மிக விழுமியங்கள் உருவாகியிருக்கின்றன. கொஞ்சம் முன்புதான் உன்னை நான் கேட்டேன், உன்னுடைய வாழ்வின் இந்த முக்கியமான காலகட்டத்தில் நீ எதைத் தேர்ந்தெடுக்கப் போகிறாய் என்று. ஆனால் அதற்கு நீ பதில் சொல்லவேயில்லை. இப்பொழுது உன்னைக் கேட்கிறேன். செவிலைச் சேர்ந்த நாவிதனை மட்டுமில்லாமல் பேய்க்கதைகளின் கலாச்சார விழுமியங்களையும் சேர்த்து நீ உதறித் தள்ளினால் எப்படித்தான் வாழப்போகிறாய்?"

"பேய்கள் இல்லை என்றால் எப்படியிருக்குமோ அப்படி நினைத்து நான் வாழ முயல்வேன்" என்றேன். "யாருக்குமே சவரம் செய்திராத இந்த உலகப்புகழ் பெற்ற நாவிதனைப் பற்றி எந்தவித அக்கறையுமில்லாமல் நான் இருப்பேன்."

"உயிர்த்தெழுதல் சான்றாதாரங்களின் அடிப்படையில் உறுதி செய்யப்படவில்லை என்று அறிவியல் ரீதியாகவோ வரலாற்று ரீதியாகவோ அல்லது சட்ட ரீதியாகவோ நிரூபிக்கப்பட்டால் நீ பி–மைனர் கூட்டு வழிபாட்டை[13] நிராகரித்து விடுவாயா? புனித பீ[illegible]ரின் தலைமைத் தேவாலயம் ஒரு தவறான தத்துவத்தின் குறியீடு என்று தெரிய வந்தால், அது ஒரு குதிரை லாயமாக இருந்தால் மேலும் பயனுள்ளதாக இருக்கும் என்பதற்காக அதை நீ மூடி விடுவாயா, என்ன? அப்படியேதும் நடந்திருந்தால், ஓவியர்களான ஜோட்டோவும்[14], ஃப்ரா ஏஞ்சலிக்கோவும்[15], யதார்த்தவாதத்தைப் பின்பற்றுவதை விட்டுவிட்டு, என்ன மாதிரியான தவறான சித்தாந்தங்களில் சிக்கிக் கொண்டிருப்பார்கள்? அப்படி ஒரு நிலையில், கன்னி மேரியின் கதை மட்டிகளின் கற்பனையில் உதித்த இன்னொரு கட்டுக்கதை என்றாகி, 'கடவுளே கருணை காட்டு' என்று பெருமூச்செறியும் எந்த மனிதனும் ஒரு ஏமாற்றுக்காரன் என்றல்லவா ஆகி விடுவான்!"

13. பி–மைனர் கூட்டு வழிபாடு: ஜோகன் செபஸ்டியன் பாக் எனும் ஜெர்மானிய இசைமேதை வடிவமைத்த சாதாரண நாளின் கூட்டிசை வழிபாட்டுக்கான இசைக்கோர்வை.

14. ஜோட்டோ: (1266–1337) – இத்தாலிய ஓவியர். மறுமலர்ச்சிக் காலத்துக்கு வித்திட்டவர்களுள் முதன்மையாகக் கருதப்படுபவர்.

15. ஃப்ரா ஏஞ்சலிக்கோ: (1395–1455) – மற்றொரு இத்தாலிய மறுமலர்ச்சிக்கால ஓவியர்.

# 37

# ஹோட்டல் டி ஐஸ்லாண்டேவில் கழிந்த இரவு

ஆக, என்னுடைய கதை அப்போதைக்கு முடிவை எட்டியிருந்தது. தலைமைத் தேவதூதர் கேப்ரியலின் இடுகல் மீது அமர்ந்திருந்த கர்தர் ஹோம் எழுந்தார். "இன்றிரவு எனக்குப் பதிலாக நீ விடுதிக்குச் சென்று தூங்கு," என்று கேட்டுக்கொண்டார். "யாரும் என்னைக் கேட்டால், நான் அரசாங்க விருந்து சாப்பிடச் சென்றிருப்பதாகச் சொல்லிவிடு." எழுந்தவர் உடனே நடக்கத் தொடங்கினார். இடுகற்களினூடே அவர் நடந்து மறைய, மறைய, ஆயிரந்தழைப்பூண்டுச் செடிகள் அவர் மீது உரசுவதால் உண்டான ஓசை கேட்டுக்கொண்டிருந்தது. அவர் என்னிடம் கேட்டுக்கொண்ட படியே நான் மீண்டும் நகரை நோக்கி நடக்கத் தொடங்கினேன்.

விடுதியில் அவர் தங்கியிருந்த பல அறைகள் கொண்ட விடுதியில் விளக்கு எரிந்துகொண்டிருந்தது. குட்டிச்செல்வி குட்மன்ஸன் அங்கே உட்கார்ந்து அவருக்காகக் காத்துக் கொண்டிருந்தாள். ஆனால் உள்ளே நுழைந்தது நான். போதுமான அளவுக்கு முறைப்பைக் காட்டியபடி, சுற்றி வளைக்காமல் "கர்தர் ஹோம் எங்கே?" என்று அவள் நேரடியாக என்னைக் கேட்டாள்.

"அரசாங்க விருந்தில் கலந்துகொள்ளச் சென்றிருக்கிறார்" என்றேன்.

"நீயும் கூடப் பொய்களைச் சொல்ல ஆரம்பித்து விட்டாயா?" என்றாள் அந்தப் பெண்.

"நானும் கூடவா?" என்று கேட்டேன். "யாரைப் போல்?"

"எல்லோரையும் போல்தான்" என்றாள் அவள். "ஒவ்வொருவருமே பொய் பேசிக்கொண்டிருப்பதை நீ கவனிக்கவில்லையா? தெரிந்தே இல்லையென்றாலும், தன்னிச்சையாக. சத்தமாக இல்லையென்றாலும் அமைதியாக. ஆனால் அவர் பொய் சொல்வதைப் பற்றி நான் கவலைப்படப் போவதில்லை. என்னுடைய குடும்பத்தில் இருப்பவர்களை

அவர் வெறுத்தாலும், என்னை அவர் வெறுக்க ஒரு காரணமும் இல்லை. நான் அவருக்கு ஒரு கெடுதலும் நினைக்கவில்லை.”

“எதை வைத்து உன்னையும் உன் குடும்பத்தினரையும் அவர் வெறுக்கிறார் என்று நீ சொல்கிறாய்?” என்று கேட்டேன்.

“அவர் நடந்துகொள்வதை நீதான் பார்க்கிறாயே!” என்று அவள் பதிலளித்தாள். “அவர் பேசுவதையும் நீ கேட்டுக்கொண்டுதானே இருக்கிறாய். முன்பின் தெரியாத அந்நியரைப் போல் எனக்கு முகமன் கூறுகிறார். தான் ஒரு புதிய வாழ்க்கையைத் தொடங்கியிருப்பதாகவும், இங்கே மீண்டும் வருவதே எனக்காகத்தானென்றும் எனக்குக் கடிதம் எழுதியிருந்தார். ஆனால் என்னை அவர் ஏறெடுத்தும் பார்க்கவில்லை. அவர் இதற்காக என்னிடம் பொய் சொல்லத் தேவையில்லை. வெவ்வேறு நாடுகளில் இருக்கும் – அந்த நாடுகளின் பெயர்கள் என்னவென்று கூட எனக்குச் சரியாகத் தெரியாது – மாளிகைகளில் அவர் வசிக்கவில்லை என்பதைப் பற்றி எனக்குக் கொஞ்சமும் அக்கறையில்லை. அதற்காக அவர் தன்னைப் பற்றி அவமானமாக நினைக்க வேண்டியதில்லை. இது எனக்கும் தெரியும். அவருக்கும் தெரியும். உனக்கு ஒருவர் மீது ஆசையிருந்தால், அவர் மாளிகையில் வசிக்கவில்லை என்பதற்காகக் கவலைப்படப் போவதில்லை. அவருடைய வைப்பு நிதி இருக்கும் வங்கிகளும் அவை இருக்கும் உலகப்புகழ் வாய்ந்த நகரங்களுமே இல்லை என்று ஆகிப்போனாலும் கூட அதைப் பற்றி நான் அக்கறைப்படப் போவதில்லை.”

நான் எதுமே சொல்லவில்லை. அவள் கண்களைத் துடைத்துக் கொண்டேயிருந்தாள். ஆனாலும் கண்ணீர் வெள்ளமாகப் பெருகிக் கொண்டேதான் இருந்தது. “என்னை அவரிடம் கூட்டிப் போகிறாயா?” என்று கடைசியில் அவள் கேட்டாள். “அவரிடம் பேச முடியவில்லையென்றால் நான் இந்த இரவை உயிரு ன் கழிக்க முடியாது.”

“இன்றிரவை அவர் ஆளுநர் வீட்டில் கழிக்கிறார்” என்றேன். “இப்பொழுதுதானே உன்னிடம் சொன்னேன்?”

“அந்த மாட்டுத்தொழுவத்தில் இருக்கும் பரண் மேலேதான் அவர் படுத்துக்கொண்டிருப்பார். எனக்கு நன்றாகவே தெரியும்” என்றாள் அவள். “பரவாயில்லை. அங்கேதான் என்றாலும் கூட நீ என்னை அழைத்துக்கொண்டு போகலாம். எப்படியிருந்தாலும், உனக்குத்தான் எல்லாமே தெரியுமே.”

“என்ன தெரியும்?” என்றேன். “எனக்கு ஒரு மண்ணும் தெரியாது. ஆனால் உனக்குப் பார்க்க அனுமதியில்லை என்கிறபோதே, அவர் இன்றிரவு உன்னைப் பார்க்க விரும்பவில்லை என்பதை மட்டும் நீ புரிந்துகொள்ள வேண்டும்.”

“எனக்குத் தெரிந்து, அதே மிருகத்தனமான பன்றியாகவே நீ எப்பொழுதும் இருக்கிறாய்” என்றாள் அந்தப் பெண். தேம்புவதைக் கூட ஒருநொடி நிறுத்தி விட்டாள். அவள் முகமும் கொஞ்சம் இறுகியது. பிறகு, “அவர் என்னை முட்டாளாக்குவது எனக்கு ஏதோ தெரியாததைப் போல!

நம் எல்லோரையுமே அவர் முட்டாளாக்கிக் கொண்டுதான் இருக்கிறார். இவரே இந்தக் கட்டுக்கதைகளையெல்லாம் திரித்துக் கொண்டிருந்தாரோ என்னவோ. எனக்குத் தெரியவில்லை. ஆனால் இதையெல்லாம் பரப்பவும், அவர் பின்னே ஓடி வரவும் ஏராளமான பக்தர் குழாமை அவர் ஏற்பாடு செய்து வைத்திருக்கிறார். அந்த அளவுக்கு அவர் புத்திசாலிதான். ஆனால் இதற்கு நாங்கள் செலவு செய்ய வேண்டியிருப்பதைப் பற்றி அவருக்குக் கொஞ்சம் கூட வெட்கமேயில்லை."

"ஓ, தனக்கு ஆதாயம் கிடைக்காத எந்த விஷயத்துக்காகவும் உன் அப்பா செலவு செய்து விடுவார் என்று எனக்குத் தோன்றவில்லை" என்றேன்.

"நீ வேறு எப்படிப் பேசுவாய்?" என்றாள் அவள். "உள்ளபடிக்கு, பாடுவதைப் பற்றி எனக்கு எந்த அக்கறையும் இல்லை. பாடுவது என்றால் என்னவென்று கூட எனக்குச் சரியாகத் தெரியாது. அவர் நன்றாகப் பாடுகிறாரா, மோசமாகப் பாடுகிறாரா என்பதைப் பற்றியும் நான் கவலைப்படப் போவதில்லை. சாகசக்கதைகளை விரும்பும் சின்னப் பெண்ணாகவே நான் இருந்தேன். அவர் வாயைத் திறந்தவுடன் பிரமித்துப் போய், பேச்சுமூச்சு இல்லாமல் ஆகி விடும் மக்கள் நிறைந்த மாபெரும் கச்சேரி அரங்கங்களைப் பற்றிய வர்ணனைகளை எல்லாம் நான் வாய் பிளந்து கேட்டுக்கொண்டிருந்தேன். எல்லோரும் அவருக்குத் தலை தாழ்த்தி முகமன் கூறிய அந்தப் பெரும் உணவுவிடுதிகளைப் பற்றிச் சொல்லும்போதும்தான். அதே போல, வங்கிகளில் பெருகிக் கொண்டே போகும் அந்த வைப்பு நிதிகளைப் பற்றிச் சொல்லும் போதும் கூட நான் வாய் பிளந்து கேட்டுக் கொண்டுதானிருந்தேன். அவர் தாயகம் திரும்பினால் ஒவ்வொரு முறையும், நான் காற்றில் மிதப்பதைப் போல உணர்வேன். நம் நாட்டை விடக்கூட அதிகம் பிரபலமில்லாத ஒரு நாட்டின் குடியிருப்பு நாடாக மட்டுமே அறியப்பட்டிருக்கும் நம்முடைய குட்டி தேசம் உலகின் ஒருபகுதியாக மாறியது. இது கடவுளுக்கே தெரியும். இங்கே, லாங்குஸ்டெட்டில் அவரோடு சேர்ந்து பக்கத்தில் நடந்து போகும் பொழுது இங்கே நாம் வாழ்ந்துகொண்டிருக்கும் வாழ்க்கையை விட மேலான வாழ்க்கைக்கு உயர்த்தப்பட்டு விட்டதாக நான் பெருமிதத்தோடு இருப்பேன். கேட்டவர்களுக்கெல்லாம் அங்கிப்பையில் கையை விட்டுத் தங்கக்காசைக் கொடுத்தவர் அவர். ஆனால் இதைப் போன்ற விஷயங்களைப் பற்றியெல்லாம் அக்கறைப்பட்டுக் கொண்டிருப்பதை நான் எப்பொழுதோ விட்டு விட்டேன். அவருடைய தங்கக்காசுகள் எல்லாமே கள்ள நாணயங்கள்தான் என்றால் கூட நான் கவலைப்படப் போவதில்லை."

"ஏன்? என்ன ஆனது?" என்றேன் நான்.

"என்ன ஆனதா?" என்று கேட்டாள் அவள். "ஒன்றும் ஆகவில்லை. அவரை நான் நேசித்தேன். அவ்வளவுதான். யாருமே கேள்விப்பட்டிராத ஒரு நாட்டில் அவர் கூலிக்காரராக இருந்தால் கூட, அந்த நாட்டுக்கு ஜட்லாந்து என்று பெயர் இருந்தால் கூட, அங்கே அவருக்கென்று மனைவியும் குழந்தைகளும் இருந்தால் கூட, அவருக்கு என்னவெல்லாம் வேண்டுமோ அத்தனையையும் நான் கொடுக்கத் தயாராகவே இருந்தேன்.

இதுவரை நான் மனதைப் பறிகொடுத்த ஒரே ஆண்மகன் அவர்தான். அவரைத் தவிர வேறு யாரும் என்னை அடைய முடியாது. நீ என்னை அவரிடம் கூட்டிக் கொண்டு போகப் போவதில்லை. அதனால் இதை நான் சொன்னதாக அவரிடம் நீ சொல்லி விடு. இதை யாரிடமாவது நான் சொல்லியே ஆக வேண்டும் போல் இருந்தது."

"இன்னொருவருடைய ரகசியங்களைக் காற்றில் கூட விடக்கூடாது. அது விவேகமான செயலாகக் கருதப்படுவதில்லை" என்றேன் நான்.

மிகுந்த யோசனையோடு என்னை நீண்ட நேரம் பார்த்துக்கொண்டிருந்து விட்டுத் துயரம் தோய்ந்த குரலில் "நீதான் அந்தக் காற்றா?" என்று கேட்டாள்.

"அதன் ஒரு பகுதிதான் நான்" என்றேன்.

தேவாலய கடிகாரம் ஒரு முறை அடித்து ஓய்ந்தது. அல்லது அது இரண்டு முறையடித்ததோ. கொஞ்ச நேரத்துக்கு இருவருக்கும் பேச எதுவுமில்லா திருந்தது. குறைந்தபட்சம் எனக்காவது பேச ஒன்றுமில்லாமலிருந்தது. முந்தைய பனிக்காலத்தில், ஓர் இரவில், ஒரு நிழலைப் பார்க்கவென்று, கொட்டும் மழையில், ஒரு கல்தடுப்பணையின் மீதமர்ந்து காத்துக்கிடந்து, பிறகு அந்த நிழலை நிரந்தரமாகத் தொலைத்து விட்ட எனக்காவது சொல்ல ஒன்றுமில்லாதிருந்தது.

"நேரமாகிக்கொண்டிருக்கிறது" என்றேன்.

"நேரமாகிக்கொண்டிருக்கிறதா?" என்றாள் அவள். "நேரமாகிக் கொண்டிருக்கிறதென்றால் என்ன அர்த்தம்? நீ என்னதான் சொல்ல வருகிறாய்?"

"இரவு நெடுநேரமாகிவிட்டது" என்றேன்.

"அதை நான் எப்பொழுதுமே நேரமாகிவிட்டதாக நினைப்பதில்லை" என்றாள் அவள். துக்கத்திலிருந்து மீள்பவர்கள் செய்வதைப் போல அவள் எங்கோ வெறுமையை வெறித்துக் கொண்டிருந்தாள். "இது ஒரு புதிய நாள். அவ்வளவுதான்" என்றாள்.

குஞ்சங்கள் வைத்த அவளுடைய செந்நிறக் கையுறை மேஜை மீது கிடந்தது. கைகளை முழங்கால்களின் மீது தளர்வாகத் தொங்கவிட்டு, நீள் இருக்கையின் மீது அவள் ஒடுங்கி உட்கார்ந்திருந்தாள். நீள அங்கியணிந்து, நின்றுகொண்டிருக்கையில் இருப்பதைக் காட்டிலும் உட்கார்ந்திருக்கும் போது அவள் பார்க்கப் பெரிய உருவமாகத் தெரிந்தாள். தன்னுடைய உடல்மொழியையோ, தோரணையான தோற்றங்களையோ வெளிப்படுத்துவதில் அவள் சாதுர்யம் காட்டியதில்லை. இந்த ஒரு அம்சத்தில், அவளுடைய வயதையும் வர்க்கத்தையும் ஒத்த பெரும்பான்மைப் பெண்களிடமிருந்து அவள் வேறுபட்டுத் தெரிந்தாள். சாக்கடைகளைத் தோண்டுவதிலும், சகதியைத் தூர் வாருவதிலும் ஃபாஸ்டிற்கிருந்த ஆர்வத்திற்கு வெகுமதியளிக்கவென்று ஒரு சில தேவதைகள் மட்டும் சமயத்தில் முன்வந்திராமல் போயிருந்தால், சாபத்தின் விளிம்பிலிருந்த அவரின் நிலைமை மிகவும் சீர்கெட்டுப் போயிருக்கும். அப்படிப்பட்ட நிலைக்கு ஃபாஸ்ட்டைத் தள்ளிய க்ரெட்சனின் மறுபிறப்போ இவள் எனும்

சந்தேகம் எழாமல் தடுத்தது குட்டிச் செல்வி குட்மன்ஸனின் செந்நிறக் கையுறைகள்தான். என்ன காரணமோ தெரியவில்லை, இந்த உலகம் கொழுகொழுவென்று குண்டாக இருக்கும் பெண்களின் கண்ணீரை ஒரு பொருட்டாகவே எடுத்துக் கொள்வதில்லை. ஒரு பருமனான தியாகி எனும் எண்ணம் அறிவின் நியதிகளுக்கு எப்பொழுதுமே ஒவ்வாததாகவே கருதப்பட்டு வந்திருக்கிறது. அதிலும், ஒரு பருமனான தியாகி, ஒரு ஓவியமாக வரையப்படுவதென்பதைக் கற்பனை செய்து கூடப் பார்க்க முடியாது. கலாச்சார ரீதியாகப் பார்க்கும் பொழுது, மெலிந்து நைந்து போனவர்கள் சிந்தும் உப்புநீர் மட்டுமே ஒரு பொருட்டெனக் கிருஸ்துவ சாம்ராஜ்யத்தில் மதிக்கப்படுவதாக இருந்து வந்திருக்கிறது. ஆனாலும் கூட, இந்தப் பெண் சொல்லும் கதை போன்ற ஒன்றை உப்புநீர் ஒப்பனையோடு சொல்லும் பொழுது அது மேலும் மேலும் இயல்பானதாக இருக்கும். ஆனால், இப்பொழுது அந்தக் கதையும், அத்தோடு சேர்த்து அந்தக் கண்ணீரும் முடிவுக்கு வந்து விட்டதுபோல எனக்குத் தோன்றியது.

"வீட்டுக்குக் கிளம்ப நேரமாகிவிட்டதென்று தோன்றவில்லையா?" என்று கேட்டேன்.

பிரமை பிடித்தவள் போல் உட்கார்ந்திருந்த அவள் திடுக்கென்று விழித்துக் கொண்டு சுருக்கென்று கோபமாக, "உனக்கு வேண்டுமென்றால் நீ போய்க் கொள்" என்று சொன்னாள். "நான் எங்கே இருக்க வேண்டுமென்று நான்தான் முடிவு செய்வேன். இதுதான் என்னுடைய வீடு. இந்த அறையை நான்தான் எடுத்தேன். இதற்கான வாடகையை நான்தான் கொடுக்கிறேன்."

"மன்னித்து விடு" என்றேன். "இந்த ஒரு காரணமே போதும் நான் உடனே கிளம்ப வேண்டும் என்பதற்கு."

என்னுடைய குல்லாயைத் தேடினேன்.

"அப்படியென்ன அவசரம்?" என்றாள் அவள். "சீக்கிரமாய் வீசி முடித்துவிடும் காற்றின் ஒரு பகுதியாக நீ ஆகி விட்டாய் என்கிற போது இது கொஞ்சம் விநோதமாக இருக்கிறதே!"

தேடித் தேடி, இறுதியில் என்னுடைய குல்லாயை நான் கண்டுபிடித்தேன்.

"நான் இங்கே உட்கார்ந்து காத்துக்கொண்டிருக்கும் நேரத்தில் எனக்கு ஆறுதலாக என்னோடு நீ இருக்கக் கூடாதா?" என்று அவள் என்னிடம் கேட்டாள்.

"காத்திருப்பதாக இருந்தால், அநேகமாகக் காலை வரையிலும் நீ காத்திருக்க வேண்டுமென்று தோன்றுகிறது" என்றேன்.

"வேலைக்காரர்களை எழுப்பி சாப்பிட ஏதாவது கொண்டு வரச் சொல்லலாமா?" என்று கேட்டாள்.

"சாப்பிடவா?" என்றேன். "இரவு சாப்பிட்ட விருந்துக்குப் பிறகுமா?"

"நாள் பூராவும் நான் ஒன்றுமே சாப்பிடவோ குடிக்கவோ இல்லை" என்றாள் அவள். "இன்றிரவு அளிக்கப்பட்ட விருந்து மக்கள் சாப்பிடவும் குடிக்கவும் ஏற்பாடு செய்யப்பட்டதென்றா நினைக்கிறாய்?"

"நான் வயிறு முட்டச் சாப்பிட்டேன்" என்றேன்.

"சாப்பிட்டிருப்பாய்தான். உனக்குத்தான் ஆன்மா என்ற ஒன்று கிடையாதே!" என்றாள் அவள்.

"அந்தக் கிண்ணங்கள் அடுக்கும் மாடத்தில் ஐந்து – ஔரர் கேக்குகள் கொஞ்சம் மீதமிருப்பதாக நினைவு, உனக்குப் பசியாக இருந்தால் அவற்றைச் சாப்பிடலாமே!" என்றேன்.

"அவற்றை இங்கே எடுத்துக்கொண்டு வா" என்று சொல்லி, நாசியின் மீது படிந்திருந்த கண்ணீரின் கடைசிச் சுவடுகளைக் கைக்குட்டையால் துடைத்துக் கொண்டாள். "எப்படியிருந்தாலும், அவை என்னுடைய கேக்குகள்தானே!"

மறுபேச்சின்றி காலையில் வாங்கிய க்ரீம் கேக்குகளின் மிச்சத்தை அவளுக்காக எடுத்து வந்து வைத்தேன்.

"ஏதோ நாய்க்குச் சோறு போடுவதைப் போலக் கொண்டுவந்து வைக்கிறாயே! 'சாப்பிடு' என்று ஒரு வார்த்தை சொன்னால் குறைந்தா போய் விடுவாய்?" என்றாள்.

"உனக்காக அந்தக் கத்தி, முள்கரண்டி, தேநீர்க்கரண்டி எல்லாவற்றையும் நான்தானே எடுத்து வைத்தேன்?" என்று கேட்டேன்.

"ஒரு எலியைப் போல் இப்படி இந்தக் க்ரீம்கேக்குகளோடு இருக்க என்னை நீ விட்டுவிட்டுச் சென்று விட மாட்டாய்தானே? நிச்சயமாக என்னோடு உட்கார்ந்து சாப்பிடும் அளவுக்கு நீ ஒரு கனவானாக இருப்பாய் என்று நம்புகிறேன் வா. இப்படி உட்கார்" என்றாள்.

"இல்லை. வேண்டாம். நன்றி" என்றேன். "நான் தப்பான இடத்துக்கு வந்து விட்டேன். இதற்கு மேல் எதுவும் சொல்லும் அளவுக்கு நான் கனவானில்லை. போய் வருகிறேன்."

எதிர்பாராத விதமாய் நீரால் நிரப்பப்பட்டு, ஒவ்வொரு விரிசலிலும் ஒழுகிக்கொண்டிருக்கும் ஓட்டைப்பாத்திரம்போல் அவள் இந்த விடைபெறுதலுக்கு எதிர்வினையாற்றினாள்.

"ஐயோ ஏசுவே! என்னுடைய வாழ்க்கையில் நான் இதுவரை கேள்விப்பட்ட மிகக் கொடூரமான பன்றி நீயாகத்தான் இருப்பாய்" என்று கண்ணீர் வெள்ளத்தினூடே அவள் சொன்னாள். "இப்படியொரு இழிபிறவி இருக்க முடியுமென்று நான் கனவில் கூட நினைத்ததில்லை. கரிப்புகையும் கடல்நாரையின் சிறகும் சேர்ந்திருப்பதைப் போல நீ நாறுகிறாய்."

இந்த அளவுக்குக் கொடூரமானவனாக நான் இருக்கிறேன் என்று எனக்குத் தோன்றியதேயில்லை. இதன் விளைவு என்னவென்றால், நான் அந்தப் பெண்ணின் அருகில் அமர்ந்து அவளுக்கு ஆறுதலாக இருக்க முயன்றேன். ஒரு குழந்தையைத் தேற்றவேண்டி வரும்போழுதோ அல்லது அது செய்த தப்பை மன்னிக்கவேண்டி வரும்போழுதோ, கொஞ்ச நேரத்துக்கு அறிவு ஒதுங்கிக்கொள்ள, மற்ற நியதிகள் சட்டத்தைக் கையில்

எடுத்துக்கொள்ளும். அப்படிப் பார்த்தால், வாழ்க்கையே கூட அதைப் போல்தான்.

அதன் பிறகு ஹோட்டல் டி ஐஸ்லந்தேவில் ஒருசில இரவுமணி நேரங்கள் கழிந்தன.

விடியலின் முதற் கிரணங்கள் உதித்த நேரத்தில், துறைமுகத் தொழிலாளிகள் விழித்தெழும் நேரத்தில், என்னையும் குட்டிச்செல்வி குட்மன்ஸனையும் அவருடைய இருப்பிடத்தில் கர்தர் ஹோம் பார்த்தார். கைகுலுக்கி எங்களுக்கு முகமன் கூறிய அவர், தனக்கே உரித்தான, கணித வல்லுநர் போன்ற மர்மப் புன்னகையை உதிர்த்தார். இரவின் களியாட்டத்தின் சுவடு கூட அவரிடம் தென்படவில்லை. முதுகில் ஒட்டிக்கொண்டிருந்த வைக்கோல் துணுக்கைத் தவிர வேறு எந்த விதமான தூசையோ தும்பையோ, அல்லது முகச்சுருக்கத்தையோ அவரிடம் காண முடியவில்லை. ஆனால் அவர் கொஞ்சம் வெளுத்த மாதிரி இருந்தார். தன்னுடைய அங்கிப்பையிலிருந்து *தி லண்டன் டைம்ஸ்* பத்திரிகையின் ஒரு சில பிரதிகளை உருவி எடுத்து அவற்றை மேஜை மீது வைத்தார். எங்களுக்கு முகமன் கூறிய பிறகு முகம் பார்க்கும் கண்ணாடியின் அருகே சென்று முகத்தை ஆராய்ந்த அவர், மோவாயைத் தடவிப் பார்த்தார். கண்ணாடியில் தெரிந்த தன் பிம்பத்தை ஆராய்ந்துகொண்டிருந்தவாறே, “இங்கே எனக்காக நீங்கள் காத்திருப்பது சந்தோஷமாக இருக்கிறது” என்றார். பற்கள் தெரிய வாயைத் திறந்து, அவற்றையும் கவனமாக ஆராய்ந்தார்.

“நீங்கள் இருவரும் நன்றாகத் தூங்கியிருப்பீர்கள் என்று நம்புகிறேன் குழந்தைகளே! நேற்று நான் கலந்துகொண்டிருந்த வைபவம் இரவு முழுக்கத் தொடர்ந்தது. ஹ்ம்ம். நான் முகச்சவரம் செய்துகொள்ள வேண்டும். பிறகு நாமெல்லோருமாய்க் கொஞ்சம் காஃபி சாப்பிடலாம்.”

“உங்களுடைய க்ரீம் கேக்குகள் எல்லாவற்றையும் நாங்கள் காலி செய்துவிட்டோம் போலத் தோன்றுகிறது” என்றேன் நான்.

அந்தப் பெண் வாயே திறக்கவில்லை. தன் சிகையை ஒழுங்குபடுத்தி முடிவதிலேயே அவள் கவனமாக இருந்தாள். கடைசியில், எங்கோ இருந்து கேட்பது போல, “என்னுடைய இன்னொரு காலணியைப் பார்த்தாயா அல்ஃபீக்ரைமுர்?” என்று கேட்டாள்.

முதல்நாள் மாலை அவள் அமர்ந்திருந்த நீள் இருக்கையின் கீழ் கிடந்த அந்தக் காலணியைத் தேடிக் கண்டுபிடித்துக் கொடுத்தேன். தான் அணிந்திருந்த மேற்சட்டையைக் கழற்றி விட்டு கண்ணாடியின் முன் நின்று முகத்துக்கு சோப் போட்டுக்கொண்டிருந்தார் கர்தர் ஹோம். “வரும் வழியில் ‘சொர்க்கத்துக்குள்’ நுழைந்து விட்டு வந்தேன்” என்றார் அவர்.

“நிஜமாகவா? முனைவர் ஃபாஸ்ட்டை தேவதைகள் கூட்டிச் சென்ற இடத்துக்கா?” என்றேன் நான். ஏனென்றால், என்னால் எப்படியோ அந்த நாவிதர் சட்டத்தை விட்டு மனதைத் திருப்ப முடியவில்லை.

“அது மிகவும் ரம்யமான இடம்” என்றார் கர்தர் ஹோம். “ஒரு மருந்துக்கடையை விடவும் அதிகமாக மருந்துக்கடை வாசமடிக்கும் இடம்

ரெய்க்ஜாவிக்கிலேயே அது ஒன்றுதானாக இருக்கும். என்னுடைய நண்பர் ஒருவர் காலை வேளைகளில் கப்பல்தளப் புழைவாயில் உட்கார்ந்து கொண்டு, கடலைப் பார்த்துக்கொண்டிருப்பார். வடகடல் மீது பறக்கும் கடற்பறவைகள் எல்லாமே அவரைக் கடந்துதான் பறக்கும்."

"பிரபலமான மனிதர்கள் மட்டும்தான் இப்படியெல்லாம் பேசுவார்கள்" என்றாள் குட்டிச் செல்வி குட்மன்ஸன். "நான் சொல்வது சரிதானே?"

"எனக்காகப் படுக்கையை உதறிப் போட்டுக்கொண்டிருக்க வேண்டியதில்லை அன்பே" என்றார் கர்தர் ஹோம். "இங்கே நிறைய வேலைக்காரர்கள் இருக்கிறார்கள்."

"உங்களோடு கொஞ்சம் பேச வேண்டியிருக்கிறது கர்தர்" என்றாள் குட்டிச் செல்வி குட்மன்ஸன். "கொஞ்சம் அந்தரங்கமாகப் பேச வேண்டும். எவ்வளவு சீக்கிரம் முடியுமோ அவ்வளவு சீக்கிரத்தில்."

"நான் கிளம்புகிறேன்" என்றேன்.

முகத்தில் சோப்பைத் தேய்த்துக் கொண்டே, "வேண்டாம். அதை மட்டும் நீ செய்து விடாதே நண்பனே" என்று கேட்டுக்கொண்டார் கர்தர் ஹோம். "நானும் குட்டிச் செல்வி குட்மன்ஸனும் காலை நேரக் காஃபியருந்தும் நேரம் பார்த்து நீ கிளம்பி விடாதே! நம் மூவருக்குள் எந்த ரகசியமும் இருப்பதாக நான் நினைக்கவில்லை. அது போகட்டும். க்ரீம் கேக்குகள் போதுமான அளவுக்கு இருந்தனவா?"

குட்டிச்செல்வி குட்மன்ஸன் ஒரு நாற்காலியில் உட்கார்ந்து விட்டிருந்தாள்.

"நானும் அல்ஃப்க்ரைமுரும் திருமணம் செய்துகொள்ளத் தீர்மானித்திருக்கிறோம்" என்றாள் அவள். நேற்றிரவுதான் நாங்கள் நிச்சயம் செய்துகொண்டோம்."

"சபாஷ்! பாராட்டுகள்!" என்றார் கர்தர் ஹோம். "இது வேடிக்கையாயில்லையா? என்னுடைய மனங்கனிந்த வாழ்த்துகள்! இப்பொழுது நான் முகச்சவரம் செய்து கொள்கிறேன். பிறகு நாம் திருமண நிச்சயதார்த்தத்தைக் கொண்டாட ஏற்பாடு செய்யலாம். கொஞ்சம் ஷேம்ப்பெய்ன் அருந்தலாம்."

நான் சாளரத்தினருகே நின்றபடி கீழே தெரிந்த தெருவைப் பார்த்துக்கொண்டிருந்தேன். இரவு கடந்து விட்ட இந்நேரத்தில், கொஞ்சம் சுதாரித்துக் கொள்ள நினைத்ததை உண்மையில் என்னால் தவிர்க்க முடியவில்லை.

"இவ்வளவு அவசரமாக இதைச் சொல்லியாக வேண்டுமா, குட்டி?" என்றேன் நான். "இது மாதிரியான விஷயங்களையெல்லாம் கர்தர் ஹோம் முன்னால் போட்டு உடைக்க வேண்டுமா, என்ன?"

"நீ என்ன சொல்கிறாய்?" என்றாள் அவள்.

"நான் என்ன சொல்ல வருகிறேனென்றால், உண்மையில் ஒன்றும் பிரமாதமாய் நடந்து விடவில்லை, ஒருவேளை! மற்றெல்லா மனிதர்களைப்

போலத்தான் நாமும் நடந்துகொண்டிருக்கிறோம் என்பதைத் தவிர!" என்றேன் நான்.

"பெரிதாக ஒன்றும் நடந்து விடவில்லையா?" என்று கேட்டாள் அவள். "மற்றெல்லா மனிதர்கள் போலத்தானா? நிஜமாகவா? வெளிப்படையாகப் பேசு. உண்மையில் நீ என்ன மாதிரியானவன் என்பதைக் காட்டு!"

"நான் என்ன சொல்கிறேனென்றால் இது மாதிரியான சூழ்நிலைகளில் வழக்கமாக என்ன நடக்குமோ அதைத் தவிர வேறொன்றும் நடந்துவிட வில்லை. ஓர் ஆண்மகன் ஆண்மகன்தான். ஒரு பெண் என்பவள் பெண்தான். அதற்கும் மேல் இருப்பதெல்லாம் புறவயமானது; தற்செயலானது" என்றேன்.

"ஆக, ஒன்றுமே நடக்கவில்லை, அப்படித்தானே?" என்றாள் அவள்.

"வழக்கமாய் என்ன நடக்குமோ அதைத் தவிர வேறொன்றுமே நடக்கவில்லை" என்றேன்.

"அப்படியென்றால் நான் ஒழுக்கமற்ற ஒரு சாதாரணப் பெண். அதைத்தானே நீ சொல்ல வருகிறாய்?"

"அல்ஃப்க்ரைமுர்" என்று அழைத்தார் கர்தர் ஹோம். இப்பொழுது, போதுமான அளவுக்கு முகத்தில் சோப்பைத் தடவிக்கொண்டிருந்தார் அவர். நான் நின்றுகொண்டிருந்த சாளரத்தின் அருகே வந்து காற்சராய்ப் பையிலிருந்து கொஞ்சம் பணத்தாள்களை உருவி என்னிடம் கொடுத்தார். "நமக்குக் கொஞ்சம் க்ரீம் கேக்குகள் தேவையாயிருக்குமென்று நினைக்கிறேன். ஃப்ரெட்ரிக்ஸனின் அடுமனை வரைக்கும் சட்டென்று போய் வர முடியுமா? ஒன்றும் சிரமமில்லையே?" தன்னுடைய சவரக்கத்தியை எடுத்து உள்ளங்கையில் வைத்துத் தீட்டத் தொடங்கினார். என்னுடைய தீர்க்கப்படாத பிரச்சனைகளை அப்படியே விட்டுவிட்டு க்ரீம்கேக்குகளை வாங்க வெளியேறினேன்.

மணி இன்னும் ஏழு கூட ஆகியிருக்கவில்லை. அதனால் அடுமனையில் கொஞ்ச நேரம் காத்திருக்கும்படி ஆனது. "க்ரீம்கேக்குகள் இன்னும் ஆறவில்லை. ஃப்ரெட்ரிக்ஸன் அவற்றை ஆற வைத்துக்கொண்டிருக்கிறார்" என்றாள் கடைக்காரப் பெண். எனக்குக் காத்திருக்கப் பொறுமையில்லை. டென்மார்க் நாட்டு நாவல்களை நான் அதிகம் படித்ததில்லை. என்றாலும் கூட, இப்படி ஒரு காலைப்பொழுதில், கையில் சவரக்கத்தியோடு இருக்கும் பாடகரை நம்பி என்னுடைய மனதிற்கினியவளைத் தனியாக விட்டுவிட்டு வந்தது கொஞ்சம் கவலையாகவே இருந்தது.

கடைசியில், பொறுமையிழந்து, "இதற்கு மேல் காத்திருந்து க்ரீம்கேக்குகளை வாங்கிக்கொண்டிருக்க இப்பொழுது எனக்கு நேரமில்லை" என்றேன். "இப்போதைக்கு ஃப்ரெட்ரிக்ஸன் எவ்வளவு கேக்குகளை ஆற வைத்திருக்கிறாரோ அவற்றை மட்டும் எடுத்துக் கொள்கிறேன். மிச்சத்தைப் பிறகு வந்து வாங்கிக்கொள்கிறேன்."

38

# தலைமைத் தேவாலயத்தில் ஒரு பாட்டுக் கச்சேரி

க்ரீம்கேக்குகளோடு நான் திரும்பி வந்த பொழுது கர்தர் ஹோம் முகச்சவரத்தை முடித்திருந்தார். குட்டிச் செல்வி குட்மன்ஸன் கிளம்பிப் போயிருந்தாள். சிறு சிறு காகிதத் துண்டுகளில் ஏதோ கணக்கு வழக்கை எழுதிப் பார்ப்பதில் பாடகர் மூழ்கியிருந்தார். கொஞ்சநேரத்துக்கு நான் வந்ததையே அவர் கவனிக்கவில்லையென்று தோன்றியது. அல்லது அவருடைய கணக்கு வழக்குகளிலிருந்து அவரால் மீள முடியவில்லையோ என்னவோ. ஒருவழியாக, நுணுக்கி நுணுக்கி நெருக்கமாக ஏதோ எழுதப்பட்டிருந்த அந்தக் காகிதத் துண்டுகளைக் காற்சராய்ப் பைக்குள் திணித்துக்கொண்டு தனது இருக்கையில் என்னைப் பார்த்தவாறு திரும்பி உட்கார்ந்துகொண்டார். முகத்தில் புன்னகை தோன்றி மறைந்தது.

“நீ அடுமனைக்குச் சென்றிருந்த நேரத்தில் நான் ஒரு விஷயத்தை யோசித்து வைத்திருந்தேன்” என்றார் அவர். “நாளைக்கு நான் ஒரு சிறப்புக் கச்சேரி செய்ய நினைத்திருக்கிறேன்.”

“தெரியுமே. அதுதான் எல்லா பத்திரிகைகளிலும் வெளியாகியிருக்கிறதே. குடித்துறப்பு அரங்கில் நடக்கவிருக்கும் குட்மன்ஸன் பண்டகசாலையின் பொன்விழா வைபவத்தில்!” என்றேன் நான்.

“நான் அதைச் சொல்லவில்லை” என்றார் அவர். “முற்பகலில் நான் இன்னொரு கச்சேரி செய்யப்போகிறேன். ஒரு தேவாலயக் கச்சேரி. அது அழைப்பு அனுப்பப்பட்ட விருந்தினர்களுக்கானது. என்னுடைய விருந்தினர்களுக்கு. குட்மன்ஸன் பண்டகசாலையின் வைபவத்துக்கென்று பரபரப்பாகச் செல்ல நினைக்காதவர்களுக்கானது. இந்தக் கச்சேரியில் நீ எனக்காக ஒரு சின்ன உதவியைச் செய்ய வேண்டியிருக்கும்.”

“அப்படியென்றால் நாம் சீக்கிரமாக அழைப்பிதழ்களைத் தயார் செய்வோம்” என்றேன்.

“இன்றைக்கு விருந்தினர்களை நாம் அழைக்கப் போகலாம்” என்றார் அவர். “தேவாலய ஏற்பாடுகளுக்காக நான் நல்லாயர் ஜோஹனைச் சென்று பார்க்கிறேன்.”

“சீமாட்டி ஸ்ட்ரூபென்ஹோல்ஸ் ஒருவேளை உதவக்கூடும்” என்றேன்.

“நான் உன்னைத்தான் பக்கவாத்தியம் வாசிக்கக் கேட்டுக் கொள்ளலாம் என்று இருக்கிறேன்” என்றார் கர்தர் ஹோம்.

இந்த அபத்தமான யோசனை என்னை முற்றிலும் ஆச்சரியத்தில் மூழ்கடித்தது என்று சொல்வதற்கில்லை. ஆனால் நான் அதற்கு எல்லா விதத்திலும் எதிர்ப்புத் தெரிவித்து என் தயக்கத்தை வெளிப்படுத்தினேன். இதற்கான காரணத்தை எல்லோருமே உடனடியாகப் புரிந்துகொள்ள முடியும். இவை வெறும் பொய்ச் சாக்குகளில்லை. ஏனென்றால் இது நடவாத காரியம் என்பதை என்னைக் காட்டிலும் வேறு யாருமே நன்றாக புரிந்துகொண்டிருக்க முடியாது.

“ஹ்ரிங்ஜராபேரில் இருக்கும் உங்களுடைய ஓய்ந்து போன, பழைய ஹார்மோனியத்தைத் தவிர வேறு இசைக்கருவியின் பக்கத்தில் கூட நான் போனதில்லை. கொஞ்ச காலம் முன்பு வரை, அதில் இருந்த சில விசைகள் கூட ஒழுங்காக இல்லை. ஆனால் தலைமைத்தேவாலயத்திலோ, இதற்கு நேர் மாறாக, ஒரு பைப் – ஆர்கன் கருவி இருக்கிறது. அதன் மிதிகட்டையை அழுத்தி வாசிக்க ஒரு நிபுணன் தேவைப்படுகிறான். அப்படிப்பட்ட ஒரு நிபுணனுக்கே கூட அதை வாசிப்பது ஒரு பெரும் சாதனையாகவே இருக்கும்” என்றேன்.

“கவலைப்படாதே. தேவாலயத்தின் ஆடையறையில் ஒரு சின்ன, கையடக்கமான ஆர்கன் இசைக்கருவி இருக்கிறது. அதை நாம் பயன்படுத்திக் கொள்ளலாம்” என்றார் பாடகர்.

“நான் சின்னப்பையனாக இருந்த போது அதில் இருந்த ஒவ்வொரு இரண்டாவது ஸ்வரக் கட்டையும் ஓசையெழுப்பாமல் அமைதியாக இருக்கும். மீதமிருக்கும் ஸ்வரக்கட்டைகளும் இந்நேரத்துக்கு அவற்றைப் போலவே அமைதி காக்கப் பழகியிருக்கும் என்று நம்புவோம்” என்றார்.

ஒரு மேதையின் உதட்டிலிருந்து வந்த இசை பற்றி இப்படியொரு சோகஹாஸ்யம் என்னைப் பேச்சற்றுப்போகச் செய்தது. ஆனால், அறிவார்ந்த சமாதானங்களை யோசிக்காமல் இந்த ஹாஸ்யத்தை நான் ரசித்துச் சிரிக்கத் தொடங்கியிருக்க வேண்டும். அப்படிச் செய்யாமல் விட்டதில் என்னுடைய அசட்டுத்தனம் வெளிப்பட்டது. உலகப் பாடகர் மீண்டும் அந்த அசாதாரணப் புன்னகையை என் மீது வீசினார். ஒருவேளை அது என் அசட்டுத்தனத்துக்கான எதிர்மறை மறுப்போ?

“வீட்டுக்குச் செல்லும் வழியில் என் அம்மாவைப் பார்த்து விட்டுப் போ. நாளை காலை தலைமைத் தேவாலயத்தில் நடக்கும் கச்சேரிக்கு

அவளை அழைத்திருப்பதாகச் சொல்" என்றார் அவர். "நானே வந்து அவளைக் கூட்டி போகிறேன்."

முற்பகல் வேளையின் நடுவில் நான் வீட்டுக்குச் சென்றுகொண்டிருந்த பொழுது, புகையிலைக் குழாயைப் புகைத்தபடி வயதான நீண்ட தாடிக்காரர் ஒருவர் எனக்கு முன்னால் நடந்து போய்க்கொண்டிருந்தார். அரைநாளேட்டின் அளவிலான விளம்பரச் சுவரொட்டிகளைக் கத்தையாக ஒரு கக்கத்தில் இடுக்கிக் கொண்டு, இன்னொரு கையில் பசைத்தொட்டியைப் பிடித்துக்கொண்டிருந்தார். இந்த விளம்பரச் சுவரொட்டிகளை அவர் கட்டடச் சுவர்களின் மீது ஒட்டிக்கொண்டிருந்தார். மறுநாள் இரவு குடிமறுப்பு அரங்கில் நடைபெற இருக்கும் பண்டகசாலையின் வைபவத்துக்கான விளம்பரச் சுவரொட்டிகள்தான் அவை. ஒவ்வொரு சுவரொட்டியிலும் மூன்று புகைப்படங்கள் அச்சாகியிருந்தன. படையணிகலன்களுடனும் வாயில் சுருட்டுடனுமிருக்கும் குட்மன்ஸனுடைய சற்றுப் பெரிய அளவிலான புகைப்படம். அதற்குக் கீழே சிறிய அளவிலான இரண்டு புகைப்படங்கள். ஒன்று கர்தர் ஹோமுடையது. விண்ணில் ஏகும் ரதங்களைப் பார்த்துக்கொண்டிருப்பதைப் போலிருக்கும் அவருடைய இளமைக்காலப் புகைப்படம். மற்றொன்று, உயரமான தொப்பியும், புறாவுமாக இருக்கும் முனைவர் ஃபாஸ்ட்டுலஸுடையது.

அந்தப் புகைப்படங்களைச் சுற்றிலும், பத்தி பத்தியாக, எக்காலத்துக்கும் பொருந்திவரும் செவ்வியல் விவரணை பாணியில், இந்த உன்னத மனிதர்களைப் பற்றியும், குறிப்பாகப் பண்டகசாலையைப் பற்றியும், வாசகங்கள் அச்சாகியிருந்தன.

குடித்துறப்பு அரங்கை நான் கடந்து செல்லும்பொழுது அந்தக் கட்டடத்துக்குச் சாம்பல்நிற – இளம்சிவப்பு வர்ணமடிக்கப்பட்டிருந்ததைக் கவனித்தேன். இப்பொழுதெல்லாம் அந்த வர்ணத்தை சாம்பல்நிற – கத்தரிப்பூ வர்ணம் என்று அழைக்கிறார்கள். பிறகு வந்த ஆண்டுகளில் அந்த நிறத்தை நினைவுக்குக் கொண்டு வர முயல்கையில் அப்படி ஒரு நிறம் இருந்ததா எனும் சந்தேகம் எனக்குள் அடிக்கடி வரும். என்னுடைய நினைவு என்னை ஏமாற்றுகிறது என்றே நான் நினைத்தேன். ஆனால் இந்த அசாதாரணமான நிறத்தைப் பல ஆண்டுகளுக்குப் பிறகு பாரிஸ் நகரிலுள்ள விடுதிகளின் அறைகளிலும் குடியிருப்புகளிலும் காணும் வரை எனக்குள் இந்த சந்தேகம் இருந்து கொண்டே இருந்தது. கலாச்சாரத்தின் தலைநகரம் என்று கருதப்படும் பாரிஸ் நகரில் சாம்பல்நிற – கத்திரிப்பூ வர்ணம் அடித்த ஒரு அறையில் தங்கும் புதுமையான அனுபவமும் எனக்குக் கிடைத்தது. இதை விட வேறென்ன வேண்டும்! போப்பாண்டவர் இதைப் பரிகாரத்துக்கான நிறம் என்று கூறுகிறார். இந்த நிறத்தைப் புனித வியாழனன்று பயன்படுத்துகிறார்கள். குடித்துறப்பு அரங்கின் உள்ளேயும் வெளியிலும் நார்ப்பட்டு மலர்களால் தொடுக்கப்பட்ட மாலைகளும் பசுஞ் செடிகொடிகளும் இங்கும் அங்குமாக அலங்கரிக்கப்பட்டிருந்தன. விவிலியச் சித்திரங்களைத் தவிர வேறெங்கும் இப்படிப்பட்ட அலங்காரங்களைப் பார்த்திராத அசடர்களுக்கு குருத்தோலை ஞாயிறு நினைவு வருவது தவிர்க்கவியலாதது.

நான் முன்பே குறிப்பிட்டிருப்பதைப் போல, ஒவ்வொரு நாள் காலையும் மாலையும் ஹ்ரிங்ஜராபேரின் கிரிஸ்டினைப் பார்த்து வருவது என்னுடைய அன்றாட அலுவல்களுள் ஒன்றாகிவிட்டிருந்தது. அதிலும் குறிப்பாக, மூப்பின் காரணமாக அவள் தள்ளாட்டம் கண்டு, பார்வையும் செவிப்புலனும் மங்கிய நாள் முதலாய் இது தொடர்கிறது. அவளுக்குப் பாலும் மீனும் கொண்டு கொடுக்கும் வழக்கமான வேலையை விடவும் மிக முக்கியமான பணி இப்பொழுது எனக்கிருந்தது.

“நீ புத்தியோடுதான் பேசுகிறாயா குழந்தாய்?” என்றாள் அவள். “கொஞ்ச நேரத்துக்கு முன்புதானே என் மகன் இங்கேயிருந்து கிளம்பிப் போனான். தேவாலயத்தில் நடக்கப்போகும் கச்சேரியைப் பற்றி அவன் அப்பொழுது ஒன்றுமே சொல்லவில்லையே!”

“ஆனால், நான் சொல்வது நிஜம்தான்” என்றேன். “இந்தக் கச்சேரி அவர் பிரத்யேகமாக அழைப்பு விடுத்திருக்கும் விருந்தினர்களுக்கு மட்டுமேயானது. பண்டகசாலையின் விருந்தினர்களோடு சேர்ந்துகொள்ள முடியாதவர்களுக்கானது.”

“அப்படியா?” என்று கேட்டு விட்டு அந்தப் பெண் சிந்தனை வயப்பட்டாள். “அதிகாரிகளுக்கு அவன் தன்னுடைய நன்றியைத் தெரிவிக்க நினைக்கிறான். அவன் பாடகனாவதற்காகப் பயின்றுகொண்டிருந்த பொழுது ஆண்டுக்கு ஏறத்தாழ நூறு க்ரோனர் போலக் கொடுத்து அவர்கள் அவனை ஆதரித்தார்கள்.”

“ஒருவேளை அவர் தன்னுடைய அம்மாவுக்குப் பாடிக்காட்ட வேண்டும் என்று நினைக்கிறாரோ என்னவோ,” என்றேன்.

“இருக்கலாம். அவன் பாடிக் கேட்க வேண்டும் என்பது என்னுடைய நம்பிக்கையாக, கனவாக இருந்திருக்கிறது. இதுவும் என் ஜார்ஜ் குட்டிக்குத் தெரியும் ஆனால் எனக்கு எத்தனையெத்தனையோ கனவுகள் இருந்திருக்கின்றன. அதில் எதுவுமே நிறைவேறவில்லையென்றபோதும், இந்தப் பையன் ஒருவன் பிறந்து எல்லாவற்றையும் சரிக்கட்டிவிட்டான். சாராய வியாபாரி, கிழட்டு ஜான் குட்மன்ஸனுக்கும், அவனுடைய ஆட்களுக்கும் மட்டுமே இவன் பாடுகிறானேயென்று அவன் மீது எனக்கு வருத்தமெல்லாம் இல்லை. அவர்களுக்கு மட்டுமில்லை. அமைச்சர்கள், பேராயர்கள், டென்மார்க் நாட்டவர் என்று தகுதியானவர்களுக்கும்தான் அவன் பாடுகிறான். ஆமாம். இங்கே லேண்டகாட்டில் இருக்கும் கத்தோலிக்கப் பேராயருக்குக் கூட அவன் பாடிக்காட்டியிருக்கிறான். அதை நாம் மறந்துவிடக்கூடாது. அதனால், பொது இடங்களில் தலைகாட்டத் தகுதியில்லாத என்னைப் போன்ற கிழட்டு ஜன்மங்களை அழைக்க வேண்டிய அவசியமில்லை என்று என்னுடைய ஜார்ஜ் குட்டியிடம் சொல்லி விடு.”

அதன் பிறகு இனம் புரியாத மனச்சோர்வுக்கு ஆட்பட்டு, ரொம்ப நேரமாகக் கல்லறைவெளியில், வயல்வெளிகளில் என்று ஹ்ரிங்ஜராபேரைச் சுற்றியே நான் அலைந்துகொண்டிருந்தேன். அங்கே இருந்த மட்டக்குதிரைகளைப் பார்த்து எனக்குப் பொறாமையாக

இருந்தது. மறுநாள் காலையில் பக்கவாத்தியம் எதுவும் வாசிக்கும் பொறுப்பேதுமின்றி அவை தம் பாட்டுக்குப் புல் மேய்ந்து கொண்டிருக்கலாம். நிச்சயமாக அவர் என்னிடம் ஏதோ விளையாட்டுக்காட்டுகிறார் என்றே எனக்குத் தோன்றிக்கொண்டிருந்தது. அல்லது யாரைக் கண்டு கூட்டிப் போக ஐஸ்லாந்துக்கு வந்தாரோ அந்த மனதிற்கினியவளோடு தவறுதலாக எதேச்சையாக நான் இணைந்து விட்டேன் என்பதற்காகப் பழிதீர்த்துக்கொள்ள திட்டமிடுகிறாரோ? அல்லது ஆளரவமற்ற ஒரு வனாந்தரத் தீவில் ஒருவேளை அவர் கரையொதுங்கிவிட்டாரோ? அலைகள் அவரைப் பற்றிப் படர்ந்துகொண்டிருக்கின்றனவா? அல்லது, நான்தான் ஒருவேளை அவரை அந்த ஆளரவமற்ற வனாந்திரத் தீவுக்குத் துரத்தி விட்டேனா? அப்படியென்றால், நான் தெரியாமல் தடுக்கி விழுந்துவிட்ட ஆபத்துகளிலிருந்து வெளியேற வழியேதும் இருக்கிறதா? மரணத்தை ஏமாற்றி முன்னேறி நடக்க மக்கள் எதற்காகத் தற்கொலைக்கு முயல்கிறார்கள் என்பதை நான் ஒருவழியாக இப்பொழுது புரிந்துகொண்டேன்.

மாலையில் நான் மீண்டும் மூதாட்டி கிருஸ்டினைப் பார்க்கச் சென்றேன். தன் மகன் மீது அவள் கொண்டிருக்கும் நன்றியுணர்ச்சி பார்வை பறிபோன அவளுடைய கண்களில் கனல் போல் ஒளிர்ந்து கொண்டிருக்க, ஒரு முக்காலியின் மீது அவள் அமர்ந்திருந்தாள். நான் வந்திருப்பதை உணர்ந்தவுடன், “நல்ல வேளையாக நீ இங்கே வந்தாய், குழந்தாய்” என்றாள். “உன்னோடு பேச வேண்டும் போல் இருந்தது. ஏதாவது விசேஷம் இருக்கிறதா?”

“பெரிதாய் ஒன்றும் இல்லை” என்றேன்.

“நகரமே பரபரப்பாக இருக்குமே? இல்லையா?” என்று கேட்டாள் அந்த மூதாட்டி.

“அப்படித்தான் நினைக்கிறேன்” என்று நான் பதிலளித்தேன்.

“இப்பொழுதெல்லாம் என் நினைப்புகூட மந்தமாகிவிட்டது” என்றாள் அவள். “எனக்காக நீ ஒரு சின்ன உபகாரம் செய்ய வேண்டுமே. காலையில் நீ கிளம்பிப் போகும் போது இதைக் கேட்க மறந்துவிட்டேன். ஒரு மரியாதைக்காகப் பாடகர்களுக்கு மலர்க்கொத்தைக் கொடுப்பது வழக்கம். இப்பொழுது நான் மிகவும் தாழ்ந்த நிலையில் இருக்கிறேன். இது எல்லோருக்குமே தெரியும். ஆனாலும் கூட, ஒருசில மலர்களை நீ எனக்காகப் பறித்து நாளைக்கு அவன் பாடும்பொழுது அவனுக்குப் பக்கத்தில் எங்காவது ஓரிடத்தில் வைத்துவிட வேண்டும். அவை எங்கேயிருந்து வந்தனவென்று அவனிடம் ஒரு வார்த்தை கூட நீ சொல்லக் கூடாது. அவை ஏதோ ஒரு பெரிய இடத்துப் பெண்மணியிடமிருந்து வந்திருக்குமென்று அவன் நினைக்க வேண்டும்.” எதிர்கால ஒத்திசைக்கச்சேரிக்காரனான எனக்கு ஹ்ரிங்ஜராபேரின் கிருஸ்டினைக் காட்டிலும் பாட்டுக் கச்சேரிகளைப் பற்றி ஒரு தெளிவான எண்ணம் இருந்ததென்று சொல்லிவிட முடியாது. ஆனால், கச்சேரி நடக்கும் இடத்தில் மலர்கள் தேவைப்படும் என்று எனக்குத் தோன்றவேயில்லை. அந்த நேரத்தில் நான் மலர்களைப் பற்றி யோசிக்கும் நிலையிலேயே இல்லை.

"இலையுதிர்காலம் கிட்டத்தட்ட ஆரம்பிக்கப்போகிறது" என்றேன்.

"பண்ணைக்கு வெளியே இருக்கும் வயல்களிலெல்லாம் வைக்கோலை அறுத்து விட்டு சமன்செய்யத் தொடங்கிவிட்டார்கள். மலர்களெல்லாம் பூத்து வெகுகாலத்துக்கு முன்பாகவே உதிர்ந்தும் விட்டன. வெண்சாமந்தி போன்ற களைப்பூக்கள் வேண்டுமானால் இருக்கலாம்."

"அப்படிச் சொல்லாதே" என்றாள் அந்த மூதாட்டி. "பண்ணைக்கு வெளியில் இருக்கும் வயல்வெளிகளில் புல்லை அறுத்து சமப்படுத்தும் காலத்தில் கூட எல்லா வகைப் பூக்களும் எல்லா இடங்களிலும் பூத்துக்கொண்டுதானிருக்கும். வெடித்து மணம்பரப்பிக் கொண்டிருக்கும் விதைப்பைகள் போல் இந்தப் பருவத்தில் வெண்ணிறக் காட்டு மலர்கள் பூத்து மணம்வீசிக் கொண்டிருக்கும். இல்லாவிட்டால், இது மாதிரியான, வேனிற்காலத்தின் கடைசி நேரத்தில் தேன் நிறைந்த, கருஞ்சிவப்பு நிற மலைஜாதி சீமைக்காட்டுமுள்ளங்கிப் பூக்கள் அழகாகத் தலையசைத்துக் கொண்டிருக்கும். அதே போல, இலையுதிர்காலம் ஆரம்பிக்கும் முன்பாக கல்நுணா மலர்கள் பளீர்ச்சிவப்புப் பழங்களோடு தலையாட்டிக் கொண்டிருக்கும். வைக்கோல் அறுவடைக்குப் பிறகு பூத்துக் கிடக்கும் புதர்ச்செடிப் பூக்கள் என்றால் கூடப் போதும்" என்றாள் மூதாட்டி.

"இந்த மாதிரிப் பூக்களையெல்லாம் பார்த்து எடுத்துவர வேண்டுமென்றால் வெகுதூரம் காட்டுக்குள் செல்ல வேண்டியிருக்குமே" என்றேன் நான். "அதற்கெல்லாம் நேரம் எங்கே இருக்கிறது?"

"இந்த வேலைக்காக என்று சொன்னால், ப்ரெக்குகாட்டில் இருக்கும் உன் பாட்டி, குதிரை க்ராநியைக் கொடுத்துதவுவாள்" என்றாள் அந்த மூதாட்டி. "மோஸ்ஃபெல் மாவட்டத்துக்குப் பக்கத்திலே இருக்கும் ஏரியை ஒட்டி ஒரு அழகான சரிவு இருக்கிறது. அந்த ஏரியிலே இரண்டு அன்னங்கள் கூட இருக்கும். அந்தச் சரிவிலே மலர்கள் பூத்துக் குலுங்கும். நான் சின்னவளாக இருந்த காலத்தில் ஒருதடவை அங்கே நடந்து போய்ப் பார்த்திருக்கிறேன்."

"அன்பு கிரிஸ்டின், அதை விட இங்கே இருக்கும் கல்லறை வெளியிலேயே கொஞ்சம் பூக்களைப் பறித்துக்கொண்டால் என்ன? அந்தத் தலைமைத்தேவதூதர் கேப்ரியலின் கல்லறைக்குப் பக்கத்திலேயே? அல்லது செத்து ஐம்பது வருஷங்கள் ஆகி விட்ட, வாரிசுகள் யாரும் உயிரோடில்லாத, அயல்நாட்டுக்காரரின் கல்லறைக்குப் பக்கத்தில்?"

"என்ன கண்றாவிப் பேச்சு குழந்தாய்!" என்றாள் அந்த மூதாட்டி. "தேவாலயக் கல்லறைவெளியிலிருந்து ஒரு பூவிதழைக்கூடத் தொடக்கூடாது. ஒரு வெண்சாமந்திப்பூ கூட வரக்கூடாது. அது நமக்கெதிரான குற்றமாகப் பார்க்கப்படும். கல்லறைவெளி கர்த்தருக்கு மட்டுமே சொந்தமானது."

"போகட்டும். மணியடிப்பவரின் கல்லறை மீது சின்னச்சின்ன பூக்கள் எதுவும் இல்லையா?" என்று கேட்டேன்.

"ஆனால் அவையெல்லாம் மணியடிப்பவரின் பூக்களில்லையா?" என்று கேட்டாள் அந்தப் பெண்மணி. "அந்த மணியடிப்பவரென்னவோ

அன்பான மனிதர்தான். ஆனால் ஜார்ஜ் குட்டி பாடுவதை ஒருபோதும் அவர் கேட்க விரும்பியதேயில்லை. அதனால் அந்தப் பூக்கள் மீது நாம் கை வைக்க வேண்டாம்."

வேறு வழியில்லாமல் அவளுக்கு நல்ல பூக்களைப் பறித்துக் கொடுப்பதாக வாக்களித்தேன்.

"இதைச் செய்து கொடுப்பதாக வாக்குக் கொடுத்திருக்கிறாய். அதற்காகக் கடவுள் உன்னை ஆசீர்வதிக்கட்டும்" என்றாள் அவள். "சரி. இப்பொழுது என்னுடைய ஆகச்சிறந்த ஆடையை நீ எனக்காகப் பார்த்துத் தேடியெடுத்துத் தர வேண்டும். அது அங்கே அந்தத் திரைச்சீலைக்கு பின்புறம் இருக்கும் மூலையில் தொங்கிக்கொண்டிருக்கிறது. எனக்கே எனக்கென்று ஒரு உடுப்பை வாங்கிக்கொள்ளாமலே நான் இதுவரை காலத்தைக் கழித்து விட்டேன். ரவிக்கையின் வேலைப்பாட்டையெல்லாம் பார்த்துக்கொண்டிருக்காதே. ஏனென்றால் நான் மணியடிப்பவரின் வீட்டைப் பராமரிப்பவள்தான். அதனால் தேவாலயத்தில் அவருடைய மனைவி உட்கார வேண்டிய இடத்தில் – அவருக்கென்று ஒரு மனைவி இருந்திருந்தால் – நான் எப்பொழுதுமே உட்கார்ந்ததில்லை. ஆனால் ஊதா நிறத்தில் கருப்பு ரோஜாப்பூ வேலைப்பாட்டுடன் கூடிய ஒரு பழையகாலத்து, பகற்கால ரவிக்கையை நான் வைத்திருக்கிறேன்."

இப்பொழுதே கிட்டத்தட்ட இரவு நேரமாகி விட்டது. அதனால் மலர்களைப் பறித்து வருவதற்காக மோஸ்ஃபெல் மாவட்டம் வரை துரிதப்பயணம் மேற்கொள்வதை நினைத்துக்கூடப் பார்க்க முடியாது. அதற்கு பதிலாக கொஞ்சம் பான்ஸி மலர்களையும், வெண்சாமந்தி மலர்களையும், தேவாலயக் கல்லறைவெளியிலிருந்து பறித்து சமாளித்தேன். சிறு வயதில் அங்கே நான் அடிக்கடிப் பாடியதால், அந்தக் கல்லறைவெளியில் குடியிருப்பவர்கள் இந்த மலர்களை எனக்குக் கடன்பட்டிருக்கிறார்கள் என்று எனக்குத் திடீரென்று தோன்றியது.

கர்தர் ஹோமைப் பார்ப்பதற்காக நாள் முழுதும் மீண்டும் மீண்டும் விடுதிக்குச் சென்று வந்தேன். அவரிடம் சொல்ல நிறைய விஷயங்கள் இருப்பது போல் எனக்குத் தோன்றிக்கொண்டிருந்தது. ஆனால் கர்தர் ஹோம் நாள் முழுதும் எங்கோ வெளியே சென்றிருந்தார். அவரை என்னால் கண்டுபிடிக்கவே முடியவில்லை. அன்று மாலை ஒரு அஞ்சலட்டை எனக்கு வந்து சேர்ந்தது. விருந்து இன்னும் முடியாததால் தான் இரவு அங்கேயே தங்க வேண்டியிருக்கும்; எனவே என்னை அன்றிரவும் அவரது அறையில் படுத்துக்கொள்ளச் சொல்லிக் கேட்டிருந்தார்.

"நாளை விடியும் நேரத்தில் தேவாலயத்துக்குத் தயாராய் வந்து விடு. தேவாலயத்தின் ஆடையறைக் கதவு வழியாக உள்ளே வா" என்று அந்தக் கடிதத்தில் குறிப்பிட்டிருந்தது.

மலர்களென்று நான் பறித்து வைத்திருந்த ஏதோ சிலவற்றோடு, மறுநாள் அதிகாலையிலேயே நான் தேவாலயத்துக்கு வந்து சேர்ந்தேன். கனவில் இருப்பவனைப் போல இருந்தேன். என்னதான் பயந்தாங்கொள்ளியாக இருந்தாலும், அந்தக் கனவு எப்படியெல்லாம்

மீனும் பண் பாடும் ❃ 305 ❃

ஆட்டுவிக்கிறதோ அப்படியெல்லாம் ஆடிக்கொண்டிருப்பவனைப் போல இருந்தேன். எந்தக் கச்சேரிக்கும் இந்த அளவுக்கு நான் மிரண்டதில்லை. தான் புத்தி சுவாதீனத்தோடுதான் இருக்கிறோமா, இல்லையா என்ற சந்தேகத்துடன், இப்படியோ அப்படியோ என்று ஒரு வழியாகத் தீர்மானிக்க வேண்டியிருப்பவனைப் போல், தேவாலயத்தின் பின்புறத்தில் நின்று கொண்டு நாலாபக்கமும் திருட்டுப்பார்வை பார்த்துக்கொண்டிருந்தேன். கையில் வைத்துக்கொண்டிருந்த மலர்களை பிரமிப்புடன் வெறித்தேன். இது எல்லாமே ஏதோ ஒரு வகையான தந்திரம் போல் மாறிவிடும் என்றும், ஆடையறைக் கதவு பூட்டியிருக்குமென்றும் எதிர்பார்த்தேன். ஒன்று மட்டும் நிச்சயமாகத் தெரிந்தது. அந்தச் சதுக்கத்தில் எல்லாமே அமைதியாக இருந்தன. என் கண் பார்வைக்கெட்டியவரை, ஒரு கச்சேரியைக் கேட்கப் போகும் தோரணையில் அங்கே யாருமே தென்படவில்லை. தூரத்தில் இருந்த ஒரு வீட்டில் வேலை செய்வதற்காக இரண்டு தச்சர்கள் சாலையில் போய்க்கொண்டிருந்தார்கள். தோலால் ஆன காலணிகளை அணிந்த ஒரு குடியானவன், உலர்ந்த பன்னாமீன் தலைகளை மூட்டைகளாகக் கட்டி, சில பொதிசுமக்கும் மட்டக்குதிரைகளின் முதுகின்மீது அவற்றை அப்பொழுதுதான், ஏற்றி விட்டுக் கிளம்பியிருந்தான். கிழக்கே இருக்கும் தன்னுடைய சொந்த ஊருக்கு அவற்றை அவன் கொண்டு செல்கிறான் என்பது சொல்லாமலே தெரிந்தது. நிச்சயமாகச் சில நாட்கள் பிடிக்கும் பயணம். என்னால் அவன் மீது லேசாகப் பொறாமை கொள்ளாமல் இருக்க முடியவில்லை. தேவாலய ஆடையறைக்கதவின் கைப்பிடியைத் திருகினேன். அறை திறந்துதான் கிடந்தது. கொடுங்கனவு இன்னும் முடிந்தபாடில்லை. விருந்தினர்கள் அனைவருமே முன்பே வந்துவிட்டார்களோ? தேவாலயத்தில் ஒருவேளை அமர்ந்திருப்பார்களோ? எனக்காகத்தான் எல்லோரும் காத்துக்கொண்டிருக்கிறார்களோ?

ஆடையறை வெளிச்சம் குறைவாகயிருந்தது. மெல்ல முன்னேறி, பலிபீடத்தை ஒட்டியிருக்கும் ஆயர்மேடைக்கு இட்டுச்செல்லும் கதவை அடைந்தேன். அது விரியத் திறந்து கிடந்தது. எட்டிப் பார்த்தேன். தேவாலயம் காலியாக இருந்தது. பலிபீடத்தை ஒட்டியிருக்கும் ஆயர்மேடைக்குச் சென்றேன். உதித்துக்கொண்டிருந்த சூரியனின் கிரணங்கள் இங்கே ஊடுருவியிருக்கவில்லை. இதைப் போன்ற கட்டடங்களின் கிழக்குப் பக்க மஞ்சடைப்பு முக்கோணச் சுவரில் சாளரங்களே இருக்காது. பளபளப்பான வர்ணம் பூசப்பட்ட கூரை, சுவர்கள், வழிபடுவோர் அமரும் தாழ்வாரம் ஆகிய இடங்களில் பட்டுப் பிரதிபலித்துக்கொண்டிருந்த நிறமற்ற வெளிச்சம்தான் தேவாலயத்தின் உள்ளே, தெளிவாக, ஆனால் பொலிவிழந்து படர்ந்திருந்தது. மேகமூட்டமான வானின் கீழ் பளபளத்துக்கொண்டிருக்கும் நன்னீர் ஏரியை அது நினைவுபடுத்தியது. இந்தப் பகட்டில்லாத வெளிச்சம் பலிபீடத்தின் மேலே இருந்த பொன்முலாம் பூசிய இயேசுவின் சிலை மீதும் படர்ந்திருந்தது.

அந்தத் தலைமைத் தேவாலயத்தின் அமைதியான ஆயர்மேடையின் மீது, பலிபீடத்தின் கைப்பிடிச்சுவருக்கு முன்பாக, மலர்களைக் கையில் பற்றியபடி, சுற்றும் முற்றும் பார்த்துக்கொண்டு நான் நின்றிருந்தேன். என்ன ஆச்சரியம்! அங்கே பழைய, தூசு படிந்த, ஹார்மோனியம்

ஒன்று இருந்தது. அது கனவாகவே இருக்கும் என்று நான் இன்னும் கூட நம்பிக்கொண்டிருந்தேன். எனக்கு எந்த விதத்திலும் சம்பந்தமில்லாத, இந்தப் பாழாய்ப்போன ஹார்மோனியத்தைக் கண்டு நான் எவ்வளவு அதிர்ச்சியடைந்தேனோ அதை விடப் பெரிய அதிசயமாக அங்கே நான் நின்றுகொண்டிருப்பதை உணர்ந்தேன். இங்கே நான் நின்றுகொண்டிருப்பதை யாராவது பார்த்து விட்டால்! ஏதோ எனக்கும் அவற்றுக்கும் சம்பந்தம் இல்லை என்பது போல, கையில் வைத்திருந்த மலர்களை அவசரமாகத் தரையில் வைத்தேன். ஆனால், மலர்களுக்குப் பொருத்தமான இடம் தரையல்ல என்று உடனே உறைத்தது. பலிபீடத்தின் கைப்பிடிச்சுவர்கள் மீது அவற்றை வைக்கலாமா? அல்லது பலிபீடத்தின் மீது ஏறிச்சென்று அங்கே வைத்து விடலாமா? பலிபீடத்தின் மீது இந்த மலர்கள் இருப்பதை நல்லாயர் ஜோஹன் பார்க்க நேரிட்டால் என்ன சொல்வார்? நிச்சயமாக அவர் அவற்றை அடையாளம் கண்டு கொண்டு, அவை திருடப்பட்டவை என்பதை அறிந்துகொண்டு விடுவார். அந்த மலர்களைத் தரையில் இருந்து உடனே எடுத்து வைத்துக்கொண்டேன். எத்தனையோ பத்தாண்டுகள் கழித்து இந்த வரிகளை நான் எழுதும் பொழுதுகூட கையில் அந்த மலர்களுடன் இன்னமும் நான் அங்கே நின்றுகொண்டிருப்பதைப் போல்தான் நான் உணர்கிறேன். அந்த மலர்களிடமிருந்து ஒருவழியாய் நான் விடுபட்டதாக எனக்கு நினைவேயில்லை. இந்த மலர்களை நான் எங்குதான் வைக்க? இந்த மலர்கள் கடைசியில் என்னதான் ஆகும்?

ஒருவழியாக தேவாலயத்தின் பிரதான வாயிற்கதவுகள் திறந்தன. இரண்டு விருந்தினர்கள் உள்ளே நுழைந்தனர். தன்னுடைய வாழ்க்கையின் முக்கிய பருவத்தில் இருக்கும், மிக நேர்த்தியாக உடையணிந்த, புகழ்பெற்ற கனவானும், அவர் பக்கத்திலே ஒரு வறிய மூதாட்டியும். வழிபடுவோருக்கான இருக்கைகளின் இடைகழி ஊடாக அவளை அவர் மெதுவாக வழிநடத்தி வந்துகொண்டிருந்தார். மெலிந்து, மரத்துப் போன கால்களால் அவள் தள்ளாடித் தள்ளாடி நடந்தாள் அப்படித் தள்ளாடி நடப்பதற்கே கூட அவள் தன்னுடைய மகன் மீது சாய்ந்தவாறுதான் சமாளிக்கவேண்டியிருந்தது. கொசுவம் வைத்த பாவாடையும், பகற்பொழுதுக்கான ரவிக்கையும் அவள் அணிந்திருந்தாள். ஃபிச்சு எனப்படும், பெண்டிர் அணியும் முக்கோணச் சவுக்கத்தைத் தோளின் மீது போர்த்தியிருந்தாள். வயதானவர்கள் சுருங்கிச் சிறுத்துப்போகும் விதத்தில் அவளும் சிறுத்திருந்தாள். கிட்டத்தட்ட அவள் இளம்பிள்ளை வாத நோயால் பாதிக்கப்பட்ட சிறுமி போல் தோன்றினாள். வேறெங்கோ ஒளிரும் வெளிச்சத்தைப் பார்த்துக்கொண்டிருப்பதைப் போன்ற, சோர்ந்த, பார்வையற்ற நபரின் பாவனை அவள் முகத்தில் தெரிந்தது.

தாலியா[1]நகரின் அரங்கங்களில், ஆயிரக்கணக்கான, பிரபல, நுட்பமான அறிவுக்கூர்மை கொண்ட பார்வையாளர்கள், தன்னுடைய அம்மா என்று ஒரு வறிய பெண்மணியை, தனக்கிணையாக அழைத்து வரும் கலைச்சக்ரவர்த்தியைப் பார்த்து மனம் நெகிழ்ந்து நிற்கிறார்கள் எனும் காட்சியால் உந்தப்பட்ட பாவனையோடு, கீர்த்திமிக்க நபருக்கே உரித்தான அனைத்து தோரணைகளோடு, அந்த மூதாட்டியை அவர்

1. தாலியா: ஆஸ்திரேலியாவின் விக்டோரியா மாகணத்திலிருக்கும் ஒரு நகரம்

அழைத்து வந்தார். அவருடைய புகழின் உச்சியில், தன்னுடைய எளிய ஆரம்பகால வாழ்வை அவர் நினைத்துப் பார்க்கிறார்! ஏதோ ஒரு முக்கிய நபரின் முகத்தைப் பார்த்து விட்டதைப் போலவும், இப்படிப்பட்ட ஒரு பவித்ரமான நிகழ்வின் போதுகூட அவரின் வருகையை அங்கீகரித்து மரியாதை செலுத்த தான் தவறிவிடக் கூடாது எனும் பாவனையோடும், இடைகழியின் இருபுறமும் இருந்த காலி இருக்கைகளை நோக்கி அடக்கமான புன்னகையோடு தலைதாழ்த்தியவாறே அவர் நடந்து வந்தார். அங்குமிங்குமாக ஒருசில விருந்தினர்களுக்கு மேலும் அதிக மரியாதை கொடுக்க வேண்டியிருப்பதைப் போல், இடைகழியின் நடுநடுவே நின்று பாதங்களைத் தரையில் தட்டிச் சப்தமெழுப்பி, முதுகை வளைத்து முகமன் கூறுவதைப் போலும் பாவனை செய்தார். உயர்மட்டத்திலும் பொறுப்பிலும் இருக்கும் மனிதர்களுக்குத் தலை வணங்கும் பாவனையில் அவர் ஆங்காங்கே நின்று நின்று வருகையில், அவர் மீது சாய்ந்தவாறே அந்த மூதாட்டி வந்துகொண்டிருந்தாள்.

இடைகழியைத் தாண்டி, ஆயர்மேடை வரை தன்னுடைய தாயாரை அழைத்து வந்த அவர் பலிபீடக் கைப்பிடிச் சுவரை ஒட்டிப் போடப்பட்டிருந்த இருக்கைக்கு அவளை இட்டுச் சென்றார். வாஞ்சை மிகுந்த அக்கறையோடு அந்த இருக்கையில் அவளை வசதியாக உட்கார வைத்த அவர், சமூக அந்தஸ்த்திலும், அதிகாரத்திலும் அவளைக் காட்டிலும் பன்மடங்கு உயர்ந்தவர்கள் அங்கே குழுமியிருந்த போதிலும், அவள் தன்னுடைய எளிய நிலை குறித்து வெட்கமோ வேதனையோ படத் தேவையில்லை என்பதைப் போலவும், கடவுளின் பார்வையிலும், மனிதரின் பார்வையிலும் இதுவே அவளுக்கு உரிய உயர்ந்த ஸ்தானம் என்பதைப் போலவும், பார்வையாலும் சைகையாலும் அவளை ஆசுவாசப்படுத்திக் கொண்டிருந்தார். தன்னுடைய ஆகச்சிறந்த, கொசுவம் வைத்த பாவாடையையும், ஆகச்சிறந்த, கருப்பு முக்கோணச் சவுக்கத்தையும் அணிந்து முற்றிலும் மாறிப்போன பெண்ணாக, புளகாங்கித மனநிலையில், கரும்பச்சை நரம்பும், வெளுத்த விரல் முட்டிகளுமாக, முண்டும் முடிச்சுமாய்ச் சற்றே வீங்கினாற்போலிருக்கும் கைகளை மடியில் புதைத்துக்கொண்டு, அந்த மூதாட்டி அங்கே அமர்ந்திருந்தாள்.

கர்தர் ஹோம் என்னை நோக்கித் திரும்பினார். "அந்த ஹார்மோனியத்தின் அருகிலே போய் உட்கார்" என்று கிசுகிசுத்தார். நான் சென்று அமர்ந்தேன்.

"வாசி" என்றார்.

"ஐயோ, ஆனால்..." என்றேன்.

"அதனால் பரவாயில்லை" என்றார்.

"ஆனால், நான்... நான்... நான்..." என்று குழறினேன்.

"நீ என்ன வாசிக்கிறாய் என்பது எந்த விதத்திலும் முக்கியமில்லை. நீ எப்படி வாசித்தாலும் நான் அதற்கேற்பப் பாடிவிடுவேன். நீ வாசிக்கத் தொடங்கினால் போதும்." என்றார் அவர்.

மிதிகட்டைகள் மீது காலை வைத்த மறுநொடியில் அந்த ஹார்மோனியம் தானாகவே கிரீச்சிடத் தொடங்கியது. ஆளரவமற்ற அந்தத் தேவாலயம் முழுக்க ஒரு நாராச ஓசை நிரம்பி, எதிரொலித்து, அந்த இடமே இடிந்து விழுவதைப் போல் தோன்றியது. அந்த இசைக்கருவியின் துளைகள் எல்லாமே அங்கங்கே காற்றை வெளியே விட்டுக் கொண்டிருக்க, மிதிகட்டைகளை அழுத்தும் பொழுதெல்லாம், அதன் ஸ்வரக்கட்டைகள் காற்றை உறிஞ்சி எடுப்பதைப் போலத் தாமாகவே உறுமத் தொடங்கிவிட்டன.

உடனே தன்னுடைய ஏழுகட்டைக் குரலின் அத்தனை சங்கதிகளையும் கர்தர் ஹோம் எடுத்து விட்டார். கச்சேரி தொடங்கியது.

இந்தக் கதையின் பக்கங்களில் நான் ஏற்கெனவே கோடிகாட்டி யிருப்பதையே மீண்டும் வலியுறுத்த விரும்புகிறேன். கர்தர் ஹோமின் திறமைகளைச் சரியான முறையில் எடைபோட நான் தகுதியானவனில்லை. நாங்கள் இருவருமே ஒரே தேவாலயக் கல்லறைவெளியின் ஒரே புறத்தில் பிறந்து வளர்ந்தவர்கள்தான். எங்கள் இருவரையும் மிக நெருங்கிய உறவுக்காரர்கள் என்றே எல்லோரும் கூறி வந்திருக்கிறார்கள். எங்களைப் பார்த்து, நானென்று அவரையும், அவரென்று என்னையுமாகக் குழப்பிக் கொண்டவர்கள் நிறையப்பேர் இருக்கிறார்கள். அதுவே இல்லையென்றாலும் கூட, என்னுடைய பிள்ளைப்பருவ வழிபாட்டுருவமாக இருந்த இவரைப்பற்றிக் குறிப்பிடும் பொழுது அவருக்கு உரிய மரியாதையை நான் எப்பொழுதுமே தரக் கடமைப்பட்டவன். தன்னுடைய முப்பத்தொன்பதாவது சானட் வடிவக் கவிதையில் ஆங்கிலேய மேதை சொல்வதைப் போல:

> ஓ, உன்னுடைய தகுதியை நான் எவ்விதம் பாட ?
> என்னுடைய மேம்பட்ட பகுதியே நீயன்றோ ?
> என்னைநானே உச்சிமுகர்ந்தால் பலன் என்ன ?
> என்னையன்றி வேறெவரைப் புகழ்கிறேன்
> உன்னை நான் புகழும் பொழுது ?"

எல்லோருமே என்னிடம் தொடர்ந்து கேட்கும் கேள்வி இதுதான்: 'அவர் நன்றாகப் பாடினாரா?' இந்த உலகே ஒரு பாடல்தான். ஆனால் அது நல்ல பாடலா, இல்லையா என்பது நமக்குத் தெரியாது. ஏனென்றால், அதோடு ஒப்பிட நம்மிடம் வேறெதுவுமே இல்லை. இந்தப் பதிலைத்தான் நான் ஒவ்வொருவரிடமும் சொல்லி வருகிறேன். பிரபஞ்சவெளியில் கிரகங்கள் யாவும் சுழன்றடித்து விரையும்பொழுது உண்டாகும் விர் என்ற ஓசைதான் பாடற்கலையின் மூலாதாரம் என்று ஒருசிலர் நினைக்கிறார்கள். வேறு சிலரோ, இக்ட்ரஸில்[2] என்றழைக்கப்படும் ஓர் அசோகமரத்தில் காற்று ஊடாடி உண்டாகும் சலசலப்பே பாடற்கலையின் மூலாதாரம் என்றும் கூறுகிறார்கள். ஒரு பழைய கவிதையில் சொல்வதைப் போல, "அந்தப் புராதன மரம் பெருமூச்செறிகிறது."[3] இதுவரை பிறப்பெடுக்காத

2. இக்ட்ரஸில்: நார்வே நாட்டின் புராணிகங்களில் கூறப்படும் ஒருவகையான தேவதாரு மரம்.

3. 'ஏவாளின் ஆப்பிள் பழத்தை பங்குபோடுதல்' *(Sharing Eve's Apple)* எனும் கீட்ஸின் கவிதை.

பாடல்கள் எனும் ஆழங்காண முடியாத சமுத்திரத்திற்கு அருகில் மற்ற பாடகர்களைக் காட்டிலும் கர்தர் ஹோம் அருகில் நின்றிருந்தாரோ என்னவோ. தாலியாவிலோ, உலகெங்கிலும் இருக்கும் அரண்மனைகளிலோ, த்யேட்ரா கொலோனிலோ[4], குஸ்நாக்ட்டிலோ[5], புனித பீட்டரின் தலைமைத்தேவாலயத்திலோ (அல்லது ஒருவேளை அது புனித பீட்டர்ஸ்பர்க்கோ?) அல்லது முகமது பென் அலியின் முன்பாகவோ – எங்கே பாடிப் புகழ்பெற்றவர்களாக இருந்தாலும் – அவர்களுடைய பாட்டோடு நான் கர்தர் ஹோமின் பாட்டை ஒப்பிடமாட்டேன். ஏனெனில், யாருமே அதிகம் கேள்விப்பட்டிராத அந்தத் தலைமைத் தேவாலயத்தில் நான் கேட்ட அந்தப்பாட்டுக்கு நிகராக யாரும் எங்கும் கேட்டிருக்கவே முடியாது. அதே போல், அதைக் கேட்ட பிறகு யாரும் முன்பிருந்த மாதிரியே இருந்திருக்கக்கூடும் என்பதையும் என்னால் நம்ப முடியவில்லை. உண்மையில், அந்தப் பாடல் யாருக்காகப் பாடப்பட்டதோ அந்தச் செவிகள் என்னவோ கேட்கும் திறனின்றிக் கிடந்தன.

உண்மையில் என்னுடைய ஒட்டுமொத்த வாழ்க்கையிலுமே இந்த ஒரேமுறைதான் பாடல் என்பது அதன் அசலான விதத்தில் பாடப்பட்டு நான் கேட்டிருக்கிறேன் என்று கூடச் சொல்லலாம். ஏனென்றால் ஏனைய பாட்டோடு ஒப்பிட்டுப் பார்க்கையில் அவையெல்லாவற்றையும் போலியான, பாசாங்கான சத்தம் என்றாக்கி விடுமளவுக்கு இது அசலானதாக இருந்தது. ஏனைய பாடகர்களையெல்லாம் ஏமாற்றுக்காரர்கள் என்று சொல்லும் வண்ணம் இது இருந்தது. ஏனைய பாடகர்கள் மட்டுமல்ல. நானும் என்னைச் சேர்ந்த மற்றவர்களும் கூட – லான்ப்ராட்டிலிருந்து வந்த பெண்மணி, க்ளோஈ, எபிநேசர் ட்ரௌமான், தளபதி ஹோகென்ஸன், ருனால்ஃபர், கண்காணிப்பாளர் என்று அனைவருமே – இந்த அசலான பாடலின் முன்பாகப் போலிகள் போலத் தோன்றினோம்.

எந்த அளவுக்கு இந்த ஓசை என்னை பாதித்ததென்றால், இந்தப் பாடலை அமுக்கி விடும் அளவுக்கோ, இல்லையென்றால், குறைந்தபட்சம் அதற்குச் சவால் விடுமளவுக்கோ இருக்க வேண்டுமென்கிற வெறியில், என்னுடைய பலம், மனம், ஆன்மா என்று அனைத்தையும் கூட்டி அந்தச் சிதைந்து போயிருந்த ஹார்மோனியத்தின் மிதிகட்டையை அழுத்தினேன். பிழைத்திருப்போம் என்ற நம்பிக்கையில், இதைத் தவிர வேறு வழியேதும் எனக்கிருக்கவில்லை. அவர் என்ன பாடினார் என்றும் எல்லோரும் என்னைக் கேட்கிறார்கள். 'அது ஒரு விஷயமா என்ன?' என்று நான் அவர்களைப் பதிலுக்குக் கேட்கிறேன். இல்லை. அங்கே அச்சடிக்கப்பட்ட கச்சேரி நிரல் என்று எதுவுமே இல்லை. எந்தெந்தப் பாடல்களைப் பாடினார்? தான் தோன்றிய மூலாதாரத்தை நோக்கிக் காலம் தொடர்ந்து பின்னோக்கிச் செல்லுமென்றாலோ, அல்லது, இப்பொழுதிருப்பதைக் காட்டிலும் மக்கள் ஒருவரோடொருவர் தொடர்பு கொள்வது எளிமையாகுமென்றாலோ – அதாவது மக்கள் தங்கள் எண்ணங்களை

---

4. த்யேட்ரா கொலோன்: ஆர்ஜென்ட்டினா நாட்டின் தலைநகரான ப்யோநஸ் ஐரிஸில் இருக்கும் பிரதான ஒப்பெரா அரங்கம். உலகின் தலைசிறந்த மூன்று ஒப்பெரா அரங்குகளில் ஒன்று. மிகச் சிறந்த ஒலியமைப்பு வசதிகளுக்குப் பேர்போனது.

5. குஸ்நாக்ட்: ஸ்விட்ஸர்லாந்து நாட்டின் ஒரு நகராட்சி.

வெளிப்படுத்த வினைச்சொற்களுக்கும், பெயர்ச்சொற்களுக்கும் விகுதியைக் கூட்டிக் கொண்டிருப்பதை விட்டு விட்டு, 'அ' எனும் ஒரே உயிரெழுத்தை மட்டுமே உச்சரிப்பதில் நிறைவடைவார்கள் என்றாலோ – அப்படி ஒரு நிலையில் அங்கீகாரத்தைப் பெறத்தக்க, புதியபாணிப் பாடல்களை அவர் ஒருவேளை பாடியிருக்கலாம். அதே போல், கிருஸ்துமஸ் திருநாளுக்கு முந்தைய நாள் மாலைப்பொழுதில் தேவதைகளுக்காகக் கழுதையும் எருதுவும் பாடிய பாடல்தான் இங்கும் பாடப்பட்டது என்று கூட வைத்துக் கொள்ளலாம். இருந்த போதிலும், இதுவரை பிறப்பெடுக்காத காலத்தின் இந்தக் கச்சேரியின் ஊடே, ஒருசில முக்கியமான பழம்பெரும் பிரதிகளின், ஒன்றோடொன்று தொடர்பில்லாத துணுக்குக் கலவை இருந்ததைப் போன்ற உணர்வு எனக்கு இருக்கிறது. *குதூகலம் கொள், ஆரவாரம் செய்*[6] *என்னை நீ நேசிக்காவிட்டாலும், உன்னை நான் நேசிப்பேன்*[7]"; *என் பெருமூச்சுகள் மட்டும்*[8] போன்ற பாடல்களின் கலவை. ஒரு நாடகத்துக்கு மட்டுமே சரிப்பட்டு வரும் என்று நான் நினைத்திருந்த ஆவேசமான உடல்மொழியோடு கச்சேரியின் தொடக்கத்தில் அவர் பாடினார். ஏனைய பாடல்களைக் காட்டிலும், இந்த மனம் பேதலித்த நிலையிலான சிரிப்பும் தேம்பலுமான கலவை, யதார்த்தத்துக்கு மிக நெருக்கமாக இருந்தது. வாழ்க்கையை வாழும் ஜீவன்களுக்கு, ப்ரெக்குகாட்டில் இருந்த நாடக மேடைக் கதாபாத்திரங்கள் மேற்கொண்டிருந்த கடுமையான ஒழுக்க நிலையைக் காட்டிலும் இயல்பான நிலையாக இது விளங்குவதாகத் தோன்றியது. பாடத் தொடங்கிய கொஞ்சநேரம் கழித்து, பாடகருக்குத் தொடர்ந்து இருமல் வந்தது. அவர் அந்தப் பலிபீடத்தின் முன்பாகவே மூச்சு வாங்கியபடி நின்றுகொண்டிருந்தார். இளைப்பினால் முகம் கோணியது. அதன் பிறகு அவரால் எந்த ஓசையையும் எழுப்ப முடியவில்லை. மண்டியிட்டுத் தன் தாயின் காலடியில் அமர்ந்த அவர், அவளுடைய மடியில் முகத்தைப் புதைத்துக்கொண்டார்.

இந்தக் கச்சேரி இத்துடன் நிறைவடைந்தது.

---

6. *குதூகலம் கொள், ஆரவாரம் செய்*: *(Exsultate, jubilate)*–1773ஆம் ஆண்டில் இசையமைப்பாளர் வுல்ஃப் கேங் மொஸாரட் எழுதிய தனிப்பாடல்.

7. *என்னை நீ நேசிக்காவிட்டாலும், உன்னை நான் நேசிப்பேன்*: *(situ ne m'aimes pas, je taime)* – பிரெஞ்சு நாட்டு இசையமைப்பாளர் ஜார்ஜ் பிஸே 1875ஆம் ஆண்டு இயற்றிய நான்கு அங்க ஒப்பெரா இசை நாடகத்தில் இடம் பெறும் 'காதல் ஒரு கலகக்காரப் பறவை' எனும் ஹபேநெரா அல்லது ஏரியா வகைப் பாடலின் நடுவே வரும் ஒரு வரி

8. *என் பெருமூச்சுகள் மட்டும்*: *(se I mieisospiri)* பெல்ஜியம் நாட்டைச் சேர்ந்த ஃப்ரான்க்கோ ஜோஸஃப் எனும் இசையமைப்பாளர் இத்தாலிய மொழியில் இயற்றிய இன்னொரு ஏரியா வகைப் பாடல்.

# 39

## பண்டகசாலையின் வைபவம்

மாலைப் பொழுது. இலையுதிர்காலத்தின் வருகைக்குக் கட்டியம் கூறும் நிகழ்வுகள். இடுகற்களைக் காற்று அறைந்து கொண்டிருந்த ஓசை எங்கள் செவிகளைத் தாக்கியது. மழையோ ஆயிரந்தழைப்பூண்டுச் செடிகளை அடித்துத் துவைத்துக் கொண்டிருந்தது. நான் வீட்டைச் சுற்றிச் சுற்றி வந்துகொண்டிருந்தேன். யாரையோ எதிர்பார்த்துக் கொண்டிருப்பவனைப் போல வாயிலின் சுழற்கதவருகில், மழையில் நனைந்தவாறே, அவ்வப்பொழுது நின்று, காலடியோசை ஏதும் கேட்கிறதா என்று கவனித்தவாறிருந்தேன். ஏனென்றால், விடை பெற்றுச் செல்லும் பொழுது, "வீட்டிலேயே இரு. தேவைப்பட்டால் உன்னைப் பார்க்க வேண்டியிருக்கும்" என்று அவர் என்னிடம் கூறியிருந்தார். ஆனால் யாருமே நடமாடக்காணோம். மீறி மீறிப் போனால், எப்பொழுதாவது ஒரு நபர் க்ரிம்ஸ்ட்டதாஹோல்ட்டில் இருக்கும் தன்னுடைய வீடு நோக்கி விரைந்து கொண்டிருப்பார். கடைசியில், அந்தப் பெண்தான் ஓடிவந்துகொண்டிருந்தாள். சுழற்கதவின் வெளியே மழையில் நின்றுகொண்டே என் பெயரைச் சொல்லிக் கூப்பிட்டாள். நிலைமை இப்படியாகத்தான் திசைமாறும் என்ற சந்தேகம் எனக்குள் ஏற்கெனவே ஏற்பட்டிருந்தது.

"அவர் பாடவில்லை" என்றாள் அவள்.

"நிஜமாகவா?" என்றேன் நான்.

"அவர் விடுதியைக் காலிசெய்து விட்டார். அந்த இன்னொரு இடத்திலும் நான் தேடிப்பார்த்து விட்டேன். வழக்கம் போலவே அவர் வெளிநாட்டுக்குக் கிளம்பியிருப்பா ரென்று நினைக்கிறேன்."

"இப்படியல்லாமல் வேறு மாதிரி நடக்கும் என்றா நீ நினைத்துக்கொண்டிருந்தாய்?" என்றேன் நான்.

"எங்களைக் காப்பாற்ற நீ வரவேண்டும். இதைக் கேட்கத்தான் நான் இங்கே வந்தேன்" என்றாள் அவள். "அரங்கம் நிரம்பியிருக்கிறது. பத்திரிகாசிரியர் தன்னுடைய உரையை முடித்து விட்டார். பேண்ட் வாத்தியக்குழுவும் மூன்றுமுறை

வாசித்து விட்டார்கள். சீமாட்டி ஸ்ட்ரூபென்ஹோல்ஸூம் லிஸ்ட்டின் கதம்ப இசையை வாசித்து முடித்து விட்டாள். கண்கட்டுவித்தைக்காரரும் இரண்டாவது முறையாக தன் திறமையைக் காட்டிவிட்டார். மூன்றாவது முறைக்குத் தயாராகிக் கொண்டிருக்கிறார். இப்பொழுது நீதான் வந்து பாடவேண்டும்."

"எனக்குப் பாட வராதே" என்றேன்.

"உனக்குப் பாட வரும். இது எல்லோருக்குமே தெரியும். வா!" என்றாள் அவள்.

"முடியாது" என்றேன் நான்.

"அப்பாவைப் பார்த்து இந்த நகரமே கைகொட்டிச் சிரிக்க வேண்டுமா? அதைத்தான் நீ விரும்புகிறாயா?" என்று கேட்டாள்.

"உன் அப்பாவுக்கும் எனக்கும் என்ன சம்பந்தம்?" என்றேன்.

"நீ இவ்வளவு கொடூரமானவன் என்று இப்படி நேராகத் தெரிந்து கொள்ளும் வரையிலும் நான் நினைத்ததில்லை அல்ஃப்க்ரைமுர்" என்று சொல்லிவிட்டு அந்தப் பெண் அழத்தொடங்கினாள்.

"என்னை நானே கோமாளியாக்கிக் கொள்வது உன் அப்பாவுக்கு எந்த விதத்தில் உதவும் என்று எனக்குப் புரியவில்லை" என்றேன்.

"உனக்கு நன்றாகப் பாடவரும் என்று சீமாட்டி ஸ்ட்ரூபென்ஹோல்ஸ் எங்களிடம் அடிக்கடிச் சொல்லியிருக்கிறாள்" என்றாள் அந்தப் பெண்.

"மிகத் தேர்ந்த பாடகரால் கூட எந்தவிதத் தயாரிப்போ, போதுமான முன்னறிவிப்போ இல்லாமல் பாடிவிட முடியும் என்று நான் நினைக்க வில்லை" என்றேன்.

"நீயும் சீமாட்டி ஸ்ட்ரூபென்ஹோல்ஸூமாகச் சேர்ந்து ஒரு ஜெர்மன் இசைப்பயிற்சிப் புத்தகத்திலிருப்பதைப் பாடம் செய்திருக்கிறீர்கள். இது எனக்குத் தெரியும்" என்றாள் அவள். "அந்தக் கண்கட்டுவித்தைக்காரரின் மாலைப்பொழுதுக்கான உடுப்புகளை நீ அணிந்து கொள்ளலாம்."

"அந்தப் பேச்சுக்கே இடமில்லை" என்றேன் நான்.

"உன்னுடைய உறவினர் கர்தர் ஹோமுக்காகக் கூடவா?" என்று அவள் என்னைக் கேட்டாள்.

"தேவையென்று அவர் நினைத்திருந்தால் அவரே வந்து பாடியிருப்பா ரென்று உனக்குத் தோன்றவில்லையா?" என்று நான் பதிலுக்குக் கேட்டேன்.

"என் அப்பாவை உனக்குக் கடன்பட்டவராக ஆக்க நீ பிரியப்பட வில்லையா? இந்த இரவிலிருந்து அவர் ஒருபோதும் மறக்கமுடியாத கடன்?" என்று கேட்டாள் அவள்.

"தான் என்ன செய்கிறோம் என்பதை உன் அப்பா தெரிந்துதான் செய்கிறார். நான் அப்படித்தான் நினைக்கிறேன்" என்றேன். "கர்தர் விஷயத்தில் அவர் ஏமாற்றமடைந்து விடுவார் என்று என்னால் நம்ப முடியவில்லை."

“அப்படியென்றால் என் மீது உனக்கிருக்கும் கரிசனம் இவ்வளவுதான்? இல்லையா?” என்று கேட்டாள் அந்தப் பெண். “என் அப்பாவுக்காக நீ எதுவுமே செய்ய வேண்டாம். ஆனால், என்னையுமே நீ தூக்கி எறியத் தயாராகிவிட்டாய் என்று இப்பொழுது எனக்குப் புரிகிறது. ஆக, நீ இப்படிப்பட்ட ஆள்தான்! இரவின் நடுவில், நான் அழுதுகொண்டிருப்பதைப் பார்த்து என்னை நீ வசியம் செய்து கெடுத்து விடுவாய். நான் நேசிக்கும் மனிதரிடமிருந்து என்னைக் கவர்ந்துகொண்டு விடுவாய். இதனால் அவரும் விலகிப் போய்விட்டு மீண்டும் வராமலே இருந்து விடுவார். என்னை இந்த நகரிலேயே மிகக் கேடுகெட்ட பெண்ணாக ஆக்கி விடுவாய். அஹ்ஹஹா! உஹ்ஹூஹூ! ஹிஹ்ஹிஹீ!”

‘ப்யோர்னபோர்கர்நெஸ் அணிவகுப்பு’ கீதத்தை, மூன்றுமுறை கடைசி ஸ்ருதி வரைக்கும் பேண்ட் வாத்தியக்குழு வாசித்து விட்டது. நாங்கள் குடித்துறப்பு அரங்கின் பின்வாசற்கதவை அடைந்த பொழுது, பேராசிரியர், முனைவர் ஃபாஸ்ட்டுலஸ் தன்னுடைய தொப்பியிலிருந்து மூன்றாவது முறையாகப் புறாக்களை எடுத்துக் காட்டி முடித்திருந்தார். அந்தக் கண்கட்டுவித்தைக்காரரின் உடைகள் உடனடியாக அவரிடமிருந்து கழட்டப்பட்டன. அவருடைய ஆடை, ஆபரணங்களுக்குள் நான் அவசரமாகத் திணிக்கப்பட்டேன். நாங்கள் இருவரும் முற்றிலும் வெவ்வேறு அளவிலான உடற்கட்டு கொண்டவர்கள். அப்படியிருக்க, அவருடைய மேலங்கியோ அல்லது, அவருடைய கண்கட்டு வித்தைகளுக்காக அயராமல் அவர் தந்த உழைப்பால் வியர்வையில் ஊறித் துவண்டிருந்த அவருடைய கழுத்துப் பட்டியோ எனக்கு எப்படிப் பொருந்திப்போனது என்பதெல்லாம் இங்கே வேண்டாத கதை. இந்த உடையலங்காரத்தில், அதிக ஆரவாரமின்றி, பலவந்தமாக நான் மேடைக்குத் தள்ளிவிடப்பட்டேன். மேடையின் உடைப்பிரிவில், தன்னுடைய புறாக்களையும் நீள்தொப்பியையும் கையில் பிடித்தபடி, உள்ளாடைகளைத் தவிர வேறேதும் அணிந்திராத நிலையில் பேராசிரியர் அம்போ என்று விடப்பட்டிருந்தார். அந்த மாலைப்பொழுதில் நிகழ்த்தப்பட்டிருந்த கண்கட்டுவித்தைகளிலேயே ஆகச் சிறந்த வித்தை இதுதான். ப்ரெக்குகாட்டைச் சேர்ந்த நீளக்கிறுக்கன், அந்த உலகப்பாடகருக்குப் பிரதியாக மேடையில் வந்து நிற்கிறான். சீமாட்டி ஸ்ட்ரூபென்ஹோல்ஸ் பியானோ வாத்தியத்தின் முன்பு அமர்ந்திருந்தாள்.

அதற்குப் பிறகு அங்கே நடந்த கச்சேரியை நான் விவரித்துக் கொண்டிருக்க வேண்டும் என்று யாரும் எதிர்பார்ப்பதற்கில்லை. ஆனால், இது தற்பெருமைக்காகச் செய்யப்பட்ட காரியமில்லை என்று மட்டும் கூற முடியும். என்னுடைய சொந்த நலனுக்காக நான் இங்கே இயங்கிக்கொண்டிருக்கவில்லை என்பதுதான் மேடையில் காலடியெடுத்துவைத்தவுடன் எனக்குத் தோன்றிய முதல் எண்ணம். என்னுடைய குரல் இன்னும் பிறப்பெடுத்திருக்காத நிலையில், நானுமே இன்னும் ஆண்மகன் என்று வளர்ந்திருக்காத நிலையில், கூட்டுக்குள்ளிருக்கும் புழு கூட்டை விட்டுப் பறந்து போகும் கணத்தில் என்ன உருவம் கொண்டிருக்கும் என்பதை யாரும் அறிந்திராத நிலையில், கர்தர் ஹோம் மீது எனக்கு இருந்த விசுவாசம் ஒன்றும் புதிதல்ல. அந்த விசுவாச உணர்வுதான் மாயமாகிவிட்ட என்னுடைய பிள்ளைப்பிராயத்தின் ரகசிய

அடிப்படையாய் விளங்கியது. கடவுளின் அருளால், ப்ரெக்குகாட்டின் அடித்தொண்டைக் குரலிலிருந்து தன்னை உயர்த்திக் கொண்ட, உலகின் உச்சஸ்தாயிப் பாடகரிடம் எனக்கிருந்த பாகுபாடற்ற நன்றியுணர்வை நான் பாடிக்காட்டினேன். எனக்குப் பாட வரும் என்பதற்காக அல்ல, பாடுதல் என்பது கடவுளுக்கு நாம் காட்டும் நன்றியுணர்வுக்கான சான்று என்பதற்காகவே பாடினேன். இந்தப் பொறுப்பை நிறைவேற்றுவதில் எனக்கிருந்த ஆழமான பிடிப்பு நான் தொடங்கிய முதல் ஸ்வரத்திலிருந்தே வெளிப்பட ஆரம்பித்தது. அதனால், அவையில் வெடித்துச் சிதறிய சிரிப்பொலி, கிழக்கே இருக்கும் மலைகளிலிருந்து புறப்படும் தென்றல் எந்த விதமான பாதிப்பை ஏற்படுத்துமோ அந்த அளவுக்கே என்னிடம் பாதிப்பை ஏற்படுத்தியது. அங்கே சென்று நின்ற கணத்திலிருந்து ஒரு பாறைபோல் மனம் தீர்மான நிலையிலிருந்தது (அன்று, அங்கே மேடையில் நிற்கப்போவது நானாகத்தான் இருக்கும் என்பது எனக்கு முன்கூட்டியே உள்ளூரத் தெரிந்திருந்தது). என்னைக் காட்டிலும் மிக உயர்ந்த நிலையிலிருக்கும் ஒரு சக்தியால் உந்தப்பட்டே நான் அங்கே வந்து நின்றுகொண்டிருப்பதால் நான் அங்கே ஒரு பொருட்டேயில்லை எனும் அசைக்க முடியாத தீர்மானம் மனதை ஆட்கொண்டிருந்தது.

எல்லா ஆன்மாக்களும் அமைதி பெறட்டும்[1]

அதற்கான காரணம் என்னவென்று புரியவில்லை. அது எதுவாக வேண்டுமானாலும் இருந்துவிட்டுப் போகட்டும். கடல்களுக்கு அப்பாலிருக்கும் சற்றே பெரிய நகரில் எதுவெதெல்லாம் நியாயமானதோ, உண்மையானதோ, அவற்றுக்கான அவதாரம் தாங்களே என்ற கற்பிதத்தில் நீண்ட காலமாக இறுகிக் கடினப்பட்டுப் போயிருப்பவர்கள் இந்தச் சிறிய, பெரிய மனிதர்கள். நம்மையும் மக்கள் என்று ஏற்றுக்கொண்ட காலத்துக்கு முன்பிருந்த, இந்த இசை ஞானமற்ற ஐஸ்லாந்து நாட்டின் கல்வியறிவுபெற்ற, உயர்குடியினர் இவர்கள். அனைத்துலகிலும் இதுநாள் வரை இதுவரை குழுமியிருக்கும் கூட்டத்திலேயே மிகக் கேவலமான பண்ணிசை ஞானம் கொண்ட கூட்டம் இது. இந்த ஒட்டுமொத்தக் கூட்டமும் இப்பொழுது என்னைக் கவனிக்கத் தொடங்கியது. நிச்சயமாக, முதல் பாடலுக்குப் பிறகு அவர்களுள் பலரும் ஆளுநரையும், பிறகு பேராயரையும் பார்க்கத் தொடங்கினர். ஆனால் அங்கே நிகழ்ந்துகொண்டிருப்பதை ஏதோ ஒரு ஆதிசக்தியின் அருளால் ஏற்றுக்கொண்டு தாமாகவே பாடலில் லயித்துப் போன ஒன்றிரண்டு பேர்களும் இருக்கத்தான் செய்தார்கள். கரகோஷம் செய்ய வசதியாக மக்கள் கொஞ்சம் கைகளை உயர்த்தினார்கள். கரவொலி கேட்ட பொழுது அது எனக்கானது என்று ஒரு நொடி உறைக்கவே யில்லை. என்றாலும் மக்கள் நான் பாடியதை அங்கீகரித்தார்கள். அது எப்பொழுதுமே ஒரு தொடக்கம்தான். இரண்டாவது, மூன்றாவது பாடலுக்குப் பிறகு பேராயரும், ஆளுநரும் கூடக் கரவொலி செய்தார்கள். அதிகார வர்க்கத்தினரின் அதிகாரபூர்வ அறிக்கை என்ன விளைவை ஏற்படுத்துமோ அதை அந்தக் கரவொலி ஏற்படுத்தியது: “மோசமான கச்சேரியைக் கேட்டுக்கொண்டிருக்கிறோம் என்று சொல்லி விட முடியாது. கச்சேரிக்கு நாங்கள் அழைக்கப்பட்டிருப்பதாலும், அந்தக் கச்சேரியைத்

1 ஜோஹன் ஜார்ஜ் ஜெக்கோபி (1740 –1814), என்பவர் எழுதி 1816ஆம் ஆண்டில் ஃப்ரான்ஸ் பீட்டர் ஷூபெர்ட் இசையமைத்த பாசுரம்.

தொடர்ந்து உட்கார்ந்து கேட்டுக்கொண்டிருப்பதாலும், நியதிகளின்படி இந்தக் கச்சேரி ஒரு நல்ல கச்சேரிதான்.” பிறகு குழுமியிருந்த மக்கள் அனைவருமே கரவொலி எழுப்பினார்கள். எனக்குத் தெரிந்த ஒருசில பாடல்களைப் பாடி முடித்த பிறகும் அவர்கள் தொடர்ந்து கரவொலி எழுப்பியபடியே இருந்தார்கள். மேடையிலிருந்து செல்லும்படி யாரோ சைகை காட்டும் வரை, பிரமை பிடித்தவன் போல் மேடையிலேயே நின்று கரவொலியெழுப்பும் மக்களையே பார்த்துக்கொண்டிருந்தேன். மேடையின் ஆடையறைக்கு மீண்டும் வரும்வரை நான் என் வசத்திலேயே இல்லை; பேராசிரியர், முனைவர் ஃபாஸ்ட்டுலஸோ அவரது கால்சராயை என்னிடமிருந்து உருவும் அவசரத்திலிருந்தார்.

மாலைப்பொழுது இன்னமும் முடியவில்லை. பிரமித்துப் போய் ஒரு சுவரின் மீது நான் சாய்ந்துகொண்டு நிற்கையில், குட்மன்ஸன் பண்டகசாலையிலிருந்து ஒரு ஆள் திடீரென்று என்னிடம் வந்து வீடு திரும்பும் வழியில் நான் பண்டகசாலையின் அலுவலகத்துக்கு வந்து விட்டுப் போகவேண்டுமென்ற செய்தியைத் தெரிவித்தான்.

குட்மன்ஸன் பண்டகசாலை விளக்குகளால் ஒளிர்ந்து கொண்டிருந்தது. மாடிப்படிக்கட்டின் கீழே இரண்டு வேலையாட்கள் நின்றுகொண்டிருந்தார்கள். நீதிமன்றக் கட்டியங்காரர்கள் போல் என்னைப் பார்த்த அவர்கள் கடையின் நடுப்பகுதிக்கு என்னை இட்டுச் சென்றார்கள். கல்லாவின் நுழைகதவுத் தாளை எனக்காக விலக்கி, காலியாக இருந்த கணக்குவழக்குப் பிரிவின் வழியாக, ‘காம்ட்வா’[2] என்ற புதிரான ஃபிரெஞ்சு மொழிச்சொல் எழுதப்பட்ட கதவுக்கு அருகில் அழைத்துச் சென்றார்கள். முழங்கால்வரை நீண்ட அங்கி, நீண்ட தொப்பி, விரல்முட்டி வரை நீண்ட மணிக்கட்டுப்பட்டி சகிதம் வணிகர் குட்மன்ஸன் தன்னுடைய அலுவலகத்தில் நின்றுகொண்டிருந்தார். அங்கே இருந்த ஒரு நாற்காலியின் மீது தன்னுடைய மேலங்கியைப் படரவிட்டிருந்தார். சுருட்டு புகைத்துக் கொண்டிருந்தார். முதல்நாள் மாலையில் விருந்தில் பார்த்த கோலத்துக்கு இது முற்றிலும் மாறானதாக இருந்தது. புகைக்கும் பொழுது வாயின் ஓரங்களை இழுத்து விட்டுக் கொண்டு, முகத்தைச் சுளித்தபடியிருந்தார். முதிர்கன்னிகளின் கொழுத்த முகத்தில் சில சமயங்களில் காணப்படுவதைப் போன்ற வறட்சி அவருடைய சிவந்த கன்னங்களில் தென்பட்டது.

“இந்த நாள் நல்ல நாளாக அமையட்டும்! உட்காரப்பா பட்ட – *தாரி* ஹேன்சன்” என்றார் டேனிஷ் மொழியில். இதைப் போன்ற சந்தர்ப்பங்களில் வேறு முக்கிய மொழிகளில் அவருடைய பாண்டித்யத்தைக் காட்டிக்கொள்ள அவர் அக்கறைப்படுவதில்லை. அவர் உட்காராமல் நின்றுகொண்டிருந்தார்.

நான் அமர்ந்தவுடன், “இதை நான் கொஞ்சம்கூட எதிர்பார்க்கவில்லை” என்றார் அவர். “நீ யாரைக் காப்பாற்ற முயன்றாய்?”

“யாரையுமில்லை” என்றேன் நான். “உங்களுடைய குட்டிச் செல்வி என்னிடம் கேட்டுக்கொண்டாள்.”

---

2. காம்ட்வா: கல்லா என்பதன் பிரெஞ்சுப் பதம்

“என்னை என்ன முட்டாளென்று நினைத்தாயா? சும்மா சொல்லு. ஜார்ஜ் ஹேன்ஸன் வரமாட்டாரென்று எனக்குத் தெரியாதா? அப்படி நீ நினைத்து விட்டாயா?”

கர்தர் ஹோமுக்கு ஏதோ அவசர வேலையிருந்ததால்தான் அவரால் வரமுடியாமல் போயிருக்கவேண்டும் என்கிற ரீதியில் எதையோ நான் வாய்க்குள் முனகிக்கொண்டிருந்தேன்.

“முக்கிய வேலை?” என்று வணிகர் குட்மன்ஸன் திருப்பிக் கேட்டார். “நீ யாரை முட்டாளாக்கத் திட்டமிட்டுக் கொண்டிருக்கிறாய் என்று தெரிந்துகொள்ளலாமா, பட்ட– *தாரி* ஹேன்ஸன்? இந்தப் பாசாங்குக்கு என்ன அர்த்தம்?”

“திரு. குட்மன்ஸன், கர்தர் ஹோமை இந்த அளவுக்கு நன்றாகத் தெரிந்து வைத்திருக்கும் நீங்கள், அவருடைய விருப்பத்திற்கு மாறாக இன்று மாலை மேடையேறிக் கச்சேரி செய்வார் என்று நிஜமாகவே நம்பினீர்களா?”

“நிச்சயமாக இல்லை” என்றார் வணிகர் குட்மன்ஸன். “அதற்குப் பதிலாக ஃபேபெக்ஸஃப்லாய் முழுக்க அவரைக் கண்காணித்துக் கொண்டிருப்பேன் என்று அவரிடம் சொல்லி வைத்திருந்தேன். அவர் கப்பலில் ஏற முயன்றால், அவரை மோசடிக் குற்றத்திற்காகக் கைது செய்ய ஏற்பாடு செய்திருந்தேன்.”

“அவரை ஐஸ்லாந்துக்கு மீண்டும் அழைத்து வந்ததற்கான காரணம் உங்களுக்கே நன்றாகத் தெரியும்” என்றேன் நான்.

“நாங்கள் எதற்காக அவரை மீண்டும் வரவழைத்தோம்?” என்று கேட்ட வணிகர் குட்மன்ஸன் அருகில் வந்து என்னுடைய இருக்கைக்கு எதிராக நின்றுகொண்டார். “இந்த விவகாரத்தில் சிக்கிக் கொள்ள நீயே முடிவெடுத்து விட்டதால அதை இப்பொழுது பகிரங்கமாகப் போட்டு உடைக்கிறேன் திரு. பட்ட – *தாரி*யே! நாங்கள் அவரை மீண்டும் தாயகத்திற்கு அழைத்துவந்ததின் காரணம் இனிமேலும் இந்த விவகாரத்தோடு மல்லுக்கட்ட முடியாதென்பதால்தான். எங்களுக்கு அலுத்து விட்டது. கடந்த பத்தாண்டுகளாக அவரை வைத்துக்கொண்டிருந்த டென்மார்க் நாட்டுக்காரியை அவர் கைவிட்டுவிட்டார். அதே போல், துறைமுகத்தில் கழிப்பறையை மேற்பார்வையிட்டுக் கொண்டிருக்கும் அந்தக் கிறுக்குப்பிடித்த கிழவன் ஸ்கேகியின் ஜான் ஒவ்வொரு மாதமும் கைச்செலவுக்கென்று அனுப்பிவந்த தொகை அவருடைய வாழ்க்கையை நடத்தப் போதுமானதாக இல்லை. இதெல்லாம் போதாதென்று, வெந்த புண்ணில் வேல் பாய்ச்சுவது போல, என் மகள் வேறு தனக்கு அவரோடு நிச்சயதார்த்தம் ஆகிவிட்டதைப் போல் கற்பனை செய்துகொள்ளத் தொடங்கியிருந்தாள். சுருங்கச் சொல்வதென்றால், அவருடைய சுயரூபத்தைத் தோலுரித்துக் காட்ட வேண்டும். அதற்காகத்தான் அவரை இங்கே வரவழைத்தோம் இளைஞனே!”

“இந்த விவகாரத்தில் நானாகவே வந்து சிக்கிக்கொண்டேன் என்பதை மறுக்க எனக்கு ஒரு வாய்ப்பளியுங்கள்” என்றேன் நான்.

"அவர் இங்கேயிருந்த நாட்களில் அவருக்குச் சிலபல உதவிகள் செய்துகொடுத்தேன். ஆனால் அதைச் செய்தது பண்டகசாலை என்னைக் கேட்டுக்கொண்டதால்தான். இந்தக் கச்சேரியோடு எந்த விதத்திலும் தொடர்பு வைத்துக்கொள்வேன் என்று ஒருபோதும் நினைத்ததில்லை. எனக்கு அழைப்பே இல்லை. இதற்கான அனுமதிச்சீட்டையும் நான் வாங்கியிருக்கவில்லை. நான் வீட்டில்தான் இருந்தேன். ஆனால் ஒரு ஜீவன் என்னைத் தேடி வந்தது. அது என்னிடம் கெஞ்சிக் கூத்தாடியது. உங்கள் பெயரைச் சொல்லி. கடவுளின் பெயரைச் சொல்லி. நகருக்கு நான் இழுத்துவரப்பட்டேன். மேடை மீது நான் ஏற்றிவிடப்பட்டேன். என்னை நானே முட்டாளாக்கிக்கொண்டதை இப்பொழுது நான் உணர்கிறேன். என்னுடைய ஜனங்களை நான் அவமானத்துக்கு உள்ளாக்கி விட்டேன். உங்களையும் கோபப்படுத்திவிட்டேன். அறிவீனத்துக்கும், அசட்டுத்தனத்துக்கும் என்றுமே மன்னிப்புக் கிடையாது. தவறிழைத்து விட்டதற்குக் காரணங்கள் சொல்லமுடியாத பொழுது மன்னிப்பை யாசிப்பதில் எந்த அர்த்தமும் இல்லை. இந்த மாதிரி ஒரு நிலையில் நாக்கை அடக்கிக்கொண்டு நடையைக்கட்டுவதே உத்தமம்."

இப்படிச் சொல்லிவிட்டு எழுந்து கிளம்பத் தயாரானேன்.

ஒரு வியாபாரத்தை வெற்றிகரமாக முடிக்க முடியாமல், வாடிக்கையாளர் பிடிவாதமாக இருக்கும் நிலையில், குட்மன்ஸனுக்குள்ளிருக்கும் நல்லிதயம் கொண்ட ஒரு டென்மார்க் நாட்டுக்காரர், நகைச்சுவை உணர்வோடும், உல்லாசமாகவும் தலைகாட்டுவார். இது குட்மன்ஸனின் இயல்பு. இந்த இயல்பு போதுமான அளவுக்கு ஐஸ்லாந்தில் யாரிடத்திலும் இருப்பதில்லை. இதைப் போன்ற மிகச் சிக்கலான தருணத்தில் கூட அவருடைய வழக்கமான இயல்புக்கு அவர் திரும்பினார். ஒரு குழந்தையைக் கொஞ்சுவதைப் போல, தன்னுடைய கையின் பின்புறத்தால் என் கன்னத்தைச் செல்லமாக வருடி, வெடிச் சிரிப்புச் சிரித்தார்.

"குடியானவக் கவி போரிட்ட பொழுது" என்று லத்தீனில் மேற்கோள் காட்டினார். இதற்கு முன்பாக அவர் லத்தீன் பாலபாட நூலிலிருந்து மேற்கோள் காட்டிய நிலையிலிருந்து எதிர்பாராத விதமாக ஒரு பாடம் மேலே சென்று விட்டார். "சுருட்டுப் பிடிக்கிறாயா?"

நான் இன்னும் புகைக்கப் பழகவில்லை என்று அவரிடம் கூறினேன். அது உண்மையும் கூட.

"உண்மையாகவா அன்புப் பட்ட – *தாரி*யே?" என்றார் அவர்.

"கொஞ்சம் போலக் குடிக்கலாமே! அதுவும் வேண்டாமா? போகட்டும். ஒன்றும் அவசரமில்லை. நாம் கொஞ்சம் பேச வேண்டியிருக்கிறது. இப்பொழுது நான் என்ன நிலைமையில் இருக்கிறேன் என்பதும் நாம் ஒவ்வொருவரும் எந்த நிலைமையில் இருக்கிறோம் என்பதும் உனக்கு நன்றாகவே தெரியும் நண்பனே. ப்ரெக்குகாட்டின் ப்யோர்னுடைய மகன்தானே நீ? இல்லையில்லை. அவருடைய பேரனோ? கிழட்டு ப்யோர்ன் மிக நல்ல மனிதர். என்ன, கூரையில்லாப் படகுகளின் காலம் ஓய்ந்துவிட்டது. சின்ன அளவில் மீன்பிடிப்பவர்களின் காலம் முடிவுக்கு

வந்துவிட்டது. உன் மீது கரிப்புகையும் கடல்நாரை இறகும் கலந்த நாற்றமடிப்பதாக என் குட்டி மகள் சொல்கிறாள். ஐஸ்லாந்திலேயே மிகவும் தாழ்ந்த குடிலிலிருந்து வருகின்ற உன்னிடம் வேறு எதை எதிர்பார்க்க முடியும்? இருந்தாலும் கூட, இதோ இந்தக் காகிதத்தில் உனக்காக ஒரு சில வரிகளை எழுதித்தருகிறேன். இந்தா. உன்னுடைய சந்தோஷத்துக்காக ஒரு மிடறு." இருக்கையில் அமர்ந்து ஒருதாளில் எதையோ கிறுக்கினார். மடித்து ஒரு உறை போல் ஆக்கி என் கையில் கொடுத்தார்.

"இதைத்தானே நீ எதிர்பார்த்தாய்?" என்றார். "என்னுடைய விருந்தினர்களாக வந்திருக்கும் அரசரின் அமைச்சரையும், ஏனையோரையும் இப்பொழுது நான் கவனிக்கப் போயாக வேண்டும். வருகிறேன்."

நேரமாகியும் தூங்காமல், பின்னல்வேலையைச் செய்தவாறு பாட்டி கணப்பின் அருகே உட்கார்ந்துகொண்டிருந்தாள். பானைரொட்டி எனப்படும் அவளுக்கே உரிய சிறப்புப் பண்டம் அடுப்பில் வெந்து கொண்டிருந்தது. அன்று மாலை நடந்த அனைத்தையும் அவளிடம் கொட்டிவிட ஏனோ மனம் வரவில்லை. அதனால் வானிலையைப் பற்றிப் பொதுவாகப் பேசுவதோடு நிறுத்திக்கொண்டேன்.

"ஓ, ஆமாம். கோடையிடியும் புயலும் சீக்கிரமே கடந்து போய்விடும்" என்றாள்.

பிறகு குட்மன்ஸனின் கடிதத்தை எடுத்துக் காட்டி அதில் என்ன எழுதியிருக்கிறதென்று அவளுக்குச் சொன்னேன். அதாவது, அயல்நாட்டில், ஒரு பாடகனாக ஐந்தாண்டுகளுக்குப் பயிற்சி மேற்கொள்ள குட்மன்ஸன் பண்டகசாலை எனக்குப் பணஉதவி செய்யும்.

"தேவலாமே. இது ஒரு நல்ல விஷயம்தான்" என்றாள் பாட்டி, பின்னல்வேலையை நிறுத்தாமலே. "அவர் ஒரு அற்புதமான மனிதர்தான், நிச்சயமாகவே. என்னுடைய ரோம்பேறித்தனத்தைப் பொறுத்துக் கொண்டு, அந்தப் பிரம்புக்கூடையைக் கொஞ்சம் எடுத்துக் குடேன். அப்படியே அந்தக் குவியலிலிருந்து கொஞ்சம் நிலக்கரித்தூளையும் எடுத்துக்கொண்டு வாயேன்." நான் நிலக்கரித்தூளைக் கொண்டுவந்து கொடுத்தவுடன், அவள் அதைக் கவனமாகத் தணல் மீது தூவி மூடினாள். பிறகு மீண்டும் பின்னல் வேலையைத் தொடர்ந்தாள். கொஞ்சநேரம் போனதும், "ப்யோர்ன் இதை எப்படி எடுத்துக்கொள்ளப் போகிறாரோ தெரியவில்லை. குட்மன்ஸனுடைய பணம் இதுவரையிலும் இங்கே நம்மிடம் செல்லுபடியானதில்லை. அது மட்டுமில்லாமல், இங்கே ஐஸ்லாந்தில் கவிதை பற்றி என்ன சொல்கிறார்களோ அதே சிந்தனை பாடுவதற்கும் பொருந்தி வரும் என்றே நான் நினைக்கிறேன். 'என்னுடைய மனநிறைவுக்காக எழுத வேண்டும்; சுய ஆதாயத்துக்காக அல்ல'. பாவம், கிரிஸ்டினுக்கு என்ன ஆனது என்று பார். வளர்ப்புத்தந்தையைப் போலவே ஜார்ஜ் குட்டியும் மணியடிப்பவனாக ஆகியிருக்க வேண்டியவன். பாவம் பயணம் செய்துகொண்டு இருக்கும்படி ஆகிவிட்டது."

40

# ஒரு ஐரிர் நாணயம்

முந்தையநாள் மாலை எங்கள் திசையில் மூச்சுக்காட்டிய இலையுதிர்காலம் மறுநாள் காலையே திரும்பிச்சென்று விட்டது. நடைபாதையில் பாவியிருந்த கற்களுக்கு இடையில் முளைத்திருந்த புற்கற்றைகளின் மீது படிந்திருந்த மழைத்துளிகளில் அது வந்து போன சுவடுகள் மின்னிக்கொண்டிருந்தன. வேனிற்காலப் பிற்பகுதியில் நன்னம்பிக்கையோடு பூத்திருக்கும் சீமைக் காட்டுமுள்ளங்கிச் செடிகளிலும், சகதியில் மினுமினுத்துக்கொண்டிருந்த மீன் செதில்களிலும் கூட அதன் சுவடுகள் படிந்திருந்தன. ஆயிரந்தழைப்பூண்டுச் செடிகள் சூரிய ஒளியில் செந்நிறப் பூக்களோடு தகதகத்துக்கொண்டிருந்தன.

இப்படி ஒரு காலை வேளையில்தான் துறைமுகத்திலிருந்து ஒரு கைவண்டியைத் தள்ளியபடி கண்காணிப்பாளர் வந்து சேர்ந்தார். அவரோடு காவலர் ஜோனாஸூம் உடன் வந்தார். அவர்கள் தேவாலயக் கல்லறைவெளியை நோக்கிப் போய்க்கொண்டிருந்தார்கள். அந்தக் கைவண்டியின் மீது ஓராள் நீளத்துக்கு நீள்சதுரப் பொருளொன்று, கித்தானால் மூடப்பட்டு, கிடத்தப்பட்டிருந்தது. பிணக்கிடங்கின் வெளியே போடப்பட்டிருந்த நீள்இருக்கைகளின் குறுக்காக வைக்கப்பட்டிருந்த தாங்குசட்டங்களின் மீது இந்த நீள்சதுரப் பொருளை அவர்கள் எடுத்து வைத்தார்கள். ஆனால், அதன் மீது போர்த்தப்பட்டிருந்த கித்தானை அவர்கள் விலக்கவில்லை. இரவில் கண்காணிப்பாளர் வீட்டுக்கு வரவில்லை. இப்பொழுது உடன் வந்தவரோடு கொஞ்சம் காஃபி அருந்தும் எண்ணத்தில் அவர் வீட்டுக்கு வந்தார். தன்னுடைய மீன்வலைகளைப் பழுது நீக்கியபடி வாயிலருகே அமர்ந்திருந்த தாத்தா அவர்கள் இருவருக்கும் நன்னாளாய் அமைய வாழ்த்துக் கூறினார். இந்த அமைதியான, நிச்சலனமான, வேனிற்காலப் பிற்பகுதியின் முடிவிலி போன்ற காலை வேளையில் பாட்டியின் சமையற்கட்டுப்

புகைபோக்கியிலிருந்து எழும்பிய புகை நேராக விண்ணை எட்டச் சென்றது.

என்ன நடந்ததென்று நான் கேட்கவில்லை. அது எப்படி நடந்ததென்றும் நான் கேட்கவில்லை. அதைத் தெரிந்துகொள்ளும் ஆர்வம் விட்டுப் போயிருந்தது. ஆனால், இந்த விவகாரத்தில் கண்காணிப்பாளருக்கு இருந்த பங்கைக் கொஞ்சம் பேர் விமர்சித்துக்கொண்டிருந்தது என் காதுகளில் விழுந்தது. இந்தச் சம்பவம் நடத்து பல ஆண்டுகள் கழித்து, காவல்துறையின் ஒருசில ஆவணங்களைப் பார்க்க எனக்கு அனுமதி கிடைத்தது. இந்தச் சம்பவம் நடந்த தினத்தன்று கண்காணிப்பாளரிடம் மேற்கொள்ளப்பட்ட சிக்கனமான குறுக்கு விசாரணை பற்றிய அறிக்கையை நான் பார்த்தேன். முந்தையநாள் நள்ளிரவுக்குச் சற்று முன்பாக துறைமுகத்தி லிருந்த அவருடைய அலுவலகக் குறுவறைக்கு அவரைப் பார்க்க ஒரு விருந்தாளி வந்திருந்ததாக அந்த அறிக்கையில் கண்காணிப்பாளர் குறிப்பிட்டிருந்தார். அந்த விருந்தாளி வந்ததன் நோக்கமென்ன என்று மாவட்ட முதன்மையதிகாரி கேட்கிறார்.

“பெரிதாய் ஒன்றுமில்லை” என்கிறார் கண்காணிப்பாளர். “அங்கே சாக அனுமதிக்க வேண்டும் என்று அவர் என்னைக் கேட்டுக்கொண்டார்” என்று கண்காணிப்பாளர் கூறுகிறார்.

“நீங்கள் அதற்கு என்ன சொன்னீர்கள்?” என்று அதிகாரி கேட்கிறார்.

“உங்கள் விருப்பம்போலச் செய்துகொள்ளுங்கள் நண்பரே” என்று சாட்சி சொல்கிறார் கண்காணிப்பாளர்.

“பிறகென்ன நடந்தது?” என்கிறார் அதிகாரி.

“தன்னுடைய காற்சராய்ப் பையிலிருந்து ஒரு பொட்டலத்தை எடுத்து வைத்துக்கொண்டு என்னை வெளியே செல்லும்படி அவர் கூறி விட்டார்.” என்கிறார் கண்காணிப்பாளர்.

இதற்கு மேல் காவல்துறை ஆவணங்களிலிருந்து எதையும் நான் எடுத்தாள்வதற்கில்லை. பிணத்தை ஒரு சவப்பெட்டியில் கிடத்திய பிறகு அதை ஹ்ரிங்ஜராபேரில் இருக்கும் அவருடைய தாயார் வீட்டில் வைத்துவிட்டு வந்தார்கள். ஐஸ்லாந்தில் அவர் இருந்த நாட்களில் நான் அவரோடு கூடவே இருந்த காரணத்தால், விடுதியிலிருந்த அவருடைய உடைமைகள் திறக்கப்பட்டு, அவருடைய உடைகளின் பைகள் காலி செய்யப்படும் நேரத்தில் நான் உடன் இருக்கும்படி நேர்ந்தது. அவருடைய உடுப்புப்பெட்டிகள் தரமானதாகவும், ஓரளவுக்குப் புதியதாகவும் இருந்தன. அவற்றுக்குள் வைக்கோலால் சுற்றப்பட்ட செங்கற்கள்தான் இருந்தன. வேறொன்றுமே இல்லை. அவருடைய உடுப்புகளின் பைகளுக்குள் ஐந்து க்ரோனர் தாள்கள், பத்து க்ரோனர் தாள்கள் என்று டென்மார்க் நாட்டு பணத்தாள்கள் கொஞ்சம் மீந்திருந்தன. எல்லாமாகச் சேர்ந்து நூறு க்ரோனர்கள் கூடத் தேறாது. இவை போக, பெரிய கணக்குகள் போட்டுப்பார்க்கப்பட்ட துண்டுக் காகிதங்கள் இருந்தன. கணக்குகள் எல்லாமே சாதாரணக் கணிதப் புதிர்கள். விடைகள்

விசித்திரமானவையாகவும், எதிர்பாராதவையாகவும் இருந்த சாதாரணக் கணிதப் புதிர்கள்.

பாடகர் கர்தர் ஹோமின் உடலை நான் பார்க்கவேயில்லை. ஆனால் அவருடைய பூதஉடல் அடக்கம் செய்யப்படும்பொழுது அருகே நின்று பாடினேன். அவருடைய தாயார் கிரிஸ்டினை நான்தான் சென்று அழைத்து வந்தேன். நல்லடக்கத்தின் போது அவளோடு கூடவே நின்றுகொண்டும் இருந்தேன். நல்லடக்கத்துக்கு முன்பாக நடந்த பிரார்த்தனைக் கூட்டம் தேவாலயத்துக்குள் நடைபெறவில்லை. மாறாக, தேவாலயக் கல்லறைவெளியில்தான் நடந்தது. அவருடைய நெருங்கிய உறவினர்களான நாங்கள் – ப்ரெக்குகாட்டின் ப்யோர்ன், என்னுடைய பாட்டி, கிரிஸ்டின், பிறகு நான் ஆகியோர் – முன்னிருந்த நீள்இருக்கையில் அமர்ந்திருந்தோம். நல்லாயர் ஜோஹன் நல்லடக்கப் பிரசங்கத்தை ஆற்றினார். தொண்டுகிழமாகி விட்டிருந்தார் அவர். அந்தச் சமயத்தில் ஐஸ்லாந்தில் சேவையில் இருந்த மதகுருக்களிலேயே அவர்தான் வயதில் மிக மூத்தவராக இருந்திருப்பாரென்று நம்புகிறேன். அவருடைய நல்லடக்கப் பிரசங்கத்தின் போது, யாரை நல்லடக்கம் செய்கிறோம் என்பதைக் குறிப்பிடாமல் விட்டு விட்டார். இது மூப்பால் விளைந்த மறதி என்று எடுத்துக்கொள்ளப்பட்டது. முகமற்ற நபர்கள் பற்றி அவர் பிரசங்கத்தில் குறிப்பிட்டார். அவர்களையே கர்த்தர் மற்றெல்லோரைக் காட்டிலும் அதிகமாக நேசிக்கிறார். ஒருவேளை, அப்படிப்பட்ட முகமற்ற நபர் யாரையோ இப்பொழுது நல்லடக்கம் செய்வதாக அவர் நினைத்துவிட்டாரோ? நல்லாயர் ஜோஹன் என்ன நினைக்கிறார் என்பது எனக்கு எப்பொழுதுமே தெளிவாகப் புரிந்ததில்லை. அதே போல் ஹ்ரிங்ஜராபேரின் கிரிஸ்டின் என்ன நினைக்கிறாள் என்பதும் கூட எனக்குச் சரியாக விளங்கியதில்லை. இவ்வளவு ஏன். என் தாத்தாவும் பாட்டியும் என்ன நினைத்துக்கொண்டிருந்தார்கள் என்று கூட என்னால் யூகிக்க முடிந்ததில்லை. என்னைப் பொறுத்தமட்டில், நல்லடக்கம் செய்யப்படவிருந்த மனிதர் அந்த சவப்பெட்டிக்குள் இல்லை என்பதில் உறுதியாக இருந்தேன்.

ஓ, பனிப்புகை விலகும் நேரம் மிக உன்னதமான நேரம்!"[1]

பிறகு தேவாலயக் கல்லறைவெளிக்குள் அந்தச் சவப்பெட்டி தூக்கிவரப்பட்டது. அந்தப் பித்தளை மணி ஒலித்தது. அந்தப் புதைகுழியின் விளிம்புக்கு அருகில் நின்று பாட எனக்கு சைகை காட்டப்பட்டது.

அது வெளிறிய சூரியஒளி மின்னும் ஓர் இலையுதிர்கால நாள். மிக மென்மையான காற்று வீசிக்கொண்டிருந்தது. மரணத்தையும் இன்னொரு விளையாட்டாக எடுத்துக்கொண்டு, அங்கே அருகாமையில் படர்ந்திருக்கும் ஆயிரந்தழைப்பூண்டுச் செடிகள், களைச்செடிகள் போன்ற தாவர அடர்த்தியினூடே மறைந்துநின்று பார்க்கும் ஒரு சிறுவனிடம் என் பாடலை இந்த மெல்லிய காற்று எடுத்துச்செல்லும் என்று நம்பினேன்.

இடுகுழி நிரப்பப்பட்டுக்கொண்டிருக்கும் போது நல்லாயர் ஜோஹன் தள்ளாடியபடி எங்களை நோக்கி வந்து எங்களுக்கு முகமன் கூறினார்.

---

1. ஆன்னி எச். பார்க்கர் என்பவர் 1883ஆம் ஆண்டில் எழுதிய பாசுரம்.

முதலில் ப்ரெக்குகாட்டின் ப்யோர்னுக்கு. அடுத்து அந்த இரண்டு பெண்களுக்கு. இறுதியாக எனக்கு. எங்கள் எல்லோரையுமே பெயரைச் சொல்லித்தான் அவர் வாழ்த்தினார். ஆமாம். எங்கள் பெயர் அவருக்கு நன்றாகவே நினைவிருந்தது. ஆனால், அவர் எவ்வளவு மூப்படைந்திருந்தார், நான் எவ்வளவு மாறியிருக்கிறேன் என்பதையெல்லாம் பார்க்கும் பொழுது, என்னை அவர் நினைவு வைத்திருந்தது எனக்கு மிகவும் ஆச்சரியமாக இருந்தது. ஒருவேளை என்னுடைய விசித்திரமான பெயர்தான் அதற்குக் காரணமாக இருக்குமோ என்னவோ. இல்லை. அவர் என்னை வேறொரு விஷயமாகப் பார்க்க விரும்பினார். “உனக்கு நான் கொஞ்சம் பணம் கடன்பட்டிருக்கிறேன் அன்பு அல்ஃப்க்ரைமுர். அதை நினைத்தால் எனக்கு ரொம்பவுமே வெட்கமாக இருக்கிறது” என்றார்.

“நீங்கள் தவறுதலாக எதையோ சொல்கிறீர்கள் நல்லாயர் ஜோஹன்” என்றேன் நான்.

“இல்லை” என்றார் நல்லாயர் ஜோஹன். சொல்லிவிட்டு தான் அணிந்திருந்த பாதிரிஅங்கியின் பைக்குள் கையை விட்டார். “என்னுடைய கடன்களை நான் எப்பொழுதுமே நினைவில் வைத்திருப்பேன்.பல வருடங்களுக்கு முன்பாக இங்கே ஒரு மனிதனின் நல்லடக்கத்தின் போது நான் உன்னைப் பாடச்சொல்லிக் கேட்டுக்கொண்டது இன்னும் எனக்கு நன்றாக நினைவிருக்கிறது. அன்று பாடுவதற்கு உனக்கு முப்பது ஔரர் கொடுப்பதாகப் பேசியிருந்தேன். ஆனால் அந்த சமயத்தில் என்னுடைய பணப்பை மிகவும் பழசாகி நைந்து ஓட்டையாகிவிட்டிருந்தது. காரணம் என்னவென்றாலும், அப்பொழுது என்னால் இருபத்தொன்பது ஔரர்தான் கொடுக்க முடிந்தது. ஆனால் இப்பொழுது கோப்பன்ஹேகனில் இருக்கும் என் மகள் எனக்கு ஒரு புதிய பணப்பையைக் கொடுத்தனுப்பியிருக்கிறாள்.”

அவருடைய நீண்ட பாதிரிஅங்கிப்பையின் உள்ளிருந்து இந்தப் புதிய அழகிய பணப்பையை உருவி, தனனுடைய நீலம் பாரித்த, மரத்துப் போன விரல்களால் திறக்க முயன்றார். பணப்பையின் வார்ப்பூட்டைத் திறக்க சிரமப்பட்டுக்கொண்டிருந்த வேளையில் நிலவிய அமைதியைக் கலைக்கவேண்டி, “எனக்கு ஒழுங்காகப் பாட வந்ததேயில்லை. ஆனால் இசையில் ஒரே ஒரு ஸ்ருதிதான் இருக்கிறது, அதுவும் சுத்தமானது என்பதை உணராமல் ஒருநாளும் எனக்கு விடிந்ததில்லை” என்றார். ஒருவழியாக நல்லாயர் ஜோஹன் தன்னுடைய பணப்பையைத் திறந்தார். பல ஆண்டுகளாக அவர் எனக்குத் தரவேண்டியிருந்த அந்த ஒரு ஐரிர் நாணயத்தை அதிலிருந்து தேடியெடுத்து என்னிடம் கொடுத்தார்.

அந்தக் காசை என் கையில் வைக்கும்பொழுது, “பாடுவது எப்பொழுதுமே நல்ல, சந்தோஷமான செயல்” என்றார். “அதிலும் குறிப்பாக, முகமற்ற நபர்களின் புதையுறும் உடல் அருகே நின்று பாடுவதைக் காட்டிலும் உயர்ந்த வேறெதையும் நோக்கமாகக் கொள்ளாத போது” என்றார்.

தாத்தா, புயலடிக்கும்போது வெளியே சென்றிருந்தவரைப் போல தொப்பியிைை மோவாயைச் சுற்றி வார் வைத்துக் கட்டிக்கொண்டு, நகர் இருக்கும் திசையிலிருந்து வருவதை நான் பார்க்க நேர்ந்தது நிச்சயம்

அன்று மாலைதான். யோசிக்க எவ்வளவோ விஷயங்கள் இருந்ததால் தாத்தாவுக்கு நகர்ப்புறம் சென்றுவர என்ன வேலையிருந்திருக்கும் என்று கொஞ்சமும் நினைத்துப் பார்க்கவில்லை. ஆனால், பின் மாலைநேரத்தில், நேரத்தைப் போக்க சும்மா கொஞ்சம் நடந்துவிட்டு வரலாமே என்று கிளம்பிய பொழுது கதவருகே பாட்டி என்னிடம் பேசினாள். அதனால் நான் மீண்டும் சமையற்கட்டுக்கே திரும்பினேன். “நீ சின்னப்பையனாக இருந்தபொழுது விரும்பிச் சாப்பிடுவாயே அந்தக் குச்சிமிட்டாய் ஒன்றை இப்பொழுது சாப்பிட்டுப் பார்க்கிறாயா க்ரைமுர் பையா?” என்றாள் அவள். பிறகு ஒரு பெரிய கருப்புச் சர்க்கரை மிட்டாயை என்னிடம் நீட்டினாள்.

“பாரேன் பாட்டி. நீ வேறு யாரோ க்ரைமுர் பற்றிப் பேசிக்கொண்டிருக்கிறாய் என்று நினைக்கிறேன். இல்லையா? நான் சின்னப்பையனாக இருந்தபொழுது சர்க்கரை பல்லுக்குக் கெடுதல் என்றுதானே நீ எப்பொழுதும் சொல்லுவாய்? எனக்கு அப்படித்தான் ஞாபகம்” என்றேன்.

“இப்பொழுதும்கூட அப்படித்தான் க்ரைமுர்” என்றாள் அவள். “ஏதாவது நல்ல சந்தர்ப்பங்களைத் தவிர, உண்மையிலேயே சீனியைச் சாப்பிடுவது பற்களுக்கு நல்லதில்லை.“ஆனால், அதிர்ஷ்டவசமாக, நம் வீட்டில் நல்ல சந்தர்ப்பங்கள் அதிகம் வரவில்லை.”

“அதிர்ஷ்டவசமாக என்றா சொன்னாய் பாட்டி?” என்றேன்.

“எப்பொழுதுமே மெதுவாக வந்தடையும் நல்வாய்ப்பே ஆகச்சிறந்ததாக இருக்கும்” என்றாள் அவள்.

“இது உண்மையிலேயே மிக அற்புதமான சர்க்கரைக்கட்டி பாட்டி” என்றேன்.

“இங்கே பார் க்ரைமுர் கண்ணா” என்றாள் அவள். “அந்த மொத்தவாணிகர் குட்மன்ஸன் கொடுத்த ஏதோ கடுதாசியை நீ வைத்துக் கொண்டிருந்தாயே. அது உண்மையிலா? இல்லை நான் ஏதாவது கனவு கினவு கண்டேனா?”

“நீ சொல்வது சரிதான் பாட்டி” என்றேன் நான். “என்னுடைய பயிற்சிக்காக, ஐந்து வருடங்களுக்குப் பண்டகசாலை பணஉதவி செய்ய விரும்புகிறது.”

“அது ரொம்ப, ரொம்ப நல்ல விஷயம்தான். அப்படித்தான் சொல்ல வேண்டும்” என்றாள் அவள்.“அவர்கள் மிகவும் நல்ல மாதிரியான மனிதர்கள் என்றுதான் நான் எப்பொழுதுமே கேள்விப்பட்டிருக்கிறேன். ஆனால் பார் க்ரைமுர் கண்ணா, இந்தக் கடுதாசியை நீ வைத்துக்கொண்டிருப்பது உன்னுடைய தாத்தாவுக்கு அவ்வளவாகச் சந்தோஷமில்லையோ என்று தோன்றுகிறது.”

“நான் கல்கடிச்சான்மீன்காரனாக வருவதைத் தாத்தா விரும்பவில்லை. அப்படியென்றால் நான் வேறு ஏதாவது செய்தாக வேண்டுமே” என்றேன் நான்.

"ஒரு காலத்தில் உன் பெயரோடு க்ரைமுர் என்கிற பெயரையும் சேர்க்க வேண்டும் என்று முடிவெடுக்க எனக்கு அதிகாரமிருந்தது. அப்பொழுதும் சரி, அதற்குப் பிறகும் சரி, க்ரைமுர் என்கிற பெயர் கொண்ட யாருக்கும் தேவை என்று வந்தால் என்னுடைய பெயரைத்தான் உச்சரிக்க வேண்டும். குட்மன்ஸன் பண்டகசாலையிலிருப்பவர்கள் பெயரை அல்ல. இப்படித்தான் நான் மனதில் வைராக்கியம் கொண்டிருந்தேன்" என்றாள் அந்த மூதாட்டி.

"நான் அந்தக் கடுதாசியை நெருப்பில் போட்டு விட்டு சந்தோஷமாய் தேவாலய சேவைக்குப் படிக்கிறேன் பாட்டி" என்றேன். "ஒருவேளை என்றோ ஒருநாள் நல்லாயர் ஜோஹன் சொல்லும் அந்த ஆதார ஸ்ருதியைக் கேட்கும் அளவுக்கு நானும் வாழ்க்கையில் முன்னேறியிருப்பேன்."

சொல்லிக்கொண்டே அந்தக் கடிதத்தை எடுத்து பாட்டியின் கணப்பில் கனிந்து கொண்டிருந்த நெருப்பில் வீச முனைந்தேன்.

"வேண்டாம். அதை நெருப்பில் போட்டு விடாதே" என்றாள் அவள். "அது மரியாதையாக இருக்காது. அதற்கு பதிலாக, நீ இதை எடுத்துக் கொண்டு போய் பண்டகசாலையிலேயே கொடுத்துவிட்டு, உனக்கு இது தேவைப்படாது என்று அவர்களிடம் சொல்லிவிட்டு வரவேண்டும். நீ மேலே படிக்க வேண்டும் என்று ஆசைப்பட்டால் அது தன்னுடைய பணத்தில்தான் நிறைவேற வேண்டும் என்று தாத்தா நினைக்கிறார்."

"தாத்தாவிடம் அந்த அளவுக்குப் பணம் எதுவும் இருக்குமென்றே எனக்குத் தெரியாதே" என்றேன் நான்.

"எவருக்கும் நினைவு தெரிந்த காலத்திற்கு முன்பிருந்தே இந்த ப்ரெக்குகாட் ப்யோர்னுடைய குடும்பத்துக்கும், ப்யோர்னுக்கும் சொந்தமானதாகவே இருந்திருக்கிறது. ஆனால் இன்று அவர் அதை விற்று விட்டார்" என்றாள் அவள். "இப்பொழுது எங்களாலும் இதை வைத்துச் சமாளிப்பது சிரமமாகவே இருக்கிறது. ஆனால் குளிர்காலம் முடியும் வரை இங்கே எப்படியோ சமாளித்துக் கொள்ளலாம் என்று நினைத்துக்கொண்டிருக்கிறோம். வசந்தகாலத்தில் லாகாவேகூரில் இருக்கும் ஒரு அடித்தளக் குடியிருப்புக்குச் சென்று குடியேறிவிடலாம் என்று நினைத்துக்கொண்டிருக்கிறோம். நல்ல வேளையாக இனி வாழ்வதற்கு எங்களுக்கு அதிக காலம் இல்லை. உன் மனதில் எதை நினைத்திருக்கிறாயோ அதைப் படிக்க வைப்பதற்காக உன்னை அயல்நாட்டுக்குச் செல்லும் முதல் கப்பலில் உன்னை அனுப்ப தாத்தா தயாராக இருக்கிறார்."

41

# முடிவு

எங்கள் வீட்டு கடிகாரத்தின் ஓசையைக் கொஞ்ச காலமாக யாருமே கேட்டிருக்கவில்லை. அப்படி ஒரு பொருள் இல்லாததைப் போலவே இருந்தது. ஆனால், கடந்து போன சில கடைசி நாட்களில் வரவேற்பறை மிகவும் அமைதியாக இருந்தது. இப்பொழுது அந்தக் கடிகாரம் இன்னமும் துடிப்புடன் இயங்கிக்கொண்டிருப்பதை என்னால் கேட்க முடிந்தது. அது எந்தப் பரபரப்பும் இல்லாமல் தன்னியல்பில் ஓடிக்கொண்டிருந்தது. தாத்தாவின் கடிகாரத்தில் நொடிகள் மெல்ல, மெல்ல நகர்ந்துகொண்டிருந்தன, பழைய காலத்தைப் போலவே அது *முடிவிலி* என்று சொல்லிக்கொண்டிருந்தது. கொஞ்சம் உன்னிப்பாகக் கவனித்தால், அதன் இயக்கத்தில் ஒருவிதமான பாடல் ஸ்வரத்தைக் கண்டுகொள்ள முடியும். அந்தத் துல்லியமான வெள்ளிமணி ஒலித்தது. ஒரு விசித்திர ஜந்து குடியிருக்கும் இந்தக் கடிகாரத்தின் ஸ்வரத்தை மீண்டும் கேட்பதுதான் மனதுக்கு எவ்வளவு இதமாக இருந்தது. அதே போல், இந்தப் பூமியில் இருக்கும் ஏனைய வீடுகள் இருப்பதற்கான நியாயத்தை ஏற்படுத்தும் இந்த ப்ரெக்குகாட்டில், ஏனைய வீடுகள் இருப்பதற்கான ஒரு பயனை உருவாக்கித் தந்த இந்தப் புற்கரண் பாவிய சிறிய குடிலில், வசிக்க அனுமதிக்கப்பட்டதும் மனதுக்கு எவ்வளவு இதமான விஷயம்!

“டென்மார்க்கில் அரசர் கிரிஸ்டியனைப் பார்த்தால் என்னுடைய வாழ்த்துகளை அவருக்குச் சொல்லு” என்றார் தளபதி ஹோகென்ஸன். “வேறு தேசத்திலிருந்து அழைத்து வரப்பட்டு டென்மார்க் நாட்டுக்காரர்களுக்கு மத்தியில் ஒரு அதிகாரியாக இருப்பது எப்படிப்பட்ட சவாலான பொறுப்பு என்பது எனக்கு நன்றாகவே தெரிந்திருந்தது என்பதை அவரிடம் சொல். ப்ரேய்தாஃயோர்தூரில், பட்டினியால் பரிதவிக்கும் குழந்தைக் கூட்டத்தை வைத்துக்கொண்டு சிரமப்பட்டுக் கொண்டிருந்த ஒரு ஏழைக் குடிசைவாசியான என்னை அழைத்துக்கொண்டு வந்து அவர்களுடைய

போர்க்கப்பல்களுக்குப் பொறுப்பானவனாக நியமித்தார்கள். அதே மாதிரிதான், பட்டினியால் பரிதவிக்கும் குழந்தைக் கூட்டத்தை வைத்துக் கொண்டு ஜெர்மனியில் சிரமப்பட்டுக் கொண்டிருந்த ஒரு ஏழைக் குடிசைவாசியான அவரையும் அவர்கள் அழைத்து வந்து டென்மார்க் நாட்டுக்கே பொறுப்பானவராக ஆக்கினார்கள். எனக்கு எப்படி அவர்களுடைய மொழியில் ஒரு வார்த்தைகூடத் தெரியாதோ அதே போல்தான் அவருக்கும் அவர்களுடைய மொழியில் ஒரு வார்த்தை கூடத் தெரியாது. இப்படித்தான், நலிந்துபோன அயல்நாட்டவர்களை அவர்கள் தேசத்தின் உயர்ந்த பொறுப்புகளில் அமர்த்தி அவர்களுடைய விருப்பப்படி அதிகாரம் செலுத்த அனுமதித்தார்கள். உலக வரலாற்றிலேயே மிக மோசமான தவறை டென்மார்க் நாட்டவர்கள் செய்துவிட்ட போதும் அதற்காக நான் மேன்மைதங்கிய அரசரைக் குற்றம்சொல்ல மாட்டேன் என்றும் அவரிடம் சொல்லி விடு. அவர்கள் செய்த தப்பு, ஆங்கிலேய மற்றும் ஃபேரோ தீவினரையும், அவை போன்ற இன்ன பிற இனத்தவரையும் அவர்களோடு குட்மன்ஸனையும் சேர்த்துக்கொண்டு, ஃபேக்ஸஃப்லாய், ப்ரேய்தாஃபோர்தூர் போன்ற இந்த நாட்டின் முக்கியமான விரிகுடாப் பகுதிகளில் பெரும் வலைகளையும் இயந்திர இழுவைப் படகுகளையும், பயன்படுத்த அனுமதித்ததுதான். கடலின் மட்டத்தை அவர்கள் அடியோடு சுரண்டி எடுத்துவிட்டார்கள். சின்னது, பெரியது என்ற பேதமில்லாமல் ஒரு உயிரனத்தைக் கூட விடாமல் காலிசெய்து அழித்துவிட்டார்கள். இதனால் இங்கே இருக்கும் ப்ரெக்குகாட்டின் ப்யோர்ன் போன்றவர்கள் இல்லாமல் போய்விட்டார்கள்.இந்த மாதிரியான நடத்தைக்கு எதிர்ப்புத் தெரிவித்து ஒவ்வோராண்டும் புதுவருட தினத்தன்று ரெய்க்ஜாவிக்குக்கு வந்து மேன்மைதங்கிய அரசரின் ஊழியர்களான ஆளுநர்கள், பேராயர்கள், அமைச்சர்கள் என்று அனைவரிடமும் ஒரே மாதிரியாக எடுத்துச் சொல்லும் முயற்சியில் நான் கொஞ்சம்கூடத் தளர்ந்து போனதில்லை என்றும் மேன்மைதங்கிய அரசரிடம் சொல். இதைத்தான நீ எனக்காகச் செய்ய வேண்டும்."

ஹ்ரிங்ஜராபேரின் கிரிஸ்டினுக்குக் கடைசி முறையாக நான் பாலை எடுத்துச் சென்றேன்.

அவள் மூலையில் ஒரு இருக்கையில் அமர்ந்திருந்தாள். கண்பார்வை முற்றாக மங்கிவிட்டிருந்தது. காதுமே கூடக் கிட்டத்தட்ட முழுச் செவிடாகிப் போயிருந்தது. ஆனால் மிகத் தெளிவான, நேர்த்தியான முகவெட்டோடு சூரிய ஒளி முகத்தில் பட்டுக்கொண்டிருக்க, அவள் அமர்ந்திருந்தாள்.

"எப்படியிருக்கிறாய் அன்பு கிரிஸ்டின்?" என்று கேட்டேன்.

"இன்றைக்கு மேற்கத்திய மென்காற்று வீசிக்கொண்டிருக்கிறது. சூரியனும் பிரகாசித்துக்கொண்டிருக்கிறது. இதைப் போல எத்தனையோ இனிய நாட்களை இந்தத் தேவாலயக் கல்லறைவெளியிலே நான் வாழ்ந்து அனுபவித்து விட்டேன்" என்றாள் அவள்.

நான் கிளம்பும் போது, "எவ்வளவோ வருஷங்களாக ஒரு சிறிய கம்பளிநூல் கண்டை வைத்துக் கொண்டிருந்தேன். நீ ஊருக்குக் கிளம்புகிறாய்

என்றவுடன் அதில் ஏதாவது பின்ன வேண்டும் என்று தோன்றி, மிகவும் கஷ்டப்பட்டு ஒரு சமாச்சாரத்தைப் பின்னி வைத்திருக்கிறேன். நான் பின்னி வைத்திருக்கும் இந்த இரண்டு குட்டிக் காலுறைகளை நீ போகும் பொழுது உன்னுடைய பையில் போட்டு எடுத்துக்கொண்டு போகவேண்டும். கடலைக் கடந்து சென்றதும், ஐட்லாந்தில் திருமதி ஹேன்ஸன் என்று ஒரு ஏழைப்பெண்ணை எனக்காகத் தேடிப்பார். இந்தக் காலுறைகளை நானே பின்னினேன் என்று அந்தப் பெண்ணிடம் சொல். இவற்றை அவளுடைய சின்னப் பையனுக்கும் பெண்ணுக்கும் நான் வாழ்த்துகளைச் சொல்லிக் கொடுத்தனுப்பியதாகக் கொடுத்து விடு."

"உன்னுடைய பையை என்னிடம் கொடு" என்றார் தாத்தா. "என் தோள்கள் இன்னமும் வலுவோடு இருக்கின்றன." இருவேறு உலகங்களை எல்லைவகுத்த ப்ரெக்குகாட்டின் சுழற்கதவின் வழியாக நாங்கள் நடந்து சென்றோம். பாட்டி எங்களைப் பின்தொடர்ந்தாள். நாங்கள் கப்பலை நோக்கிப் போய்க்கொண்டிருந்தோம். மாலை மங்கிக்கொண்டிருந்தது. இலையுதிர்காலத்தின் வெளுத்த புற்கள் மீது மழை பெய்துகொண்டிருந்தது. நாங்கள் ஓடத்துறையை அடைந்தபொழுது பயணிகளைக் கப்பல் இருக்கும் இடம் வரை ஏற்றிச்செல்லும் ஓடம் இன்னும் வந்திருக்கவில்லை. போவதற்கு முன்பாகக் கண்காணிப்பாளரைப் பார்த்து சொல்லிக்கொண்டு போவதாக வாக்களித்திருந்தேன். அவரைக் கண்டுபிடிப்பது அப்படி ஒன்றும் சிரமமாக இல்லை. துறைமுகக் கொட்டகைகளை ஒட்டி இருந்த குறுவறையில் அவர் உட்கார்ந்திருந்தார். அங்கிருந்து எப்பொழுதுமே கார்பாலிக் அமிலத்தின் நெடியும் சோப்பின் வாசனையும் கலந்து பலமாக அடித்துக்கொண்டிருக்கும். காலணி தைப்பவர்கள் பயன்படுத்தும் ஒரு முக்காலியில் அவர் அமர்ந்திருந்தார். அவருக்கு முன்பாக ஒரு பழைய, தள்ளாடிக்கொண்டிருக்கிற மேஜை போடப்பட்டிருந்தது. ஒரு துடைப்பத்தைப் பிணைத்து இறுகக்கட்டிக்கொண்டிருந்தார். இரண்டாவதாக ஒரு ஆள் வந்துவிட்டால் கூட அவருடைய குறுவறைக்குள் நிற்க இடமில்லை. துறைமுகக் கழிப்பறை என்று சொல்லப்படும் அவருடைய நிறுவனத்தில் பளிச்சென்று துலங்காத ஒரு மரத்துண்டைக் கூடப் பார்க்கமுடியாது. அந்தக் காலகட்டத்தில் வடதுருவத்தில் இருந்த சுகாதார நிறுவனங்களிலேயே மிகச் சுத்தமாகப் பராமரிக்கப்பட்டது அனேகமாக அதுவாகவே இருக்குமென்று நினைக்கிறேன்.

கண்காணிப்பாளர் என்பதைத் தவிர வேறு பேரேதும் சொல்லி அவரை நாங்கள் அழைத்ததில்லை. நான் சிறுவனாக இருந்தபொழுது இந்த நகருக்கே, இல்லையில்லை, இந்த முழு தேசத்துக்கே அவர்தான் ஏதோ ஒருவகையான கண்காணிப்பாளர் என்று நான் நினைத்துக்கொண்டிருந்தேன். ஆனால், இப்பொழுது, வயது ஏற ஏற, நான் பார்த்திருக்கும் பல்வேறான பிரபல நிறுவனங்களையும் அதன் இயக்குனர்களையும் பற்றி நினைக்கும் பொழுது, உலகம் முழுமைக்கும் கண்காணிப்பாளராக இருந்திருக்க வேண்டிய நபர் இங்கே இருக்கிறார் எனும் சிந்தனை வருவதுண்டு.

"சரி" என்று சொல்லி, அவர் எழுந்து நின்றார். எப்பொழுதும் போல அதே அன்பு ததும்பும், உணர்வுபூர்வமான, முகமலர்ச்சியுடன் என்னைப்

பார்த்தார். "உன்னுடைய பயணங்களின் நடுவில், அயல்நாட்டில் மட்டுமே கிடைக்கும் மஞ்சள் குருவி தீவனத்தை எனக்காக வாங்கி வருவது இனிமேல் உன்னுடைய வேலை."

"நீங்கள் இங்கே பறவைகளை வளர்க்கிறீர்களா என்ன? எனக்குத் தெரியவே தெரியாதே!" என்றேன் நான்.

"இல்லையில்லை. நான் பறவை எதையும் வளர்க்கவில்லை" என்றார் அவர். "வானிலை மோசமாகும் பொழுது சிலநேரங்களில் என்னைத் தேடி வரும் சுண்டெலிக்காக எப்பொழுதுமே நான் கொஞ்சம் தீனியை வைத்துக்கொள்வது வழக்கம்." பிறகு அந்தத் தீவனத்தை வாங்குவதற்காக கொஞ்சம் சில்லறையை எடுத்து என்னிடம் கொடுத்தார் அவர். நான் சும்மா வேடிக்கைக்காக, "கோப்பென்ஹேகனுக்குப் போய்ச்சேர்ந்தவுடன் இந்தக் காசை நான் சாராயம் வாங்கிக் குடிப்பதற்கு எடுத்துக்கொண்டால் நீங்கள் என்ன செய்வீர்கள்?" என்று கேட்டேன்.

"அது ஒன்றும் பிரமாத விஷயமில்லை" என்றார் அவர். "அதை முடிவு செய்ய வேண்டியது நீதான். இப்பொழுது உன் பயணம் நல்லபடியாய் அமைய நான் வாழ்த்துச் சொல்கிறேன்."

"மிக்க நன்றி" என்றேன்.

"அது போகட்டும். நேரமாகி, மறந்து போய்விடுவதற்கு முன்பாக..." என்றார் அவர். "உனக்கு ஒருவேளை நினைவிருக்கிறதோ என்னமோ, நீண்ட காலத்துக்கு முன்பாக உன்னிடமிருந்த ஒரு தங்கக்காசை நான் எடுத்து வைத்திருந்தேன்."

"அதையெல்லாம் வெகுகாலத்துக்கு முன்பாகவே நான் மறந்து விட்டேன்" என்றேன்.

"இதோ, உன்னுடைய தங்கக்காசு" என்று என்னிடம் நீட்டினார் கண்காணிப்பாளர். "உனக்கு எல்லாமே நல்லபடியாக நடக்கட்டும். வாழ்க்கையில் ஒரு நோக்கம் இருப்பவர்களுக்குத் அமைவது போன்ற தோதான சூழல் உனக்கும் வாய்க்கட்டும். அந்த நோக்கம் சிறியதோ, பெரியதோ, மற்றவர்களுக்குக் கெடுதல் ஏற்படுத்தாத வரை சரிதான்.

"உனக்கு எப்பொழுதாவது கொஞ்சம் பணம் தேவைப்பட்டால், எனக்கு எழுது. என்னுடைய மாதச் சம்பளத்தை எப்படிச் செலவழிப்பது என்பது சீக்கிரமே எனக்குப் பிரச்சினையாகப் போகிறது." கப்பல் வரை என்னை இட்டுச் செல்லப்போகிற ஓடம் வந்துகொண்டிருக்கிறது என்று சொல்வதற்காகக் குறுவறையின் கதவைத் தாத்தா திறந்து தலையை நுழைத்தார்.

நீண்ட பாவாடையை அணிந்து, கருப்பு சால்வையால் தலையையும் தோள்களையும் போர்த்தியபடி ஓடத்துறையில் பாட்டி நின்று கொண்டிருந்தாள். அவளை நான் முத்தமிட்டேன். இதற்கு முன்பாக இந்தப் பெண்மணியை நான் அணைத்துக் கொண்டதில்லை. ஏனென்றால் எங்கள் வீட்டில் அப்படி ஒரு பழக்கம் இருந்ததில்லை. அவள் எவ்வளவு ஒடிசலாக, எடை குறைந்து போயிருந்தாள் என்பதை உணர்ந்து அதிர்ந்து

மீனும் பண் பாடும்

போனேன். ஒரு பறவையின் எலும்புகளைப் போல அவளுடைய எலும்புகளும் வெற்றிடம் கொண்டவையாக இருக்குமோ என்று வியந்து கொண்டிருந்தேன். அவளைக் கைகளுக்குள் கட்டிப்பிடித்திருந்த அந்த நொடிக்கும் குறைவான கணத்தில் அவள் ஒரு உதிர்ந்த சருகைப் போல் என் அணைப்பில் இருந்தாள்.

"கடவுளின் கருணை உனக்குக் கிட்டட்டும் க்ரைமுர் கண்ணா!" என்று கொஞ்சநேரம் கழித்து அவள் வாழ்த்தினாள். "இந்த உலகத்தில் வேறெங்காவது என்னைப் போல இருக்கும் ஏழைக்கிழவியை நீ பார்த்தால் அவளுக்கு என் அன்பையும் வாழ்த்துகளையும் சொல்."

உணர்ச்சியற்று வறண்ட ஒரு முத்தத்தை தாத்தா எனக்கு ஈந்தார். பிறகு, "இந்தக் கட்டத்தில் உனக்கு நல்லாலோசனைகள் எதையும் நான் சொல்வதற்கில்லை இளைஞனே. குளிர்பருவத்தின் இடையில் வரும் கப்பலில் உனக்குக் கருவாட்டுப் பொதி ஒன்றை முடிந்தால் அனுப்பி வைக்கிறேன். அதற்குப் பிறகு, பார்க்கலாம். இப்போதைக்குப் போய் வா"

ஒருசில துடுப்புகள் போட்டு ஓடம் கரையை விட்டு நகர்ந்த பிறகும் அவர்கள் கடற்கரையில் நின்றுகொண்டிருந்தார்கள். யாரோ ஒரு பெயர் தெரியாத பெண் அவர்கள் கையில் விட்டுச் சென்றிருந்த அம்மணமான சிறுவனை வெறித்தபடியே அவர்கள் நின்றுகொண்டிருந்தனர். ஒருவர் கையை மற்றவர் பற்றியவாறு அவர்கள் நின்றுகொண்டிருந்தனர். அவர்களை நான் பார்க்கும் வண்ணம் மற்றவர்கள் அவர்களுக்கு வழிவிட்டனர். அவர்களைத் தவிர வேறு யாரையுமே என்னால் பார்க்க முடியவில்லை. அல்லது அவர்கள் அந்த அளவுக்கு எனக்கு அசாதாரணமானவர்களாக விளங்கினார்களோ என்னவோ. அதனால் அவர்களைச் சுற்றிலும் இருந்த ஏனைய மனிதர்கள் யாவரும் ஒருவேளை உருகிக் காற்றில் மறைந்து விட்டார்களோ? துருவ நட்சத்திரம் என்ற பெயர்கொண்ட அஞ்சல் - படகின் மேல்தளத்துக்கு என் பையைத் தூக்கிக்கொண்டு தட்டுத்தடுமாறி ஏறிக்கொண்டிருந்த பொழுது அவர்கள் இருவரும் ஒன்றாக வீட்டை நோக்கித் திரும்பிச் சென்றுகொண்டிருப்பதைப் பார்த்தேன். எங்களுடைய சுழற்கதவு இருக்கும் பாதையில், ப்ரெக்குகாட் என்ற குடும்ப இல்லத்தை நோக்கி. நாளை இடித்துத் தரைமட்டமாக்கப்பட இருக்கும் எங்கள் வீட்டை நோக்கி.

அவர்கள் கைகோத்து நடந்துகொண்டிருந்தார்கள், குழந்தைகள் போல்.

# மொழிபெயர்ப்பாளரின் பின்னுரை

கல்லூரியில் பயின்ற காலத்தில் எனக்கு யாவுமாக இருந்து பயிற்றுவித்த என் மதிப்பிற்குரிய ஆங்கில இலக்கியப் பேராசிரியர் திரு. அ.வெ. வைத்தியநாதனை ஈராண்டுகளுக்கு முன் சந்தித்தபோது என்னுடைய முதல் மொழிபெயர்ப்பு நாவலான 'நேர நெறிமுறை நிலைய'த்தின் பிரதியைக் கொடுத்தேன். பணிநிறைவுக்குப் பின்பாக நான் மொழிபெயர்ப்பில் ஈடுபட்டிருக்கிறேன் என்று சொன்னவுடன், "என்ன துணிச்சல்! மொழிபெயர்ப்பு அவ்வளவு சுளுவான செயலா?" என்று அவருக்கேயுரிய அங்கதத் தொனியில் ஆங்கிலத்தில் வினவினார். வழக்கம் போல் சிரிப்பையே கேடயமாக்கி அவரைச் சமாளித்தேன்.

மொழிபெயர்ப்புப் பணி சவால்கள் மிகுந்தது. அவை என்னை ஈர்ப்பதன் காரணமாகவே அதில் நான் ஈடுபடுகின்றேன். அதில் முழுமையான வெற்றி என்பது சாத்தியப்படாது என்பதையும் உணர்ந்தே இருக்கிறேன்; என்றபோதிலும் இது மலையேற்றம் போன்ற ஒரு பயிற்சிதான். எட்டுபவை உயரம் குன்றிய சிகரங்களே என்றாலும் அதிலும் நிறைவு கிட்டவே செய்கின்றது. இதில் சறுக்கல்களும் ஏராளம். அவற்றையும் மீறி, ஓர் அயல்மொழிப் படைப்பின் மேன்மையை வெளிப்படுத்திவிட முடியாதா என்கின்ற தவிப்பே என் முயற்சி. மொழிபெயர்ப்புக் கோட்பாடுகளை ஓரளவுக்கே அறிந்திருக்கும் நிலையில் என்னுடைய பயில்நிலை ஆர்வத்தின் மீது நம்பிக்கை வைத்து இதனை வெளியிட முன்வந்திருக்கும் காலச்சுவடு பதிப்பகத்திற்கு என் நெஞ்சார்ந்த நன்றிகள்.

ஹால்டார் லேக்ஸ்நஸ் பற்றிய எந்த அறிமுகமுமில்லாத நிலையில் இந்த நூலை வாசிக்கத் தொடங்கினேன். நூலைப் படித்து முடித்தபோது, ஓர் அயல்மண்ணின் வாழ்க்கை நெறிகளும் நம் மண்ணின் நெறிகளும் ஏறத்தாழ ஒரே போன்றிருக்கும் விந்தை எனக்குள் சிலிர்ப்பை ஏற்படுத்தியது.

பாசாங்கற்ற எளிய கிராமத்து மாந்தர்கள் தங்களுக்கென வகுத்துக் கொண்ட நியதிகளோடு உலகெங்கிலும் ஒரே மாதிரியாகத்தான் வாழ்ந்து வருகிறார்கள் எனும் உண்மையை இந்நாவல் எனக்கு உணர்த்தியது. நாவலை வாசித்து முடிக்கையில் இமைகளின் விளிம்பில் நீர்க்கோர்த்து நின்றதை நான் மறைப்பதற்கில்லை. நெகிழ்ச்சி என்பது வேண்டாத, பகடிக்குரிய உணர்வாகிவிட்ட இக்காலகட்டத்தில், சென்ற நூற்றாண்டின் தொடக்கத்தில் எங்கோ ஓர் அந்நிய தேசத்தில் வாழ்ந்த எளிய மக்களின் நடைமுறை என்ன சேதியை நமக்கு விட்டுச் செல்லக் கூடும்? அப்படிக் கிட்டும் சேதி எந்த அளவுக்கு இன்று எடுபடும்? இவை போன்ற கேள்விகள் மனத்துள் அலையடிக்காமல் இல்லை. தொலைத்துவிட்ட அக்கறையின்றி வாழும் சமூகத்துக்கு, தொலைத்த பொருளின் மதிப்பைச் சுட்டிக்காட்ட இந்த நாவல் பயன்படும் எனும் நம்பிக்கையே இதை மொழிபெயர்க்க என்னைத் தூண்டியது. நாம் கொண்டிருந்த மதிப்பீடுகள் மீது நமக்கிருந்த பிடி தளர்ந்துபோய்விட்டது. இன்று எங்கோ, யாரோ ஒருநபர் சதுரங்கப் பலகையின் முன் அமர்ந்து இரு தரப்பையும் விளையாடும் ஆட்டத்தில் நகர்த்தப்படும் காய்களாகிப் போய்விட்டோம் நாம். அதில் பெருமிதமும் கொண்டிருக்கிறோம் என்பதுதான் நகைமுரண். உலகமயமாக்கலும் அதன் விளைவாக ஏற்பட்டிருக்கும் பெருநிறுவன ஆதிக்கமும் நாம் கைதவறி நழுவவிட்டுவிட்ட மதிப்பீடுகளை அபகரித்துக்கொண்டு நம்மைப் பகடைகளாக்கி விளையாட யார் காரணம், எது காரணம்? உலகமயமாக்கல், நிறுவனமயமாக்கல் போன்ற சொல்லாடல்கள் அறிமுகமாகியிராத காலகட்டத்திலேயே வருங்காலத்திற்கான இடர்களை யூகிக்கத் தூண்டியிருக்கிறது; அதையும்கூட மிக மென்மையான பகடி சார்ந்த கதைகூறு தொனியிலேயே விவரிக்கிறது இந்நாவல். 'ஸ்வதந்திர மனுஷ்யர்' நாவலின் மூலம் மலையாள வாசகப்பரப்பில் ஏற்கெனவே அறியப்பட்ட ஹால்டார் லேக்ஸ்நஸைத் தமிழ் இலக்கிய வட்டத்துக்கு அறிமுகம் செய்யும் வாய்ப்பை இந்த மொழிபெயர்ப்பின் மூலம் காலச்சுவடு பதிப்பகம் எனக்கு ஏற்படுத்திக் கொடுத்திருக்கிறது. நாவலின் இறுதியில் நான் அனுபவித்திருந்த நெகிழ்ச்சியில் சிறிதளவையேனும் வாசகர்களுக்குக் கடத்தியிருந்தால் அதுவே எனக்கான உயரிய சன்மானம்.

இந்த நாவலின் தொடக்க வரிகள் அர்த்தச் செறிவு மிக்கவை. அவற்றைச் சரியான முறையில் தமிழாக்கம் செய்யத் திணறிக்கொண்டிருந்த தருணத்தில் எனக்கு உதவியவர் எனதருமை நண்பர், மூத்த மொழிபெயர்ப்பாளர் பேராசிரியர் ஆர். சிவகுமார். அவருக்கு என் நன்றி. இந்த மொழிபெயர்ப்பை மேற்பார்வையிட்டுச் சீராக்க உதவியவர் அன்பு நண்பர், மொழிபெயர்ப்பாளர் தி.அ. சீனிவாசன். அவருடைய பணி எவ்வளவு செம்மையானது என்பதை என்னால் கோடிகாட்டத்தான் முடியும். அது நேரமும் பொறுமையும் வேண்டும் பணி. பொறுப்பு மிகுந்த பணியும்கூட. ஆனால் அது கோரும் உழைப்புக்கேற்ற அங்கீகாரத்தை, வெகுமதியைப் பெறாத பணி. இந்த நாவலின் ஆங்கில மொழியாக்கத்தை உன்னிப்பாக வாசித்து வரிக்கு வரி தமிழ் மொழியாக்கத்தோடு ஒப்பிட்டு, சறுக்கிய இடங்களை இங்கிதத்தோடு சுட்டிக்காட்டி, எவ்வளவு இயலுமோ அவ்வளவுக்கு மொழியின் நடையையும் ஓட்டத்தையும் லாகவமாக்கிக்

கொடுத்திருக்கும் திரு. சீனிவாசனின் பணி மகத்தானது. அதையும் மீறித் தென்படும் குறைகள் நிச்சயமாக என்னை மட்டுமே சார்ந்தவை. அவற்றுக்காகக் கடிந்துகொள்ள இந்தத் தருமியை மட்டுமே நக்கீரர்கள் இலக்காக்க வேண்டும்.

சோம்பிக் கிடப்பதில் நாட்டம் மிகுந்திருக்கும் என்னிடம் இரண்டாண்டுகளுக்கும் மேலாகப் பொறுமை காத்து இந்தப் பணியை முடிக்கவைத்த பதிப்பாளர் கண்ணனுக்கு நன்றி. இந்த நாவலுக்கான முகப்போவியத்தை வடிவமைத்திருக்கும் நண்பர் ஓவியர் சீனிவாசன் நடராஜனுக்கும் மெய்ப்புத்திருத்துவதிலும் அச்சேற்றுவதிலும் உறுதுணையாய் இருந்த காலச்சுவடு அலுவலக நண்பர்களுக்கும் என் நன்றிகள்.

என்னுடைய ஆசான் பேராசிரியர் அ.வெ. வைத்தியநாதனுக்கு இந்தப் படைப்பைப் பணிவன்புடன் சமர்ப்பிக்கிறேன்.

குறிப்பாக, இந்த மொழிபெயர்ப்புப் பகுதி முழுதையும் தட்டச்சுச் செய்து பிழைகளைக் களைந்து ஒழுங்குசெய்திருக்கும் நண்பர் திரு. மணிகண்டனுக்கு என் அன்பும் நன்றியும்.

ஆர்க்டிக்
லாட்ராப்யார்க்
ப்ரெய்தாஃபோர்ட் விரிகுடா
ஹ்வாம்ஸ்ஃபோர்ட் விரிகுடா
ஹெல்காஃபெல்
ஸ்நேஃபெல்ஸ் தீபகற்பம்
ஸ்டேப்பி
போர்கார்நெஸ்
ஹ்விட் ஆறு
லேங்யோக்குல் பனிப்பாறை
ஃபேக்ஸா விரிகுடா
போர்கார்ஃப்யோர்ட் விரிகுடா
எஸ்ஜா மலை
பிங்வெலிர்
வாட்நாஸ்மைரி
அக்ராநெஸ்
ஸெல்ட்யார்நார்நெஸ்
ஸ்க்கெர்யாஃபோர்ட் விரிகுடா
அல்ஃப்ட்டாநஸ்
ஹாஃப்நாப்யோர்ட்
சோகிட் நதி
ஹ்விட்டா
ந்யார்ட்விக்
ஹெல்லிஸ் தரிசு நிலம்
ப்யோர்ஸா நதி

## ரேய்க்ஜாவிக்

மாவட்டத் தலைமை தேவாலயம்
நீள் வீதி
ஹ்ரிங்ஜராபை
ட்யோர்ன் ஏரி
ப்ரெக்குகாட்

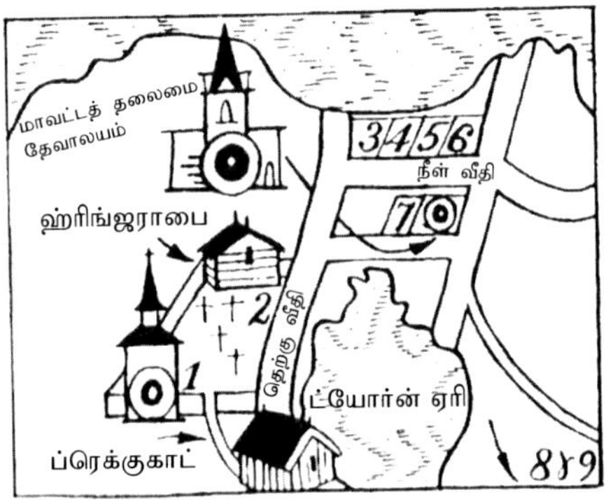

1 தேவாலயக் கல்லறைவெளி
2 கேப்ரியல் கல்லறை
3 ஹோட்டல் டி ஐஸ்லாண்டே
4 குட்மன்ஸன் பண்டகசாலை
5 ஐஸாஃபோல்ட் அலுவலகம்
6 ஃப்ரெட்ரிக்ஸன் அடுமனை
7 அல்த்திங் இல்லம் (பாராளுமன்றக் கட்டடம்)
8 ஹ்வாம்ஸ்காட் பண்ணைக்குச் செல்லும் வழி
9 சோகா நதிக்குச் செல்லும் வழி

வ ட் ட ம்
லாங்கனஸ்
ஹோலார்
ஹாப்ஸ்யேக்குல் பனிப்பாறை
வாஷ்நயோக்குல் பனிப்பாறை
லாக்கி எரிமலைவாய்
லா மலை
ஸ்க்கா∴ட்டா∴பெல் மாவட்டம்
டால்யோக்குல் பனிப்பாறை
லான்பராட்
அட்லாண்டிக் பெருங்கடல்
0
40miles

8